ಅನುಪಲ್ಲವಿ

(ಸಾಮಾಜಿಕ ಕಾದಂಬರಿ)

ಸಾಯಿಸುತೆ

ಸುಧಾ ಎಂಟರ್‌ಪ್ರೈಸಸ್

ನಂ. 761, 8ನೇ ಮುಖ್ಯರಸ್ತೆ, 3ನೇ ಬ್ಲಾಕ್
ಕೋರಮಂಗಲ, ಬೆಂಗಳೂರು–560 034.

Anupallavi (Kannada): a social novel written by Smt. Saisuthe; published by Sudha Enterprises, # 761, 8th Main, 3rd Block, Koramangala, Bangalore - 560 034, India.

ಮೊದಲ ಮುದ್ರಣ   :   2012
ಎರಡನೆಯ ಮುದ್ರಣ   :   2024
ಪುಟಗಳು   :   252
ಬೆಲೆ   :   ರೂ. 250
ಉಪಯೋಗಿಸಿದ ಕಾಗದ   :   70 ಜಿ.ಎಸ್.ಎಂ. ಮ್ಯಾಪ್‌ಲಿಥೋ
ಮುಖಪುಟ ವಿನ್ಯಾಸ   :   ಪ.ಸ. ಕುಮಾರ್
ಹಕ್ಕುಗಳು   :   ಲೇಖಕಿಯವರದು

ಸಗಟು ಮಾರಾಟಗಾರರು
ವಸಂತ ಪ್ರಕಾಶನ
524/ಎಫ್, 8ನೇ ಅಡ್ಡರಸ್ತೆ, 7ನೇ ಬ್ಲಾಕ್,
ಜಯನಗರ, ಬೆಂಗಳೂರು – 560 070.
ಮೊ: 7892106719
email : vasantha_prakashana@yahoo.com
website: www.vasanthaprakashana.com

ಅಕ್ಷರ ಜೋಡಣೆ :
ವಸಂತ ಪ್ರಕಾಶನ

ಮುದ್ರಣ :
ರೀಗಲ್ ಪ್ರಿಂಟ್ ಸರ್ವೀಸ್

ಮುನ್ನುಡಿ

ಆತ್ಮೀಯ ಓದುಗರಲ್ಲಿ,

ನೀ ಯಾರೋ ನಾ ಯಾರೋ
ಚೂರು ಅರಿಯದವರು
ಕಂಡ ಕ್ಷಣವೆ ಆದೆವೇ
ಜನ್ಮಾಂತರದ ಗೆಳೆಯರು

(ಎನ್.ಎಸ್.ಎಲ್.)

ನಮ್ಮ ಕವಿಯ ಪ್ರಶ್ನೆ ಅದೆಷ್ಟು ಸ್ಪಷ್ಟ. ಈ ಕಾದಂಬರಿಯಲ್ಲಿನ ಶರತ್ ಮತ್ತು ವರ್ಣ ಅದೆಷ್ಟು ಸಲ ಪ್ರಶ್ನಿಸಿಕೊಂಡಿದ್ದಾರೋ? ಪ್ರಥಮ ದರ್ಶನದಲ್ಲಿಯೇ ಪ್ರೇಮ ಮೊಳೆಯುತ್ತದೆ. ಅದಕ್ಕೊಂದು ವೇದಿಕೆ ವಿವಾಹ!

ಅದೊಂದು ಸಂವಹನ, ಜನ್ಮ ಜನ್ಮಾಂತರದ ಅನುಬಂಧ. ಅದನ್ನು ಕರ್ಮ ಸಂಯೋಜನೆ, ದಿವ್ಯ ಬೆಸುಗೆ ಅಂದುಕೊಳ್ಳೋಣ. ಪುರಾಣಗಳು ಹೇಳುವಂತೆ ಸ್ವಾಯಂಭುವ ಮತ್ತು ಶತರೂಪೆಯರು ಬ್ರಹ್ಮನಿಂದ ಸೃಷ್ಟಿಸಲ್ಪಟ್ಟ ಮೊದಲ ದಂಪತಿಗಳು. ಬ್ರಹ್ಮನು ಆ ದಂಪತಿಗಳಿಗೆ ಸೃಷ್ಟಿ ಕಾರ್ಯ ವಿಸ್ತರಿಸುವಂತೆ ಹೇಳುತ್ತಾನೆ. ಅದು ಅಂದಿನಿಂದ ಇಂದಿನವರೆಗೂ ಚಾಲ್ತಿಯಲ್ಲಿದೆ. ಇಂದಿನವರೆಗೂ ಹೆಣ್ಣು– ಗಂಡಿನ ಈ ಸಂಬಂಧವನ್ನು ದಾಂಪತ್ಯವೆಂದು ಪುರಸ್ಕರಿಸಲಾಗಿದೆ. ಇದು ಜನ್ಮ ಜನ್ಮಾಂತರದ್ದು, ಅತ್ಯಂತ ಪವಿತ್ರವಾದದ್ದು ಎನ್ನುವ ಭಾವ ನಮ್ಮಗಳದ್ದು.

ಸಮಾಜದ ಸುವ್ಯವಸ್ಥೆ, ಶಿಸ್ತು ಬಂಧ ಜೀವನಕ್ಕೆ 'ವಿವಾಹ', 'ಮದುವೆ' ಪೂರಕವಾಗಿದೆ. ಅದಕ್ಕೆ ಕಾನೂನಿನ ರಕ್ಷಣೆಯೂ ಇದೆ. ಇದೊಂದು ಆಧ್ಯಾತ್ಮಿಕ ಪಯಣವೆನ್ನುವ ನಂಬಿಕೆ.

ಕಾಲಕ್ಕೆ ತಕ್ಕಂತೆ ಬದಲಾವಣೆ ಬಂದಿದೆ. 'Marriages are made in heaven' ಎನ್ನುವುದಕ್ಕೆ ಯಾರೂ ಬದ್ಧರಲ್ಲ! ಜನ್ಮಕೊಬ್ಬನೇ ಗಂಡು ಜನ್ಮಕೊಬ್ಬಳೇ ಹೆಣ್ಣು ಎಂದು ನರಕ ಸದೃಶ ಬದುಕಿಗೆ ಯಾರೂ ತಮ್ಮನ್ನು ಒಡ್ಡಿಕೊಳ್ಳಲು ಸಿದ್ಧವಿಲ್ಲ.

ಭೂಮಿ ಮೇಲೆ ನಿರ್ಧಾರವಾಗುವ 'ವಿವಾಹ'ಗಳನ್ನು ಸ್ವರ್ಗದವರೆಗೂ ಒಯ್ಯುವುದು ಬೇಡವೆನಿಸಿದೆ. ಮೊದ ಮೊದಲು ವಿರೋಧಿಸುತ್ತಿದ್ದ ಹಿರಿಯರು ಕೂಡ ಒಪ್ಪಿ 'ಡಿವೋರ್ಸ್'ಗೆ ಪ್ರೋತ್ಸಾಹಿಸಿದ್ದಾರೆ.

ಅಂಥ ಹಿರಿಯರು ಈ ಕಾದಂಬರಿಯಲ್ಲಿ ಇದ್ದಾರೆ. ಆದರೆ ದೈವ ತನ್ನದೇ ಒಂದು ನಿರ್ಣಯಕ್ಕೆ ಬದ್ಧವಾಗಿದೆ.

ನನ್ನ ಅನುಭವಕ್ಕೆ ಬಂದ, ನನ್ನ ಸುತ್ತಲೂ ಹರಡಿಕೊಂಡ ಪಾತ್ರಗಳು ಬರವಣಿಗೆಯ ಮೂಲಕ ಹಾರಾಡಿವೆ. ನಿಮ್ಮನ್ನೆಲ್ಲ ಯೋಚಿಸುವಂತೆ ಮಾಡಿದರೇ, ಅಷ್ಟು ಸಾಕು.

ಈ ಕಾದಂಬರಿಯ ಪ್ರಕಾಶಕರಾದ ಸುಧಾ ಎಂಟರ್‌ಪ್ರೈಸಸ್‌ನವರಿಗೂ, ಮುಖಚಿತ್ರ ಕಲಾವಿದರಿಗೂ, ನಿಮಗೂ ನನ್ನ ಧನ್ಯವಾದಗಳು.

– ಸಾಯಿಸುತೆ

"ಸಾಯಿಸದನ"

12, 2ನೇ ಮುಖ್ಯರಸ್ತೆ, 2ನೇ ಅಡ್ಡರಸ್ತೆ,

ಮಾರುತಿನಗರ, ಕೋಗಿಲೆ ಕ್ರಾಸ್,

ಯಲಹಂಕ ಓಲ್ಡ್ ಟೌನ್, ಬೆಂಗಳೂರು – 560064.

ದೂ: 080–28571361

Email: saisuthe1942@gmail.com

ನಮ್ಮಲ್ಲಿ ದೊರೆಯುವ ಸಾಯಿಸುತೆಯವರ
ಇತರ ಕಾದಂಬರಿಗಳು

ಜೀವನ ಸಂಧ್ಯ
ಶ್ವೇತ ಗುಲಾಬಿ
ಮಿಡಿದ ಶ್ರುತಿ
ಮೇಘವರ್ಷಿಣಿ
ನವಚೈತ್ರ
ಪೂರ್ಣೋದಯ
ಅಪೂರ್ವ ಮೈತ್ರಿ
ನಿಶೆಯಿಂದ ಉಷೆಗೆ
ಸಪ್ತರಂಜನಿ
ವಸುಧೈವ ಕುಟುಂಬ
ಪ್ರೇಮಸಾಫಲ್ಯ
ಸದ್ಗೃಹಸ್ಥೆ
ಕಾರ್ತೀಕದ ಸಂಜೆ
ನಾ ನಿನ್ನ ಧ್ಯಾನದೊಳಿರಲು
ಸುಪ್ರಭಾತದ ಹೊಂಗನಸು
ಕರಗಿದ ಕಾರ್ಮೋಡ
ಹೃದಯ ರಾಗ
ಅಮೃತಸಿಂಧು
ಬಣ್ಣದ ಚುಂಬಕ
ಸ್ವರ್ಣ ಮಂದಿರ
ಶ್ರೀರಸ್ತು ಶುಭಮಸ್ತು
ಗಂಧರ್ವಗಿರಿ
ಶುಭಮಿಲನ
ಸಪ್ತಪದಿ
ಚೈತ್ರದ ಕೋಗಿಲೆ
ಬೆಳ್ಳಿದೋಣಿ
ವಿವಾಹ ಬಂಧನ
ಮಂಗಳ ದೀಪ
ಡಾ॥ ವಸುಧಾ
ಮುಂಜಾನೆಯ ಮುಂಬೆಳಕು
ಸೊಬಗಿನ ಪ್ರಿಯದರ್ಶಿನಿ
ರಾಗಬೃಂದಾವನ
ಬಿಳಿ ಮೋಡಗಳು
ಅನುಬಂಧದ ಕಾರಂಜಿ
ಮಿಂಚು
ನಾಟ್ಯಸುಧಾ
ಪಸರಿಸಿದ ಶ್ರೀಗಂಧ
ಬೆಳದಿಂಗಳ ಚೆಲುವೆ
ವರ್ಷಬಿಂದು
ಸಪ್ನ ಸಂಭ್ರಮ
ನನ್ನ ಭಾವ ನಿನ್ನ ರಾಗ
ಸುಮಧುರ ಭಾರತಿ
ಮೌನ ಆಲಾಪನ
ಮತ್ತೊಂದು ಬಾಡದ ಹೂ
ಶಿಶಿರದ ಇಂಚರ
ಮುಂಗಾರಿನ ಹುಡುಗಿ
ಸಾಮಗಾನ
ಕಡಲ ಮುತ್ತು
ಆಡಿಸಿದಳು ಜಗದೋದ್ಧಾರನಾ
ಪಂಚವಟಿ
ಶ್ಯಾನುಭೋಗರ ಮಗಳು
ಮೂಡಿ ಬಂದ ಶಶಿ
ಜನನೀ ಜನ್ಮಭೂಮಿ
ಬಿರಿದ ನೈದಿಲೆ
ಶರದೃತುವಿನ ಚಂದ್ರ
ಮೋಹನ ಮುರಳಿ ಕರೆಯಿತು
ಮುಗಿಲ ತಾರೆ
ಅಗ್ನಿದಿವ್ಯ
ಧವಳ ನಕ್ಷತ್ರ
ಕಲ್ಯಾಣಮಸ್ತು
ದಂತದ ಗೊಂಬೆ
ಸುಭಾಷಿಣಿ
ಮಮತೆಯ ಸಂಕೋಲೆ
ಮಂತ್ರಾಕ್ಷತೆ
ಸಪ್ತಧಾರೆ
ಹೇಮಂತದ ಸೊಗಸು
ಬೆಳಕಿನ ಹಣತೆ
ಗ್ರೀಷ್ಮದ ಸೊಬಗು
ಗ್ರೀಷ್ಮ ಋತು
ಪ್ರಿಯ ಸಖೀ
ಚಿರಬಾಂಧವ್ಯ
ಆಶಾಸೌರಭ
ಗಿರಿಧರ

ರಾಜೇಶ್‌ನ ಮೂವರು ಮಕ್ಕಳಲ್ಲಿ, ಅರುಣನನ್ನ ಕಂಡರೆ ಹೆಚ್ಚಿನ ಪ್ರೀತಿ. ಅದಕ್ಕೆ ಕಾರಣ ಓದಿನಲ್ಲಿ ಆಸ್ಥೆ, ಜವಾಬ್ದಾರಿಯುತ ನಡವಳಿಕೆಯ ಜೊತೆ ಅಪಾರವಾದ ಕನಸುಗಳು. ಅದನ್ನು ಸಾಧಿಸಿಯೆ ಬಿಡಬೇಕೆನ್ನುವ ಹಟದ ಜೊತೆಗೆ ಮನೆಯವರ ಬಗೆಗಿನ ಕಾಳಜಿ.

"ಅರುಣನಂಥ ಮಗ ಒಬ್ಬನಿದ್ರೂ.... ಸಂಸಾರಗಳು ಉದ್ಧಾರವಾಗಿ ಬಿಡುತ್ತೆ. ಅದೆಷ್ಟು ಎಚ್ಚರ ಅಂತೀ "ಮಗನನ್ನು ಹೊಗಳಿಕೊಳ್ಳುತ್ತಿದ್ದರು ಅದನ್ನ ಯಾರು ನಿರಾಕರಿಸುತ್ತಿರಲಿಲ್ಲ" ಅವ್ನು ಬರೀ ಕುಟುಂಬದ ಯೋಗಕ್ಷೇಮ ನೋಡ್ತಾನೆ. ಆದರೆ ಕಿರಣ ಸಮಾಜಮುಖಿ. ಯಾರದೇ ಕಷ್ಟ ಅಂದರೂ ಓಡಿ ಹೋಗ್ತಾನೆ" ಎಂದು ಚಿಕ್ಕವನನ್ನ ಸಮರ್ಥಿಸಿಕೊಳ್ಳುತ್ತಿದ್ದರು ಅವರ ತಂಗಿ ಶಾಂಭವಿ.

ಇಂದು ಜರ್ಕಿನ್ ತೊಟ್ಟು ಹೆಲ್ಮೆಟ್ ಹಿಡಿದು ಮಳೆಯಲ್ಲಿಯೇ ಹೊರಗೆ ಹೋದ ಅಣ್ಣನನ್ನು ನೋಡಿ ವರ್ಣ "ವಾಯ್... ಅರುಣಣ್ಣ... ಇವತ್ತು ರಜ. ಒಂದು ಅರ್ಧದಿನ ಕೆಲವು ಗಂಟೆಗಳಾದ್ರೂ ಮನೆಯಲ್ಲಿ ಇರ್ಬಾರ್ದಾ? ಏನಾದರೂ ಬಿಸಿಬಿಸಿ ಪ್ರೋಗ್ರಾಂ?" ಅಣಕಿಸಿದಳು. ಹಿಂದಕ್ಕೆ ಬಂದವ ತಂಗಿಯ ತಲೆಯ ಮೇಲೆ ಮೊಟಕಿ "ಮನೆಗೆ ಹಿರಿಯ ಮಗ ನೂರೆಂಟು ಜವಾಬ್ದಾರಿಗಳು ಹೆತ್ತವರಿಗೊಂದು ಒಳ್ಳೆಯ ಬದುಕು, ತಂಗಿಗೊಂದು ಮದ್ವೆ ಇಂಥ ಜವಾಬ್ದಾರಿಗಳೆಲ್ಲ ನನ್ನ ಮೇಲಿದೆ" ಎಂದೇ ಹೊರಗೆ ಹೋಗಿದ್ದು. ಬಿ.ಬಿ.ಎಮ್. ಆಯಿತು. ಆಮೇಲೆ ಕೆಲಸ, ಆಮೇಲೆ ಎಂ.ಬಿ.ಎ. ನಂತರವೇ ವಿವಾಹ. ಮದುವೆಯ ವಿಚಾರ ಅವಳ ಲಿಸ್ಟ್‌ನಲ್ಲಿ ಕೊನೆಯದಾಗಿತ್ತು.

ಈಗ ಅರುಣ ಹೇಳಿದ್ದು ಕೇಳಿ ಅವಳಿಗೆ ಅಚ್ಚರಿ.

ಕಿಚನ್‌ಗೆ ಬಂದು ನಿಂತಾಗ ತರಕಾರಿ ಹೆಚ್ಚುತ್ತಿದ್ದ ಶಾಂಭವಿ ಅವಳತ್ತ ನೋಟ ಹರಿಸಿ "ಅರುಣ ಹೊರಟನಾ? ಎಜುಕೇಷನ್ ಮುಗ್ದ ಕೂಡಲೇ ಕೆಲ್ಸ. ಅದು ಹೇಗೆ ಸಂಪಾದಿಸಿದನೋ, ಏನೋ. ಪಾದರಸ ಒಂದ್ಕಡೆ ನಿಲ್ಲೋಲ್ಲ" ಅಭಿಮಾನದ ಮಾತುಗಳೆ.

ಕುಕ್ಕರ್ ಇಳಿಸುತ್ತಿದ್ದ ಸಕ್ಕೂಬಾಯಿ "ಕೆಲವೊಮ್ಮೆ ಒಟ್ಟೊಟ್ಟಿಗೆ ಏನೇನೋ ಹೇಳ್ತಾನೆ.

ಒಂದು ಹುಡ್ಗೀ ಜೊತೆ ಸುತ್ತೋದು ಎಲ್ಲಾ ನೋಡಿದ್ದಾರೆ. ಅವ್ನು ಒಪ್ಕೊಂಡಿದ್ದಾನೆ. ನಾನು ಕರ್ಕೊಂಡ್ಬಾಂತ ಹೇಳಿದ್ದೀನಿ. ಈ ಕಾಲ ಅವರದೇ. ಇಷ್ಟಪಟ್ಟ ಹುಡ್ಗೀನ ಮಾಡ್ಕೊಳ್ಳಿ. ಅವನಪ್ಪ ಈ ವಿಚಾರದಲ್ಲಿ ಸಾಕಷ್ಟು ಧಾರಾಳವೆ. ಅವನನ್ನ ಅರ್ಥ ಮಾಡಿ ಕೊಳ್ಳೋದು ಕಷ್ಟವೇ" ಎಂದರು ಮಗನ ಬಗ್ಗೆ ಒಂದಿಷ್ಟು ಭಯವೇ! ಮಹತ್ವಾಕಾಂಕ್ಷಿ, ಪಟ್ಟು ಸಡಲಿಸಲಾರ. ಸದಾ ಹಡಾಡಿಯೇ. ಸಾಧನೆಗೆ ಇದೆಲ್ಲ ಬೇಕೇನೋ?

"ಒಂದು ರೀತಿಯಲ್ಲಿ ಒಳ್ಳೆಯದೆ!" ತರಕಾರಿ ಪಾತ್ರೆಯನ್ನು ಸರಿಸಿ ಮೇಲೆದ್ದರು. ಶಿಕ್ಷಕಿಯಾಗಿ ದುಡಿದು ಪಿಂಚಣಿ ಪಡೆದ ಆಕೆ ಮನೆಗೆ ಸಹಾಯಕಳೆ, ಸಕ್ಕು ಮಾತಾಡಲಿಲ್ಲ ತಂಗಿಗೆ ಮದುವೆ ಮಾಡದೆ ಒಂದಲ್ಲ, ಒಂದು ಕಾರಣ ಹೇಳುತ್ತ, ಗಂಡುಗಳಲ್ಲಿ ಹುಳುಕನ್ನು ಹುಡುಕುತ್ತ ದಿನಗಳನ್ನು ದೂಡಿದ್ದು ಬೆಳಕಿನಷ್ಟು ಸತ್ಯವೆ. "ನಿನ್ನ ವಿಚಾರದಲ್ಲಿ ಅನ್ಯಾಯವಾಯ್ತು" ಈ ಮಾತು ಹೇಳಿದ್ದು ಎಷ್ಟು ಸಲವೋ ಆದರೆ ಅದು ಹಳತಾಗದು. ನಿತ್ಯ ನೂತನವೆ. ಅದರೂ ಕೇಳಿ ಕೇಳಿ ಶಾಂಭವಿಗೆ ಸಾಕಾಗಿತ್ತು.

"ಹಾಗೇಕೆ, ಅಂದ್ಕೋತೀರಿ ಅತ್ತಿಗೆ. ಒಂದು ರೀತಿಯಲ್ಲಿ ಒಳ್ಳೆಯದೆ ಆಯ್ತು. ನಂಗೇನು ಇದಕ್ಕಿಂತ ಒಳ್ಳೆ ಬದುಕೇನು ಸಿಕ್ತಾ ಇರ್ಲಿಲ್ಲ. ಈಗ ಇರೋಷ್ಟು ಸ್ವತಂತ್ರ ಆಗ ಖಂಡಿತ ಇರ್ತಾ ಇರ್ಲಿಲ್ಲ. ಗಂಡ ಅನ್ನೋ ಪ್ರಾಣಿ ಪ್ರಶ್ನಿಸೋ ಪ್ರಶ್ನೆಗಳಿಗೆಲ್ಲ ಸಬೂಬು ಕೊಡೋದ್ರಲ್ಲೇ ಆಯಸ್ಸು ಮುಗ್ದು ಹೋಗ್ತಾ ಇತ್ತು. ಈಗ ಒಂದಿಷ್ಟು ಸ್ವತಂತ್ರದ ಉಸಿರು ತಗೋತಾ ಇದ್ದೀನಿ. ದಯವಿಟ್ಟು ನೊಂದ್ಕೋಬೇಡಿ. ಆ ವಿಚಾರದಲ್ಲಿ ನಂಗೇನು ಪಶ್ಚಾತ್ತಾಪವಿಲ್ಲ. ಒಂದಿಷ್ಟು ರುಕ್ಮಿಣಮ್ಮನ ಮನೆಗೆ ಹೋಗ್ಬರ್ತೀನಿ. ಅಣ್ಣ ಕೇಳಿದರೆ ಹೇಳ್ಬಿಡಿ." ಹೊರಟರು. ಮೊದಮೊದಲು ರಾಜೇಶ್ ತಂಗಿಯ ಓಡಾಟದ ಬಗ್ಗೆ ಪ್ರಶ್ನೆ ಎತ್ತುತ್ತಿದ್ದರೂ ಸ್ವಭಾವ ಅರಿತ ಮೇಲೆ ಚಕಾರವೆತ್ತುತ್ತಿರಲಿಲ್ಲ.

"ಶಾಂಭವಿ ಪಾಪದ ಹೆಣ್ಣು, ಕಣೇ! ಇನ್ನಾದರೂ ಆಗಿದ್ದರೆ ಬೀದಿಯಲ್ಲಿ ನಿಂತು ನಿಮ್ಮಪ್ಪನ ಮಾನ ಮರ್ಯಾದೆ ಕಳೆಯೋರು" ಅಂದರು ಪಿಸು ದನಿಯಲ್ಲಿ. ವರ್ಣ ಜೋರಾಗಿ ನಕ್ಕು "ಅತ್ತೆ ಹೇಳಿದ್ದು ಕೇಳಿದೆಯಲ್ಲ. ಅದೇನು ಹಡಾಹುಡಿಯಾಗಿ ಅಣ್ಣ ಮಳೆಯಲ್ಲೇ ಹೋಗಿದ್ದು?" ತರಕಾರಿ ಪಾತ್ರೆಯನ್ನು ಅಡಿಗೆಯ ಕಟ್ಟೆಯ ಮೇಲಿಟ್ಟು ಪ್ರಶ್ನಿಸಿದಾಗ "ಅದೇ ಅವ್ನ ಗರ್ಲ್ ಫ್ರೆಂಡ್ ಅನನ್ಯನ ಕರ್ಕೊಂಡ್ ಬಾ ಅಂದಿದ್ದೆ ಇಂದೇನಾದ್ರೂ ಕರ್ಕೊಂಡ್ ಬರ್ತಾನೇನೋ ನೋಡ್ಬೇಕು" ಅಂದು ಸುಮ್ಮನಾದರು. ಅವರೇನು ಆ ವಿಚಾರದಲ್ಲಿ ಉತ್ಸಾಹಿಕರಾಗಿಲ್ಲದಿದ್ದರೂ, ವಿರೋಧವಂತು ವ್ಯಕ್ತಪಡಿಸಿರಲಿಲ್ಲ. ಲೋಕ ಕಂಡವರು. ಎಲ್ಲೆಲ್ಲು ಪ್ರೇಮ ವಿವಾಹಗಳೇ! ನಮ್ಮಲ್ಲಿ ನಡೆಯಲೀ ಬಿಡು ಅನ್ನೋ ಮನಸ್ಸು.

ವರ್ಣ ಹೊರಗೆ ಬಂದು ನಿಂತಳು. ಕಿರಣನದು ಒಂದು ರೀತಿಯ ಸ್ವಭಾವ. ಪರೋಪಕಾರಿ, ಯಾರೇ ಕಷ್ಟದಲ್ಲಿರಲೀ, ತಾನು ಮುಂದಾಗುತ್ತಿದ್ದ ಅವನ ಓದಿನ ಪರಿಯೆ ಬೇರೆ ರೀತಿಯದು. ಅಂತು ಸೀರಿಯಸ್‌ನೆಸ್ ಇಲ್ಲದ ಹುಡುಗ. ಅವನ ರೀತಿಯೆ, ಬೇರೆ ತರಹದ್ದು. ಒಬ್ಬೊಬ್ಬರು ಒಂದೊಂದು ರೀತಿ ವ್ಯಾಖ್ಯಾನಿಸುತ್ತಿದ್ದರು. ಅವಳಿಗೆ ಮಾತ್ರ ಕಿರಣ್ ಅಣ್ಣ ಅನ್ನುವುದಕ್ಕಿಂತ ಒಬ್ಬ ಸ್ನೇಹಿತ. ಆತ್ಮೀಯವಾಗಿ ಅವಳಲ್ಲಿನ ಅನಿಸಿಕೆಗಳನ್ನ ಅವನೊಂದಿಗೆ ಹಂಚಿಕೊಳ್ಳುತ್ತಿದ್ದಳು. ಇಬ್ಬರಿಗೂ ಪ್ರೀತಿಯ ತಂಗಿಯೆ.

ಹೊರಗೆ ಹೋಗಿದ್ದ ರಾಜೇಶ್ ಕೊಡೆಯನ್ನು ಮಡಚುತ್ತ ಒಳಗೆ ಬಂದವರು "ವರ್ಣ, ಅರುಣ ಮನೆಯಲ್ಲಿದ್ದಾನಾ, ಅವನೊಂದಿಗೆ ಮಾತಾಡೋದಿತ್ತು" ಎಂದರು. ಓದಿನಲ್ಲಿ ಬುದ್ಧಿವಂತ. ಎಂ.ಬಿ.ಎ.ಯೇ ಮುಗಿಸಿದ ಕೂಡಲೇ ಕೆಲಸ ಗಿಟ್ಟಿಸಿಕೊಂಡು ತಂದೆಯ ಹೊರೆಯನ್ನ ಕಡಿಮೆ ಮಾಡಿದ ಮಗ. ಅದರಿಂದ ಒಂದಿಷ್ಟು ಪ್ರೀತಿಯ ಜೊತೆ ಅಭಿಮಾನವು ಕೂಡ. ಅಂತು ರಾಜೇಶ್ ನಂತರದ ಯಜಮಾನ. ಇದಂತೂ ಸತ್ಯ.

"ಹೊರ್ಗೇ ಹೋದ" ಎಂದಳು.

"ರಜ ಇತ್ತು. ಮಳೆಯಲ್ಲಿ ಕೂಡ ಓಡಾಟ. ಒಂದಿಷ್ಟು ಮಾತಾಡೋದಿತ್ತು. ಆ ಹುಡ್ಗೀ ಜೊತೆ ಇವ್ನ ಓಡಾಟ ಜಾಸ್ತಿ ಆಗಿದೆ. ಒಮ್ಮೆ ಮನೆಗೆ ಕರ್ಕಂಡ್ ಬರ್ಲಿಲ್ಲ. ಅವಳ ಪೇರೆಂಟ್ಸ್ ಬಗ್ಗೆ ಏನೇನು ಗೊತ್ತಿಲ್ಲ. ಮನೆಯಲ್ಲಿ ಬೆಳ್ದು ನಿಂತ ಮಗಳು ಇದ್ದಾಳೆ" ಷುರು ಹಚ್ಚಿದರು. ವರ್ಣ ಮುಖ ಒಂದು ತರಹ ಆಯಿತು. ಏನೋ ಪದೇ ಪದೇ ಇದೆ ಮಾತು.

"ಲವ್ ಮ್ಯಾರೇಜ್ ಬಗ್ಗೆ ನಿಮ್ಗೇನು ಬೇಸರವಿಲ್ಲ. ಇಷ್ಟಪಟ್ಟ ಹುಡ್ಗೀನ ಕೈ ಹಿಡೀಲಿ. ರೀತಿ, ರಿವಾಜು, ಮದ್ವೆ ಯಾವ ತಾಪತ್ರಯವು ನಮ್ಗೆ ಇರೋಲ್ಲ. ಆರತಿ ಮಾಡಿ ಮನೆ ತುಂಬಿಸ್ಕೊಂಡ್ ಬಿಡೋಣ. ತುಂಬ ಈಸೀ ಪ್ರೊಸೆಸ್" ಮುಕ್ತವಾಗಿಯೇ ಹೇಳಿದ್ಳು ಮಗಳು.

'ನಿಂಗೆ ಅರ್ಥವಾಗೋಲ್ಲಾ' ಅನ್ನೋ ರೀತಿ ನೋಡಿ ರೂಮಿಗೆ ಹೋದರು. ಅವರದು ಒಂದು ರೀತಿಯ ವ್ಯಕ್ತಿತ್ವ. ಈ ಮೊಬೈಲ್‌ಗಳ ಜಗತ್ತಿನಲ್ಲಿ ಅವರು ಒಮ್ಮೆ ಕೂಡ ಮೊಬೈಲ್ ಬಳಸಿಲ್ಲವೆನ್ನುವುದನ್ನು ನಂಬಿ. ಅಗತ್ಯವೆನಿಸಿದಾಗ ಮಾತ್ರ ಮೊಬೈಲ್ ಬಳಸಿ ಎಂದು ಮಕ್ಕಳಿಗೆ ಕೂಡ ಹೇಳಿದ್ದರು. ಅದಕ್ಕೆ ಅರುಣ ಗೊಣಗಿದ್ದ, ಆದರೆ ಜೋರಾಗಿ ಅಲ್ಲ. ಕಿರಣ ತಲೆ ಕೆಡಿಸಿಕೊಂಡಿರಲಿಲ್ಲ. ಅದನ್ನ ಹೆಚ್ಚು ಕಡಿಮೆ ಪಾಲಿಸಿದವಳು ಎಂದರೆ ವರ್ಣ ಮಾತ್ರ. ಅಪ್ಪನ ಬಳಿ ವಿಧೇಯ ಮಗಳು.

ಸಕ್ಕೂಬಾಯಿ ಸೀರೆಯ ಸೆರಗಿಗೆ ಕೈ ಒದ್ದೆಯನ್ನೊರೆಸುತ್ತ ಹೋದವರು ಗಂಡನ ಮುಂದೆ ಕೂತರು "ಅರುಣನ ಬಗ್ಗೆ ಏನಾದ್ರೂ ತೀರ್ಮಾನ ತಗೊಳ್ಳಿ. ವಂಶ, ಗೋತ್ರ ಏನೂ ತಿಳಿದೇ, ಯಾವ್ದೋ ಹುಡ್ಗೀನ ಸೊಸೆಯಾಗಿ ಸ್ವೀಕರಿಸೋಕೆ ಸಾಧ್ಯನಾ ?" ಹೆಂಡತಿಯ ಮಾತಿಗೆ ಕಿರು ನಕ್ಕರು.

"ಅವ್ನಿಗೆ ಹೆಂಡ್ತಿಯಾದ್ಮೇಲೆ, ನಿಂಗೆ ಸೊಸೆನೇ. ಸ್ವೀಕರಿಸೋದು ಬಿಡೋದು ನಿಂಗೆ ಸಂಬಂಧಿಸಿದ್ದು. 'ಅವನ ಜೀವನ ಅವನದು. ಒಳಿತು, ಕೆಡಕುಗಳಿಗೆ ಅವನೇ ಬಾಧ್ಯ' ಅದು ಇಂದಿನ ಫಿಲಾಸಫಿ, ಅವ್ನಿಗೆ ಇಷ್ಟವಾದ ಹುಡ್ಗೀನ ಒಪ್ಪಿಕೊಳ್ಳುವ ಅನಿವಾರ್ಯತೆ ನಮಗಿದೆ. ನಂಗೆ ಅವ್ನು ಯಾರನ್ನ ವಿವಾಹವಾದ್ರೂ.....ವಿರೋಧವಿಲ್ಲ, ಆದರೆ ವರ್ಣ ವಿವಾಹದ ನಂತರವೆ ಅವನ ವಿವಾಹ. ಇದ್ನ ಮಾತ್ರ ನಾನು ಹೇಳ್ತೀನಿ" ಆ ಕಡೆಯ ಮಾತನ್ನು ದೃಢವಾಗಿಯೇ ಹೇಳಿದರು. ಆ ವಿಷಯದಲ್ಲಿ ಕರಾರುವಕ್ಕಾಗಿದ್ದರು. ಅದಕ್ಕೆ ಕಾರಣ ಎಲ್ಲರಿಗೂ ಗೊತ್ತಿತ್ತು.

ಅದಕ್ಕೆ ಆಕೆಯ ತಕರಾರು ಏನಿರಲಿಲ್ಲ.

ಆಮೇಲೆ ಸಂಸಾರದ ಎಷ್ಟೋ ವಿಷಯಗಳು ಬಂದವು. ಸ್ವಲ್ಪ ಕಿರಣನ ವಿಚಾರದಲ್ಲಿ

ತಲೆ ಕೆಡುತ್ತಿತ್ತು. ಅವನು ಅಂದರೆ ರಾಜೇಶ್‌ಗೆ ಉದಾಸೀನ.

"ಅರುಣ, ವರ್ಣಗಿಂತ ಅವನು ಬುದ್ಧಿವಂತ, ಓದಿಗಿಂತ ಓಡಾಟದ ಕಡೆ ಅವನ ಗಮನ. ಮನೆಯದಲ್ಲದ ಸಮಸ್ಯೆಗಳಿಗೆ ತಲೆ ಕೊಡ್ತಾನೆ. ಹಣ ಸಂಪಾದನೆಗೆ ದಾರಿಯಾಗದ ಪುಸ್ತಕಗಳನ್ನು ಗುಡ್ಡೆ ಹಾಕ್ಕೊಂಡ್ ಕೂತ್ಕೋತಾನೆ. ಎಂದಾದ್ರೂ ಮನೆ ತಾಪತ್ರಯ, ಸಮಸ್ಯೆಗಳ ಬಗ್ಗೆ ಮಾತಾಡಿದ್ದಾನಾ? ಅರುಣನದೇ ನಮ್ಗೇ ಬೆಂಬಲ. ಯಾವ ದೃಷ್ಟಿಯಲ್ಲೂ ಅವನನ್ನು ಎದುರು ಹಾಕಿಕೊಳ್ಳೋದ್ಬೇಡ" ಇಂಥ ಒಂದು ಕಿವಿ ಮಾತು ಹೆಂಡತಿಗೆ. ಆಕೆಯ ಮನಸ್ಸು ಇದಕ್ಕೆ ಒಪ್ಪಿಗೆ ನೀಡಲಾರದು. ಸುಮ್ಮನೆ ಎದ್ದು ಹೋದರು.

ತನ್ನ ಸಮಸ್ತ ಜಗತ್ತು ಮನೆಯೇ ಎಂದು ಬದುಕಿದರೂ ವಿಚಾರಶೀಲೆ, ವಿಮರ್ಶಿಸುವ ಶಕ್ತಿ ಇದ್ದ ಹೆಣ್ಣು. ಆದರೆ ಕೆಲವೊಮ್ಮೆ ಗಂಡನೆಂಬ ದರ್ಪದಲ್ಲಿ ಇದೆಲ್ಲ ಕಾಣೆಯಾಗುತಿತ್ತು. ಮಕ್ಕಳ ಭವಿಷ್ಯಕ್ಕಾಗಿ ರಾಜಿ ಅನಿವಾರ್ಯವೆನ್ನುವ ಸಂಪ್ರದಾಯಶೀಲೆ. ಲೆಕ್ಕಾಚಾರದ ಅರುಣನಿಗಿಂತ ಕಿರಣನೇ ಮೆಚ್ಚುಗೆಯಾಗುತ್ತಿದ್ದುದ್ದು. ಮಾತಿನಿಂದ ಇಷ್ಟವಾಗಿ ಬಿಡುತ್ತಿದ್ದ.

ಅಡಿಗೆ ಮುಗಿಸುವ ವೇಳೆಗೆ ಶಾಂಭವಿ ಬಂದರು. ಮೊದ ಮೊದಲು ಮಾಮೂಲಿನ ಸಿಡುಕು, ಬೇಸರ, ನಿರಾಸೆ ಇದ್ದರೂ ಕ್ರಮೇಣ ಬದುಕಿಗೆ ಹೊಂದಿಕೊಂಡಿದ್ದರು. ತನಗೂ, ತನ್ನದೇ ಆದ ಸಂಸಾರವಿದ್ದಿದ್ದರೆ ಚೆನ್ನಿತ್ತು ಅನಿಸಿದರೂ ಅದನ್ನೆಲ್ಲ ಪಕ್ಕಕ್ಕೆ ತಳ್ಳಿ ಅರುಣ, ಕಿರಣ, ವರ್ಣರನ್ನು ತನ್ನ ಮಕ್ಕಳೆ ಅನ್ನುವಂತೆ ಧಾರಾಳತನ ಬೆಳೆಸಿಕೊಂಡ ಮೇಲೆ ನಿಶ್ಚಿಂತೆಯಿಂದ ಅವರ ದಿನಗಳು ಕಳೆಯುತ್ತಿದ್ದವು. ಒಳ್ಳೆಯ ಮನಸ್ಸಿನ ಹೆಣ್ಣು ಮಗಳು.

"ಅತ್ತಿಗೆ, ಇವನ್ನ ನೋಡು ವರ್ಣಗೇಂತ ತಂದೆ. ಹೇಗೂ ಅರುಣನಿಗಿಂತ ಮೊದ್ಲು ಇವಳ ಮದ್ವೆ ಮಾಡ್ಬೇಕೂಂತ ಇದ್ದಾನಲ್ಲ. ನನ್ನ ಕೊಲೀಗ್ ಆಗಿದ್ದ ಶಾಂತದೇವಿ ಮಗಳ ಮದ್ವೆಗೆ ಸೀರೆಗಳನ್ನ ಖರೀದಿಸೋಕೆ ಕಂಚಿಗೆ ಹೋಗಿದ್ದರಲ್ಲ. ಅವ್ರಿಗೆ ಹೇಳಿ ತರಿಸ್ದೇ" ಅಲ್ಲೇ ಟೀಪಾಯಿ ಮೇಲಿಟ್ಟರು. ಇದೇನು ಹೊಸದಲ್ಲ ಸಕ್ಕೂಬಾಯಿಗೆ ಅಚ್ಚರಿಯೆನಿಸಲು. ಇಂಥ ಸಮಯದಲ್ಲಿ ನಾದಿನಿಯ ಒಳ್ಳೆಯತನಕ್ಕೆ ಕಣ್ತುಂಬಿ ಬರುತಿತ್ತು. ಆಗ ಮಾತುಗಳು ಬರಿದಾಗಿ, ಮೂಕರಾಗುತ್ತಿದ್ದರು.

"ನಂಗೆ ಇದರಲ್ಲೆಲ್ಲ ನಾಲೆಡ್ಜ್ ಎಲ್ಲಿದೆ? ನೀವು ತಂದ್ಮೇಲೆ ಚೆನ್ನಾಗಿಯೆ ಇರುತ್ತೆ" ಬಂದು ಎದುರು ಕೂತು ಅಂಚು, ಸೆರಗು, ಒಡಲು ನೋಡಿ "ತುಂಬ ಚೆನ್ನಾಗಿದೆ. ಜರೀ ಜಾಸ್ತಿ ಇರೋದರಿಂದ ತೀರಾ ದುಬಾರಿ ಅಂತ ಕಾಣುತ್ತೆ" ಎಂದರು. ಶಾಂಭವಿಯ ತುಟಿಗಳ ಮೇಲೆ ನಗು ಅರಳಿತು. "ಇದ್ಕೊಳ್ಳಿ, ಮದ್ವೆಗೇಂತ ಅಂದ್ಕೊಂಡ್ಮೇಲೆ ಒಂದಿಷ್ಟು ಗ್ರಾಂಡಾಗಿಯೆ ಇರ್ಬೇಕು. ಎರಡರಲ್ಲಿ ಒಂದು ಅರುಣನ ಹೆಂಡ್ತಿಗೆ ಇರಲೀ ಅವಳನ್ನ ಸರ್‍ಯಾಗಿ ನೋಡಿಲ್ಲ. ಯಾದ್ದೂ ಮ್ಯಾಚ್ ಆಗುತ್ತೋ, ಅದ್ನೆ ಇಟ್ಕೊಳ್ಳಿ. ನಮ್ಮ ವರ್ಣ ಬಣ್ಣ, ನಿಲುವಿಗೆ ಯಾವ್ದು ಉಟ್ಟರೂ ಆಗುತ್ತೆ" ಸೀರೆಗಳನ್ನ ಮಡಚಿ ಕವರ್‌ಗೆ ಹಾಕಿ "ಅಣ್ಣ ನೋಡೋದು ಬೇಡ. ನಾನು ಏನು ತಂದರೂ ಅವ್ನು ಒಳಗೊಳ್ಗೇ ಹಿಂಸೆ ಅನುಭವಿಸ್ತಾನೆ" ಎನ್ನುತ್ತ ಎತ್ತಿಟ್ಟು ಬಂದರು.

ಶಾಂಭವಿ ಸಂಬಳದಲ್ಲಿ ಮನೆ ಖರ್ಚಿಗೆಂದು ಹಣ ಕೊಡುವುದನ್ನು ರಾಜೇಶ್ ಮೊದಲಿನಿಂದಲೂ ನಿರಾಕರಿಸುತ್ತ ಬಂದಿದ್ದರು. ಅದು ಇಂದಿಗೂ ಅಮಲಿನಲ್ಲೆ ಇತ್ತು. ಆದರೆ

ಅದನ್ನ ಅರಿತು ಬೇಕೆನಿಸಿದ್ದು ಮನೆಗೆ ತರುತ್ತಿದ್ದರು. ಅದಕ್ಕೆ ಮೊದ ಮೊದಲು ಆಕ್ಷೇಪಣೆ ಇದ್ದರೂ ಈಚೆಗೆ ಒಗ್ಗಿಕೊಂಡಿದ್ದರು ಮನೆಯವರೆಲ್ಲ. ಇದೊಂದು ರೀತಿಯ ಸಹಾಯವೇ.

ಅಂತು ಇಂದು ಅನನ್ಯನ ಮೂರರ ಸುಮಾರಿಗೆ ಕರೆತಂದ. ಭುಜದವರೆಗೂ ಕತ್ತರಿಸಿದ ಕೂದಲು, ತುಸು ಬಿಳಿ ಹೆಚ್ಚು ಎನ್ನುವಂಥ ಬಣ್ಣ. ಹುಬ್ಬುಗಳ ನಡುವೆ ಕಂಡೂ ಕಾಣದಂಥ ಒಂದು ಸ್ಟಿಕರ್. ಸಲ್ವಾರ್ ಕಮೀಜ್‌ನಲ್ಲಿ ಲಕ್ಷಣವಾಗಿಯೇ ಕಂಡಳು. ತಪ್ಪು ಕಂಡು ಹಿಡಿಯಲು ಏನು ಇರಲಿಲ್ಲ. ಅರುಣನ ಆಯ್ಕೆ ಮೆಚ್ಚುಗೆಯೇ. ಚೆಂದದ ಹುಡುಗಿ!

ಶಾಂಭವಿ, ಸಕ್ಕುಬಾಯಿ ಬಾಯಿ ತುಂಬ ಉಪಚರಿಸಿದರು.

"ನಿಮ್ತಂದೆ, ತಾಯಿ ಬಂದಿದ್ದರೆ ಚೆನ್ನಿತ್ತು" ಎಂದರು ಸಕ್ಕೂ ಬಾಯಿ "ಅಮ್ಮ ಇಲ್ಲ, ಅಪ್ಪನ ನೋಡಿದ್ದೇ ಇಲ್ಲ ಬೆಳೆದಿದ್ದು ತಾತನಲ್ಲಿ. ಈಗ ಅವರು ಇಲ್ಲ" ಸ್ಪಷ್ಟವಾಗಿಯೇ ಹೇಳಿದಳು. ಸಂಕೋಚ ಕಡಿಮೆಯೆ. ಎಮೋಷನಲ್ ಅಂತು ಅಲ್ಲ.

ಛೆ... ಎಂದುಕೊಂಡರು ಎಲ್ಲರು. ತಕ್ಷಣ ವರ್ಣ "ಬನ್ನಿ ನಮ್ಮ ತಂದೇನ ಭೇಟಿ ಮಾಡಿಸ್ತೀನಿ' ಎಂದು ರೂಮಿಗೆ ಕರೆದೊಯ್ದು ರಾಜೇಶ್‌ನ ಭೇಟಿ ಮಾಡಿಸಿದಾಗ ಸ್ವಲ್ಪ ಬೇಸರವಿದ್ದರೂ ಬಿಗು ಮಾನ ವ್ಯಕ್ತಪಡಿಸದೆ ಆತ್ಮೀಯವಾಗಿಯೆ ಅವಳ ಓದು, ಪ್ರೊಫೆಷನ್ ಪ್ರತಿಯೊಂದನ್ನ ವಿಚಾರಿಸಿಕೊಂಡರು. ಸದ್ಯಕ್ಕೆ ಅಷ್ಟು ಸಾಕೆನಿಸಿತು ವರ್ಣಗೆ.

'ಅಪ್ಪ, ಇನ್ನು ಇವರಿಗೇನು ಕೊಟ್ಟಿಲ್ಲ. ಹೊರ್ಗೇ ಕರ್ಕೊಂಡ್ಹೋಗ್ತೀನಿ" ಎಂದು ಎಬ್ಬಿಸಿಕೊಂಡು ಹೊರ ಬಂದಳು. ಅರುಣ ಶಾಂಭವಿಯ ಬಳಿ ಮೆಲುದನಿಯಲ್ಲಿ ಏನೋ ಹೇಳುತ್ತಿದ್ದ. ಆಕೆ ತುಟಿ ಅರಳಿಸಿ ಕಣ್ಣಲ್ಲಿಯೇ ಬರಮಾಡಿಕೊಂಡು "ಕೂತ್ಕೋ...." ಎಂದು ಅಡಿಗೆಯ ಮನೆಗೆ ಹೋದರು.

"ಅತ್ತಿಗೆ, ಹುಡ್ಗೀ ಹೇಗೆ ಅನ್ನಿಸಿದ್ಲು?" ಕೇಳಿದರು ಶಾಂಭವಿ.

"ಹಿರಿಯರ ಅಭಿಪ್ರಾಯಕ್ಕೆ ಇಲ್ಲಿ ಬೆಲೆ ಎಲ್ಲಿ? ವಂಶ, ಗೋತ್ರ, ಜಾತಕ... ಅದೆಲ್ಲ ಏನಿದೆ? ಇಷ್ಟಪಟ್ಟಿದ್ದಾರೆ. ನಿಂತು ಮದ್ವೆ ಮಾಡೋದು, ಇಲ್ಲ ಪ್ರತಿಭಟಿಸಿ ದೂರ ನಿಲ್ಲೋದು. ಎರಡೇ ನಮ್ಮ ಮುಂದೆ ಉಳಿಯೋದು. ಎರಡಕ್ಕೂ ಅಂಥ ವ್ಯತ್ಯಾಸವೇನಿಲ್ಲ. ಅವರಂತು ಮದ್ವೆ ಆಗ್ತಾರೆ" ಬೇಸರ ಬೆರೆಸಿಯೇ ಹೇಳಿದರು ಸಕ್ಕೂಬಾಯಿ.

"ನಂಗಂತೂ ಹುಡ್ಗೀ ಇಷ್ಟವಾದ್ಲು. ಸಂಸಾರ ಮಾಡೋರು ಅವರು. ಆರಾಮಾಗಿ ಆಶೀರ್ವಾದ ಮಾಡಿ ಬಿಡೋದು ಒಳ್ಳೇದು. ಹೆಣ್ಣನ್ನ ತಂದು ಗಂಡಿನ ಮನೆಯವರ ಮುಂದೆ ಕೂಡ್ಸಿ, ಪ್ರದರ್ಶನ ಗೊಂಬೆ ಮಾಡೋದಕ್ಕಿಂತ ಇದೇ ವಾಸಿ" ಶಾಂಭವಿಯ ಅನುಭವದ ಮಾತು.

ಪ್ಲೇಟ್‌ಗೆ ಹುಳಿ ಅವಲಕ್ಕಿ ಬಗ್ಗಿಸುತ್ತಿದ್ದ ಆಕೆ ತಟ್ಟನೆ ಹಿಂದಿರುಗಿದರು. ಆಕೆ ವಿವಾಹವಾಗಿ ಈ ಮನೆಗೆ ಬಂದ ನಂತರ ಶಾಂಭವಿಯ ವಧು ಪರೀಕ್ಷೆ ಸಾಕಷ್ಟು ಸಲ ಜರುಗಿತ್ತು. ಕೆಲವೊಮ್ಮೆ ಹೆಣ್ಣು ತೋರಿಸೋಕೆ ಕರೆದೊಯ್ದು ಬಂದ ಸಂದರ್ಭಗಳು ಇತ್ತು. ಆದರೆ ಆಕೆ ಕನ್ಯೆಯಾಗಿಯೇ ಉಳಿದಿದಕ್ಕೆ ಸಾಕಷ್ಟು ಕಾರಣಗಳು ಇತ್ತು. ಯಾರು ತಪ್ಪಿತ್ಥರು? ಬಹುಶಃ ವಿಧಿ ಅನ್ನಬಹುದೆ? ಕೆಲವರು ಇದನ್ನ ಒಪ್ಪಲಾರರು. ಮೂರ್ಖತನ, ಬೇಜವಾಬ್ದಾರಿ ಅಂದುಕೋಬಹುದು.

"ನೀನು ಹೇಗೆ ಸಮರ್ಥಿಸಿಕೊಂಡರೂ ನಿನ್ನ ನೋವು ನಂಗೆ ಅರ್ಥವಾಗುತ್ತೆ. ಆ ಮೇಷ್ಟರು ಸಂಬಂಧನ ಒಪ್ಕೋಬೇಕಿತ್ತು. ಇಲ್ಲ, ನೀನಾದ್ರೂ ಧೈರ್ಯಮಾಡಿ ಹೊರಟುಬಿಡಬಹುದಿತ್ತು" ಎಂದರು ನಾದಿನಿಯ ಕೈ ಹಿಡಿದು.

"ಅಯ್ಯೋ, ನಂಗೆ ಆ ವಿಷ್ಯದಲ್ಲಿ ಖಂಡಿತ ಪಶ್ಚಾತ್ತಾಪವಿಲ್ಲ. ಈಗ ಆರಾಮಾಗಿದ್ದೀನಿ. ನಾನು ಆಡೋ ಯಾವದೋ ಒಂದು ಮಾತಿನ ಹಿಂದೆ, ಏನೋ ಇಂದೇತ ಅಂದ್ಕೋಬೇಡಿ. ಭಾವೀ ಸೊಸೇನ ಚೆನ್ನಾಗಿ ನೋಡಿ ಆಶೀರ್ವದಿಸಿ" ಎಂದು ಸಕ್ಕೂಬಾಯಿಯ ಸಹಾಯಕ್ಕೆ ನಿಂತರು.

ಅನನ್ಯದು ಇಂಗ್ಲಿಷ್‌ನ ಜೊತೆ ಬೆರೆತ ಕನ್ನಡ ಪದಗಳು. ಎಲ್ಲರಿಗೂ ಅರ್ಥವಾಗುತ್ತಿತ್ತು. ಸ್ವಲ್ಪ ತಲೆ ಕೆಡಿಸಿಕೊಂಡಿದ್ದು ವರ್ಣನೇ.

"ನನ್ನ ಬಯೋಡೆಟಾ...ಜಾತ್ಕ ಎಲ್ಲೋ ಇದೆ. ಸಿಕ್ಕುತ್ತೋ, ಇಲ್ಲವೋ.... ಬೇಕಾದರೆ ಕಂಪ್ಯೂಟರ್‌ನಲ್ಲಿ ರೆಡಿ ಮಾಡ್ಸಿಕೊಂಡ್ ಬಂದು ಕೊಡ್ತೀನಿ" ಎಂದಳು ಸರಳವಾಗಿ ಅನನ್ಯ. ಅಂತು ಕಡಿಮೆ ಮಾತಿನ ಹುಡುಗಿ.

ಅರುಣ ಕಣ್ಣಲ್ಲಿಯೆ ಅವಳಿಗೇನೋ ಹೇಳಿದ. ಮೂರು ವರ್ಷದ ಒಡನಾಟ, ಬಹುಶಃ ಅರ್ಥವಾಗಿರಬೇಕು. ಒಂದು ತರಹ ತಲೆ ಅಲ್ಲಾಡಿಸಿದಳು.

"ಆರ್ ಆರ್ ಫೇರ್, ಲವ್ ಅಂಡ್ ವಾರ್ ಅಂತಾರೆ. ಜಾತ್ಕ... ಬಯೋಡೆಟಾ ನೋಡಿ ಪ್ರೀತಿಸಿದ್ರಾ? ಈಗ ಅದೆಲ್ಲ ಬೇಕಾಗೋಲ್ಲ. ನಿನ್ನ ಕಡೆ ಹಿರಿಯರು...." ಕೇಳಿದ್ದು ಶಾಂಭವಿಯೆ.

"ಪ್ಲೀಸ್ ಅತ್ತೆ, ಈಗ ಅವರೆಲ್ಲ ಯಾಕೆ ಬೇಕು? ಅವೆಲ್ಲ ಹುಡ್ಕಿಕೊಂಡು ಹೋದರೆ ತಲೆ ಬಿಸಿ?" ಅರುಣ ಒಂದು ತರಹ ಮುಖ ಮಾಡಿದ. ಅವನದೇನೋ, ಬೇರೆ.....ಲೆಕ್ಕಾಚಾರ! ಮಧ್ಯೆ ವರ್ಣ "ಹೋಗ್ಲಿ ಬಿಡು ಅತ್ತೆ. ನಮ್ಗೆ ಯಾವ್ದೇ ಜವಾಬ್ದಾರಿಗಳು ಇಲ್ಲ. ಅವರೆಲ್ಲಿ ವಿವಾಹವಾಗ್ತಾರೋ ಅಲ್ಲಿಗೆ ಹೋಗಿ ಶುಭ ಹಾರೈಸೋದು" ಯಾರಿಗೂ ನೋವಾಗದಂತೆ ಮಾತು ತೇಲಿಸಿದಳು.

ಶಾಂಭವಿ, ಸಕ್ಕೂಬಾಯಿ ಮುಖ ಮುಖ ನೋಡಿಕೊಂಡರು. ಅವರದೇನು ತಕರಾರು ಇಲ್ಲದಿದ್ದರೂ ರಾಜೇಶ್ ಪ್ರತಿಕ್ರಿಯೆ ಹೇಗಿರುತ್ತದೆಯೋ ಎನ್ನುವ ಭಯ.

ಕೊಟ್ಟ ತಿಂಡಿಯಲ್ಲಿ ಬಹುಪಾಲು ಅವಳು ತಿನಲ್ಲೇ ಇಲ್ಲ. 'ಅಂತೂ ಹುಡ್ಗೀ ಹೊಟ್ಟೆ ಬಾಕಿಯಲ್ಲ; ನಾಜೂಕಿನವಳು' ಎಂದುಕೊಂಡರು ಶಾಂಭವಿ. ಅದಕ್ಕೆಲ್ಲ ಕಾಮೆಂಟ್ಸ್ ಇಲ್ಲ.

ಹೋಗುವಾಗ ಅರಿಶಿನ, ಕುಂಕುಮದ ಜೊತೆ ಒಂದು ಬೆಳ್ಳಿಯ ಕುಂಕುಮದ ಕರಡಿಗೆನ್ನ ತಾಂಬೂಲದ ಜೊತೆ ಇಟ್ಟುಕೊಟ್ಟರು ಸಕ್ಕೂಬಾಯಿ. ರಾಜೇಶ್ ಕೂಡ ಹೊರಗೆ ಬಂದು ಬೀಳ್ಕೊಟ್ಟಿದ್ದು ಎಲ್ಲರಿಗೂ ಸಂತಸದ ವಿಚಾರ. ಮನೆ ಯಜಮಾನನಿಗೆ ಮೆಚ್ಚುಗೆ ಆಗಿದ್ದಳು.

ಆಮೇಲೆ ಕಿರಣ ಬರೋವರೆಗೂ ಅದೇ ವಿಷಯದ ಚರ್ಚೆ.

"ಇವತ್ತಾದ್ರೂ ಮನೆಯಲ್ಲಿ ಇರಬಹುದಿತ್ತು. ನಿನ್ನ ಭಾವಿ ಅತ್ತಿಗೇನ ಕಣ್ತುಂಬ

ನೋಡ್ಬಹುದಿತ್ತು." ಸಕ್ಕೂಬಾಯಿ ಅಂದರು ಅದೆ ಮನಸ್ಸಿನಿಂದ. ಕಿರಣ ತಲೆ ಕೊಡವಿದ "ಸಾಕಷ್ಟು ಸಲ ನೋಡಿದ್ದೀನಿ ಅನನ್ಯನ. ಅಣ್ಣ ಪರಿಚಯ ಕೂಡ ಮಾಡಿ ಕೊಟ್ಟ ಹೋಟಲ್ ತ್ರಿವೇಣಿಯಲ್ಲಿ. ಜಸ್ಟ್ ಫ್ರೆಂಡ್ಸ್ ಅಂದ್ಕೊಂಡೆ. ವಿವಾಹವರ್‍ಗೂ ಬಂದಿದ್ದು ಆಶ್ಚರ್ಯ ಅಷ್ಟೆ. ಅವನ ಡಿಸಿಷನ್ ಹಿಂದೆ ಸೂಪರ್ ಪ್ಲಾನ್ ಕೂಡ ಇರುತ್ತೆ, ಈಗೇನು ಮನೆಯವ್ರು ಒಪ್ಪಿಗೆ ಸಿಕ್ತು" ಎನ್ನುತ್ತ ಅಡಿಗೆ ಮನೆಗೆ ಹೋಗಿ ತಟ್ಟೆಗೆ ಅನ್ನ, ಹುಳಿ ಬಡಿಸಿಕೊಂಡು ಬಂದು ಪ್ಲೇಟ್‌ನಲ್ಲಿ ಹುಳಿ ಅವಲಕ್ಕಿ ಹಿಡಿದು ಬಂದು ಆರಾಮಾಗಿ ಕೆಳಗೆ ಕೂತ. ಅವನದಷ್ಟೇ ನೇರ, ಸರಳ, ಕೆಲವೊಮ್ಮೆ ಬೇಸರವು ಕೂಡ.

"ಆ ಬಗ್ಗೆ ಸುಪ್ರೀಮ್ ಅಥಾರಿಟಿಯ ಡಿಸಿಷನ್ ಏನು?"

ಕಿರಣನ ಕೇಳಿಕೆಗೆ ಏನು ಹೇಳಿಯಾರು? ಅದು ಅರುಣ ಬಂದು ನೇರವಾಗಿ ಕೇಳಿದಾಗಲೇ ಸ್ಪಷ್ಟ ಉತ್ತರ ಸಿಗಬೇಕಿತ್ತು. ಅವನಿಗೆ ಸ್ವಲ್ಪ ಗೌರವದ ಸ್ಥಾನವೇ. ಮನೆಯ ಬೇಕೂ, ಬೇಡಗಳ ಕಡೆ ಗಮನ ಕೊಡುತ್ತಿರುವವನು ಅವನೇ ಎನ್ನುವ ಮುಲಾಜು ಕೂಡ ಸೇರಿತ್ತು.

"ಅರುಣನೆ ನೇರವಾಗಿ ಕೇಳ್ಲಿ" ಅಂದರು ಶಾಂಭವಿ.

"ಅದು ಸರಿನೇ! ಅವನು ಬುದ್ಧಿವಂತ, ಮಾಡಿದ್ದೆಲ್ಲ ಸರಿ ಎನ್ನುವ ಸರ್ಟಿಫಿಕೇಟ್ ಅಪ್ಪ ಕೊಟ್ಟಾಗಿದೆ. ಈಗ ತಾನೇ ಇಲ್ಲ ಅನ್ನೋಕೆ ಹೇಗೆ ಸಾಧ್ಯ? ಇಲ್ಲು ಬುದ್ಧಿವಂತನೆ ಆಗಿರ್‍ತಾನೆ. ವರ್ಣ ಒಂದಿಷ್ಟು ಹುಳಿ ತಗೊಂಡ್ಬಾ" ಅಂದ ಕಿರಣ. ಎಲ್ಲರ ಪ್ರಕಾರ ಅರುಣ ಬುದ್ಧಿವಂತನೆ. ಪ್ರತಿಯೊಂದರಲ್ಲು ತನ್ನ ಲಾಭ-ನಷ್ಟಗಳನ್ನು ಯೋಚಿಸುವ ವ್ಯಾಪಾರಿಯೆಂದು ಕಿರಣನಿಗೆ ಗೊತ್ತು. ಕೆಲವೊಮ್ಮೆ ಆ ಸ್ವಭಾವ ಇವನಿಗೆ ರುಚಿಸದು.

ಅವರ ಮಧ್ಯೆ ರಾಜೇಶ್ ಬಂದು ಕೂತರು. ಆ ವೇಳೆಗೆ ಅರುಣ ಕೂಡ ಬಂದ. ಅವನ ನಿಶ್ಚಯ ದೃಢವಾಗಿತ್ತು.

"ಎಲ್ಲಾ ಸಭೆ ಸೇರಿ ಬಿಟ್ಟಿದ್ದೀರಿ" ಅನ್ನತಲೆ ಕೂತವನು "ಅನನ್ಯ ಬಗ್ಗೆ ನಿಮ್ಮಗಳ ಅಭಿಪ್ರಾಯ?" ಕೇಳಿದ. ಕಿರಣ ಮೆಲ್ಲಗೆ ತಲೆಯೆತ್ತಿ "ಅಕಸ್ಮಾತ್ ಅನನ್ಯ ಒಪ್ಗೆಯಾಗಲಿಲ್ಲಾಂದರೇ, ನೀನು ಮದ್ವೆ ಆಗೋಲ್ಲವಾ?" ಪ್ರಶ್ನೆ ಅವನಿಗೆ ಕಿರಿಕಿರಿಯೆನಿಸಿತು "ಕಾರಣ ಬೇಕಲ್ಲ!" ಸಿಡಿದ.

"ಸ್ಟಾಪ್....ಸ್ಟಾಪ್....ಬಹುಶಃ ಅಂಥ ಅಭಿಪ್ರಾಯ ಯಾರ್‍ಗೂ ಇಲ್ಲಾಂತ ಕಾಣಿಸುತ್ತೆ. ನಾನು ತಮಾಷೆ ಮಾಡ್ದೆ. ನನ್ನ ಒಪ್ಗೇ ಅಷ್ಟೊಂದು ಇಂಪಾರ್ಟೆಂಟ್ ಅಲ್ಲ, ಅಂದ್ರೂ..... ಖಂಡಿತ ನಂಗೆ ಒಪ್ಗೇ ಇದೆ" ಅನ್ನುತ್ತ ಕಿರಣ ತಟ್ಟೆ ಹಿಡಿದು ಎದ್ದು ಹೋದಾಗ, ವರ್ಣ ಕೂಡ ಹೋದಳು.

"ಎದ್ದು ಬಂದಿದ್ದು ಯಾಕೆ? ಆರಾಮಾಗಿ ಅಲ್ಲೇ ಕೂತು ಮಾತಾಡಬಹುದಿತ್ತು. ನೀನು ಮನೆ ಸದಸ್ಯನಲ್ಲವೇನೋ?" ಬೇಸರಿಸಿದಾಗ "ನಾನು ಎಷ್ಟೋ ಸಲ ಯೋಚ್ಸಿದ್ದೀನಿ. ನಾನು ಸ್ವಲ್ಪ ಡಿಫರೆಂಟ್ ಅಂತ ಅನ್ನಿಸುತ್ತೆ. ನಾನು ಬಿ.ಇ. ಮಾಡಬೇಕನ್ನೋ ಆಸೆ ಮನೆಯಲ್ಲಿ ಎಲ್ಲರಿಗೂ ಇತ್ತು. ಯಾವ್ದೋ ಕಾರಣಕ್ಕೆ ಬಿಟ್ಟೆ... ಹೆಚ್ಚು ಸಂಬಳ ಕೊಡೋ ಕೆಲ್ಸ ಸಿಕ್ಕರೂ, ಏನೋ ಅದೂ, ಇದೂಂತ ಓಡಾಡೋಕೆ ಶುರು ಮಾಡ್ದೆ! ಇದು ಯಾರ್‍ಗೇ ಇಷ್ಟವಾಗುತ್ತೆ

ಹೇಳು? ಅದ್ರಿಂದ ಎಲ್ಲರಿಗೂ ನನ್ನ ಬಗ್ಗೆ ಬೇಸರವೆ. ಮನೆಯವ್ರ ಅಟ್ಯಾಚ್‌ಮೆಂಟ್ ಎಷ್ಟಿದೆಯೆಂದರೆ, ನಂಗಂತು ಬೇರೆ ಕಡೆ ನಿದ್ದೆ ಬರೋಲ್ಲ "ಹೇಳಿಕೊಂಡೆ ಹೋದ. ತಪ್ಪು, ಒಪ್ಪುಗಳನ್ನು ವಿಮರ್ಶಿಸೋದು ಅವಳಿಂದ ಸಾಧ್ಯವೆ ಇಲ್ಲ. ವರ್ಣದು ಅಂಥ ವಿರೋಧವಲ್ಲ.

ಅವನಿಗೆ ಬಡಿಸಿ ಗೋಮೆ ಮಾಡಿ ಎದ್ದು ಹೋಗುವ ಮುನ್ನ "ನಾಳೆ ವಾಕ್-ಇನ್ ಇಂಟರ್‌ವ್ಯೂ ಇದೆ. ಒಂದಿಷ್ಟು ಕರ್ಕೊಂಡ್ ಹೋಗು. ತಕ್ಷಣ ಕೆಲ್ಸ ಸಿಗದಿದ್ದರೆ, ಕುತ್ತಿಗೆಗೆ ತಾಳಿ ಗ್ಯಾರಂಟಿ. ವಯಸ್ಸಿಗೆ ಬಂದ ಮಗಳು ಕಣ್ಮುಂದೆ ಓಡಾಡಿಕೊಂಡಿದ್ದರೇ ಹೆತ್ತವರಿಗೆ ತಲೆ ಭಾರವಂತೆ. ಆರಾಮಾಗಿ ಎಂಬಿಎಗೆ ಸೇರ್ಕೋಬಹುದು. ಅಪ್ಪ ವಿರೋಧಿಸಿದ್ದರೆ, ಅತ್ತೆ, ಅರುಣ, ನೀನು ನನ್ನ ಪರ ಇರ್ತೀರಿ. ಆದರೆ ಮೊದಲೊಂದು ಕೆಲ್ಸ ಬೇಕು. ನನ್ನದೇ... ಸಂಬಳ ಪಡ್ಕೋಬೇಕು. ಅದನ್ನ ಸ್ವತಂತ್ರವಾಗಿ ಖರ್ಚು ಮಾಡ್ಬೇಕು. ಆಮೇಲೆ ಎಂಬಿಎ ಯೋಚ್ನೆ. ನಾಳೆ ನಿನ್ನ ಪ್ರೋಗ್ರಾಂ ಯಾವ ಕಡೆ? ಆಮೇಲೆ ಕೈ ಕೊಡ್ಬಾರ್ದು" ರಿಕ್ವೆಸ್ಟ್ ಇತ್ತು ಅವಳ ದನಿಯಲ್ಲಿ.

"ಯಾವ ಪ್ರೋಗ್ರಾಂ ಇದ್ದರೂ ಕ್ಯಾನ್ಸಲ್. ಪಕ್ಕಾ.... ಅಂದರೆ ಹಂಡ್ರೆಡ್ ಪರ್ಸೆಂಟ್ ಪಕ್ಕಾ. ಈಗ ನನ್ನ ಕೆಲ್ಸ ನನ್ನ ಫ್ರೆಂಡ್ ಎಲೆಕ್ಟ್ರಾನಿಕ್ಸ್ ಷೋ ರೂಂನಲ್ಲಿ, ಮ್ಯಾನೇಜರ್ ಅಂದ. ಓಕೇ, ಅಂದೆ. ಸಂಬಳ ಕೊಡ್ತಾನೆ. ಅವನಿಗೊಂದಿಷ್ಟು ಆದರ್ಶ ಇದೆ. ಸೋಷಿಯಲ್ ವರ್ಕ್ ಅಂತ ಕಷ್ಟದಲ್ಲಿರೋರಿಗೆ ನೆರವಾಗ್ತಾನೆ. ಆಗ ಅವನಿಗೆ ನನ್ನ ಸಲಹೆ, ಸಹಕಾರ ಬೇಗ್ತಾಗುತ್ತೆ. ನಂಗೂ ಅದೆಲ್ಲಾ ಇಷ್ಟವೇ. ಕೆಲವು ಅಸಹಾಯಕರಿಗೆ ನೆರವು ಒದಗಿಸಿದ ತೃಪ್ತಿ. ಅಂತೂ ಕೈ ತುಂಬ ಕೆಲ್ಸ, ಓಡಾಟ.... ಜೊತೆಗೆ ಸಂಬಳ. ನಂಗೆ ಸಮಯದ ನಿಬಂಧ ಏನಿಲ್ಲ. ನಿಂಗೂ ಅಲ್ಲೇ ಒಂದು ಕೆಲ್ಸ ಕೊಡ್ಸಬಹುದು. ನಂಗೆ ಅದು ಇಷ್ಟವಿಲ್ಲ" ಎಂದ. ಅದು ಅವಳಿಗೂ ಇಷ್ಟವಿಲ್ಲ. ಅಂಥ ಕೆಲಸಗಳು ಸಾಕಷ್ಟು ಸಮಸ್ಯೆಗಳನ್ನು ತಂದೊಡ್ಡುತ್ತದೆಯೆಂದು ಅವಳಿಗೆ ಗೊತ್ತು.

ಇವರಿಬ್ಬರೂ ಹೊರಗೆ ಬರುವ ವೇಳೆಗೆ ಘಟಾಸ್ಫೋಟ.

"ಮೊದ್ಲು ವರ್ಣ ವಿವಾಹ. ನಂತರ ನಿಂದು" ರಾಜೇಶ್ ಮಾತು.

"ಅದಕ್ಕೂ....ಇದಕ್ಕೂ ತಳಕು ಹಾಕುವುದು ಬೇಡ. ನಾನು ಹಿರಿಯವ. ಬದ್ಕಿನಲ್ಲಿ ಸೆಟಲ್ ಆಗಿದ್ದೀನಿ. ಸರ್ಯಾದ ಗಂಡು ಸಿಗಬೇಕು. ಈಗ ಆ ವಿಚಾರ ಕೈಬಿಡಿ. ನನ್ನ ವಿವಾಹದ ನಂತರ ನಾನೇ ಹುಡ್ಕೀ ಅವ್ಳ ಮದ್ವೆ ಮಾಡ್ತೀನಿ" ಎಂದ ಅರುಣ. ಸದ್ಯಕ್ಕೆ ಅವನ ವಿವಾಹವನ್ನ ಮುಂದೂಡುವ ಸ್ಥಿತಿಯಲ್ಲಿ ಇರಲಿಲ್ಲ.

"ಆಗೋಲ್ಲ" ರಾಜೇಶ್ ಎದ್ದು ಹೋದರು.

ಸಕ್ಕೂಬಾಯಿ ತಲೆಯೊತ್ತಿಕೊಂಡರು. ಶಾಂಭವಿ "ಇದು ಸರಿಯೆನಿಸೋಲ್ಲ. ಜಾತ್ಕಗಳನ್ನು ಕೊಟ್ಟಿದಾಗಿದೆ. ಅದರ ಪಾಡಿಗೆ ಅದಾಗುತ್ತೆ" ಎಂದರು. ಸಕ್ಕೂಬಾಯಿ ತುಟಿ ಬಿಚ್ಚಲಿಲ್ಲ. ಕಾರಣ ಆಕೆಗೆ ಗೊತ್ತಿತ್ತು "ಶಾಂಭವಿಗೆ ಮದ್ವೆಯಾದ್ಮೇಲೆ ನಾನು ಸಂಸಾರಸ್ಥನಾಗ್ಬೇಕಿತ್ತು" ಎಷ್ಟೋ ಸಲ ವೇದನೆಯಿಂದ ಹೇಳಿಕೊಂಡಿದ್ದರು. ಅಂಥ ಒಂದು ಕೊರಗು ಇಂಥ ನಿರ್ಧಾರಕ್ಕೆ ಬರಲು ಕಾರಣವಾಯಿತೆಂದುಕೊಂಡರು. ಆದರೂ ಸರಿಯೆನಿಸಲಿಲ್ಲ. ಆದರೆ ತಮ್ಮದೊಂದು ಮಾತು ಸೇರಿಸಿದರು.

"ಅವರು ಹೇಳೋದು ಸರ್‍ಯಾಗಿದೆ. ಕೆಲ್ಸದ ಹುಡುಕಾಟ ಅದರ ಪಾಲಿಗೆ ಅದು ನಡೀಲೀ. ಗಂಡು ಸಿಕ್ಕರೆ ಮದ್ವೆ ಮಾಡೋಣ. ಹೇಗೂ, ಆಮೇಲೆ ಅರುಣ ವಿವಾಹವಾಗ್ಲೀ" ಎಂದರು ಸಕ್ಕೂಬಾಯಿ.

ಅಮ್ಮನ ಅಭಿಪ್ರಾಯಕ್ಕೆ ಅರುಣ ಬೆಚ್ಚಿಬಿದ್ದ. ಕಸಿವಿಸಿಯಿಂದ ಅವರತ್ತ ನೋಡಿದ. ಇದು ಅವನಿಗೆ ಅನಿರೀಕ್ಷಿತವೆ. ಈಗಾಗಲೇ ಅನನ್ಯ, ಅವನು ಒಂದು ದಿನ ಫಿಕ್ಸ್ ಮಾಡಿಕೊಂಡಿದ್ದರು. ಮುಂದೂಡುವುದು ಅವನಿಗೆ ಸಂಪೂರ್ಣ ಸಮ್ಮತವಲ್ಲ.

"ಇದು ಖಂಡಿತ ನಂಗೆ ಒಪ್ಗೇ ಇಲ್ಲ." ನುಡಿದು ಎದ್ದು ಹೋದ.

ಈ ವಿಚಾರದ ನಂತರ ಅಪ್ಪ, ಮಗ ವಿರುದ್ಧ ದಿಕ್ಕಿನಲ್ಲಿ ನಿಂತರು. ಅಂತು ಎರಡು ಪಾರ್ಟಿ! ಯಾರಾರು ಯಾರ ಕಡೆ ಸೇರುವುದು? ಅರುಣನದಂತು ಒಂದೇ ಪಟ್ಟು, ತನ್ನ ವಿವಾಹ ನಡೆಯಬೇಕೆಂದು. ಅದು ವರ್ಣಳ ವಿವಾಹದ ನಂತರವೆ ಎನ್ನುವುದು ರಾಜೇಶ್ ಪಟ್ಟು. ಎಲ್ಲರಿಗೂ ತಲೆ ಬಿಸಿಯೆನಿಸಿತು.

ವರ್ಣ ಹೋಗಿ ಅಪ್ಪನ ಮುಂದೆ ಕೂತಳು.

"ಪ್ಲೀಸ್, ಅಪ್ಪ.....ನಂಗೆ ಒಂದೆರಡ್ವರ್ಷ ಮದ್ವೆ ಬೇಡ. ಹೇಗೂ ಒಂದು ಕೆಲ್ಸ ಸಿಕ್ಕುತ್ತೆ. ಆಮೇಲೊಂದು ಸಣ್ಣ ಎಂಬಿಎ ಮುಗಿಸ್ಕೋತೀನಿ. ಇಷ್ಟೆಲ್ಲ ಆಸೆ ಇದೆ" ತನ್ನ ಆಕಾಂಕ್ಷೆಯನ್ನ ಅವರ ಮುಂದಿಟ್ಟಳು.

"ಅವೆಲ್ಲ ಇರಲೀ, ನಾನು ಖಂಡಿತ ಬೇಡ ಅನ್ನೋಲ್ಲ. ಆದರೆ ಅರುಣನ ವಿವಾಹಕ್ಕೆ ಮುನ್ನ ನಿನ್ನ ಮದ್ವೆ ಆಗ್ಬೇಕು. ನಿನ್ನ ಕೆಲ್ಸ, ಎಂಬಿಎ ಆಗೋವರ್ಗ್ಗೂ ಅವನು ಕಾಯ್ತಾನಾ? ಅವನು ಕಾಯೋ ಹಾಗಿದ್ದರೆ ನನ್ನ ಅಭ್ಯಂತರವೇನಿಲ್ಲ" ಎಂದರು. ಅವಳಿಗೆ ಗೊಂದಲವೆನಿಸಿತು. ಇವಳು ತುಟಿ ತೆರೆಯುವ ಮುನ್ನ "ಇದ್ರಲ್ಲಿ ಯಾವ್ದೇ ಬದಲಾವಣೆ ಇಲ್ಲ. ನೀವಿಬ್ರೂ ಮಾತಾಡಿಕೊಂಡು ಒಂದು ನಿರ್ಧಾರಕ್ಕೆ ಬನ್ನಿ" ಅಷ್ಟು ಉಸುರಿ ಎದ್ದು ಹೋದರು. ತಂದೆಯ ಸ್ವಭಾವ ಬಲ್ಲ ವರ್ಣ ಸುಸ್ತೋ...ಸುಸ್ತು. ಪೇಲವ ಮುಖ ಮಾಡಿಕೊಂಡು ಹೊರಗೆ ಬಂದವಳಿಗೆ ಅಲ್ಲೇ ಇದ್ದ ಕಿರಣ "ನಂಗೆ ಅಪ್ಪ ಹೇಳೋದರಲ್ಲಿ ನ್ಯಾಯ ಇದೆ ಅನ್ನಿಸುತ್ತೆ. ಶಾಂಭವಿ ಅತ್ತೆ ಒಂಟಿಯಾಗಿಯೇ ಉಳಿದ್ರು. ಆದ್ರೆ ಲೋಪ ದೋಷಗಳ ಬಗ್ಗೆ ವಿಮರ್ಶೆ ಬೇಡ. ಆದರೂ..... ಅಪ್ಪನಿಗೆ ಆ ಬಗ್ಗೆ ನರಳಿಕೆ ಇದೆ. ನಾನು ಅರುಣನ ಹತ್ರ ಮಾತಾಡ್ತೀನಿ ಬಿಡು" ಭರವಸೆ ನೀಡಿದ. ಅರುಣ, ಕಿರಣನ ಮಧ್ಯೆ ಐದು ವರ್ಷಗಳ ಅಂತರವಿದ್ದರೂ ಸ್ನೇಹ, ಸಲಿಗೆ ಎಲ್ಲಾ ಇತ್ತು. ಅದಕ್ಕೆ ಮೀರಿದ ಸೋದರ ಪ್ರೀತಿ.

ನಾಲ್ಕಾರು ಸಲ ಫೋನ್ ಮಾಡಿ ಅಪಾಯಿಂಟ್‌ಮೆಂಟ್ ಫಿಕ್ಸ್ ಮಾಡಿಕೊಂಡೇ ಅರುಣನ ಆಫೀಸ್‌ನ ಬಳಿಗೆ ಬಂದಿದ್ದು. ಅದೊಂದು ಮಲ್ಟಿ ನ್ಯಾಷನಲ್ ಕಂಪನಿಯೆ. ಕೈ ತುಂಬ ಸಂಬಳ. ಆದರೆ ಕೆಲಸದ ಟೆನ್‌ಷನ್ ತಲೆ ಬಿಸಿ ಮಾಡುತ್ತಿತ್ತು. ಸೆಕ್ಯೂರಿಟಿ ಇಲ್ಲದ ಜಾಬ್. ಯಾವ ಕ್ಷಣದಲ್ಲಿಯಾದರೂ ಮನೆಗೆ ಕಳುಹಿಸಬಹುದು. ಇಂಥ ಭಯದ ನೆರಳಿನಲ್ಲಿಯೆ ಬದುಕಬೇಕು. ಇದು ಯುವ ಪೀಳಿಗೆಗೆ ಛಾಲೆಂಜ್.

'ಏನಪ್ಪ, ಅಪಾಯಿಂಟ್‌ಮೆಂಟ್ ಫಿಕ್ಸ್ ಮಾಡ್ಕೊಂಡ್ ಬಂದೆ." ತಮ್ಮನ ಭುಜದ

ಮೇಲೆ ಕೈಯಿಟ್ಟ "ಸ್ವಲ್ಪ ಮಾತಾಡೋದಿತ್ತು. ಮನೆಯ ವಾತಾವರಣಕ್ಕಿಂತ ಆರಾಮಾಗಿ ಗಾಳಿ ಸೇವಿಸುತ್ತ, ತಲೆಯ ಮೇಲೆ ಭಾವಣಿ ಇಲ್ಲದ ಕಡೆ ಮಾತಾಡೋಣಾಂತ ಕಣೋ, ಅಣ್ಣ. ತೀರಾ ಮೂರು ದಿನದಿಂದ ಡಲ್ ಆಗ್ಬಿಟ್ಟಿದ್ದಿ."

ತಮ್ಮನ ಮಾತಿಗೆ ಯಾವುದೇ ರೀತಿ ಪ್ರತಿಕ್ರಿಯಿಸದೆ ಅವನನ್ನ ಬಳಸಿಯೆ ಪಾರ್ಕಿಂಗ್ ಕಡೆ ನಡೆದ. ಮೂರು ದಿನದಿಂದ ಅವನ ತಲೆ ಕೆಟ್ಟು ಹೋಗಿತ್ತು. ಅವನಂತು ವಿವಾಹವನ್ನು ಮುಂದೂಡುವುದಂತು ಸಾಧ್ಯವಿರಲಿಲ್ಲ. ಕಡೆಗೆ ಅನನ್ಯಳೊಂದಿಗೆ ಕೂಡ ಈ ವಿಷಯ ಚರ್ಚಿಸಲಾರ.

"ಎಲ್ಲಿಗೆ ಹೋಗೋಣ? ಕಾರು ಮಾರಿ ಬೈಕ್‌ನಲ್ಲಿ ಯಾಕೆ ಓಡಾಟ?" ಅರುಣ ತಮ್ಮನ ಪ್ರಶ್ನೆಗೆ ಭಾರವಾದ ಉಸಿರೆಳೆದು ದಬ್ಬಿದ "ಯಾಕೆ, ಮನೆಗೆ ಎರಡು ಕಾರು? ಅನನ್ಯ ಈಚೆಗೆ ಪ್ರೀಮಿಯರ್ ರಿಯೋ ಬುಕ್ ಮಾಡಿದ್ದಾಳೆ ಸ್ಪೋರ್ಟ್ಸ್ ಯುಟಿಲಿಟಿ ವೆಹಿಕಲ್ (ಎಸ್‌ಯುವಿ)ದು ವಿಶಿಷ್ಟವಾದ ಶೈಲಿ. ಕಾರು ಚಿಕ್ಕದಾದ್ರೂ ಚೊಕ್ಕಟವಾದ ನೋಟ ಅದರದು. ಅವಳ ತಾತನ ಬಳಿ ಪ್ರೀಮಿಯರ್ ಪದ್ಮಿನಿ ಇತ್ತಂತೆ, ಆ ಕಂಪನಿಯ ಬಗ್ಗೆ ಅಪರೂಪದ ಪ್ರೀತಿ. ಅದು ನನ್ನ ಉಪಯೋಗಕ್ಕೆ ಇರುತ್ತೆ. ಈಗಾಗ್ಲೇ, ಅವಳ ಬಳಿ ನಿಸ್ಸಾನ್ ಇದೆ. ಇನ್ನ ಮತ್ತೊಂದು ಕಾರಿನ ಅಗತ್ಯವೇನು"? ಬುದ್ಧಿವಂತಿಕೆ ತೋರಿಸಿದ. ಕಿರಣ ದಂಗಾದ. ಇಲ್ಲು ಬುದ್ಧಿವಂತಿಕೆ ಪ್ರದರ್ಶಿಸಿದಂತೆ ಕಂಡಿತು.

ಇಬ್ಬರು ಒಂದು ಗಾರ್ಡನ್ ರೆಸ್ಟೋರೆಂಟ್‌ಗೆ ಬಂದು ಕೂತರು.

"ಮತ್ತೆ....ಮತ್ತೆ.... ವೆಹಿಟರ್ ಬಂದು ಮುಖ ತೋರಿಸೋದು ಬೇಡ. ಎರಡು ಜ್ಯೂಸ್‌ಗೆ ಆರ್ಡರ್ ಮಾಡಿಬಿಡು" ಎನ್ನುತ್ತಲೇ ಕೂತ ಅರುಣ. ಕೆಲವೊಮ್ಮೆ ಕಿರಣನಿಗೆ ಅರುಣನ ಸ್ವಭಾವ ನಿಗೂಢವೆನಿಸುತ್ತಿತ್ತು. ಅಂತು ಪ್ರತಿಯೊಂದರ ಹಿಂದೆ ಒಂದು ಪ್ಲಾನ್ ಇರುತ್ತಿತ್ತು. "ನಂಗೂ ನಿನ್ನತ್ರ ಮಾತಾಡೋದಿತ್ತು. ನನ್ನ ವಿವಾಹದ ಅಗತ್ಯದ ಬಗ್ಗೆ ನೀನು ಅರ್ಥ ಮಾಡಿಕೊಳ್ಳಬಲ್ಲೆ. ನಾನು ಲೇಟು ಮಾಡಿದರೆ ಅವಳು ಕೈ ತಪ್ಪಿ ಹೋಗ್ತಾಳೆ" ಎಂದ ಅರುಣ ಸೀರಿಯಸ್ಸಾಗಿ. ಕಿರಣ ಷಾಕಾದ. 'ಅವಳು ಕೈ ತಪ್ಪಿ ಹೋಗುವುದೆಂದರೇನು?' ಅಂದರೆ ಪ್ರೇಮ, ಪ್ರೀತಿ ಅನ್ನೋದೆಲ್ಲ ಬೋಗಸ್ಸಾ?

"ನಂಗೆ ಅರ್ಥವಾಗೋಲ್ಲ!" ಎಂದ ಕಕ್ಕಾಬಿಕ್ಕಿಯಾಗಿ.

"ಅರ್ಥವಾಗ್ದೇ ಇರೋದಂಥದ್ದೇ! ಇವ್ಳು ಫ್ಲಾಟ್‌ನಲ್ಲಿ ಒಂಟಿಯಾಗೇ ಇದ್ದಾಳೆ. ವ್ಯಕ್ತಿಯೊಬ್ಬ ಭೂಮಿಯ ಮೇಲೆ ಜನಿಸಿದಾಗ ಬಂಧುಗಳೂಂತ ಯಾರಾದ್ರೂ.... ಇದ್ದೇ ಇರ್ತಾರೆ. ತಮಗೇನಾದ್ರೂ ಪ್ರಯೋಜನವಾಗೋದಾದರೆ ಹತ್ತಿರ ಸರೀತಾರೆ. ತಲೆ ಕೆಡಿಸ್ತಾರೆ. ಆಮೇಲೆ ಏನು ಬೇಕಾದ್ರೂ ಆಗಬಹುದು. ಇದೆಲ್ಲ ನನ್ನ ತಲೆಯಲ್ಲಿದೆ" ಹೇಳುತ್ತ ಹೋದ. ಈಗಲೂ ಕಿರಣ್‌ಗೆ ಅರ್ಥವಾಗಲಿಲ್ಲ ಸರಿಯಾಗಿ.

"ಸಾರಿ, ನಂಗೇನು ಗೊತ್ತಾಗ್ಲಿಲ್ಲ! ನೀವಿಬ್ರೂ ಒಬ್ಬರಿಗೊಬ್ಬರು ಪ್ರೀತಿಸ್ತಾ ಇದ್ದೀರಾ. ಓಡಾಟ ಇದೆ. ಮದ್ವೆಯಾಗೋ ಇರಾದೆಯಲ್ಲೂ ಒಮ್ಮತವಿದೆ. ಅದ್ಕೇ ಹಿರಿಯರನ್ನ ಪರಿಚಯಿಸಲು ಕರ್ಕಂಡ್ ಬಂದಿದ್ದೆ. ಎಲ್ಲರಿಗೂ ಒಪ್ಗೇ ಇದೆ. ವರ್ಣಗೆ ಮದ್ವೆ ಆಗ್ಲಿ,

ಆವರೆಗೂ ನೀವು ಓಡಾಡಿ. ಆರಾಮಾಗಿ ರೋಮಾಂಚನ ಅನುಭವಿಸಿ. ನಂತರ ಇದೆಲ್ಲ ಇರೋಲ್ಲ. ಕೆ.ಎಸ್. ಒಂದು ಕವನ ನಿನಗೆ ನೆನಪಿದ್ಯಾ! ಅದ್ನ ಪಿ. ಕಾಳಿಂಗ್‌ರಾವ್ ಹಾಡಿದಾಗ ಅಪ್ಪ ಟೇಪ್ ಮಾಡಿದ್ದು, ನಂತರ ಪಿ. ಕಾಳಿಂಗರಾಯರ ಭಾವಗೀತೆಗಳ ಕ್ಯಾಸೆಟ್ ಕೊಂಡು ತಂದಿದ್ದೆ. ಆಗಾಗ ಅಮ್ಮನ ಮುಂದೆ ಹಾಡಿದ್ದನ್ನ ಅವರೇ ಹೇಳಿಕೊಂಡಿದ್ದರು"

ನಡುಬೆಟ್ಟದಲ್ಲಿ ನಿನ್ನೂರು
ಅಲ್ಲಿಹವು ನವಿಲು ಮುನ್ನೂರು
ಮುನ್ನೂರು ನವಿಲು ಬಂದಂತೆ
ನೀ ಬಂದರೆ ನಗೆ ಸಿರಿವಂತೆ
ಅಂತಿಂಥ ಹೆಣ್ಣು ನೀನಲ್ಲ
ನಿನ್ನಂಥ ಹೆಣ್ಣು ಇನ್ನಿಲ್ಲ....

ಮುಂದಿದ್ದ ಟೇಬಲ್ ಮೇಲೆ ಕೈ ಬೆರಳುಗಳಿಂದ ತಾಳದ ಸದ್ದು ಮಾಡುತ್ತ ಕಿರಣ ಹಾಡಿದ. ಅವನು ತಲೆಯ ಮೇಲೆ ಕೈ ಇಟ್ಟುಕೊಂಡ. ತಮ್ಮ ತೀರಾ ಮುಗ್ಧನಂತೆ ಕಂಡ.

"ತಮ್ಮ, ಈಗ ಕಾಲ ಬದಲಾಗಿದೆ. ಅಂತಿಂಥ ಹೆಣ್ಣು ನಿನ್ನಲ್ಲ, ನಿನ್ನಂಥ ಹೆಣ್ಣು.... ಇನ್ನಿಲ್ಲ".. ಬೇರೆ ರೀತಿಯಲ್ಲಿ ಹಾಡಬೇಕಾಗುತ್ತೆ. ಈಗ ಹೆಣ್ಣು ಬದಲಾಗಿದ್ದಾಳೆ. ಆದರ್ಶ, ತ್ಯಾಗ ಅನ್ನೋ ಪದಗಳಿಗೆ ಅರ್ಥ ಹುಡುಕೋಕೆ ಸಾಧ್ಯವಿಲ್ಲ. ಸಂಬಂಧಗಳು ಬೇರೆ ರೀತಿ ಅರ್ಥ ಪಡೆದುಕೊಂಡಿದೆ. ಅನನ್ಯನು ಕೂಡ ಆ ದೃಷ್ಟಿಯಲ್ಲೆ ನೋಡ್ಬೇಕು. ನೆನೆದಕ್ಕಿಂತ ಅದ್ಭುತವಾದ ಬದ್ಕೂ ಸಿಕ್ಕೋ ಹಾಗಿದ್ದರೇ, ಬೇರೆಯವರನ್ನ ಪಾರ್ಟನರ್ ಆಗಿ ಆಯ್ಕೆ ಮಾಡ್ಕೋತಾರೆ. ಅದು ಆಗ ಕೂಡದು! ಅಂದರೆ, ನಾವಿಬ್ರೂ ಬೇಗ ವಿವಾಹವಾಗಬೇಕು" ಎಂದ ಸ್ಪಷ್ಟವಾಗಿ.

ಕಿರಣ ಸುಮ್ಮನೆ ಕೂತು ಬಿಟ್ಟ. ವೆಹಿಟರ್ ಆರ್ಡರ್‌ನಂತೆ ಆರೆಂಜ್ ಜ್ಯೂಸ್ ತಂದಿಟ್ಟು ಹೋದ.

"ತಗೋ...." ಅರುಣ ಹೇಳಿ ತಾನೊಂದು ಗ್ಲಾಸ್ ತಗೊಂಡ. ಮನದಲ್ಲಿ ಚಿಂತನೆ ನಡೆಸುತ್ತಲೆ ಗ್ಲಾಸ್ ಖಾಲಿ ಮಾಡಿಟ್ಟ. ಅರ್ಧ ಕುಡಿದಿದ್ದ ಕಿರಣ ಗ್ಲಾಸ್ ಟೇಬಲ್ ಮೇಲಿಟ್ಟು "ನಿಂಗೆ ಅಷ್ಟು ನಂಬ್ಕೇ ಇಲ್ಲದಿದ್ದರೇ, ಬೇಡ ಬಿಡು. ಅರೇ, ಪ್ರೇಮಿಗಳು ಇದು ಜನ್ಮ ಜನ್ಮದ ಸಂಬಂಧಾಂತ ವ್ಯಾಖ್ಯಾನಿಸ್ತಾರೆ. ಪ್ರಾಣ ಕಳ್ಕೋತಾರೆ. ದೊಡ್ಡ ದೊಡ್ಡ ತ್ಯಾಗಗಳನ್ನು ಮಾಡ್ತಾರೆ" ಎಂದ ಕಿರಣ ಅಯೋಮಯನಂತೆ.

ಅರುಣ ಜೋರಾಗಿಯೆ ನಕ್ಕುಬಿಟ್ಟ.

"ಅಂಥ ಪ್ರೇಮಿಗಳು ನೂರಕ್ಕೆ ಒಂದು ಪರ್ಸೆಂಟ್ ಮಾತ್ರ. ಅಷ್ಟೆಲ್ಲ ನಿರೀಕ್ಷೆಗಳ್ನ ಇಟ್ಕೋಬಾರ್ದು. ಅಪ್ಪಿಗೆ ದೂರದ ಬಂಧುಗಳಿಂದ ಬ್ರಹ್ಮೋಪದೇಶ ಸಿಕ್ಕಿ, ಆರಾಮಾಗಿ ಬೇರೊಬ್ಬರ ಪತ್ನಿಯಾದರೇ, 'ನಾನು ಮತ್ತೆ ಅ ಆ ಇ ಈ ಇಂದ ಷುರು ಹಚ್ಕೋಬೇಕು. ಅಲ್ಲಿಗೆ ವೇಸ್ಟ್ ಆಫ್ ಟೈಮ್, ವೇಸ್ಟ್ ಆಫ್ ಮನೀ, ವೇಸ್ಟ್ ಆಫ್ ಎನರ್ಜಿ.... ನಂಗೆ

ಅದೆಲ್ಲ ಇಷ್ಟವಿಲ್ಲ. ಸದ್ಯಕ್ಕೆ ಅವಳು ಕೈ ತಪ್ಪಿ ಹೋಗ್ಬಾರ್ದು ಅಷ್ಟೆ." ಕಡ್ಡಿ ತುಂಡು ಮಾಡಿದಂತೆ ನಿಖರವಾಗಿ ನುಡಿದ.

"ಈಗೇನು ಮಾಡೋದು? ಅಪ್ಪ, ವರ್ಣನ ವಿವಾಹ ಆಗೋವರ್ಗೂ ಸಾಧ್ಯವಿಲ್ಲಾಂತಾರೆ. ನಿನ್ನ ಬುಟ್ಟಿಯಲ್ಲಿ ಸಿಕ್ಕ ಹಕ್ಕಿ ದಾರಿ ತಪ್ಪಿ ಹೋಗ್ಬಾರ್ದೂಂತ ಅಂತೀಯಾ. ಹಿರಿಯರನ್ನ ವಿರೋಧಿಸಿ ವಿವಾಹವಾದರೇ, ಯಾರು ನಿನ್ನ ಪಕ್ಕ ನಿಲ್ಲೋಲ್ಲ. ಅಮ್ಮ, ಅತ್ತೆ, ವರ್ಣ ಕಡೆಗೆ! ನಾನು ಕೂಡ ಅಪ್ಪನ ಮಾತು ವಿರೋಧಿಸಿ ನಿನ್ನ ಪರ ನಿಲ್ಲೋದು ಕಷ್ಟ" ಪರಿಸ್ಥಿತಿಯನ್ನು ಸರಳವಾಗಿ ಅವನ ಮುಂದಿಟ್ಟ.

ತಮ್ಮನ ಮಾತಿಗೆ ತಲೆದೂಗಿದ "ನಂಗೂ ಅಪ್ಪನ ಮಾತು ವಿರೋಧಿಸಿ ವಿವಾಹವಾಗೋ ಮನಸ್ಸಿಲ್ಲ. ನೀನು ನನ್ನ ಪರ ವಕಾಲತ್ತು ವಹಿಸು. ಇದು ರಿಕ್ವೆಸ್ಟ್ ಅಂತ ತಿಳ್ಕೋ" ಅರುಣನ ರಿಕ್ವೆಸ್ಟ್‌ಗೆ ಕೆನ್ನೆಗಳಿಗೆ ಹಾಕಿಕೊಂಡು "ಸಾಧ್ಯನಾ? ಅಪ್ಪನ ಫೇವರೇಟ್ ಕೂಸು ನೀನು, ನಿನ್ನ ಮಾತನ್ನ ವಿರೋಧಿಸಿದರು ಅಂದರೇ, ನನ್ಮಾತು ಕೇಳ್ತಾರಾ? ಈ ವಿಚಾರದಲ್ಲಿ ಅಮ್ಮನ್ಗಿಂತ, ಅತ್ತೆ ವಾಸಿ. ಪೇಪರ್‌ನಲ್ಲಿ ದೊಡ್ಡದಾಗಿ ವರ ಬೇಕೂತ ಒಂದು ಆ್ಯಡ್ ಕೊಟ್ಟರೇ" ತಮ್ಮನ ಸಲಹೆ ಅವನಿಗೆ ಪೂರ್ಣವಾಗಿ ಸಮ್ಮತವಲ್ಲ. ಮನದಲ್ಲಿ ಲೆಕ್ಕ ಹಾಕಿದ.

"ನಾನೊಂದು ಪ್ರಯತ್ನ ಮಾಡ್ತಾ ಇದ್ದೀನಿ" ಅರುಣ ಮೇಲೆದ್ದ. ಕಿರಣನ ಗ್ಲಾಸ್ ಇನ್ನೂ ಖಾಲಿಯಾಗಿರಲಿಲ್ಲ "ಇದೆಷ್ಟು ಗೊತ್ತಾ?" ತಂದಿಟ್ಟ ಬಿಲ್‌ನ ಅವನ ಮುಂದಿಡಿದು "ನೂರ ಮೂವತ್ತೈದು" ಎಂದವ ಅದನ್ನ ಖಾಲಿ ಮಾಡಿದ. ಬಿಲ್ ಜೊತೆ ನೂರು ಮತ್ತು ಐವತ್ತರ ಒಂದೊಂದು ನೋಟು ಹಾಕಿ ಮೇಲೆದ್ದ. ತೋಚದ ಸ್ಥಿತಿ.

ಅಣ್ಣನನ್ನ ಬೀಳ್ಕೊಟ್ಟು ಮನೆಗೆ ಬರುವ ವೇಳೆಗೆ ಕಡತದ ಜೋಯಿಸರು ಬಂದು ಕೂತಿದ್ದರು. ಅವರ ಪರಿಚಯ ಎಲ್ಲರಿಗೂ ಇತ್ತು. ಧಾರ್ಮಿಕ ಮನುಷ್ಯ.

ಈ ಕಾಲದಲ್ಲು ಅವರಿಗೆ ಕೆಲಸವಿತ್ತೆಂದರೆ ನಂಬುವುದು ಕಷ್ಟ. ಸದಾ ಕೆಲವು ಫೋಟೋಗಳು, ಜಾತಕಗಳು ಅವರ ಬ್ಯಾಗ್‌ನ ಕಡತದಲ್ಲಿತ್ತು. ರಾಜೇಶ್ ಮಾತ್ರವಲ್ಲ ಶಾಂಭವಿ ಮತ್ತು ಸಕ್ಕೂಬಾಯಿ ಕೂಡ ಕೂತಿದ್ದರು.

"ಅಮ್ಮ, ನಾನು ಎಲ್ಲರ್ಗಿಂತ ಚಿಕ್ಕೋನು" ಅಂತ ರೂಮು ಸೇರಿಕೊಂಡ. ಮಳೆಯ ದಿನಗಳಲ್ಲಿ ಜೋಡಿ ಹಕ್ಕಿಗಳಂತೆ ಬಸ್ಸು ನಿಲ್ದಾಣದ ಅಂಗಡಿಗಳ ಷೆಲ್ಟರಿನ ಕೆಳಗೆ ನಿಂತ ಜೋಡಿಗಳು, ನಿಮಿಷ, ನಿಮಿಷಕ್ಕೂ ಅದು ಹೇಗೆ ಸಿಡಿಯುವ ಮಳೆ ಹನಿಗಳಿಂದ ತಪ್ಪಿಸಿಕೊಳ್ಳುತ್ತ ಛತ್ರಿಯ ಅಡಿಯಲ್ಲಿ.... ರೋಮಾಂಚಕಾರಿ ಅನುಭವ ಅಂಥ ಜೋಡಿಗಳನ್ನ ನೋಡಿದ್ದ. ವರ್ಣಮಯ ಜಗತ್ತಿನಲ್ಲಿ ತಾವಿಬ್ಬರೇ ಎನ್ನುವ ಭಾವದಲ್ಲಿ ಇದ್ದಾರೆಂದು ಊಹಿಸಿದ್ದ. ಅರುಣನ ಮಾತುಗಳನ್ನ ಕೇಳಿದ ಮೇಲೆ ಸುಸ್ತಾಗಿದ್ದ. ಆದರೆ ಎಲ್ಲರೊಂದಿಗೂ ಸ್ನೇಹದಿಂದ ಇರುತ್ತಿದ್ದ. ಪ್ರೇಮ, ಪ್ರೀತಿಯತ್ತ ಅವನ ಗಮನವಿಲ್ಲ. ಸಮಾಜ ಮುಖಿ, ಬೇರೆಯವರ ಕಷ್ಟಕ್ಕೆಂದರೆ ಟೊಂಕ ಕಟ್ಟಿ ನಿಲ್ಲುತ್ತಿದ್ದ.

ಆ ವೇಳೆಗೆ ಅವನ ಮೊಬೈಲ್ ರಿಂಗ್ ಆಯಿತು. ಅವನ ಫ್ರೆಂಡ್ ಮನೀಷಾ ಅಮ್ಮನಿಗೆ

ಅನಾರೋಗ್ಯವೆಂದು ತಿಳಿದು ಮನೆಯ ವಿಷಯ ಅಲ್ಲಿಗೆ ಬಿಟ್ಟು ನಿಶ್ಚಿಂತೆಯಿಂದ ಹೊರಟುಬಿಟ್ಟ.

ಇಂಥ ಕಿರಣನಂಥವರ ಅಗತ್ಯ ಸಮಾಜಕ್ಕೆ ಇತ್ತು. ಇದೆ. ಮುಂದು ಕೂಡ ಇರುತ್ತೆ.

* * *

ರಾಜೇಶ್ ಹಟ ಇಲ್ಲಿ ಗೆಲುವು ಸಾಧಿಸಿತ್ತು. ಅವರಿಗೆ ಆತುರದ ವಿವಾಹವಾದರೂ ಒಂದು ರೀತಿಯ ತೃಪ್ತಿ. ಶಾಂಭವಿ ವಿಚಾರದಲ್ಲಿ ಆದ ತಪ್ಪು ಮಗಳಿಗಾಗಲಿಲ್ಲವಲ್ಲ ಎನ್ನುವ ಸಮಾಧಾನ. 20ನೇ ತಾರೀಖು ವರ್ಣ ಮತ್ತು ಶರತ್ ವಿವಾಹ. ಅರುಣ ಮತ್ತು ಅನನ್ಯ ಮ್ಯಾರೇಜ್ 22ನೇ ತಾರೀಖು. ಎರಡು ದಿನದ ವ್ಯತ್ಯಾಸದಲ್ಲಿ ವಿವಾಹಗಳು ನಡೆದವು. ಮಗಳ ವಿವಾಹ ಅವರ ಪ್ರಕಾರ ಛತ್ರದಲ್ಲಿ. ಅರುಣನ ಮದುವೆ ಅವನ ಪ್ರಕಾರ ಹೋಟೆಲ್‌ನ ಮ್ಯಾರೇಜ್ ಹಾಲ್‌ನಲ್ಲಿ. ಕೊಟ್ಟು ತೆಗೆದುಕೊಳ್ಳುವ ವಿಚಾರದಲ್ಲಾಗಲೀ, ದೊಡ್ಡಸ್ತಿಕೆಯ ಮೆರವಣಿಗೆ ಇಲ್ಲದೆ ನಡೆದವು ವಿವಾಹಗಳು.

ವರ್ಣಳನ್ನ ಕೊಟ್ಟ ಮನೆಯವರು ದೊಡ್ಡ ಶ್ರೀಮಂತರಲ್ಲದಿದ್ದರೂ, ಇಂಜಿನಿಯರಿಂಗ್ ಮುಗಿಸಿ ದೊಡ್ಡ ಕನ್ಸಸ್ಟ್ರಕ್ಷನ್ ಕಂಪನಿಯಲ್ಲಿ ಕೆಲಸ ಮಾಡುತ್ತಿದ್ದರಿಂದ ರಾಜೇಶ್‌ಗೆ ಯೋಚಿಸುವ ಅಗತ್ಯವಿರಲಿಲ್ಲ.

ವಿವಾಹದ ಮರುದಿನವೇ ಅನನ್ಯ ಮತ್ತು ಅರುಣ ಹನಿಮೂನ್‌ಗೆ ಹಾರಿದರು. ಹತ್ತು ದಿನಗಳ ನಂತರ ದಂಪತಿಗಳು ನೇರವಾಗಿ ಮನೆಗೆ ಬಂದು ಇಳಿದರು. ಫ್ಲಾಟ್‌ನಲ್ಲಿದ್ದ ಅನನ್ಯ ಸಮಸ್ತವು ಮನೆಗೆ ಬಂದು ಇಳಿಯಿತು.

ಇದ್ದ ಎರಡು ರೂಮುಗಳಲ್ಲಿ ಒಂದು ರಾಜೇಶ್, ಸಕ್ಕೂಬಾಯಿಯವರಿಗೆ. ಇನ್ನೊಂದು ರೂಮು ಹೆಚ್ಚು ಕಡಿಮೆ ಎಲ್ಲರದು! ಸ್ವಲ್ಪ ವಿಶಾಲವಾಗಿದ್ದರಿಂದ ಯಾವ ತೊಂದರೇನು ಇರಲಿಲ್ಲ. ಇನ್ನು ವರಾಂಡ, ನಡುಮನೆ ಎಲ್ಲರದು. ಈಗ ಕಸಿವಿಸಿ ಷುರುವಾಯಿತು. ಅನನ್ಯ ವರ್ತನೆಯು ಇದಕ್ಕೆ ಕಾರಣ.

ಸಕ್ಕೂಬಾಯಿ ತಲೆ ಕೆಟ್ಟಂತಾಯಿತು.

"ಇಷ್ಟೆಲ್ಲ ಎಲ್ಲಿ ಇಟ್ಟುಕೊಳ್ಳೋದು? ಬರೀ ಸಾಮಾನಾದರೇ ಜನರಿಗೆ ಸ್ಥಳವೆಲ್ಲಿ?" ಆಕೆಯ ಸ್ವರದಲ್ಲಿ ಬೇಸರವಿತ್ತು. ಶಾಂಭವಿಗೂ ಯೋಚಿಸುವಂತಾಗಿತ್ತು "ತಾತ, ಮೊಮ್ಮಗಳು ಇದ್ದಿದ್ದು! ಅವರಿಗೆ ಬೇಕಾದಷ್ಟು ಖರೀದಿಸಿಕೊಂಡಿದ್ದಾರೆ. ಎಷ್ಟು ಬೇಕೋ ಅಷ್ಟು ಇಟ್ಕೊಂಡ್ ಮಾರಿದ್ದರಾಗಿತ್ತು. ಇಡೀ ರೂಮು ತುಂಬ ಸಾಮಾನು. ನಮ್ದು ಬಿಡಿ. ಅವರೆಲ್ಲಿ ಮಲಗ್ತಾರೋ, ನೋಡೋಣ" ಸದ್ಯಕ್ಕೆ ಅವರುಗಳು ಬರೋವರೆಗೂ ಸುಮ್ಮನಿರುವುದು ಆಕೆಯ ಇರಾದೆ. ಕಾಯುವುದು ಅನಿವಾರ್ಯವಾಗಿತ್ತು.

ರಾಜೇಶ್‌ಗೆ ಒಂದಿಷ್ಟು ಇರುಸು ಮುರುಸಾದರೂ ಮಗ ಬಂದನಂತರ ತೀರ್ಮಾನವಾಗಲಿಯೆಂದು ಸುಮ್ಮನಾದರು. ಶಾಂಭವಿ ಬೀರು ಹಾಲ್‌ಗೆ ಷಿಫ್ಟ್ ಆಯಿತು. ಹಳೆ ಮಂಚವನ್ನ ಕಿರಣ್ ಹಾಲ್‌ಗೆ ತಂದು ಹಾಕಿಕೊಂಡ. ಹಾಸಿಗೆಗಳು ಅದರ ಮೇಲೆ

ವಿರಾಜಮಾನವಾದವು. ಪ್ಯಾಕ್ ಆಗಿ ಬಂದ ಅವಳ ಕಿಚನ್ ಪರಿಕರಗಳು ಷೆಡ್‌ನಲ್ಲಿ ನಿಂತವು. ಅಂತು ಮನೆಯವರೆಲ್ಲ ಸೇರಿ ಆ ರೂಮನ್ನ ಒಂದು ಲೆವೆಲ್‌ಗೆ ತಂದರು. ನೂತನ ವಿವಾಹಿತರಿಗೆ ಪ್ರೈವಸಿ ಅಗತ್ಯ.

"ಎಷ್ಟು ಬೇಕೋ ಅಷ್ಟು ಇದ್ದರೆ ಚೆನ್ನ. ಇಲ್ಲದಿದ್ದರೆ ಮನೆ ಅಂಗ್ಡಿಯಾಗೀ ಬಿಡುತ್ತೆ" ಎಷ್ಟು ಸಲ ಸಕ್ಕೂಬಾಯಿ ಗೊಣಗಿದರೋ, ಗೊತ್ತಾಗಲಿಲ್ಲ. "ಸ್ವಲ್ಪ ಸುಮ್ಮ ನಿರೀ! ಅರುಣ ಸ್ವಲ್ಪ ನಿಗೂಢ. ಕೆಲವೊಮ್ಮೆ ಅವನ ನಡೆನೆ ಗೊತ್ತಾಗೋಲ್ಲ" ಶಾಂಭವಿ ಅವನ ಸ್ವಭಾವವನ್ನು ಮೆಲಕು ಹಾಕತೊಡಗಿದರು.

ಅರುಣ ಮಡಿದಿಯೊಂದಿಗೆ ಫ್ರೆಶ್‌ಆಗಿಯೇ ಬಂದ.

"ವೆಲ್‌ಕಮ್ ಅಣ್ಣ.... ನಾನಂತು ರೂಮು ಬಿಟ್ಟು ಟೋಟಲ್ಲಾಗಿ ಹಾಲ್‌ಗೆ ಷಿಫ್ಟ್ ಆಗ್ಬಿಟ್ಟಿದ್ದೀನಿ. ಬರೀ ಅತ್ತಿಗೆ ಬರ್ತಾರೇಂತ ಅಂದ್ಕೊಂಡೇ, ಈ ಸಾಮಾನುಗಳು ಬೇಕಿತ್ತಾ?" ಸ್ವಲ್ಪ ಅಸಮಾಧಾನದಿಂದ ಗೊಣಗಿದ.

"ಸ್ವಲ್ಪ ಇರು. ಬೇರೇನೋ ಇದೆ" ಎಂದವ ತಂದೆಯ ರೂಮುಗೆ ಹೋದವನು ಅರ್ಧ ಗಂಟೆ ಮಾತಾಡಿ ಅವರನ್ನ ಹೊರಗೆ ಕರೆದೊಯ್ದ. "ಬಂದ ಕೂಡಲೇ, ಎಲ್ಹೋದ?" ಕಾಫೀ ಹಿಡಿದು ಬಂದ ಸಕ್ಕೂಬಾಯಿ ಬೇಸರಿಸಿದರು "ಅಪ್ಪ, ಅವನು ಹೊರ್ಗಡೆ ಹೋದ್ರು, ಅತ್ತಿಗೆಗೆ ಕೊಡ್ತೀನಿ ಬಿಡು "ಕಿರಣ ರೂಮಿಗೆ ಒಯ್ದ. ಏನೂ ತೋಚದೆ ಅನನ್ಯ ಕೂತಿದ್ದವಳನೂ ಮುಖದಲ್ಲಿ ವಿಪರೀತ ಭಾವಗಳು.

"ಯಾಕೆ ಅಪ್‌ಸೆಟ್ ಆದಂಗೆ ಕಾಣ್ತೀರಾ? ಮೊದ್ಲು ಕಾಫೀ ಕುಡೀರಿ" ಎದುರಿಗಿದ್ದ ಸ್ಟೂಲ್ ಮೇಲೆ ಕೂತ "ನಂಗೆ ಕಾಫೀ ಅಭ್ಯಾಸವಿಲ್ಲ!" ಸ್ಪಷ್ಟಪಡಿಸಿದಳು. ಎದ್ದವ "ಮತ್ತೇನು ಕುಡೀತೀರಾ?" ಕಪ್ ಎತ್ತಿಕೊಂಡ.

"ಏನು....ಬೇಡ" ಚುಟುಕಾಗಿ ಹೇಳಿದಳು.

ಕಪ್‌ನೊಂದಿಗೆ ಹೊರಗೆ ಬಂದವ "ಅತ್ತೆ, ಕಾಫೀ ಕುಡಿಯೋಲ್ವಂತೆ. ನೀವೇ ಹೋಗಿ ವಿಚಾರ್ಸಿಕೊಳ್ಳಿ. ನಾನು ಕುಡೀತೀನಿ" ಹೊರಗೆ ಹೋದ. ಕಿರಣ ತೀರಾ ಸ್ನೇಹಮಯಿ. ಇವರ ಮನೆಗೆ ಅನನ್ಯನ ಕರೆದುಕೊಂಡು ಬಂದ ನಂತರ ನಾಲ್ಕಾರು ಸಲ ಭೇಟಿಯಾಗಿದ್ದಿದೆ. ಆದರೆ ಇವನು ತಾನಾಗಿ ಮಾತಾಡಿಸಿದರೂ ಅವಳು 'ಆ...ಹ್ಞೂ' ಎಂದೆ ಮುಗಿಸುತ್ತಿದ್ದುದ್ದು. ವರ್ಣಳ ಜಾಗವನ್ನು ಅವಳ ಮೂಲಕ ತುಂಬಿಕೊಳ್ಳುವ ಆಸೆ.

ಶಾಂಭವಿ ಅರುಣನಿಗೆ ಫೋನ್ ಹಚ್ಚಿ "ಮದ್ವೆ ಮುಗ್ದ ಕೂಡಲೆ ಹೊರಟಿರಿ. ಬಂದ ಕೂಡಲೆ ಬಿಟ್ಟು ಜಾಗ ಖಾಲಿ ಮಾಡ್ದೇ. ಮಾತಿಲ್ಲ ಕತೆ ಇಲ್ಲ, ಆ ಹುಡ್ಗೀ ಸುಮ್ನೇ ಕೂತಿದ್ದಾಳೆ. ಪ್ಲೀಸ್ ಬೇಗ ಮನೆಗೆ ಬಾ" ಎಂದರು ಬೇಸರಿಸಿಕೊಂಡು.

ಆಮೇಲೆ ಅಪ್ಪ, ಮಗ ಮನೆಗೆ ಬಂದರು. ಇಬ್ಬರ ಮುಖದಲ್ಲು ಸಂತೃಪ್ತ ಭಾವ, ಗೆದ್ದ ಹುಮ್ಮಸ್ಸು.

"ಅರುಣ ಲೀಸ್‌ಗೆ ಮನೆ ಹಿಡಿದಿದ್ದಾನೆ. ತುಂಬ ದೊಡ್ಡದೇ ಇದೆ." ಎಂದರು ರಾಜೇಶ್

ಬಂದ ಕೂಡಲೆ. ಇಂಥದೊಂದು ಸುಳಿವನ್ನು ಕೂಡ ಮನೆಯವರಿಗೆ ಬಿಟ್ಟುಕೊಟ್ಟಿರಲಿಲ್ಲ. ಎಲ್ಲಾ ಮುಖ ಮುಖ ನೋಡಿಕೊಂಡರು "ಇದು ಚಿಕ್ಕದೇ! ವರ್ಣ ಅವಳ ಗಂಡ ಬಂದರೆ ಒಂದು ರೂಮು ಬೇಡ್ವಾ? ಅತ್ತೆ, ಕಿರಣ ಎಲ್ಲಾ ಏನು ಮಾಡ್ಕೋಬೇಕು? ಲೀಜ್‌ಗೆ ಮನೆ ಹಿಡಿದಿರೋದರಿಂದ. ತಿಂಗಳು.... ತಿಂಗಳು ಬಾಡಿಗೆ ಕಟ್ಟೋದು ತಪ್ಪುತ್ತೆ" ಎಂದ ಅರುಣ ಸಹಜವಾಗಿ. ಗಾಬರಿಯಾಗಿದ್ದವರಿಗೆ ನಿರಾಳವಾಗಿ ಉಸಿರಾಡುವಂತಾಯಿತು. ಅಂದರೆ ವಿವಾಹವಾದ ಕೂಡಲೆ ತಮ್ಮನ್ನೆಲ್ಲ ಬಿಟ್ಟು ಹೋಗಬಹುದು ಎನ್ನುವುದು ಸುಳ್ಳಾಯಿತು.

"ಮೊದ್ಲು ಹೋಗಿ ಆ ಹುಡ್ಗೀನ ನೋಡು" ಎಂದರು ಶಾಂಭವಿ.

ರೂಮಿಗೆ ಹೋದವನು ಹತ್ತು ನಿಮಿಷದ ನಂತರ ಅವಳೊಂದಿಗೆ ಹೊರಬಂದ "ಒಂದಿಷ್ಟು ಸಂಕೋಚ ಜಾಸ್ತಿ. ಅವ್ಳ ತಾತ ಸತ್ಮೇಲೆ ಒಬ್ಬಳೇ ಫ್ಲಾಟ್‌ನಲ್ಲಿ ಇದ್ಲು" ರೂಮಿನಲ್ಲಿ ಉಳಿದಿದ್ದಕ್ಕೆ ಕಾರಣ ಕೊಟ್ಟ.

"ಅದು ಸಹಜ ಬಿಡು" ಎಂದರು ಶಾಂಭವಿ.

ಅವಳ ಪ್ಯಾಕ್ ಆಗಿ ಬಂದ ಎಲ್ಲಾ ಲಗೇಜ್‌ನ ಆ ಮನೆಗೆ ಕಳುಹಿಸಿ "ಇಲ್ಲಿಗೆ ಅದು ಹೆವಿ. ಒಂದು ಒಳ್ಳೆ ದಿನ ನೋಡಿ ಏನು ಬೇಕೋ ಅದನ್ನೆಲ್ಲ ಮಾಡ್ಸಿಕೊಂಡ್ ಹೋಗೋಣ" ಇಂಥದೊಂದು ಮಾತನ್ನ ಎಲ್ಲರ ಮುಂದಿಟ್ಟ. ಸದ್ಯಕ್ಕೆ ಇದ್ದ ಎರಡರಲ್ಲಿ ರಾಜೇಶ್ ಮತ್ತು ಸಕ್ಕೂಬಾಯಿಯ ರೂಮು ಬಿಟ್ಟು ಇನ್ನೊಂದು ರೂಮನ್ನು ದಂಪತಿಗಳಿಗೆ ಬಿಟ್ಟುಕೊಟ್ಟರು.

ಅನನ್ಯ ಮರುದಿನದಿಂದಲೇ ಕೆಲಸಕ್ಕೆ ಹೋಗಲು ಷುರು ಮಾಡಿದಳು. ಅರುಣ ಮಡದಿಯನ್ನು ತಲುಪಿಸಿ ತಾನು ಆಫೀಸ್‌ಗೆ ಹೋಗುತ್ತಿದ್ದ.

ಒಂದು ದಿನ ಮಧ್ಯಾಹ್ನ ಶಾಂಭವಿ "ಅತ್ಗೇ, ಮನೆ ಎಷ್ಟು ದೊಡ್ಡದಿದೆ. ಲೀಜ್ ಅಂದ. ಏನು, ಎಷ್ಟು ಏನಾದ್ರೂ ಗೊತಾಯ್ತು?" ಕೇಳಿದರು.

"ನಿಮ್ಮಣ್ಣ ಮೂವತ್ತೈದು ಲಕ್ಷ ಅಂದರು. ಅಷ್ಟು ಹಣ ಅವನಿಗೆಲ್ಲಿ ಬಂತು? ಆಶ್ಚರ್ಯವಂತ ಅನ್ನಿಸೋಲ್ವಾ?" ಪ್ರಸ್ತಾಪಿಸಿದರು "ಮೂವತ್ತೈದು ಲಕ್ಷನಾ? ಎಲ್ಲಾದ್ರೂ ಸಾಲ ತೆಗೆದಿರಬೇಕು. ಅದು ಸಾಲ ತೆಗ್ದು ಬಡ್ಡಿ ಕಟ್ಟೋದರ ಬದ್ಲು ನನ್ಹತ್ರ ಒಂದಿಷ್ಟು ಹಣ ಇತ್ತು. ಕೇಳಿ ತಗೋಬಹುದಿತ್ತು. ನಾವು ವರ್ಣನ ವಿವಾಹಕ್ಕೆ ಖರ್ಚು ಮಾಡಿದ ಅರ್ಧದಷ್ಟು ಅರುಣನ ಮದ್ವೆಗೆ ಖರ್ಚಾಗ್ಲಿಲ್ಲ. ಭರ್ಜರಿಯಾಗಿ ನೋಡುವವರಿಗೆ ಕಂಡರೂ, ತೀರಾ ಎಕಾನಮಿಯೆನಿಸಿತ್ತು. ಅನನ್ಯ ಮತ್ತು ಅರುಣನ ಕೊಲೀಗ್ಸ್ ಮಾತ್ರ ಗೆಸ್ಟ್‌ಗಳು" ಸ್ವಲ್ಪ ಬೇಸರವಿತ್ತು ಆಕೆಯ ದನಿಯಲ್ಲಿ.

"ನೆಂಟರು ಬಂಧು ಬಳಗ, ಸತ್ಕಾರ ಊಟ ಊಡುಗೆ ಅಂಥದೇನು ಬೇಡ. ಹೇಗೋ ವರ್ಣನ ಮದ್ವೆಯಲ್ಲಿ ಎಲ್ಲಾ ಆಗಿದೆ. ಇಲ್ಲೇನು ಬೇಡ" ಮೊದಲೆ ಇದನ್ನ ಹೇಳಿದ್ದರಿಂದ ಯಾರು ತುಟಿ ತೆರೆಯಲಿಲ್ಲ.

ಅಂದು ಅರುಣ, ಅನನ್ಯ ಬರೋ ವೇಳೆಗೆ ರಾತ್ರಿ ಬರೋಬ್ಬರಿ ಹತ್ತು ಗಂಟೆ. ಹೊರಗಡೆ ಡಿನ್ನರ್ ಮುಗಿದಿದ್ದರಿಂದ ರೂಮಿನೊಳಕ್ಕೆ ಹೋದ ಅನನ್ಯ ಹೊರಗೆ ಬರಲಿಲ್ಲ. ಅರುಣ

ನೈಟ್ ಡ್ರೆಸ್‌ನಲ್ಲಿ ಬಂದವನು ಟಿ.ವಿ. ನೋಡುತ್ತಿದ್ದವರ ಮುಂದೆ ಕೂತ.

"ಅಮ್ಮ, ಶರ್ಮ ನಾಲ್ಕನೆ ತಾರೀಖು ಪ್ರಶಸ್ತವಾಗಿದೆ ಅಂದ್ರು. ಪೈಂಟಿಂಗ್, ಹೊರ್ಗಡೆಯ ಅಷ್ಟಿಷ್ಟು ಕೆಲ್ಸ ಮುಗಿದಿದೆ. ಸಿಂಪಲ್ಲಾಗಿ, ಶಾಸ್ತ್ರೋಕ್ತವಾಗಿ ಏನಾದ್ರೂ... ಮಾಡ್ಸಿ ಮನೆಗೆ ಹೋಗ್ಬಿಡೋಣ. ಅದಕ್ಕೆ ಮೊದ್ಲು ವರ್ಣನ್ನ ಕರ್ಕೊಂಡ್ ಬರೋದರ ಜೊತೆಗೆ ಅವರ ಮನೆಯವರಿಗೆ ಆಹ್ವಾನ ಕೊಟ್ಟು ಬರ್ಬೇಕ್" ಎಂದ. ಕೊನೆಯ ಮಾತು ಎಲ್ಲರ ಮನಸ್ಸಿಗೂ ಸಮಾಧಾನ ತಂದಿತು.

ರೂಮಿನ ಕಡೆ ನೋಡಿದ ಸಕ್ಕೂಬಾಯಿ "ಮೂವತ್ತೈದು ಲಕ್ಷ ಲೀಜ್ ಅಂದೇ. ಇಷ್ಟು ಹಣ ಹೇಗಾಯ್ತು? ಬ್ಯಾಂಕ್‌ನಲ್ಲಿ ಸಾಲ ತೆಗೆದಿದ್ಯಾ?" ಪ್ರಸ್ತಾಪವೆತ್ತಿದರು.

"ಯಾವುದಕ್ಕೆ ಕೈ ಹಾಕಿದರೂ ನನ್ನ ಹೆತ್ತವರನ್ನ ತೊಂದರೆಗೆ ಸಿಕ್ಕಿಸೋಂಥದೇನು ಮಾಡೋಲ್ಲ. ಇಡೀ ಫ್ಯಾಮಿಲಿ ಚಿಂತನೆಯ ಬಗ್ಗೆ ನನ್ನ ಲಕ್ಷ್ಯ ಇರುತ್ತೆ. ಡೊಂಟ್ ವರೀ, ಸೊಸೆ ಬಂದಿದ್ದಾಳೆ. ಅಳಿಯ ಬಂದಿದ್ದಾನೆ. ಸ್ವಲ್ಪ ಕಂಫರ್ಟ್ ಬೇಕು. ಇದೆಲ್ಲ ತಲೆಯಲ್ಲಿ ಇಟ್ಕೊಂಡೇ ಹೆಜ್ಜೆ ಮುಂದಕ್ಕೆ ಇಟ್ಟಿರೋದು. ಹೇಗೆ ಅನ್ನಿಸ್ತು ಮನೆ? ಆ ಬಂಗ್ಲೆನ ಒಂದಲ್ಲ.... ಒಂದು ದಿನ ಕೊಂಡು ಬಿಡ್ಬೇಕು. "ಇಂಥದೊಂದು ನಿರ್ಧಾರವಿತ್ತು ಅವನ ದನಿಯಲ್ಲಿ. ಅರುಣ ಈ ವಿಚಾರದಲ್ಲಿ ಅಚಲವಾಗಿದ್ದ.

ಎಲ್ಲರೂ ಬೆಪ್ಪಾದರು. ಅದು ಮನೆಯಲ್ಲ... ಖಂಡಿತ ಬಂಗ್ಲೆಯೇ. ಸುತ್ತಲೂ ಎತ್ತರದ ಕಾಂಪೌಂಡ್. ಚಿತ್ತಾರದ ಭದ್ರವಾದ ಗೇಟು. ಎರಡು ಕಾರುಗಳು ಒಂದರ ಹಿಂದೊಂದು ನಿಲ್ಲುವಂಥ ವಿಶಾಲವಾದ ಬಾಲ್ಕನಿ ಒಳಗೆ ವಿಶಾಲವಾದ ಹಾಲ್, ಮುಂದಿನ ಸಿಟ್ಟಿಂಗ್ ರೂಮು, ಕೆಳಗೆ ಅತ್ಯಂತ ವಿಶಾಲವಾದ ಮೂರು ಕೋಣೆಗಳು. ಮೇಲ್ಗಡೆ ಫಂಕ್ಷನ್ ಹಾಲ್, ನಾಲ್ಕು ಕೋಣೆಗಳು. ಇದನ್ನೆಲ್ಲ ಈ ಕುಟುಂಬದವರು ಕನಸ್ಸಿನಲ್ಲಿ ಊಹಿಸಿರಲಾರರು. ಅದೃಷ್ಟ ಅನ್ನಿಸಿತ್ತು ಎಲ್ಲರಿಗೂ.

"ಇಬ್ಬರ ದುಡಿಮೆ. ಅದೇನು ಹೆಚ್ಚಲ್ಲ ಬಿಡು" ಅವನೇ ಹೇಳಿ ಮೇಲೆದ್ದವ "ವರ್ಣಗೊಂದು ಫೋನ್ ಮಾಡ್ತೀನಿ. ಅವಳ ಕೆಲಸ, ಎಂಬಿಎ ಮಾಡೋ ಕನಸ್ಸಿಗೆ ತಕರಾರು ಎತ್ತುವ ಜನವೇನು ಅಲ್ಲ" ಅದು ನಿಜಾಂತ ಎಲ್ಲರಿಗೂ ಅನ್ನಿಸಿತ್ತು. ಅವರ ಮನೆಯವರು ಅತ್ಯಂತ ಸರಳವಾಗಿ ನಡೆದುಕೊಂಡಿದ್ದರು.

ಈ ಸಂತೋಷವನ್ನ ಮಗಳೊಂದಿಗೆ ಹಂಚಿಕೊಳ್ಳುವುದಿದ್ದರಿಂದ ಶಾಂಭವಿ ಜೊತೆ ಸಕ್ಕೂಬಾಯಿ ಅದೂ, ಇದೂ ಹಿಡಿದು ಹೊರಟರು. ಬಾಗಿಲಲ್ಲೆ ಎದುರುಗೊಂಡ ಬೀಗರು ಆತ್ಮೀಯವಾಗಿಯೆ ಸ್ವಾಗತಿಸಿದರು.

"ಹೇಗಿದ್ದೀರಿ? ಅರುಣ ಫೋನ್ ಮಾಡಿದ್ದ" ಅಂದರು ಅವರ ದನಿಯಲ್ಲಿ ಏನೋ.. ಇದೆಯೆನಿಸಿತು ಶಾಂಭವಿಗೆ. "ಹೌದು, ಅವನೇ ಹೊರಟಿದ್ದ" ತಂದಿದ್ದ ಹಣ್ಣು, ಹೂ ಜೊತೆ ಅರುಣ ತಂದಿದ್ದ ಡ್ರೈ ಫ್ರೂಟ್ಸ್, ವಿವಿಧ ಮಾದರಿಯ ತಿನಿಸು, ಚಾಕಲೇಟ್, ಬಿಸ್ಕತ್‌ಗಳನ್ನು ಚೀಲದಲ್ಲಿ ತುಂಬಿಕೊಂಡಿದ್ದನ್ನ ಅಲ್ಲೇ ಟೇಬಲ್ ಮೇಲಿಟ್ಟು "ವರ್ಣ ಎಲ್ಲಿದ್ದಾಳೆ?" ಕೇಳಿದರು.

"ಇಂಟರ್‌ವ್ಯೂಗೇಂತ ಹೋದ್ಲು" ಅಂದ ಶರತ್‌ನ ತಾಯಿ ಲೀಲಾವತಿಯ ದನಿಯಲ್ಲಿ ಅಸಮಾಧಾನವಿತ್ತು. "ಬರ್ತಾಳೆ ಕುತ್ಕೊಳ್ಳಿ ಹೇಗಿದ್ದಾರೆ ಅರುಣ, ಅನನ್ಯ? ನಮ್ಗೂ ಬಂದು ಊಟಕ್ಕೆ ಕರಿಯಬೇಕೂಂತ ಇತ್ತು. ಶರತ್ ಊರಿನಲ್ಲಿಲ್ಲ. ಬರಲೀಂತ ಸುಮ್ಮನಾದ್ವಿ." ಎಂದರು. ಅತ್ಯಂತ ಸಹಜವಾಗಿತ್ತು ಸ್ವರ.

ಸಕ್ಕೂಬಾಯಿ, ಶಾಂಭವಿ ಕೂತರು. ಒಂದಿಷ್ಟು ಮುಜುಗರ ಷುರುವಾಯಿತು. ಅಂದರೆ ಈಕೆಗೆ ಸೊಸೆ ಕೆಲಸಕ್ಕೆ ಹೋಗುವುದು ಇಷ್ಟವಿರಲಾರದೆಂದುಕೊಂಡರು. 'ಅಮ್ಮ ಅವರು ತುಂಬ ಒಳ್ಳೆ ಜನ. ಸ್ವಂತ ಮನೆ ಇದೆ. ಶರತ್ ಸಿವಿಲ್ ಇಂಜಿನಿಯರ್. ಅನುಭವಕ್ಕಾಗಿ ಬೇರೆಯವರ ಕೈಕೆಳಗೆ ಕೆಲ್ಸ ಮಾಡ್ತಾ ಇದ್ದರು. ಮುಂದೆ ತನ್ನದೇ ಪ್ರಾಜೆಕ್ಟ್ ಷುರು ಮಾಡ್ಬಹ್ದು. ಒಂದಿಷ್ಟು ದೂರ ದೃಷ್ಟಿ ಇರೋ ಯುವಕನೆ. ನಮ್ಮ ವರ್ಣ ಕೆಲ್ಸಕ್ಕೆ ಹೋಗ್ತೀನೀಂದರೇ ಯಾರು ಬೇಡ ಅನ್ನೋಲ್ಲ' ಇದೆಲ್ಲ ಅರುಣ ಹೇಳಿದ ಮಾತುಗಳು. ವಿಷಯ ತೀರಾ ಸರಳವಾದದ್ದೆ.ನಂಬದೆ ಇರೋಕೆ ಸಾಧ್ಯತೆಗಳೇನು ಇರಲ್ಲಿಲ್ಲ. ಬರೀ ಹದಿನೈದು ದಿನಗಳಲ್ಲಿ ಗಟ್ಟಿಯಾದ ಸಂಬಂಧ. ಅವರ ಬಗ್ಗೆ ತಿಳಿದಿದ್ದು ಸ್ವಲ್ಪವೇ.

"ನಂಗೆ ಇಷ್ಟು ಅರ್ಜೆಂಟಾಗಿ ಮದ್ವೆ ಬೇಡ" ಸಾಕಷ್ಟು ಸಲ ವರ್ಣ ಹೇಳಿ ದಣಿದಿದ್ದೇ ಆಯಿತು. ಬಹುಶಃ ಅಷ್ಟೊಂದು ಸೀರಿಯಸ್ಸಾಗಿ ತಗೊಳ್ಳಲಿಲ್ಲ ಮನೆಯವರು. ತಲಾ ಒಂದೊಂದು ಹೇಳಿ ಬಾಯಿ ಮುಚ್ಚಿಸಿದ್ದರು. ಶಾಂಭವಿ ಮಾತ್ರ "ವರ್ಣ ನಿಂಗೆ ಮದ್ವೆ ವಿರೋಧವಿಲ್ಲ. ನೀನು ಕೆಲ್ಸಕ್ಕೆ ಸೇರಿ ತವರುಮನೆಯವರಿಗೆ ಆರ್ಥಿಕವಾಗಿ ಸಹಾಯ ಮಾಡುವಂಥ ಸ್ಥಿತಿಯೇನಿಲ್ಲ. ಶರತ್ ಹ್ಯಾಂಡ್‌ಸಂ. ತುಂಬಾ ಡೀಸೆಂಟಾಗಿ ಕಾಣ್ತಾನೆ. ಹಿರಿ ಮಗನನ್ನ ದೂರ ಮಾಡ್ಕೊಂಡ್ ನೊಂದ ಜನ 'ನಮ್ಮ ವರ್ಣನ ಚೆನ್ನಾಗಿ ನೋಡ್ಕೋತಾರೆ' ಇದು ಎಲ್ಲರ ಅಭಿಪ್ರಾಯ. ಕೆಲಸಕ್ಕೆ ಸೇರ್ಕೊ ಎಂಬಿಎ ಮುಗಿಸ್ಕೋ" ಎಂದು ಸಂತೈಸಿದ್ದರು ವಿವೇಕದಿಂದ.

"ಇಲ್ಲೇನೋ ಸ್ವಲ್ಪ ಹೆಚ್ಚುಕಡ್ಮೇಯಾಗಿದೆ" ಅಂದರು ಪಿಸುದನಿಯಲ್ಲಿ ಸಕ್ಕೂಬಾಯಿ "ಏನಿಲ್ಲ ಬಿಡಿ" ಅನ್ನವ ವೇಳೆಗೆ ಲೀಲಾವತಿ ನೀರಿನ ಲೋಟಗಳ ಜೊತೆ ಕಾಫೀ ಕೂಡ ತಂದಿಟ್ಟವರು "ಶರತ್ ಊರಿನಲ್ಲಿ ಇಲ್ಲ. ಇವರದೆ ಎರಡು ಕನ್‌ಸ್ಟ್ರಾಕ್ಷನ್ ಮುಂಬಯಿನಲ್ಲಿದೆ. ಹುಬ್ಬಳ್ಳಿ, ಚೆನ್ನೈ ಅಂತ ಓಡಾಡ್ತಾನೆ. ವರ್ಣ ಕೂಡ ಎರಡು ಕಡೆ ಇಂಟರ್‌ವ್ಯೂಗೆ ಹೋಗ್ಬಂದಳು. ಮನೆಯಲ್ಲಿ ನಾವಿಬ್ಬರೇ "ಇಷ್ಟನ್ನ ಒಂದೆ ಸಲ ಹೇಳಿದರು. ಪರೋಕ್ಷವಾಗಿ ನಾವು ಸದಾ ಇರೋದು ಇಬ್ಬರೇ, ನಿಮ್ಮ ಮಗಳಿಗೆ ಕೆಲಸ ಬೇಕಾಂತ ಪ್ರಶ್ನಿಸಿದಂತಿತ್ತು. ಸ್ವಲ್ಪ ಸಂಕೋಚಕ್ಕೆ ಒಳಗಾದರು ಇಬ್ಬರು.

ಆಮೇಲೆ ಏನೇನೋ ವಿಷಯಗಳು ಬಂದವು. ನಾಲ್ಕು ಗಂಟೆಗೆ ಬಂದವರು ಏಳು ಗಂಟೆಯವರೆಗೂ ಕಾದರೂ ವರ್ಣ ಬರಲಿಲ್ಲ. ಶಾಂಭವಿ ಮೊಬೈಲ್‌ನಲ್ಲಿ ಅವಳನ್ನ ಸಂಪರ್ಕಿಸಿದಾಗ ಈಗ ಬಸ್ಸು ಹತ್ತಿಗೋದರಿಂದ ಬರಲು ಒಂದರ್ಧ ಗಂಟೆ ಆಗಬಹುದೆಂದು ತಿಳಿಸಿದಳು. ಯಾಕೋ ಅವಳನ್ನ ನೋಡದೇ ಹೋಗುವುದು ಸರಿಯೆನಿಸಲಿಲ್ಲ.

"ಇನ್ನೇನು ವರ್ಣ ಬಂದು ಬಿಡ್ತಾಳೆ" ಎಂದಳು ಶಾಂಭವಿ. ನಾಲ್ಕಾರು ಕಡೆ ಓಡಾಡಿ ಕೆಲಸ ಮಾಡಿದ್ದ ಶಾಂಭವಿಗೆ ಇದೆಲ್ಲ ದೊಡ್ಡದೆನಿಸಲಿಲ್ಲ" ಅಡ್ಗೇ ಮುಗಿಸ್ತೀನಿ. ಊಟ

ಮಾಡ್ಕೊಂಡ್ ಹೋಗಿ" ಎದ್ದು ಹೋದರು ಲೀಲಾವತಿ.

"ಶಾಂಭವಿ ನಿನ್ನ ಓಡಾಟ ಕಂಡಿದ್ದೀನಿ. ವೇಳೆಗೆ ಸರ್‍ಯಾಗಿ ಬಸ್ಸು ಸಿಗದೆ ತಡವಾಗಿ ಬಂದಾಗ ನಿಮ್ಮಣ್ಣ ಆತಂಕದಿಂದ ಹಾರಾಡಿದ್ದೇ ನೋಡಿದ್ದೀನಿ. ಈಗ ಮನೆಗೆ ಬಂದ ಸೊಸೆ ಕೂಡ ಉದ್ಯೋಗ ಮಾಡೋ ಹೆಣ್ಣು. ಅವ್ಳಿಗೆ ಕಾರು ಇದೆ. ಡ್ರೈವಿಂಗ್ ಗೊತ್ತು. ಅರುಣನ ಕೋಪರೇಷನ್ ಇದೆ. ಫ್ಲಾಟ್‌ನಲ್ಲಿ ಒಬ್ಬಳೇ ಇದ್ದ ಧೈರ್ಯವಂತೆ. ವರ್ಣ ನಮ್ಮ ಅಂಕೆಯಯಲ್ಲಿ ಬೆಳೆದ ಹುಡ್ಗೀ. ಲೀಲಾವತಿಯವರಿಗೆ ಇಷ್ಟವಿದ್ದ ಹಾಗೇ ಕಾಣೋಲ್ಲ. ಈ ಉದ್ಯೋಗದ ಗೋಜಲು ಬೇಡ" ಎಂದರು ವರ್ಣ ತಾಯಿ. ಅದು ಸರಿಯೆನಿಸಿದರು ಶಾಂಭವಿಯ ಮನ ಒಪ್ಪಲಿಲ್ಲ "ಅವಳು ಮೊದ್ಲು ಕೆಲಸ, ಆಮೇಲೆ ಎಂಬಿಎ ಅಂತ ಇದ್ದೋಳು. ಅಂಥದ್ದರಲ್ಲಿ ಏಕಾಏಕಿ ನಿರಾಕರಿಸೋದು ತಪ್ಪು. ಸ್ವಲ್ಪ ದಿನ ಕಾದು ನೋಡೋಣ. ಶರತ್‌ನ ಅಭಿಪ್ರಾಯ ತಿಳ್ದುಕೊಳ್ಳಿ" ಎಂದು ಸಮಾಧಾನಿಸಿದರು. ವರ್ಣ ಎಂದರೆ ಅವರಿಗೆ ತುಂಬ ಮೆಚ್ಚು.

ಎಂಟು ಕಾಲರ ಸುಮಾರಿಗೆ ತಿಮ್ಮಪ್ಪಯ್ಯ ಬಂದರು. ಆಮೇಲೆ ಹತ್ತು ನಿಮಿಷಕ್ಕೆ ಬಂದಳು ವರ್ಣ. ಸ್ವಲ್ಪ ದಣಿವಿತ್ತು ಅವಳ ಮುಖದಲ್ಲಿ.

"ಸಾರಿ ಅಮ್ಮ.... ಸಾರಿ ಅತ್ತೆ.... ನೀವು ಬರೋದು ನಂಗೆ ಗೊತ್ತಿರ್ಲಿಲ್ಲ" ಎಂದು ಶಾಂಭವಿಯ ಕೈ ಹಿಡಿದು ಕೂತಳು "ನಿಂಗೆ ಸರ್‌ಪ್ರೈಜ್ ಮಾಡೋಣಾಂತಲೇ ಬಂದಿದ್ದು. ಎಲ್ಲಿಗೆ ಇಂಟರ್‌ವ್ಯೂಗೆ ಹೋಗಿದ್ದೆ?" ವಿಚಾರಿಸಿಕೊಂಡರು. ಅದೂ ಇದೂ ಮಾತಿನ ನಡುವೆ ಎರಡು ಸಲ ಅಡಿಗೆ ಮನೆಗೆ ಹೋಗಿ ಬಂದಳು. ಹೊಂದಿಕೊಳ್ಳುವ ಮನಸ್ಸಿನ ಹುಡುಗಿ.

"ಅತ್ತೆ, ತುಂಬ ಚೆನ್ನಾಗಿ ಅಡ್ಗೇ ಮಾಡ್ತಾರೆ" ಇಂಥದೊಂದು ಸರ್ಟಿಫಿಕೇಟ್ ಸೊಸೆಯಿಂದ "ಅಪ್ಪನ್ಗಿಂತ ಮಾವನೋರು ಊಟ, ತಿಂಡಿ ವಿಚಾರದಲ್ಲಿ ತುಂಬ ರುಚಿಕಟ್ಟು. ಕೆಲವೊಮ್ಮೆ ತುಂಬ ಮಾತಾಡೋ ಅವರು, ಇನ್ನ ಕೆಲವೊಮ್ಮೆ ಮಾತೇ ಆಡೋಲ್ಲ" ಎಂದಳು. ಅವರ ಬಗ್ಗೆಯು ಗೌರವವೆ.

ಆಮೇಲೆ ಬಲವಂತದಿಂದ ಊಟಕ್ಕೆ ಎಬ್ಬಿಸಿದರು. ತಿಮ್ಮಪ್ಪಯ್ಯ ಕೂಡ ಊಟಕ್ಕೆ ಕೂತವರು ರಾಜಕೀಯ ವಿದ್ಯಮಾನಗಳ ಬಗ್ಗೆ ಮಾತಾಡಿದರು. ತೀರಾ ವೈಯಕ್ತಿಕ ವಿಷಯಗಳ ಪ್ರಸ್ತಾಪ ಸಮಸ್ಯೆಗಳನ್ನೊಡುತ್ತದೆಯೆನ್ನುವುದು ಅವರ ಅಭಿಪ್ರಾಯ. ಮಧ್ಯೆ ರಾಜೇಶ್‌ರಿಂದ ಬಂದ ಫೋನನ್ನ ಅವರೇ ರಿಸೀವ್ ಮಾಡಿಕೊಂಡು ಹಾಸ್ಯ ಮಾಡಿದರು.

"ಸಮಯವಾಗಿದೆ, ಈಗ ಬೀಗಿತ್ತಿನ ಇಲ್ಲೆ ಉಳಿಸ್ಕೋತೀವಿ" ಅನ್ನೋ ಜೋಕ್‌ನ ಕೂಡ ಹಾರಿಸಿದರು. ಆಮೇಲೆ ಹತ್ತು ನಿಮಿಷಕ್ಕೆ ಅರುಣ ಬಂದು ಅವರನ್ನು ಕರೆದೊಯ್ಯುವ ಮುನ್ನ "ವ್ಯೂ ಸ್ಟಾರ್ ಹೋಟೆಲ್‌ನಲ್ಲಿ ನನ್ನ ಫ್ರೆಂಡ್ ಮ್ಯಾನೇಜರ್. ಅವನಿಗೊಬ್ಬ ಅಸಿಸ್ಟೆಂಟ್ ಬೇಕು. ನಿನ್ನ ಪ್ರೊಫೈಲ್ ಕೊಡೋಣಾಂಥ ಅಂದ್ಕೊಂಡೇ. ಎರಡು ಮನೆಯವರ ಒಪ್ಗೇ ಸಿಗೋದು ಕಷ್ಟಾಂತ ಅನ್ನಿಸಿ ಸುಮ್ಮನಾದೆ" ಇಂಥ ಮಾತುಗಳನ್ನಾಡಿದ ಎರಡು ನಿಮಿಷಗಳ ನಂತರ ವಿಚಾರಿಸಿದ.

"ಈ ವಿಚಾರದಲ್ಲಿ ಶರತ್ ಅಭಿಪ್ರಾಯವೇನು?"

ಅವಳಿಗೇನು ತೋಚಲಿಲ್ಲ. ವರ್ಣ ಎಂದೂ ಇದರ ಬಗ್ಗೆ ಚರ್ಚಿಸಿರಲಿಲ್ಲ. ಅವನು ತೀರಾ ಮಿತಭಾಷಿ. ಅಗತ್ಯಕಷ್ಟೆ ಮಾತು. ಹಾಗೆಂದು ಕಠಿಣವಾಗಿ ನಡೆಸಿಕೊಳ್ಳುತ್ತಿರಲಿಲ್ಲ. ಗಂಡನ ಬಗ್ಗೆ ಒಂದು ನಿಲುವಿಗೆ ಬರಲಾರದೆ ಹೋಗಿದ್ದರಿಂದ ಏನಾದರೂ ಹೇಳುವುದು ಕಷ್ಟವೆನಿಸಿತು.

"ಕೇಳಿಲ್ವಾ?" ಎಂದ ಅಚ್ಚರಿಯಿಂದ.

"ಖಂಡಿತ ಇಲ್ಲ. ಅವರು ಮಾತು ತುಂಬಾ ಕಮ್ಮಿ. ನಮ್ಮ ಹಾಗೇ ಹರಟೆ ಹೊಡೆಯೋಲ್ಲ. ಒಂದು ರೀತಿಯಲ್ಲಿ ಅಂತಃಮುಖಿ" ಅಂದ ಕೂಡಲೆ ಅವನು ಗಾಬರಿಯಾದ "ಏಯ್, ನಂಗ್ಯಾಕೊ ಭಯ ಆಗುತ್ತೆ, ಇಬ್ಬರ ಹಟಗಳ ನಡ್ವೇ ನಿನ್ನ ಮದ್ವೆ ನಡೆದಿದ್ದು. ಇಬ್ಬರು ಒಬ್ಬರ ಅಭಿಪ್ರಾಯ, ಇನ್ನೊಬರ ಹಂಚಿಕೊಳ್ಳದ್ದು ತಪ್ಪಾಯಿತೇನೋ"? ಭಯದ ನೆರಳಿತ್ತು ಅವನ ಸ್ವರದಲ್ಲಿ.

"ಅಯ್ಯೋ, ಬಿಡು. ನನ್ನ ಒಬ್ಬ ಫ್ರೆಂಡ್ ಪಿ.ಯು.ಸಿ.ಯಲ್ಲಿ ಎದುರುಗಡೆ ಮನೆ ಯುವಕನ್ನ ಪ್ರೇಮಿಸೋಕೆ ಷುರು ಮಾಡಿದ್ಲು ಗಂಟೆಗಟ್ಟಲೆ ಮಾತಾಡಿದ್ದಾರೆ. ಸಾಕಷ್ಟು ತಿರುಗಾಡಿದ ನಂತರ ಮೊನ್ನೆ ಮೂರು ತಿಂಗಳ ಹಿಂದೆ ವಿವಾಹವಾದ್ಲು. ಈಗ ಅಮ್ಮನ ಮನೆಯಲ್ಲಿದ್ದಾಳೆ. ವಿಚ್ಛೇದನಕ್ಕಾಗಿ ಅವಳ ಮುಂದಿನ ಹೋರಾಟ. ಅವನ ಮುಖ ನೋಡೋಕೆ ಇಷ್ಟವಿಲ್ಲ, ಅಂಥದ್ದರಲ್ಲಿ ಅವನೊಂದಿಗೆ ಬಾಳ್ವೆ ಸಾಧ್ಯನಾಂತ ಪ್ರಶ್ನಿಸಿದಳು. ನಂಗೇನೋ ವಿವಾಹಕ್ಕೆ ಮುನ್ನ ಅಭಿಪ್ರಾಯಗಳ ವಿನಿಮಯ, ಓಡಾಟ ಮುಂತಾದುದ್ದರಲ್ಲಿ ಥ್ರಿಲ್ ಕಳೆದುಕೊಂಡರೆ ಆಮೇಲಿನದರಲ್ಲಿ ಸ್ವಾರಸ್ಯವಿರೋಲ್ಲ "ಅಂದು ನಾಚಿದ ತಂಗಿಯನ್ನ ನೋಡಿದ. ಕೆಂಪಾದ ಕೆನ್ನೆಗಳಲ್ಲಿ ರಂಗು ರಂಗಾದ ಹೂಗಳು. ಅದರಲ್ಲಿ ಅತ್ಯಮೂಲ್ಯವಾದ ಸೊಬಗಿತ್ತು. ಇಂಥದನ್ನ ಅನನ್ಯ ಮುಖದಲ್ಲಿ ನೆನಪಾಗಲಿಲ್ಲ. ತಾನೇನೋ ಕಳೆದುಕೊಂಡೆ ಅನಿಸಿತು. ಅದೇನೆಂದು ಅರ್ಥೈಯಿಸಿ ಕೊಳ್ಳಲಾರದೆ ತೊಳಲಿದ. ಅವರಿಬ್ಬರ ಮದ್ವೆ ಸಂಕೋಚವಿಲ್ಲ. ಬಿಚ್ಚು ಮನಸ್ಸಿನ ಮಾತುಕತೆ!

"ಗಾಬ್ರಿ ಆಗಿತ್ತು" ತಂಗಿಯ ಕೆನ್ನೆ ತಟ್ಟಿದ.

ಆದರೆ ದಾರಿಯಲ್ಲಿ ಸಕ್ಕೂಬಾಯಿ ಮನಸ್ಸು ತಡೆಯಲಾರದೆ "ಸೊಸೆ ಕೆಲ್ಸಕ್ಕೆ ಹೋಗೋದು ಬೀಗಿತ್ತಿಗೆ ಇಷ್ಟವಿದ್ದ ಹಾಗೇ ಕಾಣ್ಲೆಲ್ಲ. ಇರೋದರಲ್ಲಿ ತೃಪ್ತಿಯಿಂದ ಇದ್ದಾರೆ. ಇವಳಿಗೆ ಯಾಕೆ ಹೊರ್ಗೇ ದುಡಿಯೋ ಕನಸು?" ಎಂದರು.

"ಅಮ್ಮ ಇದು ಸಿಟಿ ಒಬ್ಬರ ದುಡಿಮೆ ಯಾತಕ್ಕೂ ಸಾಕಾಗೋಲ್ಲ. ಆಧುನಿಕ ಜೀವನ, ಸವಲತ್ತುಗಳು ಬೇಕೆಂದರೇ ಇಬ್ಬರು ದುಡಿಯಬೇಕು. ಪ್ರತಿ ಗಂಡು ಈಗ ಬಯಸೋದು ದುಡಿಯುವ ಹೆಣ್ಣನ್ನ. ಕಾರಣ ತೀರಾ ಸಿಂಪಲ್, ಇಂದಿನ ಹೆಣ್ಣಿನ ಆಸೆ, ಬಯಕೆಗಳನ್ನ ಪೂರೈಸಲು ಸಾಧ್ಯವಿಲ್ಲ. ತಿಂಗಳಿಗೆ ಒಂದೆರಡು ಸಲ ಬ್ಯೂಟಿ ಪಾರ್ಲರ್‌ಗೆಂದು ಸುತ್ತಾಡುವ ಹೆಣ್ಣು ಮಕ್ಕಳು, ಕಾಸ್ಮೆಟಿಕ್ಸ್ ಸಲುವಾಗಿ ಸಾವಿರಾರು ರೂಪಾಯಿಗಳನ್ನೇ ಖರ್ಚು ಮಾಡುತ್ತಾರೆ. ಸಾಧಾರಣ ಸೀರೆ, ಡ್ರೆಸ್‌ಗಳಲ್ಲಿ ತೃಪ್ತಿಪಡೋಲ್ಲ. ಅತೃಪ್ತಿ ಕೆಂಡದಲ್ಲಿ ಬೇಯ್ತಾರೆ, ಗಂಡು ಇದನ್ನೆಲ್ಲ ಪೂರೈಸಲಾರದೆ ಲಂಚಕೋರನಾಗ್ತಾನೆ. ಲಂಪಟ, ಕುಡುಕ

ಇವೆಲ್ಲದರ ಪ್ರಾರಂಭಿಕದಿಂದ ಕುಟುಂಬಗಳು ನಾಶವಾಗುತ್ತೆ. ಸ್ವತಂತ್ರ, ಶೋಷಣೆಯ ಕೂಗು ನಾಶವಾಗಬೇಕಾದರೆ ಹೆಣ್ಣು ಆರ್ಥಿಕವಾಗಿ ಸ್ವಾವಲಂಬಿಯಾಗಬೇಕು. ಇದು ಪ್ರಾರಂಭಿಕ ಹಂತದ ದಾರಿ ಬದಲಾದ ಹೆಣ್ಣಿಗೆ "ಸ್ಟೇರಿಂಗ್ ವ್ಹಿಲ್ ತಿರುಗಿಸುತ್ತಲೇ ನಿಧಾನವಾಗಿ ಹೇಳಿದ, ಸಮಾಜದ ಸ್ಥಿತಿ ತನ್ನದೇ ರೀತಿಯಲ್ಲಿ ವ್ಯಾಖ್ಯಾನಿಸಿದ.

ಒಂದು ರೀತಿಯಲ್ಲಿ ಸರಿಯೆನಿಸಿದರೂ, ಈ ರೀತಿ ಯೋಚಿಸುವುದು ಸಮಂಜಸವೆನಿಸಲಿಲ್ಲ. ಆ ವೇಳೆಗೆ ಶಾಂಭವಿ "ಈಗೇನು ಹೆಣ್ಣು ಉದ್ಯೋಗಸ್ಥೆ ಆಗೋದು ತಪ್ಪಲ್ಲ. ನಾನು ಇಷ್ಟು ವರ್ಷ ಶಿಕ್ಷಕಿಯಾಗಿ ದುಡೀಲಿಲ್ವಾ? ಎಲ್ಲಾ ಸರಿ ಹೋಗುತ್ತೆ. ತಲೆಗೆ ಹಚ್ಕೋಬೇಡ" ಎಂದರು.

ಅರುಣ ಕೂಡ ಮತ್ತೆ ಮಾತಾಡಲಿಲ್ಲ.

ಅನನ್ಯ ಬಂದು ರೂಮು ಸೇರಿದರೆ ಹೊರಗೆ ಬರುತ್ತಿರಲಿಲ್ಲ. ಮಾತಾಡಿಸಿದರೂ ಎಷ್ಟೋ ಅಷ್ಟೆ. ಕೊಟ್ಟಿದನ್ನ ತಿನ್ನೋಳು, ಬಡಿಸಿದನ್ನು ಊಟ ಮಾಡೋಳು. ಕಿರಣನಂತು ಅಂದೇ ಬಿಟ್ಟ.

"ಅಮ್ಮ, ಅರುಣ ಅತ್ತಿಗೆ ಹೇಗೆ ಲವರ್ಸ್ ಆದ್ರು? ಮಾತೇ ಇಲ್ಲ. ಮೂಕ ಪ್ರೇಮ ಅನ್ನೋಕಾಗೋಲ್ಲ. ತಿಂಗಳು.... ಬಹುಶಃ ವರ್ಷಗಳೆ ಸವೆಸಿದರೇನೋ? ಮಾತೇ... ಬೇಡ್ವಾ? ಬಹುಶಃ ತಮ್ಮ ಬೆಡ್‌ರೂಂನ ಚಕ್ರಾಧಿಪತ್ಯ ಮಾಡ್ಕೊಂಡ್ ರಾಜ್ಯಭಾರ ನಡಸ್ತಾರೇನೋ?" ಇಂಥ ಮಾತುಗಳನ್ನಾಡಿದ.

"ಸಮಯ ಬೇಕಾಗುತ್ತೆ" ಎಂದರು ಶಾಂಭವಿ.

ಒಂದು ಸಣ್ಣ ಪೂಜೆ, ಹೋಮ ಇಟ್ಟುಕೊಂಡು ಆ ಬಂಗ್ಲೆಯಂತಿರುವ ಮನೆಗೆ ಷಿಫ್ಟ್ ಆದರು. ಹಿಂದಿನ ದಿನ ಇಡೀ ಕುಟುಂಬವಾಗಿ ಬಂದಿದ್ದ ವರ್ಣ ಅತ್ತೆ, ಮಾವ, ಗಂಡ ರಾತ್ರಿ ಹಿಂದಿರುಗಿ ವರ್ಣ ಮಾತ್ರ ಉಳಿದುಕೊಂಡಳು.

"ವರ್ಣ... ಅಳಿಯಂದಿರು ಉಳ್ದುಕೊಂಡರೇ ಚೆನ್ನಿತ್ತು" ಮನದ ಆಸೆಯನ್ನು ಹೊರಗೆ ಹಾಕಿದರು ಸಕ್ಕೂಬಾಯಿ "ಅತ್ತೆ ಕೂಡ ಹಾಗೇ ಹೇಳಿದ್ರು ಇಲ್ಲಿ ಎಲ್ಲರ ಬಲವಂತನು ಇತ್ತು ಆದರೆ ಯಾವ್ದೋ ಫೈಲ್ ಅವರ ಬಳಿ ಉಳಿದಿದೆಯಂತೆ ಅದಕ್ಕೆ ಹೊರಟರು" ಒಂದು ಪುಟ್ಟ ಸಮರ್ಥನೆ.

"ತುಂಬ ಸಂಕೋಚನಪ್ಪ, ಯಾರೊಂದಿಗೂ ಮಾತಿಲ್ಲ. ನಿನ್ನ ಕೂಡ ತಮಾಷೆ ಮಾಡೋದು, ಗೋಳಾಡಿಸೋದು ಅಂಥದೇನಿಲ್ಲ" ಶಾಂಭವಿಯ ಮಾತು. ತಕ್ಷಣ ವರ್ಣ ಮುಖ ಪೆಚ್ಚಾದರು ಅದು ಸರಿಯೆನಿಸಲಿಲ್ಲ. "ಹಾಗೇನಿಲ್ಲ ಅತ್ತೆ, ಸಂಕೋಚದ ಸ್ವಭಾವವೇನು ಅಲ್ಲ. ಸ್ವಲ್ಪ ಮಾತು ಕಮ್ಮಿ ಅಷ್ಟೆ. ತಮ್ಮ ಮನದ ಭಾವನೆಗಳನ್ನ ಯಾರ್ಮುಂದು ವ್ಯಕ್ತಪಡಿಸೋಲ್ಲ. ಇದಕ್ಕೆ ಏನು ಹೇಳ್ಬೇಕೋ ಗೊತ್ತಾಗೋಲ್ಲ" ಅಂದ ವರ್ಣನ ದಿಟ್ಟಿಸಿದರು. ಅಂಥ ದೊಡ್ಡ ರೀತಿಯ ಅಸಮಾಧಾನ, ಅಸಹನೆ ಅವಳ ಮುಖದಲ್ಲಿ ಇಲ್ಲದಿದ್ದರೂ ಅಷ್ಟಿಷ್ಟು ನಿರಾಸೆ ಕಣ್ಣಲ್ಲಿ ಕಂಡಂತಾಯಿತು. ಆಕೆಯ ಕೈಯಲ್ಲಿ ಬೆಳೆದ ಕೂಸು. ಅರುಣ, ಕಿರಣರಿಗಿಂತ ಅವಳ ಮೇಲೆ ಅಕ್ಕರೆ ಜಾಸ್ತಿನೇ.

ಮನೆಯೆಂದುಕೊಂಡಿದ್ದ ಬಂಗ್ಲೆಗೆ ಅತ್ಯಂತ ಸುಂದರವಾದ ಹೆಸರು 'ಅರುಣ.' ಈ ಬಗ್ಗೆ ಅನನ್ಯದು ಕೂಡ ತಕರಾರಿರಲಿಲ್ಲ. ವಿವಾಹಕ್ಕೆ ಆರು ತಿಂಗಳು ಹಿಂದೆಯೇ ಅವಳಿದ್ದ ಫ್ಲಾಟ್ ಮಾರಿಸಿ ಈ ಮನೆಗೆ ಅಡ್ವಾನ್ಸ್ ಮಾಡಿದ್ದ ಅರುಣ ಅದು ರಾಜೇಶ್‌ನ ಬಿಟ್ಟು ಯಾರಿಗೂ ಗೊತ್ತಿರಲಿಲ್ಲ. ಇದನ್ನ ಖರೀದಿಸುವ ಬಗ್ಗೆ ಮಾತಾಡಿ ಮುಗಿಸಿದ್ದ ಅವನಿಗೆ ಸ್ವಂತ ಬಂಗ್ಲೆ. ಅದೊಂದು ಚಿಕ್ಕಂದಿನ ಕನಸನ್ನು ನನಸು ಮಾಡಿಕೊಂಡಿದ್ದ. ಇದು ಒಂದು ಕಾರಣ ಅನನ್ಯ ಜೊತೆಗಿನ ಪ್ರೇಮ ಮತ್ತು ಮದುವೆಗೆ.

ಎಲ್ಲರೂ ಕೂಡಿಯೆ ಅದನ್ನ ಸುಂದರವಾಗಿಸಲು ಪ್ರಯತ್ನಿಸಿದರು. ಅದು ಫರ್ನಿಷ್ ಆದ ಬಂಗ್ಲೆಯೆ. ಹೆಚ್ಚಿನ ಖರ್ಚು ಮಾಡದೇ ತಮ್ಮಗೆ ಇಷ್ಟವೆನಿಸುವ ರೀತಿಯಲ್ಲಿ ಸಿಂಗರಿಸಿದ್ದರಲ್ಲಿ ವರ್ಣನ ಪಾತ್ರ ಹೆಚ್ಚಿಗೆ ಇತ್ತು.

ಇವೆಲ್ಲದರ ನಡುವೆ ಅನನ್ಯ ಇದ್ದರೂ ಮೆಸೆಜ್ ಚೆಕ್ ಮಾಡುತ್ತ ಮೇಲ್ ಕಳಿಸುತ್ತ ಕೂಡುತ್ತಿದ್ದಳೇ ವಿನಹ ಯಾರೊಂದಿಗೂ ಮಾತಿಲ್ಲ-ಕಡೆಗೆ ಅರುಣನೊಂದಿಗೂ ಹೆಚ್ಚು ಮಾತಿಲ್ಲದಾಗ ಕಿರಣ ಹಾಸ್ಯ ಮಾಡಿದ.

"ನೀವಿಬ್ರೂ ಹೇಗೆ ಲವರ್ಸ್ ಆದ್ರಿ ಅತ್ತಿಗೆಗೆ ನೀನು ಇರೋದೇ ನೆನಪಿರೋಲ್ಲ" ಕಿರಣನ ಮಾತಿಗೆ ಅರುಣ ಜೋರಾಗಿಯೆ ನಕ್ಕ "ಎದುರು.... ಬದುರು ಕೂತಾಗಲೂ ಮೆಸೆಜ್‌ಗಳ ಮೂಲಕ ಮಾತು, ಕಂಪ್ಯೂಟರ್‌ನಲ್ಲಿ ಚಾಟಿಂಗ್" ಮತ್ತೆ ಅವನ ಮಾತಿಗೆ ಕಿರಣ ತಟಸ್ಥನಾದ. ಈ ರೀತಿ ಲೈಫ್... ಬಾಪ್‌ರೇ... ಬಹಳ ಕಷ್ಟ ಎಂದುಕೊಂಡವ "ಇದು ನಂಗೆ ಸರಿಯೆನಿಸೋಲ್ಲ. ಅವರು ಕಂಪನಿ ಸೆಕ್ರೆಟರಿ ಮೊಬೈಲ್, ಕಂಪ್ಯೂಟರ್... ಇಂಟರ್‌ನೆಟ್ ಅವ್ರ ಉದ್ಯೋಗದ ಸಂಗಾತಿಗಳು. ಬೇರೆ ಸಮಯದಲ್ಲಾದರೂ ನೆಟ್‌ನಿಂದ ದೂರ ಇರೋಂಗೇ ನೋಡ್ಕೋ. ಅದು ಹತೋಟಿ ಸಾಧಿಸೋಕೆ ಮುನ್ನ.... ನಿನ್ನ ಪ್ರೀತಿಯ ಹಿಡಿತದಲ್ಲಿ ಇಟ್ಕೋ" ಹಿರಿಯನಂತೆ ಉಪದೇಶಿಸಿದ.

ಆ ಕಡೆ ಗಮನ ಕೊಡದಂತೆ ಅರುಣ ತಂಗಿಯ ಕೆನ್ನೆ ತಟ್ಟಿದ. "ಏನಾದ್ರೂ, ನೀನು ಶರತ್ ಜಗಳ ಆಡಿಕೊಂಡಿದ್ದೀರಾ? ಆ ಕಡೆಯಿಂದ ಒಂದು ಫೋನ್ ಇಲ್ಲ. ನಿಂಗತೂ ಮೊಬೈಲ್ ಬೇಡ. ಏನು ವಿಷ್ಯ?" ತಮಾಷೆ ಮಾಡಿದ.

"ಇಲ್ಲಪ್ಪ, ಅಂಥದೇನಿಲ್ಲ! ನಂಗೆ ತಿಳ್ದಂಗೆ ಬಹುಶಃ ಜಗಳ ಆಡಿಯೇ ಅವ್ರಿಗೆ ಗೊತ್ತಿಲ್ವೇನೋ? ಮಾತು ಅಗತ್ಯಕ್ಕಿಂತ ಹೆಚ್ಚಿಗೆ ಆಡೋಲ್ಲ. ಅತ್ತೆ, ಮಾವ ಅದನ್ನೇ ಹೇಳ್ತಾರೆ. ಅವರಿಬ್ಬರಿಗೂ ಮಗ ಅಂದರೆ ತುಂಬ ಅಭಿಮಾನ ಎಂದಳು" ಅರುಣ ತಟ್ಟನೆ ನಕ್ಕ "ಮಗನ ಮೇಲೆ ಅಭಿಮಾನ ಇಟ್ಕೊಳ್ಳಿ. ಸೊಸೆ ಕೂಡ ಅಭಿಮಾನ ಬಿಳ್ಸಿಕೊಳ್ಳೋಂಥ ಹುಡ್ಗೀನೆ" ಪ್ರೀತಿಯಿಂದ ಅವಳ ಮುಂದಲೆ ಸವರಿದ "ನಿಂಗೆ ಇನ್ನೊಂದು ಗುಟ್ಟು ಹೇಳ್ಲಾ? ನಾನು ಅನನ್ಯ ಮೊಬೈಲ್‌ನಲ್ಲಿ ಜಗಳ ಆಡೋದು. ಪ್ರೀತಿ ಕೂಡ ಮೊಬೈಲ್‌ನಲ್ಲೇ ಷುರುವಾಗಿದ್ದು." ಜೋರಾಗಿ ನಕ್ಕ. ಆದರೆ ವರ್ಣ ನಗಲಿಲ್ಲ.

ಆ ವೇಳೆಗೆ ಅನನ್ಯ ಹುಡುಕಿಕೊಂಡು ಬಂದವಳು ಮುಖ ಒಂದು ತರಹ ಮಾಡಿ "ಆಗ್ನಿಂದ ನಿಮ್ಮ ಮೊಬೈಲ್ ಸ್ವಿಚ್ ಆಫ್ ಆಗಿದೆ ಕಾಲ್ ಮಾಡಿ... ಮಾಡಿ... ಸಾಕಾಯ್ತು,

ನಾನು ಪರ್ಸನಲ್ಲಾಗಿ ಮಾತಾಡೋದಿದೆ" ಅವನ ತೋಳು ಹಿಡಿದಳು "ಓಕೇ, ಏಯ್ ವರ್ಣ ಆಮೇಲೆ ಸಿಗ್ತೀನಿ. ತುಂಬ ಹರಟೋದು ಇದೆ. ಇವಳನ್ನ ಕರ್ಕೊಂಡ್ ಬಂದು ಕೂಡಿಸ್ಕೋತೀನಿ" ಎಂದು ಮಡದಿಯ ಜೊತೆ ಹೊರಟವನು ಹಿಂದಕ್ಕೆ ತಿರುಗಿ ಕಣ್ಣೊಡೆದ. ಅವಳಿಗೆ ನಗು ಬಂತು. ಅದರಲ್ಲಿ ಶುಭ್ರತೆ ಇತ್ತು. ಇಂಥ ಸ್ವಭಾವ ಶರತ್‌ದು ಅಲ್ಲ. ಇಷ್ಟು ರೋಮಾನ್ಸ್ ಆಗಿ ವರ್ತಿಸಿದವನೇ ಅಲ್ಲ. 'ಹನಿಮೂನ್' ಬಗ್ಗೆ ಮಾತೇ ಇಲ್ಲ.

ಮೇಲೆ ಹತ್ತಿ ಹೋಗಿ ಬಾಲ್ಕನಿಯ ನಿಂತು ಮೊಬೈಲ್ ಕಡೆ ನೋಡಿ ಫೋನ್ ಮಾಡಿದ್ದು ಮನೆಯ ಲ್ಯಾಂಡ್ ಲೈನ್‌ಗೆ. ಫೋನೆತ್ತಿದ ಲೀಲಾವತಿ "ವರ್ಣ ನಿನ್ನನೇ ಜ್ಞಾಪಿಸ್ಕೋತಾ ಇದ್ದೆ. ಶರತ್ ಬಂದು ಸಂಜೆ ಮುಂದು ಕರ್ಕೊಂಡ್ ಬರ್ತಾನೆ" ಹೇಗೆ, ಎತ್ತ? ಎಂದು ಒಂದಾದ ಮೇಲೊಂದು ಪ್ರಶ್ನೆ ಹಾಕಿ ವಿಚಾರಿಸಿಕೊಂಡರು. ಸ್ವಲ್ಪ ಆಕೆಯದು ಮಾತು ಜಾಸ್ತಿ.

"ಮಾವನೋರು..." ಅಂದ ಕೂಡಲೆ "ಅವರೆಲ್ಲಿ ಮನೆಯಲ್ಲಿ ಇರ್ತಾರೆ? ಕಮ್ಮಿ ಓಡಾಟವಿದ್ಯಾ? ಪರಿಚಯದವರು ಮನೆ ಕಟ್ಟಿಸ್ತಾ ಇದ್ದಾರೆ. ಪುಕ್ಕಟೆಯಾಗಿ ಸಲಹೆ ಕೊಡೋಕೆ ಹೋಗಿದ್ದಾರೆ, ನಂಗಂತು ಟೀವಿ ನೋಡಿ... ನೋಡಿ... ಬೋರಿಡಿದು ಹೋಯ್ತು. ಅಕಸ್ಮಾತ್ ಅಲ್ಲಿ ನಿನ್ನ ಅಗತ್ಯವಿದ್ದರೆ ಒಂದೆರಡು ದಿನ ಉಳ್ಕೋ. ಹಾಗಂತ ಶರತ್ ಬಂದರೆ... ಹೇಳು" ಇಂಥದೊಂದು ಸಲಹೆಯನ್ನು ಕೊಟ್ಟರು ಕೂಡ.

ಈಗಾಗಲೆ ಅವರ ವಿವಾಹವಾಗಿ ನೂರಾಏಪ್ಪತ್ತೈದು ದಿನ ಆಗಿ ಹೋಗಿತ್ತು. ಬೆರೆತಾಗ, ಸಂಧಿಸಿದಾಗ ಅನ್ಯೋನ್ಯತೆಯ ಮಹಾಪೂರ. ಬಾಯಿ ಹೇಳದ ನೂರು ಮಾತುಗಳನ್ನ ಕಣ್ಣುಗಳು ಹೇಳುತ್ತಿದ್ದವು. ಆ ಕ್ಷಣಗಳು ಸಿಕ್ಕುತ್ತಿದ್ದ ತೃಪ್ತಿ ಅದ್ಭುತವೆ. ದಾಂಪತ್ಯಕ್ಕೆ ಅದರದೇ ಆದ ಸೊಗಸಿತ್ತು.

ನಿಧಾನವಾಗಿ ಶರತ್‌ನ ನಂಬರ್ ಬಟನ್‌ಗಳನ್ನೊತ್ತಿದ್ದವಳ ಮೈಯಲ್ಲಿ ಕಂಪನ. ಅಪರೂಪದವಾದ ಭಾವ ಸಂಚಾರ. "ಹಲೋ... ಹೇಳು ವರ್ಣ" ಅಂದ. ಆ ಕ್ಷಣ ಅವಳಿಗೇನು ಹೇಳಬೇಕೋ ಅರ್ಥವಾಗಲಿಲ್ಲ "ಅತ್ತೆಗೆ ಫೋನ್ ಮಾಡಿದ್ದೆ ಅವಳ" ದನಿಯಲ್ಲಿ ಮಧುರವಾದ ಕಂಪನವಿತ್ತು.

"ಸಾರಿ, ಸಂಜೆ... ಅಲ್ಲಿ ಇರ್ತೀನಿ? ರೆಡಿ ಇದ್ದರೆ ಹೊರಟು ಬಿಡಬಹುದು. ಅಲ್ಲೆಲ್ಲ ಚೆನ್ನಾಗಿ ಆಯ್ತೆ?" ಇಂಥದೊಂದು ಪ್ರಶ್ನೆಗೆ ಅವಳ ಮಾತು ಸೀಮಿತವಾಗಿತ್ತು." ಎಲ್ಲಾ ಆಗಿದೆ. ನಿಮ್ಗೇನಾದ್ರೂ ಇಂಪಾರ್ಟೆಂಟ್ ಕೆಲಸ ಇದ್ದರೆ ನಾನೇ ಮ್ಯಾನೇಜ್ ಮಾಡ್ಕೊಂಡ್ ಬರ್ತೀನಿ" ಇಂಥದೊಂದು ಮಾತಾಡಲು ಶಕ್ತಳಾದಳು. ಮಧುರವಾದ ಕಂಪನ ದನಿಯಲ್ಲಿ. ಮೈಯೊಳಗೆ ಭಾವ ಸಂಚಾರ.

"ಅರೇ, ಇದು ಇಂಪಾರ್ಟೆಂಟ್ ಕೆಲ್ಸಾನೇ, ಬರ್ತೀನಿ" ಫೋನ್ ಕಟ್ ಮಾಡಿದ.

ಆ ಮಾತೇ ಬ್ರಹ್ಮಾಂಡವೆನಿಸಿತು, ನೂರು ಪ್ರೀತಿಯ ಮಾತುಗಳ ಬಯಕೆ ಹೆಣ್ಣಿಗೆ ಇರಬಹುದು. ಗಂಡನಾದವನಿಗೂ ಹೊಗಳುವ ತಪನೆ ಇರುತ್ತೆ. ಹೊಸದರಲ್ಲು ಕೂಡ ದಾಂಪತ್ಯದ ಅತಿರೇಕವಿರಲಿಲ್ಲ. 'ಯಾರಲ್ಲಿಯಾದರು ಇವರಿಗೆ ಪ್ರೀತಿ, ಪ್ರೇಮ ಅಂಥದ್ದು ಇತ್ತಾ?' ಆ ಯೋಚನೆಯೆ ಅವಳಿಗೆ ಬೇಡವೆನಿಸಿತು.

ಐದರ ಸುಮಾರಿಗೆ ಶರತ್ ಬೈಕ್‌ನಲ್ಲಿ ಬಂದ. ಮನೆಯವರೆಲ್ಲರದು ಅದ್ಭುತವಾದ ಉಪಚಾರವೆ. ಏನನ್ನ ಡಿಮ್ಯಾಂಡ್ ಮಾಡದ ಅಳಿಯನನ್ನ ಕಂಡರೆ ಗೌರವವೆ. "ಇವತ್ತು ಇಲ್ಲೇ ಉಳ್ಕೊಳ್ಳಿ" ಇಂಥದೊಂದು ಮಾತನ್ನ ಎಲ್ಲರೂ ಆಡಿದರು. ಒಂದೆರಡು ದಿನಗಳನ್ನ ಆ ಸಮಯಗಲ್ಲಿ ಮನೆಯಲ್ಲಿ ಇರಿಸಿಕೊಂಡು ಉಪಚರಿಸಬೇಕೆಂಬುದು ರಾಜೇಶ್, ಸಕ್ಕೂಬಾಯಿಯ ಬಯಕೆ. ಅದು ಎಲ್ಲರಿಗೂ ಇಷ್ಟವೆ. 'ತಮ್ಮ ಅಳಿಯ ಹ್ಯಾಂಡ್‌ಸಮ್, ಹತ್ತು ಜನರ ಮಧ್ಯೆ ಎದ್ದು ಕಾಣುತ್ತಿದ್ದ.' "ಇಲ್ಲ ಇನ್ನೊಮ್ಮೆ ಬರ್ತೀನಿ" ಸ್ಪಷ್ಟವಾಗಿ ನುಡಿದ.

ಎಲ್ಲರಿಗೂ ನಿರಾಸೆಯೇ. ಮನೆಗೇಂತಲೆ ಎರಡು ಕಾರುಗಳು ಇತ್ತು ಓಡಾಟಕ್ಕೆ. ತಂಗಿ ಭಾವಮೈದನ್ನ ಕರೆದೊಯ್ದು ಬಿಟ್ಟು ಬರುವ ಆಸೆ ಕಿರಣನಿಗೆ ಮಾತ್ರವಲ್ಲ, ಅರುಣನಿಗೂ ಇತ್ತು. ಪ್ರಸ್ತಾಪಿಸಿದಾಗ ನಿರಾಕರಣೆ ತೋರಿದ್ದ.

"ಅಣ್ಣ, ಶರತ್‌ಗೆ ಒಂದು ಕಾರು ಕೊಂಡುಕೊಳ್ಳೋಕೆ ಆಗೋಲ್ವ?" ಕೇಳಿದ ಕಿರಣ "ಯಾಕೆ, ಆಗೋಲ್ಲ? ಸ್ವಲ್ಪ ಕಂಜೂಸ್ ಅಂತ ಕಾಣ್ತಾನೆ, ನಮ್ಮನ್ನ ಕೇಳಿದ್ದರೇ, ಹಿಂಜರಿಯದೆ ಕೊಡ್ತಾ ಇದ್ವೀ. ಆ ಪುಣ್ಯಾತ್ಮ ವರದಕ್ಷಿಣೆ, ವರೋಪಚಾರ ಯಾವ್ದೂ ಬೇಡ. ವಿವಾಹ ಕೂಡ ನಿಮ್ಮಿಷ್ಟ" ಎಂದಿದ್ದ 'ಇದು ಸರಳಿಕೆಯೋ, ಇಲ್ಲ ಬೇರೇನೋ! ಅವನಣ್ಣ ತುಂಬ ಚೆನ್ನಾಗಿದ್ದಾನೆ. ಸ್ವಂತ ಬಂಗ್ಲೆ, ಕಾರು.... ದೊಡ್ಡ ಕೆಲ್ಸ, ಅವನ ಹೆಂಡ್ತಿ ಕೂಡ ಒಳ್ಳೆ ಪೊಜಿಷನ್‌ನಲ್ಲಿದ್ದಾಳೆ. ಜಾತಿ, ಧರ್ಮ ಬೇರೆ ಅಷ್ಟೆ" ಅಂದ ಒಂದಿಷ್ಟು ನೋವಿನಿಂದೆಲೆ.

ಹಿರಿಯ ಮಗ ಲವ್‌ಮ್ಯಾರೇಜ್ ಸಲುವಾಗಿ ಮತಾಂತರಗೊಂಡ ಸಂಗತಿ ತಿಮ್ಮಪ್ಪಯ್ಯನವರೇ ಹೇಳಿದ್ದರು. 'ಅವನು, ಅವನ ಹೆಂಡ್ತಿ ವರ್ಷದಲ್ಲಿ ಒಂದೆರಡು ಸಲ ಬರ್ತಾರೆ. ನಾವಂತು ಹೋಗಿದ್ದಿಲ್ಲ. ಹೇಗೋ, ಚೆನ್ನಾಗಿದ್ದಾರೇಂತ ಅಂದುಕೊಂಡಿದ್ದೀವಿ' ಇದನ್ನು ಸ್ವತಃ ಅವರೇ ಅಂದುಕೊಂಡಿದ್ದರು. ನೋವು, ಬೇಸರ ಅವನು ವಿವಾಹವಾದ ದಿನಗಳಲ್ಲಿ ಇತ್ತೇನೋ, ಈಗ ಅಂಥದೇನು ಇರಲಿಲ್ಲ!.

ಅಂದರೆ ನಿನ್ನ ಪ್ರಕಾರ ಬುದ್ಧಿವಂತನಲ್ಲ!" ಕಿರಣ ಛೇಡಿಸಿ ಹೊರಹೋದ. ಆದರೆ ನೆರೆಮನೆಯ ಯಜಮಾನ ಗೇಟಿನಲ್ಲಿಯೆ ಎದುರಾದವನು "ಈಗ ಬಂದು ಹೋದವನು ತಿಮ್ಮಪ್ಪಯ್ಯನ ಕಿರಿಯ ಮಗನಲ್ವಾ? ಈಚೆ ಕಂಡಿದ್ದಿಲ್ಲ. ಮೂರ್‍ವರ್ಷದ ಮುನ್ನ ಯಾವ್ದೋ ಮದ್ವೇಯಲ್ಲಿ ನೋಡಿದ ನೆನಪು" ಅಂದರು.

"ಯೆಸ್, ತಿಮ್ಮಪ್ಪಯ್ಯನ ಮಗ ಶರತ್ ಅವರು ಈಗ ಈ ಮನೆಯ ಅಳಿಯ. ಇಂಜಿನಿಯರ್.... ಫ್ಲವರ್ ಬಿಲ್ಡಿಂಗ್‌ನಲ್ಲಿ ಕೆಲ್ಸ ಮಾಡ್ತಾ ಇದ್ದಾನೆ" ಮಾತಿಗೆ ಆ ಮನುಷ್ಯನ ಕಣ್ಣುಗಳು ಕಿರಿದಾದವು. ಏನೇ ಲೆಕ್ಕ ಹಾಕಿದರೂ ಇದು ಸಾಧ್ಯವಿಲ್ಲವೆನಿಸಿದಾಗ ಬಾಯಿ ಬಿಟ್ಟರು. "ಇತ್ತೀಚಿಗಿನ ವಿಷ್ಯ ಗೊತ್ತಿಲ್ಲ. ಹುಡ್ಗ ಬುದ್ಧಿವಂತನೆ ನಾನು ಕಂಡಂಗೆ. ಆದರೆ ಬಿ.ಇ. ಮಾಡಿದ್ದು ಗೊತ್ತಿಲ್ಲ. ದುಡಿಯುತಾಯಿದ್ದ ಹೇಮಂತ್ ಕಿರಸ್ತಾನದವಳನ್ನ ಕಟ್ಟಿಕೊಂಡು ಅವಳ ಮನೆಯಲ್ಲಿ ಉಳಿದ. ಆಗ ಇವನಮ್ಮನಿಗೆ ಆಪರೇಷನ್, ಅಪ್ಪನಿಗೆ ಅನಾರೋಗ್ಯ. ಆಗ ಕಾಲೇಜು ಬಿಟ್ಟು ದುಡಿಮೆಗೆ ಇಳಿದ. ಅದೃಷ್ಟ ಚೆನ್ನಾಗಿತ್ತು ಫ್ಲವರ್ ಬಿಲ್ಡರ್ಸ್‌ನಲ್ಲಿ ಒಂದು ಪುಟ್ಟ ಕೆಲ್ಸ ಸಿಕ್ತು. ಈಗಿನದು ಗೊತ್ತಿಲ್ಲಪ್ಪ" ಅಂದು ಕೈಯಾಡಿಸಿದರು. ಕಿರಣ್ ಮೈ ನಡುಗಿತು.

ತಾನೇ ಕೋರ್ಸ್ ಮುಗಿಸಲಿಲ್ಲವೆನ್ನುವ ಹಾರಾಟವಿದೆ. ಇನ್ನ ಶರತ್‌ನ ವಿಚಾರ ತಿಳಿದರೆ ಅವನೆದೆಯ ಬಡಿತ ಏರಿತು. ತಂದೆಗೆ ಡಿಗ್ರಿಗಳ ವ್ಯಾಮೋಹವೆಂದು ಅವನಿಗೆ ಗೊತ್ತು.

ಮೇಲಿನ ಬಾಲ್ಕನಿಯಲ್ಲಿ ಹೋಗಿ ಕೂತ. ಒಂದು ರೀತಿಯ ಕುದಿತದಲ್ಲಿ ಇದ್ದ.

ಅಪ್ಪ ಮತ್ತು ಮಗನ ಮಧ್ಯದ ಹಟದಿಂದ ವರ್ಣಳ ವಿವಾಹ ಆತುರಾತುರವಾಗಿ ನಡೆದಿದ್ದು. ಅದು ಅರುಣನಿಗೆ ಬಿಟ್ಟು ಮನೆಯವರಿಗೆ ಸಮಾಧಾನವೇ ಇರಲಿಲ್ಲ. 'ಇನ್ನು ಒಂದೆರಡು ವರ್ಷ ನಂಗೆ ಮದ್ವೆ ಬೇಡವಾಗಿತ್ತು. ಎಂಬಿಎ ಮಾಡೋ ಕನಸ್ಸಿತ್ತು. ನಂಗೂ ಕೆಲ್ಸ ಮಾಡೋ ಆಸೆ' ಎಲ್ಲರೊಂದಿಗೂ ತೋಡಿಕೊಂಡಿದ್ದಳು. ಯಾರು ಏನೂ ಮಾಡುವ ಸ್ಥಿತಿಯಲಿಲ್ಲ. ಅರುಣನ ವಿವಾಹದ ಇನ್ವಿಟೇಷನ್ ಹಂಚಿ ಆಗಿದ್ದರಿಂದ ವರ್ಣಳ ವಿವಾಹ ಅದಕ್ಕೆ ಮುನ್ನ ಆಗುವ ಅಗತ್ಯವಿತ್ತು. ಆದರೆ ಎಲ್ಲರಿಗೂ ಮೆಚ್ಚುಗೆಯಾಗಿದ್ದ ಶರತ್ ಸರಳ ಸ್ವಭಾವದ ಅವನ ಎತ್ತರದ ನಿಲುವಿನ ಜೊತೆ 'ಹ್ಯಾಂಡ್‌ಸಮ್' ಎನ್ನುವ ಪರ್ಸನಾಲಿಟಿ. ನೋಡಿದ ಕೂಡಲೆ ಮೆಚ್ಚುಗೆಯಾಗಿ ಬಿಡುವಂಥ ಅದ್ಭುತ ವ್ಯಕ್ತಿತ್ವ. ಅಂಥದ್ದೇ ನಿಲುವು. ಸೋತಿದ್ದು ಅವನ ಸುಂದರ ರೂಪಕ್ಕೆ.

ಮೊದಲು ಸತ್ಯ ತಿಳಿಯಬೇಕೆನಿಸಿತು. ವರ್ಣಳಿಗೆ ಫೋನ್ ಹಚ್ಚಿದ "ವರ್ಣ ನಿನ್ನನೊಂದು ಮಾತು ಕೇಳ್ಲಾ? ಹೇಗೂ ಬಿ.ಇ. ಆದ ಶರತ್ ಯಾಕೆ ಗೌರ್ನಮೆಂಟ್ ಅಪಾಯಿಂಟ್‌ಮೆಂಟ್‌ಗೆ ಟ್ರೈ ಮಾಡ್ಬಾರ್ದು?" ಸತ್ಯ ತಿಳಿಯುವ ಸಲುವಾಗಿ ಕೇಳಿದ "ಗೊತ್ತಿಲ್ಲ, ಎಲ್ಲರ ಹಾಗೇ ಹೆಚ್ಚು ಮಾತಿನವರಾದರೆ ಕೇಳಬಹುದಿತ್ತೇನೋ? ಅಂಥ ಧೈರ್ಯನೆ ಬರೋಲ್ಲ. ಒಳ್ಳೆ ಸಂಬಳ ಇದೇಂತ ಅರುಣ ಹೇಳಿದನಲ್ಲ, ಸಾಕು ಬಿಡು. ನಂಗೆ ವೆರೈಟಿ ಡ್ರೆಸ್‌ಗಳು, ಸೀರೆಗಳೇನು ಬೇಕಿಲ್ಲ. ಅದ್ರಿಂದ ಹೆಚ್ಚಿನ ಅಗತ್ಯವಿರೋಲ್ಲ. ಆಮೇಲೆ ಮಾಡ್ತೀನಿ" ಫೋನ್ ಕಟ್ ಮಾಡಿದಳು. ಅವಳು ಸಿಂಪಲ್ ಹುಡುಗಿ, ಆಡಂಬರ ಬೇಕಿಲ್ಲ.

ಹೌದು, ಅವಳಿಗೆ ವೈಭವ ಜೀವನದ ಬಯಕೆಯೇನಿಲ್ಲ. ಸೋ ಸಿಂಪಲ್! 'ಸದ್ಯಕ್ಕೆ ನಂಗೆ ಡ್ರೆಸ್‌ಗಳು ಬೇಡ. ಇವನ್ನ ಎತ್ತಿಡೋದರಲ್ಲಿ ಕಾಯ್ದೋದರಲ್ಲಿ ಜೀವನ ಕಳ್ದು ಹೋಗುತ್ತೆ. ನಂಗೆ ಅದೆಲ್ಲ ಬೇಡ' ಮನೆಯವರೆಲ್ಲ ನಗುತ್ತಿದ್ದರು 'ಇವಳನ್ನ ವಿವಾಹವಾಗೋನು ಪುಣ್ಯಾತ್ಮ' ಇಂಥ ಹೊಗಳಿಕೆಗಳಿಗೆ ಪಾತ್ರವಾದ ವರ್ಣ ಅಚ್ಚುಮೆಚ್ಚು.

ತುಂಬ ತಲೆ ಬಿಸಿ ಮಾಡಿಕೊಂಡ ಕಿರಣ. ಅವನಿಗೆ ತಕ್ಷಣ ಜೋಯಿಸರ ನೆನಪಾಯಿತು. ಅವರನ್ನ ವಿಚಾರಿಸಿದರೆ ಹೇಗೆ? ನೇರವಾಗಿ ಶಾಂಭವಿಯ ರೂಮಿಗೆ ಬಂದ. ಆರಾಮಾಗಿ ಮಲಗಿ ಪುಸ್ತಕ ಹಿಡಿದಿದ್ದರು. ಓದುವುದು ಅವರ ಮೆಚ್ಚಿನ ಹವ್ಯಾಸ. ಬಿಡುವಿನ ಸಮಯ ಅದಕ್ಕೆ ಮೀಸಲು.

"ಅತ್ತೆ, ಜೋಯಿಸರು.... ಅದೇ ನಮ್ಮ ವರ್ಣಗೆ ವಿವಾಹ ಸಂಬಂಧ ಒದಗಿಸಿ ಕೊಟ್ಟವರು" ಅನ್ನುತ್ತ ಬಂದು ಅವರ ಬದಿಯಲ್ಲಿ ಕೂತಾಗ, ಆಕೆ ಎದ್ದು ಕೂತು ಪುಸ್ತಕವನ್ನು ಮಡಚಿಟ್ಟು ಸರಿಯಾಗಿ ಕೂತು "ಯಾಕೋ, ನಿಂಗೂ ತಕ್ಷಣಕ್ಕೆ ವಿವಾಹವಾಗೋ ಆಸೆನಾ? ನಿಮ್ಮಮ್ಮನದು ಪುಣ್ಯ ಕಣೋ ಪ್ರಯಾಸವಿಲ್ದೇ ಸೊಸೆಯರು ಬರ್ತಾ ಇದ್ದಾರೆ" ನಗುವಿನಲ್ಲಿ ತೇಲಿಸಿದರು.

"ಹಾಗಲ್ಲ, ಜೋಯಿಸರನ್ನ ಹಿಡಿದು ಹುಡುಗ, ಹುಡುಗಿನ ಹುಡುಕೋದು ಹಳೆ ಪದ್ಧತಿಯಾಯ್ತು, ಟೆಕ್ನಾಲಜಿ ಎಷ್ಟೊಂದು ಇಂಪ್ರೂ ಆಗಿದೆ. ಪೇಪರ್, ಟೆಲಿವಿಷನ್, ಇಂಟರ್‌ನೆಟ್ ಓಪನ್ ಮಾಡಿಕೊಂಡರೆ ಹಲವಾರು ಡಾಟ್‌ಕಾಮ್‌ಗಳು. ಜೋಯಿಸರು ಸಜೆಷನ್ ಕೊಟ್ಟವನು ನೀನು ತಾನೇ?" ಆಕೆ ಹಾಸ್ಯ ಮಾಡಿದರು. ತಮ್ಮ ವರಾನ್ವೇಷಣೆಯ ದಿನಗಳನ್ನ ನೆನಪು ಮಾಡಿಕೊಂಡರು. ಸಂಭ್ರಮ, ಸಡಗರಗಳು ಮೂಡಿ ಎಷ್ಟು ಬೇಗ ಮರೆಯಾಗಿ ಬಿಡುತಿತ್ತು. ಅಣ್ಣನತ್ತ ಬೊಟ್ಟು ಮಾಡಲು ಇಂದಿಗೂ ತುಸು ಭಯವೇ! ರಾಜಿಯ ಸೂತ್ರ ಇಲ್ಲಿಗೆ ತಂದು ನಿಲ್ಲಿಸಿತ್ತು.

ಅಂತು ಇಂತು ಜೋಯಿಸರ ವಿಳಾಸ ಪಡೆದು ಓಡಿದ. ಅವರು ಮೂರು ದಿನ ಊರಿನಲ್ಲಿ ಇರಲಿಲ್ಲ. ನಾಲ್ಕನೆ ದಿನ ಸರಿಯಾದ ಉತ್ತರ ಸಿಗದೆ ಮನೆಗೆ ಹಿಂದಿರುಗುವಾಗ ದೊಡ್ಡ ರಂಪವೆ ಆಗಿ ಹೋಗಿತ್ತು.

"ಫ್ಲವರ್ ಕನ್‌ಸ್ಟ್ರಕ್ಷನ್‌ನಲ್ಲಿ ಅವನು ಬರೀ ಸೂಪರ್‌ವೈಸರ್. ಅವ್ನ ಎಜುಕೇಷನ್ ಬರೀ ಪಿಯುಸಿ. ಅಂಥವನ ಜೊತೆ ನನ್ನ ಮಗಳಿಗೆ ವಿವಾಹ ಬೇಕಿತ್ತಾ? ಎಲ್ಲರೂ ಮೋಸ ಮಾಡಿಬಿಟ್ಟರು. ಅರುಣ ಇಂಥ ಕೆಟ್ಟವನೂಂತ ತಿಳಿದೇ ಇರ್ಲಿಲ್ಲ ನಡ್ಯೋ.... ಕಿರಣ" ಇವನನ್ನ ದಬ್ಬಿಕೊಂಡೇ ಹೊರಟರು. ಮನೆಯವರು ಸಮಾಧಾನ ಮಾಡಲು ಹೋಗಿ ಸೋತರು "ಎಲ್ಲರನ್ನು ಕೊಂದು ಜೈಲಿಗೆ ಹೋಗ್ತೀನಿ ಇಲ್ಲ ಆತ್ಮ ಹತ್ಯೆ ಮಾಡ್ಕೋತೀನಿ" ರಾಜೇಶ್‌ದು ಒಂದೇ ಆರ್ಭಟ.

ಎಲ್ಲೆಡೆ ಸದ್ದು ಅಡಗಿತ್ತು.

"ಈಗೇನು ಮಾಡಬೇಕಪ್ಪ?" ಕಿರಣ ಮೆಲ್ಲಗೆ ಪ್ರಶ್ನಿಸಿದ.

"ಅವನ ಹೆಂಡ್ತಿಯಾಗಿ ನನ್ನ ಮಗ್ಳು ಬಾಳ್ವೆ ಮಾಡೋಕೆ ನಾನು ಬಿಡೋಲ್ಲ" ಈ ಆರ್ಭಟಕ್ಕೆ ಮನೆಯವರೆಲ್ಲ ಮಣಿಯಲೇ ಬೇಕಿತ್ತು. "ನಾನ್ಹೋಗಿ ಏನೋ ಒಂದು ಹೇಳಿ ವರ್ಣನ ಕರ್ಕಂಡ್ ಬರ್ತೀನಿ. ಆಮೇಲೆ ಆ ಬಗ್ಗೆ ಮಾತಾಡೋಣ" ಅರುಣ ಎಷ್ಟೋ ಅನುನಯಿಸಿದ. ರಾಜೇಶ್ ಕೇಳಲಿಲ್ಲ.

"ಅಣ್ಣ ಸುಳ್ಳು ಇರ್ಬಹುದು. ಅವರನ್ನ ನೇರವಾಗಿ ಕೇಳೋಣ. ಸುಮ್ನೇ ಹೆಣ್ಣು ಕೊಟ್ಟ ಕಡೆ ರಾದ್ಧಾಂತ ಮಾಡಿಕೊಳ್ಳೋದು ಬೇಡ. ನಾನು ಬರ್ತೀನಿ" ಶಾಂಭವಿ ಕೂಡ ಜೊತೆಯಲ್ಲಿಯೆ ಹೊರಟರು. ರಾಜೇಶ ಹಲ್ಮು ಡಿ ಕಚ್ಚಿಡಿದು ಕೋಪ ನುಂಗುತ್ತಿದ್ದರು. ಓದುವ ಬಗ್ಗೆ ಅತಿಯಾದ ಅಕ್ಕರಾಸ್ತೆ. ವಿದ್ಯೆ ಇಲ್ಲದವನಿಗೆ ಸಮಾಜದಲ್ಲಿ ಗೌರವವೇ ಇಲ್ಲ ಎನ್ನುವ ಕಾನ್ಸೆಪ್ಟ್ ಅವರದು. ಅವರು ಕೂಡ ಮಾಸ್ಟರ್ ಡಿಗ್ರಿ ಪದವೀಧರರು.

ಅರುಣ, ಕಿರಣ ಮುಂದಿನ ರಾದ್ಧಾಂತ ನೆನೆಸಿಕೊಂಡು ಹೆದರುತ್ತಿದ್ದರು. ಸುಳ್ಳು ಹೇಳಿದ ಬೀಗರ ಬಗ್ಗೆ ಅವರಿಗೂ ಸಿಟ್ಟು. ಶತಾಯ ಗತಾಯ ಈ ಸಂಬಂಧ ಕಡಿದುಕೊಳ್ಳಬೇಕೆಂಬುದೇ ಅವರ ಉದ್ದೇಶವಾಗಿತ್ತು. ಆದರೆ ಪರಿಣಾಮದ ಬಗ್ಗೆ ಯಾರಿಗೂ ಯೋಚನೆ ಇದ್ದಂಗೆ ಕಾಣಲಿಲ್ಲ.

ಕಾರು ಇಳಿದ ಕೂಡಲೆ ಎದುರಾದರು ತಿಮ್ಮಪ್ಪಯ್ಯ. ದೇಶಾವರಿ ನಗೆ ಬೀರುತ್ತ "ಫೋನ್ ಇಲ್ಲ, ಸರ್‌ಪ್ರೈಜ್ ಕೊಡ್ಬೇಕೂಂತ ಬಂದ್ರಾ" ಮೊದಲೆ ಕುದಿಯುತ್ತಿದ್ದ ರಾಜೇಶ್ ತಾಳ್ಮೆ

ಕಳೆದುಕೊಂಡು ಅವರ ಕುತ್ತಿಗೆ ಪಟ್ಟಿ ಹಿಡಿದು "ಲೋಫರ್, ನಮ್ಗೇ ಮೋಸ ಮಾಡಿದ್ರಿ"! ಅಂದವರು ಚೇತರಿಸಿಕೊಳ್ಳದೆ ನಾಲ್ಕು ಹಾಕೇ ಬಿಟ್ಟರು. ಒಂದು ಬಲವಾದ ಕೈ ಅವರನ್ನ ಹಿಂದಕ್ಕೆ ಸರಿಸಿ "ನಡೀ ಅಪ್ಪ... ಒಳ್ಗೇ" ಎಂದು ಅವರನ್ನ ಬಳಸಿ ಬಂದ ತಾಯಿಯ ವಶಕ್ಕೆ ಕೊಟ್ಟು "ಒಳ್ಗೆ ಕರ್ಕೊಂಡ್ ಹೋಗಿ ನೀರು ಕುಡ್ಸು" ಎಂದು ಕಳಿಸಿ ಹಿಂದಕ್ಕೆ ಬಂದವ "ಏನು ವಿಷ್ಯ? ಒಳ್ಗೆ... ಬನ್ನಿ" ಎಂದವ ಮನೆಯೊಳಕ್ಕೆ ನಡೆದ. ಶರತ್ ಮೈನ ರಕ್ತ ಕುದಿಯುತ್ತಿತ್ತು. ತನ್ನ ತಂದೆಯ ಮೇಲೆ ಕೈಯೆತ್ತಿದವನ ಮೂಳೆ ಮುರಿಯಬೇಕೆನ್ನುವಷ್ಟರ ಮಟ್ಟಿನ ಆಕ್ರೋಶವಿದ್ದರೂ, ಅವರು ಹೆಣ್ಣು ಕೊಟ್ಟ ಮಾವ. ವರ್ಣಳ ತಂದೆ. ಅಪರಾಧ ದೊಡ್ಡದಿದ್ದರೂ ದುಡುಕುವುದು ವಿವೇಕವಲ್ಲವೆನಿಸಿತ್ತು. ತಾಳ್ಮೆ ತಂದುಕೊಂಡ.

ತಿಮ್ಮಪ್ಪಯ್ಯ ಗೋಳೋ ಎಂದು ಅಳುತ್ತಿದ್ದರು. ಬುದ್ಧಿ ಬಂದ ಮೇಲೆ ಪೆಟ್ಟು ತಿಂದವರಲ್ಲ. ಮಾನ, ಮರ್ಯಾದೆಯಿಂದ ಬದುಕಿದವರು. ಮಗ ಚರ್ಚ್‌ನಲ್ಲಿ ಹೋಗಿ ವಿವಾಹವಾದರೂ, ಅವರ ಮನೆಯವರೆಗೂ ಹೋಗಿ ಜಗಳವಾಡಿ ಬಂದವರಲ್ಲ. ಮೂರು ನಾಲ್ಕು ವರ್ಷಗಳು ಈ ಕಡೆ ತಲೆ ಹಾಕದವನು ಆಮೇಲೆ ಬಂದರೂ ದೊಡ್ಡದಾಗಿ ಜಗಳ ಕಾದವರಲ್ಲ. ಅಂಥದ್ದರಲ್ಲಿ ಏಟು, ಹೊಡೆದಾಟ. ಅವರ ಮಟ್ಟಿಗೆ ದೊಡ್ಡ ಆಘಾತವೆ.

"ತುಂಬ ದೊಡ್ಡ ತಪ್ಪು ಮಾಡ್ದೇ, ಅಪ್ಪ" ಅರುಣ ಪಿಸುಗುಟ್ಟಿದ. ಬಂದ ಶರತ್ ಇವರುಗಳನ್ನು ಒಳಗೆ ಕರೆದೊಯ್ದು "ವರ್ಣ, ನಿಮ್ತಂದೆ ಅಣ್ಣಂದಿರು ಬಂದಿದ್ದಾರೆ, ನೋಡು" ಎಂದವ ತಾನೇ ನೀರಿನ ಲೋಟಗಳನ್ನು ತಂದು ಅವರ ಎದುರಿಟ್ಟು "ಮೊದ್ಲು ಕುಡಿದು ಸುಧಾರಿಸ್ಕೊಳ್ಳಿ" ಇಂಥದೊಂದು ಮಾತು ಹೇಳಿ ಅವರ ಎದುರು ಕೂತ.

"ಈಗ್ಹೇಳಿ, ಏನು ವಿಷ್ಯ?" ಕೇಳಿದ.

"ನಮ್ಗೇ ಮೋಸ ಆಗಿದೆ. ಒಬ್ಬ ಪಿ.ಯು.ಸಿ. ಆಗದ ಯಾವುದೋ ಕನ್‌ಸ್ಟ್ರಕ್ಷನ್ ಕಂಪನಿಯಲ್ಲಿ ಸೂಪರ್‌ವೈಸರ್ ಆಗಿರೋವನಿಗೆ ನನ್ನ ತಂಗಿನ ಕೊಡೋ ಇರಾದೆ ಇರ್ಲಿಲ್ಲ. ನಮ್ಗೇ ಮೋಸ ಮಾಡಿದ್ದೀರಿ" ಅರುಣ ಹೇಳಿದ. ಶರತ್ ಮೌನವಹಿಸಿದ ಹತ್ತು ನಿಮಿಷದಷ್ಟು ದೀರ್ಘ ಕಾಲ "ನಮ್ಮಿಂದ ಅಂತು ಮೋಸ ಆಗಿಲ್ಲ. ಎಲ್ಲಿ ಮೋಸ ಆಗಿದೇಂತ ನಮ್ಗೇ ಗೊತ್ತಿಲ್ಲ. ನಂತರ ಮಾತಾಡಬಹುದು. ಆದರೆ ನನ್ನ ತಂದೇನ ಹೊಡೆದಿದ್ದೀರಿ. ಇದೇನು ಕಡ್ಮೇ ಅಪರಾಧವಲ್ಲ. ಒಂದೆಂಟು ದಿನ ಸಮಯ ಕೊಡಿ. ಈಗೇನ್ಮಾಡಬಹುದು?"

"ನಮ್ಮ ಮಗ್ಳುನ ಕಳ್ಸಿಕೊಡಿ. ಚೀಟಿಂಗ್ ಕೇಸ್ ಹಾಕಿ ನಿಮ್ಮ ಮನೆಯವರನ್ನೆಲ್ಲ ಕಂಬಿಗಳ ಹಿಂದಕ್ಕೆ ಕಳಿಸ್ತೀನಿ" ಒದರಿದರು ರಾಜೇಶ್ ವಿವೇಕ ಕಳೆದುಕೊಂಡು "ಈಗ ಸದ್ಯಕ್ಕೆ ನಿಮ್ಮ ಮಗಳನ್ನ ಕರ್ಕೊಂಡ್ಹೋಗಿ, ಆಮೇಲೆ ಮಿಕ್ಕಿದ್ದು" ಎಂದು ರೂಮಿಗೆ ಹೋದ.

ಪಕ್ಕದ ಮನೆಗೆ ಅರಿಶಿನ ಕುಂಕುಮಕ್ಕೆ ಹೋಗಿ ಹಿಂದಿರುಗಿದ ವರ್ಣಗೇನು ತಿಳಿಯಲಿಲ್ಲ. ರಾಜೇಶ್ ಹೆಚ್ಚು ಕಡಿಮೆ ಎಳೆದೊಯ್ದು ಕಾರಿನಲ್ಲಿ ಕೂಡಿಸಿಕೊಂಡರು. ಮಾತನಾಡಲು ಅವಕಾಶವನ್ನ ಕೊಡದಂತೆ.

ಅಳುತ್ತಿದ್ದ ಅಪ್ಪ, ಅಮ್ಮನನ್ನ ನೋಡುತ್ತ ಕೂತ ಶರತ್. ಮೊದಲ ಮಗ ಕೊಟ್ಟ ಹೊಡೆತದಿಂದಲೆ ಅವರಿನ್ನು ಚೇತರಿಸಿಕೊಂಡಿರಲಿಲ್ಲ. ಆದರೆ ಇಂದು ಮಾನಸಿಕವಾಗಿ

ಮಾತ್ರವಲ್ಲ, ದೈಹಿಕವಾಗಿ ಕೂಡ ಪೆಟ್ಟು ತಿಂದವರ ಮುಂದೆ ದೊಡ್ಡ ಕಣ್ಣೀರಿನ ಹೊಂಡವೆ ಇತ್ತು.

"ಆ ಮನುಷ್ಯನಿಗೆ ಹುಚ್ಚು ಹಿಡಿದಿದ್ಯಾ? ಹೊಡೆಯೋಂತ ತಪ್ಪು ನಾವೇನು ಮಾಡಿದ್ವಿ?" ಲೀಲಾವತಿ ಕಣ್ಣೀರು ಸುರಿಸಿದರು "ಈಗ ಆ ವಿಚಾರ ಮಾತಾಡೋದು ಬೇಡ. ಸ್ವಲ್ಪ ಸಂಯಮವಹಿಸೋಣ" ಶರತ್ ತಂದೆಯನ್ನು ತಬ್ಬಿ ಸಂತೈಯಿಸಿ. ಅವರು ಮತ್ತಷ್ಟು ಅತ್ತರು. ಒಂದೆರಡು ದಿನವೆ ಬೇಕಾಯಿತು ಚೇತರಿಸಿಕೊಳ್ಳಲು.

ಸ್ವಲ್ಪ ಚೇತರಿಸಿಕೊಂಡ ನಂತರ ತಿಮ್ಮಪ್ಪಯ್ಯ ಬೀರುವಿನಿಂದ ಮಗನ ಜಾತಕ, ಬಯೋಡೆಟಾ ತೆಗೆದಿಟ್ಟುಕೊಂಡು ನೋಡಿದರು. ಇದರ ಒಂದು ಪ್ರತಿಯನ್ನೇ ಜೋಯಿಸರಿಗೂ ಕೊಟ್ಟಿದ್ದು, ಮೋಸ ಮಾಡುವ ಉದ್ದೇಶ ಅವರದು ಅಲ್ಲವೇ ಅಲ್ಲ. ಆದರೆ ಆದದ್ದು ಏನು? ತೀವ್ರವಾಗಿ ಚಿಂತೆಗೊಳಗಾದರು.

ವಿಷಯ ತಿಳಿದ ಜೋಯಿಸರು ಓಡಿ ಬಂದರು. ಸಾತ್ವಿಕ ವ್ಯಕ್ತಿ. ಎಷ್ಟೋ ಬದಲಾವಣೆಗಳು ಬಂದರೂ ತಮ್ಮ ವೃತ್ತಿಯನ್ನು ಬದಲಾಯಿಸಿರಲಿಲ್ಲ. ಹಾಗಂತೇನು ಅವರು ಲಕ್ಷಾಧೀಶ್ವರರಾಗಿರಲಿಲ್ಲ. ತಿಳಿದ ಜನ ಅವರ ಬಗ್ಗೆ ನಂಬಿಕೆ ಇದ್ದುದ್ದರಿಂದ ಇವರನ್ನು ಕರೆಸಿಕೊಂಡು ಜಾತಕಗಳನ್ನು ಕೊಟ್ಟು ತಾವು ಇಚ್ಛಿಸುವ ಸಂಬಂಧಗಳ ಬಗ್ಗೆ ವಿವರಗಳನ್ನೊದಗಿಸುತ್ತಿದ್ದರು. ಆದರಿಂದ ಈಗಲೂ ಅವರ ವೃತ್ತಿಗೆ ಬಾಧಕವಿರಲಿಲ್ಲ.

"ಬನ್ನಿ ಜೋಯಿಸರೇ.... ಬನ್ನಿ. ನನ್ನ ದೊಡ್ಡ ಅಪರಾಧಿಯನ್ನಾಗಿ ಮಾಡಿಬಿಟ್ಟಿದ್ದೀರಿ" ಎಂದವರು ಕೂಡಿಸಿಕೊಂಡು ತಮ್ಮ ನೋವನ್ನು ತೋಡಿಕೊಂಡರು. ಅವರು ಗಾಬರಿಯಾದರು "ದಯವಿಟ್ಟು ಕ್ಷಮ್ಸಿ, ಇದ್ರಲ್ಲಿ ಖಂಡಿತ ನನ್ನ ತಪ್ಪಿಲ್ಲ. ನೀವು ಕೊಟ್ಟ ಜಾತಕ, ಬಯೋಡೆಟಾ.... ಫೋಟೋನೇ ಕೊಟ್ಟಿದ್ದೆ. ಯಾಕೆ, ಹೀಗಾಯ್ತು?" ಅವರು ತೀರಾ ವೇದನೆಗೆ ಒಳಗಾದರು. ಎಷ್ಟೋ ಪ್ರಕರಣಗಳನ್ನು ನೋಡಿದ್ದರು. ಕೊಡು, ಬಿಡುವಲ್ಲಿ ಸಣ್ಣ ಪುಟ್ಟ ಜಗಳಗಳು, ವಿರೋಧಗಳು ಇದ್ದೇ ಇರುತ್ತಿತ್ತು. ಸುಳ್ಳು, ಹೇಳಿ ವಿವಾಹಗಳನ್ನ ಮಾಡಿದ್ದು ಇಲ್ಲ. ತೀರಾ ಲಾಭಕ್ಕೆ ಸೋತ ಮನುಷ್ಯನಲ್ಲ.

ಎರಡು ಕೈಗಳನ್ನು ಜೋಡಿಸಿದರು.

"ಇದಕ್ಕೆ ಕಾರಣ ನಾನು ಹೌದೋ, ಅಲ್ವೋ ಅನ್ನೋದಕ್ಕಿಂತ ನೈತಿಕವಾಗಿ ಹೊಣೆ ನಂದೇ. ನನ್ನ ಮನೆ ದೇವರು ನರಸಿಂಹ ಸ್ವಾಮಿ ಆಣೆಗೂ ನಂಗೇನು ಗೊತ್ತಿಲ್ಲ. ಅಯ್ಯೋ, ದೇವರೇ" ಎಂದು ವಿಷಯ ತಿಳಿದು ತಲೆ ಚಚ್ಚಿಕೊಂಡರು. ಪಾಪದ ಮನುಷ್ಯ ಕಣ್ಣೀರಿಟ್ಟ.

"ಹೋಗಿ ಮಾತಾಡ್ತೀನಿ" ಮೇಲೆದ್ದರು.

"ಅವ್ರು ಬಂದ್ ಕ್ಷಮೆ ಕೇಳೋವರ್ಗೂ, ನಾವು ಆ ಹುಡ್ಗೀನ ಮನೆಗೆ ಕರ್ಸಿಕೊಳ್ಳೋಲ್ಲ" ತಿಮ್ಮಪ್ಪಯ್ಯ ಗಟ್ಟಿಯಾಗಿಯೆ ಹೇಳಿದರು. ಮಧ್ಯದಲ್ಲಿ ಲೀಲಾವತಿ ಏನೋ ಹೇಳಲು ಮುಂದಾದಾಗ "ನೀನು ತೆಪ್ಪಗೆ ಬಾಯಿ ಮುಚ್ಕೊಂಡ್ ಇರು. ಹೆಣ್ಣು ಕೊಟ್ಟ ಬೀಗ ಹೊಡೆದಿದ್ದು ನಿನ್ನ ಗಂಡನ್ನ" ಆಕೆ ಎದ್ದು ಹೋದರು ಇದು ಕ್ಷಮಿಸಲಾರದ ತಪ್ಪೇ.

ನೇರವಾಗಿ ಜೋಯಿಸರು ಬಂದಿದ್ದು ಅರುಣಾನ ಮನೆಗೆ. ಈಗ ಬಂಗ್ಲೆಯೆನಿಸುವಂತಿದ್ದ

ಮನೆ, ಲೀಜ್ ಅವನ ಹೆಸರಿನಲ್ಲಿತ್ತು. ಮೊದಲು ನೋಡಿದ್ದು ಶಾಂಭವಿಯೆ. ಒಂದು ಸಣ್ಣ ರಾದ್ಧಾಂತ ಗ್ಯಾರಂಟಿಯೆಂದುಕೊಂಡರು.

"ಜೋಯಿಸರೇ...." ಎನ್ನುವ ವೇಳೆಗೆ "ಎಲ್ಲಾ ಗೊತ್ತಾಯ್ತು ತಾಯಿ. ಗಾಬ್ರಿಯಿಂದ ಓಡ್ಬಂದೇ. ಈ ತಪ್ಪು ನನ್ನಕಡೆಯಿಂದ ಆದದ್ದಲ್ಲ. ಆದ್ರೂ.... ನಾನು ಕೂಡ ಅಪರಾಧಿಗಳ ಲಿಸ್ಟ್‌ನಲ್ಲಿ ಇದ್ದೀನಿ. ಯಜಮಾನ್ರು.... ಇದ್ದಾರ?" ವಿಚಾರಿಸುತ್ತಲೆ ಒಳಗಡಿ ಇಟ್ಟರು.

ಕಾಫೀ ಹಿಡಿದು ಬರುತ್ತಿದ್ದ ಸಕ್ಕೂಬಾಯಿ ಬೆಚ್ಚಿಬಿದ್ದರು. ಅಪ್ಪ, ಮಕ್ಕಳು ಜೋಯಿಸರ ಮೇಲೆ ಹರಿಹಾಯುತ್ತಿದ್ದರು. ಮುಂದೇನು ಎನ್ನಿಸಿತು. ಬಹಳ ವರ್ಷದಿಂದ ಕಂಡ ಜನ, ಮಕ್ಕಳು ಒಳ್ಳೆ ಸ್ಥಾನದಲ್ಲಿದ್ದರು. ಇವರ ದುಡಿಮೆ ಮನೆಗೆ ಅಗತ್ಯವಿರಲಿಲ್ಲ. ಆದರೂ, ನಡೆಸಿಕೊಂಡ ವೃತ್ತಿಯ ಬಗ್ಗೆ ಆದರಣೆ, ಅಭಿಮಾನ ಇದ್ದುದ್ದರಿಂದ, ಆ ವೃತ್ತಿಗೆ ಅಂಟಿಕೊಂಡಿದ್ದರು.

"ಇದ್ದಾರೆ, ಯಾಕೆ ಹೀಗಾಯ್ತು ಜೋಯಿಸರೇ? ನಿಮ್ಮ ಮೇಲೆ ನಂಬ್ಕೇ ಇದ್ದುದ್ದರಿಂದ ನಾವು ಹಿಂದೂ, ಮುಂದೂ ನೋಡದೆ ವಿವಾಹ ಮಾಡಿ ಕೊಟ್ಟೆ. ಇಂಥ ಕಾಲದಲ್ಲು ಅಪ್ಪನ ಮಾತಿಗೆ ಬೆಲೆ ಕೊಟ್ಟು ತಾಳಿ ಕಟ್ಟಿಸಿಕೊಂಡ್ಲು. ಈಗೇನು ಮಾಡೋದು? ಒಂದು ತೋಚದಂತಾಗಿದೆ" ಕಣ್ಣೀರು ಹಾಕಿಯೇಬಿಟ್ಟರು.

ಜೋಯಿಸರು ವೇದನೆಯ ಉಸಿರು ದಬ್ಬಿ ತಮ್ಮ ಬ್ಯಾಗನ್ನು ಪಕ್ಕದಲ್ಲಿಟ್ಟುಕೊಂಡು ಕೂತರು. ರಾಜೇಶ್ ಬಗ್ಗೆ ಚೆನ್ನಾಗಿ ಗೊತ್ತಿತ್ತು. ಅವರ ನೆಂಟರು ಇಷ್ಟರು ಮಕ್ಕಳುಗಳ ಪುರೋಹಿತ್ಯ ಇವರು ನಡೆಸಿದ್ದು ನಿಜ. ಹಳೆಯ ಪರಿಚಯದ ಮನುಷ್ಯ. ಎಷ್ಟೇ ತರ್ಕಿಸಿದರೂ ಇವರನ್ನ ಪೂರ್ತಿಯಾಗಿ ಅಪರಾಧಿ ಸ್ಥಾನದಲ್ಲಿ ನಿಲ್ಲಿಸಲು ಸಾಧ್ಯವಾಗುತ್ತಿರಲಿಲ್ಲ. ಶಾಂಭವಿ ಹೋಗಿ "ಅಣ್ಣ ಸತ್ಯ ತಿಳ್ದುಕೊಳ್ಳದೇ.... ದುಡುಕಿ ಮಾತಾಡಬೇಡ. ಜೋಯಿಸರು ನಾವ್ ಕಂಡಂಗೆ ಒಳ್ಳೆ ಮನುಷ್ಯ. ಸಣ್ಣಪುಟ್ಟ ವ್ಯಾಜ್ಯಗಳನ್ನ ಬೀಗರ ನಡ್ವೇ ಅವರೇ ಪರಿಹರಿಸಿದ್ದಾರೆ. ಮೊದ್ಲು ಯಾರಿಂದ ಮೋಸ ಆಗಿದ್ದೇಂತ ತಿಳ್ದುಕೊಳ್ಳೋಣ. ನೀನು ಸಮಾಧಾನವಾಗಿರು" ಎಂದು ಎಚ್ಚರಿಸಿಯೆ ಕರೆದೊಯ್ದರು.

"ನನ್ನಿಂದ ತಪ್ಪಾಗಿದ್ದರೇ ಕ್ಷಮ್ಸಿ. ನಾನು ಊರಿನಲ್ಲಿ ಇರ್ಲಿಲ್ಲ. ಅವರು ಕೂಡ ಮೂರ್‍ನಾಲ್ಕು ಸಲ ಮನೆಗೆ ಹುಡ್ಕಿಕೊಂಡು ಬಂದಿದ್ದರಂತೆ ನಂಗೆ ಅವರು ಕೊಟ್ಟ ಜಾತ್ಕ ಇದೆ, ನಾನು ನಿಮ್ಗೇ ಕೊಟ್ಟಿದ್ದು ಕೂಡ ಇದೇ ಜಾತಕದ ಜೊತೆ ಸಂಪೂರ್ಣ ಬಯೋಡೇಟಾ" ಅವರ ಮುಂದಿಟ್ಟು ಮೌನವಾಗಿ ಕೈಕಟ್ಟಿ ಕೂತರು.

ಶರತ್‌ನ ಎಜುಕೇಷನ್ ಪಿ.ಯು.ಸಿ. ಅವನು ಕೆಲಸ ಮಾಡುತ್ತಿದ್ದ 'ಫ್ಲವರ್ ಕನ್‌ಸ್ಟ್ರಕ್ಷನ್' ಮತ್ತು ಅವನ ವರ್ಕ್, ಸ್ಯಾಲರಿಯ ಸಂಪೂರ್ಣ ಡೀಟೈಲ್ಸ್ ಇತ್ತು. ಅದರಲ್ಲಿ ಯಾವುದು ಸುಳ್ಳಲ್ಲ.

"ನಮ್ಗೆ ಕೊಟ್ಟಿದ್ದು ಇದೇ ಜಾತಕನಾ?" ಅವರ ದನಿ ಕಂಪಿಸಿತು.

"ಖಂಡಿತ ಸತ್ಯ, ನನ್ನ ಮನೆ ದೇವರ ಮೇಲೆ ಆಣೆ ಮಾಡಿ ಹೇಳ್ತೀನಿ" ಎಂದವರ ದನಿ ಗದ್ಗದವಾಗಿತ್ತು. "ಅರುಣ...." ಕೂಗಿದರು. ಮನೆಯಲ್ಲೆ ಇದ್ದವ ದಢಾರೆಂದು ಎದ್ದು ಬಂದ.

ಇಡೀ ರಾತ್ರಿ ಜಾಗರಣ ಮಾಡಿದ್ದ. ಲಗುಬಗೆ ಮುಖ ತೊಳೆದು ಕೆಳಗಿಳಿದು ಬಂದ. ಜೋಯಿಸರನ್ನು ನೋಡಿ ವಿಷಯ ಅರ್ಥವಾಯಿತು. ಶರತ್ ಓದು ಪಿ.ಯು.ಸಿ.ಯೆಂದು ತಿಳಿದ ಮೇಲೆ ಮನೆಯ ಮೇಲೆ ಮಂಕಾದ ಚಾದರ ಹೊದೆಸಿದಂತಾಗಿತ್ತು. ಒಂದು ರೀತಿಯ ಟೆನ್‌ಷನ್. ಯಾರು ನೆಮ್ಮದಿಯಾಗಿ ನಿದ್ದೆ ಮಾಡಿರಲಿಲ್ಲ. ಮುಂದೇನು? ವರ್ಣ ಕೂಡ ಅಯೋಮಯ ಸ್ಥಿತಿಯಲ್ಲಿದ್ದಳು. ಅತ್ತೆಯ ಮನೆಯ ಸರಳ ಬದುಕು, ಗಂಡನ ತೋಳಿನಾಸರೆ ಇಷ್ಟವೆನಿಸಿತ್ತು. ಆದರೆ ಶರತ್‌ನ ಎಜುಕೇಷನ್ ಬರೀ ಪಿ.ಯು.ಸಿ! ಅದು ದೊಡ್ಡ ಷಾಕ್‌ನ ತರಿಸಿತ್ತು. ಅವಳಿಗೆ ಬುದ್ಧಿ ಬಂದಾಗಿನಿಂದ ಇಂಜಿನಿಯರ್, ಡಾಕ್ಟರ್ ಅಂತ ಗಂಡುಗಳ ಬಗ್ಗೆ ಕನಸುಗಳನ್ನು ಬಿತ್ತಿರಿಸಿದ್ದರು. ಆದರೆ ಅಂಥ ಕನಸುಗಳು ಪ್ರಮುಖವಾಗಿಟ್ಟುಕೊಳ್ಳದಿದ್ದರೂ ಎಂಬಿಎ ಕನಸು, ತಾನು ಉದ್ಯೋಗಸ್ಥಳಾಗಬೇಕೆನ್ನುವ ಕಲ್ಪನೆ ಅವಳದಾಗಿತ್ತು. ನೇರವಾಗಿ ಹೇಳದಿದ್ದರೂ ಆ ಮನೆಯವರಿಗೆ ಇವಳು ಕೆಲಸಕ್ಕೆ ಹೋಗುವ ಬಗೆಯಾಗಲೀ, ಇವಳು ಎಂಬಿಎ ಮಾಡುವ ಬಗ್ಗೆಯಾಗಲೀ ಆಸಕ್ತಿ ಇದ್ದ ಹಾಗೇ ಕಂಡಿರಲಿಲ್ಲ. ಅದೂ ಕೂಡ ಅವಳ ಮನಸ್ಸಿನಲ್ಲಿ ಇತ್ತು. ಅದು ತುಸು ಅಲುಗಾಡಿಸಿತು.

ಅರುಣ ಬಂದು ಕೂತ. ಶಾಂಭವಿ ಅಲ್ಲೇ ಇದ್ದರು. ಸಕ್ಕೂಬಾಯಿಗೆ ಯಾವುದೇ ಅನಾಹುತವಾಗುವುದು ಬೇಕಿರಲಿಲ್ಲ. ಇದಕ್ಕೆ ಇತ್ಯರ್ಥವೇನು? ಯಾವ ರೀತಿ ಯೋಚಿಸಬೇಕೋ ಗೊತ್ತಾಗದೆ ಒಳಗೊಳಗೆ ನೋಯುತ್ತಿದ್ದರು. ಎಲ್ಲಾ ಕೂತು ಗಂಟೆ ಮಾತಾಡಿದರು. ಜೋಯಿಸರು ಕೊಟ್ಟ ಶರತ್ ಮಾಹಿತಿಯ ಫೈಲ್ ಎಲ್ಲೋ ಕಳೆದುಕೊಂಡಿದ್ದ. ಆದರೆ ಮೊದಲ ನೋಟಕ್ಕೆ ಮೆಚ್ಚುಗೆಯಾಗಿದ್ದರಿಂದ ಇಂಜಿನಿಯರ್ ಎಂದುಕೊಂಡಿದ್ದೆ. ತಪ್ಪು ಮಾತ್ರ ಗಂಡಿನ ಕಡೆಯಿಂದ ಆಗದ ಕಾರಣ ಸ್ವಲ್ಪ ಅವರ ಮೇಲಿನ ಮುನಿಸು ತಗ್ಗಿತು ಅಂದುಕೊಂಡರೂ ಪೂರ್ತಿಯೇನಲ್ಲ.

"ಈಗೇನು ಮಾಡೋದು?" ಜೋಯಿಸರು ಕೇಳಿದರು.

"ಮಾಡೋದೇನಿದೇ, ತಪ್ಪು ಯಾರಾದ್ರಾದ್ರೂ ಆಗಿರಲಿ, ಪಿಯುಸಿ ಅಳಿಯ ನಂಗೆ ಬೇಡ. ವರ್ಣಗೆ ಡೈವೋರ್ಸ್ ಬೇಕು" ಖಡಾಖಂಡಿತವಾಗಿ ರಾಜೇಶ್ ಹೇಳಿದರು. ಇದಕ್ಕೆ ಅರುಣ, ಕಿರಣ ಒಪ್ಪಿಕೊಂಡರೂ ಸಕ್ಕೂಬಾಯಿಗೆ ಸಮ್ಮತವಲ್ಲ "ಬರೀ ಓದಿನ ವಿಚಾರ ಮುಂದಿಟ್ಕೊಂಡ್, ಆದ ವಿವಾಹನ ರದ್ದು ಮಾಡೀಂತ ಕೋರ್ಟುಗೆ ಹೋಗೋದಾ?" ಅಂದರು ಮೆಲ್ಲಗೆ.

"ತೆಪ್ಪಗೆ ಒಳ್ಗೇ ಹೋಗ್" ಗದರಿದರು ಹೆಂಡತಿಯನ್ನು.

ಅಪ್ಪ, ಮಕ್ಕಳೇ ಮಾತಾಡಿದರು ಜೋಯಿಸರು ಮೌನವಹಿಸಿದರು. ಅವರಿಗೂ ಕೂಡ ಡಿವೋರ್ಸ್‌ವರ್ಗೂ ಹೋಗೋದು ಸಮ್ಮತವಲ್ಲದ ವಿಚಾರ. ಅದನ್ನ ಹೇಳುವುದು ಈ ಸಮಯದಲ್ಲಿ ಬೇಡವೆನಿಸಿತು" ನಿಧಾನವಾಗಿ ಮೇಲೆದ್ದರು.

"ದಯಪಿಟ್ಟು ಕ್ಷಮ್ಸಿ, ನಂಗೆ ನಿಜ್ವಾಗ್ಲೂ ನೋವಾಗಿದೆ. ಈಗ ನಾನೇನು ಮಾಡ್ಬೇಕೂಂತ ತಿಳ್ಸಿ" ಕೇಳಿದರು.

"ನೀವ್ಹೋಗಿ ಅವರುಗಳ ಹತ್ರ ಮಾತಾಡಿ. ಮ್ಯೂಚುಯಲ್ ಕನ್ಸಂಟ್ ಆದರೆ ಒಳ್ಳೇದು.

ವರ್ಣ ಎಂದೂ ಅವರ ಮನೆಗೆ ಬರೋಲ್ಲಾ ಅನ್ನೋದ್ನ ತಿಳ್ಸಿ" ಅರುಣ ಹೇಳಿದ.

ಸರಿಯೆಂದು ತಲೆದೂಗಿ ಮೇಲೆದ್ದರು. ಎಂಥ... ಎಂಥ ಪ್ರಕರಣಗಳನ್ನೋ ನೋಡಿದ್ದರು. ಇದೊಂದು ಮಾತ್ರ ವಿಚಿತ್ರವೆನಿಸಿತು ಪಿ.ಯು.ಸಿ. ಮತ್ತು ಬಿಬಿಎ ನಡುವೆ ಅಂಥ ಅಂತರವಿದೆಯಾ?

ಜೋಯಿಸರು ಹೊರಟನಂತರ ಮನೆಯವರೆಲ್ಲ ಕೂತು ಸಾಕಷ್ಟು ಮಾತಾಡಿದರು. ಅವಳಿಗೆ ಆದ ಅನ್ಯಾಯವನ್ನ ಹೇಗೆ ಸರಿಪಡಿಸಬೇಕು?

"ವರ್ಣ ಎಂಬಿಎ ಮಾಡ್ಲಿ. ಅವಳ ಕೆಲ್ಸದ ಬಗ್ಗೆನು ತೀರ ಸೀರಿಯಸ್ಸಾಗಿ ಟ್ರೈ ಮಾಡ್ತೀನಿ. ಅವಳ ಜೊತೆ ನಾವೆಲ್ಲ ಇದ್ದೀವಿ" ಎಂದ ಅರುಣ. ಅವನಿಗೆ ನಿಜವಾಗಿಯೂ ತಂಗಿಯ ಭವಿಷ್ಯದ ಬಗ್ಗೆ ಕಾಳಜಿ ಇತ್ತು. ಅವನು ಪಲಾಯನವಾದಿಯಲ್ಲ.

ಸದ್ಯಕ್ಕೆ ಆ ಬಗ್ಗೆ ಎಲ್ಲರ ಒಮ್ಮತವಿತ್ತು.

ಆಮೇಲೆ ಸುಮ್ಮನಿರಲಾರದೆ ಶಾಂಭವಿ "ಅನನ್ಯ ಕೂಡ ಮನೆಯಲ್ಲಿ ಒಬ್ಬಳಲ್ವಾ? ಇಲ್ಲಿನ ಪ್ರತಿಯೊಂದರ ಬಗ್ಗೇನು ಅವಳಿಗೂ ಬಾಧ್ಯತೆ ಇರುತ್ತಲ್ವಾ? ಬಂದ ಕೂಡಲೇ ಹೋಗಿ ರೂಮಿನಲ್ಲಿ ಕೂಡ್ತಾಳೆ. ಇದು ಅವಳ ಆರೋಗ್ಯಕ್ಕೆ ಕೂಡ ಒಳ್ಳೆಯದಲ್ಲ" ಎಂದರು ಇರುಸು ಮುರುಸುನಿಂದ.

ಅದು ಅರುಣನಿಗೆ ಕೂಡ ಸರಿಯೆನಿಸಿತು. ಒಂದೇ ರೂಮಿನಲ್ಲಿದ್ದಾಗಲೂ ಅನನ್ಯ ಫೋನ್‌ನಲ್ಲಿ ಸಂಪರ್ಕಿಸುತ್ತಿದ್ದಳು. ಎಸ್‌ಎಂಎಸ್ ಮೆಸೇಜ್‌ಗಳು ಧಾರಾಳವಾಗಿ ಹರಿದು ಬರುತ್ತಿತ್ತು.

"ನಿಮ್ಗೇ ತಮಾಷೆ ಅನಿಸುತ್ತೆ. ನನ್ನ ಹತ್ರನು ಫೋನ್‌ನಲ್ಲೇ ಮಾತಾಡ್ತಾಳೆ. ಅಪ್ಪ ತಾತ ಸತ್ಮೇಲೆ ಫ್ಲಾಟ್‌ನಲ್ಲಿ ಒಂಟಿಯಾಗಿದ್ಲು. ಆ ವಾತಾವರಣದಿಂದ ಈ ವಾತಾವರಣಕ್ಕೆ ಬಂದು ಬಿದ್ದಿರೋದರಿಂದ, ಸ್ವಲ್ಪ ಸಮಯ ಬೇಕಾಗುತ್ತೆ. ವರ್ಣ ಇಲ್ಲೇ ಇದ್ದಾಳಲ್ಲ, ಸರ್ಯೋಗ್ತಾಳೆ. ಅವಳದು ಸಮಸ್ಯೆಯೇ ಇಲ್ಲ" ನಿರಾತಂಕವಾಗಿ ಎದ್ದು ಹೋದ.

ಕಣ್ಮುಂದೆಯೇ ಅವನ ಸ್ನೇಹಿತ ಮರ್ಡರ್ ಆಗಿ ಹೋದ ನಂತರ ಪ್ರೇಮ, ಪ್ರೀತಿ, ಮದುವೆಗಳ ಬಗೆಗಿನ ನವಿರಾದ ಭಾವನೆಗಳು ನಾಶವಾದವು. ಅದರಿಂದ ಈ ಸಂಬಂಧದ ಬಗ್ಗೆ ಎಚ್ಚರದ ಗಂಟೆ! ಅವನು ಈ ಸಂಬಂಧದ ವಿಚಾರದಲ್ಲಿ ತನ್ನದೇ ಆದ ಒಂದು ತೀರ್ಮಾನಕ್ಕೆ ಬಂದಿದ್ದ. ಸಾಧಾರಣ ಕುಟುಂಬವಾದರೂ ಮಕ್ಕಳು ಪರದಾಡದಂತೆ ಸಾಕಿದ್ದರು. ಆ ನಿಷ್ಠೆ ಮಕ್ಕಳಲ್ಲಿ ಇತ್ತು. ಅರುಣ, ವರ್ಣಳದು ನಾರ್ಮಲ್ ಅನ್ನೋಂಥ ವ್ಯಕ್ತಿತ್ವ. ಸ್ವಲ್ಪ ಕಿರಣನದೆ ಅಡ್ಡಾದಿಡ್ಡಿ.

ವಯಸ್ಸಿಗೆ ಅನುಗುಣವಾಗಿ ಪ್ರೇಮ, ಪ್ರೀತಿ ಎನ್ನುವ ವಾಂಛೆ ಅರುಣನಲ್ಲಿ ಷುರುವಾದಾಗ ಅಳೆದು ಸುರಿದು ಅನನ್ಯಳೊಂದಿಗೆ ಪ್ರೇಮ, ಪ್ರೀತಿ, ಸುತ್ತಾಟ ನಡೆಸಿದ್ದ. ಕಾರ್ಪೊರೇಟ್ ಆಫೀಸ್‌ನಲ್ಲಿ ಸೆಕ್ರೆಟರಿ. ಅವಳ ಕೆಲಸ. ಸಂಬಳ ಕೂಡ ಹೆಚ್ಚೇ. ಒಂದು ಫ್ಲಾಟ್ ಅವಳ ಹೆಸರಿನಲ್ಲಿತ್ತು. ವಿವಾಹ ಪ್ರಸ್ತಾಪ ಷುರುವಾದಾಗಲೆ ಫ್ಲಾಟ್ ಮಾರಿಸಿದ. ಅದನ್ನ ಇನ್ ವೆಸ್ಟ್ ಅನ್ನೋ ತರಹ ಬಳಸಿದ. ತನ್ನ ಹಣ ಈಗ ಹಿಡಿದ ಬಂಗ್ಲೆ ಮೇಲೆ

ಬೀಳದಂತೆ ತನ್ನ ಹೆಸರಿಗೆ ಲೀಜ್ ಮಾಡಿಸಿಕೊಂಡ ಬುದ್ಧಿವಂತ.

ಇವನು ಎದ್ದು ರೂಮಿಗೆ ಬರುವ ವೇಳೆಗೆ ಟಿ.ವಿ. ಹಾಕಿಕೊಂಡು ಕೂತಿದ್ದ ಅನನ್ಯ "ಹಲೋ, ನಿಂಗೆ ಫೋನ್ ಮಾಡಿ ಮಾಡಿ ಸಾಕಾದೆ. ಎಲ್ಲಿಗೆ ಹೋಗಿದ್ದೆ?" ಬೇಸರವಿತ್ತು ಅವಳ ಸ್ವರದಲ್ಲಿ. ಅಲ್ಲೆ ಮಂಚದ ಪಕ್ಕ ಟೀಪಾಯಿ ಮೇಲಿದ್ದ ಮೊಬೈಲ್ ತೆಗೆದು ಅವಳ ಮುಂದಿಟ್ಟು" ಸುಮ್ನೇ ಫ್ರೆಂಡ್ಸ್ ಡಿಸ್ಟರ್ಬ್ ಮಾಡ್ತಾರೇಂತ.... ಸ್ವಿಚ್ ಆಫ್ ಮಾಡ್ದೇ.. ಹೇಳು ಏನು ವಿಶೇಷ?" ಕೇಳುತ್ತಲೇ ಮಂಚದ ಮೇಲೆ ಉರುಳಿಕೊಂಡ.

ಹೋಗಿ ಅವನ ಪಕ್ಕ ಕೂತು ಮುಂಗೂದಲನ್ನ ಸವರುತ್ತ "ವೀಕ್ ಎಂಡ್ಸ್ ಕೂಡ ಎಲ್ಲು ಹೋಗ್ತಾ ಇಲ್ಲ ತೀರಾ ಬೋರ್ ಎನಿಸುತ್ತೆ" ಕೆನ್ನೆಗೆ ಕೆನ್ನೆ ಹಚ್ಚಿ "ನೀನೇ ಒಂದು ಪ್ರೋಗ್ರಾಮ್ ಫಿಕ್ಸ್ ಮಾಡು. ನಾನು ರೆಡಿ. ಒಮ್ಮೆ ಮುಂಬಯಿಗೆ ಹೋಗ್ಬಂದರೇ? ಅಲ್ಲಿ ನಿನ್ನ ರಿಲೇಟಿವ್ಸ್ ತುಂಬ ಇದ್ದಾರೆ" ಎಂದ ಅವಳ ಪ್ರತಿಕ್ರಿಯೆ ಹೇಗಿರುತ್ತದೆಯೆಂದು ಅವನಿಗೆ ಗೊತ್ತು "ನೋ, ನಂಗೆ ಅವರನ್ನ ಕಂಡರೆ ಇಷ್ಟವಿಲ್ಲ. ನಿನ್ತಂದೆಗೆ ಬರಬೇಕಾಗಿದ್ದ ಹಣಕ್ಕೆ ಮೋಸ ಮಾಡಿದ್ದಾರೆ." ಅಂದವಳ ಕಣ್ಣಾಲಿಗಳು ತುಂಬಿದವು. ಅವಳಪ್ಪ ಸೀರಿಯಸ್ಸಾಗಿ ನರ್ಸಿಂಗ್‌ಹೋಂಗೆ ಅಡ್ಮಿಟ್ ಆದಾಗಲೂ ನೆರವಿಗೆ ಅವರುಗಳು ಯಾರು ಬರಲಿಲ್ಲ. ಅಷ್ಟಿಷ್ಟು ಆಸ್ತಿ, ಫಿಕ್ಸೆಡ್ ಹಣ ಕೂಡ ಇತ್ತು. ಆ ಸಮಯದಲ್ಲಿ ಏನು ತೋಚದ ಸ್ಥಿತಿ "ಅರುಣ ನಂಗೆ ಅವ್ರನ್ನ ನೆನಪಿಸಬೇಡ" ಅವನೆಡೆಗೆ ಮುಖ ಹಚ್ಚಿದಾಗ ಸಂತೈಯಿಸದ. ಈ ವಿಚಾರವನ್ನೆ ಅದೆಷ್ಟು ಸಲ ಎಸ್‌ಎಂಎಸ್ ಮಾಡಿದ್ದಳೋ. ಲೆಕ್ಕವಿಟ್ಟಿದ್ದರೇ ನಾಲ್ಕು ಅಂಕೆಗಳು ಮೀರಿ ಹೋಗುತ್ತಿತ್ತೇನೋ?" ಬೇಡ ಬಿಡು, ಸದ್ಯಕ್ಕೆ ನಿಂಗೂ, ನಂಗೂ ರಜ ಸಿಗೋಲ್ಲ ಮನೆಯಲ್ಲಿ ಏನಾದ್ರೂ ಪ್ರಾಬ್ಲಮ್?" ಅವನ ಪ್ರಶ್ನೆಗೆ ಅವಳಿಗೇನು ತೋರಲಿಲ್ಲ "ನಂಗೇನು ಗೊತ್ತಾಗೋಲ್ಲ. ತುಂಬಾ ಮಾತಾಡಿಸ್ತಾರೇಂತ ಕಾಣುತ್ತೆ" ತಲೆ ಕೆರೆದುಕೊಂಡಳು.

ಅವಳನ್ನ ನೇರವಾಗಿ ನೋಡಿದ. ಫ್ಲಾಟ್‌ನಲ್ಲಿ ಇದ್ದಿದ್ದು ತಾತ, ಅವಳಿಬ್ಬರೇ. ಆ ಮನುಷ್ಯನಿಗೆ ಒಂದಿಷ್ಟು ಸಾಹಿತ್ಯದ ಹುಚ್ಚು. ಪುಸ್ತಕಗಳನ್ನು ಮುಂದೆ ಹಾಕಿಕೊಂಡು ಕೂತರೆ ಅವರ ಜಗತ್ತೆ ಬೇರೆಯಾಗಿ ಬಿಡುತ್ತಿತ್ತು. ಇಬ್ಬರು ಎದರುಬದರು ಕೂತು ಮಾತಾಡುತ್ತ ಊಟ ಮಾಡುತ್ತಿದ್ದುದ್ದು ಅಪರೂಪವೆ. ಅನನ್ಯಗೂ ಅಷ್ಟೆ. ಅವರಲ್ಲಿ ಮಾತಾಡಲು ಮಾತುಗಳೆ ಇಲ್ಲವೆನಿಸುತಿತ್ತು. ನಿಶ್ಯಬ್ದದಲ್ಲಿಯೆ ಕಾಲ ಕಳೆದು ತಮ್ಮ ಅವಧಿಯನ್ನು ಮುಗಿಸಿಕೊಂಡು ಹೋದ ಹಿರಿಯ. ಅದೇ ರೂಢಿ ಇವಳಿಗೆ.

"ಮಾತು ಬೇಕು, ಅನನ್ಯ. ನಾಲ್ಕು ಜನರೊಡನೆ ಬೆರತು ಮಾತಾಡಿದರೇ ಅದರ ಸೊಗಸೇ ಬೇರೆ. ಹಿಂದೆ ಲವರ್ಸ್ ಆಗಿ ಫೋನ್‌ನಲ್ಲಿ ಗಂಟೆಗಟ್ಟಲೆ ಮಾತು, ಕಂಪ್ಯೂಟರ್‌ನಲ್ಲಿ ಚಾಟಿಂಗ್, ಎಸ್‌ಎಮ್‌ಎಸ್, ಇ-ಮೇಲ್.... ವೆರೈಟಿಯಾಗೇನೋ ಇತ್ತು. ಆದರೆ ಎದರು ಬದರು ಕೂತು ಕಣ್ಣಲ್ಲಿ ಕಣ್ಣಿಟ್ಟು ಮಾತಾಡೋದ್ರಲ್ಲಿ ಎಂಥ ಸಂತೋಷ ಇರುತ್ತೆ, ಗೊತ್ತಾ? ಸಮಯ ಸಿಕ್ಕಾಗಲೆಲ್ಲ ನಮ್ಮ ಮನಸ್ಸಿನ ಭಾವನೆಗಳನ್ನ ಹಂಚಿಕೊಳ್ಳೋಣ?" ಎಂದು ಅವಳ ಕೆನ್ನೆಗಳಲ್ಲಿ ಕೆಂಪು ಮೂಡಿಸಲು ಸಮರ್ಥದಿಂದ. ಅವನ ಮಟ್ಟಿಗೆ ಅವಳು ಒಳ್ಳೆಯವಳೇ. ಒಂಟಿತನವನ್ನು ಆವರಿಸಿಕೊಂಡು ದಿನಗಳನ್ನು ದೂಡಿದ್ದು, ಪ್ರೊಫೆಷನ್ ಮಾತ್ರ ಅವಳ ಜೀವನದ ಸರ್ವಸ್ವವಾಗಿತ್ತು. ಪ್ರೊಫೆಷನ್ನೆ ಬದುಕಾಗಿಕೊಂಡವಳ ನೆರಳಿನಲ್ಲಿ ಸುಳಿದವನು

ಅರುಣ. ಆದರೆ ಅವನನ್ನು ಒಂದು ಭಯ ಕಾಡಿತ್ತು. ತನ್ನವರನ್ನ ನನ್ನವರೆಂದು ಭಾವಿಸಿಯಾಳಾ?

ಒಂದು ಲೆಕ್ಕಾಚಾರವಿಟ್ಟುಕೊಂಡೇ ಪ್ಲಾನ್ ಮಾಡಿದ್ದ. ಹೆಂಡತಿಯಷ್ಟೇ ಹೆತ್ತವರು ಮುಖ್ಯ ಎಂದು ಭಾವಿಸಿದವ.

* * *

ಅರುಣ ಅವಳನ್ನ ಅರಸಿಕೊಂಡು ಬಾಲ್ಕನಿಗೆ ಬಂದಾಗ ಒಂಟಿಯಾಗಿ ಕೂತಿದ್ದ ವರ್ಣನ ನೋಡಿ ವ್ಯಾಕುಲಗೊಂಡ. ಅವನ ಪ್ರಕಾರವು ವರ್ಣನಿಗೆ ಆದದ್ದು ದೊಡ್ಡ ಅನ್ಯಾಯವೇ ತನ್ನ ಪಾಲೇ ಹೆಚ್ಚೆನಿಸಿತು.

"ವರ್ಣ ನನ್ನ ಕ್ಷಮ್ಸಿಬಿಡು ನನ್ನಿಂದ ದೊಡ್ಡ ತಪ್ಪಾಗಿದೆ. ನಾನು ಎಲ್ಲಿ ಎಡವಿದೇಂತ ಗೊತ್ತಾಗ್ತಾ ಇಲ್ಲ. ಅದ್ನ ನಾನು ಖಂಡಿತ ಸರಿಪಡಿಸ್ತೀನಿ ಸ್ವಲ್ಪ ಕಾಲಾವಕಾಶ ಕೊಡು" ಅನ್ನುವ ವೇಳೆಗೆ ಶಾಂಭವಿ ಬಂದು ನಿಂತರು. "ನಿಂಗೆ ನೋವು ಮಾಡ್ಬೇಕೂಂತ ಈ ಮಾತು ಹೇಳ್ತಾ ಇಲ್ಲ ಸರಿ. ಮಾಡೋದು ಅಷ್ಟೊಂದು ಈಸೀ ಅಂದ್ಕೊಂಡ್ಯಾ? ಕಾಲ ಬದಲಾಗಿದೆ. ಸಣ್ಣ ಪುಟ್ಟ ವಿಷ್ಯಗಳಿಗೆಲ್ಲ ಕೋರ್ಟು ಮೆಟ್ಟಿಲತ್ತಿ ಡಿವೋರ್ಸ್ ತಗೋತಾ ಇದ್ದಾರೆ. ಇದು ಎಷ್ಟು ಪರ್ಸೆಂಟ್ ಸರಿನೋ, ಗೊತ್ತಿಲ್ಲ. ನಮ್ಮ ಸಂಸ್ಕೃತಿಯಲ್ಲಿ ವಿವಾಹಕ್ಕೆ ಒಂದು ಮಹತ್ವ, ಪವಿತ್ರತೆ ಇದೆ. ಎಲ್ಲವನ್ನು ವ್ಯಾಪಾರೀಕರಣ ಮಾಡ್ದಂಗೆ ವಿವಾಹನು ತೀರಾ ಕಮರ್ಷಿಯಲ್ಲಾಗಿ ನೋಡೋಕೆ ಸಾಧ್ಯಾನಾ?" ಅಂದರು ವಿವಾಹದ ಮಣೆಯೇರದ ಆಕೆ.

"ಸಾಧ್ಯನೇ, ಅತ್ತೆ ಪ್ರೇಮ, ಪ್ರೀತಿ, ವಿವಾಹ ನಡ್ವೇ ನಮ್ಮ ಸೆಕ್ಯೂರಿಟಿನು ನೋಡ್ಬೇಕಾಗುತ್ತದೆ. ಅಷ್ಟೇ ನನ್ನ ಕುಟುಂಬದ ಸುಖ, ಶಾಂತಿ, ನೆಮ್ದೀ ಜೊತೆ ಸೆಕ್ಯೂರಿಟಿನು ಮುಖ್ಯ. ನಿಂಗೆ ಗೊತ್ತಿರೋ ಹಂಗೆ ಶಶಿ ಇಡೀ ಕುಟುಂಬ ನಾಶವಾಗಿ ಹೋಯ್ತು. ಆ ಹೆಣ್ಣು ರಾಕ್ಷಸಿ, ಒಬ್ಬ ಇನ್ನೋಸೆಂಟ್‌ನ ಕೊಲ್ಲಿಸಿದಳು. ಆ ನೋವಿನಲ್ಲಿ ಅವಳಪ್ಪ ಸತ್ತ, ಅವನಮ್ಮ ಹುಚ್ಚಿಯಾದ್ಲು. ಆ ಮನೆ ಸರ್ವನಾಶವಾಯ್ತು. ಅದ್ನ ಮರೆಯೋಕೆ ನನ್ನಿಂದ ಸಾಧ್ಯವಿಲ್ಲ" ಅವನ ಗಂಟಲು ಗದ್ಗದವಾಯಿತು. ಅರುಣ, ಶಶಿಧರ ಕ್ಲೋಸ್ ಫ್ರೆಂಡ್ಸ್. ಒಳ್ಳೆಯತನಕ್ಕೆ ಒಂದು ಹೆಸರು ಎನ್ನುವಂತಿದ್ದ. ಆದರೆ ಗೆಳೆಯನ ದುರಂತ ಅವನಿಗೊಂದು ಪಾಠ.

ಶಾಂಭವಿಯ ಬಾಯಿಂದ ಮಾತೇ ಹೊರಡಲಿಲ್ಲ. ವಿಷಯ ವರ್ಣಳಿಗೂ ಹೊಸದಲ್ಲ. ಬಹಳ ಅಪ್‌ಸೆಟ್ ಆಗಿದ್ದ ಅರುಣನಿಗೆ ಚೇತರಿಸಿಕೊಳ್ಳಲು ತಿಂಗಳುಗಳೇ ಬೇಕಾಯಿತು. ಆ ಕುಟುಂಬದ ನಾಶ ಅವನಿಗೆ ಎಚ್ಚರಿಕೆಯ ಗಂಟೆ.

ಯಾವ್ದೋ ಒಂದು ಹೆಣ್ಣು ವಿವೇಕ ಕಳೆದುಕೊಂಡು ವರ್ತಿಸಿದ ಮಾತ್ರಕ್ಕೆ, ಎಲ್ಲ ಹೆಣ್ಣುಗಳನ್ನ ಅನುಮಾನದ ದೃಷ್ಟಿಯಿಂದ ನೋಡೋದು ಬೇಡ. ನಿನ್ಮುಂದೆ ಹೆಣ್ಣಾದ ನಾನು ಕೂತಿದ್ದೀನಿ, ವರ್ಣ ಇದ್ದಾಳೆ ಅಂಥ ಪಟ್ಟಿಗೆ ಸೇರಿಸೋಕ್ಕಾಗುತ್ತ? ಆ ವಿಚಾರ ಬಿಡು. ಈಗ ಮುಂದೇನು? ನಿಮ್ಮಪ್ಪ ವಿವೇಕ ಕಳ್ದುಕೊಂಡು ಬೀಗರನ್ನ ಹೊಡಿದಿದ್ದಾನೆ. ಆ ಸಮಯದಲ್ಲಿ ನೀನೋ, ಕಿರಣನೋ ಇದ್ದು ನಿಮ್ಮಪ್ಪನಿಗೆ ಹೊಡಿದಿದ್ದರೆ ಸುಮ್ನೇ ಬಿಡ್ತಾ ಇದ್ರಾ? ಶರತ್ ಮುಂದೆ ಫಿಸಿಕಲೀ ನೀವಿಬ್ರೂ.... ತುಂಬಾ ವೀಕೇ! ಅವನು ಹಿಂದಿರುಗಿ ನಾಲ್ಕು ಬಾರಿಸಿದ್ದರೇ

ಗತಿಯೇನು? ನಂಗಂತೂ ದಿಕ್ಕೇ ತೋಚಲಿಲ್ಲ. ಈ ವಿಚಾರದಲ್ಲಿ ತುಂಬಾ ದುಡುಕಿದ ರಾಜೇಶ್" ಎಂದರು ಶಾಂಭವಿ. ಸ್ವಲ್ಪ ಬೇಸರವಾದಾಗಲೆಲ್ಲ ಅಣ್ಣನನ್ನ ಹೆಸರಿಡಿದು ಕೂಗಿ ಬಿಡುತ್ತಿದ್ದರು. ಕೆಲವೊಮ್ಮೆ 'ಅವಿವೇಕಿ' ಅಂದುಕೊಂಡಿದ್ದುಂಟು. ಆ ಮಾತನ್ನು ಯಾರು ತಳ್ಳಿ ಹಾಕಲಿಲ್ಲ.

ಹೆಚ್ಚು ಬೇಸರವಾಗಿದ್ದು, ನೋವಾಗಿದ್ದ ವರ್ಣಗೆ. ಗಂಡನ ತಂದೆಯ ಬಗ್ಗೆ ಗೌರವವೇ. ನೂರು ಸುಳ್ಳು ಹೇಳಿ ಒಂದು ಮದುವೆ ಮಾಡು ಎನ್ನುವುದು ನಾಣ್ನುಡಿಯಾದರೂ, ಪ್ರತಿ ವಿವಾಹದಲ್ಲೂ ಸಣ್ಣ ಪುಟ್ಟ ಸುಳ್ಳುಗಳು ಇರುತ್ತಿತ್ತು. ಆದರೆ ಶರತ್... ಪಿಯುಸಿ..... ಹಾಗೆಂದು ಕೊಳ್ಳುವುದೇ ಅವಳಿಗೆ ಇಷ್ಟವಾಗಲಿಲ್ಲ. ತನಗಿಂತ ಕಡಿಮೆ ಕಲಿತವ, ಅಂದರೆ ಕಾಲೇಜಿನಲ್ಲಿ ಮಾತ್ರವೆ ವಿನಹ ಜೀವನದಲ್ಲಿ ಅಲ್ಲ.

"ಡಿವೋರ್ಸ್ ಬಗ್ಗೆ ಹೇಳಿ ಕಳಿಸಿದ್ದೀವಿ. ತೆಪ್ಪಗೆ ಒಪ್ಕೊಂಡರೆ ಸರಿ. ಇಲ್ಲದಿದ್ದರೆ ಕೋರ್ಟು ಮೆಟ್ಟಲು ಹತ್ತಿಸ್ತೀನಿ. ವರದಕ್ಷಿಣೆಗಾಗಿ ಪೀಡಿಸಿದ್ರೂ.... ಮಾನಸಿಕವಾಗಿ ದೈಹಿಕವಾಗಿ ದಂಡಿಸಿದ್ದರೂ ಅಂದರೆ, ಎಲ್ಲಾ ಕಂಬಿ ಹಿಂದಕ್ಕೆ ಹೋಗ್ತಾರೆ" ಸ್ವಲ್ಪ ಟೆನ್‌ಷನ್‌ನಿಂದ ಹೇಳಿದ. ಆ ಕ್ಷಣ ಅವನಲ್ಲಿನ ವಿವೇಕ ಮಾಯವಾಗಿತ್ತು. ಹೇಗಾದರೂ ಆ ಕುಟುಂಬವನ್ನು ಶಿಕ್ಷಿಸಬೇಕೆನ್ನುವ ಹುಮ್ಮಸ್ಸು.

ವರ್ಣ ಬೆವತಳು, ತಿಂಗಳಗಳು ಆ ಮನೆಯಲ್ಲಿ ಇದ್ದಳು. ಅವರೆಂದು ಹಾಗೆ ವರ್ತಿಸಿಯೆ ಇರಲಿಲ್ಲ. ಅಪ್ಪಿತಪ್ಪಿ ಇವಳ ತವರಿನ ಬಗ್ಗೆ ಒಂದು ಮಾತಾಡಿರಲಿಲ್ಲ. ತವರಿನಿಂದ ತಂದ ಸೀರೆ, ಒಡವೆಗಳ ಬಗ್ಗೆ ಕನಿಷ್ಟ ಸಹಜ ಕುತೂಹಲವನ್ನು ವ್ಯಕ್ತಪಡಿಸಿರಲಿಲ್ಲ ಲೀಲಾವತಿ. ಅಂಥದ್ದರಲ್ಲಿ ಅವರುಗಳನ್ನು ಕೋರ್ಟು ಮೆಟ್ಟಲು ಹತ್ತಿಸುವುದಾ?

"ಛೆ, ಏನಣ್ಣ. ಈ ತರಹ ಮಾತಾಡ್ತೀ?" ಮುಖ ಒಂದು ತರಹ ಮಾಡಿ "ಅವರಲ್ಲಿ ಹಣದ ಬಗ್ಗೆ ಆಮಿಷವಾಗ್ಲೀ, ಸಣ್ಣತನವಾಗ್ಲಿ ಇಲ್ಲ. ಇನ್ನ ಅವ್ರ ಬಗ್ಗೆ.... ನಂಗೇನು ಹೇಳ್ಬೋಕೋ ಗೊತ್ತಾಗ್ತಾ ಇಲ್ಲ. ಸಮಾಜದ ಸಹಾನೂಭೂತಿ, ಕಾನೂನು ಮಹಿಳೆಯರ ಪರ ಇದೆಯೆಂದು ಅದರ ದುರ್ಲಾಭ ಪಡೆಯೋದು ಬೇಡ. ಅಂಥದಕ್ಕೆ ನನ್ನ ಸಹಕಾರ ಸಿಗೋಲ್ಲ. ಒಂದು ಕ್ಷಣ ಶಶಿ ಅಮ್ಮ ಅಲುಮೇಲು ಅತ್ತೆನ ನೆನಪು ಮಾಡ್ಕೋ. ಕರುಳು ಕಿತ್ತು ಬರುತ್ತೆ.... ಶಶಿ... ಶಶಿ... ಎಂದು ಕೂಗಾಡ್ತ ಇರ್ತಾರೆ" ಎಂದಳು ಗದ್ಗದ ಕಂಠದಿಂದ. ಅರುಣ ತಟ್ಟನೆ ಎದ್ದು ಹೋದ. ಅವನಿಂದ ಸಹಿಸಲಾಸಾಧ್ಯ.

ಅಲಮೇಲು, ರಾಮಾನುಜಂ ದಂಪತಿಗಳಿಗೆ ಶಶಿಧರ ಒಬ್ಬನೆ ಮಗ. ಅತ್ಯಂತ ಸ್ಪುರದ್ರೂಪಿ ಮೃದು, ಬುದ್ಧಿವಂತ, ಹೆಸರಾದ ಕಂಪನಿಯಲ್ಲಿ ಸಾಫ್ಟ್‌ವೇರ್ ಇಂಜಿನಿಯರ್ ಐದು ಅಂಕಿಯ ದೊಡ್ಡ ಸಂಬಳ. ಅರೇಂಜ್ಡ್-ಕಂ-ಲವ್ ಮ್ಯಾರೇಜ್. ವಿವಾಹ ನಿಶ್ಚಯವಾಯಿತು. ಮನೆಗೆ ಸೊಸೆ ಬರುತ್ತಾಳೆನ್ನುವ ಸಂಭ್ರಮ. ಲಗ್ನಪತ್ರಿಕೆಗಳು ಮುದ್ರಣಗೊಂಡು ಹಂಚುವ ಹಂತಕ್ಕೆ ಬಂದಾಗ ವಧುವಿನಿಂದ ಒಂದು ಪುಟ್ಟ ಬೇಡಿಕೆ.

"ನಾನು, ಶಶಿಧರ್ ಒಟ್ಟಿಗೆ ಹೋಗಿ ನನ್ನ ಫ್ರೆಂಡ್ಸ್‌ಗೆ ಇನ್ವಿಟೇಷನ್ ಕೊಡ್ಬೇಕೂಂತ" ಅದಕ್ಕೆ ಸಮ್ಮತಿ ಸಿಕ್ಕಿ ಶಶಿಧರ ಅವಳೊಂದಿಗೆ ಹೋದವನು ಮನೆಗೆ ಜೀವಂತವಾಗಿ

ಹಿಂದಿರುಗಲಿಲ್ಲ. ಡೆಡ್‌ಬಾಡಿ ಪೋಸ್ಟ್‌ಮಾರ್ಟ್‌ಂ ವೇಳೆಗೆ ಇವರು ಆಸ್ಪತ್ರೆ ತಲುಪಿದ್ದು. ವಧುವಿನ ರೋದನ ಮುಗಿಲು ಮುಟ್ಟಿತ್ತು. ಆದರೆ ಸತ್ಯ ಎರಡನೆ ದಿನ ಗೊತ್ತಾಯಿತು. ಪ್ರತ್ಯಕ್ಷವಾಗಿ ಕಂಡ ಒಬ್ಬ ಗುಡಿಯ ಪೂಜಾರಿ ಸ್ಟೇಷನ್‌ನಲ್ಲಿ ಸತ್ಯ ಉಸುರಿದರು. ಅವರ ಮಗ ಒಬ್ಬ ಪುಟ್ಟ ಹುಡುಗ ಮೊಬೈಲ್‌ನಲ್ಲಿ ಅದನ್ನು ಚಿತ್ರೀಕರಿಸಿದ್ದ. ಶಶಿಧರನನ್ನು ಚಾಕುವಿನಿಂದ ತಿವಿದಾಗ ಆ ಮಹರಾಯಿತಿ ಅಲ್ಲೇ ಇದ್ದಳು. ಅವನು ಭೂಶಾಯಿಯಾದಾಗಲೂ ಕೊಂದವನೊಂದಿಗೆ ಮಾತಾಡುತ್ತಿದ್ದಳು. ಅವಳು ಅವಳ ಲವರ್ ಹೊರಗೆ ಹೋಗಲು ಇಷ್ಟು ಸಾಕಾಯಿತು. ಅದರಿಂದ ಏನು ಪ್ರಯೋಜನ? ಬಾರದ ಲೋಕಕ್ಕೆ ಶಶಿಧರ ಹೋಗಿದ್ದ. ದುಃಖ ತಾಳಲಾರದೆ ಮಗನನ್ನು ಹಿಂಬಾಲಿಸಿದ್ದ ತಂದೆ. ಒಂಟಿಯಾದ ಆಕೆ ಹುಚ್ಚಿಯಾಗಿ ಮೆಂಟಲ್ ಆಸ್ಪತ್ರೆಯಲ್ಲಿದ್ದಳು ಆ ಕುಟುಂಬಕ್ಕೆ ಯಾಕೆ ಈ ಶಿಕ್ಷೆ?

ಆ ವಿಷಯ ಬಂದರೆ ಅರುಣ ಅಪ್‌ಸೆಟ್ ಆಗಿ ಬಿಡುತ್ತಿದ್ದ. ಶಶಿಧರ ಮನೆಗೆ ಬಂದು ಹೋಗುತ್ತಿದ್ದರಿಂದ ಮನೆಯವರಿಗೆಲ್ಲ ಆತ್ಮೀಯ. ಎಷ್ಟೋ ಸಲ ವರ್ಣನ ಕಾಲೇಜಿಗೆ ಡ್ರಾಪ್ ಮಾಡುತ್ತಿದ್ದ. ಅಂತು ಈ ಮನೆಯ ಒಬ್ಬ ಹುಡುಗನೇ ಆಗಿದ್ದ. ಶಶಿ ಎಂಗೇಜ್‌ಮೆಂಟ್ ನಡೆದಾಗ ರಾಜೇಶ್ ಇಡೀ ಕುಟುಂಬ ಭಾಗವಹಿಸಿತ್ತು. ಒಬ್ಬನೇ ಮಗನ ವಿವಾಹದ ಸಂಭ್ರಮ, ಆ ಮನೆಯಲ್ಲಿ ಸಂತಸ ಹರಿದಾಡಿತ್ತು.

ಆದರೆ ನಡೆದಿದ್ದೇ ಬೇರೆ. ಬೇರೆಯವರಲ್ಲಿ ಅವಳ ಲವ್ ಅಫೇರ್ ಇದೆಯೆಂದು ತಿಳಿದಿದ್ದರೆ ಶಶಿ ಮನೆಯವರು ಹಿಂದಕ್ಕೆ ಸರಿಯುತ್ತಿದ್ದರು. ಕಡೆಗೆ ಶಶಿಯ ಬಳಿಯಲ್ಲಿ ಹೇಳಿದ್ದರೂ ಅವನೇ ನಿಂತು ವಿವಾಹ ಮಾಡುವಷ್ಟು ಒಳ್ಳೆಯತನವಿತ್ತು. ಆ ಕ್ರೂರ ಹೆಣ್ಣು ಶಶಿಯ ಸಾವಿಗೆ ಕಾರಣಳಾಗಿ ಇಡೀ ಮನೆಯನ್ನ ನಾಶ ಮಾಡಿದ್ದಳು.

ಸಮಸ್ತ ಸ್ತ್ರೀಕೋಟಿಯನ್ನು ನ್ಯಾಯ ಕೇಳುವಂತೆ ಅರುಣ ಕೂಗಾಡುತ್ತಿದ್ದ. ವರ್ಷಗಳು ಕಳೆದರೂ ಅದನ್ನ ಮರೆತಿರಲಿಲ್ಲ. ಅಂದಿನಿಂದ ಪ್ರೀತಿ, ಪ್ರೇಮದ ವಿಚಾರದಲ್ಲಿ ಹುಷಾರಾಗಿರ ಬೇಕೆಂದುಕೊಂಡಿದ್ದ.

* * *

ಜೋಯಿಸರು ತಿಮ್ಮಪ್ಪಯ್ಯನವರ ಮನೆಗೆ ಬಂದಾಗ ಮನೆ ಪೂರ್ತಿ ಮಂಕಾಗಿತ್ತು. ವಿವಾಹದನಂತರ ಕರೆಸಿಕೊಂಡು ಸತ್ಕರಿಸಿದ್ದ ಲೀಲಾವತಿ ಇಂದು ಮಂಕಾಗಿ ಕಂಡರು. ಬಹಳ ಹಿಂಜರಿಯುತ್ತಲೇ ಬಂದವರಿಗೆ ಕಂಡದ್ದು ಬರೀ ಕತ್ತಲು. ಇದಕ್ಕೆ ಯಾರು ಕಾರಣರು?

"ಬನ್ನಿ ಜೋಯಿಸರೆ ನಾವು ನಿಮಗೋಸ್ಕರನೆ ಕಾಯ್ತಾ ಇದ್ವಿ. ಮತ್ತೊಂದು ಅನಾಹುತವಾಗ ಬಾರದೂಂತಲೇ ಕಾದಿದ್ದು. ನಮ್ಮ ಹಣೆ ಬರಹ ನೆಟ್ಟಗಿಲ್ಲ" ಆಕೆಯ ಕಣ್ಣಂಚಿನ ಬಿಸಿ ಹನಿಗಳು ಕೆನ್ನೆಯ ಮೇಲೆ ಜಾರಿ ದುಃಖ ಪ್ರಕಟಿಸಿತು "ಅಂದು ಸುಮ್ನ... ಸುಮ್ನ ಏಕಾಏಕಿ ಬಂದು ಹೊಡೆದು ಅವಮಾನ ಮಾಡಿಬಿಟ್ಟರು. ನನ್ಮಗ ಮನಸ್ಸು ಮಾಡಿದ್ದರೆ ಮೂವರನ್ನು ಚಚ್ಚಿ ಬಿಡುತ್ತಿದ್ದ" ಎಂದರು ಕೋಪದಿಂದ.

ಮಾತಾಡದೆ ಬಂದು ಕೂತರು ಜೋಯಿಸರು. ಹೊಡೆತ ಬಡಿತ ಅನ್ನುವ ಒರಟು

ಜನರಿಂದ ದೂರವಿದ್ದ ಸಂಭಾವಿತ ಮನುಷ್ಯ.

ನೀರು, ನಿಂಬೆ ಹಣ್ಣಿನಪಾನಕದೊಂದಿಗೆ ಬಂದು ಅವರ ಎದುರಿಟ್ಟು ಕೂತ ಲೀಲಾವತಿ "ನಮ್ಮ ಹಣೆಬರಹನೆ ಚೆನ್ನಾಗಿಲ್ಲ. ನಮ್ಗೇ ಈ ರೀತಿ ಆಗ್ಬೇಕಿತ್ತಾ? ಹೊರ್ಗೇ ತಲೆ ಎತ್ಕೊಂಡ್ ತಿರುಗೋ ಹಾಗೇ ಇಲ್ಲ. ಇವರಂತು ಅಂದಸಿಂದ ಹೊರಗಡೆ ಹೋಗಿದ್ದಿಲ್ಲ ಯಾರಿಂದ ಯಾರಿಗೆ ಹೇಗೆ ಮುಟ್ಟಿತ್ತೋ ವಿಷ್ಯ, ಒಂದಲ್ಲ ಒಂದು ಕಾರಣವಿಟ್ಕೊಂಡ್ ಬಂಧುಗಳು, ಪರಿಚಿತರು ಫೋನ್ ಮಾಡಿ ಬೇರೆ ಬೇರೆ ತರಹ ವಿಚಾರಿಸೋಕೆ ಷುರು ಮಾಡಿದ್ದಾರೆ. ನಾವು ಹೇಗೆ ಬದುಕೋದು? ಶರತ್ ಭೂಮಿಗೆ ಇಳ್ದು ಹೋಗಿದ್ದಾನೆ. ಮೊದಲೆ ಮಾತು ಕಡ್ಮೆ, ಈಗಂತು ಮಾತೇ ಇಲ್ಲ. ನನ್ನಿಂದಾನೆ ಇದೆಲ್ಲ ಎನ್ನುವ ಅಪರಾಧ ಭಾವ. ನಾವು ಹೆಚ್ಚು ವಿಚಾರಿಸ್ದೇ ಈ ಸಂಬಂಧಕ್ಕೆ ಒಪ್ಕೊಂಡ್ ತಪ್ಪು ಮಾಡಿದ್ವೀ" ತಮ್ಮ ಮನಸ್ಸಿನ ಬೇಗುದಿ ತೋಡಿಕೊಂಡರು.

ಜೋಯಿಸರು ಕೂಡ ಆ ಕುಟುಂಬಕ್ಕೆ ಹೊಸಬರಲ್ಲ. ದೂರದ ಸಂಬಂಧ ಜೊತೆಗೆ ಆತ್ಮೀಯರು, ಕಷ್ಟ, ಸುಖಕ್ಕೆ ಆದವರು. ಅಂಥವರು ಹೇಳಿದನ್ನೆಲ್ಲ ನಂಬಿ ಜಾತಕ ಕೊಟ್ಟಿದ್ದರು. ಆದರೆ ರಾಜೇಶ್ ತೀರಾ ಅನಾಗರಿಕವಾಗಿ ವರ್ತಿಸಿ ಆ ಕುಟುಂಬದ ಬಗೆಗಿನ ಗೌರವಭಾವವನ್ನು ಹಾಳು ಮಾಡಿಕೊಂಡಿದ್ದರು.

ಇವರದು ತಲೆಯೆತ್ತದ ಸ್ಥಿತಿ.

"ಕ್ಷಮ್ಸಿ ತಾಯಿ, ನಾನಂತು ತಪ್ಪು ಮಾಡ್ಲಿಲ್ಲ. ಹೇಗೆ, ಎಲ್ಲಿ ತಪ್ಪು ನಡೀತೋ..... ನನ್ನ ಮನೆ ದೇವರಾಣೆಗೂ ಗೊತ್ತಿಲ್ಲ. ಈ ವೃತ್ತಿಯನ್ನು ಹೊಟ್ಟೆ ಪಾಡಿಗೆ ಕೈಗೊಂಡದ್ದು ಒಂದು ಕಾಲದಲ್ಲಿ. ಈಗ ಅದರ ಅಗತ್ಯವಿಲ್ಲ. ಮಕ್ಕಳು ಕೈ ತುಂಬ ದುಡೀತಾರೆ. ನನ್ನ ಸಂಪಾದ್ನೆ ಮನೆಗೆ ಅಗತ್ಯವಿಲ್ಲ. ಈಗ ಹವ್ಯಾಸ ಅಂದ್ಕೊಂಡರೂ ಪರ್ವಾಗಿಲ್ಲ, ಇಲ್ಲ ಈ ವೃತ್ತಿಯ ಮೇಲಿನ ವ್ಯಾಮೋಹ ಅಂದ್ಕೊಳ್ಳಿ, ಸುಳ್ಳು ಸುಳ್ಳು ಹೇಳ್ಕೊಂಡ್.... ಬದ್ಕು ನಡ್ಸೋ ದೌರ್ಭಾಗ್ಯ ನಂಗಿಲ್ಲ. ಖಂಡಿತ ನನ್ನಿಂದ ತಪ್ಪು ನಡೇದಿಲ್ಲ" ಎರಡು ಕೈಗಳನ್ನು ಜೋಡಿಸಿದರು.

ಆಕೆಗೆ 'ಅಯ್ಯೋ' ಎನಿಸಿತು.

"ಹೋಗ್ಲಿ, ನಮ್ಮ ಹಣೆಬರಹ ಅಂದ್ಕೊತೀನಿ, ಬೀಗರು ಬಂದು ಏಕಾಏಕಿ ನಮ್ಮವರನ್ನು ಹೊಡೆದು ಅವಮಾನ ಮಾಡಿದ್ದಾರೆ, ಇನ್ನ ಸಾಕು ಅವ್ರ ಸಂಬಂಧ. ಅವರುಗಳು ಯಾರೂ ಇಲ್ಲಿಗೆ ಬರೋದು ಬೇಡ. ಬಿಡುಗಡೆಗೆ ಏನಾದ್ರೂ ವ್ಯವಸ್ಥೆ ಮಾಡಿ. ನಮ್ಗೆ ಅಷ್ಟು ಸಾಕು" ಆಕೆ ಕಣ್ಣೀರಿಟ್ಟರು. ಜೋಯಿಸರ ಬಾಯಿಂದ ಮಾತುಗಳೆ ಹೊರಡಲಿಲ್ಲ. ತೀರಾ ಹೂವೆತ್ತಿದಂತೆ ಆದ ವಿವಾಹಕ್ಕೆ ಇಷ್ಟು ಬೇಗ ಬಿಡುಗಡೆಯ ಪ್ರಸ್ತಾಪ! ತೀರಾ ಕೆಟ್ಟದೆನಿಸಿತು. 'ಅದ್ಭುತವಾದ ಜೋಡಿ ಸೀತಾ, ರಾಮರ ವಿಗ್ರಹಗಳನ್ನು ಕಂಡಂತಾಯಿತು. ಈಗ ಎಲ್ಲಾ ಮುಗ್ಸಿಕೊಂಡೇ ಹಸೆಮಣೆಯೇರೋದು, ಆದ್ದರಿಂದ ಇಂಥ ಮುಗ್ಧತೆ, ಅಲೌಕಿಕತೆ ಜೋಡಿಗಳಲ್ಲಿ ಕಾಣೋಕೆ ಸಾಧ್ಯವಿಲ್ಲ. ಏನೇ ಆಗ್ಲೀ ಒಳ್ಳೆ 'ಜೋಡಿ ಕುದುರಿಸಿದ್ದೀರಿ.' ಹಲವು ಹಿರಿಯರು ಇದನ್ನ ಹೇಳಿದಾಗ ಹೆಮ್ಮೆಯೆನಿಸಿತ್ತು. ಆದರೆ ಈಗ ಆಗಿದ್ದೇನು?

"ಜೋಯಿಸರೇ, ಅಂದಿನಿಂದ ಅವರು ಮನೆ ಬಿಟ್ಟು ಹೊರ್ಗೇ ಹೋಗಿಲ್ಲ. ಹೊಟ್ಟೆ

ತುಂಬ ಊಟವಿಲ್ಲ, ಕಣ್ತುಂಬ ನಿದ್ದೆ ಮಾಡದೆ ಕಂಗೆಟ್ಟು ಹೋಗಿದ್ದಾರೆ. ಹೀಗೆ ಇದ್ರಿಂದ ಅವ್ರನ್ನ ಹೊರ್ಗೆ ತರೋದೋ ಗೊತ್ತಾಗ್ತ ಇಲ್ಲ" ಇನ್ನಷ್ಟು ತೋಡಿಕೊಂಡರು ಜೊತೆಗೆ "ಇನ್ನೊಂದ್ಮಾತು ಮುಖ ಕಂಡ ಕೂಡಲೇ ರೇಗಾಡ್ಬಹ್ದು. ಏನಾದ್ರೂ ಅನ್ನಬಹುದು. ತಾವು ತಪ್ಪು ತಿಳ್ಕೋಬಾರ್ದು" ರಿಕ್ವೆಸ್ಟ್ ಮಾಡಿಕೊಂಡರು.

"ಇಲ್ಲ ತಾಯಿ! ಅವ್ರು ನಾಲ್ಕು ಏಟು ಹಾಕಿದ್ರೂ.... ನಾನೇನು ಅಂದುಕೊಳ್ಳೋಲ್ಲ. ನನ್ನಿಂದ ಅಂಥ ತಪ್ಪು ಆಗಿದೆ" ಎಂದರು ನೋವಿನ ದನಿಯಲ್ಲಿ. ಆಮೇಲೆ ತಾವು ವರ್ಣ ಮನೆಗೆ ಹೋದಾಗಿನ ಎಲ್ಲಾ ವಿಷಯಗಳನ್ನ ಹೇಳಿ "ಎಲ್ಲಿ ತಪ್ಪಾಗಿದೇಂತ ನಂಗೆ ಗೊತ್ತಾಗ್ತ ಇಲ್ಲ" ಆಕೆ ಮಾತಾಡಲಿಲ್ಲ ದುಃಖದಿಂದ ಗಂಟಲುಬ್ಬಿತು.

ಆದರೂ ಗಂಡನನ್ನ ಹೊಡೆದ ಬೀಗನನ್ನು ಕ್ಷಮಿಸುವಂಥ ಧಾರಾಳತನ ಆಕೆಯಲ್ಲಿ ಇರಲಿಲ್ಲ.

"ಹಾಳಾಗಿ ಹೋಗ್ಲೀ. ಇನ್ನ ನಮ್ಗೇ ಅವ್ರ ಸಂಬಂಧ ಬೇಡ. ಬೇರೆ ರೀತಿಯಲ್ಲಿ ಸಂಬಂಧ ಮುರ್ದುಕೊಂಡು ಆಗಿದೆ. ಕಾನೂನು ಚೌಕಟ್ಟಿನಲ್ಲು ಹರಿದು ಹೋಗ್ಲಿ. ನಮ್ಗೇ ಅವರುಗಳ ಮುಖ ನೋಡಲೆ ಇಷ್ಟವಿಲ್ಲ. ಇದೊಂದನ್ನ ನಿಂತು ನೀವೇ ಮಾಡ್ಸಿ" ಖಡಾಖಂಡಿತವಾಗಿ ಹೇಳಿ ಎದ್ದು ಹೋದರು.

ಆಮೇಲೆ ಲೀಲಾವತಿ ಗಂಡನಿಗೆ ಸಮಾಧಾನ ಹೇಳಿ ತಿಮ್ಮಪ್ಪಯ್ಯನನ್ನ ಕರೆದುಕೊಂಡು ಬಂದರು. ಹತ್ತು ವರ್ಷ ಹೆಚ್ಚಾದವರಂತೆ ಕಂಡರು. ಜಾಲಿಯಾಗಿರುತ್ತಿದ್ದ ಮನುಷ್ಯ. ವರದಕ್ಷಿಣೆ, ವರೋಪಚಾರದ ಸುದ್ದಿ ಎತ್ತಿದಾಗ 'ನಮ್ಮಲ್ಲಿ ಅಂಥದೇನಿಲ್ಲ. ನಗುನಗುತ್ತ ವಿವಾಹಕ್ಕೆ ಬರೋ ಜನಕ್ಕೆ ಒಳ್ಳೆ ಊಟ ಹಾಕಿ, ತಾಂಬೂಲ ಕೊಡಿ. ಅವ್ರು ವಧು ವರರನ್ನ ಮನಪೂರ್ತಿ ಹರಸಿ ಹೋಗ್ತಾರೆ' ಅಂದಿದ್ದ ದೊಡ್ಡ ವ್ಯಕ್ತಿತ್ವದ ಮನುಷ್ಯ.

ಜೋಯಿಸರು ಕೂರಲಾರದೆ ಎದ್ದು ನಿಂತು ಕೈಗಳನ್ನು ಜೋಡಿಸಿದರು. ತಿಮ್ಮಪ್ಪಯ್ಯ ತಾವು ಕೂತು ಕೂಡುವಂತೆ ಸನ್ನೆ ಮಾಡಿ ಸ್ವಲ್ಪ ಸುಧಾರಿಸಿಕೊಂಡು ಮಾತಾಡಿದರು.

"ಲೀಲಾ ಹೇಳಿದ್ಲು ಯಾರ್ದು ತಪ್ಪೋ, ಏನೋ ಆಗಿದ್ದು ಆಗಿ ಹೋಯ್ತು. ಈಗ ಒಂದು ಉಪಕಾರ ಮಾಡಿ ನನ್ನ ಮಗನಿಗೆ ಕಾನೂನು ರೀತ್ಯಾ, ಬಿಡುಗಡೆ ಕೊಡ್ಸಿ ಬಿಡಿ. ಅದಕ್ಕೆ ನೀವೇ ಓಡಾಡಬೇಕು. ಇನ್ನ ಬರೀ ಪಿ.ಯು.ಸಿ. ಓದಿರೋ ನನ್ಮಗನ ಜೊತೆ ಬಿಬಿಯಂ ಓದಿರೋ ಅವ್ರ ಮಗ್ಳು ಸಂಸಾರ ಮಾಡೋದು ಬೇಡ. ಅದಕ್ಕೆ ಏನು ಬೇಕೋ ಅದನ್ನ ಮಾಡಿ. ಸರಿಯಾಗಿ ತಿಳ್ದುಕೊಳ್ಳದೇ ಸಂಬಂಧ ಬೆಳೆಸಿದ ನಾವು ತಪ್ಪು ಕಾಣಿಕೆ ಸಲ್ಲಿಸೋಕೆ, ಸಿದ್ಧ" ಇಂಥ ಮಾತುಗಳನ್ನಾಡಿದರು.

ಬಹಳ ಹೊತ್ತು ಕೂತು ಮಾಡಿದರು. ಸಮಸ್ಯೆಗೆ ಅದೊಂದೇ ಪರಿಹಾರ. ಜೋಯಿಸರಿಗೂ ಅದು ಸರಿಯೆನಿಸಿಬಿಟ್ಟಿತು.

"ಆಯ್ತು, ನಾನ್ಹೋಗಿ ಮಾತಾಡ್ತೀನಿ, ಕಾನೂನಿನಲ್ಲಿ ಗಂಡ, ಹೆಂಡ್ತಿ ಒಟ್ಟಿಗೆ ಆರು ತಿಂಗಳಾದ್ರೂ ಸಂಸಾರ ಮಾಡ್ಬೇಕು. ಆಮೇಲೆ ಡಿವೋರ್ಸ್ ಚಿಂತನೆ. ಅದರಿಂದ ತೊಡಕ್ಕಾಗಿ ಪರಿಣಮಿಸುತ್ತೆ. ವಕೀಲರನ್ನು ಭೇಟಿ ಮಾಡೋದು ಒಳ್ಳೇದು. ಮಗನ ಹತ್ರ ಮಾತಾಡಿ"

ಜೋಯಿಸರು ಎದ್ದು ಹೋದ ಎಷ್ಟೋ ಹೊತ್ತಿನವರೆಗೂ ಗಂಡ ಹೆಂಡತಿ ಮಾತಿಲ್ಲದೆ ಮೌನವಾಗಿ ಕೂತಿದ್ದರು. ಹೇಮಂತ್ ತನ್ನ ವಿವಾಹವಾದ ಮೂರು ವರ್ಷಕ್ಕೆ ಹೆಂಡತಿಯನ್ನು ಬಲವಂತದಿಂದ ಕರೆ ತಂದಿದ್ದ. ಅವಳು ಮಾತಿಲ್ಲದೆ ಮೌನ ಗೌರಿಯಾಗಿ ಕೂತಿದ್ದು ಎದ್ದು ಹೋಗಿದ್ದು. ಆಮೇಲೆ ಪುತ್ರ ವ್ಯಾಮೋಹ. ಆಗಾಗ ಫೋನ್‌ನಲ್ಲಿ ಸಂಭಾಷಣೆ. ತಿಂಗಳಿಗೋ, ಎರಡು ತಿಂಗಳಿಗೋ ಗಂಡ, ಹೆಂಡತಿ ಜೊತೆಯಾಗಿ ಬಂದು ಒಂದೆರಡು ಗಂಟೆ ಅತಿಥಿಗಳಂತೆ ಕೂತು ಎದ್ದು ಹೋಗುತ್ತಿದ್ದರು. ಕಾರು, ಸ್ವಂತ ಫ್ಲಾಟ್, ವೀಕ್‌ಎಂಡ್ ಪಿಕ್‌ನಿಕ್‌ಗಳು, ಅವರದೆ ಪ್ರಪಂಚದಲ್ಲಿ ಅವರು ಸುಖಿಗಳು. ಆದರೆ ಅಪ್ಪ, ಮಗನ ಮಧ್ಯೆ ಬಾಂಧವ್ಯವೇನು ಬೆಸೆಯಲಿಲ್ಲ. ಹೇಮಂತ್ ಬಂದರೆ ತಿಮ್ಮಪ್ಪಯ್ಯ ಎದ್ದು ಹೋಗುತ್ತಿದ್ದರು. ಅವನ ಸಂಬಂಧವೇ ಅವರಿಗೆ ಬೇಕಿರಲಿಲ್ಲ. ಡೈರೆಕ್ಟಾಗಿಯೇ 'ನಂಗೆ ಒಬ್ನೆ ಮಗ' ಎಂದು ಹೇಳುತ್ತಿದ್ದರು. ಬಹುಶಃ ಹಾಗೆಂದು ತಿಳಿದಿದ್ದರು ಕೂಡ.

ಸಂಜೆ ಹೇಮಂತ, ಅವನ ಮಡದಿ ಬಂದರು.

"ಏನೇನೋ ಕೇಳ್ದೆ" ಕೂತ ಷುರುವಿನಲ್ಲಿಯೇ. ಟಿ.ವಿ. ನೋಡುತ್ತಿದ್ದ ತಿಮ್ಮಪ್ಪಯ್ಯ ಎದ್ದು ಹೋದರು. "ಅಪ್ಪನ ಧಿಮಾಕ್ಕೇನು ಕಡ್ಮೇ ಆಗ್ಲಿಲ್ಲ." ವ್ಯಂಗ್ಯವಿತ್ತು ಅವನ ಸ್ವರದಲ್ಲಿ. ಲೀಲಾವತಿಗೆ ರೇಗಿತು. "ಏನೇನೋ ಮಾತಾಡ್ಬೇಡ ಏನು ಈ ಕಡೆ ದಯಮಾಡ್ಸಿದ್ದು?"

"ಈ ತರಹನ ಮಾತಾಡೋದು? ಅಪ್ಪನಿಗೆ ಹೊಡೆದ್ರೂಂತ ತಿಳಿದ ಕೂಡಲೇ ನನ್ನ ರಕ್ತ ಕುದಿತು. ವಿಚಾರಿಸೋಣಾಂತ ಬಂದರೆ, ಅವರು ಮುಖ ತಿರುಗಿಸ್ಕೊಂಡ್ ಎದ್ದು ಹೋದರು. ನೀನು ಯಾಕೆ ಬಂದೆ ಅನ್ನೋ ತರಹ ಮಾತಾಡ್ತೀ? ನೀವು ಭಾವಿಸಿದರೆ ನಾವು ಬಂದು, ಹೋಗಿ ಮಾಡ್ತೀವಿ ಇಲ್ಲಾದರೆ..... ಬಿಡಿ. ಅವಮಾನ ಮಾಡ್ಸಿಕೊಂಡು ಹೋಗೋ ಕರ್ಮ ನಮಗ್ಯಾಕೆ? ಲೀನಾ.... ನಡೀ ಹೋಗೋಣ" ಹೊರಟೆಬಿಟ್ಟ.

"ಬರ್ತೀನಿ, ಆಂಟೀ. ಅವರ್‍ಯಾಕೋ ತುಂಬ ಕೋಪ ಮಾಡ್ಕೊಂಡಿದ್ದಾರೆ" ಗಂಡನನ್ನು ಹಿಂಬಾಲಿಸಿದಳು. ಆ ಕ್ಷಣ ಲೀಲಾವತಿಗೆ ಕರೆಯಬೇಕೆನಿಸಲಿಲ್ಲ. ಮಗ ತುಣುಕು. ಅವನ ಮಾತು, ಪ್ರೀತಿ ಎಲ್ಲಾ ಬೇಕೆನಿಸುತ್ತಿತ್ತು. 'ಹೋಗ್ಲಿ ಬಿಡು' ಅಂದುಕೊಂಡು ಬಾಗಿಲು ಹಾಕಿದರು. ಆಗ ಅನುಭವಿಸಿದ ಹಿಂಸೆ ಎಷ್ಟು? ತುಲನೆ ಮಾಡಲು ಹೋಗಲಿಲ್ಲ.

ಹಿರಿಯ ಮಗ ಹೇಮಂತ ವಿವಾಹದವ ವಿಚಾರ ಬೇರೆಯವರಿಂದ ತಿಳಿದಾಗ ಗಂಡ ಹೆಂಡತಿ ಭೂಮಿಗೆ ಕುಸಿದಿದ್ದರು. ಇದು ಸಾಧ್ಯವೇ ಎಂದು ನಂಬಲು ಅವರಿಂದ ಸಾಧ್ಯವಾಗಲಿಲ್ಲ. ಇಡೀ ಮನೆಯನ್ನು ನಿರ್ವಹಿಸುತ್ತಿದ್ದ ಮಗ ನಿರ್ದಾಕ್ಷಿಣ್ಯವಾಗಿ ಕೈಕೊಟ್ಟು ಪರಾರಿಯಾಗಿದ್ದ.

ಆಗ ಹೆಚ್ಚು ಕಡಿಮೆ ಹುಚ್ಚಿಯೆ ಆಗಿದ್ದರು. 'ಅಯ್ಯೋ, ನನ್ನ ಮಗನ್ನ ನಾನು ನೋಡ್ಬೇಕು' ಒಂದೇ ಕಣ್ಣೀರು, ಹಂಬಲಿಕೆ. ಆಗ ಅನುಭವಿಸಿದ ಹಿಂಸೆ ಹೇಳತೀರದು. ತೀರಾ ಸೋತ ತಿಮ್ಮಪ್ಪಯ್ಯ ಯಾರು, ಯಾರಿಂದಲೋ ಹೇಳಿ ಕಳಿಸಿ ಸೋತರು. ಅವನಂತು ತಿರುಗಿ ನೋಡಿರಲಿಲ್ಲ. ಆಗ ಪಿಯುಸಿಯಲ್ಲಿದ್ದ ಶರತ್ ಹೆತ್ತವರ ಪೂರ್ಣ ಜವಾಬ್ದಾರಿಯೊತ್ತ ದಿನವನ್ನು ಅವರು ಮರೆಯಲಾರರು. ಅವನ ಬಗ್ಗೆ ಅತಿಯಾದ ಅಭಿಮಾನ. ಅದಕ್ಕೆ ಅವನು

ಅರ್ಹ ಕೂಡ.

"ಅಣ್ಣ, ತಾನಾಗಿ ಬರ್ತಾನೆ. ಹಂಬಲಿಸಿ ಕೊರಗೋದರಿಂದ ಪ್ರಯೋಜನವಿಲ್ಲ" ಇಂಥ ಸಾಂತ್ವನ ಅವರನ್ನ ಬದುಕಿಸಿ ಇಲ್ಲಿಯವರೆಗೂ ತಂದಿತ್ತು. "ಹೋದ್ನ ಮಗ?" ದನಿ ಬಂದತ್ತ ನೋಟ ಹರಿಸಿ ಬಿಕ್ಕಿಬಿಕ್ಕಿ ಅತ್ತ ಹೆಂಡತಿಯ ಕಣ್ಣೀರು ತೊಡೆದ ತಿಮ್ಮಪ್ಪಯ್ಯ "ಬಿಡು, ಸುಮ್ನೇ ಯಾಕೆ ಅಳ್ತೀಯಾ? ಹೆತ್ತವರ ಅಂತಃಕರಣ ಮಕ್ಕಳಿಗೆ ಅರ್ಥವಾಗೋಲ್ಲ. ಆದರೆ ದೇವರು ನಮ್ಗೇ ಶರತ್ ಅಂಥ ಮಗನನ್ನ ಕೊಟ್ಟಿದ್ದಾನೆ. ಶರತ್ ಬರೀ ಪಿ.ಯು.ಸಿ. ಅಂತ ಹಂಗಿಸಿದಕ್ಕೆ ಕೋಪ. ನನ್ನ ಮಗನ ಯೋಗ್ಯತೆ ಆ ಜನಕ್ಕೇನು ಗೊತ್ತು? ಅವಳ ಬಿಬಿಯಂ ಏನು ಅವಳಣ್ಣನ ಎಂಬಿಎ ಕೂಡ ನನ್ನ ಮಗನ ನಾಲೆಡ್ಜ್‌ಗೆ ಸಮವಾಗೋಲ್ಲ" ವದರಾಡಿದರು. ಈ ಅವಮಾನ ಸಹಿಸರು.

ಅಂದು ರಾತ್ರಿ ಶರತ್ ಬಂದಾಗ ಹನ್ನೊಂದರ ಸುಮಾರು ನಾಲ್ಕು ಸಲ ಅಮ್ಮನಿಗೆ ಫೋನ್ ಮಾಡಿದ್ದ. ತಾನು ತಡವಾಗಿ ಬರುವುದಕ್ಕೆ ಕೂಡ ಕಾರಣ ತಿಳಿಸಿದ್ದೆ. ಇಷ್ಟರ ಮಧ್ಯೆನು ಪದೇ ಪದೇ ವರ್ಣಾಳ ನೆನಪು ಕಾಡುತ್ತಿತ್ತು. 'ವರ್ಣ..... ವರ್ಣ' ವಿಚಿತ್ರವಾದ ಸಂಕಟದಿಂದ ಅವನ ಮನ ಒದ್ದಾಡುತಿತ್ತು.

"ಲೇಟಾಯಿತಲ್ಲೋ..." ಎಂದರು ಲೀಲಾವತಿ.

"ತಿಳಿಸಿದ್ದೆ, ಕಾಂಪ್ಲೆಕ್ ಇನ್ಸ್‌ಪೆಕ್ಷನ್ ಇತ್ತು. ಜೊತೆಗೆ ಒಳ್ಳೆ ಖುಷಿಯ ಮೂಡ್‌ನಲ್ಲಿ ಇದ್ದುದ್ದರಿಂದ, ಡಿನ್ನರ್‌ಗೆ ನಿಲ್ಲಿಸಿಕೊಂಡ್ರು. ಈ ಪ್ರಾಜೆಕ್ಟ್ ಬಗ್ಗೆ ಪೂರ್ಣವಾದ ತೃಪ್ತಿ. ಈ ಪ್ರಾಜೆಕ್ಟ್‌ನ ಬಹಳ ಅನುಮಾನದಿಂದಲೆ ಒಪ್ಪಿಕೊಂಡಿದ್ದರು. ಕೊಟ್ಟ ಅವಧಿಗಿಂತ ಮೊದ್ಲೇ ಮುಗ್ಸಿಕೊಟ್ಟಿದ್ದು ಹೆಚ್ಚು ಸಂತೋಷ ತಂದಿದೆ" ಎನ್ನುತ್ತ ಸಿಂಕ್‌ನಲ್ಲಿ ಕೈತೊಳೆದು ಬಂದು ಡೈನಿಂಗ್ ಟೇಬಲ್‌ನ ಮುಂದೆ ಕೂತು "ಅಪ್ಪನ ಊಟ ಆಯ್ತು? ಒಂದಿಷ್ಟು ನಾರ್ಮಲ್‌ಗೆ ಬಂದಿದ್ದಾರ?" ವಿಚಾರಿಸಿದ. ಆಕೆ ಮೌನವಾಗಿಯೆ ಬಡಿಸಿದ್ದು. ಹೊರಗೆ ಡಿನ್ನರ್ ಮುಗಿಸಿದ್ದರು ಮನೆಗೆ ಬಂದು ಅಮ್ಮನ ಕೈಯಲ್ಲಿ ಬಡಿಸಿಕೊಂಡು ಊಟ ಮಾಡುವ ಪದ್ಧತಿ ಜಾಸ್ತಿ ಇಲ್ಲ, ಒಂದು ನಾಲ್ಕು ತುತ್ತು. ಅಣ್ಣನಿಂದ ಕಳೆದುಕೊಂಡಿದ್ದನ್ನು ಅವನು ತುಂಬಿ ಕೊಡುತ್ತಿದ್ದ. ಅವರ ಪ್ರಕಾರ ಅವನೊಬ್ಬ ಉತ್ತಮ ಮಗ.

ತಂದೆಯನ್ನ ಮಾತಾಡಿಸಿಕೊಂಡು ಬಂದವನು ಅಮ್ಮನ ಮುಂದೆ ಕೂತ "ಅಪ್ಪ, ಇವತ್ತು ಇನ್ನಷ್ಟು ಡಲ್ಲಾಗಿ ಕಾಣ್ತಾರೆ" ಎಂದ. ಅವನು ಕೆಲವನ್ನು ಊಹಿಸಿದ್ದ. ಚೆಂಡು ಬರುವವರೆಗೂ ಬ್ಯಾಟು ಬೀಸಬಾರದೆನ್ನುವುದು ಅವನ ತರ್ಕ. ಹೆತ್ತ ತಂದೆಯನ್ನು ಹೊಡೆದ ವ್ಯಕ್ತಿಯ ಕುಟುಂಬದವರ ಬಗ್ಗೆ ಗೌರವ, ವಿಶ್ವಾಸ, ಆತ್ಮೀಯತೆ ಹೇಗೆ ಉಳಿದೀತು?

"ಜೋಯಿಸರು ಬಂದಿದ್ರು. ಅವ್ರು ಹೇಳೋ ಪ್ರಕಾರ ಆ ಮನೆಯವರು ನಿನ್ನ ಬಯೋಡೆಟಾ, ಜಾತ್ಕವನ್ನ ನೋಡೇ ಇಲ್ವಂತೆ. ಇದು ಹೇಗೆ ಸಾಧ್ಯ? ವರ್ಣ ಅಣ್ಣನದು ಲವ್ ಮ್ಯಾರೇಜ್. ಒಂದು ಡೇಟ್‌ಗೆ ಮದ್ವೆ ಫಿಕ್ಸ್ ಮಾಡಿಕೊಂಡಿದ್ನಂತೆ. ಅದಕ್ಕೆ ಮೊದ್ಲು ಮಗಳ ಮದ್ವೆ ಆಗ್ಬೇಕನ್ನೋ ಹಟ ಆ ಮನುಷ್ಯನದು ಏನೋ ನಡ್ದು ಹೋಗಿದೆ. ಇಂಥ ಸಬೂಬುಗಳು. ಯಾರ ತಪ್ಪೋ, ಯಾರು ಅಪರಾಧಿಗಳೋ, ಶಿಕ್ಷೆ ಮಾತ್ರ ನಮ್ಗೇ. ವಿಷ್ಯ

ತಿಳಿತೇನೋ ಹೇಮಂತ್, ಲೀನಾ ಬಂದಿದ್ರು. ಒಂದು ತರಹ ಮಾತಾಡಿದ್ರು. ಬಯ್ದು ಕಳ್ಸಿ ಬಿಟ್ಟೆ ಕಣೋ, ಒಂದ್ಲೋಟ ಕಾಫೀ ಕೂಡ ಕೊಡ್ಲಿಲ್ಲ. ಇವತ್ತು ನುಚ್ಚಿನುಂಡೆ ಮಾಡಿದ್ದೆ. ಅವ್ರಿಗೆ ಕೊಡ್ಲಿಲ್ಲ. ತುಂಬ ನೋವಾಯ್ತು" ಆಕೆ ಜೋರಾಗಿಯೇ ಅತ್ತು ಬಿಟ್ಟರು.

"ಅಮ್ಮ ಸಮಾಧಾನ ಮಾಡ್ಕೋ. ಹೇಮಂತ್ ಸ್ವಭಾವ ಗೊತ್ತು. ಹೆತ್ತವರಿಗೆ ಕ್ಷಮಿಸೋ ಗುಣ ಇರುತ್ತೆ. ಹಾಗಂತ ಮಕ್ಳು ತಪ್ಪು ಮಾಡ್ತಾ ಹೋಗ್ಬಾರ್ದು. ಅಲ್ಲಿಗೆ ಹೋಗ್ಬಂದರಂಥ ಜೋಯಿಸರು?" ಕೇಳಿದ ವಿಷಯ ತಿಳಿಯುವ ಅಗತ್ಯವಿತ್ತು.

ಆಕೆ ಮಿಡುಕಿದರು. ಮಗ ಪಿ.ಯು.ಸಿ. ಅಂದ ಮಾತ್ರಕ್ಕೆ ಡಿವೋರ್ಸ್‌ವರೆಗೂ ಹೋಗೋದಾ? ತೀರಾ ಅವಮಾನವೆನಿಸಿತು.

"ಅವರು ಮಗಳಿಗೆ ಡಿವೋರ್ಸ್ ಬೇಕೂಂದರಂತೆ. ಇಷ್ಟೆಲ್ಲ ನಡೆದ ಮೇಲೆ ನಾವು ತಾನೇ ಆ ಹುಡ್ಗೀನ ಕರ್ಕೊಂಡ್ ಬರೋಕೆ ಆಗುತ್ತಾ? ನಮ್ಗೂ ಅದೇ ಬೇಕೂಂತ ಹೇಳಿ ಕಳಿಸ್ದೇ" ಎಂದರು. ಆದರೆ ಅವರಿಗೆ ವರ್ಣಾಳ ಬಗ್ಗೆ ಯಾವುದೇ ಅಸಮಾಧಾನವಿರಲಿಲ್ಲ. ಅವಳ ಸ್ವಭಾವ, ಗುಣ, ನಡತೆಯನ್ನು ಮೆಚ್ಚಿಕೊಂಡಿದ್ದರು. ಇಂಟರ್‌ವ್ಯೂಗಳಿಗೆ ಹೋಗಿ ಬಂದಾಗ ಒಂದಿಷ್ಟು ಬೇಸರವೆನಿಸಿತ್ತು. 'ಈಗ ಇಬ್ರೂ ದುಡಿಯೋದೇ ಒಳ್ಳೆದು, ಒಬ್ಬರ ಸಂಬಳ ಯಾತಕ್ಕೆ ಸಾಕಾಗುತ್ತೆ? ನರ್ಸರಿ ಡೊನೇಷನ್ ಲಕ್ಷ ಮುಟ್ಟುತ್ತೆ' ಎದುರು ಮನೆ ಮಾಣಿಕ್ಯಂ ಹೇಳಿದ್ದರಿಂದ ಆ ವಿಚಾರದಲ್ಲು ಕೂಡ ಒಂದಿಷ್ಟು ಕಾಂಪ್ರಾಮೈಸ್ ಆಗಿದ್ದರು. ಆದರೆ ಗಂಡನ ಮೈ ಮೇಲೆ ಬಿದ್ದ ಪೆಟ್ಟುಗಳು.

ಈಗ.... ಲೀಲಾವತಿಯ ಕಣ್ಣಾಲಿಗಳು ತುಂಬಿದವು.

"ಹೇಮಂತ್ ಕೊಟ್ಟ ಏಟಿನಿಂದಲೆ ಇನ್ನೂ ಚೇತರ್ಸಿಕೊಂಡಿಲ್ಲ. ಅಂಥದ್ದರಲ್ಲಿ.... ಇದೊಂದು ನಡೀಬೇಕಿತ್ತಾ? ಸೊಸೆ, ಮಗ, ಮೊಮ್ಮಕ್ಳು ಅನ್ನೋ ಭಾಗ್ಯ ನಮ್ಮ ಪಾಲಿಗಿಲ್ಲವೇನೋ. ಇಬ್ಬರ ಒಪ್ಪಿಗೆಯಿಂದ ಬೇಗ ಡಿವೋರ್ಸ್ ಸಿಕ್ಕುತಂತೆ. ಮೊದ್ಲು ಅದು ಆಗ್ಲೀ, ತಕ್ಷಣ ಸರ್‍ಯಾದ ಕಡೆ ನೋಡಿ ಒಂದು ಹೆಣ್ಣನ್ನು ತಂದ್ಕೋಬೇಕು. ಅಲ್ಲಿನವರ್ಗೂ ಈ ಮನೆಗೆ ಕವಿದಿರೋ, ಕತ್ತಲು ಸರಿದು ಹೋಗೋಲ್ಲ"

ಅಮ್ಮನ ಮಾತಿಗೆ ಮೌನವಹಿಸಿದ. ಯಾಕೋ, ಏನೋ, ವರ್ಣಾ ಮೊದಲ ನೋಟದಲ್ಲಿಯೆ ಅವನಿಗೆ ಮೆಚ್ಚುಗೆಯಾಗಿದ್ದಳು. ಇಷ್ಟವೆನಿಸಿದ ಮೇಲೆಯೆ ಒಪ್ಪಿಗೆ ಸೂಚಿಸಿದ್ದು. ಹೆಚ್ಚು ತರ್ಕಿಸದೆ, ಚಿಂತಿಸದೆ ತಾಳಿ ಕಟ್ಟಿದ್ದ.

"ಅಮ್ಮ ಮಲಗ್ತೀನಿ. ಸುಮ್ನೇ ಯೋಚ್ನೇ ಮಾಡ್ಬೇಡ" ಎಂದು ಎದ್ದು ರೂಮಿಗೆ ಬಂದ. ವರ್ಣಾಳ ಕೈ ಚಳಕದಿಂದ ರೂಮು ಸಿಂಗಾರಗೊಂಡಿತ್ತು. ಕಣ್ಣು ಬೆಸೆತವೆ ನೂರು ಕನಸುಗಳನ್ನು, ಕಾವ್ಯಗಳನ್ನು ಹರಡುತಿತ್ತು. ಕೈ ಹಿಡಿದವಳು ಮನಸ್ಸಿಗೆ, ಮೈಗೆ ಇಷ್ಟು ಸುಖ ನೆಮ್ಮದಿ ಕೊಡಬಲ್ಲಳೆಂಬ ಅರಿವಿಗೆ ಬಂದಿದ್ದು ವಿವಾಹದ ನಂತರ ಹೇಮಂತ್ ಮನೆ ಬಿಟ್ಟು ಹೋದಾಗ ಹದಿನೇಳರ ಹರೆಯ. ಮನೆ ಇದ್ದ ಸ್ಥಿತಿಯಲ್ಲಿ ಅವನು ದುಡಿಯಬೇಕಾದ ಅಗತ್ಯವಿತ್ತು. ದುಡಿತಕ್ಕಾಗಿ ಸಾಕಷ್ಟು ಶ್ರಮವಹಿಸಿದ್ದರಿಂದ ಅವನಲ್ಲಿ ಹರೆಯದಲ್ಲಿ ಅರಳಬೇಕಾದ ಪ್ರೇಮ, ಪ್ರೀತಿಯೆನ್ನುವ ಭಾವ ಅರಳಲಿಲ್ಲ. 'ಫ್ಲವರ್ ಕನ್‌ಸ್ಟ್ರಕ್ಷನ್'

ಜಾಯಿನ್ ಆದನಂತರವೆ ಒಂದಿಷ್ಟು ನೆಮ್ಮದಿ ಅನಿಸಿದ್ದು. ಅಲ್ಲಿ ಅವನು ಮಾಡದ ಕೆಲಸವೆ ಇರಲಿಲ್ಲ. ಛೇರ್‌ಮನ್ ಪಾಂಡೆಯವರು ಬಂದರೆ ಅವನ ಕಾರಿನ ಡ್ರೈವರ್, ವಿವಿಧ ಹಂತಗಳನ್ನು ಏರಿಯೇ ಸೂಪರ್‌ವೈಸರ್ ಆಗಿದ್ದು. ದೊಡ್ಡ ಆಫೀಸರ್‌ಗಳು ಪಡೆಯುವಂಥ ಸಂಬಳವೇ, ನೆಮ್ಮದಿಯ ಜೀವನ ಕೈಗೆಟುಕಿತ್ತು. ಹೆತ್ತವರನ್ನು ಅತ್ಯಂತ ಅಕ್ಕರೆಯಿಂದ ಜೋಪಾನ ಮಾಡಿದ್ದ.

"ನೀನು ಬೇಗ ಮದ್ವೆ ಮಾಡ್ಕೋಬೇಕು. ಮನೆಗೊಂದು ಹೆಣ್ಣು ಬರ್ಬೇಕು" ತಾಯಿಯ ಇಂಥ ಮಾತುಗಳು ಬೇಗನೆ ಫಲಕೊಟ್ಟಿತ್ತು. ಒಂದು ನೋಟಕ್ಕೇನೇ ಅವಳನ್ನ ಮೆಚ್ಚಿಕೊಂಡಿದ್ದ. ಬಹುಶಃ ಈಗ ವಾಸವಾಗಿದ್ದ ಬಂಗ್ಲೆಯನ್ನು ನೋಡಿದ್ದರೆ ಬಹುಶಃ ತಿಮ್ಮಪ್ಪಯ್ಯ, ಲೀಲಾವತಿ ಹಿಂಜರಿಯುತ್ತಿದ್ದರೇನೋ? ಆದರೆ ದೈವ ಸಂಕಲ್ಪ ಬೇರೆಯದೆ ಇತ್ತು. ಅತ್ಯಂತ ಸುಲಭವಾಗಿ ನಡೆದು ಹೋಗಿತ್ತು. ಮನಸ್ಸಿಗೆ, ಮೈಗೆ ಸುಖದ ಭಾವ ತುಂಬಿದ ವರ್ಣ ನ ಡಿವೋರ್ಸ್ ಮಾಡುವುದು? ಪೂರ್ತಿ ಕೆಲಸದಲ್ಲಿ ಲೀನವಾಗಿದ್ದ ಸಮಯ ಬಿಟ್ಟು, ಮಿಕ್ಕ ವೇಳೆಯಲ್ಲಿ ಎದರು ನಿಂತು ಕಾಡುತ್ತಿದ್ದಳು. ಮಾತು ಕಮ್ಮಿಯಾದುದ್ದರಿಂದ ಮನಬಿಚ್ಚಿ ಮಾತಾಡಿಯೆ ಇಲ್ಲವೆನಿಸಿತು ಅವನಿಗೆ.

"ಈ ಜನ್ಮದಲ್ಲಿ ಅವರುಗಳ ಮುಖ ದರ್ಶನ ಬೇಡ" ತಿಮ್ಮಪ್ಪಯ್ಯನ ಸುಗ್ರೀವಾಜ್ಞೆ. ಅದು ತೀರಾ ಸಹಜ, ಸ್ವಾಭಾವಿಕ ಕೂಡ ಅವರ ಜಾಗದಲ್ಲಿ ಮತ್ತೊಬ್ಬರು ಇದ್ದಿದ್ದರೆ ಇನ್ನಷ್ಟು ಕಠಿಣವಾಗಿ ವರ್ತಿಸುತ್ತಿದ್ದರು. ಸುಪಾರಿ ಕೊಟ್ಟು ಕೈಕಾಲು ತೆಗೆಸಿ ಬಿಡುತ್ತಿದ್ದರು. ಆದರೆ ಸಾತ್ವಿಕ ಜನ "ಎಲ್ಲಾದ್ರೂ ಹೋಗ್ಲಿ ಬಿಡು ಇನ್ನ ಆ ಜನರ ಸಹವಾಸ ಬೇಡ" ಇಂಥ ಮಾತಾಡಿ ಇಡೀ ಸಂಬಂಧವನ್ನ ದೂರಸರಿಸಲು ಸಿದ್ದವಾಗಿದ್ದರು. ಅಂತು ಬೇಡದ ಸಂಬಂಧ'.

ಅವನೆದೆ ಹಿಂಡಿದಂತಾಯಿತು. ಮೊಬೈಲು ಕೈಗೆತ್ತಿಕೊಂಡ. ವರ್ಣಳ ನಂಬರ್ ಅವನ ಮೊಬೈಲ್‌ನಲ್ಲಿತ್ತು. ಒತ್ತಿದವನು ಆಫ್ ಮಾಡಿ ದಿಂಬಿಗೊರಗಿದ. ಆಳದಲ್ಲೆಲ್ಲೊ ತಳಮಳ. ಮಲಗಿದವನು ತಡೆಯಲಾರದೆ ಎದ್ದು ಕೂತ. ಮೊದಲ ರಾತ್ರಿ ಪ್ರಥಮ ಬಾರಿ ಅವಳನ್ನು ಚುಂಬಿಸಿದಾಗಿನ ಸನ್ನಿವೇಶ. ಮೊದಲ ಅನುಭವ, ಆ ನೋಟ, ಸ್ಪರ್ಶ, ಅಲಿಂಗನದಲ್ಲಿ ಮೈಮರೆತ ಕ್ಷಣಗಳು. ಬಹುಶಃ ಮಾತೇ ಇಲ್ಲದ ರಾತ್ರಿಗಳು ಅದ್ಭುತವೆನಿಸಿತ್ತು. ದಾಂಪತ್ಯಕ್ಕೆ ಅವರದೇ ಆದ ಸೌಂದರ್ಯವಿತ್ತು. ಅಲ್ಲಿ ಸೃಷ್ಟಿಯಾಗುತ್ತಿದ್ದುದ್ದು ಒಂದು ಅದ್ಭುತ ಲೋಕ. ಪ್ರಕೃತಿಯ ಮೂಲೋದ್ದೇಶದಲ್ಲಿ ಅಸಂಖ್ಯಾತ ಚಿತ್ತಾರವಿತ್ತು. ರಮ್ಯತೆ ಬೆಡಗಿನಲ್ಲಿ ತೇಲುವಲ್ಲಿ ಅದೆಂಥ ಸುಖದ ಸೋಪಾನ, ನೆನಪಿನ ಕಚಗುಳಿ ಮತ್ತೇರಿಸಿತು ಕ್ಷಣಗಳು.

"ಶರತ್...." ಅಮ್ಮನ ಸ್ವರ. ದಢಾರನೆ ಎದ್ದು ಕೂತ ರೂಮಿನೊಳಕ್ಕೆ ಬಂದ ಲೀಲಾವತಿ ಮಗನ ಕ್ರಾಪ್‌ನಲ್ಲಿ ಕೈಯಾಡಿಸಿ "ನಮ್ಮಿಂದ ಎರಡನೆ ಸಲ ನಿಂಗೆ ಅನ್ಯಾಯ. ನಿನ್ನ ವಿದ್ಯಾಭ್ಯಾಸ ಹಾಳಾಯ್ತು. ಎದುರುಬದುರು ಕೂತು ಹಿರಿಯರು ಅನಿಸ್ಕೊಂಡ ಜನ ಮಾತಾಡದೆ. ನೀವುಗಳಾದ್ರೂ ಒಂದ್ಗಂಟೆ ಕೂತು ವಿಚಾರ ವಿನಿಮಯ ನಡೆಸಿದ್ದರೆ ಈ ಪರಿಸ್ಥಿತಿ ಒದಗಿ ಬರುತ್ತಿರಲಿಲ್ಲ. ವಿವಾಹದ ನಂತರ ಹನಿಮೂನ್‌ಗಾದ್ರೂ ಹೋಗ್ಬಂದಿದ್ದರೇ, ಏಕಾಂತದಲ್ಲಿ ನೀವಿಬ್ರೂ ಮನಸ್ಸು ಬಿಚ್ಚಿ ಮಾತಾಡಿಕೊಂಡಿದ್ದರೇ, ಈ ಪರಿಸ್ಥಿತಿ ಬರುತ್ತಿರಲಿಲ್ಲ. ಇಷ್ಟು ಬೇಗ ಈ ಸಂಬಂಧ ತುಂಡಾಗಿ ನೀವಿಬ್ರೂ ಬೇರೆಯಾಗಬೇಕಾಯಿತಲ್ಲ. ನಮ್ಗೇ ಸ್ವಲ್ಪ

ಕೂಡ ಬುದ್ಧಿ ಇರ್ಲಿಲ್ಲ" ಅದೇ ಮಾತುಗಳು, ಅಪರಾಧ ಭಾವ.

"ಅಮ್ಮ, ಏನೇನೋ ಮಾತಾಡ್ಬೇಡ. ನಡೆದಿದ್ದು.... ನಡೆದು ಹೋಗಿದೆ. ಮತ್ತೆ ನಮ್ಮಿಂದ ಯಾವ್ದೇ ತಪ್ಪು ಆಗ್ದಂತೆ ನಡ್ಕೊಂಡರಾಯ್ತು. ಹೋಗಿ ಮಲ್ಗಿಕೊಳ್ಳಿ, ನಿದ್ದೆ ಕೆಟ್ಟರೆ ಆರೋಗ್ಯ ಹಾಳಾಗುತ್ತೆ" ಅಮ್ಮನನ್ನ ಸಮಾಧಾನಿಸಿ ಕಳುಹಿಸಿದ. ಮುಂದೇನು? ಎರಡು ಕುಟುಂಬಗಳ ತೀರ್ಮಾನ ಬಿಡುಗಡೆ!

ಮುಂದೇನು?

ಇಡೀ ರಾತ್ರಿ ನಿದ್ರಿಸದೆ ಹೊರಳಾಡಿದ. ವರ್ಣ ತಂದೆ ರಾಜೇಶ್ ಅವನ ತಂದೆಯನ್ನು ಹೊಡೆದಿದ್ದು ಅಪರಾಧ. ಅದು ಕ್ಷಮಾರ್ಹವಲ್ಲ. ಆ ಒಂದು ಘಟನೆ ಕರೀ ಛಾಯೆಯಂತೆ ಜೀವನ ಪೂರ್ತಿ ಹಿಂಬಾಲಿಸುತ್ತೆ. ಸುಮಧುರವಾಗಬೇಕಿದ್ದ ಜೀವನ ಸಾರ ಕಳೆದುಕೊಳ್ಳುತ್ತೆ. ಇದು ಸತ್ಯ ! ಅಂಥದಕ್ಕೆ ಹಂಬಲಿಕೆ ಬೇಕಿಲ್ಲ.

ಬೆಳಿಗ್ಗೆ ತಲೆ ಭಾರವೆನಿಸಿತು. ತಾನೇ ಹೋಗಿ ಕಾಫೀ ಮಾಡುವ ವೇಳೆಗೆ ಎದ್ದು ಬಂದ ಲೀಲಾವತಿ "ರಾತ್ರಿಯೆಲ್ಲ ನಿದ್ರಿಸಿಲ್ಲ" ಎಂದರು. ಅವನು ಬಲವಂತದ ನಗೆ ಬೀರಿದ "ಕೆಲವೊಮ್ಮೆ ಸುಳ್ಳು ಹೇಳೋದು ಒಳ್ಳೇದು. ನಾಳೆಯಿಂದ ಜಾಗಿಂಗ್ ಹೋಗೋದೂಂತ ತೀರ್ಮಾನಿಸಿ ಬಿಟ್ಟಿದ್ದೀನಿ. ಜೊತೆಗೆ ಅಪ್ಪನ್ನ ಕರ್ಕಂಡ್ ಹೋಗ್ಬೇಕು." ಹಿಂದೆ ಇಂಥ ರೂಢಿ ಇತ್ತು. ಅಪ್ಪ, ಅಮ್ಮ, ಮಗ ಮೂವರು ಬೆಳಿಗ್ಗೆ ಒಟ್ಟಿಗೆ ಮನೆ ಬಿಡುತ್ತಿದ್ದರು. ಆದಷ್ಟು ಅವರನ್ನು ಹಸನ್ಮುಖಿಯಾಗಿಸಲು ಪ್ರಯತ್ನಿಸುತ್ತಿದ್ದ. ಅದು ಅನಿವಾರ್ಯವೆನಿಸಿತು ಇಂದು.

"ಅವರ ಮೈಯಲ್ಲಿ ಶಕ್ತಿನೆ ಇಲ್ಲ ಕಣೋ. ಮನೆಯಲ್ಲಿ ಓಡಾಡಿದರೇನೇ ಸುಸ್ತು ಅಂತಾರೆ. ನಂಗೆ ಇನ್ನ ಹೊರ್ಗಡೆ ಓಡಾಡಿಯಾರ ಅನ್ನಿಸಿ ಬಿಟ್ಟಿದೆ. ಕೆಲವೊಮ್ಮೆ ಒಬ್ಬರೆ ಕೂತು ಏನೇನೋ ಮಾತಾಡಿಕೋತಾ ಇರ್ತಾರೆ. ತಲೆ ಕೆಟ್ಟಂಗೆ ಆಗಿದೆ" ಎನ್ನುತ್ತೆ ಕಾಫಿ ಬೆರೆಸಲು ಮುಂದಾದರು.

"ಆ ಷಾಕ್‌ನಿಂದ ಪಾರಾಗಿಲ್ಲ. ಸಮಯ ಬೇಕಾಗುತ್ತೆ"

ಆಕೆ ಕಾಫಿ ಬೆರೆಸಿ ಮಗನ ಕೈಗೆ ಕೊಟ್ಟು "ಹೇಮಂತ ದುಡುಕಿದ. ಹೇಗೋ ವಿವಾಹವಾದ ತಕ್ಷಣವಾದ್ರೂ..... ಬಂದು ನಿಮ್ಮಪ್ಪನ ಮುಂದೆ ತಪ್ಪಾಯ್ತುಂತ ಹೇಳಿ ಆರ್ಶಿವಾದ ಕೇಳಿದ್ದರೆ ಕ್ಷಮಿಸದಷ್ಟು ಕಟುಕರೇನಲ್ಲ. ಮೊದ ಮೊದಲು ಮುಜುಗರವೆನಿಸಿದ್ದರೂ ಆಮೇಲೆ ಹೊಂದ್ಕೊಬಹುದಿತ್ತು. ಆಗಿನ ಚಿತ್ರವೇ ಬೇರೆಯದಾಗಿರುತಿತ್ತು" ಎಂದರು. ನಿರಾಶೆ ಇತ್ತು ಅವರ ಮುಖದಲ್ಲಿ.

"ಬಿಡು, ಅದು ನಡೆದು ಹೋಗಿರೋದು. ಸದ್ಯಕ್ಕೆ ಆಗಾಗ ಬಂದ್ ಹೋಗ್ತಾನಲ್ಲ, ಅಷ್ಟು ಸಾಕು. ಈಚೆಗೆ ಅಪ್ಪನು ಅಲ್ಪ ಸ್ವಲ್ಪ ಅಡ್ಜೆಸ್ಟ್ ಆಗಿದ್ದಾರೆ. ಅಷ್ಟು ಸಾಕಲ್ಲ! ಮೊನ್ನೆ ಮೊಬೈಲ್‌ಗೆ ರಿಂಗ್ ಮಾಡಿದ್ದ. ಕೆಲವೊಮ್ಮೆ ತೀರಾ ನಿರೀಕ್ಷೆ ಮಾಡೋದು ತಪ್ಪಾಗುತ್ತೆ. ನ್ಯಾಚುರಲ್ಲಾಗಿ ಈ ರೀತಿ ಆಗಿದ್ದಕ್ಕೆ ಅವನಿಗೆ ಬೇಸರವಾಗಿದೆ. ಏನೋ ಮಾತಾಡಿದ್ದಾನೆ ಅಷ್ಟೆ. ಅಪ್ಪ, ಮಗನ ಮಧ್ಯೆ ನೋವು ನಿನಗೆ" ನಿಟ್ಟುಸಿರು ದಬ್ಬಿದ.

ಜಾಗಿಂಗ್‌ಗೆ ಹೊರಟ. ಗಲಾಟೆಯ ನಂತರ ಅವನು ಇಂದೇ ಹೊರಬಿದ್ದಿದ್ದು. ತೀರಾ

ಅಕ್ಕಪಕ್ಕದವರೆನಿಸಿಕೊಂಡಿದ್ದ ಜನಕ್ಕೆ ಅಲ್ಪಸ್ವಲ್ಪ ಗೊತ್ತು. ಅವರು ಕುತೂಹಲಗಳು ಕೆದರಿ ಇದೊಂದು 'ವರದಕ್ಷಿಣೆಯ ಕೇಸ್' ಎನ್ನುವ ತೀರ್ಮಾನಕ್ಕೆ ಬಂದಿದ್ದರು. ಪೊಲೀಸ್, ಕೋರ್ಟು, ಕೇಸ್ ಎನ್ನುವ ಬಗ್ಗೆಯೆಲ್ಲ ಚರ್ಚೆ ನಡೆಯುತಿತ್ತು. ಆ ಸಮಯದಲ್ಲಿ ಯಾವುದೇ ಟಿ.ವಿ. ಛಾನಲ್‌ನವರು ಮಧ್ಯೆ ಪ್ರವೇಶಿಸದಿದ್ದರಿಂದ ಒಂದು ಮಿತಿಯಲ್ಲಿ ನಿಂತಿತ್ತು.

"ಹಲೋ.... ಶರತ್" ಎರಡನೆ ಮನೆಯ ಗೋಪಾಲ ಗೌಡ "ನೀವು ಈಚೆಗೆ ಜಾಗಿಂಗ್ ನಿಲ್ಲಿಸಿದಂತಿತ್ತು. ಬಹಳ ದೊಡ್ಡ ಗಲಾಟೆ ನಿಮ್ಮ ಮನೆಯಲ್ಲಿ ನಡೀತೂಂತ ನನ್ನ ಲೈಫ್ ಪಾರ್ಟನರ್ ಹೇಳಿದ್ಲು. ನಾನಂತು ಕೆಲವು ನ್ಯೂಸ್ ಛಾನಲ್‌ಗಳಲ್ಲಿ ನೋಡಿದ್ದೇ... ನೋಡಿದ್ದು. ವೈಯಕ್ತಿಕ ಅಂಥ ಏನು ಉಳಿದಿಲ್ಲ ಈಚಿನ ದಿನಗಳಲ್ಲಿ. ಆದರೆ ಸದ್ಯ ನಿಮ್ಮ ಮನೆಯ ಗಲಾಟೆ ಮಾಧ್ಯಮಗಳು ತಲುಪಲಿಲ್ಲ" ಎಂದರು. ಆ ಮನುಷ್ಯ ಮಾತಾಡಿದ್ದು ನೋಡಿ ಬೇಸರವಾದರೂ ಮುಗುಳ್ನಕ್ಕು "ನೀವು ಅಂದುಕೊಂಡಿರೋ ಹಾಗೇ ಗಲಾಟೆಯೇನು ನಡೆದಿಲ್ಲ." ಎಂದ ಮೊಟಕ್ಕಾಗಿ.

ಗೋಪಾಲಗೌಡ ಛಾಲೆಂಜ್‌ಗೆ ತಗೊಂಡಂತೆ "ನಿನ್ನ ಶ್ರೀಮತಿಯ ತವರಿನವರು ಬಂದು ಗಲಾಟೆ ಮಾಡಿ ಕರ್ಕಂಡ್ ಹೋದ್ರಂತೆ. ಜೋರಾಗಿ ಒಂದ್ಮಾತು ಗದರೋ ಹಂಗಿಲ್ಲ ತವರಿಗೆ ರಿಪೋರ್ಟ್. ಗಂಡಂದಿರಿಗೆ ಧಮಕಿ. ಕಾಲ ಈಗ ಸಾಕಷ್ಟು ಬದಲಾಗಿದೆ. ಗಂಡುಗಳು ಹೆದರೋ ಸ್ಥಿತಿ ಬಂದಿದೆ" ಮಾತಾಡುತ್ತಲೇ ಅವನೊಂದಿಗೆ ಓಡುತ್ತಿದ್ದರು.

ಇದೇ ವಿಚಾರವಾಗಿ ಈಚೆಗೆ ನಡೆಯುತ್ತಿದ್ದ ಆತ್ಮಹತ್ಯೆಗಳು, ಕೊಲೆಗಳು ಇಂಥ ಹಲವಾರು ವಿಷಯಗಳನ್ನ ಒಂದೇ ಸಮ ಹೇಳತೊಡಗಿದರು. ಶರತ್ ಪ್ರತಿಕ್ರಿಯಿಸಲು ಹೋಗಲಿಲ್ಲ.

"ಅಂಥದೇನಿಲ್ಲ!" ಹೀಗೆಯೇ ಮಾತು ಮುಂದುವರಿಸುವುದು ಅಪಾಯವೆಂದು "ನೀವು ಹೇಳಿದ ಯಾವುದೇ ವಿಷಯಕ್ಕೆ ಸಂಬಂಧಪಟ್ಟದಲ್ಲ. ಒಂದು ರೀತಿಯಲ್ಲಿ ಭಾವಾನಾತ್ಮಕ ಸಮಸ್ಯೆಯದ್ದು." ಅನ್ನುತ್ತ ನಿಂತ.

"ಓಕೇ, ಬಿಡಿ.... ನೀವು ಅಂಥ ಜನವಲ್ಲವೆಂದು ಗೊತ್ತು. ಅವ್ರು ಮಗಳನ್ನ ಕರ್ಕೊಂಡ್ ಹೋಗಿದ್ದಾರಲ್ಲ, ಮತ್ತೇ ಕಳಿಸೋದೇ ಇಲ್ಲ ಅನ್ನೋ ರೂಮರ್ ಹಬ್ಬಿದೆ. ನೀವು ಈಗ ಎಚ್ಚರ ವಹಿಸಿ ನಿಮ್ಮ ವೈಫ್‌ನ ಕರ್ಕೊಂಡ್ ಬನ್ನಿ. ಆಗ ಎಲ್ಲಾದಕ್ಕೂ ಫುಲ್‌ಸ್ಟಾಪ್ ಬೀಳುತ್ತೆ" ಇಂಥದೊಂದು ಅದ್ಭುತವಾದ ಸಲಹೆ ಕೊಟ್ಟರು. ಮಾನ್ಯ ಮಾಡುವಂಥ ವಿಷಯವೇ. ಎರಡು ಕುಟುಂಬಗಳು ಸಂಬಂಧವನ್ನು ಕಡಿದುಕೊಳ್ಳಲು ತುದಿಗಾಲಿನಲ್ಲಿ ನಿಂತಿದ್ದಾರೆ. ಅಂಥದ್ದರಲ್ಲಿ ಇದು ಸಾಧ್ಯವೇ?

"ಥ್ಯಾಂಕ್ಯೂ, ಫಾರ್ ಯುವರ್ ಗುಡ್ ಸಜೆಷನ್"

ಅವರನ್ನ ಬೀಳ್ಕೊಟ್ಟು ಹಿಂದಿರುಗಿದ. ತಂದೆ ಹೊರಗೆ ಹೋಗದಿದ್ದಕ್ಕೆ ಇದು ಮುಖ್ಯ ಕಾರಣವೆಂದುಕೊಂಡ 'Public memory is very short' ಕಾಲ ಮರೆಸುತ್ತೆ ಎಂದು ಸಮಾಧಾನಪಟ್ಟುಕೊಂಡ.

ಇವನು 'ಫ್ಲವರ್ ಕನ್‌ಸ್ಟ್ರಕ್ಷನ್' ಮೈನ್ ಆಫೀಸ್‌ಗೆ ಹೋಗುತ್ತಿದ್ದಾಗ ಜೋಯಿಸರಿಂದ ಇವನ ಮೊಬೈಲ್‌ಗೆ ಫೋನ್. ಬೈಕ್‌ನ ಪಕ್ಕಕ್ಕೆ ಪಾರ್ಕ್ ಮಾಡುವ ವೇಳೆಗೆ ಕಟ್ ಆಯಿತು.

ತಾನೇ ಮಿಸ್‌ಕಾಲ್‌ನ ಒತ್ತಿದ. ಜೋಯಿಸರ ಇಡೀ ವ್ಯಕ್ತಿತ್ವ ಕಣ್ಮುಂದೆ ಬಂದು ನಿಂತಿತು. ನಡೆದು ಹೋದ 'ಸುಳ್ಳುಗೆ' ಇವರೇ ಕಾರಣವೆಂದು ಬೆಟ್ಟು ಮಾಡಬಹುದು. ಆದರೆ ಸ್ವಂತ ಮಗಳ ವಿವಾಹವೆನ್ನುವಂತೆ ಸಂಭ್ರಮದಿಂದ ಓಡಿಯಾಡಿದ್ದರು. 'ಛೆ....' ಎಂದುಕೊಂಡ.

"ಹಲೋ ಶರತ್, ಖಂಡಿತ ನನ್ನ ತಪ್ಪೇನಿಲ್ಲ. ನಿಮ್ತಂದೆ ಕೊಟ್ಟ ಜಾತ್ಕ, ನಿನ್ನ ಬಯೋಡೆಟಾ ಜೊತೆ ಫೋಟೋನ ನಾನೇ ಕೊಟ್ಟಿದ್ದು. ಎಲ್ಲಿ ತಪ್ಪಾಯ್ತೋ, ನಂಗೆ ಗೊತ್ತಿಲ್ಲ. ನಿನ್ನತ್ರ ಸ್ವಲ್ಪ ಮಾತಾಡೋದಿತ್ತು" ಎಂದರು ಮೆಲ್ಲಗೆ. ಅವನಿಗೆ ಮಾತಾಡುವುದು ಅನಿವಾರ್ಯವಿತ್ತು. "ಆಯ್ತು, ಇವತ್ತು ಮುಂಬಯಿನಿಂದ ನಮ್ಮ ಬಾಸ್ ಬರ್‍ತಾ ಇದ್ದಾರೆ. ಸೈಟು ನೋಡೋ ಪ್ರೋಗ್ರಾಮ್ ಇದೆ. ಏನ್ಮಾಡ್ಲೀ?" ಎಂದ.

"ಹೋಗ್ಲಿ, ನಾಳೆ ಬೆಳಿಗ್ಗೆ ಸಿಕ್ತೀಯಾ? ನೀನು ಬೆಳಿಗ್ಗೆ ಜಾಗಿಂಗ್ ಹೋಗ್ತೀಯಲ್ಲ, ಅಲ್ಲಿಗೆ ಬಂದು ಕಾದಿರುತೀನಿ" ರಿಕ್ವೆಸ್ಟ್ ಮಾಡಿಕೊಳ್ಳುವಂತಿತ್ತು ಅವರ ದನಿ. ವಯಸ್ಸಾದ ವ್ಯಕ್ತಿ. ಬೆಳಗಿನ ತಂಪಿನ ಚಳಿ "ಬೇಡ, ತುಂಬ ಚಳಿ ಇರುತ್ತೆ. ನಾನೇ ನಿಮ್ಮ ಮನೆಗೆ ಬರ್ತೀನಿ" ಎಂದ. ಆ ಮನುಷ್ಯನಿಗೆ ಏನು ಅನ್ನಿಸಿತೋ "ಬೇಡ, ನಾನೇ ಬರ್ತೀನಿ. ನಂಗೆ ಇಂಥ ತಿರ್‍ಗಾಟ ಅಭ್ಯಾಸವಿದೆ" ಸಮರ್ಥಿಸಿಕೊಂಡರು.

"ಆಯ್ತು..." ಎಂದು ಫೋನ್ ಕಟ್ ಮಾಡಿದ.

ಈ ಪ್ರಕರಣದಿಂದ ಜೋಯಿಸರು ಮಾನಸಿಕವಾಗಿ ಬೆಂಡಾಗಿದ್ದರು. 'ಇನ್ನ ನಿಮ್ಮ ಈ ಓಡಾಟ ನಿಲ್ಸಿ. ಈ ಕಾಲದಲ್ಲಿ ಈ ಕಾಯಕಕ್ಕೆ ಬೆಲೆ ಇದ್ಯಾ? ಇಂಟರ್‌ನೆಟ್‌ನಲ್ಲಿ ಗಂಡು, ಹೆಣ್ಣುಗಳ್ನ ಹುಡುಕ್ಕೋತಾರೆ. ನಿಮ್ದು ತೀರಾ ಓಲ್ಡ್ ಆಯ್ತು. ನಿಮ್ಮ ದುಡಿಮೆ ಅನಿವಾರ್ಯವಾಗಿದ್ದ ಕಾಲ ಇತ್ತು. ಈಗ ಆ ಪರಿಸ್ಥಿತಿ ಇಲ್ಲ. ದೇವಸ್ಥಾನ, ಸಂಗೀತ ಕಛೇರಿಗಳಿಗೆ ಭೇಟಿ ಕೊಡುತ್ತ ಕಾಲ ಕಳಿಯಿರಿ" ಇಂಥ ಮಾತು ಹಿರಿಯ ಮಗನಿಂದ ಹಲವಾರು ಸಲ ಬಂದಿತ್ತು. ಯಾಕೋ ಅದಕ್ಕೆ ಒಪ್ಪಿಗೆ ಇಲ್ಲ. ಮನೆಯವರ ವರಾತಕ್ಕೆ ಮಣಿದು ಕೆಲವು ದಿನ ಮೊಬೈಲ್ ಸ್ವಿಚ್ ಆಫ್ ಮಾಡಿ ಮನೆಯಲ್ಲೆ ಉಳಿದರು. ನಾಲ್ಕು ದಿನಕ್ಕೆ ಅವರ ಆರೋಗ್ಯ ಹಾಳಾಯಿತು, ಎಲ್ಲದರ ಮೇಲೂ ಆಸಕ್ತಿ ಕಳೆದುಕೊಂಡು ಕೋಣೆ ಸೇರಿದರು. ಕೆಲವರಂತು ಮನೆಗೆ ಹುಡುಕಿಕೊಂಡು ಬಂದರು. ಆಗ ಮನೆಯವರು ಕಂಪ್ರಾಮೈಸ್ ಆದರು. ಸದ್ಯಕ್ಕೆ ಇರೋ ಕಾಂಟ್ಯಾಕ್ಟ್‌ಗಳು ಸಾಕು. ಹೊಸ, ಹೊಸ ಕಾಂಟ್ಯಾಕ್ಟ್‌ಗಳು ಬೇಡ. ಮತ್ತೆ ಒಳಗೆಸೆದ ಫೈಲ್, ಬ್ಯಾಗ್‌ನ ಹೊರ ತೆಗೆದಿದ್ದರು. ಈ ವೃತ್ತಿ ಅವರಿಗೆ ಆತ್ಮ ಸಂತೋಷ ಕೊಡುತ್ತಿತ್ತು. ವಿವಾಹಗಳಲ್ಲಿ ಸಣ್ಣ ಪುಟ್ಟ ಗಲಾಟೆಗಳು ಇರುತ್ತಿತ್ತು. ತಾವೇ ನಿಂತು ಅದನ್ನ ಬಗೆ ಹರಿಸಿ ಕೊಡುತ್ತಿದ್ದರು. ಆದರೆ ಈಗಿನ ಪ್ರಸಕ್ತಿಯೆ. 'ಪಿಯುಸಿ ಗಂಡನ ಜೊತೆ ನನ್ನ ಬಿಬಿಎಂ ಮಗಳು ಸಂಸಾರ ಮಾಡೋಕೆ ಸಾಧ್ಯವಿಲ್ಲ' ರಾಜೇಶ್ ಕೂಗಾಟ. 'ಹೌದು ಸಾಧ್ಯವಿಲ್ಲ. ಎಷ್ಟು ಅವಮಾನ! ನಾವು ಶರತ್ ಇಂಜಿನಿಯರ್ ಎಂದು ತಿಳಿದು ಮೋಸ ಹೋದ್ವಿ' ಇದು ಅರುಣನ

ಅಭಿಪ್ರಾಯ. ವರ್ಣನದು ಏನು ಹೇಳಲಾರದ ಸ್ಥಿತಿ. ಅಷ್ಟಿಷ್ಟು ಶಾಂಭವಿ ಮಾತಾಡಿದರು ಪ್ರಯೋಜನಕ್ಕೆ ಬರಲಿಲ್ಲ. ಇನ್ನ ಸಕ್ಕೂಬಾಯಿಗೆ ಏನೂ ತೋಚದಂತಾಗಿತ್ತು.

ಇಲ್ಲೂ ಕೂಡ ತಿಮ್ಮಪ್ಪಯ್ಯ, ಲೀಲಾವತಿ ಯಾವುದೇ ತಪ್ಪು ಇಲ್ಲದೆ ಗುಂಡಾಗಳ ತರಹ ಹೊಡೆದ ಬೀಗರ ಮಗಳು ನಮಗೆ ಬೇಡ. ಬಿಡುಗಡೆಗೆ ಏನು ಬೇಕೋ ಅಷ್ಟು ವ್ಯವಸ್ಥೆ ಮಾಡಿ. ಇವರುಗಳ ನಿರ್ಧಾರ ಅಚಲವಾಗಿತ್ತು. ಇಲ್ಲಿ ಶರತ್ ಮತ್ತು ವರ್ಣನ ಕೇಳುವವರಿಲ್ಲ. ಬಹುಶಃ ಅವರವರ ಕುಟುಂಬಗಳ ನಿರ್ಧಾರಕ್ಕೆ ಅವರು ಅಚಲ!

ರಾತ್ರಿ ಊಟ ಮಾಡುವಾಗ ಅಮ್ಮನಿಗೆ ಶರತ್ ಬೆಳಿಗ್ಗೆ ಜೋಯಿಸರು ಬಂದು ಭೇಟಿ ಮಾಡುವ ಬಗ್ಗೆ ಹೇಳುವ ಅಂದುಕೊಂಡವ ಸುಮ್ಮನಾದ. ಮನೆಯಲ್ಲಿ ಸ್ವಲ್ಪ ಚೇತರಿಕೆ ಮೂಡ ಬೇಕಾದರೆ ಆ ವಿಷಯ ಪ್ರಸ್ತಾಪದಿಂದ ಸ್ವಲ್ಪ ದಿನ ದೂರವಿರಬೇಕೆನಿಸಿತು.

"ಇವತ್ತು ಅಪ್ಪ ಹೇಗಿದ್ರೂ?" ವಿಚಾರಿಸಿದ.

"ಸ್ವಲ್ಪ ಪರ್ವಾಗಿಲ್ಲಾಂತ ಅನ್ನಿಸ್ತು ಕರೆದ ಕೂಡಲೆ ಡೈನಿಂಗ್ ಹಾಲ್‌ಗೆ ಬಂದು ಊಟ ಮಾಡಿದ್ರು. ಒಂದಷ್ಟು ಪೇಪರ್ ನೋಡಿದರು. ಟಿ.ವಿ. ಹಾಕ್ಕೊಂಡ್ ಕೂತಿದ್ರು. ಅಲ್ಲಿ ಆತ್ಮಹತ್ಯೆ.... ಇಲ್ಲಿ ಕೊನೆ.... ನ್ಯೂಸ್ ಛಾನಲ್ ಹಾಕೋಕೆ ಭಯ. ಮಧ್ಯೆ... ಮಧ್ಯೆ.... ವರದಕ್ಷಿಣೆ ಬೇಡಿಕೆಯಿಂದ ಯುವತಿ ಆತ್ಮಹತ್ಯೆ, ಗರ್ಭಿಣಿ ನೇಣು ಹಾಕ್ಕೊಂಡ್... ಸತ್ತಿದ್ದು. ಇಂಥದ್ದೇ ಜಾಸ್ತಿ ಕಣೋ. ಅವರನ್ನ ಒಳ್ಳೆ ಜನ ಅಂದ್ಕೊಂಡಿದ್ದೆ ಈಗ ನಿಮ್ಮಪ್ಪನ್ನ ಹೊಡೆದು ಮಗಳನ್ನ ಕರ್ಕಂಡ್ ಹೋಗಿದ್ದಾರೆ. ನಾಳೆ ಪೊಲೀಸ್ ಸ್ಟೇಷನ್.... ನಾಡಿದ್ದು.... ಕೋರ್ಟು.... ಮುಂದೆ ಇನ್ನೇನೋ. ವರದಕ್ಷಿಣೆಗಾಗಿ ದೈಹಿಕವಾಗಿ, ಮಾನಸಿಕವಾಗಿ ಹಿಂಸೆ ಕೊಟ್ಟರೂಂದರೇ, ನಾವೇನು ಮಾಡೋದು" ಭಯದಿಂದ ಹೇಳಿದರು. ಕಂಬಿಗಳ ಹಿಂದೆ, ಕೋರ್ಟು, ಜೈಲು - ಗಡಗಡ ನಡುಗಿದರು.

"ನಾವೇನು ಅದೆಲ್ಲ ಮಾಡಿಲ್ಲ. ಅವರಿಂದ ವರದಕ್ಷಿಣೆ ಕೇಳಿಲ್ಲ. ವರೋಪಚಾರಂತ ಕೊಟ್ಟದ್ದನ್ನ ಹಿಂದಿರುಗಿಸೋಣ. ಇನ್ನ ಮಾನಸಿಕವಾಗಿ, ದೈಹಿಕವಾಗಿ ಹಿಂಸೆ ನಮ್ಮಿಂದ ಸಾಧ್ಯವಿಲ್ಲ. ಅಕಸ್ಮಾತ್ ಸುಳ್ಳನ್ನ ಸೃಷ್ಟಿಸೋಲ್ಲಂತ ನಂಗೆ ಅನ್ನಿಸುತ್ತೆ. ನೋಡೋಣ, ನೀನೇನು ಹೆದರೋದು ಬೇಡ. ಆ ಸಮಯ ಬಂದರೆ.... ಶರತ್ ಸುಮ್ನೇ ಕೂಡೋಲ್ಲ" ಧೈರ್ಯ ಹೇಳಿದ. ವರದಕ್ಷಿಣೆ ಪ್ರಕರಣಗಳನ್ನು ಓದಿದ್ದ, ಕೇಳಿದ್ದ, ಅವೆಲ್ಲ ನಿಜವಾ ಎಂದು ಎಷ್ಟೋ ಸಲ ಯೋಚಿಸಿದ್ದುಂಟು.

"ಹಿಂದೆ ಮನೆ ಸುದ್ದಿ ಬೀದಿಗೆ ಬಂದರೆ ಮರ್ಯಾದೆ ಹೋಗುತ್ತೆಂತ ಹಿರಿಯರು ಯೋಚಿಸೋರು. ಆದಷ್ಟು ಅಂಥದನ್ನು ಮುಚ್ಚಿಡೋಕೆ ಸಾಹಸಪಡೋರು. ಈಗ ಎಲ್ಲಾ ಬದಲಾಗಿದೆ. ಜನ ಕೂಡ ಕ್ಯಾಮರ ಎದುರು ಕೂತು ಇದ್ದದ್ದು, ಇಲ್ಲದ್ದು ಭಾವಪೂರ್ವಕವಾಗಿ ವರ್ಣಿಸ್ತಾರೆ. ಅದು ಬೀದಿಗೇನು ಜಗತ್ತಿಗೆ ಗೊತ್ತಾಗುತ್ತೆ. ಈಗೀಗ ಜನಾನು ಹೆಚ್ಚಿಗೆ ತಲೆ ಕೆಡ್ಸಿಕೊಳ್ಳೋಲ್ಲ. ಆದ್ರೂ.... ನಂಗಂತು ಆ ಭಯ ಇದೆ. ಬಹುಶಃ ನಿಮ್ಮಪ್ಪನಿಗೂ ಆ ಭಯ ಇದೆ. ಒಳ್ಗೇ ಇರೋ ನಮ್ಮ ವಿಚಾರ ಬಿಡು. ಮುಂದೆ ನಿನ್ನ ಭವಿಷತ್ತು" ಅಳೋಕೆ ಶುರು ಮಾಡಿದರು. ದಿನ ರಾತ್ರಿ ಅಂಥದ್ದೇ ಕೆಟ್ಟ ಕನಸುಗಳು.

ಖಂಡಿತ ವರ್ಣಾಳ ಬಗ್ಗೆ ಆ ರೀತಿ ಯೋಚಿಸಲಾರ. ಅವಳ ಕಣ್ಣುಗಳಲ್ಲಿ ಇದ್ದಿದ್ದು ಶುಭ್ರ ಪ್ರಶಾಂತವಾದ ಬೆಳಕು.

"ಬೆಳಿಗ್ಗೆ ಜಾಗಿಂಗ್ ಸಮಯದಲ್ಲಿ ಜೋಯಿಸರು ಬಂದು ಮಾತಾಡ್ತೀನೀಂದ್ರು. ನೋಡೋಣ, ನಮ್ಮಿಂದ ಅವರಿಗೇನು ತೊಂದರೆ ಇಲ್ಲ. ಬಿಡುಗಡೆಗೆ ಸಮ್ಮತಿಸಿದರಾಯ್ತು. ಮಗಳ ಭವಿಷ್ಯದ ಬಗ್ಗೆ ಅವ್ರ ಕನಸ್ಸು ಬೇರೆಯಾಗಿತ್ತೇನೋ! ಅಮ್ಮ .... ಬರ್ತೀನಿ" ಹೊರಗೆ ಬಂದ. ಕಾಫೀ ಕುಡಿಯುವ ಅಭ್ಯಾಸವಿಲ್ಲದಿದ್ದರೂ ತಿಮ್ಮಪ್ಪಯ್ಯನಿಗಾಗಿ ಕಾಫೀ ಮಾಡುತ್ತಿದ್ದರು. ಅವರದು ಶೀತದ ಮೈ ಆದುದ್ದರಿಂದ ಕಾಫೀ ಕುಡಿದ ನಂತರವೆ ಅವರು ಹೊರಡುತ್ತಿದ್ದುದ್ದು. ವರ್ಣ ಕಾಲಿಟ್ಟ ನಂತರ ಕಾಫೀಯ ಕಾರುಬಾರು ಅವಳದೆ. 'ವರ್ಣ ಚೆನ್ನಾಗಿ ಕಾಫೀ ಮಾಡ್ತಾಳೆ' ಅವನಪ್ಪ, ಅಮ್ಮನಿಂದ ಸರ್ಟಿಫಿಕೇಟ್ ಪಡೆದಿದ್ದಳು.

ಆಕೆ ಗೇಟಿನವರೆಗೂ ಮಗನ ಜೊತೆಯಲ್ಲೆ ಬಂದವರು "ಹೀಗೆ ಆಗ್ಬಾರ್ದಿತ್ತು! ವರ್ಣಾಳಂಥ ಹುಡ್ಗೀ ಸೊಸೆಯಾಗಿ ಬಂದಾಗ ಅದೃಷ್ಟ ಅಂದ್ಕೊಂಡೇ. ಕೆಲ್ಸಕ್ಕಾಗಿ ಓಡಾಡ್ತ ಇದ್ದಾಗ ಇರುಸು ಮುರುಸು ಅನ್ನಿಸುತ್ತಿತ್ತು. ಸ್ವಭಾವ, ನಡತೆಯಲ್ಲಿ ಚಿನ್ನವೆ" ಕಣ್ಣೀರು ಮಿಡಿದರು.

ಭಾವನೆಗಳ ಸಂಘರ್ಷವನ್ನು ಒಳಗೆ ಅದುಮಿಟ್ಟು ಮೌನ ವಹಿಸಿದ. ಆಕೆಗೆ ಅರ್ಥವಾದರೂ ನಿಸ್ಸಾಯಕಿ. ಆ ಜನರ ಬಗ್ಗೆ ಸಿಟ್ಟಿತ್ತು 'ವರ್ಣ ಅವರೊಂದಿಗೆ ಹೋಗಲು ನಿರಾಕರಿಸಬೇಕಿತ್ತು' ಅನಿಸುತಿತ್ತು. ವಿವಾಹವಾಗಿ ಮೂರು ತಿಂಗಳು ಕಳೆದಿದ್ದರೂ ಇನ್ನು ಇಲ್ಲಿ ಸರಿಯಾಗಿ ಹೊಂದಿಕೊಂಡೇ ಇರಲಿಲ್ಲ. ತವರಿನ ಹಿಡಿತದಿಂದ ಅಷ್ಟು ಬೇಗ ಪಾರಾಗಲು ಹೇಗೆ ಸಾಧ್ಯ?

ನಾಲ್ಕು ಹೆಜ್ಜೆ ಮುಂದಕ್ಕೆ ಹೋದ ಮಗನನ್ನು ಕೂಗಿ ನಿಲ್ಲಿಸಿ ಹತ್ತಿರಕ್ಕೆ ಹೋಗಿ ಕೈ ಹಿಡಿದು "ನೀನೇನು ಹೇಳ್ತೀಯಾ?" ಕೇಳಿದರು. ಅವರ ದನಿ ನಡುಗುತಿತ್ತು. ಅವನ ತುಟಿಯಂಚಿನಲ್ಲಿ ಸಣ್ಣ ನೋವು ಬೆರೆತ ನಗೆ ಇಣಕಿತು. "ಯಾವ್ದೇ ಅನುಮಾನ ಬೇಡ. ಪ್ರತಿಯೊಂದು ಸಂಬಂಧ ಅರ್ಥಪೂರ್ಣವಾಗ ಬೇಕಾದರೆ ಅದರದೇ ಆದ ಶಿಸ್ತು ಇದೆ. ಬೇಗ ಜಾಗಿಂಗ್ ಮುಗ್ಸಿಕೊಂಡು ಬರ್ತೀನಿ" ಎಂದು ಹೊರಟ.

ಇವನು ಗಾರ್ಡನ್ ತಲುಪುವ ವೇಳೆಗೆ ಜೋಯಿಸರು ಶಾಲು ಹೊದ್ದು ನಿಂತಿದ್ದವರು ಕಿರು ನಗೆ ಬೀರಿ "ನೀವು ಬೇಕಾದರೆ ಜಾಗಿಂಗ್ ಮುಗ್ಸಿಕೊಂಡ್ಬನ್ನಿ. ನಾನು ಕಾಯ್ತ ಇರ್ತೀನಿ" ಎಂದರು ದನಿ ತಗ್ಗಿಸಿ.

"ಬೇಡ ಬನ್ನಿ! ಮೊದ್ಲು ಮಾತು ಮುಗಿಸೋಣ" ಎಂದು ಪಾರ್ಕ್‌ನೊಳಕ್ಕೆ ಹೆಜ್ಜೆ ಹಾಕಿದ ಜೋಯಿಸರೊಂದಿಗೆ ಕಲ್ಲು ಬೆಂಚ್ ಮೇಲೆ ಇಬ್ಬರು ಕೂತರು ಅಳೆದು ಸುರಿದು ಜೋಯಿಸರು ಸಂಕ್ಷಿಪ್ತವಾಗಿ ತಿಳಿಸಿ "ನೀವು ಸುಳ್ಳು ಹೇಳಿದ್ದಿಲ್ಲ. ನಾನು ಅವ್ರಿಗೆ ಸುಳ್ಳೇನು ಹೇಳಿಲ್ಲ. ಎಲ್ಲಿ ತಪ್ಪಾಯ್ತೋ, ಏನೋ? ವರ್ಣ ಅಣ್ಣ ಅರುಣ ಫೈಲ್ ಕಳ್ಕೊಂಡಿದ್ದಾನೆ. ಅದರಲ್ಲಿ ಇಂತಂತೆ ನಿಮ್ತಂದೆ ಕೊಟ್ಟ ಬಯೋಡೆಟಾ, ಜಾತಕ, ಅದರಲ್ಲೆ ಇತ್ತೂಂತ ಹೇಳ್ತಾ ಇದ್ದಾರೆ. ಅವರದು ಲವ್ ಮ್ಯಾರೇಜ್. ಅವರು ವಿವಾಹ ದಿನ ನಿಶ್ಚಯಿಸ್ಕೊಂಡ್ಮೇಲೆ ತಂಗಿ ವಿವಾಹದ ತರಾತುರಿ ನಡ್ಸಿದ್ದಾರೆ." ಪೂರ್ತಿ ವಿವರವನ್ನು ಅವನ ಮುಂದೆ ಬಿತ್ತರಿಸಿದರು.

ಶರತ್ ಮೌನವಹಿಸಿದ. ಅವಲೋಕನ ನಡೆಸಿದರೂ ಏನೂ ಪ್ರಯೋಜನವಿಲ್ಲವೆನಿಸಿತು. ಮುಂದೇನು? ಎನ್ನುವಂತೆ ನೋಡಿದ.

"ಇಷ್ಟೊಂದು ಮೂರ್ಖರೆಂದು ನಂತೆ ಗೊತ್ತಿರಲಿಲ್ಲ. ಒಂದು ಸಣ್ಣ ವಿಚಾರವನ್ನು ಮುಂದಿಟ್ಕೊಂಡ್ ಇಷ್ಟೆಲ್ಲ ರಾದ್ಧಾಂತ ಬೇಕಿರಲಿಲ್ಲ. ಹೆಚ್ಚು ವಿದ್ಯಾಭ್ಯಾಸ ಅಗತ್ಯವಿರೋದು ಎಲ್ಲಿ? 'ಅಕ್ಕರವು ಲೆಕ್ಕಕ್ಕೆ, ತರ್ಕ ತಾ ವಾದಕ್ಕೆ, ಮಿಕ್ಕ ಓದುಗಳು ತಿರುಪೆಗೆ, ಮೋಕ್ಷಕ್ಕೆ ಎರಡಕ್ಷರವೇ ಸಾಕು ಸರ್ವಜ್ಞ' ಎಂದ ಸರ್ವಜ್ಞ. ಇದು ಅಕ್ಷರಶಃ ನೂರಕ್ಕೆ ನೂರರಷ್ಟು ಸತ್ಯ. ನಿಮ್ಮಂಥ ಯೋಗ್ಯ ಗಂಡು ಸಿಕ್ಕಿದ್ದಕ್ಕೆ ಹರ್ಷಿಸಬೇಕಿತ್ತು" ಇದಿಷ್ಟು ಪೀಠಿಕೆ ಅಗತ್ಯವೆನಿಸಿತು ಅವರಿಗೆ.

"ಕೆಲವರಿಗೆ ಅಮೂಲ್ಯವೆನಿಸಿದ್ದು, ಕೆಲವರಿಗೆ ಏನು ಅಲ್ಲ. ಈಗಿನ ವಿಷ್ಯವೇನು?" ಕೇಳಿದ ನೇರವಾಗಿಯೆ.

ಜೋಯಿಸರ ಮುಖ ಪೆಚ್ಚಾಯಿತು. ಹೇಳಲೋ, ಬೇಡವೋಂತ ಉಸುರಿದರು "ಅವ್ರು ಆದ ಮದ್ವೆನ ಮುರಕೋಬೇಕೂಂತ ಇದ್ದಾರೆ. ಇಲ್ಲಿ ಎರಡು ಕುಟುಂಬಗಳು ಪ್ರಮುಖ ಪಾತ್ರವಹಿಸಿದರು, ಮುಖ್ಯವಾಗಿ ನೀವು ಮತ್ತು ವರ್ಣ ಯೋಚ್ಸಿ ತೀರ್ಮಾನಿಸಬೇಕಾದ ವಿಚಾರ. ಆ ಬಗ್ಗೆ ನಂಗೆ ನಿಮ್ಮ ಅಭಿಪ್ರಾಯ ಮುಖ್ಯ" ಎಂದರು. ಉತ್ತಮ ಚಿಂತನೆ ಅವರದು.

"ನಿಮ್ಮ ಮಾತು ಸರಿ. ನಮ್ದು ಲವ್ ಮ್ಯಾರೇಜ್ ಅಲ್ಲ. ಅರೆಂಜ್ಡ್ ಮ್ಯಾರೇಜ್. ನಮ್ಮ, ನಮ್ಮ ಅಭಿಪ್ರಾಯಗಳು ವಿನಿಮಯ ಕೂಡ ಆಗಿಲ್ಲ. ಈಗ ಅವರು ವಿರೋಧಿಸಿದರೇ, ಆ ಗೆರೆಯನ್ನು ವರ್ಣ ದಾಟುವುದು ಕಷ್ಟ. ನಮ್ಮ ಮನೆಯಲ್ಲಿ ಕೂಡ ವಿರೋಧವಿದೆ. ನನ್ನ ಕುಟುಂಬನ ಅವಮಾನಿಸಿದ, ಅನಗತ್ಯವಾಗಿ ನನ್ತಂದೆ ಹೊಡೆದ ವ್ಯಕ್ತಿಯ ಮಗಳೆಂಬ ಭಾವ ನನ್ನಲ್ಲಿ ಕೂಡ ಇದೆ, ಇರುತ್ತೆ ಕೂಡ. ಆದ್ದರಿಂದ ಯೋಚಿಸಿಯೇ ತೀರ್ಮಾನಿಸಬೇಕು" ಎಂದ. ಜೋಯಿಸರು ನಿಬ್ಬೆರಗಾದರು. ಒಬ್ಬ ಉತ್ತಮ ಮಗನಾದವನು ಮಾತ್ರ ಉತ್ತಮ ಗಂಡನಾಗಬಲ್ಲ, ಅವನು ಸಮಾಜಕ್ಕೆ ಪ್ರಯೋಜಿತನಾಗಬಲ್ಲ.

ಅರ್ಥ ಮಾಡಿಕೊಂಡ ಜೋಯಿಸರು "ನಂಗೆ ಒಂದು ಅವಕಾಶ ಕೊಡಿ. ಮೊದಲು ಎರಡು ಕುಟುಂಬಗಳನ್ನು ಕೂಡಿಸಿ ಬೇರೆ ಬೇರೆಯಾಗಿ ಮಾತಾಡಿ, ನಂತರ ಇಬ್ಬರನ್ನ ಒಟ್ಟಿಗೆ ಕೂಡಿಸಿ ಮಾತಾಡುತ್ತೇನೆ. ನಂಗೆ ಇಷ್ಟು ಬೇಗ ಮದ್ವೆ ಮುರಿದುಕೊಳ್ಳುವುದು ಸಮ್ಮತದ ವಿಚಾರವಲ್ಲ. ಒಂದೇ.... ಒಂದು ಅವಕಾಶ ಕೊಡಿ" ಪ್ರಾರ್ಥೇಯಪಟ್ಟರು.

ತಟ್ಟನೆ ಅವರ ಎರಡು ಕೈಗಳನ್ನು ಹಿಡಿದುಕೊಂಡು "ಎಲ್ಲೋ ಆದ ತಪ್ಪಿಗೆ ನಾವುಗಳು ಮಾತ್ರವಲ್ಲ, ನೀವು ಕೂಡ ನೋವು ಅನುಭವಿಸುವಂತಾಯ್ತು. ಯಾರ ಕಡೆನು ಬೆಟ್ಟು ತೋರೋ ಸ್ಥಿತಿಯಲಿಲ್ಲ. ನಾನ್ಬರ್ತೀನಿ..." ನಡೆದೆ ಬಿಟ್ಟ.

ಜೋಯಿಸರು ನಿಂತು ನೋಡಿದರು. ಒಂದತ್ತು ವರ್ಷಗಳಿಂದ ಅವರ ಕುಟುಂಬವನ್ನು ಬಲ್ಲವರು. ಎಷ್ಟೋ ಸಲ ತಿಮ್ಮಪ್ಪಯ್ಯ ಅವರು ಆಗಾಗ ಭೇಟಿಯಾಗಿ ಮಾತಾಡಿದ್ರಿದೆ. ಸಾಕಷ್ಟು ವಿವಾಹಗಳಲ್ಲಿ ಅಕ್ಕಪಕ್ಕ ಕೂತದ್ದು ಇದೆ. ಈ ಎಲ್ಲಾ ಕಾರಣಗಳಿಂದ ಅವರ ಬಗ್ಗೆ ಗೌರವವೆ.

ಇವನು ಮನೆಗೆ ಬರುವ ವೇಳೆಗೆ ತಿಮ್ಮಪ್ಪಯ್ಯ ವರಾಂಡದಲ್ಲಿ ಕೂತು ಪೇಪರ್ ಓದುತ್ತಿದ್ದವರು "ಶರತೂ ಇಲ್ಬಾ" ಕೂಗಿದರು. ಷೂ ಕಳಚಿಟ್ಟು ಅವರ ಮುಂದೆ ಹೋಗಿ ನಿಂತ "ಜೋಯಿಸರು ಭೇಟಿಯಾದರ?" ಕೇಳಿದರು. ಅಂಥ ಕುತೂಹಲವಿಲ್ಲದಿದ್ದರೂ ಒಂದು ರೀತಿಯ ತಳಕಲಾಟ. "ಸಿಕ್ಕಿದ್ರು, ಅವರಿಗೆ ಬೇಜಾರು, ಆಪರಾಗ ಮನೋಭಾವ ಪರಿಸ್ಥಿತಿಯನ್ನು ಅವಲೋಕಿಸಿದರು. ಈ ವಿವಾಹ ಮುರೀಬಾರ್ದು. ನಾನು ಒಮ್ಮೆ ಎರಡು ಕಡೆನು ಮಾತಾಡ್ತೀನಿ.... ಅಂದ್ರು"

ಒಳಗೆ ಆವೇಗ ಇದ್ದರೂ ಏನಾದರೂ ಮಾತಾಡಿ ಮಗನ ಮನಸ್ಸನ್ನು ನೋಯಿಸಲು ಇಚ್ಛಿಸಲಿಲ್ಲ. ಇದರಲ್ಲಿ ಅವನ ತಪ್ಪಿಲ್ಲ. ಆದರೂ ನೇರವಾಗಿ ಶಿಕ್ಷೆ ಅವನಿಗೆ.

"ನಾನೇನು.... ಹೇಳ್ಲಿಲ್ಲ. ನಿಮ್ದು ಕಾಫೀ ಆಯ್ತ?" ವಿಚಾರಿಸಿದ ನಂತರವೆ ಅವನು ರೂಮಿಗೆ ಹೋದದ್ದು. ವರ್ಣ ಈ ರೂಮಿಗೆ ಕಾಲಿಟ್ಟ ಮೇಲೆ ನೂತನ ಶೋಭೆ ಬಂದಿತ್ತು "ನಂಗೆ ಭಯ! ನೀವು ಬರೀ ಕಣ್ಣಲ್ಲಿ ಮಾತಾಡ್ತೀರಾ. ನಂಗೆ ಕಣ್ಣಲ್ಲಿ ಮಾತಾಡೋಕೆ ಬರೋಲ್ಲ" ಎಂದು ನಾಚಿದವಳನ್ನ ಎದೆಗಪ್ಪಿಕೊಂಡು ತುಟಿಗಳಲ್ಲಿಯೇ ಸಂತೈಯಿಸಿದ್ದ. ಎಂಥ ಮಧುರ ಕ್ಷಣ.... ಅದು! ನರ ನಾಡಿಗಳಲ್ಲಿ ಸಂತೋಷದ ಪ್ರವಾಹ. ಆ ಬಗ್ಗೆ ತಲೆ ಕೆಡಿಸಿಕೊಳ್ಳದ ಅವನಿಗೆ ದಾಂಪತ್ಯ ಎಷ್ಟು ಸುಮಧುರವೆನಿಸಿದ್ದಳು ವರ್ಣ.

ಎರಡು ಕೈಯಲ್ಲು ತಲೆ ಹಿಡಿದುಕೊಂಡು ಕೂತು ಬಿಟ್ಟ. ವರ್ಣ ಇಲ್ಲದ ಬದುಕು ಅಸಹನೀಯವೆನಿಸಿತು. ಒಂದೇ.... ಊರು! ಕೆಲವು ಕಿಲೋಮೀಟರ್‌ಗಳಷ್ಟು ದೂರ. ಆ ಕ್ಷಣ ಅವಳನ್ನು ತಲುಪಿ ಬಿಡಬೇಕೆನಿಸಿತು. ಅವಳಿಗೊಂದು ಸಂದೇಶ ಕಳುಹಿಸಿ ಬಿಡಬೇಕೆನಿಸಿತು. ಈಗ ಅದು ತೀರಾ ಸುಲಭ. ಕಾಳಿದಾಸನ ಮೇಘ ಸಂದೇಶ ನೆನಪಿಸಿಕೊಂಡ.

ಅಷ್ಟರಲ್ಲಿ ಮೊಬೈಲ್ ಸದ್ದು ಮಾಡಿತು. ವರ್ಣನ ಫೋನ್ ಆಗಿರಬಹುದಾ? ಹೇಗೆ ಪ್ರತಿಕ್ರಿಯಿಸುವುದು? ಆದರೆ ಅದು ವರ್ಣಳದಾಗಿರಲಿಲ್ಲ. ಇಂಜಿನಿಯರ್ ಸೋಮೇಶ್ವರ್‌ದು. ಪ್ರತಿಯೊಂದಕ್ಕು ಇವನ ಸಲಹೆ ಅವರಿಗೆ ಬೇಕಿತ್ತು. ಕ್ಷಣ ಮುಖದ ಮೇಲೆ ಬೇಸರ ಮೂಡಿ ಮರೆಯಾಯಿತು.

ಮಾತು ಮುಗಿಸಿ ಸ್ನಾನಕ್ಕೆ ಹೋಗುವ ಮುನ್ನ ಅಮ್ಮನಿಗೆ ಅಡಿಗೆ ಮನೆಯಲ್ಲಿ ಒಂದಿಷ್ಟು ಸಹಾಯ ಮಾಡಿದ. ಇದು ಅವನ ಪದ್ಧತಿ. ಮಡದಿ ಬಂದ ಮೇಲೆ ಅದರಲ್ಲಿ ಒಂದಿಷ್ಟು ಮಾರ್ಪಾಟು. ಈಗ ಮತ್ತೆ ಅದನ್ನೇ ಮುಂದುವರಿಸಿದ್ದ.

"ನಂಗೇನೋ ಒಂದು ತರಹ ಅನ್ನಿಸುತ್ತೆ. ಬರೀ ಓದು ನೋಡಿ ಮದ್ವೆ ಆಗೋದಾ? ನಿಂಗಿರೋ ಜನರಲ್ ನ್ಯಾಲೆಡ್ಜ್ ಯಾರ್ಗಿದೆ! ಇಷ್ಟು ಸಣ್ಣ ವಿಷ್ಯನ ದೊಡ್ಡದು ಮಾಡಿ ರಾದ್ಧಾಂತ ಮಾಡ್ಬೇಕಾಗಿತ್ತಾ? ಆ ಜನ ಸ್ವಲ್ಪ ಸಹನೆವಹಿಸಿ ನಮ್ಮಲ್ಲಿ ಪ್ರಸ್ತಾಪಿಸಿದ್ದರಾಗಿತ್ತು. ಅದ್ಬಿಟ್ಟು ನೀವು ಮೋಸಗಾರರು.... ನಮ್ಗೇ ಅನ್ಯಾಯ ಮಾಡಿದ್ರಿ ಎಂದು ಏಕಾಏಕಿ ಬಂದು ಹೊಡೆಯಬೇಕಿತ್ತಾ?" ಅದೇ ಪ್ರಸ್ತಾಪ. ಇನ್ನ ಎಷ್ಟು ಮಾತಾಡಿದರೂ ಅಷ್ಟೆ, ನಡೆದು ಹೋಗಿದ್ದನ್ನ ಸರಿ ಮಾಡೋದು ಸಾಧ್ಯವಿಲ್ಲ. ಆದರೂ ಇದು ಮಹತ್ವದ ವಿಷಯವಾದುದ್ದರಿಂದ ಪ್ರಸ್ತಾಪ ಅನಿವಾರ್ಯ.

"ನಮ್ಮ ತೀರ್ಮಾನನು ತಿಳ್ಸಿ ಆಗಿದೆಯಲ್ಲ. ಮುಂದಿನದು ಫೇಸ್ ಮಾಡಿದರಾಯ್ತು" ಹೆಚ್ಚಿದ ಈರುಳ್ಳಿಯನ್ನ ಪಕ್ಕಕ್ಕೆ ಸರಿಸಿ "ಅಮ್ಮ ಸದ್ಯಕ್ಕೆ ಒಬ್ಬ ಅಡಿಗೆಯವಳನ್ನ ಅಪಾಯಿಂಟ್ ಮಾಡ್ಕೊಂಡರಾಗಿತ್ತು." ಎಂದ. ಸದ್ಯಕ್ಕೆ ಅಮ್ಮನಿಗೆ ಸಹಾಯ ಮಾಡುವಂಥವರು ಯಾರಾದರೂ ಬೇಕಿತ್ತು. "ಬೇಡವೇ, ಬೇಡ! ಅಡಿಗೆಯವಳ ಅಡಿಗೇನಾ? ನಿಮ್ಮಪ್ಪ ಸುತರಾಂ ಒಪ್ಪೋಲ್ಲ. ಇನ್ನ ಎಷ್ಟು ಜನಕ್ಕೆ ಅಡ್ಗೇ ಮಾಡ್ಬೇಕು ಹೇಳು. ನಿಮ್ಮ ಗುಂಡಣ್ಣನ ಎರಡನೆ ಮಗ್ಳು ಮದ್ವೆಗೆ ಇದ್ದಾಳೆ. ಅವ್ರಿಗೂ ನಮ್ಮ ಮನೆಗೆ ಕೊಟ್ಟು ವಿವಾಹ ಮಾಡೋ ಆಸೆ ಇತ್ತು. ಅಷ್ಟರಲ್ಲಿ ಏನೇನೋ ಆಗಿ ಹೋಯ್ತು. ಹೆಚ್ಚು ಕಡ್ಮೇ.... ಇದು ಇತ್ಯರ್ಥವಾದಂಗೇನೇ! ಬೇಗ ಮುಗಿದರೆ ನಿನ್ನ ವಿವಾಹ ಮುಗ್ಸಿ ಬಿಡೋದೇ. ಸ್ವಲ್ಪ ಕುಳ್ಳು ಅನ್ನೋದು ಬಿಟ್ಟರೆ ವರ್ಣನಷ್ಟೇ ಚೆಂದ ಇದ್ದಾಳೆ. ಅವರ ಮನೆತನದ ಬಗ್ಗೆ ನಮ್ಗೆ ಗೊತ್ತು. ನಮ್ಮ ಮನೆ ವಿಷ್ಯವೆಲ್ಲ ಅವ್ರಿಗೆ ಗೊತ್ತಿದೆ. ನಿನ್ನ ಬಗ್ಗೆ ಬಹಳ ಅಭಿಮಾನ ಇರೋ ಜನ" ಸುಲಭವಾಗಿ ಹೇಳಿ ಮುಗಿಸಿದರು. ಅವನಿಗೆ ಷಾಕಾಯಿತು. ಇನ್ನು ವರ್ಣನ ಬಗ್ಗೆನೆ ಪೂರ್ತಿ ಕನಸು ಕಾಣದಿದ್ದರೂ ಮತ್ತೊಂದು ಹೆಣ್ಣಿನ ಪ್ರಸ್ತಾಪ. ವಿಷಾದ ಮುಸುಕಿತು ಅವನಲ್ಲಿ.

ಸುಮ್ಮನೆ ಕಿಚನ್‌ನಿಂದ ಹೊರಗೆ ಬಂದ. ಬೇರೆಯವರ ಭಾವನೆ ಹೇಗೋ, ಅವನಿಗಂತು ಸದ್ಯಕ್ಕೆ ವರ್ಣನ ಬಿಟ್ಟು ಬೇರೆಯುವರ ಬಗ್ಗೆ ಯೋಚಿಸುವುದೆ ಸಾಧ್ಯವಿಲ್ಲವೆನಿಸಿತು. ಆ ನಂತರ ನಾಲ್ಕನೆ ದಿನ ವರ್ಣನ ಬಸ್‌ಸ್ಟಾಪ್‌ನಲ್ಲಿ ನೋಡಿದ. ಕ್ಷಣ ಅವನ ಮನ ರೋಮಾಂಚಿತಗೊಂಡಿತು. ನಂತರ ಸ್ತಬ್ಧವಾಯಿತು. ನಿಧಾನವಾಗಿ ಬೈಕಿನ ವೇಗ ತಗ್ಗಿತು. ಅರಿವಿಗೆ ಬರುವ ಮುನ್ನ ನಿಂತಿತು. ಅದರ ಹಿಂದೆ ಒಂದು ಪ್ರಬಲ ಒತ್ತಡವಿತ್ತು.

"ವರ್ಣ, ಅಲ್ಲಿ ಸಣ್ಣದೊಂದು ಗಲಾಟೆ. ಬಸ್ಸು ಬರೋಲ್ಲ. ನಾನು ಡ್ರಾಪ್ ಮಾಡ್ತೀನಿ" ಅಂದ. ಮಧುರವಾದ ಕೊರಳಿನ ನಾದ. ಆ ಗಾನಕ್ಕೆ ಸೋತವಳಂತೆ ಹೋಗಿ ಹಿಂಬದಿಯಲ್ಲಿ ಕೂತಳು. ಜನನಿಬಿಡ ರಸ್ತೆಯಲ್ಲು ಬೈಕ್ ಹಾದು ಹೋಗುತ್ತಿದ್ದರೆ, ತಣ್ಣನೆಯ ಮಂದಾನಿಲದ ಅನುಭವ. ಜೀವನ ಪೂರ್ತಿ ಹೀಗೆಯೇ ಸಾಗಿ ಹೋಗಿ ಬಿಡಬೇಕೆನಿಸಿತು. ಕಣ್ಣಾಲಿ ತುಂಬಿತು.

"ಇಳೀ... ವರ್ಣ" ಎಂದಾಗಲೆ ಅವಳಿಗೆ ಬಾಹ್ಯದ ಅನುಭವ. ಅವಳು ಏನಾದರೂ ಅನ್ನುವ ಮುನ್ನವೆ ಬೈಕ್ ಕಣ್ಮರೆಯಾಯಿತು. ಪೋರ್ಟಿಕೋನಲ್ಲಿ ನಿಂತ ಕಿರಣ ಹೊರ ಬಂದವ "ನಿನ್ನ ಬೈಕ್‌ನಲ್ಲಿ ಇಳಿಸಿ ಹೋದವರು ಯಾರು?" ಕೇಳಿದ ವಿಸ್ಮಯದಿಂದ "ಅವರೇ, ಶರತ್...." ಎಂದಳು.

ಅಂದಿನ ಘಟನೆ ಅವನ ಕಣ್ಮುಂದೆ ಹಾದು ಹೋಯಿತು. ರಾಜೇಶ್ ಆವೇಶ ಬಂದವರಂತೆ ತಿಮ್ಮಪ್ಪಯ್ಯನಿಗೆ ಹೊಡೆದಿದ್ದರು. ಇವರು ತಡೆಯಬೇಕೆನ್ನುವ ಮುನ್ನವೆ ನಡೆದು ಹೋಗಿತ್ತು.

"ನಿಜಾನಾ?" ಕೇಳಿದ.

"ಹೌದು, ಏನೋ ಸಣ್ಣ ಗಲಾಟೆ. ಬಸ್ಸು ಬರೋಲ್ಲಾಂತ ಹತ್ತಿಸ್ಕೊಂಡ್....ಬಂದ್ರು" ಕನಸ್ಸಿನಲ್ಲಿ ಇದ್ದಂತೆ ನುಡಿದಳು. ಭ್ರಮೆಯಿಂದ ಹೊರ ಬಂದಿರಲಿಲ್ಲ. "ಶರತ್ ಈಸ್ ಆಲ್‌ವೇಸ್ ಡಿಫರೆಂಟ್. ಅಂದಿನ ಅವನ ಸಂಯಮಕ್ಕೆ ಯಾರಾದ್ರೂ ಬೆರಗಾಗ್ಬೇಕಿತ್ತು.

ನನ್ನ ಅರುಣನಿಗಿಂತ ಅವನು ಸ್ಟ್ರಾಂಗ್. ಅಂದು ನಮ್ಮ ಮೂರು ಜನಕ್ಕೂ ಚಚ್ಚಿ ಬಿಡಬಹುದಿತ್ತು. ಆದರೆ ಅವನು ಯಾರ್ಮೆಲೂ ಕೈ ಎತ್ತಲಿಲ್ಲ. ದಟ್ ಈಸ್ ಗ್ರೇಟ್" ಒಂದು ಅತ್ಯುತ್ತಮ ಕಾಂಪ್ಲಿಮೆಂಟ್.

ವರ್ಣ ಮಾತಾಡಲಿಲ್ಲ. ನಡೆದು ಹೋಗಿದ್ದು ಆಘಾತಕಾರಿ ಘಟನೆಯೇ. ಹೆತ್ತ ಅಪ್ಪ ಹೊಡೆದಿದ್ದು ಕೈ ಹಿಡಿದವನ ತಂದೆಗೆ. ಅವರೆಂದು ಜೋರಾಗಿ ಅವಳೊಂದಿಗೆ ಮಾತಾಡಿರಲಿಲ್ಲ. 'ವರ್ಣ....ಮಗು...' ಎನ್ನುವ ಸಂಬೋಧನೆಯೆ. ಒಮ್ಮೆ ಕೂಡ ತವರು ಮನೆಯವರ ಸುದ್ದಿ ಎತ್ತಿದವರಲ್ಲ. ಅಂಥವರಿಗೆ ಬಿದ್ದಿದ್ದು ಹೊಡೆತ.

"ಬಹುಶಃ ಎಂದಾದ್ರೂ ತಲೆ ಎತ್ಕೊಂಡ್ ಅವರೆದುರು ಓಡಾಡೋಕೆ ಸಾಧ್ಯನಾ? ಬಾಯಿ ಮಾತಿನ ಜಗಳ, ವಾದ ಸಾಕಾಗಿತ್ತು. ಅಪ್ಪ ಹಾಗೇಕೆ ವರ್ತಿಸಿದರು? ಅವ್ರ ಓದು, ಪ್ರೊಫೆಷನ್, ಸಂಬಳ ಇತ್ಯಾದಿಯನ್ನ ವಿವಾಹಕ್ಕೆ ಮುನ್ನ ವಿಚಾರ್ಸಿಕೊಳ್ಳಬೇಕಿತ್ತು. ಅದು ಹೆಣ್ಣು ಹೆತ್ತವರ ಜವಾಬ್ದಾರಿ. ನನ್ನ ಮದ್ವೆ ನಿಧಾನವಾಗಿ ಆಗ್ಬಹುದಿತ್ತು. ಅರುಣನಿಗೆ ಅವನದೇ ಹಟ ಆರಾಮಾಗಿ ಲವ್ ಮಾಡ್ಕೊಂಡ್ ಓಡಾಡಬಹುದಿತ್ತು. ಹಟ, ಆತುರ.... ಮಧ್ಯೆ ಸಿಕ್ಕಿ ಹಾಕ್ಕೊಂಡ ಪ್ರಾಣಿ ನಾನು" ಮನಸ್ಸು ಬಿಚ್ಚಿ ಅಂದೇ ಬಿಟ್ಟಳು, ಇದು ಒಳಗಿನ ತುಮುಲ.

ಪ್ಯಾಂಟು ಜೇಬುಗಳಲ್ಲಿ ಕೈಗಳನ್ನು ತುರುಕಿಕೊಂಡು ನಿಂತ ಕಿರಣ "ಅವರು ಹಾಳಾಗ್ಲಿ! ನಿಂಗೇನಾಗಿತ್ತು? ಇದು ಇಪ್ಪತ್ತೊಂದನೆ ಶತಮಾನ. ಮದ್ವೆ ಮಾಡ್ಕೊಂಡ್ ಮೇಲೆ ಯಾವಾಗ್ಲೋ ಮನೆಯಲ್ಲಿ ತಿಳಿಸ್ತಾರೆ ಕಲೀತ ಹೆಣ್ಣು ಮಕ್ಳು. ಅಂಥದ್ದರಲ್ಲಿ ನಿಂಗೇನಾಗಿತ್ತು? ಕುರಿ ತರಹ ತಲೆಯೊಡ್ಡಿ ತಾಳಿ ಕಟ್ಸಿಕೊಂಡೇ. ಇದು ಬೇಕಿತ್ತಾ? ನನ್ನಿಂದ ಸ್ವಲ್ಪ ವಿರೋಧ ವ್ಯಕ್ತವಾಗಿದ್ದರು ನಾನು ನಿನ್ನ ಪರ ನಿಲ್ತಾ ಇದ್ದೆ. ಅತ್ತೆ ಕೂಡ ನಮ್ಕಡೆ ಬರೋರು. ಇನ್ನ ಶ್ರೀಮತಿ ರಾಜೇಶ್ ಪ್ರತಿಭಟಿಸದಿದ್ದರೂ ತಟಸ್ಥವಾಗೋರು. ಮೆಜಾರಿಟಿ ಇಲ್ದಮೇಲೆ ಗೌರ್ನಮೆಂಟ್ ಉಳಿಯೋಲ್ಲ, ಅಂಥದ್ದರಲ್ಲಿ ಅಪ್ಪ ಮಗ ಏನ್ಮಾಡ್ತಾ ಇದ್ರು? ವಿಷ್ಯ ಅದಲ್ಲ. ಶರತ್‌ನ ಹ್ಯಾಂಡ್‌ಸಂ ಪರ್ಸನಾಲಿಟಿ, ಅವನ ಗಂಭೀರ ವ್ಯಕ್ತಿತ್ವಕ್ಕೆ ಮೇಡಮ್ ಮರುಳಾದರು. ಈಗ ಅದಕ್ಕೆ ಬೇರೆಯವರ ಕಡೆ ಬೆಟ್ಟು ಮಾಡದೆ ತೆಪ್ಪಗಿರೋದು." ಕಿರಣ ಜೋರಾಗಿ ನಕ್ಕುಬಿಟ್ಟ. ಮೇಲ್ಮು ಖಕ್ಕೆ ಅದನ್ನ ವರ್ಣ ನಿರಾಕರಿಸಿದರು, ಸತ್ಯ ಅದೇ.

ಹೌದು, ಮೊದಲ ನೋಟಕ್ಕೆ ಶರತ್ ಇಷ್ಟವಾಗಿದ್ದ. ಯಾವ ಬಿಲ್ಲು ಮುರಿಯಬೇಕಿರಲಿಲ್ಲ. ಈ ವೈದೇಹಿಯ ಹೃದಯದಲ್ಲಿ ಗಪ್‌ಚಿಪ್ಪಾಗಿ ಕೂತು ಬಿಟ್ಟಿದ್ದ. ರಾಮನಷ್ಟು ಎತ್ತರದಲ್ಲಿ ಅವನನ್ನು ಊಹಿಸಿಕೊಂಡಿದ್ದಳು.

"ಹೋಗೋ..." ಎಂದು ಹೊರಟವಳನ್ನು ಹಿಡಿದು ನಿಲ್ಲಿಸಿದ. "ಈಗ ನಿನ್ನ ಅಭಿಪ್ರಾಯವೇನು? ಶರತ್ ವಿದ್ಯಾಭ್ಯಾಸ ಪಿಯುಸಿಗೆ ನಿಂತು ಹೋಗಿದೆ. ಜೋಯಿಸರು ಅದಕ್ಕೆ ಏನೇನೋ ಕಾರಣ ಕೊಡ್ತಾರೆ, ಆದರೆ ಅವನು ಪಿ.ಯು.ಸಿ. ಕೂಡ ಮುಗಿಸಿಲ್ಲ. ಇದು ಸತ್ಯ. ಮುಂದೇನು? ಅಪ್ಪನ ಹಾರಾಟ ನೋಡಿದ್ಮೇಲೆ ಮಗಳಿಗೆ, ಪಿ.ಯು.ಸಿ.ಯ ಶರತ್‌ನೊಂದಿಗೆ ವಿವಾಹವಾಗಿದೆಯೆನ್ನುವುದನ್ನೇ ಒಪ್ಕೋಕೆ ತಯಾರಿಲ್ಲ. ಮಾತುಕತೆಯ ಹಂತದಲ್ಲೇ ಇದ್ದಿದ್ದರೆ ಏನಾದ್ರೂ ಆಗಬಹುದೆನ್ನುವ ಭರವಸೆ ಇಟ್ಕೋಬಹುದಿತ್ತು. ಅಪ್ಪ

ನೇರವಾಗಿಯೆ ಶರತ್ ಅಪ್ಪನಿಗೆ ಹೊಡೆದಿದ್ದಾನೆ. ಯಾವ ಮಗನು ತನ್ನ ಅಪ್ಪನನ್ನು ಹೊಡೆದ ವ್ಯಕ್ತಿಯ ಮಗಳೊಂದಿಗೆ ಸಂಸಾರ ಮಾಡೋಕೆ ಇಷ್ಟಪಡೋಲ್ಲ. ಇನ್ನ ನಿನ್ನ.... ವಿಷಯ...." ಕಿರಣ ನೇರವಾಗಿಯೇ ಕೇಳಿದ.

"ಮೋಸ್ಟ್ಲಿ ಸರಿ ಹೋಗೋಲ್ಲ. ಅರುಣ ಹೇಳ್ದ ಪ್ರಕಾರ ಎಂಬಿಎ ಮಾಡ್ತೀನಿ. ಆಮೇಲೆ ಕೆಲ್ಸ. ಹೀಗೆಯೇ ಸಾಗಿ ಹೋಗುತ್ತೆ" ಅಂದವಳು ಕಣ್ಣೊರೆಸಿಕೊಳ್ಳುತ್ತ ಒಳಗೆ ಹೋದಳು.

ಶರತ್‌ನಿಂದ ಬಿಡುಗಡೆ?

ಇದು ವರ್ಣಗೆ ಇಷ್ಟವಿರಲಾರದು. ಕಿರಣ ಕಸಿವಿಸಿಗೊಂಡ. ಶರತ್‌ನ ಉದ್ದೇಶ ತಿಳಿದರೆ? ಹೇಗೆ? ಅವನಪ್ಪನನ್ನ ಥಳಿಸಿದಾಗ ತಾವು ಪ್ರತ್ಯಕ್ಷ ಸಾಕ್ಷಿಗಳು. ನಮ್ಮನ್ನ ಕ್ಷಮಿಸಿಯಾನೇ? ಸಂಕೋಚದಿಂದ ಹಿಡಿಯಾದ.

ಮರುದಿನ ಬೆಳಿಗ್ಗೆ.... ಬೆಳ್ಳಿಗ್ಗೆಯೆ ಜೋಯಿಸರು ಬಂದರು. ಬರುವಾಗಲೆ ಪ್ರಸನ್ನತೆ ಇರಲಿಲ್ಲ. ಈಗ ಅವರ ಮಧ್ಯಸ್ಥಿಕೆ ಬೇಕಿದ್ದರಿಂದ ಗೌರವ ಕೊಡಲೇ ಬೇಕಿತ್ತು.

ಹೂ ಕಟ್ಟುತ್ತಿದ್ದ ಶಾಂಭವಿ ಮೇಲೆದ್ದು "ಬನ್ನಿ.... ಬನ್ನಿ...." ಎಂದರು. ಇಂದಿಗೂ ಮನೆಯಲ್ಲಿ ಒಂದು ಬಿಗುವಾದ ವಾತಾವರಣವೇ. ಅವಮಾನ, ಅಪರಾಧ ಭಾವದಿಂದ ನರಳುತ್ತಿದ್ದ ರಾಜೇಶ್ ಮಾತಾಡಿದರೆ ಸಿಡಿದು ಬೀಳುತ್ತಿದ್ದರು. ಇಲ್ಲಿ ಮಂಕಾಗಿ ಕೂಡುತ್ತಿದ್ದರು. ಹೆಂಡತಿಯಿಂದ ಹಿಡಿದು ಎಲ್ಲರು ಅವರನ್ನ ಅಪರಾಧಿ ಸ್ಥಾನದಲ್ಲಿ ನಿಲ್ಲಿಸಿದರು. 'ಎರಡಕ್ಕೂ ನೀನೇ ಕಾರಣ! ಒಂದು ನಿನ್ನ ಕೆಟ್ಟ ಹಟ, ಇನ್ನೊಂದು ದುಡುಕು' ಎಂದಿದ್ದರು ಶಾಂಭವಿ ಮುಖದ ಮುಂದೆನೇ. ಅದು ಅವರ 'ಅಹಂ'ಗೆ ಬಿದ್ದ ಪೆಟ್ಟು. ಅಂದಿನಿಂದ ಮಗಳ ಕಣ್ಣು ತಪ್ಪಿಸುತ್ತಿದ್ದರು. ಆದರೆ ತಮ್ಮ ನಿರ್ಧಾರದ ಬಗ್ಗೆ ಮಾತ್ರ ಅಚಲ.

ಸಾವಧಾನವಾಗಿ ಕೂತ ಜೋಯಿಸರು "ಈ ಮನೇನ ನೀವೇ ತಗೋತ್ತೀರಿಂತ ಕೇಳಿ ಪಟ್ಟೆ. ಇದು ಮನೆಯಲ್ಲ, ಬಂಗ್ಲೆನೆ ಬಿಡಿ. ಹಣನ ನೀರಿನಂತೆ ಸುರ್ದು ಕಟ್ಟಿಸಿದ್ದಾರೆ" ಎಲ್ಲೆಡೆ ನೋಟ ಹರಿಸುತ್ತ ಅಂದರು. ಅತ್ಯಂತ ಸುಂದರವಾದ ಬಂಗ್ಲೆ.

"ಇಂಥ ದೊಡ್ಡ ಬಂಗಲೆಗಳು ಒಬ್ಬರಿಂದ, ಒಬ್ಬರನ್ನು ದೂರ ಮಾಡುತ್ತೆ. ಈಗ ಒಬ್ಬೊಬ್ಬರಿಗೆ ಒಂದೊಂದು ರೂಮು. ಅವರವರ ಸಾಮಾನು, ಸರಂಜಾಮು.... ಅಲ್ಲಲ್ಲೆ. ಒಂದೊಂದು ರೂಮಿನಲ್ಲಿ ಒಂದೊಂದು ಟಿ.ವಿ. ಹಿಂದೆಯಾಗಿದ್ದರೆ ಹಾಲ್‌ಗೆ ಬಂದು ಟಿ.ವಿ. ನೋಡಿ ಕಾರ್ಯಕ್ರಮದ ಬಗ್ಗೆ ಚರ್ಚೆ, ಟೀಕೆ, ಕೆಲವೊಮ್ಮೆ ವಿರೋಧ. ಅದಕ್ಕಾಗಿ ಸಣ್ಣ ಪುಟ್ಟ ಜಗಳ. ಈಗ ಅವು ಯಾವ್ದೂ ಇಲ್ಲ. ಹೆಚ್ಚು ಕಡ್ಮೇ ಮಾತೇ ಇಲ್ಲ" ಗೊಣಗಿಕೊಂಡೇ ಒಳಗೆ ವಿಷಯ ಮುಟ್ಟಿಸಲು ಎದ್ದು ಹೋದರು.

ಅರುಣ ಕೂಡ ಮನೆಯಲ್ಲೆ ಇದ್ದ. ಜೋಯಿಸರು ತಾನು ಬರೋ ವಿಚಾರ ಅವನಿಗೂ ತಿಳಿಸಿದ್ದರು. ಅನನ್ಯನ ಆಫೀಸ್‌ಗೆ ಬಿಟ್ಟು ಬಂದು ತಾನು ಮನೆಯಲ್ಲೆ ಉಳಿದಿದ್ದ. ಎಲ್ಲೋ ಹೋಗಿದ್ದ ಕಿರಣ ಕೂಡ ಬಂದಿದ್ದ. ಇನ್ನ ಸಕ್ಕೂಬಾಯಿ ಶಾಂಭವಿ ಮನೆಯಲ್ಲೆ ಇದ್ದರು.

ಮೊದಲು ಬಂದ ಸಕ್ಕೂಬಾಯಿ ಅತ್ತಿತ್ತ ನೋಟ ಹರಿಸಿ "ಅವನ ವಿದ್ಯಾಭ್ಯಾಸ ಕಡ್ಮೇ

ಇರ್ಬಹ್ದು. ಒಳ್ಳೆ ಸಂಬಳ ಇದೇ ಅಂತಾರೆ. ಅಷ್ಟು ಸಾಕಲ್ವಾ? ಮನೆಯವರೆಲ್ಲ ಡಿವೋರ್ಸ್ ವರ್ರ‍್ಗೂ ಮಾತಾಡ್ತಾರೆ. ನಂಗಂತು ಇಷ್ಟವಿಲ್ಲ. ವರ್ಣ ಬಾಯಿ ಬಿಡೋಲ್ಲ. ದಯವಿಟ್ಟು ಇವ್ರಿಗೆ ಒಂದಿಷ್ಟು ಬುದ್ಧಿ ಹೇಳಿ" ಪಿಸು ಮಾತಿನಲ್ಲಿ ಬಿನ್ನವಿಸಿದರು. ಜೋಯಿಸರ ಮುಖದ ಮೇಲೆ ಅಯ್ಯೋ ಎನ್ನುವಂಥ ಭಾವ ಮೂಡಿತು.

"ಇವ್ರಿಗೆ ಬುದ್ಧಿ ಹೇಳಿದರೇ ಸಾಕಾ? ಅವ್ರು ಗಂಡಿನೋರು. ಎಷ್ಟೇ ಕಾಲ ಬದಲಾದರೂ, ಇಂದಿಗೂ ಗಂಡಿನದೆ ಮೇಲ್ಗೈ. ಅಂಥದ್ದರಲ್ಲಿ ಅವುಗಳ ಬಗ್ಗೆ ಯೋಚ್ಸಿ. ನಾನು ನೇರವಾಗಿ ಮಾತಾಡ್ತಾ ಇದ್ದೀನಿ. ಅವರು ನಿಮ್ಮನ್ನ ವರದಕ್ಷಿಣೆ ಕೇಳಿದ್ರಾ, ವರೋಪಚಾರ ಬೇಕೂಂದರ? ಸಣ್ಣ ವಿಚಾರಕ್ಕೆ ಹೋಗಿ ಮುಗೀಬಿದ್ರಿ." ಇನ್ನು ಜೋಯಿಸರು ಮಾತು ಪೂರ್ತಿ ಮಾಡಿರಲಿಲ್ಲ ರಾಜೇಶ್ ಬಂದವರು "ಯೋಗ್ಯತೆ ಬೇಕಲ್ಲ! ಬರೀ ಪಿಯುಸಿಯವನಿಗೆ ವರದಕ್ಷಿಣೆ, ವರೋಪಚಾರ! ಅದಕ್ಕೆ ಅವರು ಬಾಯ್ಮುಚ್ಕೊಂಡು ಕೂತಿದ್ದು. ನಂಗೆ ಇರೋಳು ಒಬ್ಬಳೇ ಮಗಳು. ಬಿಬಿಎಂ ಮಾಡಿದ್ದಾಳೆ. ಅವನನ್ನು ಕಟ್ಟಿಕೊಳ್ಳುವ ಹಣೆಬರಹ ಅವಳಿಗ್ಯಾಕೆ? ಮದ್ವೆ ಆಗಿಯೇ ಇಲ್ಲಾಂತ ಅಂದ್ಕೋತೀವಿ" ಅಹಂಕಾರದಿಂದ ಮಾತಾಡಿದರು. ತೀರಾ ಅವಿವೇಕ.

ಅಷ್ಟರಲ್ಲಿ ಬಂದ ಅರುಣ "ಆಗಿದ್ದು.... ಆಗಿ ಹೋಯ್ತು! ನಮ್ಮ ವರ್ಣ ಅವನೊಂದಿಗೆ ಸಂಸಾರ ಮಾಡೋಕೆ ಸಾಧ್ಯವಿಲ್ಲ. ತೆಪ್ಪಗೆ ಡಿವೋರ್ಸ್ ಕೊಡೋಕೆ ಹೇಳಿ, ಇಲ್ಲದಿದ್ದರೆ ಕೋರ್ಟಿಗೆ ಹೋಗ್ತೀವಿ. 'ಮ್ಯೂಚುಯಲ್ ಕನ್ಸಂಟ್' ಆದರೆ ಇಬ್ಬರಿಗೂ ಒಳ್ಳೆಯದು" ಎಂದ. ಅಪ್ಪ, ಮಗನದು ಒಂದೇ ಇರಾದೆಯಾದರೂ ಬೇರೆ, ಬೇರೆ ತರಹ ಹೇಳಿದರಷ್ಟೆ.

"ಇದು ಇಡೀ ಮನೆಯವರ ಅಭಿಪ್ರಾಯನಾ?" ಕೇಳಿದರು ಸಾವಧಾನವಾಗಿ "ಹೌದು, ಈಗಾಗ್ಲೇ ನಾವು ಗಂಡನ್ನ ಹುಡ್ಕೀ ಇಟ್ಟಿದ್ದೀವಿ. ಡಿವೋರ್ಸ್ ಅನ್ನೋದೊಂದು ಸಿಕ್ಕರೆ ಎಲ್ಲಾ ಮುಗ್ದಂಗೆ" ಮಾತಾಡಿದ್ದು ರಾಜೇಶ್. ಜೋಯಿಸರು ನೇರವಾಗಿ ನೋಡಿದರು. ಈ ಮಾತನ್ನು ಆಡುತ್ತಿರುವುದು ಇಂದಿನ ಯುವ ಪೀಳಿಗೆಯಲ್ಲ, ಮನೆಯ ಹಿರಿಯ ರಾಜೇಶ್. ಅರವತ್ತು ದಾಟಿದ ವ್ಯಕ್ತಿ, ವಿವಾಹವಾದ ತಿಂಗಳಗಳಲ್ಲಿ ಮಗಳಿಗೆ ಡಿವೋರ್ಸ್ ಕೊಡಿಸಲು ಮುಂದಾಗಿದ್ದರು, ಒಂದು ಸಣ್ಣ ಕಾರಣಕ್ಕಾಗಿ.

"ಸ್ವಲ್ಪ ಯೋಚ್ಸಿ. ನಮ್ಮ ಹಿರಿಯರು ಸಾಕಷ್ಟು ಯೋಚ್ಸಿ ನಾಗರಿಕ ಸಮಾಜ ಶಿಸ್ತಿನಿಂದ ಬಾಳಬೇಕು, ಮುಂದಿನ ಪೀಳಿಗೆಯ ಯಶಸ್ಸನ್ನ ಚಿಂತಿಸಿ ಇಂಥ ಸಿದ್ಧಾಂತಕ್ಕೆ ಬದ್ಧರಾಗಿದ್ದರು. ಇಲ್ಲಿ ಶರತ್ ಮನೆಯವರ ತಪ್ಪೇನಿಲ್ಲ, ಅವ್ರು ಕೊಟ್ಟ ಜಾತ್ಕ, ಬಯೋಡೆಟಾನೇ ನಿಮ್ಗೇ ಕೊಟ್ಟಿದ್ದು. ತಪ್ಪು ನಡೆದು ಹೋಗಿದ್ದರೇ, ನಿಮ್ಮಿಂದಲೆ, ಕೂತು ವಿಚಾರ ವಿನಿಮಯ ಮಾಡಿಕೊಳ್ಳಬೇಕಾದ ವಿಚಾರಕ್ಕೆ ದುಡುಕಿ ಅವರ ಮೇಲೆ ಕೈ ಎತ್ತಿದ್ರಿ. ಇದು ಅಕ್ಷಮ್ಯ ಅಪರಾಧ. ಅವರೇನಾದ್ರೂ ಪೊಲೀಸ್‌ಗೆ ನಿಮ್ಮ ವಿರುದ್ಧ ಕಂಪ್ಲೇಟ್ ಕೊಟ್ಟಿದ್ದರೇ, ಪರಿಸ್ಥಿತಿ ಏನಾಗ್ತಾ ಇತ್ತು? ಅವರು ಸಂಭಾವಿತ ಜನ. ಹೆಣ್ಣು ಕೊಟ್ಟ ಮಾವ ತಂದೆ ಸಮಾನಾಂತ ಭಾವಿಸಿದ್ದರಿಂದ ನೀವು ಬಚಾವ್. ಮೊದ್ಲು ಹೋಗಿ ಅವ್ರನ್ನ ಕ್ಷಮೆ ಕೇಳಿ" ಜೋಯಿಸರು ಅಷ್ಟು ಅಂದ ಕೂಡಲೆ ತಲಾ ಒಂದೊಂದು ಮಾತು ರಾಜೇಶ್ ಕೋಪದಿಂದ ಅಬ್ಬರಿಸಿದರು.

"ಅದು ಸಾಧ್ಯನೇ ಇಲ್ಲ. ಮೊದ್ಲು ಅವ್ನಿಗೆ ಡಿವೋರ್ಸ್ ಕೊಡೋಕೆ.. ಹೇಳಿ"

"ಆಯ್ತು... ಬಿಡಿ" ಜೋಯಿಸರು ಮೇಲೆದ್ದರು.

ರಾಜೇಶ್ ರೇಗಾಡಿಕೊಂಡು ರೂಮಿಗೆ ಹೋದರು. ಅರುಣ, ಕಿರಣ ಮುಖ ಮುಖ ನೋಡಿದರು. ಶಾಂಭವಿ ಇದು ಸರಿಯಲ್ಲವೆನ್ನುವಂತೆ ತಲೆಯಾಡಿಸಿದರು. ಅಣ್ಣನ ವ್ಯಕ್ತಿತ್ವ ಬೇಸರ ತರಿಸಿತು.

"ಅತ್ತಿಗೆ, ಅಣ್ಣ ವಯಸ್ಸಾದಂಗೆಲ್ಲ ಹಟ ಜಾಸ್ತಿ ಆಯ್ತು. ಮಕ್ಕಳು ಹಣೆ ಬರಹಕ್ಕೆ ತಾನೇ ಹೊಣೆಯೆನ್ನುವಂತೆ ಹಾರಾಡ್ತಾನೆ. ಈಗ ತಪ್ಪು, ಒಪ್ಪು ಜಿಜ್ಞಾಸೆ ಬೇಡ. ಶರತ್ ಪಿ.ಯು.ಸಿ. ಅನ್ನೋದು ಬಿಟ್ಟರೆ ಇವನ ದೋಷಾರೋಪಣೆ ಏನು? ಕೆಲ್ಸದಲ್ಲಿದ್ದಾನೆ, ದುಡಿತಾ ಇದ್ದಾನೆ. ಅರ್ಧದಲ್ಲಿ ಅವ್ನ ಓದು ನಿಂತಿದಕ್ಕೆ ಜೋಯಿಸರು ಕಾರಣ ಕೊಟ್ಟಿದ್ದಾರೆ. ಇನ್ನೇನು? ದುಡುಕಿನ ತಪ್ಪಿಗೆ ಅವ್ರುಗಳ ಕ್ಷಮೆ ಕೇಳಿ, ವರ್ಣನ ಕಳ್ಸಿ ಕೊಡಿ. ಈಗ ಎಡವಿ ಮುಂದೆ ಪಶ್ಚಾತ್ತಾಪ ಪಟ್ಟರೇ, ಫಲವೇನು?" ಶಾಂಭವಿ ಸಾವಧಾನವಾಗಿ ತಿಳಿವಳಿಕೆ ಹೇಳುವ ಪ್ರಯತ್ನ ಮಾಡಿದರು.

"ಇದು ಆಗದ ಕೆಲ್ಸ ಅತ್ತೆ. ನಾನು ಈಗಾಗ್ಲೇ ವರ್ಣಾಳ ಸಲುವಾಗಿ ಗಂಡು ಹುಡ್ಕಿದ್ದೀನಿ. ಫಾರಿನ್ ರಿಟರ್ನ್. ದೊಡ್ಡ ಕಂಪನಿ ಎಂ.ಡಿ. ನಮ್ಮ ಅನನ್ಯ ಕಸೀನ್. ಡಿವೋರ್ಸ್ ಅನ್ನೋ ಪ್ರಸಕ್ತಿ ಮುಗಿದರೆ ಎಲ್ಲಾ ನಿರಾಳ. ಇದೊಂದು ಅವಕಾಶ .... ಪಶ್ಚಾತ್ತಾಪಪಡೋದು ಎಲ್ಲಿ?" ಹೆಮ್ಮೆಯಿಂದ ಬೀಗಿದ. ಅರುಣ ಹೇಳಿದ್ದು ಸುಳ್ಳಲ್ಲ. ಹಿಮವಂತ್ ಈಗಾಗಲೆ ಒಂದೆರಡು ಸಲ ಇವರ ಮನೆಗೆ ಭೇಟಿ ಕೊಟ್ಟಿದ್ದ. ನಡೆದುಹೋದ ಕತೆಯನ್ನು ಕೇಳಿದ್ದ "ದಟ್ಸ್ ಆಲ್, ಇದು ಇಪ್ಪತ್ತೊಂದನೆ ಶತಮಾನ. ವರ್ಣಾಗೆ ಆರಾಮಾಗಿ ಬೇರೆ ಪಾರ್ಟನರ್‌ನ ಹುಡ್ಕೋ" ಇಂಥ ಅದ್ಭುತವಾದ ಒಂದು ಸಲಹೆಯನ್ನು ಕೊಟ್ಟಿದ್ದ ಕೂಡ. ಅದರಿಂದ ನೂರಾನೆ ಬಲ ಬಂದಂತಾಗಿತ್ತು ಅವನಿಗೆ. ಜೊತೆಗೆ ತನ್ನಿಂದಾದ ತಪ್ಪನ್ನು ಸರಿಪಡಿಸಬಹುದೆನ್ನುವ ಅಹಂ ಕೂಡ. ಬುದ್ಧಿವಂತ ಅನ್ನುವ ಮದ.

ಇದನ್ನೆಲ್ಲ ಕೇಳಿಸಿಕೊಂಡ ಮೇಲೆ ವಕಾಲತ್ತು ಪ್ರಯೋಜನವಿಲ್ಲವೆನಿಸಿತು. ವಿಷಾದ ಇಣಕಿತು ಅವರ ಮನದಲ್ಲಿ.

"ಇದು ನಿಮ್ಮೆಲ್ಲರ ಕೊನೆಯ ತೀರ್ಮಾನ! ಈ ರೀತಿ ಆಗ್ಬಾರ್ದಿತ್ತು. ಸಪ್ತಪದಿ... ಏಳು ಹೆಜ್ಜೆಯ ಸಂಬಂಧ ಜನ್ಮಾಂತರದ್ದು ಅನ್ನೋ ನಂಬಿಕೆಯುಳ್ಳ ದೇಶ. ಎಷ್ಟೋ ವೈವಿಧ್ಯತೆಯ ನಡ್ವೇಯು ಜೊತೆಯಾಗಿ ಬದುಕಿದಿದೆ. ಕಾಲ ಬದಲಾಗಿದೆ. ಹೆಣ್ಣು ವಿದ್ಯಾವಂತಳಾಗಿದ್ದಾಳೆ. ಹಿಂಸೆ ಅಂತನ್ನೋದು ಏನಿಲ್ಲ. ಸಭ್ಯ, ಸಂಸ್ಕೃತಿ ಇರೋ ಜನ. ಸಾಧ್ಯವಾದರೆ.... ಯೋಚ್ಸಿ. ನನ್ನ ಕೆಲಸ ಮುಗೀತು" ಹೊರಟರು.

ಅರುಣ ಅವರನ್ನ ಹಿಡಿದು ನಿಲ್ಲಿಸಿದ "ಇನ್ನು ನಿಮ್ಮ ಅಗತ್ಯವಿದೆ." ಅಂದ ಕೂಡಲೆ ಕೈ ಜೋಡಿಸಿ "ದಯವಿಟ್ಟು ಕ್ಷಮ್ಸಿ. ಗಂಡು, ಹೆಣ್ಣಿನ ಜಾತ್ಕಗಳನ್ನು ಹಿಡಿದು ಓಡಾಡಿ ಬೇಕಾದಷ್ಟು ಮದ್ವೆಗಳ ಮಾಡ್ಸಿದ್ದುಂಟು. ಕೊಡು ಬಿಡುವ ಸಣ್ಣ ಪುಟ್ಟ ಗಲಾಟೆಗಳಾದಾಗ ಒಂದಿಷ್ಟು ಮಧ್ಯಸ್ಥಿಕೆ ವಹಿಸಿ ಪರಿಹರಿಸಿದ್ದುಂಟು. ಆಗಿನ ಉದ್ದೇಶ ಒಂದು ಮಾಡೋದು. ಈಗ ನೀವು

ಹೊರಟಿರೋದು ಬಿಡುಗಡೆಯ ದಾರಿ. ಇದು ನನ್ನಿಂದಾಗೋಲ್ಲ" ಅಂದವರು ನಿಲ್ಲದೆ ಹೊರಟು ಬಿಟ್ಟರು. ಅವರ ಪಕ್ವ ಮನ ಬೇಸರಿಸಿತ್ತು.

"ಈಗೇನು ಮಾಡೋದು? ಕಿರಣ ಕೇಳಿದ.

"ಈಗ ಇವ್ರ ಅಗತ್ಯವೇನಿಲ್ಲ. ಲಾಯರ್ ಹತ್ರ ಹೋಗೋಣ ಬಿಡು ಅಂದ ಅರುಣ. ಹಿಮವಂತ್ ಸಿಕ್ಕಿದನಂತರ ಅವನಲ್ಲಿನ ಅಳುಕು ಮಾಯವಾಗಿತ್ತು. "ನಿಮ್ಮ ಸಿಸ್ಟರ್ ಟ್ರೇಡಿಯನ್ ಬ್ಯೂಟಿ. ಐ ಲೈಕ್ ಷೀ" ಅಂದ ಮೇಲಂತು ಸ್ವರ್ಗ ಅವನ ಅಂತರಕ್ಕೆ ಇಳಿದಿದ್ದು.

ಅಣ್ಣನತ್ತ ಸರಿದ ಕಿರಣ "ಆತುರ ಅಂದ್ಕೋ, ಬೇರೇನೋ ಅಂದ್ಕೋ... ವರ್ಣ ಶರತ್‌ನ ಇಷ್ಟಪಟ್ಟು ಮದ್ವೆ ಆಗಿದ್ದಾಳೆ. ಅವ್ನ ಮೇಲೆ ಅಪಾರವಾದ ಪ್ರೀತಿ, ಗೌರವ ಎರಡು ಇದೆ" ಎಂದ ಪಿಸು ದನಿಯಲ್ಲಿ.

"ನೀನಿನ್ನು ಮಗು. ಈಗ ಪ್ರೀತಿ, ಪ್ರೇಮ ಅನ್ನೋದೆಲ್ಲ ಬೋಗಸ್ ಕಣೋ. ಅನನ್ಯ ಅರ್ಜೆಂಟಾಗಿ ಮದ್ವೆ ಆಗಿದ್ದಕ್ಕೂ ಕಾರಣ ಇದೆ. ಎಲ್ಲಾ ರೀತಿಯಲ್ಲು ಸೂಟ್ ಆಗ್ತಾಳೇಂತ ಅನ್ನಿಸಿದ್ಮೇಲೆ ತಿರುಗಾಡೋಕೆ ಷುರು ಮಾಡಿದ್ದು. ಮೇಲ್ಮಟ್ಟದ ಜೀವನದ ಆಸೆ ನಂಗೆ ಮೊದ್ಲಿನಿಂದ ಇತ್ತು. ಅಡ್ಡದಾರಿಯ ಶ್ರೀಮಂತಿಕೆ ಬೇಕಿರಲಿಲ್ಲ. ಅಪ್ಪಿಗೆ ದುಡಿಮೆ ಇದೆ ಬಂಧು ಬಳಗ ದೊಡ್ಡ ಸಪೋರ್ಟ್ ಏನಿಲ್ಲ. ಆದ್ರೂ ಇವಳ ವಿವಾಹದ ವಿಚಾರದಲ್ಲಿ ಬಂಧುಗಳು ಎನಿಸ್ಕೊಂಡ ಜನ ಕೈ ಹಾಕ್ತಾರೇಂತ ತಿಳಿದ್ಮೇಲೆ ಹುಷಾರಾದೆ. ಹಿಮವಂತನಂಥ ಪಾರ್ಟನರ್ ಸಿಕ್ತಾನೆಂದರೆ ವರ್ಣ ಯಾಕೆ ಬಿಡ್ತಾಳೆ. ಡೋಂಟ್ ವರೀ, ಹಿಂದಿನ ಜಮಾನದ ಹೆಣ್ಣು ಮಕ್ಕಳಂತೆ ಇವರುಗಳು ಮೊದ್ದೇನು ಅಲ್ಲ. ನೋಡ್ತಾ .... ಇರು...." ಹೆಮ್ಮೆಯಿಂದ ಬೀಗಿದ.

ಸಕ್ಕೂಬಾಯಿ, ಶಾಂಭವಿಗಂತು ಇದೆಲ್ಲ ಇಷ್ಟವಿಲ್ಲ. ವಿವಾಹ ಮುಗಿದು ಆಗಿದೆ. ಅದು ಹಾಳಾಗದ ಹಾಗೇ ಸರಿ ಮಾಡೋದು ಹಿರಿಯರ ಕರ್ತವ್ಯ. ಕೋಪ, ಹಟದಿಂದ ವರ್ಣಳ ಬದುಕು ಎಲ್ಲಿ ಹಾಳಾಗುತ್ತೆಂತ ಹೆದರಿಕೆ.

"ಅಪ್ಪ, ಮಗನಿಗೆ ಯಾರು ಬುದ್ಧಿ ಹೇಳೋರಿಲ್ಲ" ಎಂದು ಗೊಣಗಿದ ಶಾಂಭವಿ "ಒಂದ್ಸಲ್ಸ ಯಾಕೆ ಮಾಡ್ಬಾರ್ದು" ಅಂದು ಸುಮ್ಮನಾದರು. ಕಿರಣನ ಬೇಜವಾಬ್ದಾರಿತನದಿಂದ ಅವನ ಮಾತಿಗೆ ಮನೆಯಲ್ಲಿ ಕಿಂಚಿತ್ ಬೆಲೆ ಇರಲಿಲ್ಲ. "ಸಾಕು. ಎದ್ಹೋಗೋ" ಎನ್ನುತ್ತಿದ್ದರು ರಾಜೇಶ್. ಅರುಣನ ಮಾತಿಗೆ ಮಾತ್ರ ಬೆಲೆ. ಇಂಥ ಒಂದು ಪರಿಸ್ಥಿತಿ ಇತ್ತು.

ಅಂದಿನ ರಾತ್ರಿ ಮೇಲಿನ ಬಾಲ್ಕನಿಗೆ ವರ್ಣಳನ್ನ ಶಾಂಭವಿ. ಸಕ್ಕೂಬಾಯಿ ಕರೆದೊಯ್ದು ಕೂಡಿಸಿಕೊಂಡರು. ಮುಖ್ಯವಾಗಿ ಸಮಸ್ಯೆ ಅವಳದೆ ಆದುದರಿಂದ ಬಾಯಿ ಬಿಡಿಸಬೇಕಿತ್ತು.

"ನಿಂಗೆ ಕೆಲ್ಸ ಬೇಕೇ.... ಬೇಕಾ?" ಸಕ್ಕೂಬಾಯಿ ಕೇಳಿದಕ್ಕೆ ಅವಳು ನಕ್ಕು ಬಿಟ್ಟಳು" ಏನಮ್ಮ ಹೊಸ್ದಾಗಿ ಕೇಳ್ತೀಯಾ? ನಂಗೆ ಬುದ್ಧಿ ಬಂದಾಗ್ನಿಂದ ಹೊರ್ಗೇ ಕೆಲಸ ಮಾಡ್ಬೇಕು. ನನದೇ ಒಂದಿಷ್ಟು ಹಣ ಬರ್ಬೇಕು ಸ್ವತಂತ್ರವಾಗಿ ನಿಂಗೆ, ಅತ್ತೆ, ಮಿಕ್ಕವರಿಗೂ ಕೂಡ ನಂಗೆ ಇಷ್ಟವಾದುದನ್ನ ತಂದು ಕೊಡ್ಬೇಕು. ಅಂಥ ಕನಸು ಇದ್ದಿದ್ದು ಸುಳ್ಳಾ? ಆಗಾಗ ಅತ್ತೆ ಹತ್ರ.... ನಿನ್ಹತ್ರ ಹೇಳ್ತಾ ಇದ್ದೆ. ವಿವಾಹಕ್ಕೆ ಮುನ್ನ ಕೂಡ ಅಪ್ಪನ ಹತ್ರ ಹೇಳಿದ್ದೆ ಅವ್ರ ಒಪ್ಪಿಗೇನು ಸಿಕ್ಕಿತ್ತು. ಈಗ ಅರುಣನ್ನ ಸಂಪಾದ್ನೆಯಲ್ಲಿ ಇಷ್ಟು ದೊಡ್ಡ ಬಂಗ್ಲೆನ ಲೀಜ್ ಹಿಡ್ಯೋಕೆ ಆಗ್ತಾ

ಇತ್ತಾ? ಈಗ ಇಬ್ಬರ ದುಡಿಮೆ ಅತ್ತಿಗೆ ದುಡಿಮೆ ಅವರಿಬ್ರೂ ಸ್ವಂತಕ್ಕೆ ಖರ್ಚು ಮಾಡ್ಕೊಂಡರೂ, ಅಣ್ಣ ಮನೆಗೆ ಖರ್ಚು ಮಾಡ್ತಾನೆ, ಇದೆಲ್ಲ ಒಳ್ಳೇದೇ ಅಲ್ವಾ?" ಅವಳ ಕಣ್ಣುಗಳಲ್ಲಿ ಆಸೆ ಮಿನುಗಿತು. ಬೇಡ ಅನ್ನಲು ಅವರಿಗೂ ಕಾರಣಗಳು ಇರಲಿಲ್ಲ. "ಆ ಬಗ್ಗೆ ಅಳಿಯಂದಿರನ್ನು ಕೇಳಿದ್ಯಾ?" ಪ್ರಶ್ನಿಸಿದ್ದು ಶಾಂಭವಿ.

'ಇಲ್ಲ' ಎನ್ನುವಂತೆ ತಲೆಯಾಡಿಸಿದ್ದು ನೋಡಿ ಆಕೆಗೆ ನಗು ಬಂತು "ಒಂದೂವರೆ ತಿಂಗ್ಳು ಬರಾಬರಿ ಜೊತೆಯಲ್ಲಿ ಇದ್ರಿ. ಈ ವಿಚಾರ ಪ್ರಸ್ತಾಪಕ್ಕೆ ಬರಲಿಲ್ವಾ? ನೀನು ಇಂಟರ್‌ವ್ಯೂಗೆ ಹೋಗ್ತಾ ಇದ್ದೆ. ಅದೆಲ್ಲ ಶರತ್‌ಗೆ ಗೊತ್ತೆ ಇರುತ್ತಲ್ವಾ? ಹಾಗಾದರೂ ಕೇಳಿಲ್ವಾ?" ವರ್ಣ ಜ್ಞಾಪಿಸಿಕೊಳ್ಳುವ ಪ್ರಯತ್ನ ಮಾಡಿದಳು. "ಏನೋಪ್ಪ ನಂಗಂತು ಗೊತ್ತಿಲ್ಲ."

ಸಕ್ಕೂಬಾಯಿ, ಶಾಂಭವಿ ಬಿದ್ದು ಬಿದ್ದು ನಕ್ಕರು.

"ವಿಚಿತ್ರವಾಯ್ತು ಕಣೇ! ಯಾಕೆ ಹನಿಮೂನ್‌ಗೆ ಹೋಗಿಲ್ಲ? ನೀನೇನು ಬಾಯ್ಬಿಟ್ಟು ಕೇಳಿಲ್ವಾ? ಈ ಕಾಲದಲ್ಲು ನಿನ್ನಂಥ ಹುಡ್ಗೀ! ಈಗ ಎಲ್ಲಾ ಮುಗ್ದು ಮೇಲೇನೇ ಹಸೆ ಮಣೆ ಹತ್ತಾ ಇರೋದು. ಶರತ್ ಮಾತು ಕಮ್ಮಿ, ಗಂಭೀರ ಸ್ವಭಾವದ ಹುಡ್ಗ! ಇದು ಬೇರೆಯವರಿಗೆ ಮಾತ್ರ. ಹೆಂಡ್ತಿ ಹತ್ರ ಗಂಡ ರಸಿಕನಾಗಲೇಬೇಕು." ಸ್ವಲ್ಪ ಫ್ರಾಂಕಾಗಿಯೆ ಮಾತಾಡಿದರು ಶಾಂಭವಿ. ವಿವಾಹವಿಲ್ಲದ ಹೆಣ್ಣಿನ ಅಭಿಪ್ರಾಯ.

ಇವರ ಎಷ್ಟೋ ಪ್ರಶ್ನೆಗಳಿಗೆ ಅವಳಲ್ಲಿ ಉತ್ತರವಿಲ್ಲ. ಸಕ್ಕೂಬಾಯಿಗೆ ರೇಗಿತು.

"ನಿಮ್ಮಪ್ಪ ಡಿವೋರ್ಸ್ ಕೊಡುಸ್ತಾರಂತೆ. ನಿಂಗೆ ಸಮ್ಮತವಾ?"

ವರ್ಣಳ ಮುಖ ಗಂಭೀರವಾಯಿತು. ಡಿವೋರ್ಸ್ ಸಮ್ಮತವೇ? ಇದೊಂದು ಪ್ರಶ್ನೆ. ಅವಳ ಕಣ್ಣಾಲಿಗಳು ಕಂಬನಿಯಲ್ಲಿ ತೇಲಿದವು. ತುಟಿಯನ್ನು ಹಲ್ಲಿನಡಿಯಲ್ಲಿ ಕಚ್ಚಿಡಿದಳು.

"ಹೌದು, ನೀನು ಬಿಬಿಎಂ. ಅವನು ಪಿಯುಸಿ. ನಮ್ಗೇ ಮೋಸ ಮಾಡಿದ್ದಾರಂತ ನಿಮ್ಮಪ್ಪನ ಹಾರಾಟ. ನಂಗೂ ಅಷ್ಟು ಕಡ್ಮೇ ಓದಿರೋ ಅಳಿ ಅಂದ್ಕೊಳ್ಳೋದು ಇಷ್ಟವಿಲ್ಲ ಹಾಗಂತ ಏನು ಮಾಡೋಕ್ಕಾಗುತ್ತೆ? ನಾವೇ ಡಿಗ್ರಿಗಳ್ನ ಅವ್ನ ಹೆಸರಿನ ಪಕ್ಕ ಪ್ರಿಂಟ್ ಹಾಕೋಕ್ಕಾಗುತ್ತ? ಇದೆಲ್ಲ ನಮ್ಮ ಬೇಜವಾಬ್ದಾರಿತನದಿಂದ ನಡೆದಿರೋದು. ಈಗ ಡಿವೋರ್ಸ್ ಏನು ಚೆಂದ? ಹೇಗೋ ಹೊಂದಾಣಿಕೆ ಮಾಡ್ಕೊಂಡ್ ಹೋಗ್ಬೇಕು. ನೀನೇ ಶರತ್‌ಗೆ ಫೋನ್ ಮಾಡಿ ಬಂದು ಕರ್ಕೊಂಡ್ ಹೋಗೋಕೆ ಹೇಳು, ಕೈಹಿಡಿದ ಹೆಂಡ್ತಿ ಅಲ್ವಾ! ಇನ್ನು ಮಂಪರು ಹರಿದಿರೋಲ್ಲ" ತಮ್ಮ ಅನುಭವ, ವಿವೇಕ, ಸಾಮಾನ್ಯಜ್ಞಾನ ಬೆರೆಸಿ ಹೇಳಿದರು ಸಕ್ಕೂಬಾಯಿ. ಅಳಿಯ, ಮಗಳು ಬೇರೆಯಾಗುವುದು ಆಕೆಗೆ ಬೇಡ.

ನಿಜವಾಗಿಯು ಶಾಂಭವಿಗೆ ರೇಗಿತು.

"ನಿನ್ನಗಂಡ ಹೋಗಿ ಶರತ್ ಅಪ್ಪನ್ನ ಹೊಡಿದಿದ್ದಾನೆ. ಅವ್ನಿಗೆ ಸ್ವಾಭಿಮಾನ ಇರೋಲ್ವ? ಆ ಪೈಕಿ ಅಲ್ಲಬಿಡು. ನಿನ್ನ ಅಳಿಯ. ನಿನ್ನಕೈಯಲ್ಲಿ ಸಾಧ್ಯವಾದರೆ ಇವ್ರುಗಳನ್ನು ಕಳ್ಸು, ಅವರ ಕಾಲು ಹಿಡಿಯೋಕೆ. ಆಮೇಲೆ ಬಿಗಿ ಕಮ್ಮಿಯಾದರೆ ಇವಳು ಪ್ರಯತ್ನ ಮಾಡಬಹುದು.

ನೀನು ಹೇಳೋದು ವರ್ಕ್ ಔಟ್ ಆಗ್ಬಹುದು." ಸ್ವಲ್ಪ ಖಾರವಾಗಿಯೆ ಹೇಳಿದ್ಲು.

ಸಕ್ಕೂಬಾಯಿ ಸಪ್ಪಗಾದರು. ಇದು ಸರಿಯೆನಿಸಿತು. ಆದರೆ ಸಾಧ್ಯವೇ? ಈ ವಿಚಾರದಲ್ಲಿ ಅಪ್ಪ, ಮಗ ಒಂದಾಗಿ ನಿಂತಿದ್ದರಿಂದ ಅಲ್ಲಾಡಿಸುವಂತಿರಲಿಲ್ಲ. ಇನ್ನ ಅನನ್ಯ ಸಹಕಾರ ಸಾಧ್ಯವೆ ಇಲ್ಲವೆನಿಸಿತು. ತಾನಾಗಿ ಅವಳು ಮಾತಾಡಿಸುತ್ತಲೆ ಇರಲಿಲ್ಲ. ಕೆಲವೊಮ್ಮೆ ರೂಂನಿಂದ ಫೋನ್ ಮಾಡುತ್ತಿದ್ದಳು ಹೇಳಬೇಕಾದ ವಿಷಯಕ್ಕೆ. ಮನೆಯವರೆಲ್ಲ 'ಇದು ಬೇಡ' ಅಂತ ಹೇಳಿ ಸಾಕಾಗಿದ್ದರು.

"ನಂಗೆ ಇದು ಅಭ್ಯಾಸವಾಗಿದೆ. ಡೈರೆಕ್ಟಾಗಿ ಮಾತಾಡೋಕೆ ಹೋದರೆ..... ಏನು ಗೊತ್ತಾಗೋಲ್ಲ" ಇದು ಅವಳ ಪ್ರತಿಕ್ರಿಯೆ.

"ಇದು ಎಲ್ಲಿಗೆಲ್ಲಿಗೋ ಹೋಯ್ತು. ಬಂದ ವಿಷ್ಯನೆ... ಮರೀತು. ಮುಂದೇನು? ಡಿವೋರ್ಸ್ ಬಗ್ಗೆ ನಿನ್ನ ಅಭಿಪ್ರಾಯವೇನು? ಶಾಂಭವಿ ಡೈರೆಕ್ಟಾಗಿಯೇ ಕೇಳಿದರು. ಜೊತೆಗೆ ಹೇಳಿದರು ಕೂಡ "ಹಿರಿಯರ ವಿಚಾರ ಬಿಡು. ನಿಮ್ಮಪ್ಪ ನಂಗೆ ಹೊಡೆತ ತಿಂದ ಶರತ್ ಕೂಡ ಪಟ್ಟು ಹಿಡಿದು ಕೂಡಬಹುದು. ಜೊತೆಗೂಡಿ ಸಂಸಾರ ಮಾಡಬೇಕಾದವರು ನೀವುಗಳು. ಫೋನ್ ಮಾಡಿ ಶರತ್‌ನ ಕರೆಸ್ಕೊಂಡ್ ಮಾತಾಡು. ಅವ್ನು ಒಪ್ಪೋದಾದರೆ ನೀವಿಬ್ರೂ ಬೇರೆ ಸಂಸಾರ ಹೂಡಿ. ದಿನ ಕಳೆದಂತೆ ಎಲ್ಲಾ ಸರಿ ಹೋಗುತ್ತೆ. ಪರೋಕ್ಷವಾಗಿ ನಿಮ್ಗೇ ನಾನು ಸಹಾಯ ಮಾಡ್ತೀನಿ." ಶಾಂಭವಿ ಧೈರ್ಯ ಹೇಳೀದರು. ಸ್ವಲ್ಪ ಬದಲಾದರು.

"ಹೇಗೆ ಸರಿ ಹೋಗುತ್ತೆ ಅತ್ತೆ? ಅವನಪ್ಪನನ್ನು ಹೊಡೆದಿದ್ದು ಕಣ್ಣಾರೆ ನೋಡಿದ್ದಾನೆ. ಆ ದೃಶ್ಯ ಅವನೆಂದಾದ್ರೂ ಮರೆಯೋಕೆ ಸಾಧ್ಯನಾ? ಇವಳ ಬದ್ಕು ನರ್ಕವಾಗಿ ಬಿಡುತ್ತೆ. ಜೀವ್ನ ಪೂರ್ತಿ ಕಣ್ಣೀರಿನಲ್ಲಿ ಕೈ ತೊಳೆಯಬೇಕಾಗುತ್ತೆ. ಅಷ್ಟೆಲ್ಲ....ಯಾಕೆ? ಸುಮ್ನೇ ಮೊದ್ಲು ಡಿವೋರ್ಸ್ ಆಗ್ಲಿ. ನಿಮ್ಮ ಮನಸ್ಸಿನ ಸ್ಥಿತಿ ಅರ್ಥವಾಗುತ್ತೆ" ಹಿಂದೆ ಬಂದು ನಿಂತಿದ್ದ ಅರುಣ ಹೇಳಿದ. ಆ ರೀತಿ ಯೋಚಿಸಲು ಕೂಡ ಅವನು ಸಿದ್ಧನಿಲ್ಲ. ತನ್ನ ಆತುರದಿಂದ ಆದ ಅನ್ಯಾಯವನ್ನು ಒಂದು ಅದ್ಭುತವಾದ ಶ್ರೀಮಂತ ಬದುಕನ್ನು ಕೊಡುವುದರ ಮೂಲಕ ಸರಿಪಡಿಸಬೇಕೆನ್ನುವುದು ಅವನ ಉದ್ದೇಶ.

ಸಕ್ಕೂಬಾಯಿ, ಶಾಂಭವಿ ಅವನು ಬಂದದನ್ನೇ ಗಮನಿಸಲಿಲ್ಲ.

"ಒಂದು ಪ್ರಯತ್ನ ಯಾಕೆ ಮಾಡ್ಬಾರ್ದು?" ಶಾಂಭವಿ ಕೇಳಿದರು.

"ಬೇಡ ಅತ್ತೆ! ಏನೋ ಆಯ್ತು.... ಹೋಯ್ತು.... ಮಡದಿಯ ಮೇಲೆ ಪ್ರೀತಿ ಇದ್ದಿದ್ದರೇ ಹಾಗೂ ಅವಳ ಜೊತೆ ಸಂಸಾರ ಮಾಡುವ ಇರಾದೆ ಇದ್ದಿದ್ದರೇ, ಅವನೇ ಫೋನ್ ಮಾಡ್ತಾ ಇದ್ದ. ಬಂದು ಭೇಟಿ ಮಾಡ್ತಾ ಇದ್ದ. ಯಾವ್ದೂ ಇಲ್ಲ. ಅವರು ಕೂಡ ಡಿವೋರ್ಸ್‌ಗಾಗಿ ರೆಡಿ ಇದ್ದಾರಂತೆ. ಈ ಪ್ರಯತ್ನಗಳು ಬೇಡ. ಬರೀ.... ಅವಮಾನ ಅಷ್ಟೇ, ದಯವಿಟ್ಟು ಈ ವಿಷ್ಯದಲ್ಲಿ ಯಾರು ಕೈ ಹಾಕ್ಬೇಡಿ" ಖಡಾಖಂಡಿತವಾಗಿ ಹೇಳಿದ.

ವರ್ಣ ಎದ್ದು ಹೋದಳು. ಅಣ್ಣನ ಮಾತುನಲ್ಲಿ ಸತ್ಯ ಇತ್ತು. ಮಾತಿನ ಹಂತದಲ್ಲೆ ಇದ್ದು ಜಗ್ಗಾಟ ನಡೆಸಿದ್ದರೇ ಪ್ರಯೋಜನವಾಗುತ್ತ ಇತ್ತು. ಈಗ ಆ ಹಂತ ಮೀರಿಯಾಗಿದೆ.

ಇದನ್ನು ಶರತ್, ಅವನ ಹೆತ್ತವರು ಕ್ಷಮಿಸಲಾರರು ಎನ್ನುವ ನಿರ್ಧಾರ ಮೂಡುತ್ತಿದ್ದಂಗೆ ಅವಳ ಕಣ್ಣಾಲಿಗಳು ತುಂಬಿತು. ಅಳು ನುಗ್ಗಿ ಬಂದಾಗ ಬಾಯಿಗೆ ಕೈ ಅಡ್ಡ ಹಿಡಿದು ಬಿಕ್ಕಿದಳು ಸದ್ದಾಗದಂತೆ.

"ಹಾಯ್.... ವರ್ಣ.... ನಿಂಗೂ ಹನಿಮೂನ್‌ಗೆ ಹೋಗೋ ಆಸೆ ಇರ್ಬಹ್ದು. ಒಂದು ಪ್ರಾಜೆಕ್ಟ್ ಒಪ್ಪಿಸಿದ್ದಾರೆ. ಅದರ ಪ್ರತಿಯೊಂದು ಹಂತದಲ್ಲು ನಾನು ಇರ್ಬೇಕು. ಅಮ್ಮನದು ಕೂಡ ಗಲಾಟೆ. ಅದು ಮುಗ್ದ ಕೂಡಲೇ...." ಅಂದವನ ಎದೆಯಪ್ಪುಗೆಯಲ್ಲಿ ಸೋತು ಹೋಗಿದ್ದಳು. ಆ ಮಾತು ದನಿ ಅತ್ಯಂತ ಹಿತವಾದ ಭಾವವನ್ನು ನೀಡುತ್ತಿತ್ತು. ಎಲ್ಲವನ್ನು ಮರೆತುಬಿಡುವ ಕ್ಷಣಗಳು 'ವರ್ಣ....' ಅವನ ದನಿಯಲ್ಲಿ ಅವಳ ಹೆಸರು ರೋಮಾಂಚನಗೊಳಿಸುತ್ತಿತ್ತು. ಇದೆಲ್ಲ ಮರೆಯಲು ಸಾಧ್ಯವೆ?

ಮರುದಿನ ರಾತ್ರಿಯ ಡಿನ್ನರ್‌ಗೆ ಅನನ್ಯ ಕಸಿನ್ ಹಿಮವಂತ ಬಂದಿದ್ದ. ಈಗಾಗಲೆ ಮೂರು ನಾಲ್ಕು ಸಲ ಬಂದು ಹೋಗಿದ್ದರಿಂದ ಅಪರೂಪವೆನಿಸಲಿಲ್ಲ. ಆ ಮನೆಯವನೆ ಆಗಿದ್ದ.

ರೂಮಿನಲ್ಲಿದ್ದ ವರ್ಣಗೆ ಬುಲಾವ್ ಬಂತು.

"ಬಾ.... ಕರೀತಾರೆ" ಎಂದ ಕಿರಣ.

"ಸಂಜೆ ತಿಂದ ತಿಂಡಿ ಜಾಸ್ತಿ ಆಯ್ತು. ಈಗ ಊಟದ ಪ್ರಸ್ತಕಿನೆ ಇಲ್ಲ. ಪ್ಲೀಸ್ ಸ್ವಲ್ಪ ಕನ್ವಿನ್ಸ್ ಮಾಡು" ಅಂದಳು. ಕಿರಣ ಅವಳನ್ನ ನೋಡಿದ. ತೀರಾ ಪ್ರತಿಭಟನೆಯ ಹಂತಕ್ಕೂ ಹೋಗಲಿಲ್ಲ. ಅಳುಮುಂಜಿ ತರಹ ಕಣ್ಣೀರು ಹಾಕಲಿಲ್ಲ. ತೀರಾ ಸಮಸ್ಯೆಯಾಗಬಹುದನ್ನ ಹ್ಯಾಂಡಲ್ ಮಾಡುತ್ತಿರುವ ರೀತಿಗೆ ಬೆರಗಾಗ ಬೇಕಿತ್ತು. "ಯು ಆರ್ ಗ್ರೇಟ್, ಕಣೇ... ನೀನು ಇಡೀ ಮನೆಯ ಸಂತೋಷವನ್ನು ಹಾಳು ಮಾಡಿಬಿಡಬೇಕಿತ್ತು. ಆದರೆ ಹಾಗೆ ಮಾಡಲಿಲ್ಲ. ನಿನ್ನ ಮನಸ್ಸಿನ ಮೂಲೆಯಲ್ಲಿ ಏನು ಬಚ್ಚಿಟ್ಕೊಂಡೀಯಾ? ಶರತ್ ಫೋನ್ ಮಾಡಿದ್ನಾ?" ಕೇಳಿದ.

"ಇಲ್ಲ, ಮಾಡೋ ಛಾನ್ಸ್ ಕಮ್ಮಿ, ಅವ್ರಿಗೆ ಅಪ್ಪ, ಅಮ್ಮನ ಬಗ್ಗೆ ಇರೋದು ತೀರಾ ಓರಿಜಿನಲ್ ಪ್ರೀತಿ. ಹಾಗಂತ ಬೇರೆಯವರದು ಆರ್ಟಿಫಿಷಿಯಲ್ ಅಂದ್ಕೊಬೇಡ. ಪ್ರೀತಿ ಇರೋಷ್ಟೇ, ಅವರ ಬಗ್ಗೆ ಗೌರವವು ಕೂಡ. ಅವ್ರುಗಳ ಮಾತಿಗೆ ತುಂಬ ಪ್ರಶಸ್ತ ಕೊಡ್ತಾರೆ, ನಿಂಗೆ ಗೊತ್ತು ನನ್ನ ಮದ್ವೆ ವಿಷ್ಯ. ಒಮ್ಮೆ ಮಾತ್ರ ನನ್ನ ಅವ್ರು ನೋಡಿದ್ದು. ಮಿಕ್ಕಿದೆಲ್ಲ ಅವರಪ್ಪ, ಅಮ್ಮನಿಗೆ ಒಪ್ಸಿದ್ರು. ಇದೆಲ್ಲ ಅಚ್ಚರಿಯೆನಿಸಬಹುದು. ಶರತ್ ಕಣ್ಮುಂದೆನೆ ಅವ್ರ ತಂದೆನ ಹೊಡೆದಿದ್ದಾರೆ. ಇದ್ನ ಅವ್ರು ಕ್ಷಮಿಸೋಲ್ಲ ಬಿಡು. ಅಲ್ಲಿಯು ಸಲ್ಲದೇ, ಇಲ್ಲಿಯೂ ಸಲ್ಲದೆ ಅಂತರ ಪಿಶಾಚಿಯಾಗೋ ಬದಲು.... ತಟಸ್ಥವಾಗಿರೋದು ಒಳ್ಳೆದಷ್ಟೇ. ಹೇಗೂ ಎಂಬಿಎ ಮಾಡೋಕೆ ಎಲ್ಲಾ ಕಡೆಯಿಂದಲೂ ಹಸಿರು ಬಾವುಟ. ಏನೇ ಆಗ್ಲಿ, ಒಂದ್ಕೆಲ್ಸ ಅಂತು ಬೇಕು" ಎಂದಳು. ಕಿರಣ ಅವಳನ್ನ ನೋಡಿದ ಅವನು ತೀರಾ ಸೋಷಿಯಲ್. ಅವನಿಗೆ ಗೆಳೆಯರು ಎಷ್ಟು ಜನ ಇದ್ದರೋ, ಗೆಳತಿಯರು ಕೂಡ ಅಷ್ಟೆ ಜನ ಇದ್ದರು. ಒಂದು ಮಿತಿಯಲ್ಲಿ ಆರಾಮಾಗಿ ಬೆರೆಯುತ್ತಿದ್ದ.

"ನೀನು ಕೂಡ ಡಿಫರೆಂಟ್. ಅದಿರ್ಲಿ, ಅನನ್ಯ ಕಸಿನ್ ಹಿಮವಂತ್ ಬಂದಿದ್ದಾರೆ. ಅತ್ತಿಗೆ ತರಹ ಅಲ್ಲ. ತುಂಬ ಸೋಷಿಯಲ್. ಮೊಬೈಲ್‌ನಲ್ಲಿ ಮಾತ್ರವಲ್ಲ, ಎದರು ಕೂತು ಮಾತಾಡಬಲ್ಲರು" ನಕ್ಕ. ವರ್ಣ ಕೂಡ ನಕ್ಕಳು. ಒಂದೇ ಮನೆಯಲ್ಲಿದ್ದರು ಅರುಣ ಮಡದಿಯ ಜೊತೆ ಮೊಬೈಲ್‌ನಲ್ಲಿಯೆ ಮಾತಾಡಬೇಕಿತ್ತು.

ಅಂತೂ ಇಂತೂ ಅವಳನ್ನ ಹೊರಡಿಸಿಕೊಂಡು ಬಂದ.

ಹಿಮವಂತ್ ದೀರ್ಘವಾಗಿ ನೋಟವೆತ್ತಿ "ಹಲೋ....." ಎಂದ. "ಹಲೋ...." ಅಂದು ಅರುಣನತ್ತ ನೋಟ ಹರಿಸಿದಳು "ಡಿನ್ನರ್‌ಗೆ ಇನ್ವಿಟ್ ಮಾಡಿದ್ದೆ. ಎಲ್ಲರೂ ಒಟ್ಟಿಗೆ ಕೂತು ಊಟ ಮಾಡೋಣಾಂತ" ಎಂದ.

"ಹಾಗಾದರೆ ಒಂದ್ಕೆಲ್ಸ ಮಾಡಿ, ಬಡಿಸೋ ಛಾನ್ಸ್ ನಂಗೆ ಕೊಡಿ. ಪಟ್ಟಾಗಿ ತಿಂಡಿ ಹೊಡೆದಿದ್ದೀನಿ ಸಂಜೆ. ಅತ್ತೆ ಕೈ ಅಳತೆ ನೋಡಿದ್ದೀಯಲ್ಲ, ಅವರು ಮಾತ್ರ ಒಂದೆ ವೈಟ್‌ನ ಮೆನ್‌ಟನ್ ಮಾಡ್ಕೊಂಡ್ ಬಂದಿದ್ದಾರೆ. ನಾನು ಫೆಕ್ಸಿಬಲ್" ಆರಾಮಾಗಿ ನಕ್ಕಳು. ಬಹುಶಃ ಅಂಥ ಮುಕ್ತ ನಗು ವರ್ಣ ಮಾತ್ರ ನಗಬಲ್ಲಳೇನೋ? ನೋಡಿದವರಿಗೆ ಹಾಗೆ ಅನ್ನಿಸುತ್ತಿತ್ತು.

ಬಲವಂತಕ್ಕೆ ಎಲ್ಲಾ ಡೈನಿಂಗ್ ಹಾಲ್‌ಗೆ ಬಂದರು. ಇದೊಂದು ಬಂಗ್ಲೆಯಾದುದರಿಂದ ಅದಕ್ಕೆ ಅನುಗುಣವಾಗಿ ಡೈನಿಂಗ್ ಹಾಲ್ ಕೂಡ ಇತ್ತು. ಅದಕ್ಕೆ ಅನುಗುಣವಾಗಿ ಟೀಸೆಟ್, ಡೈನಿಂಗ್ ಸೆಟ್‌ನ ಅರುಣ ಖರೀದಿಸಿ ತಂದಿದ್ದ. ಎಲ್ಲಾ ಹೊಸದಾಗಿ ಇರಲೀಯೆನ್ನುವ ಭಾವ.

"ಎಲ್ಲಾ ಒಟ್ಟಿಗೆ ಕೂತುಕೊಳ್ಳೋಣ" ಸೂಚಿಸಿದ ಹಿಮವಂತ.

"ಬಡಿಸೋಕೆ ಜನ ಬೇಕಾಗೋಲ್ಲ. ಎಲ್ಲಾ ನಾವು ನಾವೇ ಬಡಿಸ್ಕೋಬಹುದ್ದು" ಅರುಣನ ಇಂಥ ಸಲಹೆಗೆ ಸಕ್ಕೂಬಾಯಿ ಒಪ್ಪಲಿಲ್ಲ "ಬೇಡಪ್ಪ, ನಂಗೆ ಅಭ್ಯಾಸವಾಗಿದೆ. ಶಾಂಭವಿನು ನಿಮ್ಮ ಜೊತೆ ಕೂತ್ಕೊಳ್ಳಿ. ನಾವು ಬಡುಸ್ತೀವಿ"

ಶಾಂಭವಿ ಕೂಡ ಕೂಡಬೇಕಾಯಿತು. ಮೊದಲು ಪೆಚ್ಚಾದರು ವರ್ಣ ಚೇತರಿಸಿಕೊಂಡಳು. ಆ ಕ್ಷಣ ಶರತ್ ಇರಬೇಕೆನಿಸಿತು. ಮಾತುಕಡಿಮೆಯಾದರೂ ಅವನ ಕಣ್ಣೋಟದಲ್ಲಿ ಪ್ರೀತಿಯ ಮಿಂಚು ಇತ್ತು. ಅದು ತಕ್ಷಣ ಅದ್ಭುತವಾದ ಲೋಕವೊಂದನ್ನು ಸೃಷ್ಟಿ ಮಾಡುತಿತ್ತು. ಅಲ್ಲಿ ಸಾವಿರಾರು ನಕ್ಷತ್ರಗಳು. ಸರಳವಾಗಿ ಬೆರೆಯುವುದು ಹೆಗ್ಗಳಿಕೆ.

"ವರ್ಣ ನಿಮ್ಗೇನು ಇಷ್ಟ? ಹಿಮವಂತ್ ಊಟ ಮಾಡುತ್ತ ಕೇಳಿದ. ಎಲ್ಲೋ ಇದ್ದವಳ ಮನ ಅವನ ಪ್ರಶ್ನೆಗೆ ಎಚ್ಚೆತಿತು "ಇಷ್ಟ, ಅಮ್ಮ, ಅತ್ತೆ ಮಾಡಿ ಹಾಕಿದೆಲ್ಲ ಇಷ್ಟವೇ. ನಮ್ಮ ಅತ್ತೆ ಕೂಡ ಅದ್ಭುತವಾಗಿ ಅಡ್ಗೇ ಮಾಡ್ತಾರೆ" ಅತ್ಯಂತ ಸರಳವಾಗಿ ಹೇಳಿದಳು.

ಅರುಣ ಮಾತು ಬದಲಾಯಿಸಿದ.

"ನಮ್ಮ ವರ್ಣ ಬೇರೆಯವರ ತರಹ ಅಲ್ಲ ತುಂಬ ಟ್ರೆಡಿಷನ್ ಹುಡ್ಗೀ. ಸೀರೆ ಅವಳ ಫೆವರೆಟ್."

ಹಿಮವಂತ್‌ನ ಕಣ್ಣಲ್ಲಿ ಹೊಳಪು ಮೂಡಿತು. 'ಐ ಲೈಕ್ ಯು ವರ್ಣ' ಮನಸ್ಸು ಹೇಳಿದರು, ತುಟಿ ಬಿಚ್ಚಲಿಲ್ಲ. ಹುಟ್ಟು ಶ್ರೀಮಂತಿಕೆಯಲ್ಲಿ ಬೆಳೆದವ. ವಿದೇಶದಲ್ಲಿ ಓದು

ಕೋಟ್ಯಾಂತರ ಟರ್ನ್‌ಓವರ್ ಇರುವ ಕಂಪನಿಯ ಎಂ.ಡಿ. ಅವನ ಬದುಕಿನ ಬಗ್ಗೆ ಅವನೆ ತೀರ್ಮಾನ ತೆಗೆದುಕೊಳ್ಳಬಲ್ಲ. ಸಹಜವಾಗಿ ಯುವತಿಯರೊಂದಿಗೆ ಓಡಾಡಿರಬಹುದು, ಮನವನ್ನು ಹೊಕ್ಕು ಭಾವನೆಗಳನ್ನು ಅರಳಿಸಿದ ಕನ್ಯೆಯಾರಿಲ್ಲ ವರ್ಣ ಇಷ್ಟವಾಗಿದ್ದಳು ಯಾಕೆ? ಸಮರ್ಥವಾಗಿ ಉತ್ತರಿಸಬಲ್ಲವನಾಗಿದ್ದನೇನೋ?

ಬಿಂಕ, ಬಿಗುಮಾನ, ದೊಡ್ಡಸ್ಥಿಕೆ ತೋರಿಸದೆ ಸರಳವಾಗಿ ಎಲ್ಲರೊಂದಿಗೆ ಬೆರೆತು ಮಾತಾಡಿದ ಅವನು ಮನೆಯವರಿಗೆಲ್ಲ ಇಷ್ಟವಾದ. ಎಲ್ಲರು ಒಂದಲ್ಲ, ಒಂದು ಸಲ ಯಾಕೆ ಇವನು ನಮ್ಮ ವರ್ಣಳ ಗಂಡನಾಗಬಾರದು ಎಂದುಕೊಂಡರು.

ಅಂತೂ ಎಲ್ಲರಿಗೂ ಇಷ್ಟವಾಯಿತು ಅವನ ವ್ಯಕ್ತಿತ್ವ!

"ವರ್ಣ, ನಾಳೆ ನಮ್ಮ ಆಫೀಸ್‌ಗೆ ಬನ್ನಿ. ನೀವು ಕೆಲ್ಸಕ್ಕೆ ಟ್ರೈ ಮಾಡ್ತಾ ಇರೋ ಸಂಗ್ತಿ ಗೊತ್ತಾಯ್ತು ನಮ್ಮಲ್ಲಿ ಒಂದು ಪೋಸ್ಟ್ ಖಾಲಿಯಾಗಿದೆ." ಎಂದು ಕಾರ್ಡನ್ನು ಕೊಟ್ಟ. ಮನೆಯಲ್ಲಿ ಅದೂ ಇದೂ ಮಾತಾಡಿಕೊಳ್ಳುವುದು ಅವಳ ಕಿವಿಯ ಮೇಲೆ ಬಿದ್ದಿತ್ತು. ಅಂತು ಅನನ್ಯ ಬಂಧು ಅಂತ ಮಾತ್ರ ಗೊತ್ತಾಗಿತ್ತು "ನಂದು ಬರೀ ಬಿಬಿಎಂ ಅಂಥ ಇಂಟಲಿಜೆಂಟ್ ಏನಲ್ಲ, ಆಮೇಲೆ..." ತಡವರಿಸಿದಳು.

"ಈಗಾಗ್ಲೇ ಸಾಕಷ್ಟು ಇಂಟರ್‌ವ್ಯೂಗಳಿಗೆ ಹೋಗಿ ಬಂದಿದ್ದೀರಿ. ಈಗ್ಲೂ ಹಾಗೇ ಅಂದ್ಕೊಳ್ಳಿ. ನಿಮ್ಗೇ ಕೆಲ್ಸ ಬೇಕಿರೋದು ಮಾತ್ರ ಡೆಫನೆಟ್. ಅಷ್ಟು ಸಾಕು" ಅಂದ ಹಿಮವಂತ. ಅವಳಿಗೆ ಕೆಲಸ ಕೊಡಲು ತುದಿಗಾಲಿನಲ್ಲಿ ನಿಂತಿದ್ದ. 'ಆ ಹುಡ್ಗೀ ಬಗ್ಗೆ ಒಂದು ತರಹ ಇಂಟರೆಸ್ಟ್' ಅದನ್ನ ಅನನ್ಯಗೆ ಹೇಳಿದ್ದ.

"ಆಯ್ತು, ಓಕೇ...." ಅಂದಳು.

ಹಿಮವಂತ ಹೋದ ಮೇಲೆ "ಎಂಬಿಎ ಮುಗಿದ್ಮೇಲೆ ಕೆಲ್ಸದ ಪ್ರಯತ್ನ ಮಾಡ್ಬಹುದಿತ್ತು" ರಾಜೇಶ್ ಹೇಳಿದಾಗ ಸ್ಪಷ್ಟವಾಗಿಯೆ ನಿರಾಕರಿಸಿದ್ದು "ಬೇಡ, ನಂಗೆ ಕೆಲ್ಸದ ಅಗತ್ಯವಿದೆ. ಎಂಬಿಎ ಕೂಡ ಮಾಡ್ತೀನಿ" ಅನ್ನುತ್ತ ಹೊರಟವಳನ್ನು ನೋಡಿದರು. ಅವಳಾಗಿ ಸ್ಪಷ್ಟವಾಗಿ ಏನನ್ನೂ ಹೇಳಿರಲಿಲ್ಲ. ಕೇಳಲು ಇವರಿಗೆ ಭಯ, 'ಈಗಿನ ಪರಿಸ್ಥಿತಿಗೆ ನೀವೇ' ಎಂದು ಬೆರಳು ತೋರಿಸಿದರೆ ಅದನ್ನ ಸಹಿಸಲು ಅವರಿಗೆ ಸಾಧ್ಯವಿರಲಿಲ್ಲ. ಒಂದು ರೀತಿಯ ಅಪರಾಧ ಭಾವ.

"ಡಿವೋರ್ಸ್ ಅನ್ನೋ ರಾದ್ಧಾಂತ ಮುಗ್ಯೋವರ್ಗೂ ಮನೆಯಲ್ಲಿ ಇರಲೀ" ತಂಗಿಗೆ ಹೇಳಿದರು. "ಅದ್ನ ಅವ್ರು ಅಷ್ಟೊಂದು ಸೀರಿಯಸ್ಸಾಗಿ ತಗೊಂಡಿಲ್ಲ. ಬಹುಶಃ ಎರಡು ಕುಟುಂಬಗಳ ನಿಶ್ಚಯಕ್ಕೆ ಬಿಟ್ಟಿರಬೇಕು. ತೀರಾ ಬೇಜಾರು ಮದ್ವೆ ಇಲ್ದೇ ಒಂಟಿಯಾಗಿರೋಕು, ವಿವಾಹವಾಗಿ ಒಂಟಿಯಾಗಿ ಕಳೆಯೋಕು ವ್ಯತ್ಯಾಸವಿದೆ. ನೀನು ಸ್ವಲ್ಪ ದುಡಕದಿದ್ದರೇ ಚೆನ್ನಾಗಿತ್ತು. ಈಗ ಮಾತಾಡಿ ಪ್ರಯೋಜನವಿಲ್ಲ. ಕೆಲ್ಸಕ್ಕೆ ಹೋಗೋದು ಎಲ್ಲಾ ರೀತಿಯಿಂದ್ಲೂ ಒಳ್ಳೇದು. ಆದರೂ ಈಗ ಅವರ ಮನೆ ಸೊಸೆ. ಶರತ್ ಪತ್ನಿ. ನಿರ್ಣಯ ಅವರುಗಳದೇ ಆಗಿದ್ದರೆ ಚೆನ್ನಾಗಿತ್ತು. ಈ ಸ್ಥಿತಿಯಲ್ಲಿ ಕೇಳೋದು ಸಮಂಜಸವಲ್ಲ. ಹೋಗ್ಲಿಬಿಡು, ದೈವದ ನಿರ್ಣಯ ಹೇಗಿದ್ಯೋ?" ಎಂದು ಸುಮ್ಮನಾದರು.

ಮದುವೆಯ ಕನಸಿನಲ್ಲಿಯೇ ಕರಗಿ ಹೋದ ಶಾಂಭವಿ ಅರುಣ, ಕಿರಣಗಿಂತ ಹೆಚ್ಚಿಗೆ ಹಚ್ಚಿಕೊಂಡಿದ್ದು ವರ್ಣನೆ. ಅವಳು 'ಅತ್ತೆ, ಅತ್ತೆ' ಎಂದು ಹಿಂದೂ ಮುಂದೂ ತಿರುಗುತ್ತ ಬೆಳೆದವಳು. ಅದರಿಂದ ಹೆಚ್ಚಿನ ಅಕ್ಕರಾಸ್ಥೆ ಅವಳ ಮೇಲೇನೇ.

ರೂಮಿಗೆ ಬಂದ ಶಾಂಭವಿ ಒಂದು ಕಡೆ ಕೂತು ಬಿಟ್ಟರು ಅಣ್ಣನ ಒಳ್ಳೆಯ ಮನಸ್ಸಿನ ಬಗ್ಗೆ ಗೊತ್ತಿತ್ತು. ಅದಕ್ಕೆ ಪರ್ಯಾಯವೆನ್ನುವಂತೆ ದುಡುಕು, ದೊಡ್ಡಸ್ಥಿಕೆ, ಹಟ. ಒಳ್ಳೆಯತನವನ್ನು ಟೋಟಲ್ಲಾಗಿ ಅವೆಲ್ಲ ಕೂಡಿಯೆ ಹಾಳು ಮಾಡುತಿತ್ತು. ಇದರಿಂದ ಸಾಕಷ್ಟು ಅನಾಹುತಗಳು. ಉದಾಹರಣೆಗೆ ಅರುಣ ವಿವಾಹಕ್ಕೆ ಮುನ್ನ ಮಗಳ ಮದುವೆ ಪಿಯುಸಿ. ವಿಚಾರ ತಿಳಿದ ಕೂಡಲೆ ರೌದ್ರಾವೇಶ ತಾಳಿ ಬೀಗರನ್ನು ಹೊಡೆದಿದ್ದ. ಇಂಥದನ್ನು ಹುಡುಕಿದರೇ ಲೆಕ್ಕವಿಲ್ಲದಷ್ಟು.

"ಅತ್ತೆ...." ಎಂದು ಶಾಂಭವಿಯ ಎದುರು ಕೂತ ವರ್ಣ "ಯಾಕೆ ತುಂಬ ಡಿಪ್ರೆಸ್ಡ್ ಆದಂಗೆ ಕಾಣ್ತೀರಾ? ತೀರಾ ಪರ್ಸನಲ್ ಅನ್ನೋ ಪ್ರಾಬ್ಲಂಗಳು ನಿಮ್ಗೇ ಇಲ್ಲದಿದ್ರೂ.... ಪರ್ಸನಲ್ ಅನ್ನೋದರಲ್ಲಿ ನಾವು ಕೂಡ ಜಾಯಿನ್ ಆಗ್ಬಿಟ್ಟಿದ್ದೀವಿ" ಮುಗ್ಧನಗೆ ಬೀರಿದಳು.

"ನಂಗೆ ಯಾವ್ದೂ ಸರಿಯನ್ನಿಸ್ತಾ ಇಲ್ಲ! ಒಮ್ಮೆ ನಾವುಗಳಾದ್ರೂ ಹೋಗಿ ಮಾತಾಡಿ ಕ್ಷಮೆ ಕೇಳಿದರೆ ಪರಿಸ್ಥಿತಿ ತಿಳಿಯಾಗಬಹುದು. ಅದಕ್ಕೆ ಇವ್ರುಗಳು ಅವಕಾಶ ಕೊಡ್ತಾ ಇಲ್ಲ. ಅಲ್ಲಿನ ಪರಿಸ್ಥಿತಿ ಗೊತ್ತಿಲ್ಲ" ಎಂದರು ವ್ಯಾಕುಲಚಿತ್ತರಾಗಿ.

"ಯೋಚಿಸೋಕೆ ಏನು ಉಳಿದಿಲ್ಲ. ತೆಪ್ಪಗೆ ಇದ್ದು ಬಿಡೋಣ, ಬಿಡಿ." ನಿಶ್ಚಿಂತಳಾಗಿ ನುಡಿದಾಗ ಶಾಂಭವಿ ನೇರವಾಗಿ ನೋಡಿ "ಇದ್ರಲ್ಲಿ ನನ್ನ ಪಾಲು ಕೂಡ ಇದೆ. ನನ್ನ ಮದ್ವೆಗೆ ಮೊದ್ಲು ಅಣ್ಣ ವಿವಾಹವಾದ. ನಾನು ಒಂಟಿಯಾಗಿ ಉಳಿದೆ. ಇಲ್ಲು ಅದೇ ರಿಪೀಟ್ ಆಗುತ್ತೆಂತ ಹೆದರಿದ. ಅದರ ಪರಿಣಾಮವೆ ಇದು" ಒಂದಷ್ಟು ಹೇಳಿಕೊಂಡರು. ಪರೋಕ್ಷ ಅದಕ್ಕೆ ಅಣ್ಣನೆ ಕಾರಣ ಎನ್ನದಿದ್ದರೂ ಹೇಳಿದ ಭಾವದಿಂದ ವ್ಯಕ್ತವಾಯಿತು.

ಅಷ್ಟಿಷ್ಟು ಅವಳಿಗೂ ಗೊತ್ತಿದ್ದುದ್ದೇ. ಮೌನವಹಿಸಿದಳು.

"ಡಿವೋರ್ಸ್ ಆಗೋವರ್ಗೂ ಕೆಲ್ಸದ ಗೊಡವೆ ಬೇಡಾನ್ನೋದು ನಿಮ್ಮಪ್ಪನ ಅಭಿಪ್ರಾಯ. ಆ ಮನುಷ್ಯನಿಗೆ ಎಲ್ಲಾ ತನ್ನಂತೆ ನಡೆಯಬೇಕೆನ್ನುವ ಅಹಂ" ಹೇಳಿದರು ಶಾಂಭವಿ. ಸೀರಿಯಸ್ಸಾದಳು ವರ್ಣ.

"ಇದೊಂದನ್ನು ನಾನು ಒಪ್ಪೋಲ್ಲ. ಇಲ್ಲಿ ಮದ್ವೆಯಾಗಿರೋದರಿಂದ ಹೊರ್ಗಿನೋಳು. ರಾದ್ಧಾಂತ ನಡ್ದು ಹೋಗಿರೋದರಿಂದ ಆ ಜನಕ್ಕೆ ಕೂಡ ನಾನು ಹೊರ್ಗಿನೋಳು. ನನ್ನ ಸಣ್ಣ ಪುಟ್ಟ ಖರ್ಚುಗಳಿಗೆ ನಾನೇ ಜವಾಬ್ದಾರಳು. ಸ್ವಾಭಿಮಾನ ಇಣಕುತ್ತೆ ಅತ್ತೆ" ಎಂದಕೂಡಲೆ ಶಾಂಭವಿ ಅವಳ ಕೈ ಹಿಡಿದುಕೊಂಡು ಗದರಿಕೊಂಡರು "ಏನೇನೋ ಮಾತಾಡ್ತೀಯಾ? ಏನು ನಿನ್ನ ಮಾತುಗಳ ಅರ್ಥ? ನಂಗೆ ಯಾರಿದ್ದಾರೆ? ನನ್ನ ಸೇವಿಂಗ್ಸ್, ಪೆನ್‌ಷನ್ ಎಲ್ಲಾ ನಿಂದೇ." ಆಕೆ ಕಣ್ಣೀರಿಟ್ಟರು.

ವರ್ಣ ಸಂತೈಯಿಸಬೇಕಾಯಿತು.

"ಪ್ಲೀಸ್, ಅತ್ತೆ ಕ್ಷಮ್ಸಿ ಬಿಡಿ, ನಂಗೆ ಮೊದ್ಲಿನಿಂದ ಸಣ್ಣದೋ, ದೊಡ್ಡದೋ ಒಂದ್ಕೆಲ್ಸಕ್ಕೆ

ಸೇರ್ಕೋ ಬೇಕು. ನನ್ನ ಸಂಬಳದಲ್ಲಿ ಮನೆಯವರಿಗೆಲ್ಲ ಏನಾದ್ರೂ ತರ್ಬೇಕು ಅನ್ನೋ ಹುಚ್ಚು ಎಳೆತನದಲ್ಲೆ ಮೂಡಿ ದಟ್ಟವಾಗಿ ಬೆಳೆದಿದೆ ಪ್ಲೀಸ್, ನನ್ನ ಮಾತುಗಳಿಗೆ ಏನೇನೋ ಅರ್ಥ ಕಲ್ಪಿಸಬೇಡಿ" ರಿಕ್ವೆಸ್ಟ್ ಮಾಡಿಕೊಂಡಳು.

ಶಾಂಭವಿ ಅವಳ ಕೈ ಹಿಡಿದುಕೊಂಡು "ಒಂದು ಪ್ರಯತ್ನ ಅಂತ ಮಾಡು. ನೀನೇ ಫೋನ್ ಮಾಡಿ ಶರತ್ ಹತ್ರ ಮಾತಾಡು. ಕ್ಷಮಾಪಣೆ ಕೇಳು. ಅದಕ್ಕೆ ಯಾರ ಪರ್ಮೀಷನ್ ಬೇಕಾಗೋಲ್ಲ. ನೀವಿಬ್ರೂ ಗಂಡ, ಹೆಂಡ್ತಿ" ಮತ್ತೆ ಇಂಥದೊಂದು ಬುದ್ಧಿ ಮಾತು ಹೇಳಿದರು.

ಸರಿಯೆನಿಸಿದರು ಅವಳ ಮನ ಹಿಂಜರಿಯುತ್ತಿತ್ತು.

ರಾತ್ರಿ ಮಲಗಿದಾಗ ತೀರಾ ಒಂಟಿಯೆನಿಸಿತು. 'ಇಷ್ಟೆಲ್ಲ ನಡದ್ಮೇಲೆ ಶರತ್ ಸಂಪರ್ಕಿಸೋದು ಬೇಡ. ಅವನು ಬರೀ ಪಿಯುಸಿ ಅನ್ನೋದು ನಮ್ಗೇ ತಿಳ್ದು ಹೋಗಿರೋದರಿಂದ, ಒಂದು ರೀತಿಯ ಇನ್‌ಫಿಯಾರಿಟಿ ಅವನನ್ನ ಕಾಡೋಕೆ ಶುರುವಾಗಿರುತ್ತೆ. ಆಮೇಲೆ ನೀನು ಸಂಸಾರಕ್ಕೆ ಹೋದರೂ ಸ್ಯಾಡಿಸ್ಟ್ ಆಗಿ ಬದಲಾಗ್ತಾನೆ. ಇಡೀ ಜೀವ್ನ ನರ್ಕವಾಗುತ್ತೆ' ಅರುಣ ಹತ್ತಾರು ಸಲ ಒತ್ತಿ ಒತ್ತಿ ಹೇಳಿದ್ದ.

ಮೊಬೈಲ್‌ನ ಒಂದು ಕಡೆ ಎಸೆದು ಕೂತಳು. ಬಿಕ್ಕಿ ಬಿಕ್ಕಿ ಅಳುವಾಗ ಎದೆಯಾಸರೆ ಬೇಕೆನಿಸಿತು. ಕಣ್ಣೀರು ಸುರಿಸುತ್ತ ಗಂಡನ ಮನೆ ಸೇರಿದಾಗ ಏಕಾಂತದಲ್ಲಿ ತುಟಿಗಳಿಂದ ಕಣ್ಣೀರನ್ನು ತೊಡೆದಿದ್ದ. ಆ ಕ್ಷಣ ಎಂದಾದರೂ ಮರುಕಳಿಸೀತಾ?

* * *

ತಿಮ್ಮಪ್ಪಯ್ಯ ಮಗನನ್ನು ಕೂಡಿಸಿಕೊಂಡು ಮೊದಲ ಸಲ ವಿಷಯನ ಪ್ರಸ್ತಾಪಿಸಿದರು ಸ್ವಲ್ಪ ಸಂಕೋಚದಿಂದಲೇ.

"ಯಾವ್ದೋ ವಿಚಾರನ ಅವರಿಂದ ಮುಚ್ಚಿಡೋ ಇರಾದೆ ಇರ್ಲಿಲ್ಲ. ನಿನ್ನ ನಾಲೆಡ್ಜ್ ಮುಂದೆ ಅವಳ ಬಿಬಿಎಂ ದೊಡ್ಡ ಓದೇನು ಅಲ್ಲ. ಮಾತುಕತೆಗೆ ಕೂತಿದ್ದರೇ ಚರ್ಚಿಸಿ ಮುಕ್ತವಾಗಿ ಬಗೆಹರಿಸಿಕೊಳ್ಳಬಹುದಿತ್ತು. ಇಲ್ಲ ಜೋಯಿಸರನ್ನ ಕರೆಸ್ಕೊಂಡ್ ಪ್ರಸ್ತಾಪಿಸಬಹುದು. ಏಕಾಏಕಿ ಬಂದು ನಿನ್ನ ಬಗ್ಗೆ ತುಚ್ಛವಾಗಿ ಮಾತಾಡಿ, ನನ್ನ ಹೊಡೆದ್ರು. ಈಗೇನು ಮಾಡೋದು?" ನೇರವಾಗಿಯೆ ಕೇಳಿದರು. ಮಗನ ಅಭಿಪ್ರಾಯ ಕೂಡ ಮುಖ್ಯವೇ.

ದೀರ್ಘ ಮೌನದ ನಂತರ ಚುಟುಕ್ಕಾಗಿ "ಗೊತ್ತಿಲ್ಲ, ಅಷ್ಟೊಂದು ಅವಮಾನ ಮಾಡಿದ್ಮೇಲೆ ಯೋಚ್ಸೊಕ್ಕೇನಿಲ್ಲ. ಈಗಾಗಲೆ ಅರುಣ ವಿದೇಶದಲ್ಲಿ ಓದಿದ ಗಂಡನ್ನ ತಂಗಿಗಾಗಿ ಹುಡುಕಿದ್ದೀನೀಂತ ನೇರವಾಗಿ ಜೋಯಿಸರಿಗೆ ಹೇಳಿದ್ದಾನೆ. ಪರಿಸ್ಥಿತಿ ಹೀಗೆ ಇರೋದರಿಂದ ಸಂಬಂಧ ಸರಿ ಹೋಗ್ಗೋಲ್ಲಾಂತ ಅನಿಸುತ್ತೆ. ಸುಮ್ನೇ ನಮ್ಮ ಸಮಯ ಹಾಳು. ಎಲ್ಲಿ ಏನಾಯ್ತುಂತ ಕೆದಕೋದು ಬೇಡ. ನಿಮ್ಮಗಳ ನಿರ್ಣಯಕ್ಕೆ ನಾನು ಬದ್ಧ" ಮನದ ಮಾತನ್ನು ಸ್ಪಷ್ಟಪಡಿಸಿದ.

"ಅವರೇ ಲಾಯರ್‌ನ ನೋಡ್ಲಿ. ನಾವು ಆಮೇಲೆ ಮುಂದುವರಿಯೋಣ. ಎಷ್ಟು

ಬೇಗ ಎಷ್ಟೆಲ್ಲ ಆಗಿಹೋಯ್ತು. ನೇರವಾಗಿ ಮಾತಾಡಿದ್ದರೇ ಇಂಥ ಅನಾಹುತ ಆಗ್ತಾ ಇರ್ಲಿಲ್ಲ. ನಮ್ದು ಕೆಟ್ಟ ನಸೀಬು. ಹೆಸರಿಗೆ ಹಿರಿಯ ಮಗ ನಮ್ಗೇ ಅವ್ನಿಂದ ಆಗಿರೋದೇನು? ಅವನ ಪಾಡು ಅವನದು ಅಂದ್ಕೊಂಡ್ ಬಿಟ್ಟ." ಇದು ಮಾಮೂಲಿ ರಾಗ. ಅದು ಶರತ್‌ಗೆ ಬೇಸರವೆ.

"ಸ್ವಲ್ಪ ಕೆಲ್ಸ ಇದೆ" ಎದ್ದ.

"ಸಾರಿ ಕಣೋ, ಇದೇನು ಅಪರೂಪವಲ್ಲ ಅವಮಾನಕ್ಕೆ, ಈ ಸ್ಥಿತಿಗೆ ಅವನೇ ಕಾರಣ ಅನ್ನಿಸಿ ಬಿಡುತ್ತೆ" ಎಂದರು ಪಶ್ಚಾತ್ತಾಪದ ದನಿಯಲ್ಲಿ.

ಶರತ್ ಹೊರಗೆ ಬಂದ. ದೊಡ್ಡ ರೀತಿಯಲ್ಲಿ ಆರ್ಥಿಕವಾಗಿ ಅನುಕೂಲವಿಲ್ಲದ ಕುಟುಂಬ. ಇದ್ದುದ್ದರಲ್ಲಿ ಅನುಸರಿಸಿಕೊಂಡು ಲೀಲಾವತಿ ಸಂಸಾರ ನಡೆಸಿದಾಕೆ. ಎಷ್ಟೋ ಆಸೆಗಳನ್ನು ಇಟ್ಟುಕೊಂಡು ಇಂಜಿನಿಯರಿಂಗ್ ಮಾಡಿಸಿದ್ದು. ಒಳ್ಳೆ ಕೆಲಸ, ಸಂಬಳ ಕೂಡ. ಒಂದಿಷ್ಟು ಶ್ರೀಮಂತಿಕೆಯ ಸುಖ ಅನುಭವಿಸುವ ವೇಳೆಗೆ ತಿಮ್ಮಪ್ಪಯ್ಯ ಕೆಲಸ ಕಳೆದುಕೊಂಡರು. ಮಗ ವಿವಾಹವಾಗಿ ನಿರ್ದಾಕ್ಷಿಣ್ಯವಾಗಿ ಮನೆಯಿಂದ ಹೊರಗೆ ಕಾಲಿಟ್ಟ ಆಗ ಆಸರೆಯಾದವನು ಶರತ್.

ಇವನು ಬೈಕ್ ಹತ್ತುವ ವೇಳೆಗೆ ಆಟೋದಿಂದ ಇಳಿದ ಹೇಮಂತ್. ಅಚ್ಚರಿಯ ನೋಟ ಹರಿಸುತ್ತ ಕೆಳಗಿಳಿದ ಶರತ್. ಎರಡು ಕಾರುಗಳು ಇತ್ತು. ಓಡಾಟವೆಲ್ಲ ಅದರಲ್ಲೆ. ಇಲ್ಲಿಗೆ ಬರುತ್ತಿದ್ದುದ್ದು ಕಾರಿನಲ್ಲೆ. ಇಂದು ಆಟೋದಲ್ಲಿ ಬಂದದ್ದು ಯಾಕೆ? ಅದನ್ನ ತೋರ್ಪಡಿಸದೆ ಅವನತ್ತ ಬಂದ.

"ಏನಣ್ಣ? ಎನಿಥಿಂಗ್ ರಾಂಗ್?" ಕೇಳಿದ.

ಮುಖ ಒಂದು ತರಹ ಮಾಡಿದ ಹೇಮಂತ್ "ಬೇಜಾರೂಂತ ಅನ್ನಿಸ್ತು ಅದ್ಕೆ ಬಂದೇ. ನೀನು ಹೊರಡೋಕೆ ಮೊದಲು ಬಂದಿದ್ದು ಒಳ್ಳೆಯದಾಯ್ತು. ಅಪ್ಪ ಈಗ್ಲೂ ಗುರ್ ಅಂತಾರೆ. ಈಗಿನ ಜಮಾನಾದವನು ನೀನು. ಯಾವುದಾದ್ರೂ ಹುಡ್ಗೀನ ಲವ್ ಮಾಡಿ ಮದ್ವೆ ಮಾಡಿಕೊಳ್ಳೋದು ಬಿಟ್ಟು ಅಪ್ಪ ಹೇಳ್ದ ಹೆಣ್ಣಿನ ಕುತ್ತಿಗೆಗೆ ಹೇಗೆ ತಾಳಿ ಕಟ್ಟಿದೇ?" ಶುರುನೆ ಶರತ್‌ಗೆ ಚೆನ್ನಾಗಿಲ್ಲವೆನಿಸಿತು. "ಆ ವಿಚಾರ ಬಿಡು, ತಲೆ ಕೆಡ್ಸಿಕೊಳ್ಳೋಂಥದೇನಿಲ್ಲ. ನಂಗೆಂದು ವರ್ಣಾಳನ್ನು ಸ್ವೀಕರಿಸಿದ್ದಕ್ಕೆ ಪಶ್ಚಾತ್ತಾಪವಿಲ್ಲ" ಎಂದು ಕರೆದೊಯ್ದ. ತಮ್ಮನ ಸಮರ್ಥನೆಯಿಂದ ವಿಸ್ಮಿತನಾದ.

ಎದುರಾದ ಲೀಲಾವತಿ "ಹೇಮೂ, ಬಂದಿದ್ದು.... ಸರಿ. ದಯವಿಟ್ಟು ಏನೇನೋ ಮಾತಾಡಿ ಅವರ ತಲೆ ಕೆಡಿಸ್ಬೇಡ. ಇದರಲ್ಲಿ ಮೊದಲ ಅಪರಾಧ ನಿಂದೇ" ತಾಳ್ಮೆ ಕಳೆದುಕೊಂಡು ಆಡಿ ಬಿಟ್ಟರು.

"ನಂಗೆ ಇದೆಲ್ಲ ಬೇಡಾಂತಲೇ, ಹೊರ್ಗೇ ಹೋಗಿದ್ದು. ಬಂದು ತಪ್ಪು ಮಾಡ್ದೆ" ಅಂದ ಹೇಮಂತ್ ಹಿಡಿದು ಕೂಡಿಸಿ "ಬೇಡ, ನಿಂಗೇ ಗಂಜಿ ಹಪ್ಪಳ ಇಷ್ಟಾಂತ ಮಾಡಿ ಡಬರಿ ತುಂಬಿಸಿಟ್ಟಿದ್ದಾರೆ. ಪ್ಲೀಸ್ ಹೆತ್ತಮ್ಮನ ಪ್ರೀತಿ ಅರ್ಥಮಾಡ್ಕೋ" ಅಂದವನು ತಾನೇ ಗ್ಯಾಸ್ ಹಚ್ಚಿ ಬಾಣಲಿ ಇಟ್ಟು ಹಪ್ಪಳಗಳನ್ನು ಕರೆದು ತಟ್ಟೆಗೆ ತುಂಬಿಕೊಂಡು ಬಂದು ಅವನ

ಮುಂದಿಟ್ಟು "ಟೇಸ್ಟ್ ನೋಡು. ಹಪ್ಪಳ ಕರೆಯೋಕೆ ಬಾಣಲಿ ಇಟ್ಟಾಗಲೆಲ್ಲ ನಿಂದೇ.... ಜಪ. ನಿಂಗೇಂತ ಒಂದು ಪ್ಯಾಕೆಟ್ ರೆಡಿ ಮಾಡಿಟ್ಟಿದ್ದಾರೆ" ನೋಟದಲ್ಲಿಯೆ ಸಮಾಧಾನ ತುಂಬಿದ.

ಹೌದು ಅವನಿಗೆ ಹಪ್ಪಳವೆಂದರೆ ಇಷ್ಟ. ಬೆಳಗಿನ ತಿಂಡಿಗೂ ಹಪ್ಪಳ ಕೇಳಿದ್ದುಂಟು. ನೆನಪಿನ ಮಧ್ಯೆ ಎಲ್ಲಾ ಮರೆತು ಹಪ್ಪಳ ಕೈಗೆತ್ತಿಕೊಂಡ. ಹಲ್ಲುಗಳ ಮಧ್ಯೆ ನುರಿದಿದ್ದೇ ಗೊತ್ತಾಗಲಿಲ್ಲ.

"ಅಮ್ಮ ನ ಹದನ ಮುಂದಿಟ್ಕೊಂಡ್, ಒಂದು ಹಪ್ಪಳದ ಫ್ಯಾಕ್ಟರಿ ತೆಗೆದರೆ ಸಕ್ಸೆಸ್ ಆಗ್ಬಿಡ್ತೀನಿ" ಬಾಯಿಗಿಟ್ಟು ಲೊಟ್ಟೆಹೊಡೆದ ಹೇಮಂತ್.

"ಅಪ್ಪನ್ನ ಹೋಗಿ ಮಾತಾಡ್ಸಿ ಬಾ" ಹೇಳಿದ ಶರತ್.

"ಸದ್ಯಕ್ಕೆ ಬೇಡ. ನಿನ್ಹತ್ರ ಮಾತಾಡ್ಬೇಕೂಂತಲೇ ಬಂದಿದ್ದು. ಮನೆಯಲ್ಲಿ ಆಗೋ ಮಾತಲ್ಲ. ಹೊರ್ಗಡೆ ಹೋಗೋಣ. ಈಗ್ಲೇ ತಡವಾಯ್ತು ತುಂಬಾ ಅರ್ಜೆಂಟ್ ಇದೆ" ಎನ್ನುತ್ತ ಒಂದರ ಮೇಲೊಂದರಂತೆ ಹಪ್ಪಳಗಳನ್ನು ಮುಗಿಸಿ ಮೇಲೆದ್ದ. ಆ ಕಡೆ ಲೀಲಾವತಿ ಸುಳಿಯಲಿಲ್ಲ.

"ಏನು ಕುಡೀತೀಯಾ?" ಶರತ್ ಕೇಳಿದ.

"ಏನು ಬೇಡ. ಹೊರ್ಗೇ.... ಹೋಗೋಣ"

ರೂಮಿನಿಂದ ಅಣ್ಣತಮ್ಮಂದಿರು ಹೊರಬಂದರು. ಎಷ್ಟು ಕೋಪವಿದ್ದರೂ ಲೀಲಾವತಿದು ತಾಯಿ ಕರುಳು.

"ಅವಳನ್ನ ಯಾಕೆ ಕರ್ಕಂಡ್ ಬರ್ಲಿಲ್ಲ?" ವಿಚಾರಿಸಿದರು ಸೊಸೆಯ ಬಗ್ಗೆ "ಅವ್ಳು ಆಫೀಸ್‌ಗೆ ಹೋಗಿದ್ಲು. ನಾನು ಶರತ್‌ನ ನೋಡೋಕೆಂತಲೆ ರಜ ಹಾಕಿದ್ದೆ. ಒಂದಿಷ್ಟು ಅಡ್ಡಾಡಿ ಬರ್ತೀವಿ. ನಾನು ಬಂದು ಹೋಗಿದ್ದು ಅಪ್ಪನಿಗೇನು ಹೇಳೋದು ಬೇಡ" ಇಂಥ ಒಂದು ವಿನಂತಿ ಮಾಡಿದ. ಆದರೂ ತಂದೆಯವರೆಗೂ ವಿಷಯ ಹೋಗಿರುತ್ತದೆಯೆಂದು ಅವನಿಗೆ ಗೊತ್ತು.

ಆಕೆ ಅವನ ಮಾತಿಗೆ ಪ್ರತಿಕ್ರಿಯಿಸುವ ಮುನ್ನ ಜಾಗ ಖಾಲಿ ಮಾಡಿದ್ದ. ನೋವು, ನಿರಾಸೆ ವ್ಯಂಗ್ಯದ ರೂಪ ತಾಳುತ್ತದೆಯೆಂದು ಅವನಿಗೆ ಗೊತ್ತಿತ್ತು. ಬಂದಾಗಲೆಲ್ಲ ಕಹಿಯೆ.

"ಅಣ್ಣ ಮನೆಗ್ಬಂದ್ ಅಪ್ಪನನ್ನ ನೋಡದೇ ಹೋಗ್ತಾ ಇರೋದು ಸರಿಯೆನಿಸೋಲ್ಲ. ಏನೇ ಇದ್ದರೂ ಮಗನೊಂದಿಗೆ ಸಂತೋಷವನ್ನ ಕೆಲವು ನಿಮಿಷಗಳಾದ್ರೂ ಅನುಭವಿಸುತ್ತಿದ್ರು" ಆಕ್ಷೇಪಿಸಿದ ಶರತ್ ಬೈಕ್‌ನೆಡೆಗೆ ಹೆಜ್ಜೆ ಹಾಕುತ್ತ.

"ತಪ್ಪು, ಸರಿಗಿಂತ ಒಂದು ರೀತಿಯ ಅಳುಕು. ಮೂರ್ವರ್ಷ ಒಬ್ಬರಿಗೊಬ್ರು ಮುಖ ನೋಡಿಕೊಳ್ಳಲಿಲ್ಲ. ಈಗ್ಲೂ ಅಂಥ ಸರಾಗವೇನಿಲ್ಲ ಮೊನ್ನೆ ಏನೋ ಮಾತಾಡಿದೇಂತ ಬೇಸರ. ಮನೆಗೆ ಬರಲೇಬೇಡಾಂತ ಅವಳ ಎದುರಿಗೆ ಹೇಳಿ ಕಳ್ಸಿದ್ರು. ನಂದು ರಕ್ತ ಸಂಬಂಧ. ಅವಳು ಹೊರಗಿನವಳು. ಅಂಥ ಮಿಡಿತವೇನಿಲ್ಲ. ಇನ್ಮೇಲೆ ಇಲ್ಲಿಗೆ ಹೋಗೋದು ಬೇಡ

ಅಂತ ಅಪ್ಪಣೆ ಮಾಡಿದ್ದಾಳೆ. ಆದರೆ.... ನಂಗೆ ಸಾಧ್ಯವಾ?"

ಅಣ್ಣ, ತಮ್ಮ ನನ್ನ ಹೊತ್ತ ಬೈಕ್ ತೇಲಿತು. ಒಂದು ಗಾರ್ಡನ್ ರೆಸ್ಟೋರೆಂಟ್ ಮುಂದೆ ಬೈಕ್ ನಿಂತಿತು. ಹೊಸಲಿನಿಂದ ಆಚೆನಿಂತು ಮನೆಯವರನ್ನು ಧಿಕ್ಕರಿಸಿ ವಿವಾಹವಾದ ಅಣ್ಣನ್ನ ಬಗ್ಗೆ ಒಂದಿಷ್ಟು ಬೇಸರ ತೋರಿಸದ ಶರತ್ ಎಂದರೆ ಹೇಮಂತ್‌ಗೆ ಇಷ್ಟವೆ.

ಒಂದು ಛತ್ರಿಯಡಿ ಟೇಬಲ್ ಹಿಡಿದು ಎದುರುಬದರಾಗಿ ಕೂತರು. ಹೇಮಂತ್ ತಮ್ಮನನ್ನು ದಿಟ್ಟಿಸಿದ. ಅವನ ಕಣ್ನೋಟದ ಆಳದಲ್ಲಿ ಅಪಾರವಾದ ನೋವಿದೆಯೆನಿಸಿತು.

"ಏನು ವಿಷ್ಯ? ಅಪ್ಪನ್ನ ಬಂದು ಹೊಡೆದರಂತಲ್ಲ. ನೀನು ಸುಮ್ನೆ ಬಿಡಬಾರ್ದಿತ್ತು. ಕೈಕಾಲು ಮುರ್ದು ಕಳುಹಿಸಬೇಕಿತ್ತು. ಆ ಈಡಿಯೇಟ್ಸ್‌ಗೆ ಅಷ್ಟೊಂದು ಧೈರ್ಯ ಬಂದದಾದ್ರೂ.... ಯಾಕೆ?" ಹೇಮಂತ್ ಕೇಳಿದ ಉದ್ವೇಗದಿಂದ.

ಆ ಸಂದರ್ಭದ ನೆನಪಾದಾಗ ಶರತ್ ಮೈ ಬಿಸಿಯಾಯಿತು. ಅವನು ಪ್ರತ್ಯಕ್ಷದರ್ಶಿಯೇ ಹೇಗೆ ಬಂತು ತನಗೆ ಅಂಥ ಸಂಯಮ? ಅಂದು ಅರುಣ, ಕಿರಣ ತಡೆಯಲು ಪ್ರಯತ್ನಪಟ್ಟರೇ ವಿನಹ ಅವರೇನು ತಿಮ್ಮಪ್ಪಯ್ಯನ ಮೇಲೆ ಕೈ ಮಾಡಲಿಲ್ಲ.

"ಒಂದು ಗೊತ್ತಾಗಲಿಲ್ಲ. ನಿಮ್ಮಿಂದ ಮೋಸವಾಗಿದೇ ಅನ್ನೋದು ಆಪಾದನೆ. ಅಪ್ಪ, ಅಮ್ಮನಿಂದ ಯಾವ್ದೇ ಮೋಸ ಆಗಿಲ್ಲ. ನನ್ನ ಎಜುಕೇಷನ್ ಪಿ.ಯು.ಸಿ. ಅಂತ್ಲೇ ಜೋಯಿಸರಿಗೆ ಹೇಳಿದ್ದಾರೆ. ಕೊಟ್ಟ ಬಯೋಡೆಟಾದಲ್ಲಿ ಇರೋದು ಕೂಡ ಅದೇ. ಹೇಗೆ ಮೋಸ ಹೋದರೋ ಗೊತ್ತಿಲ್ಲ. ನನ್ನ ಇಂಜಿನಿಯರ್ ಅಂದ್ಕೊಂಡ್ ಮಗಳನ್ನ ಕೊಟ್ಟಿದ್ದು. ಅಲ್ಲಾಂತ ಗೊತ್ತಾದ್ಮೇಲೆ ಅವರದೇ ಆದ ನಿರ್ಣಯಕ್ಕೆ ಬಂದಿದ್ದಾರೆ. ಸುಳಿವು ಕೊಡದೆ ಬಂದು ಅಪ್ಪನ್ನ ಹೊಡೆದಿದ್ದಾರೆ. ಇಷ್ಟೇ ವಿಷ್ಯ ಜೋಯಿಸರು ಬಂದು ಹೇಳಿದ್ಮೇಲೆ ಪೂರ್ತಿ ಸತ್ಯ ಗೊತ್ತಾಗಿದ್ದು. ಈಗ ಕರ್ಕೊಂಡ್ ಹೋದ ಮಗ್ಳು ಅವರ ಮನೆಯಲ್ಲೇ ಇದ್ದಾಳೆ. ಜೋಯಿಸರು ಮಧ್ಯಸ್ಥಿಕೆಗೆ ನಿಂತರು. ಏನು ಸರಿ ಹೋಗ್ಲಿಲ್ಲ. ನಡೆ ಅವರಿಂದ್ಲೇ ಆರಂಭವಾಗ್ಲಿ" ಎಂದ ನಿರುದ್ವೇಗದಿಂದ.

ಹೇಮಂತ್ ಗಂಭೀರವಾದ. ಅವನ ಮುಖದಲ್ಲಿ ವಿಷಾದ ಇಣಕಿತು. ಇದಕ್ಕೆಲ್ಲ ಮೂಲ ಕಾರಣ ತಾನೇ ಎಂದುಕೊಂಡಾಗ, ಒಳಗೊಳಗೆ ನರಳಿದ ತಕ್ಷಣ ತಮ್ಮನ ಕೈ ಹಿಡಿದ.

"ಸಾರಿ ಕಣೋ, ಶರತ್, ನಿನ್ನ ಓದು ನಿಂತಿದ್ದು ನನ್ನಿಂದಲೇ. ಅದೊಂದು ಭ್ರಮಾಲೋಕದ ಚಿತ್ತಾರ ಕಣೋ, ನಾಲ್ಕು ದಿನದ ಓಡಾಟದಲ್ಲಿ ಮ್ಯಾಕ್ ಡೊನಾಲ್ಡ್‌ನಲ್ಲಿ ಬರ್ಗರ್, ಪಿಜ್ಜಾ ಹಟ್‌ನಲ್ಲಿ ಪಿಜ್ಜಾ, ಮಾಶ್ರೂಮ್ ಸೂಪ್‌ನೊಂದಿಗೆ ಶುರುವಾಯಿತು. ಅವಳ ಕಣ್ಣಲ್ಲಿನ ಪ್ರೇಮ ನಿವೇದನೆ, ಭರವಸೆ ಹೊಸದೊಂದು ಪ್ರಪಂಚವನ್ನೇ ಸೃಷ್ಟಿಮಾಡಿತು. ಅಲ್ಲಿ ಇದ್ದಿದ್ದು ನಾನು ಮತ್ತು ಅವಳು. ಕಡೆಗೊಂದು ದಿನ ವಿವಾಹ! ಅಲ್ಲಿ ಅಪ್ಪ, ಅಮ್ಮ, ನೀನು ಯಾರು ಕಾಣಲೇ ಇಲ್ಲ ಕಣೋ, ಅದೊಂದು ದೊಡ್ಡ ಗೆಲುವಾಗಿ ಗೋಚರಿಸಿತ್ತು. ಈಗ ಕನಸು ಕರಗಿ ಬೆಳಕು ಹರಿದಂತಾಗಿದೆ. ಅವಳಿಲ್ಲದಿದ್ದರೆ ಏನಾಗ್ತ ಇತ್ತು?" ಎನ್ನುತ್ತ ಹೇಮಂತ್ ಜೋರಾಗಿ ನಕ್ಕು ಬಿಟ್ಟ. ಶರತ್ ಅಣ್ಣನನ್ನೆ ನೋಡಿದ. ಆ ಸಂದರ್ಭದಲ್ಲಿ ಅಮ್ಮ ಇಡೀ ರಾತ್ರಿ ಕಣ್ಣೀರು ಸುರಿಸುತ್ತ ಬೆಳಗು ಮಾಡುತ್ತಿದ್ದುದ್ದು ನೆನಪಾದಾಗ ಕರುಳು

ಕತ್ತರಿಸಿದಂತಾಗುತ್ತಿತ್ತು.

"ಹೋಗ್ಲಿ ಬಿಡು, ಇಷ್ಟಪಟ್ಟ ಹುಡ್ಗೀ ಮದ್ವೆಯಾಗಿ ಸುಖವಾಗಿದ್ದೀಯಲ್ಲ. ಮೊದ ಮೊದ್ಲು ಅಮ್ಮ, ಅಪ್ಪ ಕೊರಗಿದರೂ, ಆಮೇಲೆ ನೀನು ಸುಖವಾಗಿರು ಅಂತ್ಲೇ ಹಾರೈಸಿದರು. ಅದೆಲ್ಲ ಬೇಡ. ಭೂಮಿಗೆ ತಂದವರ ಕೋಪ ಕರಗೋದು ಎಷ್ಟೊತ್ತು? ಈಗೇನು?" ಕೇಳಿದ. ನಡೆದು ಹೋಗಿದ್ದನ್ನ ಕೆದಕಿ ನೋವು ಮಾಡಿಕೊಳ್ಳುವುದು ಅವನಿಗೆ ಬೇಕಿರಲಿಲ್ಲ. ನೆನಪುಗಳು ಚೆಂದ ಇದ್ದರೆ ಬದುಕಿಗೆ ಹುರುಪು, ಹುಮ್ಮಸ್ಸು. ಅದ್ಭುತವಾದ ಕನಸುಗಳಿಗೆ ಅದೇ ಬೇಸ್‌ಮೆಂಟ್, ಕಹಿಯಾದುದನ್ನ ಕೆದಕಿದರೆ ನೋವು, ವಿರಸ.

"ಮುಂದಿನ ನಡೆ ಅವರದೇ ಅಂದೆ. ಏನು ಇದರ ಅರ್ಥ? ಮಧ್ಯಸ್ಥಿಕೆವಹಿಸಿ ಮದ್ವೆ ಮಾಡ್ಸಿದ ಜೋಯಿಸರು ಎಲ್ಲಿ ಪರಾರಿಯಾದ್ರು?" ಹೇಮಂತ್ ಕೇಳಿದ್ದಕ್ಕೆ ಅವನಿಗೆ ನಗು ಬಂತು "ಮದ್ವೆ ಮಾಡಿಸೋಕೆ ಮಾತ್ರ ಅವ್ರು ಮಧ್ಯಸ್ಥಿಕೆ ವಹಿಸಿದ್ದು, ಡಿವೋರ್ಸ್‌ಗೆ ಅಲ್ಲ" ತಣ್ಣಗೆ ಹೇಳಿದ.

"ವಾಟ್ ಯು ಮೀನ್" ಗಾಬರಿಯಾದ ಹೇಮಂತ್.

"ವೆರಿ ಸಿಂಪಲ್! ನಮ್ದು ಆರೇಂಜ್ಡ್ ಮ್ಯಾರೇಜ್. ಈ ವಿವಾಹದ ಮೇಲ್ವಿಚಾರಣೆ ಹಿರಿಯರದು. ಈಗ ತೀರ್ಮಾನವು ಅವರದೇ ಆಗ್ಬೇಕು. ಬಿಬಿಎಂ ಮಾಡಿದ ತಮ್ಮ ಹುಡ್ಗೀಗೆ ಇಂಜಿನಿಯರ್ ಅಥವಾ ಬೇರೆ ದೊಡ್ಡ ಓದು, ಹುದ್ದೆಯಲ್ಲಿರುವ ಹುಡ್ಗನ ಕನಸು. ಆ ಕನಸು ವರ್ಣಳಲ್ಲಿ ಕೂಡ ಮೊಳಕೆಯೊಡೆದಿರುತ್ತೆ. ನಾನು ಬರೀ ಪಿಯುಸಿ. ಇಬ್ಬರಿಗೂ ಇಷ್ಟವಾಗಿರೋಲ್ಲ. ಇನ್ನ ತೀರಾ ಅಮಾಯಕನಾದ ನನ್ನ ತಂದೇನ ಏಕಾಏಕಿ ನನ್ನ ಕಣ್ಮುಂದೆ ಹೊಡೆದಿದ್ದಾರೆ. ಅದನ್ನ ನಾನು ಹೇಗೆ ಮರೀಲೀ? ಅಮ್ಮ, ಅಪ್ಪ ಅದನ್ನ ಕ್ಷಮಿಸಿಯಾರ? ಇಷ್ಟರ ನಡ್ವೇ ಹೊಂದಿಕೆ ಸಾಧ್ಯವೇ? ಮುಂದೆ....." ಶರತ್ ಸುಮ್ಮನಾದ. ಸದ್ಯಕ್ಕೆ ಅದನ್ನು ಬಿಟ್ಟು ಬೇರೆ ಯೋಚಿಸುವುದು ಸಾಧ್ಯವಿರಲಿಲ್ಲ.

"ಹೋಗ್ಲಿ ಬಿಡು! ಒನ್ ಲವ್, ಒನ್ ಮ್ಯಾರೇಜ್, ಒನ್ ಲೈಫ್ ಅನ್ನೋದೊಂದು ಕಾಲವಿತ್ತು. ಈ ಟೆಕ್ನಾಲಜಿ ಯುಗದಲ್ಲಿ ಎಲ್ಲಾ ಬದಲಾವಣೆಯಾಗಿದೆ. ಏಳೇಳು ಜನ್ಮಗಳ ಸಂಬಂಧ ಅನ್ನೋ ಕಾನ್ಸೆಪ್ಟ್ ಬದಲಾಗಿದೆ. ಮದ್ವೆ ಬಿಡಿಸಿಕೊಳ್ಳಲಾಗದ ಕಗ್ಗಂಟೇನು ಅಲ್ಲ. ಮೊಬೈಲ್, ಫೇಸ್‌ಬುಕ್, ಟ್ವೆಟರ್ ಹೀಗೆ ಸದಾಕಾಲ ತಮ್ಮದೆ ಆದ ಪ್ರಪಂಚವನ್ನ ತಮ್ಮ ಸುತ್ತ ಇಟ್ಟುಕೊಳ್ಳುವ ಯುವ ಜನತೆ ಸಂಬಂಧಗಳನ್ನು ಅಷ್ಟೊಂದು ಸೀರಿಯಸ್ಸಾಗಿ ತಗೊಳ್ಳೋಲ್ಲ. ಬೇಕೂಂದರೇ ನಿನಗೆ ಬೇಕಾದ ಸಂಗಾತಿಯನ್ನು ನೀನೇ ಹುಡುಕ್ಕೋ. ಇಲ್ಲ ಈ ವಿಚಾರದಲ್ಲಿ ನಾನೂ ಹೆಲ್ಪ್ ಮಾಡ್ತೀನಿ. ಹಿಂದಿನ ಸೂತ್ರ ಈಗ ಕೆಲ್ಸಕ್ಕೆ ಬರೋಲ್ಲ. ಬದುಕು ಈಗ ಕೋಟೆಯೊಳಗಿನ ಜೀವನವಲ್ಲ. ಸಂಬಂಧಗಳು ದಾಟಲಾರದ ಕಂದಕಗಳು ಅಲ್ಲ. ಆಯ್ಕೆ ತಪ್ಪಾದಾಗ ಇಡೀ ಜೀವನ ಬಲಿ ಕೊಡ್ಬೇಕಾದ ಅಗತ್ಯವು ಇಲ್ಲ. ಡಿವೋರ್ಸ್ ಅನ್ನೋದು ಎಷ್ಟು ಕಾಮನ್ನೋ, ಅಷ್ಟೇ ಸುಲಭ ಸೆಕೆಂಡ್ ಮ್ಯಾರೇಜ್ ಕೂಡ. ನಡೆದು ಹೋಗಿದ್ದಕ್ಕೆ ಬೇಜಾರು ಮಾಡ್ಕೋಬೇಡ. ಅಪ್ಪನಿಗೆ ಬಂದು ಬಡಿದರಲ್ಲ, ಅದನ್ನ ಮಾತ್ರ ಸಹಿಸೋಕೆ ಸಾಧ್ಯವಿಲ್ಲ. ಎಷ್ಟೋ ಧೈರ್ಯ ಅವ್ರಿಗೆ?" ಗುಟುರು ಹಾಕಿದ. ಆ ಕುದಿತ

ಶರತ್‌ನಲ್ಲಿಯು ಇತ್ತು ಪರಿಸ್ಥಿತಿ ಬಿಗಡಾಯಿಸುವುದು ಬೇಕಿರಲಿಲ್ಲ.

"ಬಿಡು ಆ ವಿಚಾರ. ಒಂದಿಷ್ಟು ಹೊಡೆದಾಟ ನಡೆದು ಇಡೀ ಪ್ರಕರಣ ಬೀದಿಗೆ ಬಂದಿದ್ದರೆ, ಅದರ ಪೂರ್ತಿ ಬಣ್ಣವೆ ಬದಲಾಗುತಿತ್ತು. ಸಮಾಜ ಹೆಣ್ಣಿನ ಕಡೆ ನಿಲ್ಲುತ್ತಿತ್ತು. ಎಲ್ಲರ ಸಮಯನು ಹಾಳು. ನಂಗೆ ಅದೆಲ್ಲ ಬೇಕಿಲ್ಲ. ಅಪ್ಪ, ಅಮ್ಮ ಇನ್ನಷ್ಟು ನೋವು ಅನುಭವಿಸಬೇಕಿತ್ತು" ಎಂದು ನುಡಿದ ಶರತ್.

ಸಾಕಷ್ಟು ಮಾತಾಡಿಯೆ ಎದ್ದಿದ್ದು. ಬಿಲ್ ಹೇಮಂತ್ ಕೊಟ್ಟ, ಅದು ಅವನ ಅಧಿಕಾರ ಮತ್ತು ಕರ್ತವ್ಯ. ತಾನು ಶರತ್ ಅಣ್ಣ ಎನ್ನುವ ಪ್ರಜ್ಞೆ.

"ಪ್ಲೀಸ್, ಶರತ್ ಈ ವಿಚಾರದಲ್ಲಿ ನನ್ನ ದೂರ ಇಡ್ಬೇಡ. ಒಂಟಿ ಅನ್ನುವ ಭಾವ ನಿನ್ನಲ್ಲಿ ಬರಕೂಡದು" ಎಂದ ತಮ್ಮನ ಕೈ ಹಿಡಿದು 'ಸರಿ...' ಎನ್ನುವಂತೆ ತಲೆದೂಗಿದವನು "ಅದೇನು ಇವತ್ತು ಆಟೋದಲ್ಲಿ ಬಂದಿದ್ದು?" ಕೇಳಿದ. "ಏನೋ ಪ್ರಾಬ್ಲಮ್, ಮೆಕ್ಯಾನಿಕ್ ಬಂದು ತಗೊಂಡು ಹೋಗಿದ್ದಾನೆ" ಎಂದ ನೀರಸದಿಂದ. ಅವನಲ್ಲಿ ಕೂಡ ಒಂದು ರೀತಿಯ ಗೊಂದಲ.

ಅವನನ್ನು ಮನೆಗೆ ತಲುಪಿಸಿ ಒಳಗೆ ಹೋಗದೇನೇ, ಹಿಂದಿರುಗಿದ ಶರತ್. ಹಲವಾರು ಸಲ ಲೀನಾನ ಭೇಟಿಯಾಗಿದ್ದರೂ ಅಂಥ ಸಲಿಗೆಯೇನು ಬೆಳೆದಿರಲಿಲ್ಲ. ಅದಕ್ಕೆ ಶರತ್ ಸ್ವಭಾವ ಕಾರಣವಿರಬಹುದು. ಬಹುಶಃ ಲೀನಾಗೂ ಅವನು ಕಮ್ಮಿ ಕಲಿತವ ಎನ್ನುವ ಧೋರಣೆ ಇರಬಹುದು.

* * *

ರಾಜೇಶ್ ಪೂರ್ತಿಯಾಗಿ ನೆಮ್ಮದಿಯನ್ನು ಕಳೆದುಕೊಂಡಿದ್ದರು ದಿನಕ್ಕೆ. ಒಂದೆರಡು ಸಲವಾದರೂ ಕಾರಣವಿಲ್ಲದೆ ರೇಗಾಡುತ್ತಿದ್ದುದ್ದು ಎಲ್ಲರ ಗಮನಕ್ಕೂ ಬಂದಿದ್ದರು ಎಲ್ಲರೂ ನಿಸ್ಸಹಾಯಕರು. ಸಕ್ಕೂಬಾಯಿಯಂತು ಅವರ ಮುಂದೆ ಹೋಗಿ ನಿಲ್ಲಲೇ ಭಯಪಡುತ್ತಿದ್ದುದ್ದು ಎಲ್ಲರಿಗೂ ಅರಿವಾಗಿತ್ತು. ಮೊದಲಿನಿಂದ ಹೆಂಡತಿಯನ್ನ ಆ ಪುಣ್ಯಾತ್ಮ ಹಾಗೆಯೇ ಇಟ್ಟಿದ್ದ.

ತರಕಾರಿಗೆ ಹೋಗಿದ್ದ ಶಾಂಭವಿ ಹಿಂದಿರುಗಿದವರೇ ಅಲ್ಲಿ ಬಂದು ಕೂತರು. ನಿಸ್ತೇಜರಾಗಿ ಕೂತಿದ್ದ ಸಕ್ಕೂಬಾಯಿ ಏಳಲು ಹೊರಟಾಗ ತಡೆದರು "ಕೂತ್ಕೋ, ಅತ್ತಿಗೆ! ನಮ್ಮನೆ ಕೆಲ್ಸ ಮಾಡ್ತಾ ಇದ್ದ ಮಾದೇವಿ ಸಿಕ್ಕಿದ್ಲು. ಇಲ್ಲೇ, ಎಲ್ಲೋ ಸ್ಕೂಲಿನಲ್ಲಿ ಆಯಾ ಕೆಲ್ಸ ಸಿಕ್ಕಿದೆಯಂತೆ ಹೇಳಿದರೇ, ಬಂದು ಮಧ್ಯದಲ್ಲಿ ನಿಮ್ಮನೆ ಕೆಲ್ಸ ಮಾಡಿ ಕೊಡ್ತೀನಿ ಅಂದ್ಲು. ಒಳ್ಳೆ ಹೆಂಗಸು! ಈಗ ಬರೋ ಮಿಟುಕಲಾಡಿಯನ್ನ ನಿಲ್ಸೀ ಅವಳನ್ನೇ ಬಾ... ಅಂದರೆ.... ಹೇಗೆ?"

"ಖಂಡಿತ ಬಾ ಅನ್ನಬೇಕು. ಈಗ ಬರೋ ಮೇಡಮ್ ಹತ್ರ ಏಗೋಕ್ಕಾಗೋಲ್ಲ. ದಿನಕ್ಕೊಂದು ಅವತಾರ. ಅವಳ ಡ್ರೆಸ್ ಕೊಳೆಯಾಗ್ದಂಗೆ ಕೆಲ್ಸ ಆಗ್ಬೇಕು. ಅದೇನು ನಾಜೂಕ್! ನಂಗೂ ಸಾಕಾಗಿದೆ. ಮಾದೇವಿ ಮನೆಯವರ ತರಹ ಇದ್ಲು" ಹಿಂದಿನ ಕೆಲಸದವಳನ್ನೆ ನೆನೆಸಿಕೊಂಡರು.

“ನಾಳೆ ಸಂಜೆ ಬರ್ತಾಳಂತೆ. ಹಿಂದೆ ಇದ್ದ ಮನೆ ಚಿಕ್ಕದಾಗಿತ್ತು. ಈ ಮನೆ ಕೆಲ್ಸಕ್ಕೆ ಈಗ ಮೂವರು ಇದ್ದಾರೆ. ಅವರ್ನೆಲ್ಲ ಬಿಡ್ಸಿ ಇವಳೊಬ್ಬಳನ್ನ ಇರಿಸ್ಕೋಬೇಕು. ಅನನ್ಯ ರೂಮಿನಲ್ಲಿ ಎಸೆದಾಡೋದನ್ನ ತೆಗೆದಿಡೋಕೆ ಒಬ್ಬಳನ್ನ ಅಪಾಯಿಂಟ್ ಮಾಡ್ಕೊಂಡಿದ್ದಾಳೆ. ಅವಳನ್ನ ಹಾಗೇ ಬಿಡ್ಬೇಕು” ಎಂದರು ಶಾಂಭವಿ. ಸಕ್ಕೂಬಾಯಿ ನಕ್ಕು ಬಿಟ್ಟರು.

“ಏನು ಹುಡ್ಗೀನೋ? ಆಫೀಸ್‌ನಿಂದ ಬಂದರೆ ರೂಮು ಸೇರುತ್ತಾಳೆ. ಮಾತಿಲ್ಲ, ಕತೆ ಇಲ್ಲ. ಕಂಪ್ಯೂಟರ್ ಮುಂದೆ ಕೂಡ್ತಾಳೆ ಇಮೇಲ್, ಫೇಸ್‌ಬುಕ್.... ಇನ್ನೇನೋ ಆ ಹೆಸರು ಸರ್‍ಯಾಗಿ ಗೊತ್ತಿಲ್ಲ ಬಿಡು. ನಂಗಂತೂ ಅವ್ಳು ಕೆಲಸಕ್ಕೆ ಹೋಗೋದು ಗೊತ್ತಾಗೋಲ್ಲ, ಮನೆಯಲ್ಲಿ ಇರೋದು ಗೊತ್ತಾಗೋಲ್ಲ. ಬರೀ ಜಂಕ್‌ಫುಡ್ ಅಭ್ಯಾಸ ಮಾಡ್ಕೊಂಡಿದ್ದಾಳೆ. ಹೇಗೆ ಅವ್ಳಿಗೆ ತಿಳಿಸಿ ಹೇಳೋದು? ನಮ್ಮ ವಿಷ್ಯ ಬಿಡ್ಲೀ, ವರ್ಣ ಜೊತೆ ಕೂಡ ಮಾತಿಲ್ಲ. ಇದನ್ನೆಲ್ಲ ಅರುಣನಿಗೆ ಹೇಳಿದರೆ ನಕ್ಕು ಬಿಡ್ತಾನೆ. ಏನೋಪ್ಪ....” ಖಂಡಿತ ಇದೊಂದು ಸಮಸ್ಯೆಯೆನಿಸದಿದ್ದರೂ, ಸಂಬಂಧಗಳ ಬೆಸುಗೆ ಸಾಧ್ಯವಿಲ್ಲವೆನಿಸಿತು.

ಇವರುಗಳ ಮಾತು ಸಾಗಿಯೆ ಇತ್ತು. ಬಂದ ಕಿರಣ ಅವರಿಬ್ಬರ ಮಧ್ಯೆ ಕೂತ. ‘ಮೇರಾ ರಂಗ್ ದೆ ಬಸಂತಿ ಚೋಲಾ....’ ಎಂದು ಗುನುಗುತ್ತಿದ್ದವನು ಒಂದು ವಿಷಯ ಹೇಳಲೆಂದು ಇದ್ದ.

“ವರ್ಣ ಗಂಡನ್ನ ನೋಡ್ದೇ. ಅದೇ ಪರ್ಸನಾಲಿಟಿ. ಅದ್ನ ನೋಡೆ ನಾವು ಬೇಸ್ತು ಬಿದ್ದದ್ದು. ಏನು ಹೈಟು, ಎಂಥ ದೃಢವಾದ ಮೈಕಟ್ಟು. ಅಂದು ನಮ್ಮ ಮೂರು ಜನರನ್ನು ಮನಸ್ಸು ಮಾಡಿದ್ದರೇ ಬಡಿದು ಹಾಕಿ ಬಿಡಬಹುದಾಗಿತ್ತು. ಯಾಕೆ ಹೊಡೆಯಲಿಲ್ಲ ಅನ್ನೋದೇ ನನ್ನ ಪ್ರಶ್ನೆ” ಅದೇ ವಿಷಯದ ಪ್ರಸ್ತಾಪ. ಈಗ ಮಾತು ಅಂದರೆ ಅದೇ ವಿಚಾರ. ಈಗ ಎಲ್ಲರ ಮಧ್ಯೆ ಇದ್ದಿದ್ದು ಮುಂದೇನು ಅನ್ನೋ ಪ್ರಶ್ನೆ. ರಾಜೇಶ್, ಅರುಣ ಅಂತು ಉತ್ತರವನ್ನ ರೆಡಿ ಮಾಡಿ ಇಟ್ಟುಕೊಂಡಿದ್ದರು.

“ನಮ್ಗೂ ಏನು ತೋಚೋಲ್ಲ. ಅವನು ಕೂಡ ಬಡಿದಿದ್ದರೇ ಮತ್ತಷ್ಟು ಪರಿಸ್ಥಿತಿ ಬಿಗಡಾಯಿಸಿ ಪೊಲೀಸ್ ಸ್ಟೇಷನ್‌ಗಿಂತ ಮೊದಲು ಯಾವುದಾದ್ರೂ ಚಾನಲ್‌ನವರೂ ಚಿತ್ರೀಕರಿಸಿ ಎಲ್ಲರಿಗೂ ವಿಷಯ ಮುಟ್ಟಿಸಿರೋರು. ಬೇಗ ಪರಿಹಾರ ಸಿಕ್ತಾ ಇತ್ತೇನೋ, ಆದರೆ ನಾವು ಬೀದಿಗೆ ಬೀಳ್ತಾ ಇದ್ವಿ. ಅಣ್ಣ ಅಂತು ನೇಣು ಹಾಕ್ಕೊಂಡ್ ಬಿಡೋನು ಅಲ್ಲ, ಎಲ್ಲರಿಗೂ ನೇಣು ಹಾಕೋನು” ಎಂದರು ಶಾಂಭವಿ. ನೇರವಾಗಿ ಅನ್ನದಿದ್ದರೂ ಇಷ್ಟಕ್ಕೆಲ್ಲ ಅಣ್ಣನೆ ಕಾರಣ ಅನ್ನೋದು ಶಾಂಭವಿಯ ಇರಾದೆ.

“ಕಳೆದು ಹೋದದ್ದರ ಬಗ್ಗೆ ಬೇಡ. ಈಗ ಮುಂದಿನದೇನು? ಅವರು ತಣ್ಣಗೆ ಕೂತಿದ್ದಾರೆ. ಹಿಮವಂತನ ಆಫೀಸ್‌ನಲ್ಲಿ ಕೆಲ್ಸಕ್ಕೆ ಹೋಗ್ತಾ ಇದ್ದಾಳೆ ವರ್ಣ. ಅಕಸ್ಮಾತ್ ಇದ್ವರ್ಗೂ ಅವ್ಳಿಗೆ ಮದ್ವೆ ಅನ್ನೋದು ಆಗದಿದ್ದರೇ ತೆಪ್ಪಗೆ ಇರಬಹುದಿತ್ತು. ಈಗ ಅದು ಸಾಧ್ಯನಾ? ಮೊದ್ಲು ಹೋಗಿ ಯಾರಾದ್ರೂ ಡಿವೋರ್ಸ್ ಕೇಸ್‌ಗಳನ್ನ ಹೆಚ್ಚಿಗೆ ತಗೊಳ್ಳೋ ಲಾಯರ್ ಹತ್ರ ಹೋಗಿ ಡಿವೋರ್ಸ್‌ನ ಪ್ರಯತ್ನ ಮಾಡ್ಬೇಕು” ಕಿರಣ ಉಸುರಿದ. ಸದ್ಯಕ್ಕೆ ಅಂಥದ್ದೇ ಸ್ಥಿತಿ.

"ಇವತ್ತು ಸಂಜೆ ಅಪ್ಪ, ಮಗ ಲಾಯರ್ ಹತ್ರ ಹೋಗ್ತಾರಂತೆ ಆದ್ರೂ..... ವಿವಾಹ ಸಂಬಂಧ ಇಂಥ ಸಣ್ಣ, ಪುಟ್ಟ ವಿಷ್ಯಗಳಿಗೆ ತುಂಡರಿಸೋದು ಒಳ್ಳೆಯದೆನಿಸೋಲ್ಲ" ಮತ್ತೆ ಅದೇ ರಾಗ ಸಕ್ಕೂಬಾಯಿಯದು. ಆಕೆಯದು ಬದಲಾವಣೆಗೆ ಬಗ್ಗದ ಮನಸ್ಥಿತಿ.

ಕಿರಣ ಮುಖ ಹಿಡಿದ. "ಅದೆಲ್ಲ ಆಗೋಲ್ಲ ಬಿಡಿ. ಅಪ್ಪ ಹೋಗಿ ಬೀಗರ ಕಾಲು ಹಿಡಿದರೆ ಕ್ಷಮಿಸಿ ಸೊಸೆಯನ್ನ ಕರೆದೊಯ್ದರೇನೋ? ಅದು ಸಾಧ್ಯನಾ? ಖಂಡಿತ ಆಗೋಲ್ಲ. ಇಷ್ಟಕ್ಕೆ ಕಾರಣಳಾದ ಸೊಸೆ ಎದುರು ಓಡಾಡುತ್ತಿದ್ದರೇ, ಅವರು ಹೇಗೆ ಸೈರಿಸಿಯಾರು? ಆ ಸಂಬಂಧ ಮುಗ್ದಂಗೆ. ಈಗ ಬೇಕಾಗಿರೋದು ಕಾನೂನಿನ ಪ್ರಕಾರ ಬಿಡುಗಡೆ" ಎಂದ ದೊಡ್ಡದಾಗಿ ಉಸಿರು ಎಳೆದುಕೊಳ್ಳುತ್ತ. ಹೆಚ್ಚು ಕಡಿಮೆ ಮನೆಯವರೆಲ್ಲ ಇಂಥದ್ದೆ ಒಂದು ನಿರ್ಧಾರಕ್ಕೆ ಬಂದಿದ್ದರು.

ಆಮೇಲೆ ಹತ್ತು ನಿಮಿಷಕ್ಕೆ ಅನನ್ಯ ಹಿಂದಿರುಗಿದಳು. ಟಿ.ವಿ. ನೋಡುತ್ತಿದ್ದ ಅವಳ ಅಸಿಸ್ಟೆಂಟ್ ಲಗು ಬಗನೆ ಎದ್ದಳು. ಸಂಜೆ ಬರುತ್ತಿದ್ದ ಮೇಡಮ್ ಇಷ್ಟು ಬೇಗ ಆಗಮಿಸಿದ್ದು ಯಾಕೆ?

"ಕಾಫೀ...." ಕೇಳಿದಳು.

"ಬೇಡ.... ಸುಮ್ನೇ ಕಾಲೊತ್ತು" ಎಂದು ಮಂಚದ ಮೇಲೆ ಉರುಳಿಕೊಂಡವಳು ಮೊಬೈಲ್ ಹಿಡಿದು ಒಂದೇ ಸಮ ಟೈಪ್ ಮಾಡತೊಡಗಿದ್ದು ಅಭ್ಯಾಸ. ಮನಸ್ಸಿನ ಭಾವನೆಗಳನ್ನು ಹೇಳಿಕೊಳ್ಳುವುದು ಇದರ ಮೂಲಕವೇ. ಅರುಣ ಮತ್ತು ಅವಳ ಸಂಭಾಷಣೆ ಇದರಲ್ಲೆ ನಡೆಯುತ್ತಿತ್ತು. ಇದು ಸೇಫ್ ಎನಿಸಿದ್ದುಂಟು. ಈಚೆಗಂತು ಅವನಿಗೆ ಬೋರಾಗಿತ್ತು. ಬಾಯಿಬಿಟ್ಟು ಹೇಳಿದರೂ ಆ ಅಭ್ಯಾಸದಿಂದ ಕಳಚಿಕೊಂಡಿರಲಿಲ್ಲ. ಅವಳು ಪೂರ್ತಿ ಮೊಬೈಲ್‌ಗೆ ಅಂಟಿಕೊಂಡಿದ್ದಳು.

ಮಡದಿಗೆ ಹುಷಾರಿಲ್ಲವೆಂಬ ಮೆಸೇಜ್ ಸಿಕ್ಕರೂ ಅರುಣನಿಗೆ ಮಧ್ಯದಲ್ಲಿ ಬರಲು ಸಾಧ್ಯವಾಗಲಿಲ್ಲ. ಅದರ ಬದಲು ಶಾಂಭವಿಗೆ ಫೋನ್ ಮಾಡಿ ವಿಷಯ ತಿಳಿಸಿದ.

"ಹುಷಾರಿಲ್ಲಾಂತ ಮೆಸೇಜ್ ಕಳಿಸಿದ್ದಾಳೆ. ಅದು ಒಂದು ಸಾಲಿನಲ್ಲಿ ಅಲ್ಲ, ಪೂರ್ತಿ ವಿವರ ಕಳಿಸಿದ್ದಾಳೆ. ಸ್ವಲ್ಪ....ನೋಡಿ"

ಶಾಂಭವಿ ಸ್ವಲ್ಪ ಗಾಬರಿಯಿಂದಲೇ ಅರುಣನ ರೂಮಿಗೆ ಹೋದರು. ಸದಾ ಬೋಲ್ಟ್ ಹಾಕಿಕೊಂಡಿರುವುದು ಅವಳ ಅಭ್ಯಾಸ. ಮನೆಯವರಿಗೆ ಇದರಿಂದ ಮುಜುಗರವೆ. ಪತಿ-ಪತ್ನಿಯರು ಏಕಾಂತದಲ್ಲಿ ಇದ್ದಾಗ, ಸರಿ. ಎಲ್ಲಾ ಸಮಯದಲ್ಲು ಬೋಲ್ಟ್ ಹಾಕಿಕೊಂಡಿರುತ್ತಿದ್ದುದ್ದು ವಂಶ ಪರಂಪರೆಯೆನ್ನುವಂತೆ ನಡೆಸಿಕೊಂಡು ಬರುತ್ತಿದ್ದುದ್ದು ಬೇಸರ ಸಂಗತಿ. ಹೇಳಿ ಸಾಕಾಗಿದ್ದರು.

ನಿರಂತರವಾಗಿ ಬಾಗಿಲು ಸದ್ದು ಮಾಡಿದರೂ ಅವಳೇನು ತೆರೆಯಲಿಲ್ಲ. ಹೆಚ್ಚುಕಮ್ಮಿ ಎಲ್ಲರಿಗೂ ಗಾಬರಿಯೇ. ಆ ವೇಳೆಗೆ ಇನ್‌ಫಾರ್ಮೇಷನ್ ಕೊಟ್ಟಿದ್ದರಿಂದ ಡಾಕ್ಟರ್ ಜೊತೆ ಅವಳ ಸರ್ವೆಂಟ್ ಕೂಡ ಬಂದಿದ್ದರಿಂದ ಶಾಂಭವಿ, ಸಕ್ಕೂಬಾಯಿ ಹಿಂದಕ್ಕೆ ಸರಿದರು. ಮೋನಿ ಲಾಕ್ ಓಪನ್ ಮಾಡಿಕೊಂಡೇ ಡಾಕ್ಟರ್ ಸಮೇತ ಒಳಗೆ ಹೋಗಿದ್ದು.

"ಇಲ್ಲಿ ನಮ್ಗೇನು ಕೆಲ್ಸವಿಲ್ಲ ಅತ್ತಿಗೆ" ಎಂದ ಶಾಂಭವಿ ಕೆಳಗಿಳಿದು ಬಂದು ಅರುಣನಿಗೆ ಫೋನ್ ಮಾಡಿ ವಿಚಾರ ತಿಳಿಸಿ "ಈಗೇನು ಮಾಡೋದು?" ಕೇಳಿದರು. "ಏನು ಮಾಡ್ಬೇಡಿ. ನೆಗ್ಲೆಕ್ಟ್ ಮಾಡಿ ನಿಮ್ಮ ಪಾಡಿಗೆ ನೀವು ಇದ್ದು ಬಿಡಿ. ಅವಳ ಸುತ್ತಲು ಒಂದು ಕೋಟೆ ಕಟ್ಟಿಕೊಂಡಿದ್ದಾಳೆ. ನಾನು ಕೂಡ ಇಣಕಿ ನೋಡೋದೇ. ಕಾದು ನೋಡೋಣ. ದಿನಪೂರ್ತಿ ಮೇಲೆ ಸರಿ ಹೋಗ್ಬಹುದು ಏನೋ ಎಲ್ಲರೂ ಒಟ್ಟಿಗೆ ಒಂದು ಸೂರಿನಡೆ ಇದ್ದರೇ ಸಾಕು. ಪ್ಲೀಸ್, ಅತ್ತೆ ನೀವು ಅರ್ಥ ಮಾಡಿಕೊಳ್ಳಬಲ್ಲಿರಿ. ಹೊರ್ಗಿನ ಜಗತ್ತು ನೋಡಿದ್ದೀರಿ. ಬದಲಾವಣೆಗಳು ಯಾವ ಮಟ್ಟದಲ್ಲಿ ಆಗಿದೆ. ಸಮಾಜಕ್ಕೆ ಎಷ್ಟು ಅನ್ಕೂಲ, ಎಷ್ಟು ಅನಾನ್ಕೂಲವೆಂದು ನಿಮ್ಗೇ ಗೊತ್ತು. ಅಮ್ಮನಿಗೆ ನಿಮ್ಮಷ್ಟು ತಿಳಿವಳಿಕೆ ಇಲ್ಲ. ನೀವೇನು ಅನನ್ಯ ವಿಚಾರದಲ್ಲಿ ತಲೆ ಕೆಡಿಸ್ಕೋಬೇಡಿ" ಎಂದು ಫೋನಿಟ್ಟ ಆಕೆಗೆ ಅಷ್ಟಿಷ್ಟು ಅರ್ಥವಾಯಿತಷ್ಟೆ. ಆದರೆ ತೀರಾ ವಿಪರೀತವೆನಿಸಿತು.

"ಏನಂತೆ? ಇದಂತು ತೀರಾ ವಿಚಿತ್ರವಾಯ್ತು" ಅಂದ ಸಕ್ಕೂಬಾಯಿಯತ್ತ ಕಿರುನಗೆ ಬೀರಿ "ಅರ್ಥವಾಗ್ದೇ ಇರೋಕೇನು? ಅನನ್ಯಗೆ ಇನ್ನು ಸಂಕೋಚ. ಡಾಕ್ಟರ್‌ನ ಕರ್ನ್ಲೀಕೊಂಡಿದ್ದಾಳೆ" ಎಂದರು ಶಾಂಭವಿ. ಆ ಬಗ್ಗೆ ಅವರು ಖಂಡಿತ ತಲೆ ಕೆಡಿಸಿಕೊಳ್ಳೋಲ್ಲ. ಆದರೆ ವರ್ಣ ಭವಿಷ್ಯದ ಬಗ್ಗೆ ಅವರ ಚಿಂತೆ "ಬನ್ನಿ...." ಎಂದು ಸಕ್ಕೂಬಾಯಿನ ಹೊರಡಿಸಿಕೊಂಡು ಕೆಳಗೆ ಬಂದರು. ಮನೆ ವಿಶಾಲವಾಯಿತು. ಮನಸ್ಸುಗಳು ಚಿಕ್ಕದಾಯಿತು. ಸಂಬಂಧಗಳು ಅರ್ಥ ಕಳೆದುಕೊಂಡಿತು ಎಂದುಕೊಂಡರು.

ಅರುಣ ಅಂತು ಮಾಮೂಲಿ ಸಮಯಕ್ಕೆನೇ ಬಂದಿದ್ದು . ಬಂದ ಡಾಕ್ಟರ್ ಹಿಂದಿರುಗಿದ್ದರು. ಮೋನಿ ಬಂದು ಹಾರ್ಲಿಕ್ಸ್ ಬೆರೆಸಿಕೊಂಡು ಹೋದಳು.

ನೇರವಾಗಿ ಅಮ್ಮನ ಬಳಿಗೆ ಬಂದ ಅರುಣ "ಯಾಕೆ, ಒಂದು ತರಹ ಇದ್ದೀಯ? ಹೆಣ್ಣು ಈಗ ಸಾಕಷ್ಟು ಬದಲಾಗಿದ್ದಾಳೆ. ಒಂಟಿಯಾಗಿಯೆ ಪ್ರತಿಯೊಂದನ್ನು ಫೇಸ್ ಮಾಡ್ತಾಳೆ. ಅವಳಿಗೆ ಸ್ವತಂತ್ರ ಬೇಕು. ಕೆಲವು ವ್ಯಕ್ತಿಗತ ನಿರ್ಣಯಗಳ್ನ ಅವಳೇ ತಕೋತಾಳೆ. ಅನನ್ಯ ಬಗ್ಗೆ ತಲೆ ಬಿಸಿ ಬೇಡ. ಅಂತು ಬೇರೆಯವರಿಗೆ ಅಪಾಯಕಾರಿಯಲ್ಲ." ಎಂದ ಅರ್ಥಗರ್ಭಿತವಾಗಿ. ಆಕೆಗೆ ಅರ್ಥವಾಯಿತೋ, ಬಿಟ್ಟಿತೋ.... ಯಾಕೋ ಇದೆಲ್ಲ ಸರಿಯೆನಿಸಲಿಲ್ಲ. "ಏನೋಪ್ಪ, ಅಪಾಯವಿಲ್ದೇ ಇರ್ಬಹ್ದು. ಇದೆಲ್ಲ ಸರಿಯಲ್ಲಾಂತ ಅನ್ನಿಸ್ತ ಇದೆ. ಒಂದೇ ಮನೆಯಲ್ಲಿದ್ಕೊಂಡ್.... ಸಂಬಂಧವಿಲ್ಲದಂತೆ ಬದಕೋದೂಂದರೆ ಹೇಗೆ? ಒಂದು ತರಹ ಅನಿಸುತ್ತೆ ಕಣೋ. ಸೊಸೆಯಾಗಿ ಬಂದ ಈ ಹುಡ್ಗೀ ಮನೆ ತುಂಬ ಸಂಭ್ರಮದಿಂದ ಓಡಾಡ್ಲಿಲ್ಲ. ಮದ್ವೆಯಾದ ಹುಡ್ಗೀ ಗಂಡನ ಜೊತೆ ಬಂದು ಸಂಭ್ರಮ, ಸಂತೋಷ ತರ್ಲಿಲ್ಲ. ನಾವೇನಾದ್ರೂ ತಪ್ಪು ಮಾಡಿದ್ವಾ?" ಆಕೆ ಕಣ್ತುಂಬಿ ಕೇಳಿದಾಗ ತುಟಿ ಕಚ್ಚಿದ. ಎರಡು ತಪ್ಪುಗಳಿಗೂ ಅವನೇ ಕಾರಣ! "ಈಗ ಹುಡ್ಗೀರು ಮನೆಯಲ್ಲಿದ್ದರೇ ತಾನೇ, ಮನೆ ತುಂಬ ಓಡಾಡೋದು? ಈಗ ಓಡಾಡೋದು ಹೊರ್ಗಡೆ" ಎಂದು ಭರವಸೆಯ ನೋಟ ಹರಿಸಿ ಮೆಟ್ಟಿಲೇರಿದ. ಆದರೆ ಆಕೆಗಂತು ಸಮಾಧಾನವಿಲ್ಲ. ಹಾಗೆಂದು ಏನು ಮಾಡಿಯಾರು?

ಅನನ್ಯ ಇದ್ದರೇ ಮೋನಿ ರೂಮಿನಲ್ಲೆ ಇರುತ್ತಿದ್ದಳು ಅವಳ ಕೆಲಸಗಳಿಗೆ. ಅರುಣ

ಬಂದಾಗ ಮಾತ್ರ ಒಳಗೆ ಪ್ರವೇಶವಿರಲಿಲ್ಲ ಅಷ್ಟೆ. ಅಂತು ಅವಳು ನಿಷ್ಠಾವಂತ ಸರ್ವೆಂಟ್. ಊಟ, ತಿಂಡಿ ಮನೆಯದೆಯಾದರೂ ಸಂಬಳ ಅನನ್ಯ ಕೊಡುತ್ತಿದ್ದರಿಂದ ಅವಳೇ ಯಜಮಾನಿ. ಬೇರೆಯವರು ಏನು ಕೆಲಸ ಹೇಳುತ್ತಿರಲಿಲ್ಲ. ಹೇಳಿದರೂ ಮಾಡುವಂಥ ಸರ್ವೆಂಟ್ ಅಲ್ಲ.

ಆದರೆ ಇಂದು ಸುಮ್ಮನಿರಲಾರದೆ ಮೋನಿನ ಕರೆದು ಪ್ರಶ್ನಿಸಿದರು "ಡಾಕ್ಟ್ರು, ಏನ್ಹೇಳಿದ್ರು?" ಅಳು ತಲೆಯಾಡಿಸಿ "ಬರೀ ಇಂಗ್ಲಿಷ್ ಮಾತು ನಂಗೇನು ಅರ್ಥವಾಗ್ಲಿಲ್ಲ" ಎಂದು ಕಿಚನ್ ಅತ್ತ ಹೋದಳು. ಅವಳಿಗೆ ಸಮಯಕ್ಕೆ ಸರಿಯಾಗಿ ಊಟ, ತಿಂಡಿ, ಕಾಫೀ ಕೊಡಬೇಕು. ಒಂದಿಷ್ಟು ವ್ಯತ್ಯಾಸವಾಗೋ ಹಂಗಿಲ್ಲ. ಬಂದು ಅಡಿಗೆ ಮನೆಯ ಮುಂದೆ ನಿಲ್ಲುತ್ತಿದ್ದಳು "ನೀವ್‌ಗಳು ಹೇಗಾದ್ರೂ ಮಾಡ್ಕೊಳ್ಳಿ. ನನ್ನ ಊಟ, ತಿಂಡಿಯಲ್ಲಿ ಹೆಚ್ಚು ಕಡ್ಮೆ ಆಗೋ ಹಂಗಿಲ್ಲ. ಹಿಂದೆ ಇದ್ದ ಮನೆಯಲ್ಲಿ ನಂಗೇನು ಬೇಕೋ ಅದ್ನ ನಾನೇ ಮಾಡ್ಕೊತಾ ಇದ್ದೆ. ಇಲ್ಲಿ ಅದಕ್ಕೆ ಅವಕಾಶವಿಲ್ಲ" ಇಂಥ ಗೊಣಗು ಆಗಾಗ ಇರುತ್ತಿತ್ತು. ಅದನ್ನ ಮನೆಯವರು ಸೈರಿಸಿಕೊಳ್ಳಬೇಕಿತ್ತು.

ಕಾಯಿ ತುರಿಯುತ್ತಿದ್ದ ಶಾಂಭವಿ ತಲೆಯೆತ್ತಿ "ಮೋನಿ, ಏನು ಬೇಕು? ಅದೇನು ಡಾಕ್ಟ್ರು ಬಂದಿದ್ದು?" ಕೇಳಿಯೇ ಬಿಟ್ಟರು.

"ಅದೆಲ್ಲ ಗೊತ್ತಿಲ್ಲ! ಜೂಸ್ ಅಂಥದೇನಾದ್ರೂ ಬೇಕು" ಎಂದಳು. ಈಳಿಗೆ ಮಣೆಯನ್ನು ಪಕ್ಕಕ್ಕೆ ಸರಿಸಿ "ಯಾವ ಜ್ಯೂಸ್? ಡಾಕ್ಟ್ರು ಹೇಳಿದ್ರ?" ಮೇಲಕ್ಕೆದ್ದರು. ಎಷ್ಟೇ ವಿದ್ಯುತ್ ಉಪಕರಣ ಅಡಿಗೆ ಮನೆಗೆ ಭೂಷಣವಾದರೂ, ಇಲ್ಲಿ ಈಗಲೂ ಬಳಸುತ್ತಿದ್ದುದ್ದು ಹಳೆಯ ಉಪಕರಣಗಳನ್ನೆ. ಆಧುನಿಕ ಮನಸ್ಸಿನ ಅನನ್ಯ ಕಿಚನ್ ಪ್ರವೇಶಿಸಿದರೆ ಬದಲಾವಣೆ ಬಂದೀತು! ಸದ್ಯಕ್ಕಂತು ಸಾಧ್ಯವಿಲ್ಲ. ವಿವಾಹವಾಗಿ ಸೊಸೆಯಾಗಿ ಬಂದ ನಂತರ ಒಂದೇ.... ಒಂದು ಸಲ ಕಿಚನ್‌ನಲ್ಲಿ ಇಣಕಿದ್ದೇ ಇಲ್ಲ. ಅಭ್ಯಾಸವಿಲ್ಲವೋ, ಆಸಕ್ತಿ ಇಲ್ಲವೋ.... ಇಲ್ಲಾ ಬೇರೆ ಏನಾದರೂ ಕಾರಣವೋ ಅವಳಂತು ಬರೋಲ್ಲ. ಅವಳು ಇಲ್ಲಿಗೆ ಬರದೇ ಇರೋದು ಸೇಫ್ ಇದು ಅರುಣನ ಮಾತು.

ಜ್ಯೂಸ್ ಬಗ್ಗಿಸಿ ಮೋನಿ ಕೈಗೆ ಕೊಟ್ಟಾಗ "ನಂಗೆ, ಈ ಸಿಹಿ ಏನೇನು ಸಾಲೋಲ್ಲ. ಹಿಂದೆ ಕೆಲ್ಸಕ್ಕಿದ್ದ ಮನೆಯಲ್ಲಿ ಅವ್ರು ಬೆಳಿಗ್ಗೆ ಹೋದರೆ ರಾತ್ರಿನೆ ಬರ್ತಾ ಇದ್ದಿದ್ದು. ನಂಗೆ ಬೇಕಾದಾಗ್ಲೆಲ್ಲ ಜ್ಯೂಸ್ ಕುಡಿತಾ ಇದ್ದೆ. ರಾತ್ರಿ ಅವ್ರಿಗೆ ಚಪಾತಿ, ಪಲ್ಯ ಮಾಡಿಟ್ಟರೆ ಮುಗೀತು. ರಾಣಿ ತರಹ ಇದ್ದೆ. ಅವ್ರು ಮುಂಬಯಿಗೆ ಹೋದ್ರು. ಆಮೇಲೆ ಅನನ್ಯ ಮೇಡಮ್ ಕರೆದಿದ್ದು ಹೇಳಿಕೊಂಡಳು. ಇಲ್ಲೇನೋ ತಾನು ತುಂಬ ಕಳೆದುಕೊಂಡಂಗೆ ಮಾತಾಡಿದಾಗ ಶಾಂಭವಿಗೆ ರೇಗಿತು. "ನಮ್ಮ ಮನೆಯಲ್ಲಿ ನಾವುಗಳೇ ಜ್ಯೂಸ್ ಕುಡ್ಯೋಲ್ಲ. ಈಗ ತೊಗೊಂಡ್ಹೋಗ್" ಶಾಂಭವಿ ಜ್ಯೂಸ್ ಗ್ಲಾಸನ್ನ ಅಲ್ಲೆ ಟೇಬಲಿನ ಮೇಲಿಟ್ಟು ಆಚೆ ಹೋದರು. ಈ ಅನನ್ಯಗೆ ಬುದ್ಧಿ ಇಲ್ವಾ? ಹಾಗಂತೆ ಹೇಳೋಕಾಗುತ್ತ? ಅವಳು ತುಂಬ ಬುದ್ಧಿವಂತೇ, ವಿದ್ಯಾವಂತೆ ಯಾದುದರಿಂದಲೇ ಕಾರ್ಪೊರೇಟ್ ಆಫೀಸ್‌ನಲ್ಲಿ ಸೆಕ್ರಟರಿ ಆಗಿ ಕೆಲಸ ಮಾಡುತ್ತ ಇರೋದು. ಹತ್ತಿರ.... ಹತ್ತಿರ.... ಲಕ್ಷದಷ್ಟು ಸಂಬಳ.

ಬಂದ ಶಾಂಭವಿ ಬಾಲ್ಕನಿಯಿಂದ ಇಳಿದು ಕಾಂಪೌಂಡ್‌ನ ಗಾರ್ಡನ್ ನೊಳಕ್ಕೆ

ಕಾಲಿಟ್ಟರು. ಹಚ್ಚ ಹಸುರಿನ ನಡುವೆ ಚೆಂದದ ಹೂಗಳು ಬಣ್ಣ ಬಣ್ಣವಾಗಿ ಅರಳಿ ಸೊಬಗನ್ನು ಹೆಚ್ಚಿಸಿತ್ತು. ಇದೇ ಹೆಚ್ಚು ಸಂತೋಷ ಕೊಡುತ್ತಿದ್ದುದು.

"ಅತ್ತಿಗೆ ಇಂಥ ಒಂದು ಬಂಗ್ಲೆಯಲ್ಲಿ ವಾಸ ಮಾಡ್ತೀವಿ ಅನ್ನೋ ಕನಸ್ಸೇನಾದ್ರೂ.... ಇತ್ತಾ?" ಎಷ್ಟೋ ಸಲ ಅತ್ತಿಗೆಯ ಬಳಿ ಈ ವಿಚಾರ ಪ್ರಸ್ತಾಪಿಸಿದ್ದರು "ಖಂಡಿತ ಇಲ್ಲ ಕಣೇ, ಅಂಥ ಕನಸು ಕೂಡ ಕಾಣೋಕೆ ಸಾಧ್ಯವಿರ್ಲಿಲ್ಲ. ನಾವು ಮೊದ್ಲು ಇದ್ದಿದ್ದು ಎರಡು ರೂಮು ಇದ್ದ ಮನೆಯಲ್ಲಿ. ಅದೇ ಅರಮನೆ ಆಗಿತ್ತು. ಅಲ್ಲಿ ಹಿತ್ತಲು, ಕಾಂಪೌಂಡ್ ಅನ್ನೋದೇನು ಇರ್ಲಿಲ್ಲ. ನಾಲ್ಕು ಗಿಡ ಹಾಕಿಕೊಳ್ಳೋಷ್ಟು ಜಾಗ ಬೇಕನ್ನೋ ಆಸೆ ಇತ್ತು ಅಷ್ಟೆ. ಆದರೆ.... ಇಂಥ ತೋಟ!" ಅಚ್ಚರಿಯನ್ನು ಅರಳಿಸಿದ್ದರೂ ಎಲ್ಲೋ ಒಂದು ಕಡೆ ಅರ್ಥವಾಗದ ಕ್ಲೇಶ ಇದೆಯೆನಿಸಿತ್ತು.

"ಅತ್ತೆ...." ಎಂದು ಕೂಗಿ ಕಿರಣ ಎಚ್ಚರಿಸಿದ. ಇವತ್ತು ಏನೋ ಹೇಳಲು ಉತ್ಸುಕನಾಗಿದ್ದ. "ಒಂದು ನ್ಯೂಸ್, ನಾನು ಬೈಕ್ ತಗೊಂಡೆ. ನನ್ನ ಫ್ರೆಂಡ್ ಅಕೌಂಟ್ಸ್ ನೋಡ್ಕೊಂಡೇ ಒಂದೆರಡು ತಿಂಗ್ಳು. ಅವನು ಟೋಟಲೀ ಒಂದಿಷ್ಟು ಅಮೌಂಟ್ ಕೊಟ್ಟ. ಮೊದ್ಲು ಚೀಪ್ ಅನ್ನಿಸಿದ್ದುಂಟು ಆದರೆ ಓನ್ ಸಂಪಾದನೆಯಲ್ವಾ? ಓಕೇ, ಅಂದೇ.... ಅವನು ಒಂದು ಬೈಕ್ ತಂದು ನಿಲ್ಲಿಸಿದ. ನಂಗೆ ಬೈಕ್ ಡ್ರೈವಿಂಗ್ ಇಷ್ಟಾಂತ ನಿಮ್ಗೂ ಗೊತ್ತಲ್ಲ. ಹಿಂದೆ ಅಪ್ಪ ಕೊಡ್ಸಿದ್ದ ಬೈಕ್ ಆಕ್ಸಿಡೆಂಟಾಗಿ ಹೋಯ್ತು. ಆ ಮೇಲಿನದು ಕಳ್ಳರ ಪಾಲು. ಸಿಗಲೇ ಇಲ್ಲ. ಈಗಿನ ಯಮಹಾ ಆರ್ 15. ಇದರ ಹ್ಯಾಂಡ್ಲಿಂಗ್ ಖುಷಿ ಕೊಡುತ್ತೆ" ಎಂದ ಎದೆಯುಬ್ಬಿಸಿ. ಆಕೆ ಕಣ್ಣಂಚಿನಲ್ಲಿ ನಗೆ ತುಳುಕಿಸಿದರು. ಅವನು ಅರುಣನಿಗಿಂತ ತೀರಾ ಭಿನ್ನ. ಯಾರ ಕಷ್ಟಕ್ಕಾದರೂ ಸೈ.

"ಹೋಗಿ ನಿಮ್ಮಪ್ಪನಿಗೆ ಹೇಳು. ಖುಷಿಪಡೋಕ್ಕಿಂತ ಹೆಚ್ಚಾಗಿ ಬುದ್ಧಿವಾದ ಹೇಳ್ತಾರೆ. ನಿನ್ನ ಸ್ವಭಾವನ ನೀನು ಬದಲಾಯಿಸ್ಕೋ. ಯಾವ ಕೋರ್ಸು ಕಂಪ್ಲೀಟ್ ಮಾಡೋಲ್ಲ. ಸಿಕ್ಕ ಉದ್ಯೋಗನ ಉಳ್ಸಿಕೊಳ್ಳೋಲ್ಲ. ನಿಂದೇ ಅಣ್ಣನಿಗೆ ಚಿಂತೆ" ಗದರಿಕೊಂಡರು. ಅಷ್ಟು ಅಧಿಕಾರ ಶಾಂಭವಿಗೆ ಇತ್ತು. ಅಮ್ಮನಿಗೆ ತೋರಿಸುವಷ್ಟು ಪ್ರೀತಿ, ಗೌರವ ಸೋದರತ್ತೆಗೂ ಕೂಡ. ಆ ವಿಚಾರದಲ್ಲಿ ಯಾವುದೇ ಲೆಕ್ಕಾಚಾರವಿಲ್ಲ.

ಅಂತು ಇದು ಸಂಭ್ರಮದ ವಿಚಾರ. ಅರುಣನಿಂದ ಹಿಡಿದು ಮನೆಯವರೆಲ್ಲ ಸಂಭ್ರಮಿಸುತ್ತ ಬೈಕ್ ಸುತ್ತಲು ನಿಂತರು. ಷೋರೂಂ ಗಾಡಿ ಮಿರಮಿರ ಎನ್ನುತ್ತಿತ್ತು. ಎಲ್ಲಾ ಮುಟ್ಟಿ ಮುಟ್ಟಿ ನೋಡಿದ್ದೇ. ಆದರೆ, ಈ ಟೂ ವಿಲರ್ ಆ ಕುಟುಂಬಕ್ಕೆ ಹೊಸದಲ್ಲ. ಬುಲೆಟ್, ಎಸ್‌ಡಿ ರಾಜೇಶ್ ಓಡಾಡಿಸಿದವರೇ. ಆದರೆ ಅರುಣ ಮೆಜಾರಿಟಿಗೆ ಬಂದ ಕೂಡಲೆ ಹೀರೋ ಹೋಂಡ ತಂದು ನಿಲ್ಲಿಸಿದ. ಈಗಲೂ ಆ ಗಾಡಿ ಅವನ ಬಳಿ ಇತ್ತು. ಕಾರು ಬಂದ ಮೇಲೆ ತಮ್ಮನಿಗೆ ವರ್ಗಾಯಿಸಿದ್ದ. ಅವನಿಗೆ ತಲೆನೋವಾಗಿದ್ದರಿಂದ ನಿಲ್ಲಿಸಿ ಸುಮ್ಮನಾಗಿದ್ದ.

ಅರುಣ ಸವರಿ ಸವರಿ ನೋಡಿ "ಕಾರು ಇದ್ದರೂ, ನಂಗೆ ಈಗ್ಲೂ ಬೈಕ್ ರೈಡಿಂಗೇ ಇಷ್ಟ. ಹಿಂದೆ ಆಗಿದ್ದರೇ ಈ ಬೈಕ್ ಎಷ್ಟು ಮೈಲೇಜ್ ಕೊಡುತ್ತೆ ಅನ್ನೋ ಆಧಾರದ ಮೇಲೆ ಬೈಕ್ ಖರೀದಿಸುತ್ತಿದ್ರು. ಈಗ ಯುವಕರ ಮನಸ್ಥಿತಿ ಬದಲಾಗಿದೆ, ಈಗೇನಿದ್ದರೂ ಬೈಕ್‌ನ

ಟಾಪ್ ಸ್ಪೀಡ್ ಎಷ್ಟೂಂತ ನೋಡ್ತಾರೆ. ಈ ಸೆಗ್‌ಮೆಂಟ್ ಬೈಕ್‌ಗಳ ಪೈಕಿ ಯಮಹಾ 150 ಸಿಸಿ ಮೊದಲ ಸ್ಥಾನದಲ್ಲಿದೆ. ವೈಥ್ರೆಡ್ ಎಫ್ - ಆರ್ 15 ತಂತ್ರಜ್ಞಾನ ಬೇರೆಲ್ಲ ಬೈಕ್‌ಗಳಿಂದ ವಿಭಿನ್ನವಾಗಿದೆ. ಆಧುನಿಕ ತಂತ್ರಜ್ಞಾನಗಳಾದ ಲಿಕ್ವಿಡ್ ಕೂಲಿಂಗ್, ಡೆಲ್ಟಾ ಬಾಕ್ಸ್ ಫ್ರೇಮ್ ಮತ್ತು ಫೋರ್ಜಡ್ ಪಿಸ್ಟನ್ಸ್‌ಗಳನ್ನು ಅಳವಡಿಸಲಾಗಿದೆ. ವೆರಿ ಗುಡ್." ತಮ್ಮನ ಭುಜದ ಮೇಲೆ ಕೈಯಿಟ್ಟ ಮೆಚ್ಚುಗೆಯಿಂದ. ಅಂತು ಇದೊಂದು ಸಂತೋಷದ ಸಂದರ್ಭ.

"ಅಮ್ಮ, ಪೂಜೆ ಮಾಡ್ಬಿಡು. ವರ್ಣ ಒಂದು ರೌಂಡ್ ಹೋಗ್ಬರ್ಲಿ" ಎಂದರು. ವರ್ಣ ಅವಳು ಆಗ ತಾನೇ ಆಫೀಸ್‌ನಿಂದ ಹಿಂದಿರುಗಿದ್ದಳು. ಹಿಮವಂತನ ಸಾಫ್ಟ್‌ವೇರ್ ಕಂಪನಿಯಲ್ಲಿ ಅವಳಿಗೊಂದು ಕೆಲಸ. ಚಿಕ್ಕಂದಿನ ಆಸೆ ಫಲಿಸಿದಂತೆ ಖುಷಿ ಖುಷಿಯಾಗಿ ಇರುತ್ತಿದ್ದಳು. ಸ್ವಂತ ದುಡಿಮೆ! ಅವಳ ಪಾಲಿಗೆ ಅದೊಂದು ಕೋಲ್ಮಿಂಚು.

ಸಕ್ಕೂಬಾಯಿ ಪೂಜಾ ಸಾಮಗ್ರಿಗಳನ್ನು ಹಿಡಿದು ಬಂದು ಪೂಜೆ ಮಾಡಿದರು. ಇದು ಮಗನ ದುಡಿಮೆಯದು ಎಂದುಕೊಳ್ಳುವುದೆ ರೋಮಾಂಚನ. ಮಗನ ಬಗೆಗಿನ ಗಂಡನ ಟೀಕೆ, ವಿಮರ್ಶೆಗೆ ಸೋತು ಹೋಗಿದ್ದರು. ತುಂಬ ಪ್ರಯೋಜಕನಾಗಬೇಕೆಂಬುದೆ ಆಕೆಯ ಆಸೆ.

"ಅಪ್ಪನ್ನ ಕರ್ಕೊಂಡ್ಹೋಗಿ ಒಂದು ರೌಂಡ್ ಹಾಕ್ಕೊಂಡು ಬರ್ಲಾ?" ಬೈಕ್ ಸವಾರಿ ಅಣ್ಣನತ್ತ ನೋಡಿದ "ವರ್ಣನ ಕರ್ಕೊಂಡ್ ಹೋಗು ನಿನ್ನ ಅದೃಷ್ಟ ಖುಲಾಯಿಸುತ್ತೆ. ಈಗ್ಬಂದೇ...." ಅರುಣ ರೂಮಿಗೆ ಹೋದ.

ಅನನ್ಯ ತಲೆಯ ಮೇಲೆ ಕೈಯೊತ್ತು ಕೂತಿದ್ದಳು. ಅವಳೇ ಟೆಸ್ಟ್ ಮಾಡಿಕೊಂಡಿದ್ದರಿಂದ ಅವಳು ಕನ್ಸೀವ್ ಆಗಿರೋದು ದೃಢಪಟ್ಟಿತ್ತು. ಸದ್ಯಕ್ಕೆ ಈಗ ಅವಳಿಗೆ ಅದರ ಅಗತ್ಯವಿರಲಿಲ್ಲ. ಇದು ಸ್ಪಷ್ಟ.

"ವಾಟ್ ಈಸ್ ದಿಸ್? ನಡೆಯಬಾರದೇನು ಆಗಿಲ್ಲ. ಮನೆಯವರಿಗೂ ಬೋರೊಡೆದು ಹೋಗಿದೆ. ವಿಷ್ಯ ಮುಟ್ಟಿಸಿದರೆ ಕುಣಿದು ಕುಪ್ಪಳಿಸಿಬಿಡ್ತಾರೆ. ಮಗು ಬರೋದು ಸಂತೋಷದ ವಿಚಾರನೆ. ತುಂಬ ಎಂಜಾಯ್ ಮಾಡ್ತಾರೆ." ಅಣಕಿಸಿದ. ಇಂಥದ್ದು ಅವಳಿಗೆ ಸೇರದು.

"ಓಕೇ, ಈಗ್ಬೇಡ, ಮುಂದೆ ಅಂಥದ್ದೊಂದು ಕನಸು ಒಂದು ಮಗು!" ಪುಟ್ಟ ಮಗುವೊಂದು ಅವನ ಕಣ್ಮುಂದೆ ಕದಲಿದಂತಾಯಿತು. ಪುಟ್ಟ ಮಗುವೆ ಒಂದು ಅದ್ಭುತ.

"ನೋ ಅರುಣ! ನಂಗೆ ಇದು ಸೇರದ ವಿಚಾರ. ಸದ್ಯಕ್ಕಂತು ಇಂಪಾಜಿಬಲ್. ನನ್ನ ಕೆರಿಯರ್, ಕನಸುಗಳ ಗತಿಯೇನು?" ಎಂದಾಗ ಅವಳ ಸ್ವರದಲ್ಲಿ ವ್ಯಕ್ತವಾದದ್ದು ಸೇರದ ಭಾವ. ಮಡದಿಯ ಮುಂದೆ ಹೆಚ್ಚು ಸಹನೆಯಿಂದ ಇರುವುದನ್ನು ಅಭ್ಯಾಸ ಮಾಡಿಕೊಂಡಿದ್ದ" ಓಕೇ, ಕೆರಿಯರ್ ನಿಂಗೆ ಬಿಟ್ಟದ್ದು. ಕನಸುಗಳೇನು?" ಕೇಳಿದ ಸಹನೆಯಿಂದ.

ಅವಳು ಪೂರ್ತ ಕನ್‌ಫ್ಯೂಸ್ ಆದಳು. ಅದರಲ್ಲಿ ಅಂಥ ಸ್ಪಷ್ಟತೆಯೇನು ಇರಲಿಲ್ಲ. ಎರಡು ಕೈಯಲ್ಲು ತಲೆ ಅದುಮಿ ಹಿಡಿದು "ಪ್ಲೀಸ್, ನಂಗೆ ಸದ್ಯಕ್ಕೆ ಮಗು ಬೇಡ" ಎಂದಳು.

"ಓಕೇ, ಈಗ್ಬೇಡ. ಮುಂದೆ ಅಂಥದೊಂದು ಕನಸು ಕಾಣಬಹುದಲ್ಲ!" ಅವನಲ್ಲಿ ಆಸೆಯ ಹೊಗೆಯಾಡಿತು. ಮುಂದೆ ನಮ್ದೇ ಒಂದು ಮಗು" ಪುಟ್ಟ ಮಗವೊಂದು ಅವನ ಕಣ್ಮುಂದೆ ಕದಲಿದಂತಾಯಿತು. ಪುಟ್ಟ ಮಗುವೆ ಒಂದು ಅದ್ಭುತ.

"ಅಷ್ಟಕ್ಕೆ ಮಗು ಬೇಕೆನಿಸಿದರೇ, ಸರೋಗಸಿ ಫೈಂಡರ್ ವೆಬ್‌ಸೈಟಿನಲ್ಲಿ ಸರ್ಚ್ ಮಾಡಿದರೆ, ಎಷ್ಟೋ ಜನ ಯುವತಿಯರು ತಮ್ಮ ಒಡಲನ್ನು ಬಾಡಿಗೆಗೆ ಕೊಡಲು ಸಿದ್ಧವಿರುವವರು ಸಿಕ್ತಾರೆ. ಅವರಲ್ಲಿ ಒಬ್ಬರನ್ನು ಆಯ್ಕೆ ಮಾಡ್ಕೊಂಡ್ ಮಗುನ ಪಡ್ಕೋಬಹ್ದು. ಔಟ್‌ಸೋರ್ಸಿಂಗ್‌ಗೆ ಹೆಸರಾದ ಬೆಂಗಳೂರಿನಲ್ಲಿ ಮಕ್ಕಳನ್ನು ಹೆತ್ತು ಕೊಡೋ ಬಾಡಿಗೆ ತಾಯಂದಿರು ಸಿಕ್ತಾರೆ" ಅಂದ ಕೂಡಲೆ ಅರುಣ ಸ್ತಬ್ಧನಾದ. ಮಾತೇ ಇಲ್ಲ. ಸಾಕಷ್ಟು ಯೋಚಿಸಿದ ಮೇಲೆ ಕೇಳಿದ. "ಈಗೇನ್ಮಾಡ್ತೀಯಾ?"

"ವೆರಿ ಸಿಂಪಲ್, ತೆಗ್ಸೀ ಬಿಡ್ತೀನಿ" ಸರಾಗವಾಗಿ ನುಡಿದಳು. ಇವನು 'ಯೆಸ್'ಗೇನು ಅವಳು ಕಾಯೋಲ್ಲವೆಂದ ಗೊತ್ತಿದ್ದರಿಂದ ಮೌನವಹಿಸಿದ. ಅದು ಅವನಿಗೆ ಇಷ್ಟವಿಲ್ಲ. ಆದರೆ ಅನನ್ಯ ಕೇಳಬೇಕಲ್ಲ!

ಬಂದ ಅರುಣ ಮೊದಲ ಸಲ ಪಶ್ಚಾತಾಪ ಪಟ್ಟ. ದಾಂಪತ್ಯದಲ್ಲಿ ದೊಡ್ಡದಾಗಿ ಸೊಗಸಿದೆಯೆನಿಸಿತ್ತು. ಅವರಿಬ್ಬರ ಮಿಲನಕ್ಕೂ ದಿನ, ಸಮಯ ಫಿಕ್ಸ್ ಆಗುತ್ತಿತ್ತು. ಆ ವಿಷಯದ ಬಗ್ಗೆ ಕೂಡ ಸರಾಗವಾದ ಚರ್ಚೆ. ಎಲ್ಲೋ ಕೇಳಿದ ಮೈಸೂರು ಅನಂತ ಸ್ವಾಮಿಯವರ ದಾಂಪತ್ಯ ಗೀತೆಗಳ ನೆನಪಾಗುತ್ತಿತ್ತು. ಅಂಥ ರೋಚಕತೆ, ರೋಮಾಂಚನದ ಅನುಭವವಾಗಿತ್ತೆ ತನಗೇ? ಖರೀದಿಯ ವ್ಯವಹಾರ. ಎಂಥ ಸೊಗಸು ಇಲ್ಲ!

ಕೆಳಗಿನ ಬಾಲ್ಕನಿಯಲ್ಲಿ ಕೂತು ಹೊರಗೆ ದೃಷ್ಟಿನೆಟ್ಟಿದ್ದ ಅರುಣನ ಬಳಿಗೆ ಬಂದಿದ್ದ ಶಾಂಭವಿ "ಏನೋ ಇದು, ಅಂತು ಅರಮನೆಯಿಂದ ಹೊರ್ಗೇ ಬಂದಿದ್ದೀ? ಏನಾದ್ರೂ ಪ್ರಾಬ್ಲಮ್ಮಾ? ಅನನ್ಯ ಏನು ಹೇಳೋಲ್ಲ. ಡಾಕ್ಟ್ರು ಬಂದರೂ.... ಹೋದರು. ಏನು ವಿಶೇಷ? ಸ್ವೀಟ್ ನ್ಯೂಸಾ?" ಕೇಳಿದರು. ಅವರಿಗೆ ಅನುಮಾನ! ಪುಟ್ಟ ಮಕ್ಕಳನ್ನು ಈ ಮನೆ ಕಂಡೂ ಎಷ್ಟೋ ವರ್ಷಗಳು ಆಗಿ ಹೋಗಿತ್ತು. ಈಗ ಅಂಥದೊಂದು ಭಾವನೆ ಖುಷಿ ಕೊಡುತಿತ್ತು.

"ಕೂತ್ಕೊಳ್ಳಿ ಅತ್ತೆ. ಒಳ್ಗೇ... ಸೆಕೆ ಅನ್ನಿಸ್ತು" ಅಂದ. ಆಕೆಗೆ ಅಚ್ಚರಿ. ಆ ರೂಮಿಗೆ ಎ.ಸಿ. ಇತ್ತು. "ಸೆಕೆ ಅನಿಸ್ತಾ? ಎ.ಸಿ. ಕೆಟ್ಟು ಹೋಗಿತ್ತಾ?" ಕೇಳಿದರು.

"ಹಾಗೇನಿಲ್ಲ, ಹೊರ್ಗಿನ ಗಾಳಿ ಬೇಕಿತ್ತು. ನೀವು ಕೂತ್ಕೊಳ್ಳಿ. ನಿಮ್ಹತ್ರ ಮಾತಾಡೇ ಎಷ್ಟೋ ದಿನವಾಗಿತ್ತು. ಉದ್ದೇಶ ಒಳ್ಳೆಯದಿತ್ತು. ಒಂದು ತಪ್ಪು ಆಗಿ ಹೋಯ್ತು. ವರ್ಣ ಅಕ್ಕರೆಯಿಂದ ಮುದ್ದಾಗಿ ಇಬ್ಬರ ತಾಯಂದಿರ ಕೂಸಾಗಿ ಬೆಳೆದವಳು. ಅತ್ಯಂತ ಮೃದುವಾದ ಮನಸ್ಸು ತತ್ವ ಅವಳದು. ಯಾವುದಕ್ಕೂ ವಿರೋಧಿಸಿ ಗೊತ್ತಿಲ್ಲದ ಮಗು. ಈಗ್ಲೂ ಅವಳು ಬಾಯ್ಬಿಟ್ಟು ಏನು ಹೇಳೋಲ್ಲ. ಕರುಳು ಕತ್ತರಿಸಿದಂತಾಗುತ್ತೆ. ಅದು ಎಲ್ಲಿಯವರ್ಗೂ ಹೋಗಿ ನಿಂತಿತು" ಪಶ್ಚಾತ್ತಾಪ ಅವನ ದನಿಯಲ್ಲಿತ್ತು. ಅವನು ಪೂರ್ತಿ ಗೊಂದಲದಲ್ಲಿದ್ದ.

"ಬಿಡು, ಈಗ ಅನನ್ಯ ಸುದ್ದಿ ಹೇಳು" ಎಂದರು ಬಾಲ್ಕನಿಯಲ್ಲಿ ಹಾಕಿದ್ದ ಬೆತ್ತದ ಛೇರ್ ಮೇಲೆ ಕೂಡುತ್ತ "ಕನ್ಸೀವ್ ಆಗಿದ್ದಾಳೆ. ಒಂದಿಷ್ಟು ಅನ್‌ಕಂಫರ್ಟ್ ಅನಿಸಿದೆ. ಅದ್ಕೇ....

ಡಾಕ್ಟ್ರು. ಆದರೆ ಅವಳಿಗೆ ಮಗು ಬೇಡ" ಎಂದ. ಸೀರಿಯಸ್ಸಾಗಿ.

ನಿಜವಾಗಿಯು ಶಾಂಭವಿಯ ಮನ ಸಂತೋಷದಿಂದ ಅರಳಿತು. ಈ ಬಂಗ್ಲೆಗೆ ಬಂದಾಗಿನ ಸಂತೋಷಕ್ಕಿಂತ ನೂರು ಪಟ್ಟು ಹೆಚ್ಚಿನ ಖುಷಿ ಅನುಭವಿಸಿದರು.

"ಕಂಗ್ರಾಟ್ಸ್ ಕಣೋ! ಒಳ್ಳೆ ಸುದ್ದಿ ಹೇಳ್ದೆ. ಅತ್ತಿಗೆಯಂತು ಕೂಸೇದಾಡಿ ಬಿಡ್ತಾರೆ ಪುಟ್ಟ ಮಗುವಿನ ಜಗತ್ತೆ ಅದ್ಭುತ. ಅನನ್ಯ ಮಗುನ ಹೆತ್ತು ನನ್ನ ಕೈಗೆ ಕೊಡ್ಲೀ. ಅದ್ನ ಬೆಳೆಸೋದ್ರಲ್ಲಿ ನನ್ನ ದಿನಗಳು ಕಳ್ದು ಹೋಗುತ್ತೆ. ಮಾರ್ನಿಂಗ್ ಸಿಕ್, ಗಿಡ್ಡಿನೆಸ್ ಅಂಥದೇನಾದರೂ ಇದ್ದರೆ ನಾನು ನೋಡ್ಕೊತೀನಿ. ಕೆಲ್ಸಕ್ಕೆ ಹೋಗಿ ದಣಿಯೋದೇನು ಬೇಡ. ನನ್ನ ಪೆನ್‌ಷನ್ ಹಣ ಬೇಕಾದರೆ ಅವಳ ಪಾಕೆಟ್ ಮನೀಂತ ಇಟ್ಕೊಳ್ಳಿ" ಸಂಭ್ರಮದಿಂದ ಹೇಳಿದರು. 'ಅವಳಿಗೆ ಮಗು ಬೇಡ' ಅಂತ ಹೇಳಿದ್ದು ಕೇಳಿಸಲೇ ಇಲ್ಲವೇನೋ?

ಅವನಿಗೆ ತಬ್ಬಿಬ್ಬು. ಪೂರ್ತಿ ಸುಸ್ತಾಗಿ ಹಣೆಗೆ ಕೈಹಚ್ಚಿದ. ಇದು ಸಾಧ್ಯವೇ? ಅವಳಂತು ಮಗುವನ್ನು ಹಡೆಯಲು ಸಿದ್ಧವಿಲ್ಲ. ಇದನ್ನ ಹೇಗೆ ತಿಳಿಸಿ ಹೇಳುವುದು?

"ಸದ್ಯಕ್ಕೆ ಅವಳಿಗೆ ಮಗು ಬೇಡ. ಅನನ್ಯ ಫ್ಯೂಚರ್ ಪ್ಲಾನ್ ದೊಡ್ಡದಿದೆ. ಹೆಣ್ಣಿಗೆ ತಾಯ್ತನ ಹೊರೆಯೆನಿಸಿದರೆ, ಅದರ ಸಂಭ್ರಮ ಅನುಭವಿಸಲಾರಳು. ಅದಕ್ಕೆ ಮುಂದೂಡೋ ಯೋಚ್ನೆ" ಎಂದು ಮೇಲಕ್ಕೆದ್ದವನ ಕೈ ಹಿಡಿದು ಕೂಡಿಸಿದ ಶಾಂಭವಿ ಅವನನ್ನು ನೇರವಾಗಿ ನೋಡಿದಳು. ಅವನ ನೋಟ ತಗ್ಗಿತು. "ತಪ್ಪು ಮಾಡ್ತಾ ಇದ್ದೀರಿ, ಕಣೋ. ಅಮ್ಮ, ಅಪ್ಪನಾಗುವುದೆ ಒಂದು ಹಿತ ಕಣೋ. ಈಗಿನದು ತೆಗೆಸೋದು ಬೇಡ. ಒಂದ್ಮ ಗೂಂತ ಆಗ್ಲೀ, ಆ ಕುಡಿ ಇಡೀ ಮನೆಯವರ ಸಂಬಂಧ ಬೆಸೆಯುತ್ತೆ. ಪ್ಲೀಸ್, ಅವ್ಳಿಗೆ ಸ್ವಲ್ಪ ತಿಳ್ಸೀ ಹೇಳು. ಬಹುಶಃ ಅವಳಿಗೆ ಹೆತ್ತವಳು ಇದ್ದಿದ್ದರೆ ಬುದ್ಧಿ ಹೇಳ್ತಾ ಇದ್ರು. ಇನ್ನ ನಮ್ಮೊಂದಿಗೆ ಮಾತೇ ಇಲ್ಲ. ನಮ್ಮಾತು ಕೇರ್ ಮಾಡ್ತಾಳಾ? ಇದೊಂದಕ್ಕೆ ನೀನು ಹಟ ಮಾಡು" ಬುದ್ಧಿ ಹೇಳಿದರು.

ಅವನಿಗೆ ಸಾಧ್ಯವಿಲ್ಲವೆನಿಸಿತು. ಸಂಬಂಧಗಳ ಸವಿರುಚಿ ಅವಳಿಗೆ ಗೊತ್ತೇ ಇಲ್ಲ. ಹೇಗೆ ತನ್ನ, ಅವಳ ಪ್ರೇಮ ಅಂಕುರಿಸಿತು ಎಂದು ಯೋಚಿಸತೊಡಗಿದಾಗ ಅವನಿಗೆ ಎಲ್ಲಾ ಗೋಜಲು ಗೋಜಲಾಗಿ ಕಂಡಿತು. ಹೇಗೆ ತಿಳಿಸಿ ಹೇಳುವುದು? ನಿಸ್ಸಹಾಯಕತೆ ಅವನನ್ನು ಆವರಿಸಿತು.

"ಆಯ್ತು ಅತ್ತೆ! ವಿಷ್ಯನ ಯಾರ್ಗೂ ತಿಳಿಸೋದ್ಬೇಡ."

ಅವನು ಹೋದ ಕಡೆ ನೋಡಿದರು. ಅರುಣ ಇಲ್ಲಿ ಬಲಿಪಶುನ? ಅವನಾಗಿ ಕೊರಳೊಡ್ಡಿದ್ದ? ಅರ್ಥೈಯಿಸಿಕೊಳ್ಳಲಾರದೆ ಎದ್ದು ಹೋಗಿ ಮಲಗಿದರು. ಬಹಳ ಹೊತ್ತು ನಿದ್ದೆ ಬರಲಿಲ್ಲ. ಪತಿ-ಪತ್ನಿಯರು ದೈಹಿಕ ಆಕರ್ಷಣೆ ಎಷ್ಟು ದಿನ ನಿಲ್ಲುತ್ತೆ? ಅದನ್ನು ಮತ್ತಷ್ಟು ಬಿಗಿಯಾಗಿಸಲು ಕೊಂಡಿ ಬೇಡವೇ?

* * *

ತಂದೆ, ಮಗ ಲಾಯರ್‌ನ ಹೋಗಿ ಕಂಡು ಬಂದರು. ಮೊದಲ ಸಲಕ್ಕೆ ಫೀಜು

ವಸೂಲು ಮಾಡಿಕೊಂಡು "ಇನ್ನೊಮ್ಮೆ ನಿಮ್ಮ ಮಗಳ ಹತ್ರ ಮಾತಾಡಿಕೊಂಡು ಬನ್ನಿ. ವರ್ಷಾನುಗಟ್ಟಲೆ ಬಿಡಿ ಕೆಲವು ತಿಂಗಳ ಹಿಂದೆ ವಿವಾಹವಾದವರೆಲ್ಲ ಡಿವೋರ್ಸ್‌ಗೆ ಓಡಾಡೋಕೆ ಶುರು ಮಾಡಿದ್ದಾರೆ. ಇರಲೀ, ಇದು ನಮ್ಗೂ ಲಾಭದಾಯಕವೇ. ಎರಡು ಕಡೆಯವ್ರು ಒಪ್ಕೊಂಡ್, ಸಂಸಾರ ಮಾಡಬೇಕಾದ ಗಂಡ-ಹೆಂಡ್ತಿ ಜೊತೆಯಲ್ಲಿ ಬದಕೋದಕ್ಕೆ ಸಾಧ್ಯವಿಲ್ಲಾಂತ ಸಹಿ ಹಾಕಿಕೊಟ್ಟರೆ, ವಿಚ್ಛೇದನ ಸುಲಭವಾಗುತ್ತೆ" ಅಡ್ವೈಸ್ ಮಾಡಿ ಕಳಿಸಿದರು.

"ಅರುಣ ನಾನು ದುಡುಕಬಾರ್ದಿತ್ತು, ಅಲ್ವಾ?" ಕೇಳಿದರು ಮಗನತ್ತ ತಿರುಗಿ "ಅಲ್ಲಾಂತ ಹೇಳೋಕ್ಕಾಗೋಲ್ಲ. ಬರೀ ಪಿಯುಸಿ ಓದಿರೋ ಗಂಡಿಗೆ ಕೊಟ್ಟಂಗಾಯಿತಲ್ಲ ಅನ್ನೋ ನೋವು ಎಲ್ಲರಿಗೂ ಇದೆ. ಆ ತಪ್ಪು ನಮ್ಮಿಂದಲೇ ಆಗಿದ್ದು, ಶಿಕ್ಷೆ ಮಾತ್ರ ವರ್ಣಗಾಯ್ತು. ತಗ್ಗೋಕೆ ನಮ್ಮ ಮನಸ್ಸತ್ವ ಒಪ್ಪೋಲ್ಲ. ಆದ ಅವಮಾನಕ್ಕೆ ಸೇಡು ತೀರಿಸೋಕೆ ಅವರು ಕತ್ತಿ ಮಸೀತಾ ಇರ್ತಾರೆ. ಕಾಂಪ್ರಮೈಸ್ ಅಂತಾದರೂ ವರ್ಣಗೆ ಸುಖ ಸಿಗೋಲ್ಲ. ಈ ಅಧ್ಯಾಯಕ್ಕೆ ಫುಲ್‌ಸ್ಟಾಪ್ ಇಡ್ಬೇಕು" ಅನ್ನುತ್ತ ಕಾರಿನ ಕೀಯನ್ನು ಜೇಬಿನಿಂದ ತೆಗೆದ.

ಕಾರು ಹತ್ತಿದ ಮೇಲೆ ಅಪ್ಪ, ಮಗ ಮಾತಾಡಲಿಲ್ಲ. ಅನನ್ಯ ಇವನೊಂದಿಗೆ ಇನ್ನೊಂದು ಮಾತು ತಿಳಿಸದೆ ಒಡಲಲ್ಲಿ ಮೂಡಲು ಹಪಾಹಪಿಸುತ್ತಿದ್ದ ಬಸಿರನ್ನು ತೆಗೆಸಿಬಿಟ್ಟಿದ್ದು ಸಹಜವಾಗಿ ತಗೊಂಡಿದ್ದರು, ಒಂದು ಷಾಕ್. ಎಷ್ಟೋ ಮನಸ್ಸಿನಿಂದ ಆ ವಿಚಾರವನ್ನು ಸರಿಸಲು ಯತ್ನಿಸಿದರು ಸಾಧ್ಯವಾಗಿರಲಿಲ್ಲ ಅರುಣನಿಗೆ.

ಕಾರಿನಿಂದ ಇಳಿಯುವಾಗ ರಾಜೇಶ್ ಮಗನತ್ತ ನೋಟವರಿಸಿ "ತಪ್ಪಿನ ಲೆಕ್ಕಾಚಾರ ಹಾಕಿದರೆ ನಂದೆ ಜಾಸ್ತಿ. ಹೆಣ್ಣು ಹೆತ್ತ ಮೇಲೆ ಒಂದಿಷ್ಟು ಸಮಯ ಇರಬೇಕಿತ್ತು. ಏನೋ ಆಗಿದ್ದು ಆಯ್ತು. ಡಿವೋರ್ಸ್ ಅನ್ನೋದು ಸಿಕ್ಕಿಬಿಟ್ಟರೇ, ಅವಳಿಗೊಂದು ಮದ್ವೆ ಮಾಡೋದು ಕಷ್ಟವಾಗಲಾರ್ದು ಅಲ್ವಾ?" ಪ್ರಸ್ತಾಪಿಸಿದರು.

"ಖಂಡಿತ ಇಲ್ಲ! ಹಿಮವಂತನೆ ವಿವಾಹವಾಗ್ತಾನೆ. ತುಂಬ ಇಂಟರೆಸ್ಟ್ ಆಗಿದ್ದಾನೆ. ಆ ಬಗ್ಗೆ ತಲೆ ಕೆಡಿಸ್ಕೋಬೇಡಿ. ಅವಳ ಪೂರ್ತಿ ಜವಾಬ್ದಾರಿ ನಂದು" ಭರವಸೆಯ ಮಾತಾಡಿದ ಮಗನತ್ತ ನೋಡಿದರು ಅವನನ್ನ ಪೂರ್ತಿ ತಪ್ಪಿತಸ್ಥನಾಗಿಸಲು ಅವರ ಮನ ಒಪ್ಪದು.

ಹಿಂದೆ ಬಂದು ನಿಂತ ಕಾರಿನಿಂದ ವರ್ಣ ಇಳಿದದ್ದು ನೋಡಿ ಮುಂದಡಿಯಿಟ್ಟ ರಾಜೇಶ್ ಅಲ್ಲಿಯೇ ನಿಂತರು ತಕ್ಷಣ ಬಂದವರು ಸ್ಟೇರಿಂಗ್ ವ್ಹೀಲ್ ಮುಂದೆ ಕೂತ ಹಿಮವಂತನನ್ನು ನೋಡಿ ಕಣ್ಣರಳಿಸಿ "ಇಳೀರಿ, ಹಾಗಿಂದ ಹಾಗೇ ಹೋಗೋದೇನು ಬೇಡ" ಸಂಭ್ರಮ ತೋರಿದರು. ಅದರ ಜೊತೆಗೆ ಅರುಣನ ಒತ್ತಡವು ಸೇರಿದಾಗ ಕೆಳಗಿಳಿದ. ಅವನದು ಅಂಥ ಚೆಲ್ಲು ವ್ಯಕ್ತಿತ್ವವೇನು ಅಲ್ಲ. ಅನನ್ಯ ತಾಯಿಯ ಮನೆಯ ನೆಂಟನೆಂದೇ, ಈ ಮನೆಯೊಳಗೆ ಪ್ರವೇಶ ಸಿಕ್ಕಿದ್ದು. ಆದರೆ ಬಹಳ ಬೇಗ ಎಲ್ಲರ ಮನ ಗೆದ್ದಿದ್ದ.

ಮುಂದಕ್ಕೆ ಹೊರಟಿದ್ದ ವರ್ಣ ಹಿಂದಕ್ಕೆ ತಿರುಗಿದಾಗ ಅವಳ ಉದ್ದನೆಯ ಜಡೆ ರಾಚಿದಂತೆ ಭುಜದ ಮೇಲಿನಿಂದ ಕೆಳಗಿಳಿಯಿತು. ಹಿಮವಂತನಿಗೆ ವರ್ಣಳ ಉದ್ದನೆಯ ಜಡೆಯ ಬಗ್ಗೆ ಅಚ್ಚರಿಯೆ. ಬಹುಶಃ ಇಂಥ ಉದ್ದನೆಯ ಜಡೆಯನ್ನು ನೋಡಿಯೇ ಇರಲಿಲ್ಲ!

"ಬ್ಯೂಟಿಫುಲ್, ತೀರಾ ಓಲ್ಡ್ ಬ್ಲಾಕ್ ಅಂಡ್ ವೈಟ್ ಸಿನಿಮಾಗಳಲ್ಲಿ ನೋಡಿದ 'ಹೇರ್‌ಸ್ಟೈಲ್. ನಂಗೆ ಓಲ್ಡ್ ಫಿಲಂಗಳು ಇಷ್ಟ. ಪುರುಸೊತ್ತಿನ ವೇಳೆಗಳಲ್ಲಿ ಆ ಸಿ.ಡಿ.ಗಳನ್ನು ಹಾಕ್ಕೊಂಡ್ ನೋಡೋದು. ನನ್ಹತ್ರ ಒಳ್ಳೆ ಕಲೆಕ್ಷನ್ ಇದೆ. ನೀವುಗಳು ಬೇಕಾದ್ರೂ ತಂದು ನೋಡಬಹುದು" ಎಂದ ಹಿಮವಂತ ಕಣ್ಣರಳಿಸಿ.

"ನನ್ನಮ್ಮನದು ಸ್ವಲ್ಪ ಟ್ರೆಡಿಷನಲ್ ಮೈಂಡ್. ಕೂದಲು ಕತ್ತರಿಸೋದು ಸ್ವಲ್ಪ ಕೂಡ ಸೇರದು. ವರ್ಣ ವಿರೋಧಿಸುವ ಪೈಕಿಯಲ್ಲ. ಅದರ ಆರೈಕೆ ಮಾತ್ರ ನನ್ನತ್ತೆ ಶಾಂಭವಿದು" ಎಂದ ಅರುಣ ಅವನ ಮೆಚ್ಚುಗೆಯ ಮಾತುಗಳಿಗೆ ಖುಷಿ.

"ನಾನು ಆಹ್ವಾನಿಸಿದಾಗ ಮೀಟಿಂಗ್ ಇದೇಂದ್ರೂ" ವರ್ಣ ಹಿಮವಂತ ಬಂದಿದ್ದನ್ನು ನೋಡಿ ಅಂದಾಗ ಅವನು ಹಾಯಾದ ನಗು ಬೀರಿದ "ನಿಮ್ಮ ಆಹ್ವಾನ ಬಿಗುವಿನಿಂದ ಕೂಡಿತ್ತು. ಅಂಥದ್ದೇ ಟ್ರೀಟ್‌ಮೆಂಟ್ ಬೇಡಾಂತ ಅನ್ನಿಸ್ತು. ಅರುಣನ ಆಹ್ವಾನ ಬೇರೆಯ ರೀತಿಯದ್ದು ಆಗಿರುವುದರ ಜೊತೆಗೆ ಸ್ನೇಹ ಕೂಡ ಇತ್ತು. ಜೊತೆಗೆ ಹಿರಿಯರ ಒತ್ತಡ. ಹೇಗೆ ನಿರಾಕರಿಸೋದು? ಈಗಿನ ಟ್ರೀಟ್‌ಮೆಂಟ್ ಸ್ವರೂಪ ಬೇರೆಯದಾಗಿರುತ್ತೆ" ಆ ನಗು ಎಲ್ಲರ ಮುಖದ ಮೇಲೂ ಪ್ರತಿಫಲಿಸಿತು. ವರ್ಣ ಸಂಕೋಚಿಸಿದಳು.

ಹಿಮವಂತನೆಂದರೆ ಮನೆಯವರಿಗೆಲ್ಲ ವಿಪರೀತ ಮುತುವರ್ಜಿ. ಅನನ್ಯ ಬಂದು ವಿಚಾರಿಸುವುದು ಅಪ್ಪರಲ್ಲೇ ಇತ್ತು. ಇವನೇ ಇಲ್ಲಿಗೆ ಬಂದಿರೋದನ್ನ ಮೆಸೇಜ್ ಮೂಲಕ ತಿಳಿಸಬೇಕಿತ್ತು. ಕೆಲವೊಮ್ಮೆ ಹೊರಗೆ ಬಂದಿದ್ದರೂ ಮೊಬೈಲ್‌ನಲ್ಲಿಯೆ ಮಾತಾಡಿ ಮುಗಿಸುತ್ತಿದ್ದಳು. 'ಮೊಬೈಲ್ ಮೇನಿಯಾ'

"ಅನನ್ಯ ರೂಮಿನಲ್ಲಿ ಇದ್ದಾಳೆ" ಎಂದು ಹೊರಟವನನ್ನ ನಿಲ್ಲಿಸಿ ಹಿಮವಂತ "ಇರಲೀ ಬಿಡೀ. ನಾನೆಂದು ಅವಳನ್ನ ಮನೆಯಲ್ಲಿ ಓಡಾಡಿದನ್ನು ನೋಡಿಲ್ಲ. ಅವಳ ಜಗತ್ತಿನಲ್ಲಿ ಒಂದು ಕೆರಿಯರ್, ಎರಡನೆಯದು ಮೊಬೈಲ್, ಮೂರನೆ ಆದ್ಯತೆ ಇಂಟರ್‌ನೆಟ್. ನಿಮ್ದು ಎಷ್ಟನೆ ಸ್ಥಾನವೋ ಗೊತ್ತಿಲ್ಲ" ನಕ್ಕು ಬಿಟ್ಟ. ಅರುಣ ಕೂಡ ನಕ್ಕ. 'ತನಗೆ ಎಷ್ಟನೆ ಸ್ಥಾನ?' ಬಹುಶಃ ಇಷ್ಟನೆ ಸ್ಥಾನವೆಂದು ಅವನು ಸ್ವತಃ ಕಲ್ಪಿಸಿಕೊಳ್ಳಲಾರ. ಬಹುಶಃ ಅಂಥದೊಂದು ಸ್ಥಾನವಿದೆಯೇ?

ಒಂದು ಗಂಟೆಯೆ ಹರಟುತ್ತ ಕೂತವನು ಮೇಲಕ್ಕೆದ್ದು, "ಬಾ, ಅಂತ ಮೆಸೇಜ್ ಕಳ್ಸಿದ್ದಾಳೆ. ಫಾರ್ಮಲಿಟಿಗ್‌ಗಾದ್ರೂ ನೋಡಿ ಹೋಗ್ಬೇಕು" ಮೇಲೆದ್ದ. ಅರುಣ ಕೂಡ ಮುಗುಳ್ನಗೆ ಬೀರಿದ. "ವಿವಾಹವಾದ್ಮೇಲೆ ಬದಲಾಗ್ತಾಳೇಂತ ಅಂದ್ಕೊಂಡೇ. ನೋ, ರೂಂನಲ್ಲಿದ್ದಾಗ್ಲೂ ಕೆಲವೊಮ್ಮೆ ಮೆಸೇಜ್ ಕೊಡ್ತಾಳೆ" ಎಂದ. ಹಿಮವಂತನ ಮುಖ ಒಂದು ತರಹ ಆಯಿತು "ಐ ಪಿಟಿ ಯು, ನೀವು ಅದರಿಂದ ಅವಳನ್ನ ಹೊರ ತರಬೇಕು. ಇಷ್ಟು ಜನ ಇರೋವಾಗ ಸ್ನೇಹ, ಪ್ರೀತಿ ಸಂಬಂಧ! ಇದೊಂದು ತರಹ ಡಿಸಿಸ್, ಯಾರಾದ್ರೂ ಸೈಕಾಲಜಿಸ್ಟ್‌ನ ಕನ್ಸಲ್ಟ್ ಮಾಡಿ" ಎಂದು ರೂಮಿಗೆ ಹೋದ. ಎ.ಸಿ. ರೂಮು. ತಣ್ಣನೆಯ ಹವಾ. ಎಲ್ಲಾ ಅಚ್ಚುಗಟ್ಟು. ಅವನು ಶ್ರೀಮಂತಿಕೆಯಲ್ಲೆ ಬಂದಿದ್ದು ಹುಬ್ಬೇರಿಸಬೇಕಿರಲಿಲ್ಲ.

"ಹಲೋ, ಅನನ್ಯ...." ಅವಳ ಕೈಯಲ್ಲಿನ ಮೊಬೈಲ್ ತೆಗೆದು ಪಕ್ಕಕ್ಕಿರಿಸಿ ಎದುರು ಕೂತು "ನಾನು ಒಳ್ಗೇ ಬಂದಿದ್ದೆ. ನೀನು ರೂಮಿನಿಂದ ಹೊರ್ಗೇ ಬಂದು

ಮಾತಾಡಿಸಬಹುದಿತ್ತು. ಯಾಕೆ ಸುಮ್ನೆ ಗೂಡು ಕಟ್ಟಿಕೊಂಡ್ ಒಳಗೆ ಕೂತು ಒದ್ದಾಡ್ತೀಯ?" ಆಕ್ಷೇಪಿಸಿದ. ಈ ಸ್ವಭಾವ ಅವನಿಗಿಷ್ಟವಿಲ್ಲ.

"ಮನೆಗೆ ಬರೋ ವೇಳೆಗೆ ತುಂಬ ಟಯರ್ಡ್ ಆಗಿರುತೀನಿ. ಸುಮ್ನೇ ಒಳಗಿದ್ದು ರಿಲ್ಯಾಕ್ಸ್ ಮಾಡ್ಕೋತೀನಿ" ಎಂದಳು ನೀರಸದಿಂದ. ಆರಾಮಾಗಿ ಒಂದು ಪ್ಯಾಂಟ್ ತೊಟ್ಟು, ಟೀ ಷರಟು ಹಾಕಿಕೊಂಡಿದ್ದಳು. "ಏಯ್.... ಅನನ್ಯ ಅತ್ಯಂತ ಸರಳವಾದ ಜನ. ಇವರೊಂದಿಗಿನ ಕ್ಷಣಗಳು ಸರಸವಾಗಿರುತ್ತೆ. ಕೆಲ್ಸದಲ್ಲಿನ ಟೆನ್ಷನ್‌ನ ಮುಕ್ತವಾಗಿ ತೊಡೆದುಬಿಡಬಹ್ದು. ಸ್ವಲ್ಪ ನಿನ್ನ ದಿನಚರಿಯ ಶೈಲಿಯನ್ನ ಬದಲಾಯಿಸ್ಕೋ" ಸ್ವಲ್ಪ ಬಿಗುವಾಗಿಯೆ ಹೇಳಿದ. ಸ್ವಲ್ಪ ಬಂಧುತ್ವ ಇಟ್ಟುಕೊಂಡವರು ಇವನ ಫ್ಯಾಮಿಲಿಯವರೆ.

"ಆ ಬಗ್ಗೆ ಇಂಟರೆಸ್ಟ್ ಇಲ್ಲ ಬಿಡು" ಎಂದಳು ಮುಖವನ್ನ ಒಂದು ತರಹ ಮಾಡುತ್ತ. ಮತ್ತೇನು ಮಾತಾಡಲಿ ಎನ್ನುವಂತೆ ಮುಖ ಮಾಡಿದ "ಅನನ್ಯ ನಿನ್ನ ಹತ್ರ ಮಾತೇ ಇಲ್ಲಾಂತ ಅನಿಸುತ್ತೆ. ಯೂ ವಾಂಟ್ ಕಾಸ್ಸಲಿಂಗ್" ಎಂದು ಮೇಲೆದ್ದ. ಅವಳೇನು ಅವನನ್ನ ಕೂಡಿಸಿಕೊಂಡು ಮಾತಾಡಲು ಇಚ್ಛಿಸಲಿಲ್ಲ. ಮಾತು ವೇಸ್ಟ್ ಅನ್ನುವ ಭಾವ ಅವಳದು.

ಮನೆಯವರೆಲ್ಲ ಬಂದು ಕಾರಿನವರೆಗೂ ಅವನನ್ನು ಬೀಳ್ಕೊಟ್ಟರು. ವರ್ಣ ಕೂಡ ಆ ಗುಂಪಿನಲ್ಲಿ ಇದ್ದಳು. ಸ್ನೇಹಮಯಿ ಹಿಮವಂತ್ ಇಷ್ಟವೇ!

"ಒಳ್ಳೆ ಮನುಷ್ಯ! ಹಣ, ವಿದ್ಯೆ ಇದ್ದರೂ ನಿಗರ್ವಿ. ಅವ್ನ ಪೇರೆಂಟ್ಸ್ ನ್ಯೂಯಾರ್ಕ್‌ನಲ್ಲಿ ಇರೋದು ಅನ್ನೋದು ಮಾತ್ರವಷ್ಟೆ. ನಾನು ಸಾಕಷ್ಟು ಸಲ ಕೇಳಿದರೂ ಅನನ್ಯ ಏನು ಹೇಳಿಲ್ಲ. ನನ್ನ ಕಸಿನ್ ಅಂತಾಳೆ. ಅವಳಿಗೆ ಕೂಡ ಅಷ್ಟೆ ಗೊತ್ತಿರೋದೂಂತ ಅನ್ನಿಸುತ್ತೆ" ಎಂದರು ಶಾಂಭವಿ. ಮಿಕ್ಕವರಿಗೂ ಕೂಡ ಇಷ್ಟೆ ಗೊತ್ತಿದ್ದರಿಂದ ಪ್ರತಿಕ್ರಿಯಿಸಲಿಲ್ಲ.

ಅರ್ಧ ಗಂಟೆಯಲ್ಲಿ ಜೋಯಿಸರು ಬಂದರು. ಅವರು ಕೂಡ ಬರಲೇಬಾರದೆಂದು ನಿರ್ಧರಿಸಿದ್ದರು, ಇವರುಗಳು ಕೂಡ ಇನ್ನು ಬರೋಲ್ಲಾಂತ ತಿಳಿದಿದ್ದರು. ಆದರೆ ಅದಕ್ಕೆ ಅದರದೇ ಆದ ಕಾರಣವಿತ್ತು.

ಇವರು ಹೋಗಿದ್ದ ಲಾಯರ್ ಶಂಭುಲಿಂಗಂ ಅವರಿಗೆ ತಿಳಿದವರೇ, ಅವರು ನಕ್ಕರೂ ಮೊದಲು ಆಮೇಲೆ ಅನುಕಂಪ ವ್ಯಕ್ತಪಡಿಸಿ ರಾಯಭಾರಕ್ಕೆ ಇವರನ್ನ ಒಪ್ಪಿಸಿದ್ದರು.

"ತೀರಾ ವಿಚಿತ್ರವಾದ ಸಣ್ಣ, ಪುಟ್ಟ ವಿಚಾರಗಳಿಗೆಲ್ಲ ಡಿವೋರ್ಸ್‌ಗಾಗಿ ಕೋರ್ಟು ಮೆಟ್ಟಲು ಹತ್ತಿದ್ದಿದೆ. ನನ್ಹತ್ರ ಬಂದವರಿಗೆ ಕೂಡಿ ಬಾಳೋಕೆ ಒಂದು ಅವಕಾಶ ಕೊಡ್ತೀನಿ. ಒಮ್ಮೆ ಪ್ರಯತ್ನಿಸಿ ನೋಡಿ" ಆ ಬಲವಂತನೆ ಇಲ್ಲಿಯವರೆಗೂ ಕರೆದುಕೊಂಡು ಬಂದಿತ್ತು.

ಇಲ್ಲಿ ಮುಗಿಸಿಕೊಂಡು ತಿಮ್ಮಪ್ಪಯ್ಯನವರ ಕುಟುಂಬ, ಮುಖ್ಯವಾಗಿ ಪ್ರತ್ಯೇಕವಾಗಿ ಶರತ್‌ನೊಂದಿಗೆ ಮಾತಾಡುವ ಇರಾದೆ ಅವರದು.

"ಬನ್ನಿ...." ಬಾಯಿ ತುಂಬ ಸ್ವಾಗತಿಸಿದವರು ಶಾಂಭವಿ ಮಾತ್ರ. ಆಕೆಯದೆ ಜೋಯಿಸರಿಗೆ ಒಂದಿಷ್ಟು ಧೈರ್ಯ. ಸಕ್ಕೂಬಾಯಿ ಗಂಡನ ಮುಂದೆ ಬಾಯಿ ತೆರೆಯರು. ಅಕಸ್ಮಾತ್ ತೆರೆದರೂ ಅವರ ಅಭಿಪ್ರಾಯಕ್ಕೆ ಯಾವುದೇ ಬೆಲೆ ಸಿಕ್ಕುತ್ತಿರಲಿಲ್ಲ. "ನಿಂಗೇನು

ಗೊತ್ತಾಗುತ್ತೆ? ತೆಪ್ಪಗಿರೋದು ಕಲ್ತುಕೋ" ಈ ರೋಪ್‌ಗೆ ಒಳಗೊಳಗೆ ಗೊಣಗಿಕೊಂಡು ಸುಮ್ಮನಾಗಿ ಬಿಡುತ್ತಿದ್ದರು.

ಅದಕ್ಕೆ ಕೆಲವೊಮ್ಮೆ ಮೌನವಹಿಸುತ್ತಿದ್ದರು. ಆದರೆ ಕೆಲವು ಸಂದರ್ಭಗಳಲ್ಲಿ ಕಿರಣ್ ಸಾಥ್ ನೀಡುತ್ತಿದ್ದ. ಆದರೆ ರಾಜೇಶ್ ಮುಲಾಜಿಲ್ಲದೆ ತಳ್ಳಿ ಹಾಕುವುದನ್ನು ಪರಿಪಾಠ ಮಾಡಿ ಕೊಂಡಿದ್ದರಿಂದ ತಂದೆಯೆಂದರೆ ಅವನಿಗೆ ಅಲರ್ಜಿಯೆ.

"ಯಜಮಾನರು ಇದ್ದಾರ?" ಕೇಳುತ್ತಲೆ ಕೂತರು. ಅತ್ತಿತ್ತ ನೋಟ ಹರಿಸಿ "ನಂಗೆ ನಿಮ್ಮ ಮಾತೇ ಮುಖ್ಯವೆನಿಸುತ್ತೆ. ದಯವಿಟ್ಟು ಒಂದು ಹತ್ತು ನಿಮಿಷ ನಿಮ್ಮ ಅತ್ತಿಗೇನ ಕರೀರಿ. ಒಂದ್ನಾಲ್ಕು ಮಾತು ಕೇಳಬೇಕೆನಿಸಿದೆ ಎಂದರು. ಶಾಂಭವಿ ಸರಿಯೆನ್ನುವಂತೆ ಹೋದವರು ನಾಲ್ಕು ಬಾಳೆ ಹಣ್ಣು ತಂದು ಅವರ ಮುಂದಿಟ್ಟು "ನಿಮ್ಗೇ ಬೇಜಾರಾಗಿದೆ. ನಾವು ಖಂಡಿತ ನಿಮ್ಮನ್ನ ತಪ್ಪಿತಸ್ಥರನ್ನಾಗಿ ಮಾಡೋಲ್ಲ. ಹಣೆಬರಹಕ್ಕೆ ಯಾರು ಹೊಣೆ?" ಎಂದು ಒಳಗೆ ಹೋದರು. ಅವರು ಯಾರ ಮನೆಗೆ ಬಂದರೂ ಬರೀ ಹಣ್ಣು ಬಿಟ್ಟು ಹಾಲನ್ನು ಕೂಡ ಸ್ವೀಕರಿಸುತ್ತಿರಲಿಲ್ಲ. ಅದಕ್ಕೆ ಕಾರಣ ಜಾತಿಯ ಬಿಂಗಡನೆಯಲ್ಲ. ಯಾವ ಜಾತಿಯವರಾಗಲೀ, ಯಾವ ಮತಸ್ಥರಾಗಲೀ ಹುಡುಗ ಅಥವಾ ಹುಡುಗಿ ಫೋಟೋ, ಜಾತಕ ವಿವರಗಳನ್ನ ಒದಗಿಸಲೀ ಅವರು ಎಲ್ಲಕ್ಕೂ ಸೈ. ಇದೊಂದು ರೀತಿಯ ಕಾಯಕ ಅವರ ಪಾಲಿಗೆ.

ಸಕ್ಕೂಬಾಯಿ ಬಂದು ಕೈ ಮುಗಿದು ಕೂತರು. ಅವರ ಕಣ್ಣಿನಾಳದಲ್ಲಿ ತುಂತುರು ಇತ್ತು. ನೋವು ಪ್ರತಿಫಲಿಸದಂತೆ ನಾಟಕೀಯವಾಗಿ ದಿನಗಳನ್ನ ದೂಡುತ್ತಿದ್ದರು. ಒಂದು ರೀತಿಯಲ್ಲಿ ಮೂಕ ಸಂಕಟ.

"ನೀವಿಬ್ರೂ ಮನೆಗೆ ಬೆಳಕು. ಯಜಮಾನಿಕೆ ಯಾರದೇ ಇರಲೀ, ಅದರ ನಿಜವಾದ ಸೂತ್ರಧಾರರು ನೀವು. ಇದು ಮರೆ ಮಾಚಲಾರದಂಥ ಸತ್ಯ" ತಾವು ಬಂದ ಕಾರಣ ತಿಳಿಸಿದರು. ಒಂದಿಷ್ಟು ಆಸೆ ಇತ್ತು.

ಶಾಂಭವಿ, ಸಕ್ಕೂಬಾಯಿ ಒಂದು ಮಾತಾಡದೆ ಕೂತರು.

"ಎರಡು ಸಲವು ನಿಮ್ಮ ಕಡೆಯಿಂದಲೇ ಆದದ್ದು ತಪ್ಪು. ಅವರು ಕೊಟ್ಟ ಜಾತ್ಕ, ವಿವರಗಳನ್ನ ಒದಗಿಸಿದ್ದು ನಾನೇ. ಅಲ್ಲಿ ತಪ್ಪು ಮಾಡಿಲ್ಲ. ಅವರು ಕೂಡ ತಮ್ಮ ಮಗ ಬಿ.ಇ. ಮಾಡಿ ಇಂಜಿನಿಯರ್ ಆಗಿದ್ದಾನೇಂತ ಮಾತು ವರಸೆಗೂ ಹೇಳಿಲ್ಲ. ತಪ್ಪು ನಡೆದಿದ್ದು ನಿಮ್ಮ ಕಡೆನೇ. ಇನ್ನ ಎರಡನೆಯದಾಗಿ ನೇರವಾಗಿ ಹೋಗಿ ಹೊಡೆದಿದ್ದು. ಆಗ್ಲೂ ಆ ಕುಟುಂಬದವರು ಸಹನೆ ವಹಿಸಿದ್ದಾರೆ. ಚಿನ್ನದಂಥ ಹುಡ್ಗ ಶರತ್. ವಿಷ್ಯ ತಿಳ್ಸಿದಾಗ ಡಿವೋರ್ಸ್‌ಗೆ ಒಪ್ಗೇ ನೀಡಿದ್ದಾನೆ. ನಂದು ಕಡೆ ಪ್ರಯತ್ನ. ಲಾಯರ್ ಶಂಭುಲಿಂಗಂ ನನ್ನ ಕಳಿಸಿದ್ದಾರೆ ಪೀಠಿಕೆ ಹಾಕಿದರು. ಅತ್ತಿಗೆ, ನಾದಿನಿಯಂತು ಏನೂ ಹೇಳುವ ಸ್ಥಿತಿಯಲ್ಲಿ ಇರಲಿಲ್ಲ ಮಾತ್ರವಲ್ಲ, ತಪ್ಪಲ್ಲವೆಂದು ಸಮರ್ಥಿಸಿಕೊಳ್ಳುವ ಅವಿವೇಕಿಗಳು ಕೂಡ ಅಲ್ಲ. ಶಾಂತಿ ಕಾಯ್ದುಕೊಂಡಿದ್ದು ಮನೆ ನೆಮ್ಮದಿಗಾಗಿ.

"ವರ್ಣ ಇದ್ದರೇ ಸ್ವಲ್ಪ ಕರೀತೀರಾ?" ಅಂದರು.

"ನಿಮ್ಗೇ ಗೊತ್ತು, ವಿವಾಹದಲ್ಲಿ ವರ್ಣ ಪಾತ್ರವೇನಿಲ್ಲ ಎಲ್ಲಾ ಸೈ ಅಂದ್ಮೇಲೆ ಹಸೆಮಣೆಯೇರಿದ್ದು. ಈಗಿನ ಕಾಲದ ಹುಡ್ಗೀಯರ ತರಹ ಅಲ್ಲ. ನಾವು ಬೆಳೆಸಿದ್ದರಲ್ಲೇ ತಪ್ಪಾಯಿತೇನೋ?" ಶಾಂಭವಿ ನೊಂದುಕೊಂಡರು.

"ಇರ್ಲೀ, ಆದರೆ ಈಗಾದ್ರೂ ಆ ಹುಡ್ಗೀಯ ಅಭಿಪ್ರಾಯ ಮುಖ್ಯ ಅಂತ ತಿಳ್ದುಕೊಳ್ಳಿ. ಶಾಂಭವಿಯವರೇ ಹೋಗಿ ಕರ್ಕಂಡ್ ಬನ್ನಿ." ಎಂದರು ಜೋಯಿಸರು ಸ್ಪಷ್ಟವಾಗಿ. ಅವರಿಗೆ ಈ ಜೋಡಿ ಬೇರ್ಪಡುವುದು ಸುತರಾಂ ಇಷ್ಟವಿಲ್ಲ. "ವರಸಾಮ್ಯ ತುಂಬ ಚೆನ್ನಾಗಿದೀರಿ. ನೀವು ಪೌರೋಹಿತ್ಯ ವಹಿಸಿದ ಮದ್ವೆಗಳಿಗೆಲ್ಲ ನಾನು ಬಂದದ್ದಿದೆ. ಆದರೆ ಇಷ್ಟೊಂದು ಪಸಂದಾದ ಜೋಡಿನ ನೋಡೇ ಇಲ್ಲ. ಒಬ್ಬರಿಗೋಸ್ಕರ ಒಬ್ರು.... ಹುಟ್ಟಿದ್ದಾರೇನೋಂತ ಅನ್ನಿಸ್ತು. ನೂರ್ಕಾಲ ಚೆನ್ನಾಗಿ ಬಾಳಲೀ" ವಯಸ್ಸಾದ ಮುತ್ತೈದೆ ಜೋಯಿಸರ ಹೆಂಡತಿ ಮೆಚ್ಚುಗೆಯಾಡಿದ್ದಳು. ಆ ನೆನಪು ಅವರಲ್ಲಿ ಇತ್ತು. ಅದು ಅವರ ಅನಿಸಿಕೆ ಕೂಡ.

ರೂಮಿನಲ್ಲಿದ್ದ ವರ್ಣನ ಕರೆತಂದರು ಶಾಂಭವಿ.

"ಕೂತ್ಕೋಮ್ಮ.... ವರ್ಣ, ನನ್ನಿಂದ ಯಾವ್ದೆ ತಪ್ಪು ಆಗಿಲ್ಲ. ಆ ಮನೆಯವರು ಕೂಡ ಮೋಸಗಾರರಲ್ಲ. ಮಗನ ಬಗ್ಗೆ ಅವ್ರಿಗೆ ಹೆಮ್ಮೆ. ಅವನ ಸುಂದರ ಪರ್ಸನಾಲಿಟಿಗೆ ದಮ್ಮಯ್ಯ ಗುಡ್ಡೆ ಹಾಕ್ಕೊಂಡ್ ಹೆಣ್ಣುಗಳು ಕ್ಯೂ ನಿಲ್ದಾ ಇದ್ದರು. ನೋಡು ಮಗು, ನಾನು ಅವ್ರ ಪರ ವಾದ ಮಾಡೋಕೆ ಬಂದಿಲ್ಲ. ವಿವಾಹ ಅನ್ನೋದು ಪವಿತ್ರ ಬಂಧನ. ಇದು ಸೃಷ್ಟಿಕರ್ತನ ಲೀಲೆ. ಎಲ್ಲೋ ಹುಟ್ಟಿ ಬೆಳೆದವರು ಹಸೆಮಣೆಯೇರಿದ ಕೂಡ್ಲೆ ಬಂಧನಕ್ಕೆ ಒಳಗಾಗಿ ಒಬ್ಬರಿಗಾಗಿ ಒಬ್ಬರು ಜೀವಿಸೋದು ಸಾಧಾರಣ ವಿಚಾರವಲ್ಲ. ಈ ಬೆಸುಗೆನ ಹಿರಿಯರು ಜನ್ಮ ಜನ್ಮದ ಸಂಬಂಧ ಅಂತಾರೆ. ಅದಕ್ಕೆ ಒಂದು ಕತೆನೇ ಇದೆ. ಈ ಸಂದರ್ಭದಲ್ಲಿ ಹೇಳಬೇಕೂಂತ ಅನಿಸಿದೆ. ಶಿವ-ಪಾರ್ವತಿ ದಾಂಪತ್ಯ ಜನ್ಮಾಂತರಕ್ಕೂ ಸಾಗಿ ಬಂದ ವಿಸ್ಮಯ ವಿಚಾರ. ಕೇಳೋಕೆ ಸಮಯ, ಸಹನೆ ಇದ್ದರೆ ಹೇಳ್ತೀನಿ" ಎಂದರು ಕೈ ಜೋಡಿಸಿಕೊಂಡು.

ಈ ಪುರಾಣಗಳೆಲ್ಲ ಬೇಡವೆನಿಸಿದ್ದುಂಟು ಶಾಂಭವಿಗೆ. ಆದರೆ ಅದನ್ನ ಬಾಯಿಬಿಟ್ಟು ಹೇಳಲಿಲ್ಲ.

"ಬಹುಶಃ ನೀವುಗಳೆಲ್ಲ ಕೇಳಿರೋಂತ ಕತೆಯೆ. ದಕ್ಷ ಪ್ರಜಾಪತಿಯ ಮಗಳು ಸತೀದೇವಿ. ಈಕೆ ಪರಶಿವನಲ್ಲಿ ಅನುರಕ್ತಳಾಗ್ತಾಳೆ, ತಂದೆಯ ವಿರೋಧವನ್ನ ಲೆಕ್ಕಿಸದೆ ವಿವಾಹವಾಗ್ತಾಳೆ. ಅದ್ಭುತವಾದ ಪ್ರೇಮಮಯ ದಾಂಪತ್ಯದಲ್ಲಿ ಇಬ್ಬರು ಪರಮ ಸುಖಿಗಳು. ಆದರೆ ದಕ್ಷನು ಒಂದು ಮಹಾಯಾಗವನ್ನು ಮಾಡಲು ತೀರ್ಮಾನಿಸಿ ಶಿವನನ್ನು ಬಿಟ್ಟು ಮಿಕ್ಕವರನ್ನೆಲ್ಲ ಅಂದರೆ ಎಲ್ಲಾ ದೇವತೆಗಳನ್ನೆಲ್ಲ ಆಹ್ವಾನಿಸುತ್ತಾನೆ. ಸ್ವಂತ ಮಗಳಿಗೂ ಆಹ್ವಾನವಿಲ್ಲ. ಆದರೆ ಸತೀದೇವಿ ತವರಿನಲ್ಲಿ ಸಮಾರಂಭವಿರುವಾಗ ತಾನು ಹೋಗಲೇಬೇಕೆಂದು ಹಟವಿಡಿಯುತ್ತಾಳೆ. ಅದಕ್ಕೆ ಪರಶಿವನ ಅನುಮತಿ ಇಲ್ಲ. ಆದರೂ ಪತಿಯ ಮಾತನ್ನು ಕೇಳದೆ ಹೋದ ಸತೀದೇವಿ ತಂದೆಯಿಂದ ಅವಮಾನಿತಳಾಗುತ್ತಾಳೆ. ಪತಿಯ ನಿಂದನೆಯನ್ನು ತಾಳಲಾರದೆ ಹೋಮಕುಂಡಕ್ಕೆ ಹಾರಿ ಕೊಳ್ಳುತ್ತಾಳೆ.

ಸುದ್ದಿ ತಿಳಿದ ಶಿವ ಕೋಪದಿಂದ ದಕ್ಷನ ಯಜ್ಞವನ್ನು ನಾಶಗೊಳಿಸಿ ಅವನ ತಲೆಯನ್ನು ಕಡಿಯುತ್ತಾನೆ. ಆದರೆ ಉಳಿದ ದೇವತೆಗಳ ಪ್ರಾರ್ಥನೆಯನ್ನು ಮನ್ನಿಸಿ ಹೋತದ ತಲೆಯನ್ನು ಸೇರಿಸಿ ಕ್ಷಮಿಸುತ್ತಾನೆ. ಆದರೆ ಶಿವನ ಪತ್ನಿಪ್ರೇಮ ಅಮೋಘವಾದದ್ದು. ಸತೀಯ ಕಳೇಬರವನ್ನು ಎತ್ತಿಕೊಂಡು ಪ್ರಳಯ ತಾಂಡವದಲ್ಲಿ ತೊಡಗುತ್ತಾನೆ. ಆದರೆ ಸೃಷ್ಟಿಯ ಉಳಿವಿಗೆ ಪ್ರಳಯ ತಾಂಡವ ನಿಲ್ಲುವುದು ಅನಿವಾರ್ಯ. ದೇವತೆಗಳು ಕಂಗೆಡುತ್ತಾರೆ. ಆಗ ಮಹಾ ವಿಷ್ಣು ಧಾವಿಸಿ ತನ್ನ ಚಕ್ರದಿಂದ ಕಳೇಬರವನ್ನ ಛಿದ್ರಿಸಿದಾಗ ಭೂಮಿಗೆ ಬಿದ್ದ ಕಡೆಗಳಲ್ಲೆಲ್ಲ ಶಕ್ತಿ ಪೀಠಗಳಾಗುತ್ತೆ. ಸತೀದೇವಿ ಮತ್ತೆ ಜನ್ಮ ವೆತ್ತಿ ತಪಸ್ಸು ಮಾಡಿ ಶಿವನನ್ನು ಒಲಿಸಿಕೊಂಡು ದಾಕ್ಷಾಯಿಣಿಯಾಗ್ತಾಳೆ. ಈ ಕತೆಯಿಂದ ದಂಪತಿಗಳ ಸಮಾಗಮ ಜನ್ಮ ಜನ್ಮಾಂತರದ್ದು ಅನ್ನಿಸೋಲ್ಲಾ? ಇದು ಕತೇಂತ ಅನ್ನಿಸಿದ್ರು. ಸ್ವಲ್ಪ ಯೋಚ್ನೆ ಮಾಡಿ ಲವ್ ಇರ್ಬಹ್ದು. ಅರೇಂಜ್ಡ್ ಇರಬಹ್ದು. ಎಲ್ಲೋ ಹುಟ್ಟಿ ಬೆಳೆದವರು ಜೊತೆಯಾಗಿ ಜೀವನ ಪರ್ಯಂತ ಬಾಳೋದೂಂದರೆ ಜಗತ್ತಿನ ಕೌತುಕ "ಆ ಮಾತು ಪೂರ್ತಿ ಮಾಡುವ ಮುನ್ನ ರಾಜೇಶ್ ಬಂದರು.

"ನಾನೇ ಹೇಳಿ ಕಳಿಸ್ಬೇಕೂಂತ ಇದ್ದೆ, ಜೋಯಿಸರೇ ಈಗಾಗ್ಲೇ ಡಿವೋರ್ಸ್ ಫೈಲ್ ಮಾಡಿ ಆಗಿದೆ. ಈ ರಾದ್ಧಾಂತ ಬೇಗ ಮುಗಿಯಬೇಕೆಂದುಕೊಂಡರೇ, ಎರಡು ಕಡೆಯವರ ನಿರ್ಧಾರ ಒಂದೇ ಆಗ್ಬೇಕಂತಲ್ಲ" ಎನ್ನುತ್ತಲೇ ಕೂತರು.

'ನಿಮ್ಗೇ ತಲೆ ಇದ್ಯಾ?' ಅಂತ ಕೇಳಬೇಕೆನಿಸಿತು. ಆದರೆ ಕೇಳಲಿಲ್ಲ. ಕಾಂಪ್ರಮೈಸ್ ಮಾತುಗಳು ಮರೆತಂತೆ ಆಯಿತು. ತಾಳ್ಮೆ ಕಳೆದುಕೊಂಡು ಮಾತಾಡುವ ಮುನ್ನ ಮೇಲೆದ್ದು ತಮ್ಮ ಬ್ಯಾಗ್ ತಗೊಂಡು ಕೈ ಮುಗಿದರು.

"ನಂಗೆ ಮದ್ವೆ ಮಾಡಿಸೋದು ಮಾತ್ರ ಗೊತ್ತು. ಬೆಸುಗೆಯ ಕಾಯಕ ನಂದು. ಈಗಾಗ್ಲೇ ಬಿಡುಗಡೆಗೆ ಲಾಯರ್ ಮೊರೆ ಹೊಕ್ಕಿದ್ದಿರಲ್ಲ. ರಾಯರೇ ಮೊದ್ಲು ಮಗಳ ಮನಸ್ಸಿನಲ್ಲಿ ಏನಿದೇಂತ ತಿಳ್ದುಕೊಳ್ಳಿ" ಅಂದು ಹೊರಟ ಅವರನ್ನು ಹಿಂಬಾಲಿಸಿದ ಶಾಂಭವಿ ಕೂಗಿ ನಿಲ್ಲಿಸಿ "ಒಂದು ಸಣ್ಣ ವಿನಂತಿ. ಏಟು ತಿಂದು ಅವಮಾನ ಮಾಡ್ಸಿಕೊಂಡೋರು ಅವರು. ಅವರುಗಳ ಮನಸ್ಸಿನಲ್ಲಿ ಏನಿದೇಂತ ತಿಳ್ದುಕೊಳ್ಳಿ. ಅಕಸ್ಮಾತ್ ನಮ್ಮ ವರ್ಣ ಅಲ್ಲಿಗೆ ಬಂದರೆ ಸುಖವಾಗಿ ಇರ್ತಾಳಾ? ಏನೋ ಆತಂಕ.... ಭಯ! ಇಂದಿನದೇನು ಹೇಳ್ಬೇಡಿ. ಮೊದ್ಲು ಅವ್ರ ಮನಸ್ಸಿನಲ್ಲಿ ಏನಿದೇಂತ ತಿಳ್ದುಕೊಳ್ಳಿ" ಕೇಳಿಕೊಂಡರು. ವರ್ಣ ಮೃದು, ಭಾವನಾಜೀವಿ. ಕತೆ, ಕವನ, ಕಾದಂಬರಿ ಓದಿಕೊಂಡು ಬೆಳೆದೋಳು. ಅವಳದು ಪಾಸಿಟೀವ್ ಮೈಂಡ್.

ಜೋಯಿಸರು ಸರಿಯೆನ್ನುವಂತೆ ತಲೆದೂಗಿ ನಡೆದರು. ತಾನು ಬಂದಿದ್ದು 'ತಪ್ಪಾ?' ಯೋಚಿಸುವಂತಾಯಿತು ಅವರಿಗೆ. ಕಣ್ಮುಂದೆ ಮೌನವಾಗಿ ಕೂತ ವರ್ಣ ಕದಲಿದಳು. ಕರುಳು ಕಿತ್ತು ಬಾಯಿಗೆ ಬಂದಂತಾಯಿತು. 'ಛೆ....' ಹೆಜ್ಜೆಯ ವೇಗ ಹೆಚ್ಚಿಸಿದರು. ಆಟೋ ಹಿಡಿದು ನೇರವಾಗಿ ತಿಮ್ಮಪ್ಪಯ್ಯನವರ ಮನೆಗೆ ಬಂದಿದ್ದು. ಈಗಲೂ ಅವರ ಮನೆಯಲ್ಲಿ ಮಂಕಿನ ವಾತಾವರಣ. ಚೇತರಿಕೆ ಕಂಡು ಬರಲಿಲ್ಲ.

ಲೀಲಾವತಿಯವರು ಬಂದು ಬಾಗಿಲು ತೆಗೆದರು. ಅತ್ತ ಗುರುತು ಇತ್ತು ಅವರ ಕೆನ್ನೆಗಳ

ಮೇಲೆ. ಬಂದ ಸೋದರತ್ತೆಯ ಮಗಳು ಏನೋ ಅಂದು ಹೋಗಿದ್ದರು. 'ಮಕ್ಕಳು ಸೊಸೆಯರನ್ನ ಮುಚ್ಚಟೆಯಾಗಿ ಇಟ್ಕೊಂಡ್ ಸಂಸಾರ ಮಾಡೋದು ನಿಮ್ಮಗಳ ಹಣೆಯಲ್ಲಿ ಬರ್ದಿಲ್ಲ' ಇಷ್ಟು ಸಾಕಿತ್ತು ಕಣ್ಣೀರು ಸುರಿಸೋಕೆ. ಎಲ್ಲೋ ಆದ ತಪ್ಪಿಗೆ ಎಷ್ಟು ಜನರಿಗೆ ನೋವು, ಕಣ್ಣೀರು. ಅವಮಾನದಿಂದ ಕಂಗೆಟ್ಟು, ಹೊರಗೆ ಹೋಗಲು ಅಂಜುತ್ತಿದ್ದರು.

"ಬನ್ನಿ ಜೋಯಿಸರೇ" ಎಂದು ಒಳಗೆ ಹೋದರು.

ಬಂದ ಸಮಯ ಸರಿಯಾಗಿಲ್ಲವೇನೋಂತ ಯೋಚಿಸುವಂತಾದರು. ಆದರೂ ಬಂದಿದ್ದಾಯಿತು ಕೆಲಸ ಮುಗಿಸಿಕೊಂಡು ಹೋಗುವುದೆಂದು ನಿಶ್ಚಯಿಸಿ ಸಹನೆಯಿಂದ ಕೂತರು.

ಬಂದ ಲೀಲಾವತಿ ಅವರ ಎದರಿನಲ್ಲಿಯೇ ಕೂತು "ನಮ್ಗೇ ಯಾವ ತಪ್ಪಿಗೆ ಶಿಕ್ಷೆ? ಶರತ್ ಇನ್ನು ಒಂದೆರಡ್ವರ್ಷ ಮದ್ವೆನೇ ಬೇಡಾಂದ. ನೋಡಿದ ಕೂಡಲೆ ಹುಡ್ಗೀ ಇಷ್ಟವಾದ್ಲು. ಜಾತಾಕ್ಕಾಲವಿತ್ತು. ಮಗನ್ನ ಒಪ್ಪಿಸಿದ ತಪ್ಪಿಗೆ ಇವತ್ತು ಶಿಕ್ಷೆ ಅನುಭವಿಸ್ತ ಇದ್ದೀವಿ. ಬಂದ ನೆಂಟರೆಲ್ಲ ಒಂದೊಂದು ಮಾತು. ಅವರಿಗೆ ಸರಿಯೆನಿಸಿದ ಕಾರಣಗಳನ್ನ ಕೊಟ್ಕೊಂಡ್.... ಮಾತಾಡೋಕೆ ಶುರು ಮಾಡಿದ್ದಾರೆ" ಮತ್ತಷ್ಟು ಕಣ್ಣೀರು ಹಾಕಿದರು.

"ದಯವಿಟ್ಟು ನಾನೇನು ತಪ್ಪು ಮಾಡಿಲ್ಲ. ಆಗಿದ್ದು ಆಗಿ ಹೋಗಿದೆ. ಜನ ನಾಲ್ಕು ದಿನ ಆಡಿಕೊಂಡ್ ಸುಮ್ಮನಾಗ್ತಾರೆ. ಮುಂದಿನದೇನು? ಮನಸ್ಸೇನಾದ್ರೂ ಬದಲಾಯಿಸಿದ್ದೀರಂತ ತಿಳ್ದುಕೊಂಡು ಹೋಗೋಣಾಂತ ಬಂದೆ. ಹಟಕ್ಕೆ ಬಿಳ್ಬೇಡಿ. ಆ ಹುಡ್ಗೀದೇನು ಇದ್ರಲ್ಲಿ ತಪ್ಪಿಲ್ಲ. ಹೋಗಿ ಕರ್ಕಂಡ್ ಬನ್ನಿ. ಎರಡು ಕಡೆಯವರು ಮರ್ತು ಮಗ, ಸೊಸೆ ಸಂಸಾರ ಮಾಡೋದ್ನ ಸಂತೋಷದಿಂದ ನೋಡ್ಕೊಂಡ್ ಇರೀ" ಇಂಥ ಬುದ್ಧಿ ಮಾತು ಹೇಳಿದರು. ಅದು ಅವರಿಗೆ ಇಷ್ಟವೇ ಇರಬಹುದು. ಸೊಸೆಯ ಅಪ್ಪ ಬಂದು ಗಂಡನನ್ನ ಹೊಡೆದಿದ್ದನ್ನು ನೋಡಿದ್ದರು. ಆಗ ತಂದೆಯನ್ನೂ ಅವಳು ಪ್ರತಿಭಟಿಸಿ ತಮ್ಮ ಕಡೆ ನಿಂತಿದ್ದರೆ ಕ್ಷಮಿಸಿ ಬಿಡುತ್ತಿದ್ದರೇನೋ, ಈಗ ಸೊಸೆ ಹೋಗಿ ಅಪ್ಪನ ಮನೆಯಲ್ಲಿ ನಿಂತು ಬಿಡುಗಡೆಗೆ ಸಿದ್ಧವಾಗಿರೋ ವರ್ಣನ ಕರೆಯಲು ಸಾಧ್ಯವೇ?

"ಆಗೋಲ್ಲ ಜೋಯಿಸರೇ, ಮೊದ್ಲು ಡಿವೋರ್ಸ್ ಆಗಿ ಹೋಗ್ಲಿ. ನನ್ನ ಮಗನಿಗೆ ಬೇರೆ ಕಡೆ ಸಂಬಂಧ ತಂದು ಮದ್ವೆ ಮಾಡಿ ನಮ್ಮ ಪಾಡಿಗೆ ನಾವ್ ಇರ್ತೀವಿ. ಸರ್‍ಯಾಗಿ ವಿಚಾರಿಸದೆ ಮಾಡಿಕೊಂಡಿದ್ದಕ್ಕೆ ದೇವರು ತಕ್ಕ ಶಾಸ್ತಿ ಮಾಡಿದ್ದಾನೆ. ಆ ಬಗ್ಗೆ ಏನಾದ್ರೂ ಸಹಾಯ ಮಾಡಿ" ಎಂದರು ಲೀಲಾವತಿ.

ಏನು ಪ್ರಯೋಜನವಿಲ್ಲವೆನಿಸಿತು ಜೋಯಿಸರಿಗೆ .

"ನೀವೇ ಹೀಗಂದ್ಮೇಲೆ ಯಜಮಾನರನ್ನ ನೋಡಿ ಪ್ರಯೋಜನವೇನು? ನಾನು ಬಂದಿದ್ದ ಸುದ್ದಿ ಕೂಡ ಹೇಳ್ಬೇಡಿ. ದೇವೇಚ್ಛೆ ಹೇಗೆ ಇದೆಯೋ, ಹಾಗೇ ಆಗುತ್ತೆ."

ಅವರು ನಡದೇಬಿಟ್ಟರು. ಆಕೆಗೆ ಕರೆಯಬೇಕೆನಿಸಲಿಲ್ಲ. ರೂಮಿನಲ್ಲಿದ್ದ ತಿಮ್ಮಪ್ಪಯ್ಯ ಹೊರಗೆ ಬಂದು ಕೂತವರು "ಈಗಾಗ್ಲೇ, ಆ ಲಫಂಗ ಮಗಳಿಗೆ ಗಂಡು ನೋಡಿಟ್ಟಿದ್ದಾನಂತೆ. ಸೊಸೆಯ ಕಡೆಯ ಸಂಬಂಧ. ವಿದೇಶದಲ್ಲಿ ದೊಡ್ಡ ಆಸ್ತಿ, ಇಲ್ಲೊಂದು ಕಂಪನಿ ಅಲ್ಲಿ ಕೆಲ್ಸಕ್ಕೆ

ಸೇರಿಕೊಂಡಿದ್ದಾಳಂತೆ ನಿನ್ನ ಸೊಸೆ. ಇನ್ನ ಪಿಯುಸಿ ಕಲೀತ ಗಂಡನ್ನ ಕಣ್ಣೆತ್ತಿ ನೋಡಿಯಾಳೇ?" ಕಿವಿಗೆ ಬಿದ್ದ ಸುದ್ದಿಗೆ ಕೆಂಡ ಕಾರಿದರು.

"ಜನ ಏನೇನೋ ಮಾತಾಡ್ತಾರೆ. ಅದನ್ನೆಲ್ಲ ಮನಸ್ಸಿಗೆ ತಂದ್ಕೋಬೇಡಿ. ನಮ್ಗೂ ಆ ಸಂಬಂಧ ಬೇಡಾಂತ ಅನ್ನಿಸಿದ್ಮೇಲೆ.... ಆ ಬಗ್ಗೆ ಮಾತುಗಳು ಯಾಕೆ? ಜೋಯಿಸರಿಗೂ ಅದ್ನೇ ಹೇಳಿದ್ದೇ. ಲಾಯರ್ ಶಂಭುಲಿಂಗಂ ಜ್ಯೂನಿಯರ್ ಫೋನ್ ಮಾಡಿದ್ರು. 'ಮ್ಯೂಚುಯಲ್ ಕಸ್ಸಂಟ್' ಅಂದರೆ ಮುಗ್ದು ಹೋಯಿತಂತೆ. ನಮ್ಗೇ ಬೇಕಿರೋದು ಅಷ್ಟೇ ತಾನೇ?" ಎಂದರು. ಈಗಾಗಲೇ ಆಕೆ ನೆಂಟರಿಷ್ಟರಲ್ಲಿ ಹೆಣ್ಣುಗಳ ಹುಡುಕಾಟ ನಡೆಸಿದ್ದರು. 'ಇಂಟರ್‌ನೆಟ್.....' ಅದು ಆಕೆಗೆ ಇಷ್ಟವಾಗದು.

"ಇಲ್ಲ ಕಣೇ, ಆ ಜನಕ್ಕೆ ಬುದ್ಧಿ ಕಲಿಸಲೇಬೇಕು. ಸುಲಭವಾಗಿ ವರ್ಣಗೆ ಡಿವೋರ್ಸ್ ಸಿಕ್ಕಿ ಆ ಮನೆಯವರು ನೆಮ್ದಿಯಾಗಿ ಇರಬಾರ್ದು. 'ಮ್ಯೂಚ್ಯುಯಲ್ ಕಸ್ಸಂಟ್'ಗೆ ಒಪ್ಪಿಕೊಳ್ಳೋದು" ಹೊಸದೊಂದು ಲೆಕ್ಕಾಚಾರ ಹಾಕಿದರು. ಲೀಲಾವತಿ ಗಾಬರಿಯಾದರು 'ಅಯ್ಯೋ, ಬೇಡ ಕಣ್ರೀ! ಈಗ ಆಗಿರೋದೇ ಸಾಕು. ಇನ್ನಷ್ಟು ಹಾದಿ ಬೀದಿ ವಿಚಾರವಾಗೋದ್ಬೇಡ" ಅಸಮ್ಮತಿ ಸೂಚಿಸಿದರು.

"ನೀನು ಸುಮ್ನೇ ಇದ್ಬಿಡು" ರೇಗಿದರು.

ಲೀಲಾವತಿ ಸಾಕಷ್ಟು ಗೊಣಗಾಡಿಯೆ ಸುಮ್ಮನಾಗಿದ್ದು. ಆಕೆಗೆ ತರಲೆ, ತಾಪತ್ರಯಗಳೆಂದರೆ ಆಗದು. ನೆಂಟರು, ಬಂಧುಗಳು, ಪರಿಚಿತ ವಿವಾಹಗಳೂಂದರೆ ತಪ್ಪಿಸಿಕೊಳ್ಳುತ್ತಿರಲಿಲ್ಲ. ಹೇಮಂತ್ ವಿವಾಹವಾಗಿ ಹೊರಹೋದ ಮೇಲೆ ಹೊರಗೆ ತಲೆ ಹಾಕಲು ಅಂಜುತ್ತಿದ್ದರು. ಈಗಂತು ಎಲ್ಲಿ ಹೋಗರು.

ಸಂಜೆ ತಿಮ್ಮಪ್ಪಯ್ಯ ಒಬ್ಬರೇ ಶಂಭುಲಿಂಗಂ ಆಫೀಸ್‌ಗೆ ಹೋದರು. ಅಂಥ ಶ್ರೀಮಂತಿಕೆಯ ಡೆಕೋರೇಷನ್ ಇಲ್ಲದ ಆಫೀಸ್. ನಾಲ್ಕೈದು ಜನ ಜೂನಿಯರ್‌ಗಳ ಜೊತೆ ಒಬ್ಬ ಗುಮಾಸ್ತ ಕೂಡ ಇದ್ದರು ಸಮಯ ಕಾದಿರಿಸಿದ್ದರಿಂದ ಒಳಗಿದ್ದವರು ಈಚೆಗೆ ಬಂದಾಗ ಇವರ ಸರದಿ. ತೀರಾ ಸಂಕೋಚಿಸುತ್ತಲೇ ಒಳಗಡಿ ಇಟ್ಟರು.

"ಬನ್ನಿ....ಬನ್ನಿ.... ನೀವೇನೋ ತಿಮ್ಮಪ್ಪಯ್ಯ?" ಅವರ ಹಿಂದಕ್ಕೆ ನೋಟ ಹರಿಸಿ "ಒಬ್ಬರೇ, ಬಂದಿರಾ? ಬಹಳ ಬುದ್ಧಿವಂತರು ಬಿಡಿ. ನಾನು ಹೆಚ್ಚು ಸಮಯಕ್ಕೆ ಮಹತ್ವ ಕೊಡೋನು. ಎಲ್ಲಾ.... ಹೇಳಿದ್ದಾರೆ! ಅದಷ್ಟು ಸತ್ಯ ಅಂತ ನಂಬಿಬಿಟ್ರಲ್ಲ. ಈಗ್ಹೇಳಿ, ಅವ್ರು 'ಮ್ಯೂಚುಯಲ್ ಕನ್ಸಂಟ್' ಮೂಲಕ ಡಿವೋರ್ಸ್ ಕೊಡ್ಸೀಂತ ಫೀಜು ಕೊಟ್ಟು ಹೋಗಿದ್ದಾರೆ. ಅದಕ್ಕೆ ನಿಮ್ಮ ಅಪ್ರೋಚ್ ಮಾಡಿದ್ದು. ಈಗ ನಿಮ್ಮದೇನಾದ್ರೂ ತಕರಾರಿಲ್ಲಾಂತ ಅಂದರೆ ನನ್ಕೆಲ್ಸ ಸುಲಭವಾಗಿ ಬಿಡುತ್ತೆ" ಎಂದು ಮುಂದಿದ್ದ ಫೈಲನ್ನ ಸರಿಸಿ ತಿಮ್ಮಪ್ಪಯನತ್ತ ನೇರವಾಗಿ ನೋಡಿದರು.

"ಸದ್ಯಕ್ಕೆ ಡಿವೋರ್ಸ್ ಕೊಡ್ಬಾರ್ದೂಂತ ತೀರ್ಮಾನ ಮಾಡಿದ್ದೀನಿ" ಅಂದರು ಸ್ವಲ್ಪ ಬಿಗುವಾಗಿಯೆ "ಅಂದರೆ ಮುಂದೊಂದು ದಿನ ಡಿವೋರ್ಸ್ ಆಗ್ಲೀ ಅನ್ನೋದೆ ನಿಮ್ಮ ಅಭಿಪ್ರಾಯ. ಅದರ ಬದಲು ಡಿವೋರ್ಸ್ ಬೇಡ. ಕೌನ್ಸಿಲಿಂಗ್ ಮಾಡಿ ಇಬ್ಬರನ್ನ ಒಂದು

ಮಾಡೋ ಪ್ರಯತ್ನ ಮಾಡೋಣ ಅನ್ನಿ, ಅದು ಆಶಾದಾಯಕ. ಅದ್ಬಿಟ್ಟು, ಈಗ್ಬೇಡ..... ಮುಂದಕ್ಕೆ ಅಂದರೆ ಅವರಿಗೂ ತೊಂದರೆ. ಜೊತೆಗೆ ಎರಡು ಕುಟುಂಬದವರು ನೋಯಬೇಕಾಗುತ್ತೆ. ಮೊದ್ಲು ಡಿವೋರ್ಸ್ ಯಾಕೆ ಬೇಕು? ವಿವಾಹವಾಗಿ ಒಂದ್ಮೂರು ತಿಂಗ್ಳು ಚಿಲ್ಲರೆ ದಿನಗಳಾಗಿವೆ. ಅಲ್ಲಿ ಬಂದದ್ದೇನು? ಅವರು ಸಾವಿರ ಹೇಳ್ಲಿ. ನೀವೇಳಿ ಅವರಿಬ್ಬರ ಮಧ್ಯೆ ಬಂದದ್ದೇನು?" ಕೇಳಿದರು ಸ್ವಲ್ಪ ಜೋರಾಗಿಯೆ.

ಜೋಯಿಸರು ಮಾತ್ರವಲ್ಲ ಅರುಣ, ರಾಜೇಶ್ ಕೂಡ ಹೇಳಿದ್ದರು. ತಪ್ಪಿತಸ್ಥರು ತಾವೇ ಆಗಿದ್ದರು, ಪ್ರತಿಯೊಬ್ಬರು ತಮ್ಮನ್ನ ನಿರಪರಾಧಿಗಳೆಂದೆ ಹೇಳಿಕೊಳ್ಳುತ್ತಾರೆಂದು ಅವರಿಗೆ ಗೊತ್ತು.

"ಅವರಿಬ್ಬರ ಮಧ್ಯೆ ಏನಿಲ್ಲ" ಎಂದು ದನಿ ತಗ್ಗಿಸಿದವರು ನಡೆದದನ್ನ ವಿವರಿಸಿದರು "ಇಲ್ಲಿ ಜೋಯಿಸರದ್ದು ತಪ್ಪು ಅನ್ನೋಣವೇ? ನಾವು ಕೊಟ್ಟ ಜಾತ್ಕ, ಬಯೋಡೆಟಾನೆ ಕೊಟ್ಟಿದ್ದುಂತ ತಮ್ಮ ಮನೆ ದೇವರ ಮೇಲೆ ಪ್ರಮಾಣ ಮಾಡ್ತಾರೆ. ಇದಕ್ಕೆಲ್ಲ ಅರುಣನೆ ಸೂತ್ರಧಾರ. ತಪ್ಪಿಲ್ಲದ ನನ್ನ ಹೊಡೆದು ನನ್ನ ಮಗ ನಿಕೃಷ್ಟ ಅನ್ನೋ ತರಹ ಮಾತಾಡಿದ್ರು. ಇಷ್ಟೆಲ್ಲ ನಡೆದ್ಮೇಲೆ ಬೇಕಾಗಿರುದೋ ಬಿಡುಗಡೆನೇ. ಆದರೆ ಅದು ಸುಲಭವಾಗಿ ಅವ್ರಿಗೆ ಸಿಗ್ಬಾರ್ದು. ಆಟ...ಆಡಿಸ್ತೀನಿ ನೋಡ್ತಾ ಇರೀ" ಅಂದರು ತಿಮ್ಮಪ್ಪಯ್ಯ.

"ಯಾವ ಡಿಪಾರ್ಟ್‌ಮೆಂಟ್‌ನಲ್ಲಿ ಕೆಲ್ಸ ಮಾಡಿದ್ದು? ಸ್ವಲ್ಪ ಕೂಡ ಜನರಲ್ ನಾಲೆಡ್ಜ್ ಇಲ್ವಾ? ಪೇಪರ್ ಬಿಡಿ, ಟಿ.ವಿ., ನ್ಯೂಸ್ ಛಾನಲ್‌ಗಳಲ್ಲಿ ನೋಡ್ತಾ ಇಲ್ವಾ? ಆ ಹುಡ್ಗೀ ಎದರು ತಿರುಗಿದರೆ, ಮನೆಯವರೆಲ್ಲ ಕಂಬಿ ಎಣಿಸಬೇಕಾಗುತ್ತೆ. ಏನಂದ್ಕೊಂಡ್ರಿ? ಇದೆಲ್ಲ ನಿಮ್ಮ ಕೈಯಲ್ಲಿ ಆಗದ್ದು. ನಿಮ್ಮನ್ನ ಗೋಳಾಡಿಸೋ ಛಾನ್ಸ್ ಅವರಿಗಿದೆ" ಎಂದು ಅರ್ಧಗಂಟೆ ಕೊರೆದರು. ತಿಮ್ಮಪ್ಪಯ್ಯ ತಣ್ಣಗಾದರು. ಅಂತೂ ಇಂತೂ 'ಮ್ಯೂಚ್ಯುಯಲ್ ಕನ್ಸಂಟ್' ಮೂಲಕ ಡಿವೋರ್ಸ್‌ನ ನಿಶ್ಚಯವಾಯಿತು.

ತಿಮ್ಮಪ್ಪಯ್ಯ ತಣ್ಣಗಾಗಿ ಹಿಂದಿರುಗಿದ್ದು. ಹೆಂಡತಿಯ ಮುಂದೆ ತಮ್ಮ 'ಅಹಂ'ಗೆ ಪೆಟ್ಟು ಬೀಳಬಾರದೆಂದು ಏನೋ ಹೇಳಿ ಜಾರಿಕೊಂಡರು.

ಶರತ್ ಮನೆಗೆ ಬಂದಾಗ ರಾತ್ರಿ ಹತ್ತು. ಒಂದು ಬಿಗ್ ಪ್ರಾಜೆಕ್ಟ್ ನಡೆಯುತ್ತಿತ್ತು. ಇಂಜಿನಿಯರ್, ಅವನು ಹೋಗಿದ್ದವರು ಹಿಂದಿರುಗಿದ್ದು ಸ್ವಲ್ಪ ಲೇಟಾಗಿಯೆ. ಅಣ್ಣ ಮನೆ ಬಿಟ್ಟು ಹೋದಾಗ ಅಂದಿನ ಸಂದರ್ಭ, ಸನ್ನಿವೇಶಗಳು ಅವನ ಕಣ್ಮುಂದೆ ಇತ್ತು. ಅದ್ದರಿಂದ ಹೆತ್ತವರ ಬಗ್ಗೆ ಅವನಿಗೆ ವಿಪರೀತ ಕಾಳಜಿ, ಎಚ್ಚರ.

"ಇವತ್ತು ತುಂಬಾ ಲೇಟಾಯ್ತು!" ಅಂದರು ಲೀಲಾವತಿ. ಅವರ ದನಿಯಲ್ಲಿ ಭಯಮಿಶ್ರಿತ ನೋವಿತ್ತು. ವರ್ಣ ಇದ್ದಾಗ ಸಂತಸದ ವಾತಾವರಣ ಇತ್ತು. ಇಬ್ಬರ ಕಣ್ಣಲ್ಲು ಕೋಲ್ಮಿಂಚು. ಹೆಚ್ಚು ಮಾತಿಲ್ಲದಿದ್ದರೂ ನವ ಚೈತನ್ಯ ಹರಿದಾಡುತಿತ್ತು.

"ಮುದ್ದು ಮುದ್ದಾದ ಹುಡ್ಗೀ! ಇಂಥ ಹೆಣ್ಣುಗಳು ಸಿಗೋದು ಅಪರೂಪ. ಈಗೆಲ್ಲ ವಯಸ್ಸಿಗೆ ಬರೋಕೆ ಮುನ್ನವೆ ಎಲ್ಲಾ ಮುಗೀದಿರುತ್ತೆ. ಅಗ್ನಿಕುಂಡದ ಮುಂದೆ ಹೇಗೆ ನಿಲ್ತಾರೋ ವಧು-ವರರಾಗಿ" ಎಂದು ನಾಲ್ಕನೆ ಮನೆಯ ಕಾಶೀಪತಿಯವರ ಹೆಂಡತಿ ಹೇಳಿ

"ಆದರೆ ನಿಮ್ಮ ಸೊಸೆ ಎಷ್ಟು ಪವಿತ್ರವಾಗಿ ಕಾಣ್ತಾಳೆ. ಸಾಕ್ಷಾತ್ ಸೀತಾ, ರಾಮರನ್ನ ಕಂಡಂತಾಯಿತು" ಆ ಮೆಚ್ಚು ನುಡಿಗಳು ಪದೇ ಪದೇ ನೆನಪಿಗೆ ಬರುತ್ತಿತ್ತು. ಈ ಗೊಂದಲವೇನು ಇಲ್ಲದಿದ್ದರೆ ವರ್ಣ ಮುದ್ದಿನ ಸೊಸೆಯೇ.

ಲೀಲಾವತಿಯ ಗಂಟಲುಬ್ಬಿತು. ಸುಮ್ಮನೆ ಕೂತರು. ಬಟ್ಟೆ ಬದಲಾಯಿಸಿ ಡ್ರೈಸಿಂಗ್ ಹಾಲ್‌ನಲ್ಲಿ ಇಣಕಿ ಬಂದವ ಹಾಲ್‌ನಲ್ಲಿ ಕೂತ ಅಮ್ಮನ ಎದರು.

"ಯಾಕೆ ಒಂದು ತರಹ ಇದ್ದೀರಾ?" ಕೇಳಿದ.

"ಶರತ್ ನಿಂಗೆ ತುಂಬ ಅನ್ಯಾಯವಾಯ್ತು. ನಾವು ಅಪ್ರ ಅರ್ಜೆಂಟ್‌ಗೆ ಯಾಕೆ ಬಿದ್ವೀ ಗೊತ್ತ? ವರ್ಣ ತುಂಬ ಚೆಂದ ಇದ್ಲು. ಅದೇನು....ಕಳೆ! ನೋಡಿದ್ದು ಕೂಡಲೆ ಇಷ್ಟವಾಗಿ ಬಿಟ್ಲು. ಅದೇ ಮುಳುವಾಯಿತಲ್ಲೋ! ಅವಳು ಬಿಬಿಎಂ ಮಾಡಿರೋದು ನಮ್ಮ ತಲೆಗೆ ಬರಲೇ ಇಲ್ಲ. ಅವಳು ಕೆಲಸಕ್ಕೆ ಹೋಗೋದು ಕೂಡ ಇಷ್ಟವಿಲ್ಲದ್ದೇ. ಅವಳು ಇಂಟರ್‌ವ್ಯೂಗೇಂತ ಹೊರಟಾಗಲೆಲ್ಲ.... ಹೇಳೋಣಾಂತ ಅಂದುಕೊಂಡವಳು ವಿವಾಹವಾದ ಹೊಸದರಲ್ಲೆ ವಿರೋಧ ಬೇಡಾಂತ ಸುಮ್ಮನಾಗಿದ್ದೆ" ಹೇಳಿಕೊಂಡರು. ಇದೆಲ್ಲ ಅವನಿಗೆ ಗೊತ್ತಿದ್ದುದ್ದೇ. ಮಾತಿನ ವರಸೆಯಲ್ಲಿ ಕೆಲವು ಸಲ ಹೇಳಿಕೊಂಡಿದ್ದರು.

"ಅದೆಲ್ಲ ಫಾಸ್ಟ್, ಅದ್ರಿಂದ ಏನು ಪ್ರಯೋಜನವಿಲ್ಲ. ತಪ್ಪು ಒಪ್ಪುಗಳ ಲೆಕ್ಕ ಬೇಡ. ಮುಂದಿನ ಬಗ್ಗೆ ಮಾತ್ರ ಯೋಚ್ಸಿ. ಅವರಾಗಿಯೇ ಮುಂದುವರಿಯಲೀ ಅಂದುಕೊಂಡಿದ್ದೆವಲ್ಲ. ಅದು ಆಗಿದೆ. ಲಾಯರ್ ಶಂಭುಲಿಂಗಂ ನನ್ನ ಮೊಬೈಲ್‌ಗೂ ಫೋನ್ ಮಾಡಿದ್ರು. ಅಪ್ಪ ಹೋಗಿ ಮೀಟ್ ಮಾಡಿದ ವಿಚಾರ ಕೂಡ ತಿಳಿಸಿದ್ರು. 'ಮ್ಯೂಚ್ಯುಯಲ್ ಕನ್ಸಂಟ್' ಅಂದರೆ ಡಿರ್ವೋಸ್‌ನ ಹಾದಿ ಸುಗಮವಾಗುತ್ತೆ. ಅಮ್ಮ, ಇನ್ನೊಂದು ವಿಚಾರ. ಅವರು ಏನು ಕೊಟ್ಟಿದರೋ, ಅವಳೇನು ತಂದಿದ್ದಳೋ....ಅದನ್ನೆಲ್ಲ ಮೊದ್ಲು ಹಿಂದಿರುಗಿಸಬೇಕು. ನಾವು ಕೊಟ್ಟಿದ್ದೇನು....ಕೇಳೋದ್ಬೇಡ. ಅವರು ಮತ್ತೇನಾದ್ರೂ ಕೇಳಿದರೆ ಕೊಟ್ಟು ಬಿಡೋಣ. ತಂಟೆ, ತಕರಾರುಗಳು ಬೇಡ. ಆತ್ಮಾಭಿಮಾನವುಳ್ಳ ಗಂಡು ತನ್ನನ್ನು ಅಭಿಮಾನಿಸದ, ಹೆಣ್ಣನ್ನು ಇಷ್ಟಪಡಲಾರ! ಮಗ್ಗುಲಾಗಿ ಮಲಗಿದ.

ಮೂರನೆ ಸಲ ಮಾತಾಡಬೇಕೆಂದೇ ಮೊಬೈಲೊತ್ತಿದಳು. ಆದರೆ ಶರತ್ ಎತ್ತಲಿಲ್ಲ. ಒಮ್ಮೆ ಇವಳನ್ನ ತಂದು ಡ್ರಾಪ್ ಮಾಡಿ ಹೋದವನು ಇನ್ನೆಂದು ಮಾತಾಡಿರಲಿಲ್ಲ. ಅವನ ವ್ಯಕ್ತಿತ್ವದಲ್ಲಿ ಅನುಪಮವಾದ ಗಾಂಭೀರ್ಯ. ಸಾವಿರ ಮಾತುಗಳು ಹೇಳಲಾರದ ಪ್ರೀತಿಯ ಭಾವವನ್ನು ಅವನ ಕಣ್ಣುಗಳು ವ್ಯಕ್ತಪಡಿಸುತ್ತಿತ್ತು. ಹೆಚ್ಚು ಇಷ್ಟಪಟ್ಟಿದ್ದು ಅದನ್ನೆ.

ಎರಡು ದಿನದಿಂದ ಊಟ ಸೇರುತ್ತಿರಲಿಲ್ಲ. ಒಂದು ರೀತಿಯ ವಾಕರಿಕೆ. ಈಗಾಗಲೇ ದಾಂಪತ್ಯ ಜೀವನಕ್ಕೆ ಫುಲ್‌ಸ್ಟಾಪ್ ಬಿದ್ದಿತ್ತು. ಆದರಿಂದ ಮನೆಯವರು ಇಂಥದೊಂದು ಊಹೆ ಮಾಡಿಕೊಳ್ಳುವುದಕ್ಕೂ ಸಾಧ್ಯವಿಲ್ಲ.

ತಟ್ಟನೆ ಎದ್ದು ಕೂತಳು. ಮುಂದೇನು? ಎರಡು ಮನೆಯವರು ಇದನ್ನು ಹೇಗೆ ಸ್ವೀಕರಿಸಬಹುದು? ಗೊಂದಲವೋ, ಸಂತೋಷವೋ ಅರ್ಧ ರಾತ್ರಿ ಕಣ್ಣೀರು ಸುರಿಸಿದಳು. ಪ್ರೆಗ್ನೆನ್ಸಿ ಟೆಸ್ಟ್ ಅವಳೇ ಮಾಡಿಕೊಳ್ಳಬಹುದು. ಆದರೆ ಅವಳಿಂದ ಸಾಧ್ಯವಿರಲಿಲ್ಲ.

ಮುಖ ತೊಳೆಯುವ ವೇಳೆಗೆ ಎದುರಾದ ಶಾಂಭವಿ ತಟ್ಟನೆ ನಿಂತು "ಯಾಕೆ ಹುಷಾರಿಲ್ವಾ? ಏನಾಗಿದೆ" ಅವಳ ಕೈ ಹಿಡಿದುಕೊಂಡದ್ದು ಗಾಬರಿಯಿಂದಲೇ "ಯಾಕೋ ಅತ್ತೆ, ಅನ್‌ಕಂಫರ್ಟ್ ಅನ್ನಿಸ್ತಾ ಇದೆ" ಎಂದಳು. ಸದ್ಯಕ್ಕೆ ಯಾರೊಂದಿಗಾದರೂ ಹೇಳಿಕೊಳ್ಳಲೇಬೇಕಿತ್ತು. ಇವಳು ಅನನ್ಯ ಅಲ್ಲ.

"ಬಾ.... ಇಲ್ಲಿ" ಎಂದು ಅವಳ ರೂಮಿಗೆ ಕರೆದೊಯ್ದು "ಮನೆ ದೊಡ್ಡದಾದಷ್ಟು, ಒಬ್ಬರ ಮುಖ ಒಬ್ಬರು ನೋಡದೇ ಅಪರೂಪವಾಯ್ತು. ಒಂದಿಷ್ಟು ಜ್ಯೂಸ್ ತರ್ತೀನಿ. ಒಂದಷ್ಟು ಮಲ್ಗೀರು" ಎಂದು ಹೇಳಿ ಹೊರ ಹೋದರು. ಅವರಿಗೂ ಅನುಮಾನ. ಇದೇನಾದರೂ ತಾಯ್ತನದ ಸೂಚನೆಯೆ? ಸಂತೋಷಪಡುವಂಥದ್ದೇ. ಎರಡು ಕುಟುಂಬಗಳು ಅದಕ್ಕೆ ಸಿದ್ಧವಿಲ್ಲ! ಆದರೆ.... ಅನನ್ಯ.... ಮಾದರಿಯಲ್ಲಿ! ಯಾಕೋ ಬೇಡವೆನಿಸಿತು. ಒಂದು ಪುಟ್ಟ ಹಾಲುಗಲ್ಲದ ಮಗುವನ್ನ ಈ ಮನೆಗಾಗಿ ಬಯಸಿತು ಅವರ ಮನ.

ಫ್ರೆಶ್ಶಾಗಿ ನಿಂಬೆಹಣ್ಣು ಹಚ್ಚಿ ಜ್ಯೂಸ್ ಮಾಡಿಕೊಂಡು ಬಾಗಿಲತ್ತ ಬರುವ ವೇಳೆಗೆ ಎದುರಾದ ಸಕ್ಕೂಬಾಯಿ "ಯಾರ್ಗೇ ಜ್ಯೂಸ್? ಇಡೀ ಫ್ರಿಜ್ ತುಂಬ ಅನನ್ಯ ಜ್ಯೂಸ್ ಬಾಟಲುಗಳ್ನ ತುಂಬಿಕೊಂಡಿದ್ದಾಳೆ. ಅಪ್ಪಿಗಿಂತ ಮೋನಿನೇ ಜಾಸ್ತಿ ಕುಡೀತಾಳೆ. ಅವಳಿಗೆಷ್ಟು ಸಂಬಳ ಕೊಡ್ತಾಳೋ ಇವರಿಬ್ರೂ ಹೊರಟು ಹೋದರೇ, ಅವಳು ರೂಮಿನಲ್ಲಿ ಸೇರ್ಕೊಂಡು ಮೂರ್ಹೊತ್ತು ಸಿ.ಡಿ.ಗಳನ್ನ ಹಾಕ್ಕೊಂಡ್ ಸಿನಿಮಾಗಳನ್ನ ನೋಡೋದು ಎಷ್ಟು ಸರಿ? ನಾವುಗಳು ಮನೆಯಲ್ಲಿದ್ದೀವಿ ಅನ್ನೋದನ್ನ ಮರೆತಂಗೆ ಓಡಾಡ್ತಾಳೆ" ಆಕೆ ಬೇಸರ ವ್ಯಕ್ತಪಡಿಸಿದಾಗ ಶಾಂಭವಿ ನಕ್ಕುಬಿಟ್ಟರು.

"ಇಂದಿನ ಟೆಕ್ನಾಲಜಿ ಯುಗದಲ್ಲಿ ಏನೇನೋ ನಡ್ದು ಹೋಗಿದೆ. ಮೊಬೈಲ್ ಬಂದ ಮೇಲೆ ವಿಶ್ವಾಸದಿಂದ ಹುಡ್ಕೀಕೊಂಡು ಹೋಗಿ ಮಾತಾಡ್ಸಿ ಬರೋದು ಕಡ್ಮೇ ಆಗಿದೆ. ಈಮೇಲ್ ಕಳಿಸೋದರ ಮೂಲಕ ಆಹ್ವಾನ. ಇನ್ನ ತೀರಾ ಮಿಡಲ್ ಕ್ಲಾಸ್ ಜನ ಕೂಡ ಪೂಜೆ, ಪುರಸ್ಕಾರಗಳಿಗೆ ಮೊಬೈಲ್‌ನಲ್ಲಿಯೆ ಆಹ್ವಾನ. ಯಾವ್ದೋ ವಿಷ್ಯ..... ಮಾತು ಎಲ್ಲಿಂದ.... ಎಲ್ಲಿಗೋ ಹೋಯ್ತು. ವರ್ಣ ಯಾಕೋ ಹೊಟ್ಟೆ ತೊಳೆಸುತ್ತೆ ಅಂದಳು, ಅದಕ್ಕೆ ನಿಂಬೆ ಹಣ್ಣಿನ ಪಾನಕ ಮಾಡ್ಕೊಂಡ್ ಹೋಗ್ತಾ ಇದ್ದೀನಿ" ಅಂದು ಶಾಂಭವಿ ಹೋದರು.

ಸಕ್ಕೂಬಾಯಿ ಮೌನವಾಗಿ ನಿಂತುಬಿಟ್ಟರು. ಅವರ ಮನ ಸರಿಯಾದುದನ್ನೆ ಯೋಚಿಸಿದರೂ ಸಂಭ್ರಮಪಡುವ ಬದಲು ಹೆದರಿದರು. ಈಗಾಗಲೇ ಡಿವೋರ್ಸ್ ಆಗಿಯೆ ಬಿಟ್ಟಿದೆಯೆನ್ನುವಂತೆ ಮನೆಯವರು ನಡೆದುಕೊಳ್ಳುತ್ತಿದ್ದರು. ಅಂಥದ್ದರಲ್ಲಿ ವರ್ಣ ಒಡಲಲ್ಲಿ ಶರತ್ ಕುಡಿಯೊಡೆಯುತ್ತಿದ್ದರೇ? ಸಣ್ಣಗೆ ಬೆವತರು. ಪರಿಸ್ಥಿತಿ ಬೇರೆಯಾಗಿ ಬಿಡುವ ಸಾಧ್ಯತೆ ಇತ್ತು.

"ಅಮ್ಮ, ಕಾಫೀ...." ಅರುಣನ ಸ್ವರ ಕೇಳಿ ಬೆಚ್ಚಿ ಬಿದ್ದು. "ಅಲ್ವೋ, ಹೆಂಡ್ತಿ ಬಂದ್ಮೇಲು ಅಮ್ಮ ನ ಕೈನ ಕಾಫೀನೆ ಬೇಕಾ?" ರೇಗಿಸಿದರು. ಅವನು ಜೋರಾಗಿ ನಕ್ಕು "ಅಪ್ಪಿಗೆ ಕಾಫೀ ಬೆರೆಸೋಕೆ ಗೊತ್ತಾ?" ಎಂದವನ ಕಿವಿ ಹಿಂಡಿ "ಅದೇನು ದೊಡ್ಡ ಕೆಲ್ಸ? ಒಂದಿಷ್ಟು ಕಲೀಂತ ಹೇಳೋಕೆ ನಿಂಗೇನು? ಅವಳು ಕೆಲ್ಸಕ್ಕೆ ಹೋಗ್ತಾಳೆ ಅಂದ ಮಾತ್ರಕ್ಕೆ, ಈ ತರಹ ಮರೆತನಾ?

ಗಂಡ ಗಂಡನ ತರಹನೇ ಇರ್ಬೇಕು. ಹೆಂಡ್ತಿ.... ಹೆಂಡ್ತೀತರಹನೆ ಇರ್ಬೇಕು. ಆಗ್ಲೇ ದಾಂಪತ್ಯಕ್ಕೊಂದು ಹೊಸತನದ ಮೆರಗು. ಕಾಫೀ ತರ್ತೀನಿ.... ಇರು" ಎಂದು ಕಿಚನ್‌ಗೆ ಹೋದರು. ಹೊಗೆ, ಧೂಳು ಇಲ್ಲದ ಸೋಫೆಟಿಕೇಟೆಡ್ ಕಿಚನ್. ಆದರೆ ಅದರ ಒಡೆತನವನ್ನು ಬೇರೆಯವರಿಗೆ ಒಪ್ಪಿಸಲು ಆಕೆಯ ಮನ ಒಡಂಬಡದು.

ಕಾಫೀ ಬೆರೆಸಿಕೊಂಡು ಬಂದು ಮಗನಿಗೆ ಕೊಟ್ಟು "ಅನನ್ಯ ಮೇಲೆ ಚಾಡಿ ಹೇಳ್ತೀನೀಂತ ತಿಳ್ಕೋಬೇಡ. ಮನೆಗೆ ಬಂದು ಕೂಡ್ಲೆ ರೂಮು ಸೇರ್ಕೋತಾಳೆ. ಅವಳಿಗೆ ಏನು ಇಷ್ಟವೋ, ನಂಗಿನ್ನ ಗೊತ್ತಾಗಿಲ್ಲ. ಏನೇನು ತಿನ್ನೋಲ್ಲ ಕಣೋ, ಆರೋಗ್ಯದ ಗತಿಯೇನು?" ಕೇಳಿದರು.

ಅರುಣ ಸಣ್ಣಗೆ ನಕ್ಕ.

"ನೀನು ಯಾವ ಜಮಾನದಲ್ಲಿದ್ದೀ? ಅಫ್ಫಿಗೇನು ಬೇಕಾದ್ನ ಹೊರ್ಗೇ ತಿಂದು ಬಂದಿರ್ತಾಳೆ. ಅದೇ ಅಭ್ಯಾಸ, ಈಗ್ಲೂ ಮುಂದುವರಿದಿದೆ. ಆತಂಕಪಡೋದೇನು ಬೇಡ. ಮಾಡಿದ್ನ ತಿನ್ನಲೀ, ಇಲ್ಲ ಬೇಕಾದ್ದು ತಿಂದುಕೊಳ್ಳಿ. ಈಗೆಲ್ಲ ಇದೇ ತರಹ! ನೋ.... ಸೆಂಟಿಮೆಂಟ್ಸ್. ಇವಳು ಫ್ರೆಂಡ್ ಒಬ್ಳು ಅಮೆರಿಕ ದಂಪತಿಗಳಿಗೆ ಒಡಲನ್ನ ಅಂದರೆ ಗರ್ಭಕೋಶವನ್ನು ಬಾಡಿಗೆಗೆ ಕೊಟ್ಟಿದ್ದಾಳೆ. ಇಂಡಿಯನ್ ಕರೆನ್ಸಿಯಲ್ಲಿ ನಲ್ವತ್ತು ಲಕ್ಷರೂಪಾಯಿ. ಹೆಣ್ಣು ಮಕ್ಕಳು ತಮ್ಮ ಗರ್ಭಾಶಯವನ್ನ ಬಾಡಿಗೆಗೆ ಕೊಟ್ಟು ಹಣ ಮಾಡ್ತಾ ಇದ್ದಾರೆ" ಎಂದ ಕಾಫಿಯನ್ನು ಗುಟುಕರಿಸುತ್ತ. ಬೇರೆಯವರ ಗರ್ಭವನ್ನು ಹೊರುವುದಕ್ಕೆ ನಲವತ್ತು ಲಕ್ಷ! ಆಕೆ ಸ್ತಬ್ಧರಾದರು.

ಅಷ್ಟಿಷ್ಟು ಪೇಪರ್‌ಗಳಲ್ಲಿ ಓದಿಕೊಂಡಿದ್ದರು. ಈಗ ನೈತಿಕತೆಯ ಬಗ್ಗೆ ತಲೆ ಕೆಡಿಸಿಕೊಂಡರು. ಇದು ಸರೀನಾ?

"ನಂಗೆ ಇದೆಲ್ಲ ಸರಿಯಲ್ಲಾಂತ ಅನಿಸುತ್ತೆ ಕಣೋ. ಗರ್ಭಾಶಯನ ಬಾಡ್ಗೇಗೆ ಕೊಡೋದೂಂದರೇನು? ನಂಗೆ ಸಂಕೋಚವೆನಿಸುತ್ತೆ" ಆಕೆ ಮುದುರಿಕೊಂಡರು. ಅಮ್ಮನ ಲೋಕವನ್ನು ಅವನು ಬಲ್ಲವ. ಕಾಫೀ ಮುಗಿಸಿ ಲೋಟ ಕೆಳಗಿಟ್ಟು "'ಸರೋಗಸಿಫ್ರೆಂಡರ್' ಅನ್ನೋ ವೆಬ್‌ಸೈಟಿನಲ್ಲಿ ಎಷ್ಟು ಜನ ಮಹಿಳೆಯರು ತಮ್ಮ ಹೆಸರನ್ನ ನೋಂದಾಯಿಸಿ ಕೊಂಡಿದ್ದಾರೆ. ಗೊತ್ತಾ? ಅದರಲ್ಲಿ ವಿದ್ಯಾವಂತರು, ಅಲ್ಪಸ್ವಲ್ಪ ಕಲೀತವರು ಕೂಡ ಇದ್ದಾರೆ. ಮಕ್ಕಳಿಲ್ಲದ ವಿದೇಶಿ ದಂಪತಿಗಳು ಈಗ ಬೆಂಗಳೂರಿಗೆ ಬಂದು ಇಳೀತಾ ಇದ್ದಾರೆ. ಈಗ 'ಸರೋಗಸಿ' (ಬಾಡಿಗೆ ತಾಯಿ) ಟ್ರೆಂಡ್. ಕೆಲವರಂತು ಮಗುನ ಹೊತ್ತು ಹೆತ್ತು ಹಡೆಯುವುದು ರಿಸ್ಕ್ ಅಂದುಕೊಂಡು ಬಿಟ್ಟಿದ್ದಾರೆ" ಅಂದ. ಅದರ ಹಿಂದೆ ಅನನ್ಯ ತೆಗೆದುಕೊಂಡ ನಿರ್ಧಾರದ ಸುಳಿ ಇತ್ತು.

ಡಿಕಾಕ್ಷನ್‌ಗೆ ಹಾಲು ಸೇರಿಸುತ್ತಿದ್ದ ಸಕ್ಕೂಬಾಯಿ "ತಾಯಿ, ಮಗುವಿನದು ಕರುಳಿನ ಸಂಬಂಧ. ಯಾವ್ದೋ ಹೆಣ್ಣು ಹೆತ್ತು ಕೊಟ್ಟ ಮಗುವಿನ ಬಗ್ಗೆ ಈ ಹೆಣ್ಣಿಗೆ ಎಂಥ ಅಕ್ಕರೆಯೋ? ಅದಕ್ಕೆ ತಾನೇ ಏನಿರುತ್ತೆ? ಅಂಥ ಮಕ್ಕಳು ಯಾಕೆ ಬೇಕು? ಎಷ್ಟೋ ಅನಾಥ ಮಕ್ಕಳು ಇರುತ್ತೆ. ಅವನ್ನೆ ದತ್ತು ಪಡೆದು ನಮ್ದುಂತ ಹೇಳಿಕೊಳ್ಳೋದು. ಸದ್ಯಕ್ಕೆ ನಮ್ಮ ಮನೆಗೆ ಅಂಥ ಮಗು ಬರೋದು ಬೇಡ" ತೀರಾ ಕಸಿವಿಸಿಗೊಂಡವರಂತೆ ನುಡಿದಾಗ ಅರುಣ ಮೌನವಾಗಿ

ಹೊರಗೆದ್ದು ಬಂದ. ಅದು ಅವನಿಗೂ ಇಷ್ಟವಿಲ್ಲ.

"ಇದೊಂದು ಮಗು ಇರ್ಲಿ" ಕೈ ಹಿಡಿದು ಹೇಳಿದ್ದ. ಅದೊಂದು ಅನುಭವವನ್ನು ಅನುಭವಿಸಬೇಕೆಂಬ ತೀವ್ರವಾದ ಆಕಾಂಕ್ಷೆಯುಂಟಾಗಿದ್ದು ನಿಜವೆನಿಸಿದ್ದುಂಟು. ಅದೊಂದಕ್ಕೆ ಅನನ್ಯ ಒಪ್ಪಿ ಬಿಡಲಿಯೆನ್ನುವ ಆಸೆಯನ್ನು ಕ್ಷಣ ತೊಡೆದುಹಾಕಿದ್ದು ದೃಢವಾಗಿ "ನೋ.... ನೋ.... ಇಂಪಾಜಿಬಲ್. ಅಬ್ಬಾ.... ನಾನು ಹೊಟ್ಟೆ ಉಬ್ಬಿಸಿಕೊಂಡು ಓಡಾಡೋದು! ನನ್ನ ಕೆರಿಯರ್ ಗತಿಯೇನು?" ಆಮೇಲೆ ಇವನಿಗೆ ತಿಳಿಸದಂತೆಯೆ ಇಲ್ಲವಾಗಿಕೊಂಡಿದ್ದು.

ಅರುಣ ಯಾಕೋ ವೇದನೆಯಿಂದ ಒದ್ದಾಡಿದ. ಮೊದಲು ಏನು ಅನ್ನಿಸದಿದ್ದರು. ಈಗ ದಾಂಪತ್ಯದ ಸೊಗಸನ್ನು ಅನುಭವಿಸಬೇಕೆನಿಸಿತು. ಸಾಧ್ಯವೇ? ಆಫೀಸ್‌ನಿಂದ ಮನೆಗೆ ಬಂದರೆ ತೊಡೆಯ ಮೇಲೆ ಲ್ಯಾಪ್‌ಟಾಪ್ ತೆರೆದಿಟ್ಟುಕೊಂಡು ಕೂಡುತ್ತಿದ್ದಳು. ಅಲ್ಲಿನ ಮಿಕ್ಕ ಕೆಲಸ ಮನೆಯಲ್ಲಿನ ವೇಳೆಯನ್ನು ಕಬಳಿಸುತಿತ್ತು. ಒಂದೆರಡು ಬಾರಿ ಹೊರಗೆ ಮುಖ ತೋರಿಸುತ್ತಿದ್ದವಳು, ಈಗ ಆಫೀಸ್‌ಗೆ ಹೋಗೋ ಸಮಯ ಬಿಟ್ಟು ಈಚೆಗೆ ಮುಖ ಹಾಕುತ್ತಿರಲಿಲ್ಲ. ಮೋನಿ ಪ್ರತಿಯೊಂದನ್ನು ಅಲ್ಲಿಗೆ ಸಪ್ಲೇ ಮಾಡುತ್ತಿದ್ದರಿಂದ ಮನೆಯವರು ಕಾಳಜಿ ವಹಿಸಬೇಕಿರಲಿಲ್ಲ.

ಮಾತು ಬೇಕೆನಿಸಿದ್ದರಿಂದ ಸೀದಾ ಅತ್ತೆಯ ರೂಮಿಗೆ ಹೋದ. ಮೊದಲಿನಿಂದಲೂ ಅವರ ಬಳಿ ಹೆಚ್ಚಿನ ಸಲಿಗೆಯೇ. ಇಂದು ಅರ್ಧ ದಿನ ಇದ್ದುದ್ದರಿಂದ ಮಾತಾಡಲು ಪುರುಸೊತ್ತು ಇತ್ತು.

"ಬಾ.... ಅರುಣ" ಎಂದರು ಮುಖ ನೋಡುತ್ತಲೆ "ನಿಮ್ಹತ್ರ ಮಾತಾಡ್ಬೇಕೂಂತ ಅನ್ನಿಸ್ತು. ಈ ಮನೆಗ್ಬಂದ್ಮೇಲೆ ಎಷ್ಟು ಅಡ್ವಾಂಟೇಜೋ, ಅಷ್ಟೆ ಡಿಸ್ ಅಡ್ವಾಂಟೇಜ್. ಇದು ವಿಶಾಲವಾದ ಬಂಗ್ಲೆ. ಎಲ್ಲದರಲ್ಲು ಪ್ರತ್ಯೇಕತೆ. ನಾನು, ಕಿರಣ, ವರ್ಣ ನಿಮ್ಗೇ ಅಂಟಿಕೊಂಡೇ ಬೆಳೆದವರು. ಎರಡು ರೂಮಿನ ಮನೆ. ನಾವೆಲ್ಲ ಹಾಲ್‌ನಲ್ಲಿ ಮಲ್ಗೀ ಬಿಡ್ತಾ ಇದ್ವೀ. ಓದಿಗೆ ಮಾತ್ರ ಒಂದು ರೂಂ. ನಿದ್ದೆ ಬರೋವರ್ಗೂ ಹರಟೆಹೊಡೆಯುತ್ತ ಇದ್ವಿ. ಈಗ ಅದೆಲ್ಲ ಬರೀ ನೆನಪುಗಳಷ್ಟೆ. ಆಗ ನಂಗೆ ಇಂಥ ಮನೆಯ ಬಗ್ಗೆ ಕನಸ್ಸಿತ್ತು. ನನ್ನ ಫ್ರೆಂಡ್ ಹಮೀದ್ ಮನೆಗೆ ಹೋದಾಗಲೆಲ್ಲ ಈರ್ಷೆ ಉಂಟಾಗ್ತಾ ಇತ್ತು. ಆ ಗುರಿ ಬೇಗ ತಲುಪಬೇಕಾದರೆ ಕೂಡ ಅನನ್ಯ, ನನ್ನ ಮದ್ವೆಗೆ ಕಾರಣ" ಎಂದ. ಮನದ ಸತ್ಯವನ್ನು ಬಿಚ್ಚಿಟ್ಟಿದ್ದ. ಅದಕ್ಕೆ ಪ್ರೀತಿ, ಪ್ರೇಮ ಅನ್ನೋ ಹೆಸರು ಹೊರ ಜಗತ್ತಿಗೆ ಮಾತ್ರ ಸೂಕ್ತ. 'ಲವ್ ಮ್ಯಾರೇಜ್' ಅದಕ್ಕೊಂದು ಸುಂದರವಾದ ಹೆಸರಷ್ಟೆ.

"ಏನೋ ಹೇಳ್ತಾ ಇದ್ದೀಯಾ?" ನಗುತ್ತ ಕೇಳಿದರು.

"ಟ್ರೂತ್, ಸತ್ಯನೆ ಅತ್ತೆ. ಅವಳ ಬಗ್ಗೆ ಹೇಳ್ತಾರೆ. ನಾನು ಎಲ್ಲದನ್ನು ಮನಸ್ಸಿನಲ್ಲಿಟ್ಕೊಂಡೇ, ಅನನ್ಯನ ಆಯ್ಕೆ ಮಾಡಿಕೊಂಡಿದ್ದು. ಬಿಡಿ, ಆ ವಿಷ್ಯನಾ? ನಿಮ್ಗೇ ಮಾತ್ರ ಅವಳ ಕನ್ಸೀವ್ ಆದ ವಿಚಾರ ಗೊತ್ತಿದೆ. ಅವಳು ಬೇಡ ಅಂದಾಗ, ಯಾಕೋ ಒಂದು ಪುಟ್ಟ ಮಗು ಬೇಕೆನಿಸಿದ್ದುಂಟು. ಆದರೆ ಅವಳು ಅದಕ್ಕೆ ಸಿದ್ಧವಿರ್ಲಿಲ್ಲ. ಪುನಃ ನನ್ನ ನೋಟೀಸಿಗೆ ಬರ್ದಂತೆ ತೆಗ್ಸೀ ಬಿಟ್ಟಿದ್ಲು. ಈಗ ನೆನಸ್ಕೊಂಡರೇ, ಕಳೆದುಕೊಂಡ ಅನುಭವ.

ನಂಗಿಂತ ಹೆಚ್ಚು ಹಿತವಾಗ್ಬೇಕಿತ್ತು ತಾಯ್ತನ. ಅದಲ್ಲದೇ ಮುಂದೊಂದು ದಿನ ಮಗು ಬೇಕೆನಿಸಿದರೇ, ಬಾಡಿಗೆ ತಾಯಿ ಮೂಲಕ ಮಗುನ ಮಾಡಿಕೊಳ್ಳೋಣಾಂತ ಸಜೆಷನ್ ಕೊಟ್ಲು. ಅಂದರೆ ಅವಳು ತಾಯ್ತನ ಅನುಭವಿಸೋಕೆ ಸಿದ್ಧವಿಲ್ಲ. ಅಂದರೆ ಇವಳು ಹೆತ್ತ ಮಗು ಈ ಮನೆಗೆ ಮಗುವಾಗಲೂ ಸಾಧ್ಯವಿಲ್ಲ, ಇದು ದುರದೃಷ್ಟ ಅನ್ನಿಸೋಲ್ವಾ?" ತೀರಾ ನೊಂದು ಹೇಳಿದಂಗೆ ಕಂಡ.

"ಸುಮ್ನೇ ಹೀಗೆ ಅಂದಿದ್ದಾಳೆ. ಸ್ವಲ್ಪ ದಿನ ಕಳೆದರೆ ತಾಯ್ತನದ ಬೇಗೆ ಅವಳಲ್ಲೇ ಷುರುವಾಗುತ್ತೆ. ಅದನ್ನ ಸ್ವತಃ ಅನುಭವಿಸಬೇಕೆಂಬ ತಹತಹಕ್ಕೆ ಶರಣು. ಒಂದೆರಡು ವರ್ಷ ಸುಮ್ಮನಿರು "ನಗುವಿನಲ್ಲಿಯೇ ಹಗುರವಾಗಿ ತೇಲಿಸಿದರು ಮಾತುಗಳನ್ನು. ಆ ಬಗ್ಗೆ ನಂಬಿಕೆ ಇಲ್ಲದಿದ್ದರೂ "ಐ ಅಗ್ರಿ.... ಏನಾದ್ರೂ ಮಾತಾಡಿ ಅತ್ತೆ. ಹಿಮವಂತ ನಿಮ್ಮ ದೃಷ್ಟಿಯಲ್ಲಿ ಹೇಗೆ?" ಎಂದು ಕೂತ. ಆಕೆಗೆ ಗಂಟಲಲ್ಲಿ ಏನೋ ಸಿಕ್ಕಿ ಹಾಕಿಕೊಂಡಂತಾಯಿತು. ಉಗುಳಲು ಸಾಧ್ಯವಿಲ್ಲ ನುಂಗಲು ಹಿಂಸೆ "ಒಂದ್ನಿಮ್ಷ, ನಿಂಗೊಂದು ಕಪ್ ಕಾಫೀ ತಂದ್ಬಿಡ್ತೀನಿ" ಅಂದು ಹೇಗೆ ಹೋಗಿ ಸುಧಾರಿಸಿಕೊಂಡರು.

ಸಕ್ಕೂಬಾಯಿ ಬೆರೆಸಿಟ್ಟ ಕಾಫೀ ತಂದು ಅವನ ಮುಂದಿಟ್ಟು "ಈಗ್ಹೇಳು, ನಂಗೆ ನೀನು ಇಲ್ಲಿದ್ದೀ ಅನ್ನಿಸುತ್ತಲೇ ಇಲ್ಲ. ಏನೋ ಇದು? ವಿವಾಹವಾದ್ಮೇಲೆ ಕೆಲ್ಸದಿಂದ ಬಂದರೆ ರೂಮು. ಅಲ್ಲಿಂದ ಹೊರ ಬಿದ್ದರೆ....ದೇವರೇ ಗತಿ! ಮನೆಯವರಿಗೂ ಒಂದಿಷ್ಟು ಸಮಯ ಇಟ್ಕೋ" ನಗುತ್ತ ಅವನ ಕೆನ್ನೆ ತಟ್ಟಿ ಕೂತರು. ಮೊದಲಿನ ಒಡನಾಟ ಮಾಯವಾಗಿತ್ತು.

"ಸುಖಾಂತ ಬೆನ್ನ ಹತ್ತಿ ಹೋಗಿರೋದು ಸುಖ ಅಲ್ಲಾಂತ ತಿಳ್ಯೋ ವೇಳೆಗೆ ಎಲ್ಲಾ ಮುಗಿದಿರುತ್ತೆ. ಮೊದ್ಲು ತುಂಬಾ ಹೊಂದಿಕೆ ಅಂದುಕೊಂಡಿದ್ದು ಈಗ ಉತ್ತರ, ದಕ್ಷಿಣ ಅನ್ನಿಸ್ತ ಇದೆ. ಎಸ್‌ಎಂಎಸ್, ಇ-ಮೇಲ್, ಫೇಸ್‌ಬುಕ್, ಟ್ವಿಟರ್. ಅಂಥದೊಂದು ಪ್ರಪಂಚನ ನಿರ್ಮಾಣ ಮಾಡ್ಕೊಂಡ್ ಬಿಟ್ಟಿದಾಳೆ. ಅದಿಲ್ಲದೆಂದರೆ ಐಪಾಡ್ ಕಿವಿಯಾನಿಸಿ ಸಂಗೀತ ಪ್ರಪಂಚದಲ್ಲಿ ಇದ್ದು ಬಿಡ್ತಾಳೆ. ವೀಕ್ ಎಂಡ್ಸ್‌ನಲ್ಲಿ ಷಾಪಿಂಗ್, ಸುತ್ತಾಟ ಅಷ್ಟಕ್ಕೆ ಸೀಮಿತವಾಗಿ ಬಿಟ್ಟಿದೆ." ಅಂದ ಒಂದು ತರಹ. ಈಗಾಗಲೇ ದಾಂಪತ್ಯ ಜೀವನ ಬೇಸರ ತರಿಸಿತ್ತು.

"ಏನೇನೋ ಮಾತಾಡ್ಬೇಡ. ನಿನ್ನ ಮನಸ್ಸು ಕೆಟ್ಟಿದೆ. ನಾನು ಅನನ್ಯ ಹತ್ರ ಮಾತಾಡ್ತೀನಿ" ಅಂದರು ಶಾಂಭವಿ. ಅವನು ಜೋರಾಗಿ ನಕ್ಕು ಬಿಟ್ಟ "ನೀವ್ಯಾಕೆ ಆ ಶ್ರಮ ತಗೋತೀರಿ? ಅವಳಿಗೆ ಏನು ಅರ್ಥವಾಗೋಲ್ಲ. ಅಂಥ ಪ್ರಯತ್ನ ಕೂಡ ಮಾಡೋಲ್ಲ. ನಮ್ದು ಲವ್ ಮ್ಯಾರೇಜ್ ಅಲ್ವಾ? ನೀವುಗಳು ಅಪರಾಧ ಪ್ರಜ್ಞೆಯಿಂದ ನರಳಬೇಕಿಲ್ಲ. ಬೇರೆಯವರತ್ತ ಬೆಟ್ಟು ಮಾಡಲು ಸಾಧ್ಯವಿಲ್ಲ. ನೀವು ಹೇಳ್ದಂಗೆ ಒಂದೆರಡು ವರ್ಷ ಕಾಯೋಣ. ಅತ್ತೆ, ಇನ್ನೊಂದು ವಿಷ್ಯ. ಬಾಡಿಗೆ ತಾಯಿ 'ಸರೋಗಸಿ'ಯಿಂದ ಮಗು ಪಡೆಯೋದರ ಬಗ್ಗೆ ನಿಮ್ಮ ಅಭಿಪ್ರಾಯವೇನು?" ಕೇಳಿದ ಆಕೆಗೆ ಏನು ತೋಚದಾಯಿತು. ಗಲಿಬಿಲಿಯಿಂದ ಅವನ ಮುಖ ನೋಡಿದರು.

"ಅಂಥ ಸಮಸ್ಯೆ ನಿಂಗೇನಿಲ್ವಲ್ಲ. ಈಗಾಗಲೇ ಒಂದ್ಸಲ ಅನನ್ಯ ಕನ್‌ಸಿವ್ ಆಗಿದ್ದರಿಂದ,

ಅವಳ ಗರ್ಭಕೋಶಕ್ಕೆ ಯಾವ್ದೇ ತೊಂದರೆಗಳಿಲ್ಲ ಅನ್ನೋದು ಗೊತ್ತಾಗಿದೆ. ಮತ್ಯಾಕೆ ಇಂಥ ಯೋಚ್ನೆ? ಮೊದ್ಲು ಯಾವ್ದು ನೈತಿಕತೆಯ ಪ್ರಶ್ನೆಯಾಗಿತ್ತೋ, ಅದು ಈಗ ವ್ಯಾಪಾರವಾಗಿದೆ. ಈತ್ತೀಚೆಗೆ ಪೇಪರ್‌ನಲ್ಲಿ ಓದಿದೆ. ವೀರ್ಯ ಹಾಗೂ ಅಂಡಾಣು ಬ್ಯಾಂಕ್‌ಗಳ ದೊಡ್ಡ ಮಾರುಕಟ್ಟೆ ಆಗಿದೆಯಂತೆ. ಯುವಕರು ಮಾತ್ರವಲ್ಲ, ಯುವತಿಯರು ಕೂಡ ದೊಡ್ಡ ದಾನಿಗಳ ತರಹ ಮುಂದಾಗುತ್ತಿದ್ದಾರಂತೆ. ಹಣಕ್ಕಾಗಿ ಏನೆಲ್ಲ ನಡೆಯುತ್ತಿದೆ. ನೈತಿಕತೆ ಇನ್ನೆಲ್ಲಿದೆ? ದೇವರು, ಸೃಷ್ಟಿಯಲ್ಲಿ ಅಪಾರವಾದ ಸಂತೋಷ, ಸಂವೇದನೆಯನ್ನಿಟ್ಟ. ಅದೆಲ್ಲ ಈಗ ಗಾಳಿಗೆ ತೂರಿ ಹೋಗಿದೆ 'ಬಾಡಿಗೆ ತಾಯಿ' ಹೆತ್ತು ಕೊಟ್ಟ ಮಗು.... ಈ ವಿಷ್ಯದಲ್ಲಿ ನಾನೇನು ಹೇಳ್ಲಾರೆ" ಆಕೆ ಎದ್ದು ಹೋದರು. ಸಹಜತೆ ಮಾಯವಾಗಿ ಪ್ರತಿಯೊಂದು ವ್ಯಾಪಾರೀಕರಣ ಭಾವನೆಗಳು ಸತ್ತು ಹೋಗಿವೆಯೆನಿಸಿತು.

ಹೊರಗೆ ಬಂದ ಶಾಂಭವಿ ಬಾಲ್ಕನಿಯಲ್ಲಿ ನಿಂತು ಹೊರಗೆ ನೋಡಿದರು. ಅವರಿಗೆ ವಿವಾಹವಾಗಲಿಲ್ಲ! ಅದಕ್ಕೆ ಅಣ್ಣನತ್ತ ಕೂಡ ಬೆಟ್ಟು ಮಾಡುವುದು ಬೇಕಿರಲಿಲ್ಲ. ಮೊದ ಮೊದಲು ದಾಂಪತ್ಯ ಬದುಕಿನ ಸಾವಿರ ಸಾವಿರ ಕನಸುಗಳು ಇತ್ತು. ಅದರ ನಡುವೆ ನಿದ್ರಿಸದ ರಾತ್ರಿಗಳು ಕೂಡ ಇತ್ತು. ಅಣ್ಣನ ಅಳತೆಗೆ ಸಿಗುವಂಥ ಗಂಡುಗಳು ಬರಲಿಲ್ಲ. ಏನಾದರೊಂದು ಕೊಂಕು, ರಾಮಾಯಣ ಕಡೆ ಕಡೆಗೆ ವಿವಾಹದ ಪ್ರಸ್ತಾಪವೆ ಬೇಡವೆನ್ನಿಸಿದ್ದುಂಟು. ಅಣ್ಣನ ವರ್ತನೆ, ಮಾತು ಇಂದಿಗೂ ಯಕ್ಷ ಪ್ರಶ್ನೆಯಾಗಿಯೆ ಉಳಿದಿತ್ತು. ಸರ್ಕಾರಿ ಕೆಲಸ, ಸೆಕ್ಯುರಿಟಿ ಇರೋ ಜಾಬ್. ಇದನ್ನೆಲ್ಲ ಮನಸ್ಸಿನಲ್ಲಿಟ್ಕೊಂಡ್ ಆ ರೀತಿ ವರ್ತಿಸಿದರಾ? ಇಂದಿಗೂ ಗೂಢವಾಗಿಯೆ ಉಳಿದಿತ್ತು. ಆದರೆ ದಿನಕೊಮ್ಮೆ ಯಾದರೂ ಆ ಪ್ರಸ್ತಾಪವೆತ್ತದೆ ಇರುತ್ತಿರಲಿಲ್ಲ. 'ನಂದೇ ತಪ್ಪೂಂತ ಅನ್ನಿಸಿದೆ. ಶಾಂಭವಿ ಹಣೆಯಲ್ಲಿ ಮದ್ವೆ ಅನ್ನೋದು ಬರೆದಿರಲಿಲ್ವೇನೋ' ಇಂಥ ಮಾತುಗಳಿಂದ ಕೆಲವೊಮ್ಮೆ ರೋಸಿ ಹೋಗಿ ಆ ಜಾಗ ಖಾಲಿ ಮಾಡುತ್ತಿದ್ದರು.

"ಆ ತಪ್ಪಿಗಾಗಿ ಹಟ! ಅದಕ್ಕೆ ವರ್ಣ ವಿವಾಹ ಜೀವನ ಬಲಿ! ಅರುಣನ ವಿವಾಹವಾದ್ಮೇಲೆ ಅವಳ ಮದ್ವೆ ಮಾಡೋಕೆ ಆಗ್ತಾ ಇರ್ಲಿಲ್ವ? ಸರ್ಯಾಗಿ ವಿಚಾರಿಸ್ಲಿಲ್ಲ. ಅವರೊಂದಿಗೆ ಕೂತು ಮಾತಾಡ್ಲಿಲ್ಲ, ಅವಳಿಗೆ ಏನು ಹೇಳೋಕೆ ಅವಕಾಶ ಕೊಡ್ಲಿಲ್ಲ. ಈ ಯಡವಟ್ಟುಗಳೆಲ್ಲ ಅಣ್ಣನಿಂದಲೇ" ಎಂದು ಒಂದು ದಿನ ಕೂಗಾಡಿದ್ದರು ಅತ್ತಿಗೆಯ ಮುಂದೆ.

ಆದರೆ ಇಂದಿಗೂ ಅಣ್ಣನ ವಿಷಯದಲ್ಲಿ ಭಯವೋ, ಗೌರವವೋ? ಅಂತು ಅವರೆದುರಿಗೆ ನಿಂತು ಪ್ರತಿಭಟಿಸುವುದು ಸಾಧ್ಯವಾಗುತ್ತಿರಲಿಲ್ಲ. ಈಚೆಗೆ ಪರವಾಗಿಲ್ಲ ಎನಿಸುವಂತೆ ಮಾತಾಡುತ್ತಿದ್ದರು.

ಮರುದಿನ ಬೆಳಿಗ್ಗೆ ವರ್ಣನ ನರ್ಸಿಂಗ್ ಹೋಂಗೆ ಕರೆದೊಯ್ದರು. ಅವಳ ಸಂಕಟ, ಇವರ ಊಹೆ ನಿಜವಾಗಿತ್ತು. ಗರ್ಭ ನಿಂತಿತ್ತು. ಇದನ್ನ ಮೊದಲು ಅವಳ ಗಂಡ ಮತ್ತು ಅತ್ತೆಯ ಮನೆಯವರಿಗೆ ತಿಳಿಸಬೇಕಿತ್ತು. ಆದರೆ ಸಾಧ್ಯವೇ? ಮುಂದಿನ ನಡೆಯೇನು?

"ವರ್ಣ, ತಾಯ್ತನ ಒಂದು ಸೌಭಾಗ್ಯ. ಸಂತೋಷಿಸಬೇಕಾದ ವಿಚಾರವೇ. ಈಗಿರೋ ಸ್ಥಿತಿಯಲ್ಲಿ ಹೇಗೆ ಸಾಧ್ಯ? ಯಾರ.... ಯಾರ ಮನಸ್ಥಿತಿ ಹೇಗಿರುತ್ತೆ? ನೀನೇನು ಹೇಳ್ತಿ?" ಕೇಳಿದರು. ಅವಳು ಮಾತಾಡಲೇ ಇಲ್ಲ.

ಪೂರ್ತಿ ಜವಾಬ್ದಾರಿಯನ್ನು ಶಾಂಭವಿ ತಮ್ಮ ಮೇಲೆ ಹಾಕಿಕೊಂಡರು, ವರ್ಣಾಳ ಭವಿಷ್ಯದ ಬಗ್ಗೆ ಯೋಚ್ಸಬೇಕಿತ್ತು. ಹುಟ್ಟಬಹುದಾದ ಮಗುವಿನಿಂದ ಅವಳ ಮುಂದಿನ ಜೀವನಕ್ಕೆ ತೊಂದರೆಯಾಗಬಹುದು? ಎಷ್ಟು ತರ್ಕಿಸಿದರೂ ಒಂದು ತೀರ್ಮಾನಕ್ಕೆ ಬರದಾದರು.

"ನೀನೇನು ತಲೆ ಕೆಡಿಸ್ಕೋಬೇಡ. ಮಲ್ಗೀ ವಿಶ್ರಾಂತಿ ತಗೋ" ಅಂದವರು ನಾಲ್ಕು ಹೆಜ್ಜೆ ಮುಂದಕ್ಕೆ ಹೋದವರು ಹಿಂದಕ್ಕೆ ಬಂದು ಅವಳ ಮುಂದಲೆ ಸವರಿ "ನೀನು ಲೀಗಲ್ ಆಗಿ ತಾಯಿ ಆಗ್ತಾ ಇದ್ದೀಯ. ಅದು ನಿನ್ನ ರೈಟ್ಸ್ ಕೂಡ. ನಿನ್ನ ಗರ್ಭದಲ್ಲಿ ಶರತ್‌ದು ಪಾಲಿದೇ. ಆ ಬಗ್ಗೆ ಯೋಚ್ಸ ಬೇಕಾಗುತ್ತೆ. ನಿರ್ಧಾರ ಮಾತ್ರ ನಿನ್ನದೇ ಆಗಿರುತ್ತೆ. ಆ ಬಗ್ಗೆ ನೀನು ಶರತ್ ಅಭಿಪ್ರಾಯ ಪಡ್ಕೋಬಹ್ದು" ಹೇಳಿದರು ಮಮತೆಯಿಂದ. ಕೈಕೂಸು ಆಗಿದಾಗಿನಿಂದ ಹೆಚ್ಚು ಅವಳನ್ನ ಹಂಚಿಕೊಂಡವರು. ಹೆರದಿದ್ದರೂ ತಾಯ ಮಮತೆ.

ಅನ್ಯನ್ಯ, ಅರುಣ ಎಲ್ಲಾ ಖಾಲಿಯಾದ ಮೇಲೆ ಕಿರಣ ಒಬ್ಬ ಉಳಿದುಕೊಂಡವ ಡ್ರೆಸ್ ಮಾಡಿಕೊಂಡು ಹೊರಟಾಗ ಸಕ್ಕೂಬಾಯಿ ರಾಗ ತೆಗೆದರು. "ನಿಂದು ಏನೇನು ಸರೋಗ್ಲಿಲ್ಲ. ಕೋರ್ಸ್ ಪೂರ್ತಿ ಮಾಡಿಕೊಳ್ಳಿಲ್ಲ. ಕೆಲ್ಸಾಂತ ಒಂದ್ಕಡೆ ಇದ್ದದ್ದುಂಟ? ಸುಮ್ನೆ ತಲೆ ಬಿಸಿ.

ತಕ್ಷಣ ಅವರ ಎದುರಿನಲ್ಲಿ ಕೂತ "ಎಲ್ಲಕ್ಕೂ ಕಾರಣ ನಿನ್ನ ಪತಿ ಮಹಾಶಯರು. ಅಯ್ಯೋ, ಹೋಗಮ್ಮ! ನಂಗೆ ಟೆನ್‌ಷನ್ ಕೆಲ್ಸ ಬೇಡ ಸುಮ್ನೇ ಡಾಲರ್ ಲೆಕ್ಕ ಹಣ ಬರುತ್ತೆಂತ, ವಿದೇಶಿ ಕಂಪನಿಗಳಲ್ಲಿ ಕೂತು ಹುಚ್ಚನಾಗೋ ಇರಾದೆ ಇಲ್ಲ. ಯಾವ್ದೋ ಒಂದ್ಕೆಲ್ಸ ಇಡಕೊಂಡು ಬೇಕಾದಷ್ಟು ಮಾತ್ರ ಸಂಪಾದಿಸ್ಕೋತೀನಿ. ಡೋಂಟ್ ವರೀ....ಅಮ್ಮ" ತಾಯಿ ಕೆನ್ನೆ ಸವರಿದವನು "ಅತ್ತೇ...." ಕೂಗಿದ ಜೋರಾಗಿ. ಆಕೆ ವರ್ಣಾಳ ರೂಮಿನಿಂದ ಹೊರ ಬಂದರು.

"ಇನ್ನಷ್ಟು ಜೋರಾಗಿ ಕೂಗಿಕೋಬೇಕಿತ್ತು"

"ನಾನೇನೋ, ಕೂಗೋನೇ! ಅಮ್ಮ ಮೂರು ಅನಾಸಿನ್ ನುಂಗ್ತಾರೆ" ಎಂದು ಹಾಸ್ಯ ಮಾಡಿದವನು "ಅತ್ತೆ, ನಿಮ್ಗೇ ವರ್ಣಾ ಮೇಲೆ ತುಂಬಾ ಪ್ರೀತಿ. ಅವಳು ರೂಮು ಅಚ್ಚುಕಟ್ಟಾಗಿ ಇರುತ್ತೆ. ನನ್ನ ರೂಮು ನೋಡ್ಹೋಗಿ. ಪ್ಲೀಸ್ ಆಗಾಗ ಭೇಟಿ ಕೊಡಿ. ಇಲ್ಲ ನಿಮ್ಮ ರೂಮಿನಲ್ಲಿ ಬಂದು ಇದ್ಬಿಡ್ತೀನಿ" ಹುಬ್ಬು ಕುಣಿಸಿದ. "ಇಲ್ಲ ಕಣೋ...." ಅಂದವರು ನಾಲಿಗೆವರೆಗೂ ಬಂದ ಮಾತನ್ನು ಅಲ್ಲೆ ತಡೆದು ನಿಲ್ಲಿಸಿದರು.

ಅವನ ಬೈಕ್‌ನವರೆಗೂ ಹೋಗಿ ಬಿಳ್ಕೊಟ್ಟು ಬಂದವರು ಸಕ್ಕೂಬಾಯಿ ಬಳಿ ಬಂದು ಕೂತು "ಇವತ್ತು ವರ್ಣಾ ಕೆಲ್ಸಕ್ಕೆ ಹೋಗಿಲ್ಲ" ಅಂದ ಕೂಡಲೆ ಆಕೆ ಗಾಬರಿಯಾಗಿ ಮೇಲೆದ್ದರು "ಯಾಕೆ, ಹುಷಾರಿಲ್ವಾ?" ಬೇಗ ಎಗ್ಸೈಟ್ ಆಗುವ ಸ್ವಭಾವ ಆಕೆಯದು.

"ಅಂಥದೇನಿಲ್ಲ! ಊಟ ಸೇರ್ತಾ ಇಲ್ಲ. ಡಾಕ್ಟ್ರು ಹತ್ರ ಕರ್ಕೊಂಡ್ ಹೋಗಿದ್ದೆ. ವಿವಾಹಿತ ಹೆಣ್ಣಿಗೆ, ಅವರ ಮನೆಯವರಿಗೆ ಗುಡ್ ನ್ಯೂಸೇ. ಆದರೆ ಯಾರು ಹೇಗೆ ತಗೋತಾರೋ ಗೊತ್ತಿಲ್ಲ" ಅಂದರು ಶಾಂಭವಿ. ಅಷ್ಟು ಅರ್ಥವಾಗದಷ್ಟು ಶಾಂಭವಿ ಪೆದ್ದೆ? "ಶಾಂಭವಿ...." ಸ್ವಲ್ಪ ಆತಂಕವಿತ್ತು ಆಕೆಯ ಸ್ವರದಲ್ಲಿ. ಈಗಿನ ವಿದ್ಯಮಾನದಲ್ಲಿ ಬೇಕಿರಲಿಲ್ಲ. ಆದರೆ....

ಮುಂದೆ! ಅವರು ಸ್ವತಃ ನಿರ್ಣಯ ಕೈಗೊಳ್ಳುವಷ್ಟು ಸ್ವತಂತ್ರರೇ? ಆಕೆ ಹ್ಲೂಗುಟ್ಟಿ ದೃಢಪಡಿಸಿದರು.

ಸಕ್ಕೂಬಾಯಿ ಸುಸ್ತಾದವರಂತೆ ಕೂತರು. ಲಾಯರ್ ಶಂಭುಲಿಂಗಂ ಆಫೀಸ್‌ನಲ್ಲಿ ಇಬ್ಬರು 'ಬೇಡಿಕೆ ಪತ್ರ'ಕ್ಕೆ ಸಹಿ ಹಾಕಿದ್ದರು. ಅವರಿಗೆ ಡಿವೋರ್ಸ್ ಸಿಗಬಹುದು. ಮಗು ಮೊಳಕೆಯೊಡೆದ ಹಂತದಲ್ಲಿಯೇ ಅದಕ್ಕೆ ಜನ್ಮದಾತರಾದ ದಂಪತಿಗಳ ಬೇರ್ಪಡುವಿಕೆ! ಇದು ಸಹನೀಯವಲ್ಲವೆನಿಸಿತು.

"ಈಗೇನು ಶಾಂಭವಿ? ಅದಕ್ಕೆ ಒಂದ್ನಾಲ್ಕು ದಿನ ರಾದ್ಧಾಂತ. ಇರೋ ಕೆಲ್ಸ ಕಳೆದುಕೊಳ್ಳ ಬೇಕಾಗುತ್ತೆ ವರ್ಣ. ಈಗಾಗಲೇ ಒಂದು ನಿಶ್ಚಯಕ್ಕೆ ಬಂದಾಗಿದೆ. ಯಾರ್ಗೂ ಗೊತಾಗ್ದಂತೆ ತೆಗ್ಸೀ ಹಾಕಿದರೇ...." ಅರೆ ಮನಸ್ಸಿನಿಂದ ನುಡಿದರು. ಶಾಂಭವಿ ತಲೆ ಕೊಡವಿ "ನಮ್ಗೇನು ಅಧಿಕಾರವಿದೆ? ನೀನು ಹೆಣ್ಣು. ತಾಯ್ತನ ಪದಗಳಿಗೆ ಸಿಕ್ಕದ ಅನುಭವ. ಅದು ಕಳ್ಳ ಬಸಿರಲ್ಲ. ಶರತ್, ಅವಳು ಮಾತಾಡಿ ನಿರ್ಧರಿಸಬೇಕಾದ್ದು" ನಿರಾಕರಿಸಿದರು.

ಅಂತು ರಾತ್ರಿಯ ವೇಳೆಗೆ ಎಲ್ಲರಿಗೂ ಪ್ರಸ್ತಾಪ ಮುಟ್ಟಿ ಆಗಿತ್ತು. ಹೆಚ್ಚು ಆತಂಕಕ್ಕೆ ಒಳಗಾದರು ಅರುಣ ಮತ್ತು ರಾಜೇಶ್. ಮುಂದೇನು? ಮಾತುಗಳಿಗಾಗಿ ತಡಕಾಡಿದರು.

"ಎಲ್ಲಾ ರಿಸ್ಕ್ ಇಲ್ದೇ ಮುಗ್ದು ಹೋಗೋ ಹಂತ ತಲುಪಿತ್ತು. ಅಕಸ್ಮಾತ್ ಗರ್ಭ ಮಗುವಾಗಿ ಭೂಮಿಗೆ ಬಿದ್ದರೇ, ವರ್ಣಳ ಭವಿಷ್ಯವೇನು? ಆ ಮನೆಯವರು ಬೇರೊಂದು ರಾಗ ಎಳೆಯಬಹುದು. ಎರಡು ಮನೆಗೂ ಒಳ್ಳೇದಲ್ಲ" ಎಂದರು ರಾಜೇಶ್. ಮಗಳಿಗೆ ಡಿವೋರ್ಸ್ ಸಿಕ್ಕಿಯಾಗಿದೆಯೆನ್ನುವ ಮನಸ್ಥಿತಿಯಲ್ಲಿದ್ದರು. ಪಿಯುಸಿಯ ಶರತ್‌ನ ಅವರು ಅಳಿಯನೆಂದು ಒಪ್ಪಿಕೊಳ್ಳಲಾರರು ಸಾಧ್ಯವೆ ಇಲ್ಲವೆನ್ನುವ ಮನಸ್ಥಿತಿ. ಮನೆಯಲ್ಲಿ ಜಿಜ್ಞಾಸೆ ಶುರುವಾಯಿತು. ವರ್ಣಳ ಮುಂದೆ ಪ್ರಸ್ತಾಪಿಸುವ ಧೈರ್ಯ ಮಾಡಲಿಲ್ಲ.

ರಾಜೇಶ್ ಶಾಂಭವಿಯ ಕರೆದು "ವರ್ಣ ಹತ್ರ ಮಾತಾಡು? ಇದ್ರಿಂದ ಅವಳ ಭವಿಷ್ಯಕ್ಕೆ ತೊಂದರೆ. ಈಗ ಎಲ್ಲಾ ಸುಲಭ. ಬರೀ ಮಾತ್ರೆ ಸಾಕೂಂತಾರೆ. ಇಲ್ಲ...." ಮುಂದೆ ಹೇಳಲಾರದೆ ತಡವರಿಸಿದರು.

"ನೀವೇ ಕರ್ದು ಹೇಳಿ. ಬೇಜಾರು ಮಾಡ್ಕೋಬೇಡ. ತಂದೆ, ಮನೆ ಯಜಮಾನ ಅನ್ನೋ ಒಂದು ಕಾರಣಕ್ಕೆ ಬೇರೆಯವ್ರ ಅಭಿಪ್ರಾಯ ಕೇಳೋದೇ ಬೇಡ ಅನ್ನೋ ರೀತಿ ನಡ್ಕೋತೀರಾ? ಈಗ ಆ ತರಹ ಆಗೋಲ್ಲ. ಅವಳು ವಿವಾಹವಾದ ಹುಡ್ಗೀ. ಗಂಡನ ಸೊತ್ತು. ನಿಮ್ಗೇನು ಅವಳ್ಮೇಲೆ ಅಧಿಕಾರವಿದೆ? ಈಗ ದಬಾವಣೆ ಬೇಡ, ಅವ್ಳ ಮಾತಿಗೆ ಬೆಲೆ ಕೊಡಿ" ಸ್ವಲ್ಪ ಜೋರಾಗಿಯೆ ಹೇಳಿ ಶಾಂಭವಿ ಸರಿದು ಹೋದರು.

ಮೊದಲ ಸಲ ಇಷ್ಟು ಜೋರಾಗಿ ತಂಗಿ ಮಾತನಾಡಿದ್ದಾಕೇಂತ ಅನ್ನಿಸಿದಾಗ, ಸಣ್ಣಗೆ ಬೆವತರು. ಪ್ರತಿಭಟನೆಯ ಮೊದಲ ಪತಾಕೆ. ಇದು ಒಳ್ಳೆಯ ಲಕ್ಷಣವಾಗಿ ಕಾಣಲಿಲ್ಲ. ವರ್ಣ ಅತ್ಯಂತ ವಿಧೇಯ ಮಗಳು. ಒಮ್ಮೆ ಬಿಬಿಎಂ ಮುಗಿದಾಗ ಒಂದು ಬೇಡಿಕೆ ಮಂಡಿಸಿದ್ದಳು.

"ಅಪ್ಪ, ನಂಗೆ ಕೆಲ್ಸಕ್ಕೆ ಸೇರೋ ಆಸೆ ಇದೆ. ಚಿಕ್ಕಂದಿನಿಂದ ಅಂಥದೊಂದು ಕನಸು. ಆಮೇಲೆ ನಿಮ್ಗೇ ತೊಂದರೆ ಕೊಡ್ದಂಗೆ ಎಂಬಿಎ ಮಾಡ್ತೀನಿ".

ಮಗಳ ಬೇಡಿಕೆಗೆ ಅಸ್ತು ಅಂದಿದ್ದರು. ಆದರೆ ಅರುಣ ವಿವಾಹವಾಗುತೀನೀಂತ ಅಂದಾಗ, ಅದನ್ನ ಗಾಳಿಗೆ ತೂರಿ ವಿವಾಹ ಮಾಡಿಯೇ ಬಿಟ್ಟರು. ಅದಕ್ಕೆ ಮುನ್ನ ಒಂದು ಪ್ರಶ್ನೆ ಕೇಳಿದ್ದಳು.

"ಅಪ್ಪ, ಅವ್ರು ನನ್ನ ಕೆಲ್ಸಕ್ಕೆ ಕಳಿಸೋಕೆ ಇಷ್ಟಪಡದಿದ್ದರೇ" ಅಲ್ಲೇ ಇದ್ದ ಅರುಣ "ಅಂಥದ್ದೇನಿಲ್ಲ, ಅವ್ರು ಮಿಡ್ಲ್‌ಕ್ಲಾಸ್ ಜನರೇ. ಮಗನ ಸಂಬಳದಲ್ಲಿ ಜೀವನ. ಸೊಸೆ ಸಂಬಳ ತರ್ತೀನೀಂದರೆ ಯಾಕೆ ಬೇಡಾಂತಾರೇ? ನಾನೆಲ್ಲ... ಮಾತಾಡ್ತೀನಿ" ಅಂದಿದ್ದ. ಆದರೆ ಆಮೇಲೆ ನಡೆದಿದ್ದೇನು? ಅವರಿಗೆ ಇಷ್ಟ ಇತ್ತೋ, ಇಲ್ವೋ.... ತಿಳಿಯೋಕೆ ಮುನ್ನವೇ ವಾಪಸ್ಸು ಆಗಿದ್ದಳು. ಅತ್ತೆ ಸ್ವಲ್ಪ ಅಸಮಾಧಾನ ವ್ಯಕ್ತಪಡಿಸಿದ್ದರೂ ಶರತ್ ಏನೂ ಹೇಳಲು ಹೋಗಿರಲಿಲ್ಲ.

ರಾಜೇಶ್‌ಗೆ ತಲೆ ಕೆಟ್ಟಂತಾಯಿತು. ಸಂಜೆ ಅರುಣ ಮತ್ತು ಸಕ್ಕೂಬಾಯಿಯನ್ನ ರೂಮಿಗೆ ಕರೆಸಿಕೊಂಡು ಸಮಸ್ಯೆಯನ್ನ ಮುಂದಿಟ್ಟರು.

"ಅಪ್ಪ, ನಿಮ್ಮ ಅಭಿಪ್ರಾಯ?" ಅರುಣ ಕೇಳಿದ. ಸ್ವಲ್ಪ ದೊಡ್ಡಸ್ಥಿಕೆಯ ಮನುಷ್ಯ ರಾಜೇಶ್. "ಇಲ್ಲ ಕಣೋ, ಈಗಾಗ್ಲೇ ಒಂದು ಹಂತದವರ್ಗೂ ಮುಂದುವರಿದಿದ್ದಾಯ್ತು. ನಾವು ಈ ಬಂಗ್ಲೆಗೆ ಬಂದ್ಮೇಲೆ ನಮ್ಮ ಪ್ರೆಸ್ಟೀಜ್ ಬೆಳೆದಿದೆ. ಅದ್ನ ಕಾಪಾಡಿಕೊಳ್ಳೋ ಅಗತ್ಯವಿದೆ. ಬರೀ ಪಿಯುಸಿ ವ್ಯಕ್ತಿ ಅಳಿಯಾಂತ ಹೇಳಿ ಕೊಳ್ಳೋಕ್ಕಾಗೋಲ್ಲ. ಡಿವೋರ್ಸ್ ಸುಲಭವಾಗೆ ಸಿಗೋ ಹಾಗೆ ಕಾಣುತ್ತೆ. ಆಮೇಲೆ ಅವಳ ಮದ್ವೆ ಮಾಡೋಣಾಂತ ಇದ್ದೆ. ಈಗ ನೋಡಿದ್ರೆ ಇದು ಯಾವ್ದೋ ಬಂದು ವಕ್ಕರಿಸಿದಂಗೆ ಕಾಣುತ್ತೆ. ಏನ್ಮಾಡೋಕ್ಕಾಗುತ್ತೆ? ಸದ್ಯಕ್ಕೆ ಅವಳ ಭವಿಷ್ಯನ ಮನಸ್ಸಿನಲ್ಲಿಟ್ಕೊಂಡ್ ತೆಗ್ಸೀ....ಬಿಡ್ಬೇಕು" ಎಂದರು. ಈಗ ಅರುಣ ಇದ್ದ ಮನಸ್ಥಿತಿಯಲ್ಲಿ ಹಿಂಜರಿದ "ನಿಮ್ಮಿಷ್ಟ...." ಅಷ್ಟೆ ಹೇಳಿದ್ದು.

"ಸ್ವಲ್ಪ ನಿನ್ನ ಮಗಳಿಗೆ ಹೇಳು. ಮುಂದೆ ದೊಡ್ಡ ಸಮಸ್ಯೆಯಾಗಿ ಬಿಡುತ್ತೆ. ನೀನೇ, ಡಾಕ್ಟ್ರು ಹತ್ರ ಕರ್ಕೊಂಡ್ ಹೋಗು" ಹೆಂಡತಿಗೆ ಆಜ್ಞೆ ಮಾಡಿದರು. ಆಕೆಯ ನಖಶಿಖಾಂತ ಉರಿದು ಹೋಯಿತು.

"ಆ ಕೆಲ್ಸ ನೀವೇ ಮಾಡಿ. ನನ್ತಲೆಗೆ ಆ ಪಾಪ ಕಟ್ಟಬೇಡಿ. ಈ ವಯಸ್ಸಿನಲ್ಲಿ ಮೊಮ್ಮಗುನ ಆಡಿಸೋ ಕನಸು ಇರುತ್ತೆ. ಬೇರೊಂದು ವಂಶದ ಕುಡಿ ಇದು. ಅದ್ನ ತೆಗ್ಸೀ ಹಾಕೋ ಅಧಿಕಾರ ನಮ್ಗೇ ಇರೋಲ್ಲ" ಹೇಳಿದ ಸಕ್ಕೂಬಾಯಿ ಎದ್ದು ಹೋದರು. ಆಕೆಗೆ ಪಾಪದ ಭಯ ಹೆಚ್ಚು. ಜೊತೆಗೆ ಈ ರೀತಿಯಲ್ಲಾದರೂ ಮಗ, ಸೊಸೆ ಒಂದಾಗಲೀ ಅನ್ನೋ ಆಶಯ ಕೂಡ ಅವರದು.

'ನೋಡಿದ್ಯಾ?' ಅನ್ನೋ ತರಹ ಮಗನತ್ತ ನೋಟ ಹರಿಸಿ "ಇಲ್ಲಿಗ್ಬಂದ್ಮೇಲೆ, ಇವಳಿಗೆ ಅಹಂಕಾರ ಜಾಸ್ತಿ ಆಗಿದೆ. ತೆಪ್ಪಗೆ ಕೋಲೆ ಬಸವನ ತರಹ ಬಿದ್ದಿರೋಳು ಈಚೆಗೆ ಬಾಯಿ ಜಾಸ್ತಿಯಾಗಿದೆ" ಗೊಣಗಿದರು. ತಂದೆಯ ಜೋರು, ತಾಯಿ ಮೃದುತನ ಅವನಿಗೆ ಪರಿಚಯ. ಆದರೆ ಯಾರ ಪಕ್ಷವಹಿಸಿ ಮಾತಾಡಲಾರ. ಸಂಸಾರದ ನೊಗಕ್ಕೆ ಪಿಲ್ಲರ್‌ಗಳೆಂದು ಗೊತ್ತು. ಯಾರನ್ನು ನೋಯಿಸಲಾರ.

"ಅಪ್ಪ, ನಾನು ಬೇಕಾದರೇ, ಡಾಕ್ಟ್ರು ಹತ್ರ ಕರ್ಕೊಂಡ್ಹೋಗ್ತೀನಿ. ನೀವು ಅವಳಿಗೆ ಒಂದ್ಮಾತು ಹೇಳಿ" ಎದ್ದು ಹೋದ. ತಕ್ಷಣ ರಾಜೇಶ್ "ವಿಷ್ಯ ಗುಟ್ಟಾಗಿರ್ಲಿ. ಅಪ್ಪಿತಪ್ಪಿ ಅನನ್ಯ ಕಿವಿ ಸೇರೋದು ಬೇಡ" ಎಂದರು. ಅವನ ತುಟಿಯಂಚಿನಲ್ಲಿ ಒಂದು ತರಹ ನಗು ಅರಳಿತು "ಆ ಬಗ್ಗೆ ಹೇಳಿದರೆಷ್ಟೋ, ಬಿಟ್ಟರೂ....ಅಷ್ಟೆ. ಅವಳು ಯಾರ ವಿಷ್ಯದಲ್ಲು ತಲೆ ಹಾಕೋಲ್ಲ. ಅವಳಿಗೆ ಸಂಬಂಧಿಸಿದ್ದು ಬಿಟ್ಟು, ಬೇರೆ ವಿಚಾರಕ್ಕೆ ತಲೆ ಕೆಡ್ಸಿಕೊಳ್ಳೋಲ್ಲ" ಇಂದು ಸತ್ಯವನ್ನೆ ಉಸುರಿದ.

ರಾಜೇಶ್‌ಗೆ ಹೇಳಿದಷ್ಟು ಇದು ಸುಲಭವಲ್ಲವೆನಿಸಿತು. ಇದಕ್ಕೆ ಶಾಂಭವಿ, ಸಕ್ಕೂಬಾಯಿಯ ಸಪೋರ್ಟ್ ಇಲ್ಲ. ಆದ್ದರಿಂದ ಒಬ್ಬರೆ ಫೇಸ್ ಮಾಡಬೇಕಿತ್ತು. ಅಂದು ವರ್ಣ ಆಫೀಸ್‌ಗೆ ಹೋದದ್ದರಿಂದ ಸಂಜೆಯವರೆಗೂ ಕಾದರು. ಅವಳಿಂದ ವಿರೋಧ ಬಂದರೆ ಹೇಗೆ ಒಪ್ಪಿಸುವುದು ಎಂದು ತಮ್ಮಲ್ಲಿಯೆ ವಿಚಾರ ವಿಮರ್ಶೆ ನಡೆಸಿ ಒಂದು ನಿರ್ಧಾರಕ್ಕೆ ಬಂದರು.

ಹೊರಗೆ ಬಂದವರೆ "ಶಾಂಭವಿ, ವರ್ಣ ಬಂದ ಕೂಡಲೆ ನನ್ನ ರೂಮಿಗೆ ಬರೋದಿಕ್ಕೆ ಹೇಳು. ನಾನು ಸ್ವಲ್ಪ ಕ್ಲಬ್ ಕಡೆಗೆ ಹೋಗ್ ಬರ್ತೀನಿ" ಎಂದು ಹೊರಟವರು ಬಾಲ್ಕನಿಯಲ್ಲಿ ನಿಂತು ಗಾರ್ಡನ್ ನೋಡಿ ಎದೆ ಉಬ್ಬಿಸಿದರು. ಇಂಥದೊಂದು ಕನಸು ಕಾಣಲು ಕೂಡ ಸಾಧ್ಯವಿರಲಿಲ್ಲ. ಒಂದು ಫರ್ಮ್‌ನಲ್ಲಿ ಅಕೌಂಟ್ ಆಗಿ ದುಡಿದವರು. ನಿವೃತ್ತಿ ಹೊತ್ತಿಗೆ ಅವರ ಸ್ಯಾಲರಿ ಹದಿನೆಂಟರ ಮೇಲೆ ಹೋಗಲಿಲ್ಲ. ತರಕಾರಿ, ಸಾಮಾನು ಅಂತ ಓಡಿಯಾಡಿಕೊಂಡಿದ್ದವರು ಈ ಶ್ರೀಮಂತ ಬಡಾವಣೆಯ ಕ್ಲಬ್‌ಗೆ ಮೆಂಬರ್. ಅವರ ಉಡುಪಿನಲ್ಲು ಸಾಕಷ್ಟು ಬದಲಾವಣೆ ಬಂದಿತ್ತು. ಇದಕ್ಕೆಲ್ಲ ಕಾರಣನಾದ ಮಗನ ಬಗ್ಗೆ ಹೆಮ್ಮೆಯ. ಮಗಳ ಮದುವೆಯ ವಿಚಾರದಲ್ಲಿ ಅವನು ಮಾಡಿದ ದೊಡ್ಡ ತಪ್ಪನ್ನು ಆರಾಮವಾಗಿ ಕ್ಷಮಿಸಿ ಬಿಟ್ಟಿದ್ದರು. ಇಷ್ಟೆಲ್ಲ ಕೊಡ ಮಾಡಿದ ಮಗ ಅವರ ದೃಷ್ಟಿಯಲ್ಲಿ ದೊಡ್ಡ ಸಾಧಕ.

ಗಂಟೆಗಟ್ಟಲೆ ಕ್ಲಬ್‌ನಲ್ಲಿ ಇಸ್ಪೀಟು ಆಡುತ್ತ ಕೂಡುತ್ತಿದ್ದವರು, ಬೇಗ ಮನೆಗೆ ಬರಲಿಲ್ಲ. ರಾತ್ರಿ ಏಳರ ಸುಮಾರಿಗೆ ವರ್ಣ ಬಂದಾಗಿತ್ತು. ಶಾಂಭವಿ ಅಣ್ಣನ ಮಾತನ್ನು ಮುಟ್ಟಿಸಿ "ಇದರಲ್ಲಿ ನಿನ್ನ ನಿರ್ಣಯವೆ ಅಂತಿಮ. ಇಲ್ಲಿ ರಾಜಿಯಾಗುವ ಪ್ರಶ್ನೆ ಇಲ್ಲ" ಅಂದು ಧೈರ್ಯ ತುಂಬಿದ್ದರು. ಬಯಕೆಯ ಸಂಕಟದಿಂದ ಮೆತ್ತಗಾಗಿದ್ದಳು. 'ಹ್ಞೂ' ಗುಟ್ಟಿದ್ದಳು. ಮಡಿಲಲ್ಲಿ ಮೊಳಕೆ ಯೊಡೆಯುತ್ತಿತ್ತು ಇಬ್ಬರ ಪ್ರೀತಿ, ಪ್ರೇಮ, ಪ್ರಣಯ, ದಾಂಪತ್ಯದ ಫಲ. ಅದರ ಬಗ್ಗೆ ಒಬ್ಬರಿಗೆ ಪೂರ್ತಿ ಸ್ವತಂತ್ರವಿರಲಾರದು. ಇದು ಅವಳ ವಿಚಾರ.

ಅಮ್ಮ ಕೊಟ್ಟ ಹಣ್ಣಿನ ತಣ್ಣನೆಯ ರಸ ಕುಡಿದು ಹಾಸಿಗೆಯ ಮೇಲೆ ವಾಲಿ ಕಣ್ಮುಚ್ಚಿದ ಕೂಡಲೆ ಎದುರಿಗೆ ಬಂದು ನಿಂತದ್ದು ಶರತ್. ಹಸನ್ಮುಖಿ. ತುಂಬು ಪುರುಷತ್ವದಿಂದ ನಿಮಿರಿ ನಿಂತ ಹುಬ್ಬುಗಳು. ಒತ್ತಾದ ಮೀಸೆ. ಕಣ್ಣುಗಳಲ್ಲಿ ಮಿತಿಮೀರಿದ ಆತ್ಮ ವಿಶ್ವಾಸದ ಜೊತೆ ಪ್ರಾಮಾಣಿಕತೆಯ ಹೊಂಬೆಳಕು. ವಾಚಾಳಿಯಲ್ಲ. ಸಾನಿಧ್ಯದ ನೆನಪಿನ ಮಂಪರಿನಲ್ಲಿ ನಿಧಾನವಾಗಿ ತೇಲಿದ್ದು ಅವಳ ಮನ, ಮೈಗೆ ಚೇತನ ನೀಡಿತು.

ಮೋನಿ ಬಂದು ರೂಮಿನಲ್ಲಿ ಇಣಕಿದವಳು "ಕರೀತಾರೆ, ಯಜಮಾನರು" ಎಂದು ಸುದ್ದಿ ಮುಟ್ಟಿಸಿ ಹೋದದ್ದು. ಅವಳು ಅನನ್ಯ ಹೇಳಿದ ಕೆಲಸ ಬಿಟ್ಟು ಮಿಕ್ಕವರು ಹೇಳಿದ್ದನ್ನು ಮಾಡೋಲ್ಲ. ಇದನ್ನ ಅವಳ ಯಜಮಾನಿ ಹೇಳಿದಳೋ, ಇಲ್ಲವೋ....ಇವಳಂತು ಮಾಡಳು. ಆ ಬಗ್ಗೆ ಯಾರೂ ಆಕ್ಷೇಪಿಸುತ್ತಿರಲಿಲ್ಲ.

ಅದ್ಭುತವಾದ ಕನಸು ಕಾಣುತ್ತಿದ್ದವಳನ್ನ ಎಚ್ಚರಿಸಿದಂತಾಯಿತು. ಒಲ್ಲದ ಮನಸ್ಸಿನಿಂದಲೇ ತಂದೆಯ ರೂಮಿಗೆ ಬಂದಳು. ಈಗಾಗಲೇ ಇಂಥದ್ದೇ ವಿಷಯವೆಂದು ತಿಳಿದಿದ್ದರಿಂದ ಗಟ್ಟಿಯಾಗಿಯೇ ಹೋಗಿದ್ದು. ತಂದೆಗೆ ವಿಧೇಯ ಮಗಳೆ. ಅವರು ಹೇಳಿದ್ದಕ್ಕೆಲ್ಲ ತಲೆಯಾಡಿಸಿ ಮಾತ್ರ ಗೊತ್ತಿತ್ತು.

ಮಗಳ ಮುಖ ಕಂಡ ಕೂಡಲೆ ಅಪರಾಧ ಭಾವದ ಸುಳಿ ಅವರಲ್ಲಿ ಮಿಂಚಿ ಮರೆಯಾಯಿತು. ಈಗ ಹೆಂಡತಿ ಇರಬೇಕೆನಿಸಿತು.

"ವರ್ಣ....ಬಾ....ಬಾ! ಒಂದೇ ಮನೆಯಲ್ಲಿದ್ರೂ.... ಒಟ್ಟಿಗೆ ಹತ್ತು ನಿಮಿಷ ಕೂತು ಮಾತಾಡೋಕೆ ಆಗ್ತಾ ಇಲ್ಲ. ಹಿಮವಂತ ನಿನ್ನ ಬಗ್ಗೆ ಬಹಳ ಒಳ್ಳೆಯ ಅಭಿಪ್ರಾಯ ವ್ಯಕ್ತಪಡಿಸಿದ" ಒಗ್ಗರಣೆಗೆ ಇದೊಂದು ಮಾತನ್ನ ಕೂಡ ಸೇರಿಸಿದರು. ಅವಳ ಮುಖ ಅರಳಲಿಲ್ಲ.

"ಆಗ ಇದ್ದಿದ್ದು ಮನೆ. ಈಗ ಇರೋದು ಬಂಗ್ಲೆ. ಜಾಗ ವಿಶಾಲವಾಗಿದೆ, ಅನ್ಕೂಲಗಳು ಜಾಸ್ತಿ. ಮನುಷ್ಯ ಸಂಬಂಧಗಳ ಅನಿವಾರ್ಯತೆಯೆ ಕಮ್ಮಿ ಆಗಿದೆ" ಎನ್ನುತ್ತ ಕೂತಳು. ವಾಸ್ತವವನ್ನು ವಿವರಿಸಲಿಕ್ಕೆ ಅವಳು ಹಿಂಜರಿಯಲಿಲ್ಲ.

ರಾಜೇಶ್‌ಗೆ ತಲೆಯ ಮೇಲೆ ಮೊಟಕಿದಂತಾಯಿತು. ಕ್ಷಣ ವಿಚಲಿತರಾದರು. ಹಿಂಜರಿಕೆಯು ಶುರುವಾಯಿತು.

"ಹೇಗಿದೆ....ಕೆಲ್ಸ?" ಕೇಳಿದರು.

"ಕಲೀತಾ ಇದ್ದೀನಿ. ನನ್ನ ಸೀನಿಯರ್ ಸುಮಿತ್ರಾ ಶಿರೂರು ತುಂಬ ಪೇಷನ್ಸ್ ಇರೋರು. ಅದರಿಂದ ನಂಗೆ ಕಲೀಯಕ್ಕೆ ಸುಲಭ." ಎಂದಳು ಮೆಲ್ಲಗೆ. ಬಳಲಿಕೆಯಿಂದ ಅವಳಿಗೆ ಮಲಗ ಬೇಕೆನಿಸಿತು.

"ಯಾಕೆ ಒಂದು ತರಹ ಇದ್ದೀ? ಡಾಕ್ಟ್ರು ಹತ್ರ ಕರ್ಕಂಡ್ ಹೋಗಿದ್ದೇಂತ ಶಾಂಭವಿ ಹೇಳಿದ್ಲು" ಅಂದರು. ಅಲ್ಲಿ ಹರ್ಷವಿರಬೇಕಿತ್ತು. ಮೊಮ್ಮಗು ಸ್ವಾಗತಿಸುವ ಸಂಭ್ರಮ ಬೇಕಿತ್ತು. ಅವೆರಡು ಇರಲಿಲ್ಲ. "ಹ್ಞೂ...." ಅಷ್ಟೆ ಅಂದಿದ್ದು.

ರಾಜೇಶ್ ತಡಕಾಡಿದರು. ಎರಡು ಮೂರು ಸಲ 'ಹಾ, ಹ್ಞೂ' ಅಂದರು "ನಿಮ್ಮಮ್ಮ ಏನ್ಮಾಡ್ತಾ ಇದ್ದಾರೆ. ಸ್ವಲ್ಪ ಕರೀತೀಯ?" ಅಂದರು ತಾಳ್ಮೆ ಕಳೆದುಕೊಂಡು. "ಕರೀತೀನಿ...." ಹೊರ ಬಂದು ಎದೆಯ ಮೇಲೆ ಕೈಯಿಟ್ಟುಕೊಂಡು ಅಲ್ಲೆ ಆತಂಕದಿಂದ ಅಡ್ಡಾಡುತ್ತಿದ್ದ ಸಕ್ಕೂಬಾಯಿ ನೋಡಿ "ಅಮ್ಮ, ಅಪ್ಪ....ಕರೀತಾರೆ" ಹೇಳಿ ತನ್ನ ರೂಮಿನತ್ತ ಹೋದಳು. ದೊಡ್ಡ ಪ್ರಮಾದದಿಂದ ಬಚಾವಾದ ಸ್ಥಿತಿ ಅವಳದು.

ಗಂಡನ ರೂಮಿಗೆ ಹೋದ ಸಕ್ಕೂಬಾಯಿ ಆತಂಕದಿಂದ ಐದೇ ನಿಮಿಷಕ್ಕೆ ಹಿಂದಿರುಗಿ ಮಗಳ ರೂಮಿಗೆ ಬಂದವರು "ಈ ವಿಚಾರ ಬೇರೆ ಯಾರಿಗಾದ್ರು....ಗೊತ್ತಾ? ನಿಮ್ಮಪ್ಪ ಹಾರಾಡ್ತಾ ಇದ್ದಾರೆ" ಹೇಳಿದರು. ನಿಧಾನವಾಗಿ ನೋಟವೆತ್ತಿದ ಅವಳ ಕಣ್ಣುಗಳಲ್ಲಿ ಇದ್ದಿದ್ದು ಹಲವಾರು ಪ್ರಶ್ನೆಗಳು, ಆಕೆ ಚಡಪಡಿಸಿದರು "ಅಮ್ಮ, ನೀನು ಮೊದಲ ತಾಯ್ತನ ಹೊತ್ತಾಗ ಮೊದ್ಲು ತಿಳ್ಸಿದ್ದು ಯಾರ್ಗೇ?" ಕೇಳಿದಳು. ನೆನಪಿನ ಸುಖ ಹಿತವೆನಿಸಿತು ಆಕೆಗೆ.

"ಮೊದ್ಲು ತಿಳಿದಿದ್ದು ನಿನ್ನ ಅಜ್ಜಿಗೆ, ಆ ಸಂತೋಷನ ಹಂಚಿಕೊಂಡಿದ್ದು ನಿನ್ನಪ್ಪನ ಜೊತೆ"

"ಈಗ ನಾನು ಕೂಡ ಅದೇ ಮಾಡಬೇಕಲ್ಲ?"

ಮಗಳ ಮಾತಿಗೆ ಆಕೆ ಬೆಚ್ಚಿಬಿದ್ದರು. ಅದು ನ್ಯಾಯ ಸಮ್ಮತವೆ. ಆದರೆ....ಆಕೆಯ ತುಟಿಗಳನ್ನು ದಾಟಿ ಮಾತು ಹೊರಬರಲಿಲ್ಲ. ಪರಿಸ್ಥಿತಿ.... ಗಂಡ.... ಸಂದರ್ಭ.... ಬೆವತು ಸುಮ್ಮನೆ ಕೂತರು. ಕಣ್ಣಂಚಿನ ಕಂಬನಿ ಕೆನ್ನೆಯ ಮೇಲೆ ಉರುಳಿತು.

"ಪರಿಸ್ಥಿತಿ ಬೇರೆಯದೆ ಆಗಿದೆ" ಎಂದರು.

"ಇರ್ಬಹ್ದು, ನಮ್ಗೇ ಇನ್ನೂ ಡಿವೋರ್ಸ್ ಆಗಿಲ್ಲ. ಕಾನೂನು ರೀತ್ಯಾ ನಾನು ಇನ್ನ ಅವ್ರ ಹೆಂಡ್ತಿಯೆ. ಈಗ ನನ್ನ ಕರ್ತವ್ಯವೇನು?" ನೇರವಾಗಿಯೇ ಇತ್ತು ಅವಳ ಮಾತು.

"ತಿಳ್ಸಿದ್ರೆ.... ನಿಂಗೆ ತೊಂದರೆಯಾಗುತ್ತೆ. ಹಟ ಹಿಡಿದು ಆ ಮಗು ಭೂಮಿಗೆ ಬಂದರೂ ಅದರ ಮುಂದಿನ ಭವಿಷ್ಯವೇನು? ನಿಂಗೆ ಆ ಮಗು ತಲೆನೋವಾಗುತ್ತೆ" ಅರೆ ಮನಸ್ಸಿನಿಂದ ಬುದ್ಧಿ ಹೇಳಿದರು.

ಅವಳು ತಲೆ ಕೊಡವಿದಳು. ಇದನ್ನು ಒಪ್ಪಲು ಸಿದ್ಧವಿಲ್ಲ.

"ಅದರ ಭವಿಷ್ಯಕ್ಕೇನು? ತಾಯಿಯಾಗಿ ನಾನಿದ್ದೀನಿ, ತಂದೆಯಾಗಿ ಶರತ್. ಇದಕ್ಕೆ ಎರಡು ಕುಟುಂಬಗಳು ಸಾಕ್ಷಿ. ಆ ಮಗುವಿಗೆ ಅಸ್ತಿತ್ವ ಇದೆ. ನನ್ನ ಕ್ಷಮ್ಸು ಅಂತ ಅಪ್ಪನಿಗೆ ಹೇಳು. ನಾವಿಬ್ಬರ ಪವಿತ್ರ ಪ್ರಣಯದಲ್ಲಿ ಅರಳುತ್ತಿರುವ ಗರ್ಭವನ್ನು ನಾನು ಹೊಸಕಿ ಹಾಕೋಕೆ ಇಷ್ಟಪಡೋಲ್ಲ. ದಯವಿಟ್ಟು ಅದನ್ನ ಅವ್ರಿಗೆ ಹೇಳಿ" ಎಂದ ವರ್ಣ ನೀರು ಕುಡಿದು ಮಲಗಿದಳು. 'ಶರತ್ ಸ್ವೀಕರಿಸದಿದ್ದರೇ, ಹುಟ್ಟುವ ಮಗುವಿನ ತಂದೆಯ ಸ್ಥಾನ ಅವನದೆ. ಅದನ್ನ ಅಳಿಸಿ ಹಾಕಲು ಸಾಧ್ಯವೇ? ಮತ್ತಷ್ಟು ಧೈರ್ಯ ತುಂಬಿಕೊಂಡು ಮಗ್ಗುಲಾದಳು. ಈ ವಿಷಯದಲ್ಲಿ ಅವಳದು ಒಂದೇ ನಿಲುವು.

ಆಮೇಲೆ ಅರ್ಧ ಗಂಟೆಯಲ್ಲಿಯೆ ಟೈಪ್ ಮಾಡಿ ಶರತ್‌ಗೆ ಮೆಸೇಜ್ ಮಾಡಬೇಕೆನ್ನುವ ವೇಳೆಗೆ ಅರುಣ ನುಗ್ಗಿ ಬಂದ.

"ನಿನ್ನ ಬದ್ಕೀನ ಬಗ್ಗೆ ಅದ್ಭುತವಾದ ಕನಸು ನನಗೆ. ಪ್ಲೀಸ್ ತಪ್ಪಾಗಿರೋದು ನನ್ನಿಂದ. ಕ್ಷಮೆ ಇರಲೀ ತಂಗಿ. ಈಗ ದೊಡ್ಡ ಅನಾಹುತವಾಗಿದೆ. ಶರತ್ ಡೀಸೆಂಟ್ ಇರ್ಬಹ್ದು. ಅವನಪ್ಪ ತಿಮ್ಮಪ್ಪಯ್ಯ ಲಾಯರ್ ಶಂಭುಲಿಂಗಂ ಮುಂದೆ ಜೋರು ಮಾಡಿದ್ನಂತೆ, ಆದ್ರೆ ನಿಮ್ಮ ಮೇಲೆ ವರದಕ್ಷಿಣೆ ಸಲುವಾಗಿ ಆ ಹುಡ್ಗೀನ ಹಿಂಸೆ ಮಾಡಿದ್ದೀರಂತ, ನಿಮ್ಮನ್ನೆಲ್ಲ ಒಳ್ಗೇ ಹಾಕ್ಸಿ ಬಿಡ್ತೀನೀಂತ ಹೆದರಿಸ್ಮೇಲೆ ಅವರು 'ಮ್ಯೂಚುಯಲ್ ಕನ್ಸೆಂಟ್'ಗೆ ಒಪ್ಗೇ ನೀಡಿದ್ದು.

ಈಗಿನ ವಿಚಾರ ಗೊತ್ತಾದರೇ ತುಂಬ ಸಮಸ್ಯೆಗಳನ್ನೆದುರಿಸಬೇಕಾಗುತ್ತೆ. ಆ ರಿಸ್ಕ್ ಬೇಡ ಡಾ. ಸಾರಿಕಾ ನಂಗೆ ಪರಿಚಯ ನಾನು ಅವ್ರ ಹತ್ರ ಕರ್ಕಂಡ್ ಹೋಗ್ತೀನಿ" ಎಂದ ಸ್ವಲ್ಪ ಟೆನ್ಷನ್‌ನಿಂದಲೆ.

ವರ್ಣ ಮೌನವಹಿಸಿದಳು. ಆತಂಕಗೊಂಡ ಅರುಣ.

"ಪ್ಲೀಸ್ ವರ್ಣ ಮಾತಾಡು. ಅಪರಾಧ ಭಾವ ನನ್ನ ಕಾಡ್ತಾ ಇದೆ. ಅದ್ರಿಂದ ಮುಕ್ತಿ ಬೇಕು" ಅಣ್ಣನ ಚಡಪಡಿಕೆಗೆ ತಣ್ಣಗೆ ಉತ್ತರ ನೀಡಿದ್ದು "ನಿನ್ನಿಂದ ಮತ್ತೊಂದು ತಪ್ಪು ಆಗೋದ್ಬೇಡ. ಆ ಬಗ್ಗೆ ನಾನು, ಅವರು ಡಿಸೈಡ್ ಮಾಡ್ಬೇಕು. ಮಗು ಅವ್ರ ವಂಶಕ್ಕೆ ಸೇರುತ್ತೆ. ಅದರ ಮೇಲೆ ಪೂರ್ತಿ ಅಧಿಕಾರ ನಮ್ಗಿಲ್ಲ" ಎಂದಳು ನೆಮ್ಮದಿಯಿಂದ.

ಅರುಣ ಬೆವತುಬಿಟ್ಟ. ಅವಳ ಮಾತುಗಳು ವಿವೇಕಯುತವಾದ್ದದ್ದು. ಅರ್ಥಪೂರ್ಣ ಕೂಡ. ಈಗ ತಿಳಿಸಿ ಶರತ್ ಮತ್ತು ಅವನ ಹೆತ್ತವರ ಅಭಿಪ್ರಾಯ ಕೇಳಿದರೇ? ಇಡೀ ಪರಿಸ್ಥಿತಿ ಬೇರೊಂದು ರೂಪ ತಾಳಬಹುದು ತಿಮ್ಮಪ್ಪಯ್ಯನ ಮೈಮೇಲೆ ಬಿದ್ದ ಹೊಡೆತಗಳು ಬೇರೊಂದು ರೂಪ ಧರಿಸಿ ಹಿಂದಕ್ಕೆ ಬಂದು ತಮ್ಮ ಕುಟುಂಬಕ್ಕೆ ಅಪ್ಪಳಿಸಬಹುದು? ನಾನಾ ಯೋಚನೆಗಳಿಂದ ತಳಮಳಿಸಿ ಹೋದ ಅರುಣ ತಂಗಿಯ ಎದರು ಕೂತು ಅವಳ ಕೈಯನ್ನ ತನ್ನ ಕೈಯೊಳಗೆ ತಗೊಂಡ.

"ಪ್ಲೀಸ್ ಅರ್ಥ ಮಾಡ್ಕೋ. ಕಾಲ ಬದಲಾಗಿದೆ. ಹೆಣ್ಣು, ಗಂಡಿನ ನಡುವೆ ಅಂಥ ಭೇದ ಭಾವವೇನು ಇಲ್ಲ. ಮದುವೆ ಅನ್ನೋದೊಂದು ಸಂವಹನ, ಅದೊಂದು ಪವಿತ್ರ ಬಂಧನ, ಮಣ್ಣು ಮಸಿ ಅನ್ನೋದು ಹಿಂದಿನ ಕಾಲಕ್ಕೆ ಆಯ್ತು. ಈಗ ಅದೆಲ್ಲ ಏನಿಲ್ಲ. ಹಿಮವಂತನಿಗೆ ನಿನ್ನಲ್ಲಿ ಇಂಟರೆಸ್ಟ್ ಇದೆ. ಅವನೇ ಪ್ರಪೋಸ್ ಮಾಡಬಹುದು. ಅದೇನು ಸಂಕೋಚದ ವಿಚಾರವಲ್ಲ. ಅಲ್ಲದೆ ಅಂತರ್ಜಾಲದಲ್ಲಿ ಎರಡನೆ ವಿವಾಹಕ್ಕೆ ಮುಂದಾಗುವವರಿಗೆ ಅನೇಕ ವೆಬ್ ತಾಣಗಳಿವೆ. ಸೆಕೆಂಡ್ ಶಾದಿ ಕಾಮ್, ದಿಸೆಕೆಂಡ್ ಮ್ಯಾರೇಜ್ ಮುಂತಾದ ಕಾಮ್‌ಗಳಿವೆ. ನಿಂಗೆ ಆ ಪರಿಸ್ಥಿತಿ ಇಲ್ಲ. ಹಿಮವಂತ ವಿರೋಧಿಸಿದರೇ" ಅಂದ ಕೂಡಲೆ ತಲೆಯೆತ್ತಿದಳು.

"ಇದು ಅವರಿಗೆ ಸಂಬಂಧಿಸಿದ ವಿಚಾರವಲ್ಲ. ಈ ಸುದ್ದಿಯನ್ನು ಇಲ್ಲಿಗೆ ಬಿಟ್ಟು ಬಿಡು" ಅಷ್ಟು ಹೇಳಿ ಹೊರಗೆದ್ದು ಹೋದಳು. ತಾನು ಕೆಲಸಕ್ಕೆ ಸೇರಬೇಕೆನ್ನುವುದನ್ನು ಬಿಟ್ಟರೆ ಮಿಕ್ಕ ವಿಚಾರಗಳಲ್ಲೆಲ್ಲ ರಾಜಿಯ ಮನೋಭಾವ ಹೆಣ್ಣು ಇಷ್ಟು ಕಠಿಣವಾದದ್ದು ಯಾಕೆ? ತಲೆ ಕೆಟ್ಟಂತಾಯಿತು.

ಶಾಂಭವಿ ಬಂದು ಅವನ ಕ್ರಾಪನ್ನ ಕೆದರಿ "ತುಂಬ ಅಪ್‌ಸೆಟ್ ಆದಂಗೆ ಕಾಣ್ತೀಯಾ?" ವಿಚಾರಿಸಿದರು ಕಕ್ಕುಲತೆಯಿಂದ. ಅವನು ಭಾರವಾದ ಉಸಿರು ದಬ್ಬಿ ಎರಡು ಕೈಗಳನ್ನು ಮೇಲಕ್ಕೆತ್ತಿ "ನಂಗೇನು ಅರ್ಥವಾಗ್ತ ಇಲ್ಲ. ಅನನ್ಯಗೆ ಮಗು ಇರಲೀಯೆಂದೇ, ಅವಳು ಕೇರ್ ಮಾಡದೆ ತೆಗೆಸಿ ಬಿಟ್ಲು. ಈಗಿನ ಸನ್ನಿವೇಶದಲ್ಲಿ ವರ್ಣಗೆ ಬೇಕಿಲ್ಲ. ಆದರೆ ಅದು ಶರತ್ ಸ್ವತ್ತು ಅನ್ನೋ ರೀತಿ ಕಾಮೆಂಟ್ ಮಾಡ್ತಾಳೆ. ಮುಂದೇನು ಅತ್ತೆ? ಇದೊಂದು ಕಾರಣ ಹೇಳಿ ಹಿಮವಂತ ನಿರಾಕರಿಸಬಹುದು. ಆಮೇಲೆ ಬೇರೆ ಗಂಡಿನ ತಲಾಷ್ ಮಾಡ್ಬೇಕಾದರೆ ಸಮಯ

ಬೇಕಾಗುತ್ತೆ. ಆ ಸಮಯನ ಮ್ಯಾನೇಜ್ ಮಾಡೋದು ಕಷ್ಟ. ನೀವು ಅವ್ಳಿಗೆ ಒಂದಿಷ್ಟು ಬುದ್ಧಿ ಹೇಳಿ. ಇದ್ನ ನೀವೊಬ್ರು ಮಾತ್ರ ಮಾಡಬಲ್ಲಿರಿ" ಅವರ ಎರಡು ಕೈಗಳನ್ನು ಹಿಡಿದ ಆಕೆಯ ಕಣ್ಣಲ್ಲಿ ಭರವಸೆಯ ಮಿಂಚು ಹರಿದಾಡಲಿಲ್ಲ. "ಕ್ಷಮ್ಸಿ ಅರುಣ. ಈ ಕೆಲ್ಸ ನನ್ನಿಂದಾಗೋಲ್ಲ. ಅವಳ ಇಚ್ಛೆಗೆ ವಿರುದ್ಧವಾಗಿ ಅವಸರದಲ್ಲಿ ಒಂದು ತಪ್ಪು ನಡೆದಿದೆ. ಆಮೇಲೆ ಅಪ್ಪ, ಮಕ್ಕಳು ಸೇರಿ ದೊಡ್ಡ ಅನಾಹುತ ಮಾಡಿದ್ರಿ. ಈಗ ಅವ್ಳ ಭವಿಷ್ಯದಲ್ಲಿ ತಲೆ ಹಾಕಿದರೆ ದೊಡ್ಡ ಅನಾಹುತವೆ. ಸದ್ಯಕ್ಕೆ ಅವಳ ಇಷ್ಟಕ್ಕೆ ಬಿಡಿ. ಏನಾದ್ರೂ ಅದಕ್ಕೆ ಹೊಣೆಗಾರಳು ಅವಳೇ ಆಗ್ತಾಳೆ " ಖಡಾ ಖಂಡಿತವಾಗಿ ಹೇಳಿದರು. ಅದು ಆಕೆಯ ಬಲವಾದ ನಿರ್ಧಾರ.

ಅರುಣನಿಗೆ ಏನು ಮಾಡಬೇಕೋ ತಿಳಿಯದೆ ಕೈಕೈ ಹಿಸುಕಿಕೊಂಡು ಹೊರ ಬರುವ ವೇಳೆಗೆ ಕಿರಣ್ ಎದುರಾದ ಈಚೆಗೆ ಚಟುವಟಿಕೆಯಿಂದ ಓಡಾಡುತ್ತಿದ್ದ. ಪಾಕೆಟ್ ಮನೀ ಬೇಡವೆಂದಿದ್ದ. ಯಾವುದೇ ಮಾಲ್‌ನಲ್ಲಿ ಕೆಲಸ ಮಾಡುತ್ತಿದೆಯೆಂದು ಕೈ ಕೊಡವಿದರ ಜೊತೆಗೆ ಹೊಸದಾಗಿ ಶುರುವಾಗುತ್ತಿದ್ದ ಟಿ.ವಿ. ಛಾನಲ್‌ಗೆ ಇಂಟರ್‌ವ್ಯೂಗೆ ಹೋಗಿ ಬಂದಿರುವ ವಿಷಯ ತಿಳಿಸಿದ್ದ. ಅಂತು ಚಟುವಟಿಕೆಯಿಂದ ಇದ್ದ ಎನ್ನುವ ಸಮಾಧಾನ.

"ಯಾಕೋ, ಅಣ್ಣ? ತಲೆಯ ಮೇಲೆ ಆಕಾಶ ಬಿದ್ದಂಗೆ ಕಾಣ್ತೀಯ. ಏನು ವಿಷ್ಯ? ಇದ್ದ ಕೆಲ್ಸದಿಂದ ಟರ್ಮಿನೆಟ್ ಮಾಡಿದ್ರಾ? ಅಯ್ಯೋ ಹೋಗ್ಲಿ ಬಿಡು. ಸಾಕಷ್ಟು ಏಜೆನ್ಸಿಗಳು ಖಾಲಿಯಾಗ್ತಾನೇ ಇರೋದ್ರಿಂದ ಮತ್ತೊಂದು ಕಡೆ ಸಿಗುತ್ತೆ" ಬಡಬಡಿಸಿದ. ತಮ್ಮನ ಮೇಲೆ ಆ ಕ್ಷಣ ಕೋಪ ಬಂದರೂ ಸದ್ಯಕ್ಕೆ ಅವನ ನೆರವು ಬೇಕೆನಿಸಿತ್ತು. ಕೈ ಹಿಡಿದು ಬಾಲ್ಕನಿಗೆ ಕರೆದೊಯ್ದು. "ನಿಂಗೆ ವರ್ಣ ಬಗ್ಗೆ ಏನಾದ್ರೂ ಗೊತ್ತಾ?" ಕೇಳಿದ.

ಕಿರಣನ ಕಣ್ಣುಗಳು ಕಿರಿದಾದವು. ಅಂಥ ಹೊಸ ನ್ಯೂಸ್ ಏನು ಇರಲಿಲ್ಲ. ತೀರಾ ಗಾಬರಿಯಾದ.

"ಡಿವೋರ್ಸ್ ಆಯ್ತ?" ಪ್ರಶ್ನಿಸಿದ.

"ಆಗುತ್ತೆ, ಶರತ್ ಜೊತೆ ವರ್ಣ ಕೂಡ ಒಪ್ಪಿಗೆಯ ಪತ್ರಕ್ಕೆ ಸಹಿ ಹಾಕಿದ್ದಾಳೆ. ಅದೇನು ಸಮಸ್ಯೆ ಅಲ್ಲ. ಷಿ ಈಸ್ ಪ್ರೆಗ್ನೆಂಟ್" ಅಷ್ಟು ಅಂದ ಕೂಡಲೆ ಕಿರಣ್ ಮುಖದಲ್ಲಿ ಸಂತಸ ಉಕ್ಕಿ ಹರಿಯಿತು "ಗುಡ್ ನ್ಯೂಸ್ ಕಣೋ, ಸಿಹಿ ಹಿಡಿದು ಹೋಗಿ ಕಂಗ್ರಾಟ್ಸ್ ಮಾಡ್ತೀನಿ. ಒಂದು ಪ್ರಮೋಷನ್ ಕಣೋ, ಮಾವ ಆಗ್ತಾ ಇದ್ದೀವಿ" ಕುಣಿದಾಡಿಬಿಟ್ಟ.

ಅರುಣನಿಗೆ ನಾಲ್ಕು ಬಿಗಿಯಬೇಕೆನಿಸಿತು. ಅವನ ಸ್ವಭಾವವಷ್ಟೆ ಎಂದು ತಿಳಿದಿದ್ದರಿಂದ ಸುಮ್ಮನಾದ.

"ಏಯ್ ಕಿರಣ ನೀನು ಫೂಲಿಷ್ ಕಣೋ. ಸ್ವಲ್ಪ ಕೂಡ ಕಾಮನ್‌ಸೆನ್ಸ್ ಇಲ್ಲ. ಅವರಿಬ್ರೂ ಈಗ ಬೇರೆ ಆಗ್ತಾ ಇದ್ದಾರೆ. ಅಂಥದ್ದರಲ್ಲಿ ಈಗ ಮಗುವಾದರೆ ಸಮಸ್ಯೆ ಅಲ್ವಾ?" ಕೇಳಿದ ಅವನ ತೋಳಿಡಿದು ಅರುಣ. ಈಗಲೂ ಕಿರಣ್‌ಗೆ ಅದು ಸಮಸ್ಯೆಯೆನಿಸಲಿಲ್ಲ "ಅದ್ಯಾಕೆ, ಆ ತರಹ ಯೋಚಿಸ್ತಿ? ಆ ಹುಟ್ಟ ಬಹುದಾದ ಮಗುವಿನ ಸಲುವಾಗಿ ಅವ್ರು ಒಂದಾಗಬಹುದು." ಆ ದಿಕ್ಕಿನಲ್ಲಿ ಅವನ ಚಿಂತನೆ.

ಅರುಣ ಸಾಧ್ಯವಿಲ್ಲವೆನ್ನುವಂತೆ ಅಡ್ಡಡ್ಡ ತಲೆಯಾಡಿಸಿದ.

"ಸಾಧ್ಯವಿಲ್ಲ ಕಣೋ! ಪಿಯುಸಿಯ ಶರತ್‌ನ ಅಪ್ಪ ಅಳಿಯಾಂತ ಒಪ್ಪಿಕೊಳ್ಳೋಲ್ಲ. ಇಲ್ಲ ಏಕಾಏಕಿ ಹೋಗಿ ಶರತ್ ಅಪ್ಪನನ್ನ ಹೊಡೆದ ರಾಜೇಶ್ ಅವ್ರನ್ನ ಅವನು ಕ್ಷಮಿಸಿಯಾನೇ? ಅಕಸ್ಮಾತ್ ಮಗುಏನ ಸಲುವಾಗಿ ಕರೆದೊಯ್ದರು ಅಲ್ಲಿ ವರ್ಣ ಸುಖಿಯಾಗೋಲ್ಲ. ದ್ವೇಷ ಸಾಧಿಸ್ತಾನೆ. ಲೆಕ್ಕಗಳ ದೊಡ್ಡ ಪಟ್ಟಿಯನ್ನ ಮಾಡಿ ಚುಕ್ತಾ ಮಾಡೋಕೆ ಶುರು ಮಾಡ್ತಾನೆ. ಒಮ್ಮೆ ಆ ಚಕ್ರದಲ್ಲಿ ಹೋಗಿ ಸಿಕ್ಕಿಹಾಕ್ಕೊಂಡರೇ ಜೀವ್ನ ನರ್ಕ. ಅದ್ಕಿಂತ ಡಿವೋರ್ಸ್ ಪಡೆದು ತನ್ನ ಬದ್ಕನ್ನ ಸುಂದರವಾಗಿಸಿಕೊಳ್ಳಬೇಕು. ಅದಕ್ಕೆ ಸಪೋರ್ಟಾಗಿ ನಾವೆಲ್ಲ ನಿಲ್ಲೋಣ" ಈಗಾಗಲೆ ಈ ವಿಚಾರ ಹಳೆಯದಾಗಿ ಅಹವಾಲು ಸಲ್ಲಿಸಿ ಆಗಿತ್ತು.

"ನಂಗ್ಹೇಳಿ ಏನು ಪ್ರಯೋಜನವಿಲ್ಲ. ನನ್ನ ಬಗ್ಗೆ ಅಪ್ಪ ಒಂದು ನಿಲುವಿಗೆ ಬಂದಿದ್ದಾರೆ. ನನ್ನ ಮಾತು ನಿಲ್ಲೋಲ್ಲ. ಏನು ಬೇಕಾದರೂ ಮಾಡ್ಕೊಳ್ಳಿ. ನಾನು ಹೊರ್ಗೇ ಸಾಕಷ್ಟು ಹುಡ್ಗೀಯರನ್ನ ನೋಡಿದ್ದೀನಿ. ಬಿಡು ಬೀಸಾಗಿ ತಿರುಗ್ತಾರೆ. ಹಿರಿಯರು ಲೆಕ್ಕಕ್ಕೆ ಇಲ್ಲ. ಇಲ್ಲಿ ನೈತಿಕತೆ ಪ್ರಶ್ನೆಯೇ ಇಲ್ಲ ಎನ್ನುವಂತೆ ಅಂಡಾಣು ದಾನಕ್ಕೂ ಸಿದ್ಧವಾಗಿದ್ದಾರೆ. ಅದು ದಾನ ಎಲ್ಲಿ ಬಂತು, ಅದಕ್ಕಾಗಿ ಹಣ ಪಡೀತಾ ಇದ್ದಾರೆ. ವೀರ್ಯ ಮತ್ತು ಅಂಡಾಣು ದಾನಿಗಳಿಗೆ ಅಪಾರ ಬೇಡಿಕೆ ಇದೆ. ಇಂಥ ಒಂದು ಬದಲಾವಣೆಗೆ ಜನ ಎಷ್ಟು ಒಗ್ಗಿಕೊಂಡಿದ್ದಾರೋ, ಬಿಟ್ಟಿದ್ದಾರೋ.... ಇದೆಲ್ಲ ನಡೀತಾ ಇದೆ. ಆ ಗುಂಪುಗಳಿಗೆ ಸೇರದವರು ಇರ್ತಾರೆ. ನೈತಿಕತೆಗೆ ಜೋತು ಬಿದ್ದವರಲ್ಲಿ ನಮ್ಮ ವರ್ಣ ಅಂಥವರು ಕೂಡ ಇರ್ತಾರೆ. ಅವಳ ಮನಸ್ಸು ತುಂಬ ಸೂಕ್ಷ್ಮ. ಅವಳು ಕತೆ, ಕವನ, ಕಾದಂಬರಿಗಳನ್ನು ಓದಿಕೊಂಡು ಬೆಳೆದವಳು. ಸಾಯಿಸುತೆಯವರ 'ಬಾಡದ ಹೂ ಹೇಮ', 'ವಿವಾಹ ಬಂಧನದ ಅನುರಾಧ', ನೇತ್ರ, ಸಿತಾರ ಅಂಥವರ ಆದರ್ಶ ಅವಳದು. ಇಂದಿಗೂ ಅವಳಿಗೆ ಅವರೇ ಮೆಚ್ಚು. ಆ ಲೇಖಕಿಯ ಕಾದಂಬರಿಗಳನ್ನು ಅಪೂರ್ವ ಎನ್ನುವಂತೆ ಕಾದಿಟ್ಟುಕೊಂಡಿದ್ದಾಳೆ. ನೋಡಣ್ಣ, ಹೇಗೆ.... ಮ್ಯಾನೇಜ್ ಮಾಡ್ತೀಯೋ" ಸರಿದು ಹೋದ. ಖಂಡಿತ ವರ್ಣಗೆ ಏನು ಹೇಳಲಾರ.

ಅರುಣ ತೀರಾ ಕಂಗೆಟ್ಟ. ವರ್ಣ, ಅನನ್ಯ ಹುಟ್ಟು, ಬೆಳವಣಿಗೆಯಲ್ಲಿ ಅಪಾರ ವ್ಯತ್ಯಾಸವಿದೆ ಯೆನಿಸಿತು. ಅವಳು ಪ್ರತಿಯೊಂದನ್ನು ಪ್ರಾಕ್ಟಿಕಲ್ಲಾಗಿ ನೋಡೋಳು. ಅವಳ ಚಿಂತನೆಗಳೆ ಡಿಫರೆಂಟ್. ಅನನ್ಯ ನಾನು.... ಅಂದರೆ ಅವಳಷ್ಟೆ. ಆ ಸರ್ಕಲ್‌ನಲ್ಲಿ ಯಾರಿಗೂ ಪ್ರವೇಶವಿಲ್ಲ. ಹಾಗಂತ ಡೇಂಜರಸ್ ಅಲ್ಲ, ಅಷ್ಟೆ ಅವನಿಗೆ ಸಮಾಧಾನ.

ಅವನ ಮುಂದೆಯೆ ಹಾದು ಹೋಗುತ್ತಿದ್ದ ಶಾಂಭವಿ ನಿಂತು "ಆ ಸುದ್ದಿ ಶರತ್‌ಗೆ ತಿಳಿಸುವುದು ಮುಖ್ಯ. ಅವನ ಪ್ರತಿಕ್ರಿಯೆ ಮೇಲೆ ಮುಂದಿನ ಹೆಜ್ಜೆ. ಒಂದ್ಮಾತು ಅಪ್ಪನ ಕಿವಿ ಮೇಲೆ ಹಾಕಿ ಅಷ್ಟೆ. ಅಂದಳು ವರ್ಣ"

"ಅಪ್ಪ, ಬೇಡಾಂದರೇ...." ಕೇಳಿದ.

"ವಿಧೇಯ ಮಗಳಾದುದ್ದರಿಂದ ತಿಳಿಸಿ ಅಂದಳಷ್ಟೆ. ಒಪ್ಗೇ ಕೇಳ್ತಾ ಇಲ್ಲ. ವಿವಾಹವಾದ ಮೇಲೆ ತವರಿನ ಆಡಳಿತ ನಡೆಯದು. ಈಗ ಗಂಡ ಮತ್ತು ಅವನ ಮನೆಯವರೆ ಮುಖ್ಯ.

ಇಲ್ಲಿ ದಂಪತಿಗಳ ಅನ್ಯೋನ್ಯತೆಯ ಮಧ್ಯೆ ಸಮಸ್ಯೆ ಇಲ್ಲ. ಇಲ್ಲಿ ತಪ್ಪಾಗಿರೋದು ಬೇರೆಯವರಿಂದ. ಶಿಕ್ಷೆ ದಂಪತಿಗಳ ಪಾಲಿಗೆ, ನಿಂಗೆ ಹಾಗೇ ಅನ್ನಿಸೋಲ್ವಾ? ಆ ಹುಡ್ಗ ಶರತ್ ಏನಾದ್ರೂ.... ಕೇಳಿದುಂಟಾ? ಬೀಗರಾಗಿ ಅವನಪ್ಪ, ಅಮ್ಮ ಯಾವ ಬಗ್ಗೆಯಾದ್ರೂ.... ತಕರಾರು ಎತ್ತಿದ್ದುಂಟಾ? ಅಪ್ಪ, ಮಗ ಎಡವಟ್ಟು ಮಾಡಿ, ಪಾಪ ಶಿಕ್ಷೆ ಅವಳ ಕೊರಳಿಗೆ ಕಟ್ಟಿದ್ರಿ. ಸಂತೋಷ ಹಂಚಿಕೊಳ್ಳ ಬೇಕಾದ ಶರತ್, ವರ್ಣ ಬೇರೆ.... ಬೇರೆ" ಎಂದರು. ಆಕೆಯ ದನಿಯಲ್ಲಿ ಕೋಪ, ಬೇಸರ.... ಅದಕ್ಕೂ ಮೀರಿದ ಜಿಗುಪ್ಸೆಯ ಭಾವವಿತ್ತು.

ಅತ್ತೆ ಎಂದೂ ಆ ರೀತಿ ಮಾತಾಡಿದ್ದು ಅವನಿಗೆ ಕಂಡಿರಲಿಲ್ಲ.

ಆಕೆ ಹೋದ ಎಷ್ಟೋ ಹೊತ್ತಿನವರೆಗೂ ಒಂಟಿಯಾಗಿ ಅಲ್ಲೇ ಇದ್ದ. ಅವರು ಹೇಳಿದ್ದು ಸುಳ್ಳೇನು ಆಗಿರಲಿಲ್ಲ. ಮನದ ಭಾವನೆಗಳನ್ನ ಯಾರೊಂದಿಗಾದರೂ ಹಂಚಿಕೊಳ್ಳಬೇಕು. ಯಾರೊಂದಿಗೆ? ಅನನ್ಯ ಅದಕ್ಕೆ ಲಾಯಕ್ಕಾದವಳಲ್ಲ. ಎಷ್ಟೋ ಸಲ ಮನೆಯ, ಮನೆಯವರ.... ಈಗ ಸಮಸ್ಯೆಯಾಗಿರೋ ವರ್ಣಾಳ ದಾಂಪತ್ಯದ ಬಗ್ಗೆ ಹೇಳಲು ಹೋಗಿ ಸೋತಿದ್ದ.

"ಸಾರಿ, ನಂಗೆ ಇಂಟರೆಸ್ಟಿಲ್ಲ" ಅಷ್ಟೇ ಅವಳ ಪ್ರತಿಕ್ರಿಯೆ.

ಆದ ತಪ್ಪಿನ ಹೊಣೆ ಅವನೇ ಹೊತ್ತುಕೊಂಡಿದ್ದರಿಂದ ನೇರವಾಗಿ ತಂದೆಯ ಕೋಣೆಗೆ ಬಂದ. ಸಕ್ಕೂಬಾಯಿ ಗೋಡೆಗೆ ಆತು ನಿಂತಿದ್ದವರು ಮಗನನ್ನು ನೋಡಿ ಕಣ್ಣೊರೆಸಿಕೊಂಡರು.

"ಅಪ್ಪ, ನಾವು ಈಗಾಗ್ಲೇ.... ತಪ್ಪು ಮಾಡಿದ್ದೀವಿ. ಒಂದಲ್ಲ.... ಎರಡು. ಮೂರನೆ ತಪ್ಪು ನಮ್ಮಿಂದಾಗುವುದು ಬೇಡ. ವರ್ಣನ ನಿರ್ಣಯ ತಗೊಳ್ಳಿ. ಅದಕ್ಕೆ ನನ್ನ ಒಪ್ಗೇ ಇದೆ" ಅಷ್ಟು ಹೇಳಿದವನು ಹೊರಟು ಬಿಟ್ಟ ಅರುಣ. ಯೋಚಿಸಿ ಆ ನಿರ್ಧಾರಕ್ಕೆ ಬಂದಿದ್ದ.

ಈ ವಿಚಾರದಲ್ಲಿ ಅವರ ಜೊತೆ ನಿಂತವನು, ನಿಲ್ಲಬೇಕಾದವನು ಕೈಯೆತ್ತಿ ಒಂಟಿಯಾಗಿರಿಸಿದ್ದ. ಏನೋ ಹೇಳಲು ತುಟಿ ತೆರೆಯಲು ಹೊರಟವರನ್ನು ಸಕ್ಕೂಬಾಯಿ ದನಿ ತಡೆಯಿತು.

"ಅವನು ಹೇಳಿ ಆಯಿತಲ್ಲ. ಹುಟ್ಟುವ ಕೂಸು ಶರತ್, ವರ್ಣದು ತಾನೇ? ಅವ್ರೆ, ತೀರ್ಮಾನ ತಗೊಳ್ಳಿ. ಹಿರಿಯರು ಅನ್ನಿಸ್ಕೊಂಡವರು ದಂಪತಿಗಳು ಅಂತ ಆಶೀರ್ವದಿಸಿ ಆಯಿತಲ್ಲ. ತೆಪ್ಪಗಿರೋದು ಎಲ್ಲಾ ರೀತಿಯಿಂದ್ಲೂ....ಒಳ್ಳೇದು" ಕಟ್ಟುನಿಟ್ಟಾಗಿ ಹೇಳಿದ್ದು. ಬೆವರೊರೆಸಿಕೊಳ್ಳುವಂತಾಯಿತು ರಾಜೇಶ್‌ಗೆ. ಇಷ್ಟು ವರ್ಷದ ದಾಂಪತ್ಯದಲ್ಲಿ ಇಷ್ಟು ಖಡಾಖಂಡಿತವಾಗಿ ಹೇಳಿದ್ದು ಇಂದೇ ಎನಿಸಿತು. ಆದರೆ ಶುರುಯೆನಿಸಿತು.

ಅವರ ಬಾಯಿಂದ ಮಾತು ಹೊರಡಲಿಲ್ಲ. ಇಡೀ ಮನೆಯಲ್ಲಿನ ಎಲ್ಲರು ವರ್ಣ ಪರ ನಿಂತಂತಾಯಿತು. ತಾವು ಈಗ ಒಂಟೀ! ಮೌನವಾಗಿ ರೂಮಿನಲ್ಲಿಯೆ ಉಳಿದರು. ಮುಂದೇನು?

ಆ ಸಮಯದಲ್ಲಿ ವರ್ಣ ಕೂತು ಮೆಸೇಜ್ ಟೈಪ್ ಮಾಡಿದಳು ಶರತ್‌ಗೆ. ಅವನು ತಂದೆ, ತಾಯಿಯ ಜೊತೆ ದೇವಸ್ಥಾನದಲ್ಲಿ, ಇದ್ದ. ತೀರಾ ಪರಿಚಿತರು ಚಂಡಿಯಾಗ

ಮಾಡಿಸುತ್ತಿದ್ದರು. ಆಗಾಗ ಹೋಗಬೇಕೆಂದು ಲೀಲಾವತಿ ಹೇಳಿದ್ದರಿಂದ ಪುರಸತ್ತು ಮಾಡಿಕೊಂಡು ಅವರನ್ನ ಕರೆ ತಂದಿದ್ದ.

ಮೆಸೆಜ್ ಓದಿದವನ ಮೈ ರೋಮಾಂಚನಗೊಂಡಿತು. ತಂದೆಯಾಗುತ್ತಿರುವುದು ಹರ್ಷದ ಸುದ್ದಿಯೇ. ಒಂದು ರೀತಿಯಲ್ಲಿ ಪ್ರಮೋಷನ್. ತಕ್ಷಣ ಪ್ರತಿಕ್ರಿಯಿಸಬೇಕೆನಿಸಿತು. 'ಕಂಗ್ರಾಟ್ಸ್, ಐಯಾಮ್ ವೆರಿ ಹ್ಯಾಪಿ' ಅಷ್ಟನ್ನ ಮಾತ್ರ ಟೈಪ್ ಮಾಡಿ ಮೆಸೆಜ್ ಮಾಡಿ ಒಂದು ಕಡೆ ನಿಂತ. ಮೊದಲ ಸಲ ಇಂಥ ಭಾವ ಅವನ ಅನುಭವಕ್ಕೆ ಬಂದಿತ್ತು. ತನ್ನದೇ ಪ್ರತಿರೂಪ ಹರಡಿ ಮಂಜುನ ಮಧ್ಯೆ ಅವ್ಯಕ್ತವಾಗಿ ರೂಪುಗೊಂಡಂತಾಯಿತು.

"'ಶರತ್ ತೀರ್ಥ ತಗೋ.... ಬಾ" ಅಮ್ಮನ ದನಿ ಕೇಳಿ ಎಚ್ಚೆತ್ತ.

ಹೋಮ ಮುಗಿದು ಆಗಲೇ ತೀರ್ಥಪ್ರಸಾದ ವಿನಿಯೋಗವಾಗುತ್ತಿತ್ತು. ಅದನ್ನ ಸ್ವೀಕರಿಸಿ, ಎಲ್ಲಾ ಮುಗಿದ ಮೇಲೂ ತಂದೆ, ತಾಯಿಯವರಲ್ಲಿ ಈ ವಿಷಯ ಪ್ರಸ್ತಾಪಿಸಲಿಲ್ಲ. ಅವನು ಆತುರಗಾರನಲ್ಲ. ಸ್ಥಿತಿಪ್ರಜ್ಞತೆ ಬೆಳೆಸಿಕೊಳ್ಳುವತ್ತ ಅವನ ಮನಸ್ಸು.

ಆಮೇಲೆ ಚಂಡಿ ಹೋಮದ್ದೇ ಮಾತು. ಅಮ್ಮ, ಅಪ್ಪನ ನಡುವೆ ಕೂತ. ಯೋಚಿಸಿಯೆ ವಿಷಯ ಅವರ ಮುಂದಿಟ್ಟ ಲೀಲಾವತಿಯ ಮುಖ ಅರಳಿತು.

"ಎಂಥ ಸಂತೋಷದ ಸುದ್ದಿ ವರ್ಣಗೆ ಹೆಣ್ಣು ಮಗುವೆ ಆಗೋದು. ಎರಡೆರಡು ಬೇಸನ್ ಲಾಡು ತಿಂದಿದ್ದು ಸಾರ್ಥಕವಾಯ್ತು" ಅಂದವರು ಪಟ್ಟನೆ ಸುಮ್ಮನಾದರು. ಈ ಸಂತೋಷವನ್ನ ಪರಿಪೂರ್ಣವಾಗಿ ಅನುಭವಿಸುವಂತಿರಲಿಲ್ಲ. ಗಂಡನ ಕಡೆ ನೋಡಿ, ಆಮೇಲೆ ನೋಟವನ್ನು ಮಗನತ್ತ ತಿರುಗಿಸಿ"ಯಾರು ತಿಳಿಸಿದ್ದು?" ಕೇಳಿದರು.

"ವರ್ಣ ಮೆಸೇಜ್ ಕಳಿಸಿದ್ಲು" ಎಂದ ಗಂಭೀರವಾಗಿ.

"ಛೆ, ಏನೇನೋ.... ಆಗಿಹೋಯ್ತು. ಹತ್ತಿರವಿದ್ದು ಈ ಸಂತೋಷವನ್ನು ಹಂಚಿಕೊಳ್ಳಬೇಕಿತ್ತು. ನಂಗೇನು ಹೇಳ್ಬೇಕೋ ಗೊತ್ತಾಗ್ತ ಇಲ್ಲ. ಮುಂದೇನು?" ಈ ಪ್ರಶ್ನೆಗೆ ಅಪ್ಪ, ಮಗನಿಂದ ಉತ್ತರವಿಲ್ಲ.

"ಡಿವೋರ್ಸ್ ಅಂತ ಆಗಿತ್ತು. ವಿಷ್ಯನ ತಿಳಿಸದೇ ಇದ್ದಿದ್ದರೆ ಸುಮ್ಮ ನಿರಬಹುದು. ಆದರೆ ನಮ್ಮ ವಂಶದ ಕುಡಿ ಅವಳ ಒಡಲಲ್ಲಿ ಅರಳುತ್ತ ಇರೋದು. ಮೊಮ್ಮಗುವಿನ ಕನಸು ಎಷ್ಟೋ ದಿನದ್ದು. ಹೇಮಂತ್‌ಗೆ ಇನ್ನ ಮಕ್ಳು ಆಗ್ಲಿಲ್ಲ. ನಿನಗಾದ್ರೂ ಬೇಗ ಆಗ್ತಾ ಇರೋದು ಸಂತೋಷದ ವಿಷ್ಯ ಕಣೋ" ಆಕೆಯ ಸ್ವರದಲ್ಲಿ ಮೆಚ್ಚುಗೆ ಹರಿದಾಡಿತು.

ಯಾರಿಗೂ ಕಹಿ ಅಲ್ಲ. ಆದರೆ ಈ ಸಂದರ್ಭದಲ್ಲಿ ಏನು ಮಾಡಬೇಕೆಂಬುದು ಅರ್ಥವಾಗದು.

"ಈಗೇನು ಮಾಡೋದು?" ಗಂಡನನ್ನ ಕೇಳಿದರು ಲೀಲಾವತಿ.

"ಗೊತ್ತಾಗ್ತ ಇಲ್ಲ. ಅಮ್ಮ, ಮಗ ಯೋಚ್ಸಿ ಒಂದು ತೀರ್ಮಾನಕ್ಕೆ ಬನ್ನಿ" ಎಂದು ಹೋದರು. ಅಷ್ಟು ಈಸಿಯಾಗಿ ತೀರ್ಮಾನವಾಗುವಂಥದಲ್ಲವೆನಿಸಿತು. "ಶರತ್ ನೀನು ವರ್ಣ ಹತ್ರ ಮಾತಾಡು. ಮೊದ್ಲು ಅವಳ ಅಭಿಪ್ರಾಯ ತಿಳ್ಕೋ. ಆಮೇಲೆ ಮುಂದಿನದನ್ನ

ಯೋಚ್ಸೀ ತೀರ್ಮಾನ ತಗೋಳೋಣ" ಅಷ್ಟು ಹೇಳಿ ಎದ್ದು ಹೋದರು. ಶರತ್ ಗಂಭೀರವಾದ.

ಒಳಗೊಳಗೆ ನೋಯುತ್ತಿದ್ದರು. ಇದು ಶರತ್ ಮತ್ತು ವರ್ಣಾಳ ವಿಷಯವಾದರೂ ಎರಡು ಕುಟುಂಬಗಳು ಮಧ್ಯೆ ಪ್ರವೇಶಿಸಿದ್ದರಿಂದ ಇತ್ಯರ್ಥ ಸುಲಭವೆನಿಸಲಿಲ್ಲ. ತೀರಾ.... ಕಗ್ಗಂಟೇ!

ಆಮೇಲೆ ಮಗನನ್ನು ಕರೆಸಿದ ತಿಮ್ಮಪ್ಪಯ್ಯ "ವಕೀಲರನ್ನ ಭೇಟಿ ಮಾಡಿದರೆ ಹೇಗೆ? ಅವರೇನು ಹೇಳಬಹುದು?" ಕೇಳಿದರು.

"ಅವರೇನು ಹೇಳಬಹುದು? ಈ ಪ್ರಶ್ನೆಗೆ ಉತ್ತರ ಸುಲಭವಲ್ಲ. ಡಿವೋರ್ಸ್ ಪ್ರಕ್ರಿಯೆ ಮುಂದೆ ಹೋಗಬಹುದು. ಇದು ನಮ್ಮಗಳ ಪೂರ್ತಿ ನಿರ್ಧಾರದ ಮೇಲೆ ನಿಂತಿಲ್ಲ. ತೀರಾ ಸೂಕ್ಷ್ಮ ವಿಚಾರ." ಎಂದ ಶರತ್‌ನ ಎದೆ ಭಾರವಾಯಿತು.

ತಿಮ್ಮಪ್ಪಯ್ಯ ಮೌನವಹಿಸಿದಾಗ ಹೊರಗೆ ಬಂದ. ಮೊದಲ ಸಂಬಳಕ್ಕೆ ಕೈ ಚಾಚಿದಾಗ ಹದಿನೇಳು ಕೂಡ ಅವನಿಗೆ ತುಂಬಿರಲಿಲ್ಲ. ಬೀದಿಯಲ್ಲಿ ನಿಲ್ಲಿಸಿ ಹೋಗಿದ್ದ ಕುಟುಂಬಕ್ಕೆ ಆಸರೆಯಾಗಬೇಕಿತ್ತು. ಅಷ್ಟನ್ನೆ ತಲೆಯಲ್ಲಿಟ್ಟುಕೊಂಡು ಕೆಲಸಕ್ಕೆ ಕೈ ಚಾಚಿದ್ದು. 'ಬಿಲ್ಡರ್ಸ್ ಪಾಂಡೆ ಬಳಿ ಬಂದಾಗ, ಅದೂ....ಇದೂಂತಲ್ಲ.... ಎಲ್ಲಾ ಕೆಲಸಗಳನ್ನ ಮಾಡಿದ್ದ. ಈಗ ನೂರಾರು ಜನ ಅವನ ಕೈಕೆಳಗೆ ಕೆಲಸ ಮಾಡುತ್ತಿದ್ದರು. ಕೆಲವು ಬಿಲ್ಡಿಂಗ್‌ಗಳ ಸೂಪರ್‌ವೀಸನ್ ಅವನದೇ. ಸಂಬಳ ಬೆಳೆದರು 'ಸೂಪರ್‌ವೈಸರ್' ಅನ್ನೋ ನಾಮಧೇಯವಂತು ಬದಲಾಗಲಿಲ್ಲ. ಅದಕ್ಕಾಗಿ ಅವನೆಂದು ತಲೆ ಕೆಡಿಸಿಕೊಂಡಿರಲಿಲ್ಲ.

"ಅವರು ಆತುರದಲ್ಲಿ ಇದ್ದಾರೆ. ಹುಡ್ಗೀ ತುಂಬ ಚೆನ್ನಾಗಿದ್ದಾಳೆ." ಅಮ್ಮ, ಅಪ್ಪನ ಒತ್ತಡ ಬಂದಾಗ ವಿವಾಹವಾಗಿದ್ದೆ. ಮೊದಲ ಸಲ ಹೆಣ್ಣನ್ನು ಒಂದು ದೃಷ್ಟಿಯಿಂದ ನೋಡಿದ್ದೆ. ಮೊದಲ ನೋಟದಲ್ಲಿಯೇ ಮೆಚ್ಚುಗೆಯಾಗಿದ್ದ ವರ್ಣಾ ಮೇಲೆ ಅವನಿಗೆ ಅಪಾರವಾದ ಪ್ರೀತಿ. ದ್ವೇಷಿಸಲು, ಅಸಡ್ಡೆ ತೋರಲು ಅವನಿಗೆ ಯಾವುದೇ ಕಾರಣಗಳು ಇರಲಿಲ್ಲ.

ಮಗನ ಸಂದಿಗ್ಧತೆಯನ್ನು ಅರ್ಥ ಮಾಡಿಕೊಂಡ ಲೀಲಾವತಿ "ವರ್ಣಾ ಹತ್ರ ಮಾತಾಡು. ಈಗಿನ ಹುಡ್ಗೀರ ಮನಸ್ಸು ಅರ್ಥವಾಗೋಲ್ಲ. ಬೇಗ ಆಯ್ತುಂತ ಬೇಸರವಾಗಿರಬೇಕು. ಸಂಬಂಧ ಕಳೆದುಕೊಳ್ಳೋ ಸಮಯದಲ್ಲಿ ಬೇಡದ ಗರ್ಭವಾಗಿರಬಹುದು. ನೀನು ಮಾತಾಡು. ಈಗಾಗಲೆ ಅವ್ರು ಅಳಿಯನ್ನ ಹುಡುಕಿಟ್ಕೊಂಡಿರೋದರಿಂದ ಅವ್ರಿಗೆ ಇದು ಷಾಕ್ ನ್ಯೂಸ್. ಪೂರಾ ಡಿಸಿಷನ್ ಅವರೇ ತಗೊಂಡರೆ, ವರ್ಣಾ ಭವಿಷ್ಯಕ್ಕೆ ಮಾರಕವೆಂದು ಯೋಚಿಸಿಯಾರು. ನೀನು ವರ್ಣಾ ಹತ್ರ ಮಾತಾಡು" ಇನ್ನೊಂದು ಸಲ ಹೇಳಿ ಅಡಿಗೆ ಮನೆಯ ಗೋಡೆಗೆ ಕಣ್ಣೀರು ಸುರಿಸಿದರು.

ನಿಜವಾಗಿಯು ಅವರಿಗೆ ಮೊಮ್ಮಗುವಿನ ಆಸೆ. ಹೇಮಂತ್ ಹೊರಗೆ ಹೋಗಿ ವಿವಾಹವಾದ ನಂತರವು, ವಿಷಯವೆ ಸಿಗದಿದ್ದಾಗ ಅವನಿಗೊಂದು ಮಗುವಾಗಲಿಯೆಂದು ಅರ್ಚನೆ, ಪೂಜೆ ಮಾಡಿಸಿದ್ದರು. ಇವರ ನಿವೇದನೆ, ಅರ್ಚನೆ, ಪೂಜೆ ದೇವರಿಗೆ ಮುಟ್ಟಲಿಲ್ಲವೇನೋ, ಅವನಿಗೆ ವರ್ಷಗಳು ಉರುಳಿದರು ಮಕ್ಕಳಾಗಲಿಲ್ಲ. ಈಗ.... ಕೂತು

ಮೊಣಕಾಲುಗಳ ನಡುವೆ ತಲೆ ಹುದುಗಿಸಿ ಬಿಕ್ಕಿ ಬಿಕ್ಕಿ ಅಳತೊಡಗಿದರು. ತೀರದ ನಿರಾಶೆ ಹೊಡೆತದ ಪ್ರಖರತೆ ಈಗ ಸಿಕ್ಕಿತ್ತು.

"ಅಮ್ಮ...." ಸನ್ನಿಹದಲ್ಲಿ ದನಿ, ಬಗ್ಗಿ ಅಮ್ಮನ ಕಣ್ಣೀರು ತೊಡೆದ "ನೀನು ಹೇಳ್ದ ಪ್ರಕಾರ ವರ್ಣ ಹತ್ರ ಮಾತಾಡ್ತೀನಿ. ಆ ಮಗುನ ಉಳಿಸ್ಕೊಳ್ಳೋ ಪ್ರಯತ್ನ ಮಾಡ್ಲೋಣ. ಪ್ಲೀಸ್, ಅಳ್ಬೇಡ. ನಿನ್ನ ಕಣ್ಣಲ್ಲಿ ನೀರು ನೋಡೋದು ನನ್ನಿಂದ ಸಾಧ್ಯವಿಲ್ಲ. ಹೆತ್ತಮ್ಮನ ಕಣ್ಣೀರಿನ ತೊಡೆಯಲಾರ ದಂಥವನು ಬೇರೆಯವರ ಕಣ್ಣೀರು ತೊಡೆಯೋಲ್ಲ." ತಾಯಿಗೆ ಭರವಸೆ ನೀಡಿ ಎಬ್ಬಿಸಿದ.

ಅಚಾನಕ್ಕಾಗಿ ಸಂಜೆ ಇವನಿಗೆ ಜೋಯಿಸರ ಭೇಟಿಯಾದದ್ದು. ಇವನಾಗಿ ಬೈಕ್‌ನಿಂದ ಇಳಿದು ಮಾತಾಡಿಸಿದ. ಅವರು ಕಣ್ಣಲ್ಲಿ ಆತ್ಮೀಯಭಾವದ ಜೊತೆ ಸಹಾನುಭೂತಿ ಇತ್ತು. ಶರತ್ ವರ್ಣ ಮೇಲೆ ಆಪಾದನೆ ಮಾಡಿಲ್ಲ. ಅವಳದು ಅಷ್ಟೆ. ಹಿರಿಯರ ಸ್ವಭಾವ, ಅದು ಅರುಣ ಮತ್ತು ಅವನಪ್ಪನ ಮೇಲೆ ಕೋಪ ಅವರ ಅವಿವೇಕಕ್ಕೆ ಮರಗುತ್ತಿದ್ದರು.

"ಹೇಗಿದ್ದೀ ಶರತ್?" ಮಾತಾಡಿಸಿದರು.

"ಚೆನ್ನಾಗಿದ್ದೀನಿ. ನಡೆದೇ ಹೊರಟಿದ್ದೀರಾ! ನಾನು ಡ್ರಾಪ್ ಮಾಡ್ತೀನಿ" ಎಂದ. ಅವರ ಬಗ್ಗೆ ಗೌರವ. ಲಕ್ಷಗಳನ್ನು ಸಂಪಾದಿಸುವ ಮಕ್ಕಳಿದ್ದರು. ಆದರೆ ಅವರಿಗೆ ಬೇಡ. "ಇನ್ನಷ್ಟು ಹಣ ಬೇಕು, ನಮ್ಮಿಬ್ಬರಿಗೆ? ನನ್ನ ಕಾಯಕದಲ್ಲಿ ಕಟ್ಟಿಸ್ಕೊಂಡ ಮನೆ. ನಾವಿಲ್ಲೇ.... ಇರ್ತೀನಿ" ಹಿರಿಯ ಮಗ ಬಂಗ್ಲೆ ಕೊಂಡಾಗ, ಕಿರಿಯ ಮಗ ಫ್ಲಾಟ್ ಪರ್ಚೇಸ್ ಮಾಡಿ ಅಲ್ಲಿಗೆ ವಾಸಕ್ಕೆ ಹೊರಟಾಗ ಇದೇ.... ಹೇಳಿ, ತಾವು ಕಟ್ಟಿಸಿದ ಮುಂದೆ ಬೃಂದಾವನ, ಹಿಂದೆ ಹಿತ್ತಲು ಇದ್ದ ಮನೆಯಲ್ಲಿ ಉಳಿದುಕೊಂಡಿದ್ದ ಸ್ವಾಭಿಮಾನಿ, ಸಜ್ಜನ ಮನುಷ್ಯ.

"ಇಲ್ಲೆಹತ್ತಿರದಲ್ಲೆ ಮನೆ. ಒಂದಿಷ್ಟು ನಡೆದು ಹೊರಟರೇ, ಒಂದಿಷ್ಟು ಹೆಚ್ಚಿಗೆ ಊಟ ಮಾಡಬಹುದೂಂತ ಹೇಗೂ, ಸಿಕ್ಕಿದ್ದೀ. ಒಂದ್ಲೋಟ ಷರಬತ್ತು ಕುಡ್ಕೊಂಡ್ ಹೊರಡಬಹುದು" ಎಂದರು. ಅಂತೂ ಅವರನ್ನು ತನ್ನ ಬೈಕ್ ಮೇಲೆ ಹತ್ತಿಸಿಕೊಂಡು ಹೊರಟ. ಮೊದಲ ಸಲ ಅವರ ಮನೆಗೆ ಹೋಗುತ್ತಿದ್ದುದ್ದು. ದುಡುಕುವುದು ಅವನ ಸ್ವಭಾವವಲ್ಲ. ಇದು ಅವನು ಕಲಿತ ಪಾಠ.

ಅಲ್ಲಿ ಇಳಿದು ಅವರ ಮನೆಯಲ್ಲಿ ಷರಬತ್ತು ಕುಡಿಯುವುದು ಅನಿವಾರ್ಯವಾಗಿತ್ತು. ಜೋಯಿಸರು ಅಕ್ಕರಾಸ್ತೆಯಿಂದ ಕರೆದೊಯ್ದರು ಪುಟ್ಟ ಮನೆ, ಮನೆಯ ಮುಂದೆ ಅರಿಶಿನ, ಕುಂಕುಮದಿಂದ ಶೋಭಿಸಿತಳಾಗಿ ಹೂ ಮುಡಿದು ಬೃಂದಾವನದಲ್ಲಿ ನಳನಳಿಸುತ್ತಿದ್ದ ತುಳಸಿ. ಧಾರ್ಮಿಕ ವಾತವರಣ ತುಂಬಿತ್ತು ಎಲ್ಲೆಡೆ. ತುಂಬು ಕುಟುಂಬದ ಜೋಯಿಸರ ಮನೆ ಈಗ ಬಡವಾಗಿತ್ತು.

"ನೋಡು, ಯಾರು.... ಬಂದಿದ್ದಾರೆ"

ಆಕೆ ಕೈಯೊರೆಸುತ್ತ ಬಂದವರು "ಹೇಗಿದ್ದೀಯಪ್ಪ, ಮದ್ವೆಯಲ್ಲಿ ನೋಡಿದ್ದು ಮನೆಯಲ್ಲಿ ಹೇಗಿದ್ದಾರೆ? ಸ್ವಲ್ಪ ಕೂತ್ಕೊಳ್ಳಿ" ಅವರೇ ಮಾತಾಡಿ ಒಳಗೆ ಹೋದರು. ಶರತ್‌ಗೆ ಸ್ವಲ್ಪ ಮುಜುಗರ ವಾದರೂ, ನೈತಿಕತೆಯ ಪಾಠ ಹೇಳ್ಸಿಕೊಳ್ಳುವಂಥ ತಪ್ಪೇನು ಮಾಡಿರಲಿಲ್ಲ.

"ಸ್ವಲ್ಪ ಹಳೇ ಕಾಲದ ಹೆಣ್ಣು ಮಗಳು. ದಯವಿಟ್ಟು ಏನಾದ್ರೂ ಮಾತಾಡಿದರೇ ಬೇಜಾರು ಮಾಡ್ಕೋಬೇಡಿ. ಹೃದಯ, ಒಳ್ಳೆಯ ಮನಸ್ಸಿನ ಹೆಂಗಸು" ಹೇಳಿದರು ಜೋಯಿಸರು. ಹೆಂಡತಿಯ ಬಗ್ಗೆ ಗೌರವವೇ.

ಬರೀ ನೀರು, ಪಾನಕಕ್ಕೆ ಬಿಡಲಿಲ್ಲ ಊಟಕ್ಕೆ ಕೂಡಿಸಿಯೆ ಬಡಿಸಿದರು. ಈಗ ಇಂಥ ಅಂತಃಕರಣ ಕಮ್ಮಿಯೆ. ಆಮೇಲೆ ಬಂದು ಎದರು ಕೂತ ಆಕೆ.

"ನಮ್ಮ ಯಜಮಾನ್ರು ಮಾಡಿಸೋ ಪ್ರತಿಯೊಂದು ಮದ್ವೆಯಲ್ಲು ಹೆಚ್ಚು ಕಡ್ಮೇ ಭಾಗವಹಿಸಿದ್ದೀನಿ. ಕೆಲವುದಕ್ಕೆ ಹೋಗದೇ ಇರೋದಿಕ್ಕೆ.... ಕಾರಣಗಳು ಇವೆ. ಪ್ರತಿಯೊಂದು ಗಂಡು-ಹೆಣ್ಣು ನಿಶ್ಚಯದಲ್ಲಿ ತುಂಬ ಎಚ್ಚರವಹಿಸೋರು. ತಮ್ಮ ಮಕ್ಕಳ ವಿವಾಹ ಎನ್ನುವ ಸಂಭ್ರಮ. ನಾನು ಮಂಗಳಕಾರ್ಯಕ್ಕೆ ಜೊತೆಗೂಡಿ ಬಂದು ಅಕ್ಷತೆ ಹಾಕಿ ವಿವಾಹದ ಊಟ ಮಾಡ್ಕೊಂಡ್ ಬರ್ತಾ ಇದ್ದೆ. ನಿಮ್ಮ ಮದ್ವೆಗೂ ಬಂದಿದ್ದೆ. ಜೋಡಿ ತುಂಬ ಅದ್ಭುತ ಅಂತ ನಮ್ಮ ವರಿಗೆ ಒಂದತ್ತು ಸಲವಾದ್ರೂ.... ಹೇಳಿದ್ದೆ. ವಧುವಿನ ಮುಖದಲ್ಲಿ ಎಂಥ ಕಳೆ. ನಂಗೆ ಸಾಕ್ಷಾತ್ ಸೀತಾ, ರಾಮನ ಕಲ್ಯಾಣ ನೋಡಿದಂತಿತ್ತು. ಆದರೆ ಹೀಗಾಗ್ಬಾರ್ದಿತ್ತು." ನೊಂದು ಕೊಂಡರು. ಅವು ನಾಟಕೀಯ ಮಾತುಗಳಲ್ಲ. ಹೃದಯದ ಅಂತರಾಳದಿಂದ ಹೊಮ್ಮಿದ ದನಿ.

ಕೆಳ ತುಟಿಯನ್ನು ಕಚ್ಚಿಡಿದ ಶರತ್. ಹೌದು, ಅತ್ಯಂತ ಅನುಕೂಲೆಯಾದ ಪತ್ನಿಯೆ ವರ್ಣ. ಒಂದೇ.... ಒಂದು ಸಲ ಡಿಮ್ಯಾಂಡ್ ಅವಳಿಂದ ಬಂದಿರಲಿಲ್ಲ. 'ಹನಿಮೂನ್....' ಬಗ್ಗೆ ಸಾಕಷ್ಟು ಹೇಳಿದ್ದು ಅವನಮ್ಮಗೇ. ಕೆಲಸದ ಒತ್ತಡದಿಂದ ಅವನು ಹೊರಡಲು ಸಾಧ್ಯವಿರಲಿಲ್ಲ.

"ಸಾರಿ, ಒಂದಾರು ತಿಂಗ್ಳ ನಂತರ ಹನಿಮೂನ್ ಅನ್ನೋ ಹೆಸರಿನಲ್ಲಿ ಸುತ್ತಾಡಿ ಬರಬಹುದಲ್ಲ" ಎಂದಾಗ, ಅತ್ಯಂತ ಆಕರ್ಷಕವಾಗಿ ನಸು ನಗುವಿನೊಂದಿಗೆ ಅವನನ್ನ ತೋಯಿಸಿದ್ದಳು. ಅದನ್ನ ಮರೆಯಲು ಸಾಧ್ಯವೇ? ಪ್ರೀತಿ, ಪ್ರೇಮವೆನ್ನುವ ಅಮಲೇರದ ಮುನ್ನ ಜವಾಬ್ದಾರಿ ಬೆನ್ನೇರಿತು ಬೀದಿಗೆ ಬರದಂತೆ ಹೆತ್ತವರನ್ನ ಉಳಿಸಿಕೊಳ್ಳಬೇಕಿತ್ತು. ನಂತರ ಅವನ ಅದ್ಭುತ ಪರ್ಸ್‌ನಾಲಿಟಿಗೆ ಮುಗೀಬಿದ್ದ ಹುಡುಗಿಯರು ಇದ್ದರು. ಬರೀ ಸ್ನೇಹ, ಪರಿಚಯ ಅಷ್ಟೆ, ಅಷ್ಟಕ್ಕೆ ಮೀರಿದ ಒಡನಾಟ ಅವನಿಗೆ ಬೇಕಿರಲಿಲ್ಲ. ಅವನ ಪಾಲಿಗೆ ಮೊದಲ.... ರಾತ್ರಿ.... ಹೆಣ್ಣಿಗೆ ಸಾನ್ನಿಧ್ಯ ಸುಖ ಅನುಭವಿಸಿದ್ದು ವರ್ಣಾಳಿಂದಲೇ. ಆ ಬೆಚ್ಚಗಿನ ಮೈಮರೆತ ಅನುಭವ ಮರೆಯಲು ಸಾಧ್ಯವೇ?

"ಶರತ್ ನನ್ನ ಮಾತು ತಪ್ಪಾಯ್ತ?" ಕೇಳಿದರು ಆಕೆ.

"ಅಂಥದೇನಿಲ್ಲ! ಮದ್ವೆ ಮಾಡ್ಸಿದೋರು ಜೋಯಿಸರು. ಆದ್ದರಿಂದ ಒಂದಿಷ್ಟು ಅಧಿಕಾರ ಕೂಡ ಇರುತ್ತೆ." ಸ್ವಾಭಾವಿಕವಾಗಿ ಪ್ರತಿಕ್ರಿಯಿಸಿದ.

ಹೊರಟು ನಿಂತಾಗ ಜೋಯಿಸರು ಲಾಡು ಹಿಡಿದು ಒಂದು "ಸಿಹಿ ಸುದ್ದಿ ಕೇಳ್ದೇ. ಶಾಂಭವಿಯವರು ವಿಚಾರ ತಿಳ್ಸಿದ್ರು. ಅದು ನಿಮ್ಮಿಬ್ಬರ ದಾಂಪತ್ಯದ ಕುಡಿ. ಚಿವುಟಿ ಹಾಕೋ ಅಧಿಕಾರ ಯಾರ್ಗೂ ಇಲ್ಲ. ಹೆಚ್ಚಿನ ಅಧಿಕಾರ ನಿಂದೇ. ಮಗುನ ಉಳ್ಸಿಕೊಳ್ಳೋ ಪ್ರಯತ್ನ

ಮಾಡು. ಇಷ್ಟನ್ನ ಹಿರಿಯನಾಗಿ ನಾನು ಹೇಳ್ತಾ ಇದ್ದೀನಿ" ಅಂದರು. ಜೊತೆಗೆ ಲಾಡು ಮುರಿದು ಅವನ ಬಾಯಿಗಿಟ್ಟು ಮಿಕ್ಕದನ್ನು ಕವರಿಗೆ ಹಾಕಿ "ಇದು ತಿರುಪತಿ ಬಾಲಾಜಿಯ ಪ್ರಸಾದ. ದೇವರು ಒಳ್ಳೆಯದು ಮಾಡ್ಲಿ." ಮನದಾಳದಿಂದ ಬಂದ ಹಾರೈಕೆ.

ಮಾತಾಡದೆ ಅವರ ಮಾತಿಗೆ ತಲೆದೂಗಿದ.

ಅವರ ಮನೆಯಲ್ಲಿ ಡಿವೋರ್ಸ್ ವಿಚಾರ ಬಿಟ್ಟು ಹುಟ್ಟಬಹುದಾದ ಕೂಸು, ಈಗ ಅದರ ಹಿಂದಿನ ಸಮಸ್ಯೆಯ ಬಗ್ಗೆ ಚರ್ಚಿಸಿ ಚರ್ಚಿಸಿ, ಕೆಲವೊಮ್ಮೆ ಹಾಗೂ, ಹೀಗೂ.... ಜಗಳದ ಹಂತ ಮುಟ್ಟುತ್ತಿದ್ದರು. 'ಏನಾದ್ರೂ ಹಾಳಾಗ್ಲೀ. ಆ ಮಗುವಿನಿಂದ ಮತ್ತೆ ಆ ಸಂಬಂಧ ಬೇಡವೇ ಬೇಡ. ಅವರು ಬೇಕಾದ್ದು ಮಾಡಿಕೊಳ್ಳಿ' ಈ ಹಂತಕ್ಕೆ ತಿಮ್ಮಪ್ಪಯ್ಯ ಬಂದು ಬಿಡುತ್ತಿದ್ದರು. ಅದು ಕೆಲವೊಮ್ಮೆ ಸರಿಯೆನಿಸುತ್ತಿತ್ತು ಲೀಲಾವತಿಗೆ. ಆದರೆ ಆ ಕೂಸಿನ ಬಗ್ಗೆ ಅಗಾಧವಾದ ಕನಸು. ಅದು ನಮ್ಮ ಮಗು! ಇಂಥ ಜಿಜ್ಞಾಸೆಯಿಂದ ತಲೆ ಕೆಡಿಸಿಕೊಂಡಿದ್ದರು. ಶರತ್ ಮಾತ್ರ ಮೌನವಹಿಸಿದ್ದ.

ಅಂದು ರಾತ್ರಿ ಮಗ, ಗಂಡನಿಗೆ ಬಡಿಸಿದ್ದು ಎರಡು ಸಲ ಉಪ್ಪು ಹಾಕಿದ ಹುಳಿ, ಬೇಯದ ಪಲ್ಯ. ಬೆಂದು ತೀರಾ ಮುದ್ದೆಯಾದ ಅನ್ನ. ಅಪ್ಪ, ಮಗ ಮುಖ ಮುಖ ನೋಡಿಕೊಂಡರು.

"ಲೀಲಾ, ನೀನು ಬಡ್ಸಿಕೊಂಡು ಕೂತ್ಕೋ" ಅಂದರು ತಿಮ್ಮಪ್ಪಯ್ಯ.

"ನಿಮ್ದು ಆಗ್ಲೀ! ಹಸಿವಂತು ಇಲ್ಲವೇ ಇಲ್ಲ. ಊಟ ಬೇಡಾಂತ ಅನಿಸಿದರೇ, ಒಂದ್ಲೋಟ ಮಜ್ಜಿಗೆ ಕುಡೀತಿನಷ್ಟೆ" ಹೇಳಿ ಅವರಿಬ್ಬರ ತಟ್ಟೆಗಳ ನೋಡಿ "ಅದೇನು ಹಾಗೇ ಕೂತಿದ್ದೀರಿ? ಸಂಜೆ ಕೂಡ ಹೊರ್ಗೇ ಹೋಗ್ಲಿಲ್ಲ. ಏನಾದ್ರು ತಿಂದು ಬಂದಿದ್ದೀರೀಂತ ಅಂದುಕೊಳ್ಳೋಕೆ. ಯಾಕೋ....ಶರತ್?" ಮಗನ ತಟ್ಟೆಯನ್ನ ನೋಡಿ ಕೇಳಿದರು. ಅವನದು ನೀಟಾದ ಊಟ. ಇಂದು ತಟ್ಟೆಯಲ್ಲಿ ಹಾಗೇ ಉಳಿದಿತ್ತು.

"ಅಮ್ಮ, ಹುಳಿಗೆ ಉಪ್ಪು ಹೆಚ್ಚಾಗಿದೆ. ನೀನು ಬೇರೆ ಏನಾದ್ರೂ ಮಾಡ್ಕೋ. ಎಲ್ಲೋ ಮರ್ತು ಎರಡು ಸಲ ಹಾಕಿದ್ದೀರಿ." ಎಂದವ ತಾನೇ ಮೊಸರು ಬಡಿಸಿಕೊಂಡು ಊಟ ಮಾಡತೊಡಗಿದ. ತಾಯಿಯ ಮನಸ್ಸಿನ ಗೊಂದಲ ಅವನಿಗೆ ಅರ್ಥವಾಗಿತ್ತು. "ಛೆ, ಯಾಕೋ ಇವತ್ತು ತಲೆನೆ ಸರ್ಯಾಗಿಲ್ಲ. ಎಷ್ಟೇ ಯೋಚಿಸಿದರೂ ಯಾವ್ದೋ ಒಂದು ತೀರ್ಮಾನಕ್ಕೆ ಬರಲಾರದೆ ಒದ್ದಾಡ್ತ ಇದ್ದೀನಿ, ಬೇರೆ ಏನಾದ್ರೂ....ಮಾಡಿಕೊಡ್ತೀನಿ" ಹೆಂಡತಿಯ ದನಿಯಲ್ಲಿನ ಪಶ್ಚಾತ್ತಾಪ ಗುರುತಿಸಿದವರು "ಹೋಗ್ಲೀ ಬಿಡು, ಒಂದು ದಿನಕ್ಕೆ ಏನು ಆಗೋಲ್ಲ. ನೀನು ಈಗ ಮುಂದಿರೋ ಯಾವ್ದೇ ಪದಾರ್ಥಗಳನ್ನು... ಬಡಿಸ್ಕೊಬೇಡ" ಎಂದು ಎದ್ದೇಬಿಟ್ಟರು ತಿಮ್ಮಪ್ಪಯ್ಯ ಕೆಟ್ಟ ಗಂಡನಲ್ಲ.

ಬಾಳೆ ಹಣ್ಣಿನ ತಟ್ಟೆಯನ್ನು ಒಯ್ದು ಗಂಡನ ಮುಂದಿಟ್ಟರು. ನಾಲ್ಕು ಬಾಳೆ ಹಣ್ಣನ್ನು ತಿಂದು ಮುಗಿಸಿ ಸಂತೃಪ್ತಿಗೊಂಡರು ತಿಮ್ಮಪ್ಪಯ್ಯ. ಶರತ್ ಆರಾಮಾಗಿ ಮೊಸರನ್ನ ತಿಂದು ಕೈಯೊರೆಸಿಕೊಂಡು ಬಂದ.

"ಅದೇ, ವರ್ಣ ಸೋದರತ್ತೆ ಶಾಂಭವಿ ಫೋನ್ ಮಾಡಿ ವಿಷ್ಯ ತಿಳಿಸಿದ್ರು. ಡಾಕ್ಟ್ರು

ಕನ್‌ಫರ್ಮ್ ಮಾಡಿದರಂತೆ. ಮಾರ್ನಿಂಗ್ ಸಿಕ್, ವಾಂತಿ, ಬಳಲಿಕೆ ಏನು ಸೇರ್‍ತಾ ಇಲ್ಲಾಂದ್ರು. ನಂಗೇನು ಹೇಳ್ಬೇಕೋ ತೋಚಲಿಲ್ಲ. ಈಗೇನು ಮಾಡೋದು? ಆ ಹುಡ್ಗೀ ನಮ್ಮ ಮನೆಗೆ ಸೇರಿದವಳಲ್ವಾ? ಯಾಕೋ ಮನಸ್ಸು ಕುದಿಯುತ್ತೆ, ಕಣ್ರೀ." ಕಣ್ಣೀರು ಸುರಿಸಿದ್ದು ನೋಡಿ ತಿಮ್ಮಪ್ಪಯ್ಯ ದಂಗಾದರು.

ಅಪ್ಪ, ಮಗ ಮುಖ ಮುಖ ನೋಡಿಕೊಂಡರು.

"ಇಬ್ರೂ 'ಮುಚ್ಯುಯಲ್ ಕನ್ಸಂಟ್'ಗೆ ಸಹಿ ಹಾಕಿದ್ದಾಗಿದೆ. ಕೋರ್ಟು ಘೋಷಿಸಬೇಕಷ್ಟೆ. ಸಪರೇಷನ್‌ಗೆ ಒಪ್ಪಿಕೊಂಡಾಗಿದೆ. ನಾವು ಈಗ ತಲೆ ಕೆಡ್ಸಿಕೊಳ್ಳೋದು ಬೇಡ. ಅವರಿಷ್ಟ, ಮಗ್ಳು ಜವಾಬ್ದಾರಿ ಹೊತ್ತುಕೊಂಡಿರೋರು ನೋಡ್ಕೋತಾರೆ, ಯಾವ್ದೇ.... ಪ್ರಸ್ತಾಪ ಬೇಡ" ಎಂದರು ತಿಮ್ಮಪ್ಪಯ್ಯ. ಅಂದು ತಿಂದ ಏಟುಗಳು ಮರುಕಳಿಸೋದು ಬೇಡ. ಚಿಕ್ಕಂದಿನಲ್ಲಿ ಅವನಪ್ಪ ಬಡಿದಿದ್ದುಂಟು. ಆಮೇಲೆ 'ಏಟು' ಅನ್ನುವುದು ಮನದಲ್ಲಿ ಮೂಡಿದ್ದೇ ಇಲ್ಲ.

ಶರತ್‌ದು ಏನು ಹೇಳಲಾರದ ಸ್ಥಿತಿ. ಅವಳ ಬಸುರಿಗೆ ಕಾರಣವಾದ ವ್ಯಕ್ತಿ ಸಂಬಧವಿಲ್ಲದಂತೆ ಕಳಚಿಕೊಳ್ಳುವುದು ನೈತಿಕತೆಯೇ? ಸಪ್ತಪದಿ ತುಳಿದು ಆಣೆ, ಪ್ರಮಾಣ, ಅಗ್ನಿಸಾಕ್ಷಿಯಿಂದ ಸ್ವೀಕರಿಸಿದವಳನ್ನು....ಮೌನವಾಗಿ ಎದ್ದು ಹೋದ. ಪಲಾಯನ ವಾದಿಯಾಗಲಾರ.

"ಯಾಕೋ ಶರತ್ ಬೇಸರದಿಂದ ಎದ್ದು ಹೋದ. ಅವರುಗಳು ತಿಳಿಸದಿದ್ದರೇ, ತೆಪ್ಪಗಿರಬಹುದಿತ್ತು. ಆದರೆ, ಆ ಗರ್ಭ ನಮ್ಮ ವಂಶಕ್ಕೆ ಸಂಬಂಧಿಸಿದ್ದು, ನಿರ್ದಾಕ್ಷಿಣ್ಯವಾಗಿ ಈ ಸ್ಥಿತಿಯಲ್ಲಿ ಹಿಂದಕ್ಕೆ ಸರಿದು ಕೈ ತೊಳೆದುಕೊಳ್ಳೋದು" ಎಂದರು ಲೀಲಾವತಿ. ಗಂಡನ ಈ ನಿಲುವು ಅವರಿಗೂ ಒಪ್ಪಿಗೆ ಇಲ್ಲ.

ತಿಮ್ಮಪ್ಪಯ್ಯನಿಗೂ ಯೋಚಿಸುವಂತಾಯಿತು. ಅವರೇನು ಕಠಿಣ ಮನಸ್ಕರಲ್ಲ. ತನಗೆ ಏಟುಗಳು ಬಿದ್ದಾಗ ವರ್ಣ ಪ್ರತಿಭಟಿಸಬೇಕಿತ್ತು. ಅವರೊಂದಿಗೆ ಹೋಗಬಾರದಾಗಿತ್ತು ಎನ್ನುವ ಸಿಟ್ಟು. ಅದನ್ನು ಸಾಕಷ್ಟು ಸಲ ಅಂದಿದ್ದರು ಕೂಡ.

"ಈಗ ನನ್ನನೇನು ಮಾಡೂಂತೀಯಾ?" ಎಂದರು ಏನು ತೋಚದೆ. "ಲಾಯರ್‌ನ ಭೇಟಿಯಾಗೋಣ. ಈಗ ನಾವು ಡೈರೆಕ್ಟಾಗಿ ವರ್ಣ ಮನೆಯವರನ್ನು ಅಪ್ರೋಚ್ ಮಾಡಿದರೇ, ಅವರೇನು ಹೇಳ್ತಾರೋ? ಮತ್ತಷ್ಟು ಗೋಜಲಾಗೋದು ಬೇಡ. ನಾವು ಈ ಸಮಯದಲ್ಲಿ ವರ್ಣ ದೇಹಸ್ಥಿತಿಯನ್ನು ಗಮನದಲ್ಲಿ ಇಟ್ಕೋಬೇಕು" ಅಂತು ಇಂಥದೊಂದು ನಿಲುವಿಗೆ ಬಂದರು.

ವಿಷಯ ಎರಡು ಕಡೆಯಿಂದ ತಿಳಿದಾಗ ಲಾಯರ್ ಶಂಭುಲಿಂಗಂ ಬಿದ್ದು ಬಿದ್ದು ನಕ್ಕರು. "ಫೆಂಟಾಸ್ಟಿಕ್, ಮ್ಯಾನ್ ಫರ್‌ಫಸ್ ಗಾಡ್ ಡಿಸ್‌ಫಸ್ ಅಂತಾರೆ. ಅವನ ಚಮತ್ಕಾರಕ್ಕೆ ಬೇರೇನು ಸಮವಿಲ್ಲ" ಎಂದು ಒಂದೊಂದು ಕುಟುಂಬಕ್ಕೆ ಒಂದೊಂದು ಸಮಯ ಕೊಟ್ಟು ಬರ ಮಾಡಿಕೊಂಡರು.

ಮೊದಲು ಬಂದಿದ್ದು ರಾಜೇಶ್ ಫ್ಯಾಮಿಲಿ. ಅರುಣ, ಸಕ್ಕೂಬಾಯಿ, ಶಾಂಭವಿಯ ಜೊತೆ ಬಂದರು. ಹತ್ತು ನಿಮಿಷದ ನಂತರ ವರ್ಣ ಕಿರಣನ ಜೊತೆ ಬಂದಳು.

"ಈಗ ನಿಮ್ಮಗಳ ಅಭಿಪ್ರಾಯವೇನು?" ಕೇಳಿದರು.

"ತೋಚ್ತಾ.... ಇಲ್ಲ!" ಎಂದರು ರಾಜೇಶ್.

"ಮಗು ಬೇಡಾಂದ್ಕೊಂಡರೇ....ನೋ ಪ್ರಾಬ್ಲಮ್. ಆದರೆ ಆ ಕುಟುಂಬಕ್ಕೆ ವಿಚಾರ ತಿಳಿದಿದ್ದರಿಂದ ಅವರುಗಳು ಹೇಗೆ ಪ್ರತಿಕ್ರಿಯಿಸ್ತಾರೋ ಗೊತ್ತಿಲ್ಲ. ಈಗ ವರ್ಣನ ಅಭಿಪ್ರಾಯ ಮುಖ್ಯ" ಎಂದರು ಅವಳತ್ತ ನೋಡುತ್ತ.

ಅವಳು ತಲೆ ತಗ್ಗಿಸಿ ಕೂತಳು. ಅವಳು 'ಬೇಡ' ಅನ್ನೋಕೆ ಸಿದ್ಧವಿಲ್ಲ ಎನ್ನುವುದು ಅವಳ ಮುಖಭಾವದಿಂದಲೆ ವ್ಯಕ್ತವಾಗುತ್ತಿತ್ತು.

"ಈಗ ನೀವುಗಳು ಹೇಳಿ" ಸಕ್ಕೂಬಾಯಿ, ಶಾಂಭವಿಯ ಕಡೆ ತಿರುಗಿದರು. ಸಕ್ಕೂಬಾಯಿಗೆ ಪಾಪ, ಪುಣ್ಯದ ಬಗ್ಗೆ ಹೆಚ್ಚು ಕಾಳಜಿ.

"ಅಯ್ಯೋ ಪಾಪ ಬರುತ್ತೆ. ಸಂತೋಷದಿಂದ ಸ್ವಾಗತಿಸಬೇಕಾದ ಮಗುನ ಬೇಡಾಂತ ಅಂದುಕೊಳ್ಳೋಕ್ಕಾಗುತ್ತ?" ಅವರ ಅಭಿಪ್ರಾಯವನ್ನ ಈ ರೀತಿ ವ್ಯಕ್ತವಾಯಿತು "ಮೊದ್ಲು ವರ್ಣ, ಶರತ್‌ನ ವಿಚಾರ್ಸಿಕೊಳ್ಳಿ, ಸಾರ್. ಇಲ್ಲಿ ಅವರ ಅಭಿಪ್ರಾಯ ಮುಖ್ಯವಾಗುತ್ತೆ. ಅವರಿಬ್ಬರ ಮೂಲಕವೆ ಹುಟ್ಟುವ ಮಗುವಿಗೆ ಇತರ ಸಂಬಂಧಗಳು. ಇದೇನು ಅನೈತಿಕವಾದದ್ದಲ್ಲ. ನ್ಯಾಯಬದ್ಧವಾಗಿ ಶರತ್‌ಗೆ ಅವಳೇ ಮೆಸೇಜ್ ಮಾಡಿದ್ದಾಳೆ. ಅವರಿಬ್ಬರೇ ತೀರ್ಮಾನ ತಗೊಳ್ಳಿ. ಎರಡು ಕುಟುಂಬದ ಹಿರಿಯರು ಅವರಿಗೆ ಅಂಥ ಸ್ವತಂತ್ರ ಕೊಡಿ " ಶಾಂಭವಿ ಇಂದು ಧೈರ್ಯವಾಗಿಯೆ ಮಾತಾಡಿದರು. ಮನೆಯ ಹಿರಿಯರಿಂದ ವರ್ಣ, ಶರತ್ ಆಸೆಗಳು ಕಮರಿ ಹೋಗುವುದು ಸರಿಯಲ್ಲವೆನಿಸಿತು.

ಆಮೇಲೆ ಬಂದ ತಿಮ್ಮಪ್ಪಯ್ಯನ ಕುಟುಂಬವನ್ನ ಹೊರಗೆ ಕೂಡಿಸಿ ಶರತ್ ಮತ್ತು ವರ್ಣನ ಪ್ರತ್ಯೇಕವಾಗಿ ಕೂಡಿಸಿಕೊಂಡು ತಿಳಿಸಿ ಹೇಳಿ "ನಿಮ್ಮ ಅಭಿಪ್ರಾಯದ ನಂತರ ಉಳಿದಿದ್ದು. ಆದರೆ ಇನ್ನು ನೀವು ದಂಪತಿಗಳೆ. ಅಧಿಕೃತವಾಗಿ ನಿಮ್ಮ ಡಿವೋರ್ಸ್‌ಗೆ ನ್ಯಾಯಾಲಯದ ಮುದ್ರೆ ಬಿದ್ದಿಲ್ಲ. ದಯವಿಟ್ಟು ಪರಸ್ಪರ ವಿಚಾರ ವಿನಿಮಯ ಮಾಡ್ಕೊಳ್ಳಿ" ಅವರ ಎ.ಸಿ. ರೂಮು ಬಿಟ್ಟು ಹೊರಗೆ ಹೋದರು.

"ಕಂಗ್ರಾಟ್ಸ್, ಐಯಾಮ್ ವೆರಿ ಹ್ಯಾಪಿ" ಎಂದ ಶರತ್. ಅವನ ಮನಸ್ಸಿನ ಭಾವನೆಗೆ ಸ್ವರ ಬೆರೆಸಿದಾಗ ಅಲ್ಲೊಂದು ದಿವ್ಯಸಂಚಾರವಾಯಿತು. ಅವನತ್ತ ತಿರುಗಿ ವರ್ಣ ಅವನ ಕೈ ಹಿಡಿದುಕೊಂಡು ಬಿಕ್ಕಿದ್ದು. ಅಲ್ಲಿ ಹರಿದಿದ್ದು ಅನುರಾಗದ ಕಣ್ಣೀರು. ಅವಳ ಕೈಯನ್ನು ಬಲವಾಗಿ ಹಿಡಿದು ತೋರು ಬೆರಳಿನಿಂದ ಕಣ್ಣೀರು ತೊಡೆದ. ಮಾತುಗಳು ಹೇಳದ ನೂರು ಹರ್ಷದ ಪಿಸುನುಡಿಗಳನ್ನು ಕಣ್ಣುಗಳು ಸುರಿಸಿತು.

ಅಂತು ಗರ್ಭ ತೆಗೆಸಲು ಒಪ್ಪದಿದ್ದರಿಂದ ಲಾಯರ್ ಸದ್ಯಕ್ಕೆ ಏನು ಮಾಡಬಹುದೆಂದು ಎರಡು ಕುಟುಂಬದವರನ್ನ ಕೂಡಿಸಿಕೊಂಡು ಡಿವೋರ್ಸ್ ಪ್ರಕ್ರಿಯೆಯನ್ನು ಸದ್ಯಕ್ಕೆ ತಟಸ್ಥಗೊಳಿಸಿ ವರ್ಣ ಹೆರಿಗೆವರೆಗೂ ಮೌನವಹಿಸುವುದು ಅನಿವಾರ್ಯವೆನಿಸಿತು.

ಅದಕ್ಕೆ ಎರಡು ಕುಟುಂಬ ಒಪ್ಪಲೇಬೇಕಿತ್ತು. ಎಲ್ಲ ದೃಷ್ಟಿಯಿಂದಲೂ ಒಮ್ಮತ ಮೂಡಿಸುವುದು ಕಷ್ಟವೆನಿಸಿದರು. ಎರಡು ಕುಟುಂಬದವರು ಮಗುವನ್ನು ಸ್ವಾಗತಿಸಬೇಕಿತ್ತು. ಎಲ್ಲಾ ಮರೆತು ಹಿರಿಯರು ಕಾಂಪ್ರಮೈಸ್! ಪಾಪ, ಪುಣ್ಯದ ಲೆಕ್ಕಾಚಾರದಿಂದಲೋ ಅಥವಾ ಈ ವಿಷಯದಲ್ಲಿ ಗೊಂದಲವಾಗಿ ಕೋರ್ಟು, ಕಚೇರಿ ಮೆಟ್ಟಲು ಹತ್ತಿ ಡಿವೋರ್ಸ್ ಮುಂದಕ್ಕೆ ಹೋಗುವುದು ಕೆಲವರಿಗಂತು ಬೇಕಿರಲಿಲ್ಲ.

ತಿಮ್ಮಪ್ಪಯ್ಯ ಮತ್ತು ರಾಜೇಶ್‌ದು ಅರೆ ಮನಸ್ಸಿನ ಒಪ್ಪಿಗೆಯೆ. ಮಗಳು ಹೆತ್ತರೂ ಕೂಸು ಶರತ್ ಕುಟುಂಬದ್ದೇ ಎನ್ನುವ ಜಿಜ್ಞಾಸೆ ರಾಜೇಶ್‌ದು. ಮಗು ಮಗನದಾದರೂ ಅದನ್ನ ಹೆತ್ತದ್ದು ತನ್ನನ್ನು ಹಿಗ್ಗಾಮುಗ್ಗಾ ಥಳಿಸಿ ತನ್ನ ಮಗನದು ಪಿಯುಸಿ ಒದೆಂದು ಅವಮಾನಿಸಿದವರ ಮಗಳು. ಇಂಥ ಒಂದು ಅಸಮಾಧಾನದ ಹೊಗೆಯಾಡುತ್ತಿತ್ತು ಎರಡು ಕುಟುಂಬಗಳಲ್ಲು. ಆದರೆ ಸಮಾಧಾನಗೊಂಡಿದ್ದು ಎರಡು ಕುಟುಂಬದ ಹೆಂಗಸರು, ಜೊತೆಗೆ ಇಂಥ ಸಂತೋಷ ತಮಗೆ ದಕ್ಕಿದ್ದಕ್ಕೆ ಹರ್ಷಿತರಾದವರು ಶರತ್ ಮತ್ತು ವರ್ಣ. ಸದ್ಯಕ್ಕೆ ಒಂದಿಷ್ಟು ರಿಲ್ಯಾಕ್ಸೇಷನ್.

ಲಾಯರ್ ಶಂಭುಲಿಂಗಯ್ಯನವರು ಭವಿಷ್ಯದಲ್ಲಿ ಜನಿಸುವ ಕೂಸಿನ ಆರೋಗ್ಯಕ್ಕಾಗಿ ಕೆಲವು ಕಂಡೀಷನ್‌ಗಳನ್ನು ಸೇರಿಸಿಯೆ ಅಗ್ರಿಮೆಂಟ್ ಮಾಡಿದ್ದು.

'ಆಗಾಗ ಶರತ್ ಮತ್ತು ವರ್ಣ ಭೇಟಿಯಾಗಬಹುದು. ಫೋನ್‌ನಲ್ಲಿ ಉಭಯ ಕುಶಲೋಪರಿ ವಿಚಾರಿಸಬಹುದು. ಮಗುವಿನ ಬಗ್ಗೆ ಕಾಳಜಿ ವಹಿಸುವ ತಂದೆಯಾಗಿ ಶರತ್ ಮಡದಿಯೊಂದಿಗೆ ಡಾಕ್ಟರ್ ಬಳಿ ಹೋಗಿ ಕೆಲವು ಸಲಹೆ, ಸೂಚನೆಗಳನ್ನು ಪಡೆಯತಕ್ಕದ್ದು. ಮಗು ಎರಡು ಕುಟುಂಬಕ್ಕೂ ಸೇರಿಸೋದರಿಂದ ಎರಡು ಕುಟುಂಬದವರು ಗರ್ಭಿಣಿಯಾದ ವರ್ಣ ಆರೋಗ್ಯ ಮಾತ್ರವಲ್ಲ ಪರಂಪರೆಗೆ ಅನುಗುಣವಾಗಿ ಮೊಗ್ಗು ಮುಡಿಸುವ, ಮಡಿಲು ತುಂಬುವ, ಸೀಮಂತದಂಥ ಸಂಭ್ರಮದಂಥ ಕಾರ್ಯಕ್ರಮಗಳನ್ನು ಮಾಡಬಹುದು. ಆ ಸಮಯದಲ್ಲಿ ವೈಮನಸ್ಸು ಪ್ರಕಟಿಸತಕ್ಕದಲ್ಲ.'

ಇದಕ್ಕೆ ಎರಡು ಕುಟುಂಬದವರು ಸಹಿ ಹಾಕಿದರು. ಆದ್ದರಿಂದ ತೆಪ್ಪಗಿರುವುದು ಅನಿವಾರ್ಯ.

ಆದರೂ ಸ್ವಲ್ಪ ಮುಜುಗರದ ವಿಚಾರವೇ. ಶಾಂಭವಿ ವರ್ಣಳೊಂದಿಗೆ ಡಾಕ್ಟರ್ ಬಳಿಗೆ ಹೋಗಿ ಬಂದವರು ನೇರವಾಗಿ ಅಣ್ಣನ ರೂಮಿಗೆ ಹೋದರು.

"ಡಾಕ್ಟರ್ ಸುಮತಿ ಹತ್ರ ಕರ್ಕೊಂಡ್ ಹೋಗಿದ್ದೆ. ಮಾರ್ನಿಂಗ್ ಸಿಕ್ ಇಲ್ಲದಿದ್ದರೇ, ಏಳನೆ ತಿಂಗ್ಳುವರ್ಗೂ ಕೆಲಸಕ್ಕೆ ಹೋಗ್ಲಿಂತ ಹೇಳಿದ್ದಾರೆ. ಸದ್ಯಕ್ಕೆ ಅಲ್ಲೇ ತೋರಿಸೋದೂಂತ. ಬೀಗಿತ್ತಿ ಲೀಲಾವತಿ ಕೂಡ ಹಾಗೇ ಮಾಡಿದ್ರು" ಅಷ್ಟು ಹೇಳಿ ಕೂತರು. ಪೇಪರ್ ನೋಡುತ್ತಿದ್ದ ರಾಜೇಶ್ ಹೋಗಿ ಕಿಟಕಿಯ ಬಳಿ ನಿಂತರು. ಧುಮಗುಟ್ಟುವಿಕೆ ಶುರುವಾಯಿತು. "ಇದೆಲ್ಲಿ ಬೇಕಿತ್ತಾ? ಆರಾಮಾಗಿ ವರ್ಣ ನಮ್ಮ ಮಾತು ಕೇಳಿದ್ದರೇ, ತೆಗ್ಸೀ ಕೈ ತೊಳೆದುಕೊಂಡಿದ್ದರೇ, ಮುಗ್ದು ಹೋಗ್ತಾ ಇತ್ತು. ಡಿವೋರ್ಸ್ ನಂತರದ ಅವಳ ಭವಿಷ್ಯ ಸುಗಮವಾಗ್ತ ಇತ್ತು. ಎಲ್ಲಾ ಎಡವಟ್ಟು ಮಾಡಿದ್ಲು" ಬಲಗೈ ಮುಷ್ಠಿ ಬಿಗಿ ಮಾಡಿದರು. ಅವರಿಗೆ ಮಗಳ ಮೇಲೆ ವಿಪರೀತ ಕೋಪ.

ಶಾಂಭವಿ ಬೇಸರಗೊಂಡರು. ಸದಾ ತನ್ನ ನೇರಕ್ಕೆ ಯೋಚಿಸುವ ಅಣ್ಣನ ಬಗ್ಗೆ ಆಕೆಗೆ ಜಿಗುಪ್ಸೆ. ಈಚೆಗೆ ಅದು ಜಾಸ್ತಿ ಆಗಿತ್ತು.

"ಅದು ಎಡವಟ್ಟು ಅಲ್ಲ, ಈಗ್ಲಾದ್ರೂ ಧೈರ್ಯ ಮಾಡಿದ್ಲು. ಯಾಕೆ ತೆಗ್ಗೀ ಹಾಕ್ತಾಳೆ? ಸಮಾಜಬಾಹಿರವೇ? ಶಾಸ್ತ್ರಬಾಹಿರವೇ? ತಾಯ್ತನ ವರ ಕೂಡ. ಅದನ್ನ ಬೇಡಾಂತ ಅಂದ್ಕೊಂಡರೇ ಅವಳು ಹೆಂಗಸೆ ಅಲ್ಲ. ಯಾಕೆ ಮುಖ ಊದಿಸ್ಕೊಂಡ್ ಕೂಡ್ತೀಯಾ? ಅವಳದೇನು ಸ್ವಯಂಕೃತ ಅಪರಾಧವೇ? ಛತ್ರ ಬುಕ್ ಮಾಡಿ, ಮಂಗಳವಾದ್ಯ ಊದಿಸಿ ಕನ್ಯಾದಾನ ಮಾಡಿದವನು ನೀನು ಅವಳೇನು ಓಡಿ ಹೋಗಿ ಲವ್ ಮ್ಯಾರೇಜ್ ಮಾಡಿಕೊಂಡ್ಲಾ? ಏನೇ, ಆಗ್ಲೀ....ತಪ್ಪೆಲ್ಲ ನಿಂದಾಗಿ ಇಟ್ಕೊಂಡ್ ಅವಳನ್ನ ಅನ್ನೋದು ಯಾಕೆ?" ಸ್ವಲ್ಪ ಸ್ವರವೇರಿಸಿದರು. ಕೋಪ ಬಲವಾಗಿ ಅದುಮಿಟ್ಟರು ರಾಜೇಶ್.

ಈಗಾಗಲೇ ತಂಗಿ ನಾಲ್ಕಾರು ಸಲ ಮಾತಿನಿಂದ ಚುರುಕು ಮುಟ್ಟಿಸಿದ್ದರು. ಅದರಿಂದ ತೆಪ್ಪಗಿರುವುದು ಅನಿವಾರ್ಯವೆನಿಸಿತು.

"ಎಲ್ಲಾದ್ರೂ ಹಾಳಾಗಿ ಹೋಗ್ಲಿ! ನಂಗೋಸ್ಕರ ನಾನು ಇದನ್ನೆಲ್ಲ ಮಾಡಿಕೋತಾ ಇದ್ದೀನಾ? ಇವಳು ಬಿಬಿಎಂ ಮಾಡಿದ್ದಾಳೆ. ಮುಂದೆ ಎಂಬಿಎ ಕೂಡ ಮಾಡ್ತಾಳೆ ಅನ್ನೋ ನಂಬ್ಕೇ.... ನಂಗಿದೆ. ತಾಳಿ ಕಟ್ಟಿದೋನು ಮಾಡಿರೋದು ಪಿಯುಸಿ. ಇವ್ಳ ಯೋಗ್ಯತೆಗೆ ಸಮಾನಾ.... ಸಾಟಿನಾ...." ಆ ವಾದಕ್ಕೆ ತೆಪ್ಪಗೆದ್ದು ಹೊರಬಂದ ಶಾಂಭವಿ ಅಡಿಗೆಯ ಮನೆಯಲ್ಲಿದ್ದ ಅತ್ತಿಗೆಯ ಮುಂದೆ ಹೋಗಿ ಲೊಟಕಿದರು.

"ಅಣ್ಣ ತುಂಬ ಹಟಮಾರಿ. ಅದರಿಂದಲೇ ಕೆಲವು ಎಡವಟ್ಟುಗಳು ಅಂದ್ಕೊಂಡೇ. ಆದರೆ ಇಂದು ಅರ್ಥವಾಯ್ತು. ತುಂಬಾ ಅವಿವೇಕಿ. ಅವನ ಮೂಗಿನ ನೇರಕ್ಕೆ ಅವನು ಮಾಡ್ತಾನೆ ಅಷ್ಟೆ. ಬೇರೆಯವ್ರ ಭಾವನೆಗಳಿಗೆ, ಬುದ್ಧಿಗೆ ಒಂದಿಷ್ಟು ಬೆಲೆ ಇಲ್ಲ. ನಂಗೆ ಅವ್ನ ರೀತಿನೇ ಸರಿಯೆನಿಸೋಲ್ಲ. ಈ ಮನುಷ್ಯನ ಹತ್ರ ಇಷ್ಟು ವರ್ಷ ಹೇಗೆ ಸಂಸಾರ ಮಾಡಿದ್ರೋ?"

ಸಕ್ಕೂಬಾಯಿ ತರಕಾರಿ ಹೆಚ್ಚುತ್ತಿದ್ದವರು ಪಕ್ಕಕಿಟ್ಟು "ಆ ವಿಚಾರ ಬಿಡು. ಡಾಕ್ಟರ್ ಏನ್ಹೇಳಿದ್ರೂ.... ಅಷ್ಟು ಸಾಕು" ಅಂದರು. ಆಕೆಗೆ ಗಂಡನ ಸ್ವಭಾವ ಗೊತ್ತುಂಟು. ಮನೆಯಲ್ಲಿ ಇದ್ದು ಇಲ್ಲದಂತಿರುವ ಸೊಸೆಯ ಬಗ್ಗೆ ಒಂದೇ, ಒಂದು.... ಮಾತಿಲ್ಲ! ಈಗಿನ ಬಂಗ್ಲೆಯ ವಾಸದ ವೈಭೋಗಕ್ಕೆ ಅವಳು ಕೂಡ ಕಾರಣವೆನ್ನುವ ಅಮಲು.

ಆಮೇಲೆ ಅತ್ತಿಗೆ, ನಾದಿನಿಯರು ವರ್ಣ ಬಗ್ಗೆನೇ ಮಾತಾಡಿದರು. ಅವಳ ಬಗ್ಗೆ ಸಹಾನುಭೂತಿ ಕೂಡ.

"ನಾನು ಅಲ್ಲಿಂದಲೇ ಶರತ್‌ಗೆ ಫೋನ್ ಮಾಡಿಸ್ದೇ, ವರ್ಣ ಜೊತೆಯಲ್ಲಿ ಮಾತಾಡಿದ. ಈ ಸಂತೋಷ, ಸಂಭ್ರಮ ಇಬ್ರೂ ಹಂಚ್ಕೋಬೇಕು. ನಾವ್ಯಾಕೆ ದೂರ ಮಾಡಿ ಪಾಪ ಕಟ್ಕೋಬೇಕು!"

ಸಕ್ಕೂಬಾಯಿ ಮುಖ ಅರಳಿತು.

"ಹಾಗೇ ಬೀಗಿತ್ತಿನು ಮಾತಾಡಿಸ್ಬೇಕಿತ್ತು. ಅವ್ರ ಹಣೆಬರಹನು ನೆಟ್ಟಗಿಲ್ಲ.

ಮೊದಲನೆಯದಕ್ಕೆ ಸಂತಾನವಿಲ್ಲ. ಅವನು ಬೇರೆ ಧರ್ಮಕ್ಕೆ ಕನ್ವರ್ಟ್ ಆದ ಅನ್ನೋ ಕೋಪವೇನು ತಗ್ಗಿಲ್ಲ. ಆ ಸೊಸೆಯಂತು ಇವರ ಮನೆಗೆ ಬಂದು ಓಡಾಡುವಂತಿಲ್ಲ. ಈಗಿನದು.... ಅವ್ರಿಗೂ ತುಂಬಾ ನೋವೇ ಇರುತ್ತೆ" ತಮ್ಮದನ್ನು ಮರೆತು ಅವರ ಬಗ್ಗೆ ಸಹಾನೂಭೂತಿ ವ್ಯಕ್ತಪಡಿಸಿದರು.

ಶಾಂಭವಿ ಕೂಡ ನಿಟ್ಟುಸಿರು ದಬ್ಬಿದರು.

"ಅತ್ತಿಗೆ, ಮುಂದಿನದು ನಂಗೆ ಗೊತ್ತಿಲ್ಲ. ಇನ್ನು ಶರತ್ ಈ ಮನೆಯ ಅಳಿಯ. ಅವನಿಗೆ ಸಲ್ಲಬೇಕಾದ ಎಲ್ಲಾ ಗೌರವಗಳು ಸಲ್ಲಬೇಕಾಗುತ್ತೆ. ಮುಖ ದಪ್ಪಗೆ ಮಾಡ್ಕೊಂಡ್ ಅಣ್ಣ ಹೊರ್ಗೇ.... ಕೂಡೋ ಬದಲು ಆರಾಮಾಗಿ ರೂಮಿನಲ್ಲಿ ಉಳಿಯಲೀ, ಈಚೆಗೆ ಕ್ಲಬ್‌ನ ಹವ್ಯಾಸ ಶುರುವಾಗಿದೆಯಲ್ಲ ಅಲ್ಲಿಗೆ ಹೋಗ್ಲಿ. ಮತ್ತೆ ವರ್ಣಾಳ ಜೀವನದಲ್ಲಿ ಆಟ ಆಡೋದು ಬೇಡ" ಇಂದು ಸ್ವಲ್ಪ ಒತ್ತಿಯೆ ಹೇಳಿದರು. ಬಂಗ್ಲೆ ಅನ್ನಿಸಿಕೊಂಡ ಮನೆಗೆ ಬಂದ ಮೇಲೆ ರಾಜೇಶ್‌ನ ಆಟಾಟೋಪ ಜಾಸ್ತಿ ಆಗಿತ್ತು.

"ನಂಗಂತು ಒಂದು ತೋಚೋಲ್ಲ. ಶರತ್ ಬರ್ತಾನೇಂತ ಅಂತೀರಾ!" ಕೇಳಿದರು ಸಕ್ಕೂಬಾಯಿ. "ಖಂಡಿತ ಬರ್ತಾನೆ. ಈ ಸಮಯದಲ್ಲಿ ಗಂಡನ ಪ್ರೀತಿ, ಪ್ರೇಮ ಹೆಣ್ಣಿಗೆ ಬೇಕಾಗುತ್ತೆ. ಅದಕ್ಕೆ ನಾವು ಅಡ್ಡಿ ಆಗ್ಬಾರ್ದು" ಎಂದರು ಶಾಂಭವಿ.

ಸಕ್ಕೂಬಾಯಿ ಸಪ್ಪಗಾದರು. ಹೊರಗಡೆ ಜಗತ್ತಿಗೆ ಜಂಟಲ್‌ಮನ್ ಅನ್ನಿಸಿಕೊಂಡು ಹೆಂಡತಿಯನ್ನ ಕಂಡರೆ ನಾಯಿಯಂತೆ ಎಗರಾಡುತ್ತಿದ್ದ. ಆಕೆ ಯಾತಕ್ಕೂ ಲಾಯಕ್ ಇಲ್ಲ ಅನ್ನೋ ತರಹ ಆರ್ಭಟಿಸುವ ವ್ಯಕ್ತಿ ಆಕೆಯೊಬ್ಬರನ್ನು ಬಿಟ್ಟು ಇಡೀ ಮಹಿಳಾ ಜಗತ್ತಿನ ಗೌರವಿಸುವ ಆದರ್ಶ ವ್ಯಕ್ತಿಯಂತೆ ಕಾಣುತ್ತಿದ್ದ. ಹಾಗೇ ವರ್ತಿಸುತ್ತಿದ್ದ ಕೂಡ. ಈ ಸ್ವಭಾವ ಅವರಿಗೆ ಹುಟ್ಟಿನಿಂದಲೆ ಅಂಟಿಕೊಂಡಿರಬೇಕು.

ಅರ್ಥಮಾಡಿಕೊಂಡ ಶಾಂಭವಿ "ಬಿಡಿ, ಆ ವಿಷ್ಯನ ನಂಗೆ ಬಿಡಿ. ನಾನೆಲ್ಲ ಮ್ಯಾನೇಜ್ ಮಾಡ್ಕೋತೀನಿ. ಅವಳ ಹೆರಿಗೆ ಆಗೋವರ್ಗೂ ಎಲ್ಲರೂ ತೆಪ್ಪಗಿರಬೇಕಾದ್ದೇ." ಎಂದರು ಧೈರ್ಯದಿಂದ. ಅಣ್ಣ ಹೇಳಿದ್ದಕ್ಕೆಲ್ಲ ಹೂಗುಟ್ಟಿಕೊಂಡೇ ಬದುಕಿದ್ದು. ಈಗ ವರ್ಣಾಳ ನೆರವಿಗೆ ಧಾವಿಸಿದ್ದರು. ಟೋಟಲ್ಲಾಗಿ 'ಡಿವೋರ್ಸ್' ಬೇಡವೆನ್ನುವುದೇ ಆಕೆಯ ಇಂಗಿತ.

ಇದಾದ ನಾಲ್ಕೈದು ದಿನಗಳ ನಂತರ ಲೀಲಾವತಿ ಮಗನ ಬೈಕ್‌ನಲ್ಲೆ ಬಂದರು. ಹಣ್ಣು, ಹೂಗಳ ಜೊತೆಗೆ ಸೊಸೆಗಾಗಿ ಅದೂ ಇದೂ ಮಾಡಿಕೊಂಡು ಬಂದಿದ್ದರು. ಸೊಸೆಯ ಬಗ್ಗೆ ಆಸೆ ಅಕ್ಕರಾಸ್ತೆ ಇದ್ದೇ ಇತ್ತು.

ಎದುರಾದ ಕಿರಣ "ಹಲೋ....ಬನ್ನಿ....ಬನ್ನಿ" ಎಂದು ಹಾರ್ದಿಕವಾಗಿ ಸ್ವಾಗತಿಸಿದ್ದು. ಒಂದತ್ತು ನಿಮಿಷದ ಕೆಲಸವಿದೆ, ಮುಗ್ಸಿಕೊಂಡು ಬಂದ್ಬಿಡ್ತೀನಿ" ಅಂದವ ಅದೃಶ್ಯನಾದ. ದ್ವೇಷ ಸಾಧಿಸುವಂಥವನಲ್ಲ.

ರಾಜೇಶ್ ಕ್ಲಬ್‌ಗೆ ಹೋಗಿದ್ದರಿಂದ ನಿರಾಳವಾಗಿತ್ತು ಮನೆ. ಶಾಂಭವಿ ಅತ್ಯಂತ ಪ್ರೀತಿ, ಗೌರವದಿಂದ ಸ್ವಾಗತಿಸಿದರು. ಆಗ ತಾನೇ ಕೆಲಸದಿಂದ ಹಿಂದಿರುಗಿದ ವರ್ಣ ರೋಮಾಂಚಿತಳಾದಳು. ಸಂಭ್ರಮ. ಶರತ್ ಪಿಯುಸಿ ಅನ್ನೋಂಥ ವಿಚಾರವೇನು ಅವಳಲ್ಲಿ

ಉಳಿದಿರಲಿಲ್ಲ. ಎತ್ತರದ ಹ್ಯಾಂಡ್‌ಸಮ್ ಪರ್ಸನಾಲಿಟಿಯ ತಾಳಿ ಕಟ್ಟಿದ ಗಂಡನ ತೋಳುಗಳಲ್ಲಿ ನರಳಿದ, ನಲುಗಿದ, ಸಂಭ್ರಮಿಸಿದ ಕ್ಷಣಗಳು ಮಾತ್ರ ಅವಳ ಹೃದಯದಲ್ಲಿ ಲಾಕ್ ಆಗಿತ್ತು.

ರೂಮಿನಲ್ಲಿ ಇದ್ದವಳು ವಿಷಯ ತಿಳಿದು ಹೊರಗೆ ಬಂದಾಗ ಅವಳ ಕೆನ್ನೆಗಳಲ್ಲಿ ಕೆಂಪು ಗುಲಾಬಿಗಳು ಇತ್ತು. ಊಟ, ತಿಂಡಿ, ಸರಿಯಾಗಿ ಸೇರದ ಕಾರಣ ಒಂದಿಷ್ಟು ಸೊರಗಿದಂತೆ ಕಂಡರೂ ನವೋಲ್ಲಾಸದ ನಲಿವಿತ್ತು.

"ಹೇಗಿದ್ದೀ, ಕೂತ್ಕೋ" ಲೀಲಾವತಿಯವರು ಪಕ್ಕದಲ್ಲಿ ಕೂಡಿಸಿಕೊಂಡು ಅವಳ ಕೆನ್ನೆ ಸವರಿ "ಊಟ, ತಿಂಡಿ ಸೇರೋಲ್ಲಾಂದ್ರು ಶಾಂಭವಿ. ಬಯಕೆಯ ಸಂಕಟ ಸ್ವಲ್ಪ ದಿನ ಮಾತ್ರ. ಆಮೇಲೆ ಸಿಕ್ಕಿದ್ದೆಲ್ಲ ತಿನ್ನಬೇಕೆನ್ನೋ ಬಾಯಿ ಚಪಲ ಜಾಸ್ತಿಯಾಗುತ್ತೆ" ಒಳಗೊಳಗೆ ಸ್ವಲ್ಪ ಮುಜುಗರವಿದ್ದರೂ, ಸಂತೋಷ ಬೆರೆತ ಅಕ್ಕರೆಯಿಂದಲೇ ಹೇಳಿದರು.

ತಾವು ತಂದ ಉಂಡೆ, ಚಕ್ಕುಲಿ, ಕೊಬ್ಬರಿ ಮಿಠಾಯಿಯ ಜೊತೆ ಹುಣಸೇತೊಕ್ಕು, ಮಾವಿನಕಾಯಿ ಚಟ್ನಿಯ ಬಾಟಲು ಮುಂದಿಟ್ಟು ಸಾಕಷ್ಟು ಹೇಳಿದರು. ಅಕ್ಕರೆಯಿಂದ ಕೇಳಿಸಿಕೊಂಡ ವರ್ಣಾಳ ನೋಟ ಆಗಾಗ ಶರತ್‌ನನ್ನ ತಡವಿ ನೋಡುತ್ತಿತ್ತು "ಸ್ವಲ್ಪ....ಬನ್ನಿ" ಶಾಂಭವಿ ಅರಿತವರಂತೆ ಆಕೆಯನ್ನು ವಿಶ್ವಾಸದಿಂದ ತನ್ನ ರೂಮಿಗೆ ಕರೆದೊಯ್ದರು.

"ರೂಮಿಗೆ ಕರ್ಕೊಂಡ್ಹೋಗಿ ಮಾತಾಡು" ಸೂಚಿಸಿ ಎದ್ದು ಹೋದರು ಸಕ್ಕೂಬಾಯಿ. ಒಂದಿಷ್ಟು ಅಳುಕು. ಡಿವೋರ್ಸ್ ಪತ್ರಕ್ಕೆ ಸಹಿ ಹಾಕಿ ಆಗಿತ್ತು. ನಂತರ ಯಾರ್‍ಯಾರು ಎಲ್ಲೋ, ಪೂರ್ತಿಯಾಗಿ ಬೇರ್ಪಟ್ಟು ಅವರವರ ಬದುಕನ್ನ ಬೇರೆ....ಬೇರೆ.... ರೂಪಿಸಿಕೊಳ್ಳುವ ಸ್ವತಂತ್ರ ಅನಾಮತ್ತಾಗಿ ಸಿಕ್ಕಿಬಿಡುತ್ತೆ. "ಬನ್ನಿ...." ಮೇಲೆದ್ದಳು.

ಶರತ್‌ಗೆ ಅವಳು ತನ್ನ ಪತ್ನಿಯೆಂಬ ಭಾವವಿದ್ದುದ್ದರಿಂದ ಅಳುಕು ಇರಲಿಲ್ಲ. ಜೊತೆಯಲ್ಲಿ ನಡೆದ ವಿಶಾಲವಾದ ಕೋಣೆ. ಅತ್ಯಂತ ಆಧುನಿಕವಾಗಿ ಸಿಂಗರಿಸಲ್ಪಟ್ಟಿತ್ತು. ಎಲ್ಲೆಡೆ ನೋಟ ಹರಿಸಿದ.

"ತುಂಬ....ಚೆನ್ನಾಗಿದೆ" ಅಂದ.

ತಟ್ಟನೆ ಹೆಜ್ಜೇ ಅಲ್ಲೇ ನಿಲ್ಲಿಸಿ ಹಿಂದಕ್ಕೆ ತಿರುಗಿದಳು. ಅವನ ನೋಟದಲ್ಲಿ ಅಪ್ಯಾಯಮಾನವಿತ್ತು. ಅಲ್ಲೊಂದು ಸುಂದರವಾದ ಉದ್ಯಾನವನ ಸಿದ್ಧಪಡಿಸುವ ಹೆಬ್ಬಯಕೆಯ ಮಿಂಚು ಅವಳೆಡೆಗೆ ಹರಿದು ಆವರಿಸಿತು.

"ಡಾಕ್ಟ್ರು, ಏನ್ಹೇಳೀದ್ರು?" ಕೇಳಿದ.

ಅಲ್ಲೇ ಇದ್ದ ರಿಪೋರ್ಟ್‌ನ ಅವನ ಕೈಗೆ ಕೊಟ್ಟಳು. ಬೇಕಾಬಿಟ್ಟಿಯಲ್ಲ ಅತ್ಯಂತ. ಗಾಢವಾಗಿಯೆ ರಿಪೋರ್ಟ್‌ನ ತಿರುವಿದ. ಆಮೇಲೆ ಅವಳತ್ತ ನೋಟ ಹರಿಸಿದ. ತುಟಿಯಂಚಿನಲ್ಲಿ ಅತ್ಯಂತ ಶುಭ್ರವಾದ ನಗೆ ಇತ್ತು. ಬಾಯಿ ಆಡದ ಎಷ್ಟೋ ಮಾತುಗಳನ್ನ ಕಣ್ಣುಗಳು ಆಡಿತು.

"ಟೀ....ತರ್ಲಾ?" ಕೇಳಿದಳು.

"ಬೇಡ, ಅಮ್ಮನ್ನ ಮನೆ ತಲುಪಿಸಿ, ಅಪ್ಪನ ಡಾಕ್ಟ್ರು ಹತ್ರ ಕರ್ಕಂಡ್ ಹೋಗ್ಬೇಕು" ಎಂದ ಅವಳ ಕಣ್ಣಲ್ಲಿ ಗಾಬರಿ. ಅವಳನ್ನು ಅಕ್ಕರೆಯಿಂದಲೆ ನಡೆಸಿಕೊಂಡಿದ್ದರು. ತಕ್ಷಣ ಅವಳ ಮುಖದಲ್ಲಿ ಗಾಬರಿ "ಏನಾಗಿದೆ?" ಉಗುಳು ನುಂಗಿದಳು. ದ್ವೇಷಿಸುವಂಥ ಮನಸ್ಸಲ್ಲ ಅವಳದು. ಆದರೆ ಅಪರಾಧಭಾವ ಕಾಡುತ್ತಿತ್ತು.

"ಅಂಥದೇನಿಲ್ಲ, ವೈರಲ್ ಫಿಯರ್ ಅಂದ್ರು. ಅಮ್ಮ ನಿಗೊಂದಿಷ್ಟು ಆತಂಕ ಬಿ ಕೇರ್ ಫುಲ್...." ಅಷ್ಟು ಹೇಳಿ ಹೊರಗೆ ಬಂದ. ನಿರ್ದಾಕ್ಷಿಣ್ಯವಾಗಿ ತಂದೆಯನ್ನು ಬಡಿದ ಆ ಕ್ಷಣ ಅವನ ನೆನಪಿಗೆ ಬರುತ್ತಿತ್ತು. ಮೈಯಲ್ಲಿನ ಆವೇಶ ನುಗ್ಗಿ ಬಂದು ಕ್ಷಣ ಕಾಲ ತಬ್ಬಿಬ್ಬು. ಆಮೇಲೆ ಹತೋಟಿಗೆ ತಂದುಕೊಳ್ಳುತ್ತಿದ್ದ. ಇಂದು ಕೂಡ ಅದೇ ಸ್ಥಿತಿ "ವರ್ಣ....ಬರ್ತೀನಿ" ಹೊರ ಬಂದವನು ಅಮ್ಮನನ್ನು ಕೂಡಿಕೊಂಡು ಹೊರಟ. ಬಹಳ ನಿರ್ಲಿಪ್ತನಂತೆ ವರ್ತಿಸಿದ್ದ. ಅರ್ಥಮಾಡಿಕೊಳ್ಳುವುದು ಸುಲಭವಲ್ಲ.

ವರ್ಣಗೆ ಅರ್ಥವಾಯಿತು. ಆ ಕುಟುಂಬದೊಂದಿಗೆ ತನ್ನ ಬದುಕು ಸಾಧ್ಯವಿಲ್ಲ. ಶರತ್ ಕ್ಷಮಿಸೋಲ್ಲ. ಅವಳ ಕಣ್ಣಂಚು ತೇವವಾಯಿತು. ಬಹು ದೂರದವರೆಗೂ ಮಂಜು. ಎಲ್ಲೆಡೆ ಆಕ್ರಮಿಸಿ ದಾರಿ ಕಾಣದಾಯಿತು.

ಲೀಲಾವತಿ ದಾರಿಯುದ್ದಕ್ಕೂ ಕಣ್ಣೀರು ಸುರಿಸಿದರು. 'ವರ್ಣ ಒಳ್ಳೆಯ ಹುಡುಗಿ' ಆ ಬಗ್ಗೆ ಅವರದೇನು ತಕರಾರಿಲ್ಲ. ಉದ್ಯೋಗ ಮಾಡಬೇಕೆನ್ನುವ ಹಂಬಲ ಸ್ವಲ್ಪ ಬೇಸರ ತರುತ್ತಿತ್ತು ಅಷ್ಟೆ, ಅದು ಬಿಟ್ಟು ಇನ್ನೊಂದು ಕಂಪ್ಲೇಂಟ್ ಇರಲಿಲ್ಲ. ಎಲ್ಲಾ ಕೋಪ ಅವನಪ್ಪ, ಅಣ್ಣಂದಿರ ಮೇಲೆ ಮಾತ್ರ.

ಮನೆಯ ಬಳಿ ಬೈಕ್‌ನಿಂದ ಇಳಿದ ಆಕೆ "ನಂಗೂ ವರ್ಣನ ಸ್ವಲ್ಪ ದಿನ ಕರ್ಕಂಡ್ ಬಂದ್.... ಇಲ್ಲಿ ಇಟ್ಕೊಂಡ್ ಸೀಮಂತ ಮಾಡಬೇಕೂಂತ ಅನ್ನಿಸಿದೆ. ನೀನೇನು....ಹೇಳ್ತೀಯಾ?" ಕೇಳಿದರು.

ಬೈಕ್‌ನಿಂದ ಇಳಿಯದೆಯೆ "ಇಲ್ಲೇ....ಇರ್ಬೇಕಿತ್ತು ಕೂಡ. ಈಗ ಪರಿಸ್ಥಿತಿ ಬೇರೆಯದೆ ಆಗಿದೆ. ಒಂದ್ಮಾತು ಅಪ್ಪನಲ್ಲಿ ಪ್ರಸ್ತಾಪಿಸು" ಅಂದವ ಇಳಿದು "ಅಪ್ಪ ಜ್ವರದಿಂದ ಚೇತರಿಸಿಕೊಳ್ಳಿ. ಅಣ್ಣಂಗೆ ಫೋನ್ ಮಾಡಿದ್ದೆ. ಇವತ್ತು ಬರ್ತಾನೆ ಕೂಡ. ಹಿಂದಿನ ಪ್ರಸ್ತಾಪಗಳು ಬೇಡ ಅವ್ನಿಗೂ ನೋವು, ನಮ್ಗೂ....ನೋವು. ನಾನು ಡಾಕ್ಟ್ರು ಹತ್ರ ಅಪ್ಪನ್ನ ಕರ್ಕಂಡ್ ಹೋಗ್ಬರ್ತೀನಿ" ಗೇಟು ತೆಗೆದುಕೊಂಡು ಒಳಗೆ ಹೋದ. ಒಂದೇ ಒಂದು ಕೊರತೆ ಬರದಂತೆ ನೋಡಿಕೊಂಡಿದ್ದ. ಮಗ ಒಂಟಿಯಾಗಿ ಮಾಡಿ ಹೋದ ದಿನಗಳಲ್ಲಿ ಅಸಹಾಯಕತೆಯಿಂದ ಹರಿಸಿದ ಕಣ್ಣೀರು ಕಾಲುವೆ ರೂಪದಲ್ಲಿ ಹರಿದು ಇಂದಿಗೂ ಅವರ ಕಣ್ಮುಂದೆ ಹೆಪ್ಪುಗಟ್ಟಿ ನಿಂತಿತು.

ಅಂದಿನ ಅರ್ಥವ್ಯವಸ್ಥೆಯ ಪರದಾಟದ ಪಾಠವಾಗಿದ್ದರಿಂದ ಇಂದು ಬಹು ಎಚ್ಚರದಿಂದ ಕಾರ್ಯ ನಿರ್ವಹಿಸುತ್ತಿದ್ದ. ದುಂದು ವೆಚ್ಚ ತನ್ನಂಥವರಿಗಲ್ಲ, ಅದು ಬೇಕಿಲ್ಲ ಕೂಡ. ಇದು ಅವನ ಅಭಿಪ್ರಾಯ. ವಿವಾಹದ ವಿಚಾರದಲ್ಲಿ ಅವನಲ್ಲಿ ಮೆಚ್ಯೂರಿಟಿ ಇರಲಿಲ್ಲವಾದುದ್ದರಿಂದ ಆರಾಮಾಗಿ ಮಾಂಗಲ್ಯಧಾರಣೆ ಮಾಡಿದ್ದ.

ಗಂಡನನ್ನ ಮಗ ಕರೆದುಕೊಂಡು ಹೋದ ಮೇಲೆ ಸುಮ್ಮನೆ ಕೂತರು. ಮುಂದೇನು? ಭವಿಷ್ಯದ ಸಂತಾನ ಎರಡು ಕುಟುಂಬಕ್ಕೂ ಸೇರಿದ್ದು ತಾತ್ಕಾಲಿಕ ರಾಜಿಯ ಅಗ್ರಿಮೆಂಟ್, ಆದರೆ ಮುಂದೇನು? 'ಆಮೇಲೆ ಡಿವೋರ್ಸ್ ತಗೋಬಹುದ್ದ' ಲಾಯರ್ ಶಂಬುಲಿಂಗಯ್ಯ ಆರಾಮಾಗಿ ಹೇಳಿದ್ದರು. ಆಕ್ಷಣ, ಸದ್ಯದ ಪರಿಸ್ಥಿತಿಯಲ್ಲಿ ಸರಿಯೆನಿಸಿದುಂಟು. ಆದರೆ, ಆ ಮಗು ಯಾರಿಗೆ ಸೇರಬೇಕು?

ಆಕೆಗೆ ತಲೆ ಕೆಟ್ಟಂತಾಯಿತು. ತಕ್ಷಣ ಲಾಯರ್ ಶಂಬುಲಿಂಗಯ್ಯನವರಿಗೆ ಫೋನ್ ಮಾಡಿ "ಮುಂದೇನು, ಸಾರ್?" ಕೇಳಿದರು ಉದ್ವಿಗ್ನತೆಯಲ್ಲಿ. "ಹಾಗಂದರೇನು? ಪ್ರಸ್ತುತ ಸ್ಥಿತಿಯಲ್ಲಿ ಬೇರೆ ದಾರಿ ಇರ್ಲಿಲ್ಲ. ಆ ಸಂದರ್ಭದಲ್ಲಿ ಚಿಂತನೆ ನಡೆಸಿದರಾಯ್ತು. ಈಗ ಸುಮ್ನೇ ತಲೆ ಬಿಸಿ ಮಾಡ್ಕೋಬೇಡಿ" ಫೋನಿಟ್ಟೆ ಬಿಟ್ಟರು. ಆಕೆ ಸಮಾಧಾನವಾಗಲಿಲ್ಲ.

ಎದ್ದು ಶಾಂಭವಿ ಮೊಬೈಲ್ ನಂಬರ್‌ಗಳನ್ನೊತ್ತಿದರು.

"ಯಾರು? ಹೇಳಿ" ಸಕ್ಕೂಬಾಯಿ ದನಿ. ಲೀಲಾವತಿ ಸುಮ್ಮನೆ ಫೋನಿಟ್ಟರು. ತನಗಿರುವ ವಾಕ್ ಸ್ವತಂತ್ರ ಕೂಡ ಆಕೆಗಿಲ್ಲವೆಂದು ಎಂದೋ ಅರಿವಾಗಿತ್ತು. 'ಮಗು ತಮಗೇ ಬೇಕೆಂದರೆ ಆಕೆ ಕೊಟ್ಟಾಳಾ?' ಹೆತ್ತವಳದೇ ರೈಟ್ಸ್ ಎನಿಸಿತು. ಮೊದಲು ಇದೊಂದು ಮುಗೀಲಿ, ಆಮೇಲೆ ನೋಡಿಕೊಳ್ಳೋಣ ಎನ್ನುವ ನಿರ್ಧಾರಕ್ಕೆ ಬಂದರು. ಇದು ಸ್ವಲ್ಪ ಹೊತ್ತು. ಆಮೇಲೆ ಮತ್ತೆ ಅದೇ ಜಿಜ್ಞಾಸೆ.

ದೂರದ ಬಂಧುಗಳೊಬ್ಬರು ಕ್ಲಿನಿಕ್‌ನಲ್ಲಿ ಸಿಕ್ಕಿದ್ದರಿಂದ ಸ್ವಲ್ಪ ಉತ್ಸಾಹದಿಂದಲೇ ಮನೆಗೆ ಬಂದರು. ಮಗನನ್ನು ಅಲ್ಲಿಂದಲೇ ಬಲವಂತದಿಂದ ಕಳಿಸಿ, ತಾವು ಅವರ ಕಾರಿನಲ್ಲಿ ಮನೆಗೆ ಬಂದಾಗ ಉಲ್ಲಾಸಿತರಾಗಿದ್ದರು.

"ನೋಡು ಯಾರು ಬಂದಿದ್ದಾರೆ. ಸೋದರತ್ತೆ ಮೊಮ್ಮಗಳು ಆರತಿಯ ಮಾವನಲ್ವಾ? ಅವ್ರ ಜೊತೆ ಬಂದೇ ವಿಚಾರವೆಲ್ಲ ಅವರಿಗೂ ಗೊತ್ತಾಗಿದೆ. ಅವ್ರ ಮಗನು ಅಡ್ವೊಕೇಟ್ ಅಂತೇ" ಎಲ್ಲಾ ಒಂದೇ ಸಲ ಹೇಳಿ ಮುಗಿಸಿದರು. ತಮ್ಮ ಪರವಾಗಿ ಮಾತಾಡಿದ ವ್ಯಕ್ತಿ ಪ್ರಿಯವಾಗಿದ್ದ.

ಹೆಚ್ಚಿನ ಬಂಧುತ್ವವಲ್ಲದಿದ್ದರೂ ಪರಿಚಿತರಾಗಿದ್ದರಿಂದ ಒಂದಿಷ್ಟು ಸಂತೋಷ ತೋರಬೇಕಾಗುವುದು ಆಕೆಯ ಕರ್ತವ್ಯವಾಗಿತ್ತು.

"ಬನ್ನಿ....ಬನ್ನಿ...." ಸ್ವಾಗತಕ್ಕೆ ಕಾಯದೆ ಬಂದು ಆರಾಮಾಗಿ ಕೂತು. "ವಿಷ್ಯವೆಲ್ಲ ಗೊತ್ತಾಯ್ತು! ಎಂಥ ಅನಾಗರಿಕ ಜನ. ಸುಮ್ನೆ ಇದ್ದರ? ಒಂದು ಬಡಿಗೆ ತಗೊಂಡ್.... ಬಾರ್ಸಿ ಬಿಡ್ಬೇಕಿತ್ತು. ವಿಷ್ಯ ತಿಳ್ದ ದಿನನೇ ಬರ್ಬೇಕೂಂತ ಅಂದ್ಕೊಂಡಿದ್ದೆ. ಅಂದಿನ ನಿಮ್ಮ ಪರಿಸ್ಥಿತಿಯಲ್ಲಿ ಬೇರೆಯವರನ್ನ ಫೇಸ್ ಮಾಡೋದು ಕಷ್ಟಾಂತ.... ಬರ್ಲಿಲ್ಲ" ಅಂದರು.

ಇದೆಲ್ಲ ಆಕೆಗೆ ಬೇಕಿರಲಿಲ್ಲ. ಎಷ್ಟೋ ದಿನ ಬಂಧು ಬಳಗದಿಂದ ದೂರ ಉಳಿದವರು. ಜೊತೆಗೆ ಎರಡು ಕುಟುಂಬದ ನಡುವೆ ನಡೆದು ಹೋಗಿರೋದು, ಎಲ್ಲರಿಗೂ ತಿಳಿದದ್ದು ಹೇಗೇಂತ ಚಿಂತಿಸಿ....ಚಿಂತಿಸಿ ಸಾಕಾಗಿ ಸುಮ್ಮನಾಗಿದ್ದರು. ಬೇರೆಯುವರು ಈ ಪ್ರಸ್ತಾಪವೆತ್ತುವುದು ಬೇಕಿರಲಿಲ್ಲ, ಆದರೆ ಸಿಕ್ಕವರ ನಾಲಿಗೆಗೆ ಇದೇ ವಿಚಾರ ಆಹಾರ.

"ಏನು....ತಗೋತೀರಾ?" ಅಲ್ಲಿಂದ ಜಾಗ ಖಾಲಿ ಮಾಡಲು ನೆವ ಹುಡುಕಿಕೊಂಡು ಅವರ ಪ್ರತಿಕ್ರಿಯೆಗೆ ಕಾಯದೆ ಅಡಿಗೆ ಮನೆಗೆ ಹೋದರು. ಹೇಮಂತ್ ಕೊಟ್ಟ ಏಟಿನಿಂದ ಇಂದಿಗೂ ಚೇತರಿಸಿಕೊಂಡಿರಲಿಲ್ಲ. ಆದರೆ ಮತ್ತೊಂದು ಪೆಟ್ಟು. ಅದಕ್ಕೆ ಶರತ್ ಕಾರಣನಲ್ಲ. "ಏನು....ಲೀಲಾ?" ಅಡಿಗೆ ಮನೆ ಬಾಗಿಲಿಗೆ ಬಂದು "ಅಕಸ್ಮಾತ್ ಸಿಕ್ಕರು. ಹೇಗೋ, ಅವ್ರಿಗೂ ವಿಷ್ಯ ಮುಟ್ಟಿದೆ. ಸ್ವಲ್ಪ ಹೊರ್ಗಡೆ ಬಾ" ಅಂದರು. ಅವರಿಗೂ ಈತ ಬಂದಿದ್ದು ಸಂತೋಷದ ವಿಷಯ ಅಲ್ಲದಿದ್ದರೂ ತಮ್ಮ ಪರವಾಗಿ ಮಾತಾಡಿ ಅವರನ್ನು ದೂಷಿಸಿದ್ದು ಮಾತ್ರವಲ್ಲ, ಮುಂದೆ ಮಾಡಬೇಕಾಗಿರೋಕೆ ಹಲವು ಸಲಹೆ ಸೂಚನೆಗಳನ್ನು ಕೊಟ್ಟಿದ್ದು ಹಾಯೆನಿಸಿತ್ತು. ಅಂಥವರ ಸಖ್ಯ ಪ್ರಿಯವೆನಿಸುವುದು ಸಹಜ.

ನೀರು, ಕಾಫೀ ಜೊತೆ ಅಲ್ಲೇ ಊಟವು ಆಯ್ತು. ಸೇತುರಾಮ್‌ಗೆ ಸಮಸ್ಯೆಗಳನ್ನ ಹುಟ್ಟು ಹಾಕುವುದೆಂದರೆ ಪ್ರಿಯ. ಅದಕ್ಕೆ ಸೆಲ್ಯೂಷನ್‌ಗಳನ್ನು ಸೂಚಿಸುತ್ತ ಓಡಾಡುವುದು ಮತ್ತಷ್ಟು ಇಷ್ಟವಾದ ಹವ್ಯಾಸ.

"ನೀವು ಇಲ್ಲೇ ತಪ್ಪು ಮಾಡಿದ್ದು. ಹೇಗೂ ಒಂದು ನಿರ್ಧಾರಕ್ಕೆ ಬಂದಾಗಿತ್ತು. ಡಿವೋರ್ಸ್ ಪೇಪರ್‌ಗೆ ಎರಡು ಕಡೆಯ ಒಪ್ಗೇ ಜೊತೆ ಗಂಡ ಹೆಂಡತಿ ಬೇರ್ಪಡೋಕೆ ಸಹಿ ಹಾಕಿದ್ದು ಆಯ್ತು. ಆಮೇಲೆ ಬಸುರಿ ಅನ್ನೋ ಪ್ಲಾನ್ ಮಾಡಿದ್ರು. ಆ ಬಕೆಟ್‌ನೊಳಕ್ಕೆ ನೀವೂ....ಬಿದ್ರಿ. ಅದು ನಿಮ್ಗೇ ಬೇಕಿತ್ತಾ? ಡಿವೋರ್ಸ್ ಅನ್ನೋದೊಂದು ಮುಗ್ದ ವಾರಕ್ಕೆ ಶರತ್‌ಗೆ ಮದ್ವೆ ಮಾಡಬಹುದಿತ್ತು. ಸೊಸೆ ಆರಾಮಾಗಿ ಓಡಾಡ್ತಾ ಇದ್ಲು. ನಿಮ್ಮಗ....ಎಲ್ಲಿಗೆ ಹೋಗಿ ತಲುಪುತ್ತ ಇದ್ದ ಗೊತ್ತಾ? ನಿಮ್ಮಗ ಕೆಲ್ಸ ಮಾಡೋ ಕನ್‌ಸ್ಟ್ರಕ್ಷನ್ ಕಂಪನಿ ಮುಖ್ಯ ಇಂಜಿನಿಯರ್‌ಗೆ ಮೂರು ಜನ ಹೆಣ್ಣು ಮಕ್ಳು. ಇಬ್ರೂ ಅಮೆರಿಕದಲ್ಲಿ ಸೆಟಲ್. ಕಡೆಯದನ್ನು ತಮ್ಮ ಬಳಿ ಇರಿಸಿಕೊಳ್ಳೋ ಇರಾದೆಯಿಂದ ನನ್ನ ಅಳಿಯನನ್ನ ಕೇಳಿದರಂತೆ. ಅಷ್ಟೊತ್ತಿಗೆ ತರಾತುರಿಯಲ್ಲಿ ಮಗನ ಮದ್ವೆ ಮಾಡಿದ್ರಿ. ಈಗ್ಲೂ ದೇವರು ಬೇರೆ ರೀತಿಯಲ್ಲಿ ಅನ್ಕೂಲ ಮಾಡಿಕೊಡ್ತಾ ಇದ್ದಾನೆ" ಹೀಗೆ ಬಣ್ಣ ಹಚ್ಚಲು ಶುರು ಮಾಡಿದರು.

ಆ ಮನುಷ್ಯ ಇಷ್ಟಕ್ಕೆ ನಿಲ್ಲಿಸಲಿಲ್ಲ. ಹದಿನೈದು ದಿನದಲ್ಲಿ ನಾಲ್ಕು ಬಾರಿ ಬಂದವನೆ ಸಂಬಂಧ ಗಟ್ಟಿ ಮಾಡೋವರೇಗೂ ಹೋದ.

"ನೀವು ಹ್ಞೂ ಅನ್ನಿ. ಮದ್ವೆ ಮಾಡಿ ಮುಗ್ಸಿ ಬಿಡೋಣ. ಅದ್ನ ಒಂದಾರು ತಿಂಗ್ಳು ಗುಟ್ಟಾಗಿ ಇಟ್ಟರಾಯ್ತು" ಎಂದು ಶುರು ಮಾಡಿದಾಗ ತಿಮ್ಮಪ್ಪಯ್ಯನಿಗೆ ಗಾಬರಿ "ಇದೇನು ನೀವು ಹೇಳ್ತಾ ಇರೋದು? ಮೊದ್ಲು ಡಿವೋರ್ಸ್ ಮುಗೀಲೀ. ಅಲ್ಲಿನವರ್‍ಗೂ ಈ ಮಾತುಗಳು ಬೇಡ" ಅರೆ ಮನಸ್ಸಿನಿಂದಲೇ ಹೇಳಿ ಮುಗಿಸಿದರು.

"ಅವ್ರು, ಅದಕ್ಕೆ ಒಪ್ಗೆ ಸೂಚಿಸಿದ್ದಾರೆ. ನಿಮ್ಮಗ ಮಗು ಆದ್ಮೇಲೆ ಡಿವೋರ್ಸ್‌ಗೆ ಒಪ್ಗೇ ಇರ್ಬಹ್ದು" ಎಂದು ತಲೆ ಬಿಸಿ ಮಾಡಿದರು.

ಆಮೇಲೆ ತಿಮ್ಮಪ್ಪಯ್ಯ "ನಿಮ್ಗೇ ಶರತ್ ಸಂಗ್ತಿ ಗೊತ್ತಿಲ್ಲ. ಅವನು ಬೇರೆಯವರ ತರಹ ಅಲ್ಲ. ಇಂದಿಗೂ ಒಂದು ಬಾರಿ ಅವ್ರ ಮನೆಗೆ ಹೋಗಿರಬಹುದು. ಕನಿಷ್ಟ ಒಂದ್ಲೋಟ ನೀರು ಕುಡಿದಿಲ್ಲ. ಆ ಜವಾಬ್ದಾರಿ ನಂಗೆ ಬಿಡಿ" ಎಂದು ಆಶ್ವಾಸನೆ ಕೊಟ್ಟುಬಿಟ್ಟರು.

ಆಮೇಲೆ ಅವರಿಗೆ ಒಂದು ರೀತಿಯ ನಿರಾಳ.

* * *

ಅಂದು ಅರುಣ ಸ್ವಲ್ಪ ಬೇಸರದಿಂದ ಹಿಮವಂತ್‌ನ ಹುಡುಕಿಕೊಂಡು ಹೋದ, ಅವನಿರೋ ಗೆಸ್ಟ್‌ಹೌಸ್‌ಗೆ ಎರಡು ಸಲ ಅನನ್ಯಳೊಂದಿಗೆ ಹೋಗಿದ್ದ. ಅವನು ಮಾಮೂಲಿನಂತೆ ವರ್ತಿಸುತ್ತಿದ್ದ. ಜೊತೆಗೆ ವರ್ಣಳ ಬಗ್ಗೆ ಮೆಚ್ಚುಗೆಯ ಮಾತುಗಳೆ 'ಷಿ ಈಸ್ ವೆರಿ ಬ್ರಿಲಿಯಂಟ್. ಪ್ರತಿಯೊಂದು ಕೆಲ್ಸದಲ್ಲು.... ಇಂಟರೆಸ್ಟಿಂಗ್. ಪ್ರಯತ್ನ ಮಾಡದೆಯೇ ಇಂಪ್ರೆಸ್ ಮಾಡಿ ಬಿಡುವಂಥ ಕ್ಯಾರೆಕ್ಟರ್' ಇಂಥ ಮಾತುಗಳನ್ನು ಪದೇ ಪದೇ ಆಡುತ್ತಿದ್ದ. ಅನನ್ಯಳ ಪ್ರತಿಕ್ರಿಯೆ ನಿಲ್. ಇವನು ಕೂಡ ಪೆಚ್ಚು....ಪೆಚ್ಚು ನಗೆ ಬೀರುತ್ತಿದ್ದ. ಬಂದ ಸದವಕಾಶವನ್ನು ಹಾಳು ಮಾಡಿಕೊಂಡಳು ಎನ್ನುವ ಕೋಪ ತಂಗಿಯ ಮೇಲೆ.

ಆಗ ತಾನೇ ಗೆಸ್ಟ್‌ಹೌಸ್‌ನ ಹೊರ ಆವರಣದಲ್ಲಿ ಒಂದು ರೌಂಡ್ ಹಾಕಿಕೊಂಡು ಬಂದವ ಇವನನ್ನು ನಗು ಮುಖದಿಂದಲೇ ಸ್ವಾಗತಿಸಿದ. "ಗುಡ್, ನೀವು ಬಂದಿದ್ದು ಒಳ್ಳೆದಾಯ್ತು. ಲಾಪ್‌ಟ್ಯಾಪ್, ಇಂಟರ್‌ನೆಟ್, ಇ-ಮೇಲ್ ಮೊಬೈಲ್‌ಗಳ ನಡ್ವೇ ಜನ ಸಂಪರ್ಕವೇ ಇಲ್ಲದಂತಾಗಿದೆ ಹೊರ್ಗೇ ಕೂಡೋಣ....ನಡೀರಿ" ಎಂದು ಮೊಬೈಲ್ ತಗೊಳ್ಳದೇ ಹೊರಗೆ ಬಂದವನನ್ನು ಮೌನವಾಗಿ ಹಿಂಬಾಲಿಸಿದ ಅರುಣ.

"ಈ ಸಲ ನ್ಯೂಯಾರ್ಕ್‌ಗೆ ಹೋಗ್ಬಂದ್ಮೇಲೆ....ನಮ್ಮ ಮನೆ ಕಡೆ ಬಂದೇ ಇಲ್ಲ" ಎಂದ ತುಸು ಆಕ್ಷೇಪಿಸುವಂತೆ. ಅಲೆ ಅಲೆಯಾಗಿ ನಕ್ಕ ಹಿಮವಂತ "ಸ್ವಲ್ಪ ನಿಮ್ಮ ಮನೆ ವಾತಾವರಣದಲ್ಲಿ ಬದಲಾವಣೆ ಬಂದಿದೆ. ಅನನ್ಯ ಜೊತೆ ಮಾತು, ಮೆಸೇಜ್, ಇ-ಮೇಲ್ ಮತ್ತು ಮೊಬೈಲ್‌ನಲ್ಲಿ ಮಾತ್ರ ಅವಳ ಸಂಪರ್ಕ. ಎದರು ಕೂತು ಮಾತಾಡುವುದು, ಬೇರೆ ವಿಚಾರಗಳನ್ನು ಚರ್ಚಿಸುವುದನ್ನು ಮರೀತಿದ್ದಾಳೆ. ಎರಡು ಸಲ ಬಂದಾಗ್ಲೂ ನಿಮ್ಮ ತಂದೆ ಸಿಗ್ಲಿಲ್ಲ. ಅವ್ರು ಕ್ಲಬ್‌ನ ಬಹಳ ಹಚ್ಕೊಂಡಂಗೆ ಕಾಣ್ತಾರೆ. ಪಾಪ, ನಿಮ್ಮ ತಾಯಿ ಬಾಯಿನ ಕಟ್ಟಿ ಹಾಕಿದ್ದಾರೆ. ಇನ್ನ ಮಾತಾಡಿದ್ರೆ....ನಿಮ್ಮತ್ತೆ ಶಾಂಭವಿಯವ್ರ ಜೊತೆ ಮಾತ್ರ. ಕಿರಣನಂತು ಸಿಗೋಲ್ಲ. ಈಗ ಅಲ್ಲಿ ಫ್ಯಾಮಿಲಿ ವಾತವರಣವೇ ಇಲ್ಲ. ಬದಲಾವಣೆಯ ಗಾಳಿಯಲ್ಲಿ ಎಲ್ಲಾ ಕೊಚ್ಚಿ ಹೋಗಿದೆ" ಸ್ಪಷ್ಟವಾಗಿಯೆ ಹೇಳಿದ. ಅದು ಅರುಣನ ಅನುಭವಕ್ಕೆ ಬಂದಿತ್ತು ಕೂಡ. ಹಿಂದಿನ ದಿನಗಳಲ್ಲಿನ ಮಾತು, ನಗು ಎಲ್ಲೋ ಅಡಗಿ ಹೋಗಿ ಈಗ ನಿಶ್ಯಬ್ದ ಆವರಿಸಿತ್ತು. ಈಗೀಗ ಇಷ್ಟವೆನಿಸುತ್ತಿರಲಿಲ್ಲ.

"ಸಾರಿ, ಅದಕ್ಕೆ ಕಾರಣ ವರ್ಣ" ಎಂದು ವಿವರಿಸಿದ ಅರುಣ. ಹಿಮವಂತ ಮುಖದಲ್ಲಿ ಮೆಚ್ಚುಗೆಯ ಭಾವ ಮೂಡಿತು "ವರ್ಣ ತಗೊಂಡ ನಿರ್ಣಯ ಹಂಡ್ರೆಡ್ ಪರ್ಸೆಂಟ್ ಕರೆಕ್ಟ್. ತಾಯ್ತನ ಒಂದು ಸೌಭಾಗ್ಯ ಎಂದು ಭಾವಿಸುವ ದೇಶ ನಮ್ದು. ಮೊದಲ ತಾಯ್ತನ ಅನುಭವಿಸುವಿಕೆ ಒಂದ ಅದ್ಭುತವಾದ ಅನುಭೂತಿ. ಅದನ್ನ ಯಾಕೆ ಕಳ್ಕೊಬೇಕು?" ಹಿಮವಂತ ತನ್ನ ಧಾಟಿಯಲ್ಲಿ ಚಿಂತನೆ ನಡೆಸಿದ್ದ.

"ನೋ, ಷಿ ಈಸ್ ಇನ್ ಟ್ರಬಲ್. ಇದು ಬೇಕಿರಲಿಲ್ಲ. ಹೇಗೂ....ಇಬ್ರೂ ಡಿವೋರ್ಸ್‌ಗೆ ಒಪ್ಗೇ ಸೂಚಿಸಿದ್ದಾಗಿತ್ತು. ಅದು ಮುಗ್ದು ಹೋಗಿದ್ದರೇ, ಇನ್ನೊಂದು ಕನಸಿಗೆ

ಅವಕಾಶವಾಗ್ತ ಇತ್ತು" ಬೇಸರದಿಂದಲೆ ಹೇಳಿಕೊಂಡ.

"ಹಿಂದೆ ಅದೊಂದು ಸಮಸ್ಯೆಯಾಗಿತ್ತು. ಈಗೇನಿಲ್ಲ....ಮೆಚ್ಚಿ ಸಂಗಾತಿಯನ್ನಾಗಿ ಸ್ವೀಕರಿಸುವವರಿಗೆ ಮಗು ಹೊಣೆಯೆಂತ ಅನ್ನಿಸೋಲ್ಲ ಅದಕ್ಕೆ ಟೆನ್‌ಷನ್ ಅಗತ್ಯವಿಲ್ಲ" ಹಿಮವಂತ ನಿರಾಳವಾಗಿಯೆ ಹೇಳಿದ. ಹದಿನೈದು ವರ್ಷ ಅಮೆರಿಕದಲ್ಲಿ ಇದ್ದು ಬಂದವ್ರ. ಇಲ್ಲಿನ ಎಷ್ಟೋ ಸೆಲೆಬ್ರೆಟಿಗಳ ಜೀವನ ಚರಿತ್ರೆ ಅವನಿಗೆ ಗೊತ್ತು "ಅಷ್ಟೊಂದು ಸೀರಿಯಸ್ಸಾಗಿ ಈ ಮ್ಯಾಟರ್‌ನ ತಗೋ ಬೇಡಿ. ಈಚೆಗೆ ತೀರಾ ಸೊರಗಿದಂತೆ ಕಾಣ್ತೋ ವರ್ಣ...." ಮಾತು ಪೂರ್ತಿ ಮಾಡದೆಯೆ ಮೇಲೆದ್ದ. ಮೇಲ್ನೋಟಕ್ಕೆ ಅನು ಹಾಗೆಯೇ ಅಂದರು, ವರ್ಣನ ಇಷ್ಟ ಪಟ್ಟಿದ್ದ. ಆದಷ್ಟು ಬೇಗ ತನ್ನ ಜೀವನದೊಳಕ್ಕೆ ಕಾಲಿಡಲಿ ಎನ್ನುವ ಆಸೆ ಕೂಡ ಇತ್ತು.

ಅರುಣನಿಗೆ ಸ್ವಲ್ಪ ನಿರಾಳವಾಯಿತು. ವಿವಾಹದ ಪ್ರಸ್ತಾಪ ಬಂದಾಗ ಮಗುವೊಂದು ಸಮಸ್ಯೆಯಾಗಬಹುದೆನ್ನುವ ಬೇಸರ. ಅದನ್ನು ಆರಾಮಾಗಿ ತೊಡೆದುಹಾಕಿದ್ದ.

ಆಮೇಲೆ ವೈಯಕ್ತಿಕವಲ್ಲದ ಎಷ್ಟೋ ವಿಚಾರಗಳನ್ನ ಮಾತಾಡಿದರು. ಸಿನಿಮಾ, ರಾಜಕೀಯ, ಕ್ರೀಡೆ....ಹೀಗೆ ಎಲ್ಲಾ ವಿಭಾಗಗಳಲ್ಲಿ ಮರು ವಿವಾಹದ ಸುದ್ದಿಯನ್ನು ಚರ್ಚಿಸಿದರು.

"ಕಾನೂನಿನನ್ವಯ ಬೇರ್ಪಡದೇ ತಾವಾಗಿ ದೂರಾಗಿ ಸುಮ್ಮನಿರುವ ಸೆಲೆಬ್ರಿಟಿಗಳು ಸಾಮಾನ್ಯವಾದರೂ ಶ್ರೀಮಂತ ವರ್ಗದಲ್ಲು ಕೂಡ ಇಂಥ ಚಾಳಿ ಶುರುವಾಗಿದೆ. ಆ ವಿಚಾರ ಬಿಡಿ. ವರ್ಣ ಕಾರಣಕ್ಕೆ ಮನೆಯಲ್ಲಿ ಇಷ್ಟೊಂದು ಬದಲಾವಣೆಗಳು....ಬೇಕಾ?" ಸ್ವಲ್ಪ ಬೇಸರಿಂದಲೇ ಇಂಥದೊಂದು ಪ್ರಶ್ನೆ ಹಾಕಿದ. ಸಂಬಂಧಗಳ ನಡುವೆ ಗೋಡೆಗಳನ್ನ ಕಟ್ಟಿಕೊಂಡು ಜೀವಿಸುವುದು ಅಪಾಯವೆಂದು ಅವನಿಗೆ ಗೊತ್ತಿತ್ತು. ಆ ಬಗ್ಗೆ ಮಾತಾಡಿದರು.

ಅಲ್ಲೇ ಡಿನ್ನರ್ ಮುಗಿಸಿಕೊಂಡು ಹಿಂದಿರುಗಿದ ಮೇಲೂ ಈ ಪ್ರಶ್ನೆ ಅರುಣನನ್ನ ಕೊರೆಯುತಿತ್ತು. ಅನನ್ಯ ತನ್ನ ಗೆಳತಿಯ ಬರ್ತ್‌ಡೆ ಪಾರ್ಟಿಗೆ ಹೋಗಿದ್ದರಿಂದ ಇನ್ನೂ ಬಂದಿರಲಿಲ್ಲ. ಮೊದಲು ಎಲ್ಲಾ ಫಂಕ್ಷನ್‌ಗಳಲ್ಲು ಭಾಗವಹಿಸುವುದು ಚೇತೋಹಾರಿ ವಿಷಯವಾಗಿತ್ತು. ಈಚೆಗೆ ಬೇಸರ! ಒಂಟೊಂಟಿಯಾಗಿಯೇ ಹೋಗಿ ಬರುವುದು ಅಭ್ಯಾಸವಾಗಿತ್ತು. ಅದಕ್ಕೆ ಅನನ್ಯಳ ಆಕ್ಷೇಪವೇನು ಇರಲಿಲ್ಲ.

ಬಂದವ ಹಾಲ್‌ನಲ್ಲೆ ಕೂತ. ರೂಮಿಗೆ ಹೋಗಿ ಬಟ್ಟೆ ಕೂಡ ಬದಲಾಯಿಸಲಿಲ್ಲ. ಬದಲಾವಣೆ ಖಂಡಿತ ಬಂದಿದೆ! ಸರಿ ಮಾಡಲು ಸಾಧ್ಯವೇ, ಚಿಂತಿಸಿದ.

"ಅತ್ತೆ...." ಕೂಗಿದ. ರೂಮಿನಲ್ಲಿದ್ದ ಶಾಂಭವಿ ತುಸು ಗಾಬರಿಯಿಂದಲೆ ಹೊರಗೆ ಬಂದಿದ್ದು "ಅರುಣ....ಯಾಕೋ?" ಎಂದರು. ಸನ್ನೆ ಮಾಡಿ ಕರೆದು 'ಇಲ್ಲಿ ಕೂತ್ಕೊಳ್ಳಿ, ನಿಮ್ಮ ತೊಡೆ ಮೇಲೆ ಮಲಗ್ತೀನಿ. ಅಪ್ಪ ಇನ್ನ....ಬಂದಿಲ್ವೆ?" ಎಲ್ಲೋ ಒಂದೆರಡು ಗಂಟೆಗಳು ಕಳೀಯಲೀಂತ ನಾನೇ ಕರ್ಕೊಂಡ್ಹೋಗಿ ಪರಿಚಯ ಮಾಡಿಸ್ದೇ. ಈಗ ಬೆಳಗ್ಗಿಂದ ಸಂಜೆಯವರ್ಗೂ ಅದೇ ಕಾರ್ಯಕ್ರಮ ಆಯ್ತು" ಎಂದ ಬೇಸರದಿಂದ. ಶಾಂಭವಿ ನಕ್ಕುಬಿಟ್ಟರು.

ಆಕೆಯ ತೊಡೆಯ ಮೇಲೆ ತಲೆ ಇಟ್ಟುಕೊಂಡು ಮಲಗಿದ. ಹಿಂದೆ ವಿದ್ಯಾರ್ಥಿಯಾಗಿದ್ದಾಗ ಇದೇ ಪರಿಪಾಠ. ಆಮೇಲಿನ ಕೆಲಸದ ಗಡಿಬಿಡಿಯಲ್ಲಿ ತಪ್ಪಿ

ಹೋದರೂ, ಆಗಾಗ ಇಂಥ ಕಾರ್ಯಕ್ರಮ ಇರುತ್ತಿತ್ತು. ಆ ಸಮಯದಲ್ಲಿ ಮನೆಯಲ್ಲಿರುವವರ ಉಪಸ್ಥಿತಿ ಇರುತ್ತಿತ್ತು.

"ಇದೇನು ಅನನ್ಯ ಈವರೆಗೂ ಬಂದಿಲ್ಲ. ದಿನ ಬೆಳಗಾದರೆ ಪೇಪರ್‌ನಲ್ಲಿ ನೂರೆಂಟು ಕೆಟ್ಟ ಸುದ್ದಿಗಳು. ಇವಳಂತು ಎಲ್ಲಿಗೆ, ಏನು, ಎತ್ತ ಅಂತ ಹೇಳಿ ಹೋಗೋಲ್ಲ. ಹೊರ್ಗೇ ದುಡಿದು ಕೈ ತುಂಬ ಸಂಪಾದನೇ ಇದೇಂಥ ಮಾತ್ರಕ್ಕೆ, ಎಲ್ಲಾ ನೀತಿ, ನಿಯಮಗಳನ್ನು ಗಾಳಿಗೆ ತೂರಬೇಕಾ?" ಗೊಣಗಿದರು ಶಾಂಭವಿ. ಅರುಣ ಎದ್ದು ಕೂತು "ಅಮ್ಮ ಇರ್ಲಿಲ್ಲ, ಅಪ್ಪ....ಹೋದ್ರು. ಇನ್ನ ತಾತನ ಬೆಳವಣಿಗೆ. ಆ ಮನುಷ್ಯನಿಗೆ ಮೊದ್ಲು ಟಿ.ವಿ. ನಂತರ ಇಂಟರ್‌ನೆಟ್ ಸರ್ವಸ್ವವಾಯ್ತು. ಇವಳ ಪಾಡು ಇವಳದು, ಹಣಕಾಸಿನ ತಾಪತ್ರಯವಿರ್ಲಿಲ್ಲ. ಬುದ್ಧಿವಂತೆ, ಆರಾಮಾಗಿ ಓದಿಕೊಂಡ್ಲು. ಕೆಲಸಾನು ಸುಲಭವಾಗಿ ಸಿಕ್ತು ಈಗ ಗಂಡ.... ಎಲ್ಲವು ಸುಲಭವಾಯ್ತು. ನೀರು ತನ್ನ ಪಾಡಿಗೆ ತಾನು ಹರಿದುಕೊಂಡು ಹೋಗ್ತಾ ಇದೆ. ಮಧ್ಯೆ ಒಂದು ಸಣ್ಣ ಕಲ್ಲು ಎಸೆದರೂ, ದೊಡ್ಡ ಆಘಾತವಾದಂಥ ಚಡಪಡಿಕೆ ಶುರುವಾಗುತ್ತೆ, ಆಗ ಎರಡು ಕಡೆನು ನೋವು" ಅರ್ಥಗರ್ಭಿತವಾಗಿ ಹೇಳಿದ. ಶಾಂಭವಿ ಸುಲಭವಾಗಿ ಅರ್ಥೈಸಿಕೊಂಡರು. ಕಣ್ಣಲ್ಲಿ ತೇಲಿದ್ದ ಸಹಾನುಭೂತಿ.

"ಅಂದರೆ ಅನನ್ಯ ಬದಲಾಗೋಲ್ಲ ಅನ್ನೋದ ನಿನ್ನ ಅಭಿಪ್ರಾಯ" ಎಂದರು ಉದ್ವೇಗದಿಂದ. "ಬೇಡ ಬಿಡಿ, ಅವಳ ಪಾಡಿಗೆ ಅವಳು ಇರಲೀ. ಇದ್ರಿಂದ ಈ ಮನೆಯಲ್ಲಿನ ಇತರ ಜನಕ್ಕೆ ತೊಂದರೆ ಇಲ್ಲ. ನಂಗೆ ಅಷ್ಟು ಸಾಕು. ಇದು ನನ್ನ ಲೆಕ್ಕಾಚಾರ ಕೂಡ. ಕೆಲವೊಮ್ಮೆ ನಾವಿಬ್ರೂ ಗಂಡ, ಹೆಂಡತಿ ನಾ, ಅಂಥ ಫೀಲಿಂಗ್ಸ್ ಅನುಭವಿಸಿದ್ದೀವಾ ಅನ್ನೋ ಯೋಚ್ನೆ ಕೂಡ ಬರುತ್ತೆ ಅತ್ತೆ. ಒಂದೂ ಬೇಕೂಂದರೇ, ಇನ್ನೊಂದನ್ನ ಕಳ್ದುಕೊಳ್ಳೋಕೆ ರೆಡಿಯಾಗಿ ಇರ್ಬೇಕು. ಬಿಡಿ, ಆ ವಿಚಾರಾನಾ" ಮತ್ತೆ ಆಕೆಯ ತೊಡೆಯ ಮೇಲೆ ಮಲಗಿದ. ಶಾಂಭವಿ ಕೈ ಬೆರಳುಗಳು ಅವನ ಕ್ರಾಪ್‌ನ ಕೂದಲಲ್ಲಾಡಿತು.

"ನಾಳೆ ವರ್ಣ ಮನೆಯಲ್ಲೇ ಇದ್ದು ಷಾಪಿಂಗ್ ಮಾಡ್ತಾಳಂತೆ. ಅವಳ ಎರಡು ತಿಂಗಳ ಸಂಬಳದಲ್ಲಿ ಚಿಕ್ಕಾಸನ್ನು ಕೂಡ ಖರ್ಚುಮಾಡದೇ, ಹಾಗೇ ಇಟ್ಕೊಂಡಿದ್ದಾಳೆ" ಇಂಥದೊಂದು ಸುದ್ದಿಯನ್ನು ಅವನ ಕಿವಿಯ ಮೇಲೆ ಹಾಕಿದರು "ಫೆಂಟಾಸ್ಟಿಕ್, ಅಷ್ಟು ಗೆಲುವು ತುಂಬಿಕೊಂಡರೆ ಸಾಕು. ಮೊನ್ನೆ ಶರತ್ ಬಂದಂಗೆ ಇದ್ದ" ನೆನಪಿಸಿಕೊಂಡ.

"ಹೌದು ಕಣೋ, ನಾವು ತಿಳಿದಿದ್ದಕ್ಕಿಂತ ಡಿಸೇಂಟ್ ಹುಡ್ಗ ಬಂದರೂ, ಐದತ್ತು ನಿಮಿಷ ಮಾತು. ಯಾರಾದ್ರೂ ಎದುರಾದರೆ, ಸಿಕ್ಕರೆ ಒಂದೆರಡು ಮಾತು, ಒಂದು ಸಣ್ಣ ನಗು. ಮೊನ್ನೆ ಅವನೇ ಸ್ಕ್ಯಾನಿಂಗ್‌ಗೆ ಕರ್ಕೊಂಡ್ ಹೋಗಿದ್ದ. ನಾನು ಜೊತೆಯಲ್ಲೇ ಇದ್ದೆ. ಡಾಕ್ಟ್ರು ಹತ್ರ ಮಾತಾಡಿದ. ಒಳ್ಳೆ ಇಂಗ್ಲಿಷ್ ನಾಲೆಡ್ಜ್ ಇದೆ. ಅವನ ಗಾಂಭೀರ್ಯ, ವ್ಯಕ್ತಿತ್ವ ನೋಡಿದರೇ ಯಾರೂ ಬರೀ ಪಿಯುಸಿ ಅಂತ ಹೇಳೋಕೆ.... ಸಾಧ್ಯ? ನಿಮ್ಮಪ್ಪ ಹಾರಾಡದಿದ್ದರೇ.... ಅವರದು ಸುಂದರವಾದ ಬದ್ಕು ಆಗ್ತಾ ಇತ್ತು."

ಅರುಣನ ಬಾಯಿಂದ ಮಾತುಗಳೆ ಹೊರಡಲಿಲ್ಲ. ಈಗಲೂ ಶರತ್‌ನ ಒಪ್ಪಿಕೊಳ್ಳಲು ಅವನ ಮನ ಹಿಂಜರಿಯುತಿತ್ತು. ಇದ್ದ ಒಬ್ಬ ಪ್ರೀತಿಯ ತಂಗಿಗೆ ಅತ್ಯಂತ ಅದ್ಭುತವಾದ

ಶ್ರೀಮಂತವಾದ ಬದುಕನ್ನ ಕಟ್ಟಿಕೊಡುವುದು ಅವನ ಉದ್ದೇಶವಾಗಿತ್ತು. ಕನಿಷ್ಟ ಇಂಜಿನಿಯರ್ ಆಗಿರಬೇಕಿತ್ತು ಈಗ....

"ಬಿಡಿ ಅತ್ತೆ, ಅಪ್ಪ ಆಗ ನನ್ನ ಮದ್ವೆಗೆ ಹಟ ಮಾಡದೆ ಅವಕಾಶ ಮಾಡಿಕೊಟ್ಟಿದ್ದರೇ ಸ್ವಲ್ಪ ವರ್ಣಾಳ ವಿವಾಹ ತಡವಾಗ್ತ ಇತ್ತು. ಎಂಬಿಎ, ಕೆಲ್ಸ.... ಅವಳ ಅಭೀಷ್ಟಗಳೆಲ್ಲ ಕೈಗೂಡುತ್ತಿತ್ತು. ನಮ್ಮ ಸ್ಟೇಟಸ್‌ಗೆ ಬೇಕಾದ ಗಂಡನ್ನು ಹುಡ್ಕಿಕೊಳ್ಳಬಹುದಿತ್ತು. ಏನೋ, ಆಯ್ತು! ಎಲ್ಲಾ ಮುಗೀತು! ಮತ್ತೆ ಅವಳ ಭವ್ಯ ಭವಿಷ್ಯದ ಕನಸು ಕಾಣ್ತಾ ಇರೋವಾಗ.... ಮತ್ತೊಂದು ವಿಘ್ನ. ಛೆ...." ಎಂದು ಎದ್ದು ಹೋದ.

'ನಿಮ್ಮಿಂದಲೇ....' ಎಂದು ತಂದೆಯ ಮುಂದೆ ಕಿರುಚಿ ಹೇಳಬೇಕೆನಿಸುತ್ತಿತ್ತು. ಆದರೆ ಧೈರ್ಯ ಸಾಲದಲ್ಲ, ತನ್ನ ಜನ್ಮಕ್ಕೆ ಕಾರಣರಾದವರು, ತನ್ನ ಬೆಳವಣಿಗೆಗೆ ಶ್ರಮಿಸಿ ಎಲ್ಲಾ ಕನಸುಗಳಿಗೂ ಕಾರಣರಾದವರು ಎನ್ನುವ ವಿಧೇಯತೆ ಹಿಂಜರಿಯುವಂತೆ ಮಾಡುತ್ತಿತ್ತು. ಅರುಣ ಒಬ್ಬ ಒಳ್ಳೆಯ ಮಗನಾಗಿ ಮಾತ್ರ ಯೋಚಿಸುತ್ತಿದ್ದ.

ಅನನ್ಯ ಬಂದಿದ್ದು ರಾತ್ರಿ ಹನ್ನೊಂದರ ಸುಮಾರಿಗೆ. ಅವಳ ಎಲ್ಲಾ ಕಾರುಬಾರಿಗೆ ಮೋನಿ ಇದ್ದುದ್ದರಿಂದ ಬೇರೆಯವರು ತಲೆ ಕೆಡಿಸಿಕೊಳ್ಳಬೇಕಿರಲಿಲ್ಲ. ಊಟ, ಉಪಚಾರ ಎಲ್ಲದರ ಜವಾಬ್ದಾರಿ ಅವಳದೇ. ಅಲ್ಲೇ ಡಿನ್ನರ್ ಮುಗಿಸಿ ಬಂದಿದ್ದರಿಂದ ಫ್ರಿಜ್‌ನಲ್ಲಿದ್ದ ಜ್ಯೂಸ್ ಬಗ್ಗಿಸಿ ಕೊಟ್ಟಳು. ಕಾಫೀ, ಟೀಗಿಂತ ಅವಳು ಕುಡಿಯುತ್ತಿದ್ದುದ್ದು ಹಣ್ಣಿನ ಜ್ಯೂಸ್.

ತೊಟ್ಟ ಡ್ರೆಸ್‌ನ ಬಿಚ್ಚಿದ ಕೂಡಲೆ ಮಡಚಿ ಹ್ಯಾಂಗರ್‌ಗೆ ಹಾಕುವುದರಿಂದ ಹಿಡಿದು, ಅವಳು ಹಾಕಬಹುದಾದ ಡ್ರೆಸ್‌ಗಳನ್ನು, ಚಪ್ಪಲಿ, ಷೂ ಪ್ರತಿಯೊಂದನ್ನು ಸುಸ್ಥಿತಿಯಲ್ಲಿ, ಆರೋಗ್ಯಕರ ರೀತಿಯಲ್ಲಿಡುವುದು ಅವಳ ಕೆಲಸ.

"ನನ್ನ ಕೊಲೀಗ್ಸ್ ನಿನ್ನ ವಿಚಾರಿಸಿದ್ರು" ಒಂದೇ ಮಾತು ಆಡಿದವಳು ನೈಟಿ ತೊಟ್ಟು ಮಲಗಿದವಳು ಎದ್ದು ಕೂತು "ಐಯಾಮ್ ಟಯರ್ಡ್ ಡೋಂಟ್ ಡಿಸ್ಟರ್ಬ್ ಮಿ" ಎಂದು ಸೂಚನೆ ಕೊಟ್ಟೆ ಮಲಗಿದ್ದು. ಅಂದರೆ, ತೀರಾ ಅರ್ಥಪೂರ್ಣವೇ. ಮಿಲನಕ್ಕೆ ಅವಕಾಶವಿಲ್ಲ. ಮೊದಲೆ ನಿರ್ಧಾರ!

ಮಲಗಿದವನು ಎದ್ದು ಹೊರಬಂದ. ಎಲ್ಲೆಡೆ ನಿಶ್ಯಬ್ದ. ಒಬ್ಬೊಬ್ಬರಿಗೆ ಒಂದೊಂದು ರೂಮು. ಎಲ್ಲಾ ರೂಮುಗಳಲ್ಲು ಟಿ.ವಿ.ಗಳಿತ್ತು. ತನಗೊಂದು ಕೋಣೆ ಬೇಡವೆಂದು ನಿರಾಕರಿಸಿದ್ದು ಸಕ್ಕೂಬಾಯಿ.

"ನಾನು ಮೊದ್ಲೇ ಭಯದ ಪ್ರಾಣಿ. ಒಬ್ಬೇ ಮಲ್ಗೀಯಂತು ಅಭ್ಯಾಸವಿಲ್ಲ. ನಂಗೆ ಹಾಗೆ ಒಬ್ಬೇ ಕೂತು ಟಿ.ವಿ. ನೋಡೋಂದರೇ ಸುತರಾಂ ಇಷ್ಟವಿಲ್ಲ. ಗಂಡ, ಮಕ್ಳು ಜೊತೆ ಶಾಂಭವಿಯ ನಡ್ವೇ ಕಳೆದ ಜೀವನ ಈಗ ಒಂಟಿಯಾಗಿರೋಕೆ ಇಷ್ಟವಿಲ್ಲ. ನಾನೆಲ್ಲೋ, ಇದ್ಕೊತೀನಿ....ಬಿಡು" ಎಂದಾಗ ಮನೆಯವರೆಲ್ಲ ಬಿದ್ದು ಬಿದ್ದು ನಕ್ಕರು "ಇನ್ನ ಅವ್ರ ದಾಂಪತ್ಯದಲ್ಲಿ ಎಷ್ಟೊಂದು ಸೊಬಗಿದೆ. ಈಗಿನದು ತಿಂಗಳು ವರ್ಷಗಳು ಬೇಡ, ದಿನಗಳಿಗೆ ಹಳೆದಾಗಿ ಬಿಡುತ್ತೆ, ಕೆಲವರು ವಿವಾಹ ನಡೆದ ಗಂಟೆಗಳ ನಂತರವೆ ಮುಖ ತಿರುಗಿಸಿ ಹೊರಟಿದ್ದು ಉಂಟಂತೆ. ಇದು ಅನುಭವವಲ್ಲ..... ಬರೀ ಓದಿದ್ದು.... ನೋಡಿದ್ದು. ಇಂಥ

ಪ್ರೋಗ್ರಾಂಗಳ್ನ ನೋಡೋ ಚಟ ಹಂತ.... ಹಂತವಾಗಿ ಬೆಳೆಸಿ ಬಿಟ್ಟಿದ್ದಾರೆ ಛಾನಲ್‌ನವರು" ಎಂದು ಛೇಡಿಸಿ ಕಳಚಿಕೊಂಡಿದ್ದ ಕಿರಣ.

ಅರುಣ ಕೆಳಗಿಳಿದು ಬಂದು ಹಾಲ್‌ನಲ್ಲಿ ಕೂತ. ಪುಟ್ಟ ಮನೆಯಲ್ಲಿದ್ದಾಗ ಇಂಥ ಸದ್ದಿಗೆ ಮನೆಯವರೆಲ್ಲ ಬಂದು ಗುಂಪುಗೂಡುತ್ತಿದ್ದರು. ಇಂದು ಹೆಜ್ಜೆಗಳ ಸದ್ದು ಕೇಳಿಸದಷ್ಟು ದೂರ. ಯಾಕೋ.... ಇಂದು ಮೊದಲ ಬಾರಿ ಗಳಿಸಿದ್ದಕ್ಕಿಂತ.... ಕಳೆದುಕೊಂಡಿದ್ದೆ ಹೆಚ್ಚೆನಿಸಿತು.

"ಲೋ, ಅಣ್ಣ.... ಇದೇನೋ ಇದು!" ಅನ್ನುತ್ತ ಬಂದ ಕಿರಣ ಅವನ ಎದುರಿನಲ್ಲಿ ಕೂತ. ನೋಟವನ್ನು ಶೂನ್ಯದಲ್ಲಿ ನೆಟ್ಟ ಅರುಣ ಮೇಲಕ್ಕೆತ್ತಿ "ನಿದ್ದೆ ಬರ್‍ಲಿಲ್ಲ. ಹಿಂದೆಯಾಗಿದ್ದರೇ, ಮಧ್ಯರಾತ್ರಿಯ ಬೈಠಕ್ ಶುರುವಾಗ್ತ ಇತ್ತು ಮನಃಪೂರ್ತಿಯಾಗಿ ಹರಟುತಿದ್ವಿ ಈಗ ಅದು ಸಾಧ್ಯವಿಲ್ಲ ಬಿಡು. ಅದೇನು ನೀನು ನಿದ್ದೆಯಲ್ಲಿ ಲವರ್ ಕನವರಿಸ್ಕೊಂಡ್ ಎದ್ದು ಬಂದಂಗಿದೆ" ಹಾಸ್ಯ ಮಾಡಿದ.

'ಅಮ್ಮ' ಎಂದು ಕೈ ಜೋಡಿಸಿದ "ನಾವು ಪೂರ್ ಮಿಡಲ್ ಕ್ಲಾಸ್ ಜನ. ನಿನ್ನ ವಿವಾಹದ ನಂತರ ಕಾರು, ಬಂಗ್ಲೆಯ ಪರಿಚಯ. ನೀನು ದುಡಿಯೋಕೆ ಹಚ್ಚಿದ್ಮೇಲೆ ಒಂದಿಷ್ಟು ನೆಮ್ಮದಿಯ ಜೀವನ. ಅತ್ತೆ ಆರ್ಥಿಕವಾಗಿ ನಮ್ಮ ಬೆಂಗಾವಲಿಗೆ ನಿಂತಿದ್ದು ನಮ್ಮ ಅದೃಷ್ಟ. ಆದರೆ ಆಕೆಗೆ ಸ್ವಂತ ಬದ್ಕು ಇಲ್ದೇ ಹೋಯ್ತು. ಅದು ಭೂತ ಕಾಲದ್ದು.... ಹೇಗೋ, ನೀನು ಲವ್ ಮಾಡಿ ಸಕ್ಸಸ್ ಆದೆ. ಅಂತು ಒಂದು ವಿವಾಹವಾಯ್ತು. ನಾವು ಮಾಡ್ದ ತಪ್ಪಿಗೆ ವರ್ಣಗೆ ಮದ್ವೆ ಉರುಳಾಯ್ತು.... ನಾನಂತು ಎರಡರಿಂದ ದೂರವೆ, ಅದ್ಯಾಕೆ, ನಿದ್ದೆ ಇಲ್ದೇ ಎದ್ದು ಬಂದೆ? ಅತ್ತೇಯೇನಾದ್ರೂ....ರೂಮಿನಿಂದ ಹೊರ್‍ಗೇ ಹಾಕಿದ್ರ? ಅಲ್ಲಿವರ್‍ಗೂ ಮ್ಯಾಟರ್ ಹೋಗೋಲ್ಲ ಬಿಡು, ನೀನೇ ಹೊರ್‍ಗೇ ಬಂದೀರ್‍ತಿ. ಯಾಮ್ ಐ ಕರೆಕ್ಟ್?" ಛೇಡಿಸುತ್ತ ಕೇಳಿದ, ಅರುಣ ತಮ್ಮನ ತಲೆಗೊಂದು ಮೊಟಕಿದ. "ಅದೆಲ್ಲ....ಏನಿಲ್ಲ ಬಿಡು! ನಿನ್ನ ವಿಷ್ಯ.... ಏನು? ಓದಿಗೆ ನಮಸ್ಕಾರ ಹಾಕಿ ಓಡಾಡಿಕೊಂಡು ಕತೆ ಹಾಕ್ತ ಇದ್ದೀಯಾ, ಹೇಗೆ?" ಕೇಳಿದ.

"ಆ ಸ್ಟೇಜ್ ಬಿಟ್ಟು ತಿಂಗಳುಗಳೇ ಆಯ್ತು. ನಂಗೂ ಕೆಲ್ಸ ಇದೆ, ಸ್ಯಾಲರಿ ಬರ್‍ತಾ ಇದೆ. ಯಾರನ್ನಾದ್ರೂ ಪಾಕೆಟ್ ಮನೀ ಕೇಳಿದ್ದೀನಾ? ನಾನೇ ತರಕಾರಿ, ಹಣ್ಣಿನ ಖರ್ಚುವಹಿಸ್ಕೊಂಡ್, ಅವೆರಡನ್ನ ಸಪ್ಲೇ ಮಾಡ್ತಾ ಇದ್ದೀನಿ. ಒಂದಿಷ್ಟು ಸೇವಿಂಗ್ಸ್ ಕೂಡ ಇದೆ. ಹೇಗೂ, ಈ ಮನೆ ಅನ್ನೋ ಬಂಗ್ಲೆ ಕೊಂಡ್ಕೊತೀಯಲ್ಲ, ಆಗ ನಂದೂಂತ ಅಲ್ಪಸ್ವಲ್ಪ ಕೊಡ್ತೀನಿ" ಎದೆಯುಬ್ಬಿಸಿ ಹೇಳಿದ.

ಅರುಣ ನಕ್ಕುಬಿಟ್ಟ. ಲೀಜ್ ಪೀರಿಯಡ್ ಮುಗಿಯುವ ಮುನ್ನ ಇದನ್ನ ಕೊಳ್ಳಬೇಕೆಂದು ಅವನ ಪ್ಲಾನ್. ಸದ್ಯಕ್ಕೆ ಆ ಬಗ್ಗೆ ಅವನ ಪ್ರಿಯಾರಿಟಿ.

"ಆಯ್ತು, ಒಂದು ರೀತಿಯಲ್ಲಿ ಸೆಟಲ್ ಆದಂಗೆ ಮುಂದಿನ ಕಾರ್ಯಕ್ರಮದ ಬಗ್ಗೆ ಯೋಚ್ಸಬೇಕಲ್ಲ. ಲವ್ ಮ್ಯಾರೇಜ್ ಅಥವಾ ಅರೇಂಜ್ಡ್ ಮ್ಯಾರೇಜ್, ಯಾವುದಾದ್ರೂ.... ಪರ್‍ವಾಗಿಲ್ಲ. ನಾವೆಲ್ಲ ಒಂದೇ ಸೂರಿನಡಿಯಲ್ಲಿ ಇರ್ಬೇಕು. ಇದೇ, ನನ್ನ.... ಆಸೆ! ನೀನೇನು.... ಅಂತೀ" ಎಂದು ತಮ್ಮನ ಎರಡು ಕೈಗಳನ್ನು ಹಿಡಿದುಕೊಂಡ. ಭ್ರಾತೃ ಪ್ರೇಮ ಅವನ

ಕಣ್ಣುಗಳಲ್ಲಿ ಉಕ್ಕಿ ಹರಿಯುತಿತ್ತು. ದಿಗ್ಭ್ರಮೆಗೊಂಡ.

"ನಂಗೂ ಹೊರ್ಗೇ ಹೋಗೋ ಆಸೆ ಇಲ್ಲ, ಕಣೋ. ಶ್ರೀಮಂತಿಕೆ ಇಲ್ಲದಿದ್ರೂ.... ಅಕ್ಕರೆಯಿಂದ ಆರೈಕೆ ಮಾಡಿ ಬೆಳ್ಸಿದ್ದಾರೆ. ತುಂಬ ಓದಿ.... ತೀರಾ ಬುದ್ಧಿವಂತನಾದರೇ, ಎಲ್ಲಿ ವಿದೇಶಕ್ಕೆ ಹೋಗ್ತೀನೋ ಅನ್ನೋ ಭಯಕ್ಕೆ.... ಅರ್ಧದಲ್ಲೇ ಬಿಟ್ಟೆ" ಜೋಕ್ ಹಾರಿಸಿದ. "ಯೂ ಈಡಿಯೆಟ್...." ಬೆನ್ನ ಮೇಲೆ ಪ್ರೀತಿಯಿಂದ ಗುದ್ದಿದ ಬಗ್ಗಿ ಅರುಣ.

"ಅದಿರ್ಲಿ, ಮೊದ್ಲು ಓದಿನಲ್ಲಿ ನಂಗಿಂತ ನೀನೇ ಬುದ್ಧಿವಂತನಾಗಿದ್ದು ಹೇಗೋ, ಒಂದ್ಸಲ ಸಿಕ್ಕಿದೇಂತ.... ಅಂತೀಯಲ್ಲ ಇನ್ನ ಯೋಚ್ನೆ ಇಲ್ಲ. ನೀನು ಹೆಚ್ಚು ದುಡಿಯದಿದ್ರೂ ಪರ್ವಾಗಿಲ್ಲ.... ಹೊರ್ಗೇ ಹೋಗ್ಬಾರ್ದು. ಈಗ ಇಲ್ಲ ಅಪಾಯ ಕೈಹಿಡಿದೋಳು ಕಾಲಿಟ್ಟ ನಂತರ ಮಾತ್ರ ಗಂಡನನ್ನ ತನ್ನ ಸ್ವಂತ ಪ್ರಾಪರ್ಟಿ ಅಂದ್ಕೊಳ್ಳೋದರಿಂದಲೇ.... ಅಪಾಯ. ಅದೇ ಯೋಚ್ನೆ" ಮನದ ಆತಂಕವನ್ನ ತಮ್ಮನ ಮುಂದಿಟ್ಟ.

ಕಿರಣನಿಗೆ ಅರ್ಥವಾಯಿತು. ಅವನ ಕೊಲೀಗ್ ಗ್ರೀಷ್ಮ ಅವನ ಬೆನ್ನತ್ತಿರೋದು ನಿಜ. ಆಗಾಗ ಜೊತೆ ಜೊತೆಯಾಗಿ ಓಡಾಟ ನಡೆಸಿದ್ದು ಕೂಡ ಸುಳ್ಳಲ್ಲ.

"ಅರ್ಥವಾಯ್ತು ಬಿಡು. ಗ್ರೀಷ್ಮ, ನಾನು ಒಟ್ಟಿಗೆ ಓಡಾಡಿದ್ದು ನಿಜ. ನಂಗೆ ಅಂಥ ಮನಸ್ಸಿಲ್ಲ. ಅವಳು ಕೂಡ ಜಸ್ಟ್ ಎಂಜಾಯ್‌ಮೆಂಟ್ ಕೇಸ್.... ಅಷ್ಟೆ, ಅದಕ್ಕೂ ಸ್ಟಾಪ್.... ಹಾಕಿದ್ದೀನಿ. ಈಚೆಗೆ ನನ್ನ ಕೊಲೀಗ್ ಜೊತೆ ಓಡಾಡಿದ ಹುಡ್ಗಿ ಹೇಳಿದಳಂತೆ 'ನನ್ ಲವರ್ ಹತ್ರ ಕಾರು ಇರ್ಬೇಕು. ಬ್ಯಾಂಕ್ ಬ್ಯಾಲ್ಸ್ ಇರ್ಬೇಕು. ಶ್ರೀಮಂತರ ಮನೆ ಹುಡ್ಗ ಆಗಿರಬೇಕು. ವೀಕೆಂಡ್‌ನಲ್ಲಿ ಫಿಲಂ, ಬೇಜಾರಾದ್ರೆ ಲಾಂಗ್ ಡ್ರೈವ್, ಹೊಟ್ಟೆ ಚುರುಗುಟ್ಟುತ್ತಿದ್ದರೆ ಡಾಬಾ! ಕಾಸ್ಟ್ಲಿ ಗಿಫ್ಟ್‌ಗಳು! ಇದೆಲ್ಲ ಇರೋವರ್ಗೂ ಮಾತ್ರ ರಿಲೇಷನ್‌ಷಿಪ್ - ಇಂಥ ಪ್ರೇಮ ಈಗ ಮಾರ್ಕೆಟ್‌ನಲ್ಲಿ ಚಲಾವಣೆ ಆಗ್ತಾ ಇರೋದು. ನಂಗೆ ಅದೆಲ್ಲ ಬೇಡ. ಆರಾಮಾಗಿ ನೀವುಗಳು ಹುಡುಕಿದ ಹುಡ್ಗೀಗೆ.... ಹಾರ ಹಾಕ್ಬಿಡ್ತೀನಿ" ಎಂದ. ಆ ಅಭಿಪ್ರಾಯಕ್ಕೆ ಬರಲು ಹಲವು ಕಾರಣಗಳು ಇದ್ದವು

ಸ್ವಲ್ಪ ಸಮಾಧಾನವೆನಿಸಿತು ಅರುಣನಿಗೆ. ಹೆತ್ತವರ ಬಗ್ಗೆ ಅವನದು ವಿಪರೀತ ಕಾಳಜಿ. ಅವರ ಕಣ್ಣೀರು ಎಂದು ಸಹಿಸಲಾರ.

"ಥ್ಯಾಂಕ್ಯೂ..... ಬ್ರದರ್" ಅವನ ಕೈ ಕುಲುಕಿದ.

"ಅತ್ತಿಗೆ...." ಎಂದ ಕಿರಣ.

ಅರುಣನ ತುಟಿಯಂಚಿನಲ್ಲಿ ತೆಳುವಾದ ನಗುವೊಂದು ಮಿನುಗಿ ಮರೆಯಾಯಿತು "ಆ ಛಾನ್ಸಸ್ ಇಲ್ಲ ಬಿಡು. ಅಂಥ ಒಂದು ಭಾವ ಅವಳಲ್ಲಿ ಬರಲು ಸಾಧ್ಯವಿಲ್ಲ. ಸಮರಕ್ಕೆ ಎಲ್ಲಿದೆ ಅವಕಾಶ? ಕಿಚನ್ ಅತ್ತ ಸುಳಿಯೋಲ್ಲ. ದೊಡ್ಡ ಸಮಸ್ಯೆಗಳು ಹುಟ್ಟೋದು ಅಲ್ಲಿಯೇ. ನಾನು ಒಬ್ಬ ಕುಕ್‌ನ ನೇಮಿಸೋಕೆ ರೆಡಿ. ಅಮ್ಮ ಕಿಚನ್‌ನಲ್ಲಿ ಸಫರ್ ಆಗೋದು.... ನಂಗಿಷ್ಟವಿಲ್ಲ. ಅದೂ ಅವರಿಗೆ ಬೇಡ. ಸಹಾಯಕ್ಕೆ ಶಾಂಭವಿ ಅತ್ತೆ ಇದ್ದಾರೆ. ಮನೆ ಕೆಲ್ಸಕ್ಕೆ ಆಳು ಇರೋದರಿಂದ ಅವರು ಮಾಡಿಲ್ಲ, ಇವರು ಮಾಡ್ಬೇಕನ್ನೋ ತಕರಾರು ಇಲ್ಲ. ಅಪ್ಪ ಮೂರ್ಹೊತ್ತು ಮನೆಯಲ್ಲಿದ್ದರೇ ತಾನೇ, ಕಿರಿಕ್. ಈಗ ಹೆಚ್ಚು ಹೊತ್ತು ಹೋಗಿ ಕ್ಲಬ್‌ನಲ್ಲಿ

ಕೂಡ್ತಾರೆ. ಮನೆ ಜವಾಬ್ದಾರಿ ನನ್ನ ಕೈಯಲ್ಲಿರೋದರಿಂದ, ಹಣಕಾಸಿನ ನಿರ್ವಹಣೆ ನಂದೇ. ಈಗ ಸಮಸ್ಯೆಯಾಗಿರೋದು ವರ್ಣಳ ದಾಂಪತ್ಯ ಜೀವನವೇ. ಪರಿಹಾರದ ಮಟ್ಟದಲ್ಲಿದ್ದಿದ್ದು ಸಮಸ್ಯೆ ಆಯ್ತು. ಆ ಬಗ್ಗೆನು ನಂಗೆ ಭರವಸೆ ಇದೆ. ಮನೆ ಮಗ ನೀನು ಕೈಜೋಡಿಸಿದರೇ ನಮ್ಮ ನಮ್ಮಲ್ಲಿನ ಸಾಮರಸ್ಯ ಕೆಡೋಲ್ಲ" ಬಹಳ ದೀರ್ಘವಾಗಿ ಮಾತಾಡಿದ.

ಅಣ್ಣ, ತಮ್ಮ ಅರ್ಧ ರಾತ್ರಿಯ ನಂತರವು ಮಾತಾಡಿದರು. ಮೇಲೆದ್ದಾಗ ಕಿರಣ ಒಂದು ಮಾತು ಅಣ್ಣನ ಕಿವಿಯ ಮೇಲೆ ಹಾಕಿದ.

"ಅಣ್ಣ, ಶರತ್ ಪಿ.ಯು.ಸಿ. ಅನ್ನೋ ಒಂದೇ ಕಾರಣಕ್ಕೆ ತಿರಸ್ಕರಿಸೋಕ್ಕಿಂತ ಅವರ ಜೀವನಕ್ಕೆ ನೇರವಾಗಿ ಸಮಾಜದಲ್ಲಿ ಉತ್ತಮ ಸ್ಟೇಟಸ್ ದೊರಕಿಸಿಕೊಡುವ ಪ್ರಯತ್ನ ಯಾಕೆ ಮಾಡಬಾರ್ದು?" ಇಂಥದೊಂದು ಸೂಚನೆ ಕೊಟ್ಟ.

"ನೋ ಕಿರಣ್ ಇದು ಸಾಧ್ಯವಿಲ್ಲ! ಆ ಹಂತ ಮೀರಿ ಹೋಗಿದೆ. ಅವನಪ್ಪ ತಿಮ್ಮಪ್ಪಯ್ಯ ಈಗ್ಲೂ ಕತ್ತಿ ಮಸೀತಾ ಇದ್ದಾನೆ. ನಮ್ಮ ಹಾಗೇ ಮಗನ ಭವಿಷ್ಯದ ಯೋಚ್ನೆ... ಅವರಿಗೂ ಇದೆ. ಈಗಾಗಲೇ ಹುಡ್ಗೀನ ಹುಡುಕಿಟ್ಟುಕೊಂಡಿದ್ದಾರೆ. ನಾನೆಲ್ಲ ವಿಷ್ಯನು ಕಲೆಕ್ಟ್ ಮಾಡ್ತಾನೆ ಇರ್ತೀನಿ. ನಾವು ಬಲವಂತವಾಗಿ ಇಂಥ ಪ್ರಯತ್ನ ಮಾಡಿದರೂ ವರ್ಣ ಸುಖವಾಗಿರೋಲ್ಲ. ಶರತ್ ಕೂಡ ಬೇರೆ ಯುವಕರ ತರಹ ಅಲ್ಲ. ಕಟ್ಟಿಕೊಂಡವಳು ಸಿಕ್ಕ ಕೂಡ್ಲೇ ಹೆತ್ತವರನ್ನ ತೊರೆಯುವಂಥ ಅವಿವೇಕಿಯಲ್ಲ. ವಿದ್ಯಾಭ್ಯಾಸ ತೊರೆದು ದುಡಿಮೆಗೆ ಕೈ ಹಚ್ಚಿದ್ದು ಅವರ ಸಲುವಾಗಿಯೇ. ಅಂಥದ್ದರಲ್ಲಿ ಮಡದಿಗೋಸ್ಕರ ಅವ್ರನ್ನ ಬಿಡ್ತಾರಾ! ತಂದೆಯನ್ನ ಹೊಡೆದ ನಮ್ಮನ್ನ ಕ್ಷಮಿಸಲಾರ ಕೂಡ. ಅವ್ರ ಮಗಳು ಅವನಿಗೆ ಅಪಥ್ಯವೇ. ಅದರಿಂದ ಆ ಬಗ್ಗೆ ಯೋಚ್ಸೋದು ಬೇಡ" ಎಂದು ಅವನ ಭುಜನ ಮೇಲೆ ಕೈಯಿಟ್ಟು ಹೇಳಿದ. ಅದರಲ್ಲಿ ಪ್ರಾಮಾಣಿಕತೆ ಇತ್ತು.

"ಸರಿ ಅಣ್ಣ, ಇಂಥ ವಿಚಾರದಲ್ಲಿ ನಾನು ಅನನುಭವಿ."

ಇಬ್ಬರು ತಮ್ಮ ರೂಮುಗಳತ್ತ ಮುಖ ಮಾಡಿದರು. ಮೇಲಿನ ಅಂತಸ್ತಿನಲ್ಲಿ ಸಿಟ್‌ಔಟ್-ಕಂ-ಬಾಲ್ಕನಿ ಸೇರಿ ನಾಲ್ಕು ರೂಮುಗಳಿತ್ತು. ಎಲ್ಲರ ಬೆಡ್ ರೂಂಗಳು ಅಲ್ಲೆ, ಅದ್ಭುತವೆನಿಸುವಂತೆ ಇನ್‌ಡೋರ್ ಡೆಕೋರೇಷನ್ ಮಾಡಿಸಿದ್ದ. ಅವನ ಅಭಿರುಚಿ ಮೇಲು ಮಟ್ಟದ್ದೇ. ಅವನು ಸ್ವಾರ್ಥಿಯಲ್ಲ. ತನ್ನ ಇಡೀ ಫ್ಯಾಮಿಲಿಗೆ ಒಳ್ಳೆಯ ಬದುಕು ಸಿಗಬೇಕೆಂಬುದು ಅವನ ಹಂಬಲ. ಅದಕ್ಕೆ ಈ ಮಗನ ಮೇಲೆ ರಾಜೇಶ್‌ಗೆ ಅಭಿಮಾನ. ಮನೆಯಲ್ಲಿ ಯಾರ ಮಾತಾದರೂ ಕೇಳುತ್ತಾರೆಂದರೆ ಅರುಣನ ಮಾತು ಮಾತ್ರ.

ತಿಮ್ಮಪ್ಪಯ್ಯನ ಮನೆಗೆ ಬಂಧುವೆನಿಸಿದ್ದ ಸೇತುರಾಮಯ್ಯ ವಾರದಲ್ಲಿ ಒಂದೆರಡು ಸಲ ಬಂದು ಹೋದನಂತರ ಮೃದು ಧೋರಣೆ ಸೊಸೆಯ ಮೇಲೆ ತೋರುತ್ತಿದ್ದ ಆ ಮನುಷ್ಯ ಸ್ವಲ್ಪ ಗಡುಸಾದ. ಒಮ್ಮೆ ಹೆಂಡತಿಯ ಮುಂದೆ ಅಂದೇಬಿಟ್ಟರು.

"ನಾವು ಲಾಯರ್ ಮಾತಿಗೆ ತಲೆದೂಗಬಾರದಿತ್ತು. ಹೇಗೂ ವರ್ಣ ಸಹಿ ಹಾಕಿದ್ದಾಗಿತ್ತು. ಅವ್ಳು ಹಣೆಬರಹಾಂತ ಸುಮ್ನೇ ಬಿಡ್ಬೇಕಿತ್ತು."

ಅಡಿಗೆ ಕೆಲಸದಲ್ಲಿದ್ದ ಲೀಲಾವತಿ ಅದೇ ಕೈಯಲ್ಲಿ ಬಂದು "ಇದು ಸರಿಯೆನಿಸುತ್ತ?

ಅವಳ ಹೊಟ್ಟೆಯಲ್ಲಿ ಬೆಳೀತಾ ಇರೋದು ಈ ವಂಶದ ಕುಡಿ. ಹೇಮಂತ್ ಹಣೆಬರಹಕ್ಕೆ ಸಂತಾನವಿಲ್ಲ. ಇನ್ನ ಶರತ್ ಮಗುನ ಬೇಡಾಂತ ಅಂದುಕೊಳ್ಳೋಕ್ಕಾಗುತ್ತ? ಈ ವಂಶ ಬೆಳೀಬೇಡ್ವಾ? ಹಿರಿಯರಿಗೆ ಸದ್ಗತಿ ಬೇಡ್ವಾ?" ಎಂದು ಜೋರು ಮಾಡಿದರು. ಲೀಲಾವತಿಗೆ ತನ್ನ ಅಭಿಪ್ರಾಯಗಳನ್ನ ವ್ಯಕ್ತಪಡಿಸುವ ಸ್ವತಂತ್ರ ಇತ್ತು.

"ಅವೆಲ್ಲ ಪುರಾಣ! ನಂಗೆ ಅದರಲ್ಲಿ ನಂಬ್ಕೇ ಇಲ್ಲ ಬಿಡು. ಆ ಸಂದರ್ಭ ನೆನಪಿಗೆ ಬಂದರೇ, ನೇಣು ಹಾಕ್ಕೊಂಡ್ ಸತ್ತು ಬಿಡಬೇಕೂಂತ ಅನಿಸುತ್ತೆ. ನನ್ನ ಮೇಲೆ ಕೈ ಮಾಡಿದವನ ಮನೆಯಲ್ಲಿ ತಂಪಾಗಿ ಕೂತು ಆರೈಕೆ ಮಾಡಿಸ್ಕೋತಾ ಇದ್ದಾಳೆ. ಅಂಥವಳನ್ನ ನೋಡೋಕೆ ನಿನ್ನ ಮಗ ಹೋಗ್ಬರ್ತಾನೆ. ಸ್ವಲ್ಪವಾದ್ರೂ ಮಾನ, ಮರ್ಯಾದೆ ಇರಬೇಕಿತ್ತು" ಗೊಣಗಿದರು ತಿಮ್ಮಪ್ಪಯ್ಯ.

"ಆ ಸೇತುರಾಮ್ ಇಲ್ಲಿಗೆ ಪದೇ ಪದೇ ಬರೋದು ಯಾಕೆ? ಅದೆಲ್ಲ ಮತ್ತೆ.... ಮತ್ತೆ ಕೆದಕೋದು. ಅವನೇನು ದಿನ ಹೋಗಿ ಅವ್ರ ಮನೆಯಲ್ಲಿ ಇರ್ತಾನಾ? ಬಸುರಿ ಹುಡ್ಗೀನ ಇನ್ನು ಗಂಡನಾಗೇ ಇರೋ ನಿನ್ಮಗ ಹೋಗಿ ನೋಡ್ಬರೋದೇನು ತಪ್ಪಿಲ್ಲ ಬಿಡಿ"

ಮಗನನ್ನು ಸಮರ್ಥಿಸಿಕೊಂಡರು. ಒಂದು ನಾಲ್ಕು ದಿನ ಸೊಸೇನ ಕರೆದುಕೊಂಡು ಬಂದು ಆರೈಕೆ ಮಾಡಬೇಕನ್ನೋದು ಆಕೆಯ ಆಸೆ. ಅದಕ್ಕೆ ಗಂಡನ ಪ್ರತಿಕ್ರಿಯೆ ಹೇಗಿರುತ್ತೇ ಎನ್ನೋ ಭಯ. ಜೊತೆಗೆ ಈಗಲೂ ವರ್ಣ ಕೆಲಸಕ್ಕೆ ಹೋಗುತ್ತಿರುವುದು ಸಮ್ಮತದ ವಿಚಾರವಲ್ಲ. ಅದನ್ನು ಹೇಳಬೇಕೆಂದಿದ್ದವರು ಮರೆತಿದ್ದರು. ಇಂದೂ ಮೊಬೈಲು ಹಿಡಿದು ಹಿತ್ತಲಿಗೆ ಹೋದರು. ಮೊದಲು ವರ್ಣ ಮೊಬೈಲ್‌ಗೆ ಫೋನ್ ಮಾಡಿದರು. ಈಚೆಗೆ ಆಗಾಗ ಫೋನ್ ಮಾಡುತ್ತಿದ್ದರು.

"ಅತ್ತೆ.... ಹೇಗಿದ್ದೀರಾ? ಮೊನ್ನೆ ನೀವು ಕಳಿಸಿದ ಪುಳಿಯೊಗರೆ ತುಂಬ ಚೆನ್ನಾಗಿತ್ತು" ಕಾಂಪ್ಲಿಮೆಂಟ್‌ನೊಂದಿಗೆ ಶುರು ಮಾಡಿದಳು. ಆಕೆಯ ಮುಖ ಅರಳಿತು "ಹೇಗಿದ್ದೀ?" ಎಂದು ಶುರು ಮಾಡಿದವರು ಎಲ್ಲಾ ವಿಚಾರಿಸಿಕೊಂಡ ನಂತರವೆ "ಎಲ್ಲಿದ್ದೀ?" ಪ್ರಶ್ನಿಸಿದ್ದು.

"ಆಫೀಸ್‌ನಲ್ಲಿ" ಎಂದಳು ತಣ್ಣಗೆ.

"ಈ ಸ್ಥಿತಿಯಲ್ಲಿ ನೀನ್ಹೋಗೀಗೋ ಅಗತ್ಯವಿತ್ತಾ? ಅದನ್ನು ಹೇಳೋ ಅಧಿಕಾರ ನಮಗೆಲ್ಲಿದೆ? ಮನಸ್ಸು.... ತಡೀಲಿಲ್ಲ" ಎಂದು ಇಟ್ಟೇ ಬಿಟ್ಟರು.

ವರ್ಣಗೆ ಒಂದು ತರಹ ಆಯಿತು. ಅವಳು ಇದ್ದಿದ್ದು ವಿಚಿತ್ರ ಸ್ಥಿತಿಯಲ್ಲಿ. ಎಲ್ಲರೂ ಬಿಗಿದುಕೊಂಡೇ ಇದ್ದರು. ಶರತ್ ಮನೆಗೆ ಬಂದರೆ ಅರ್ಧ ಗಂಟೆಯ ಮೇಲೆ ಉಳಿಯುತ್ತಿರಲಿಲ್ಲ. ಶಾಂಭವಿಯನ್ನು ಬಿಟ್ಟು ಬೇರೆಯವರು ಮಾತಾಡಿಸುತ್ತಿರಲಿಲ್ಲ. ಅವನ ಮುಖ ನೋಡುವುದೇ ಅಪರಾಧವೆನ್ನುವಂತೆ ರಾಜೇಶ್ ಮನೆಯಲ್ಲಿದ್ದರು ಹೊರಗೆ ಬರುತ್ತಿರಲಿಲ್ಲ. ಅಕಸ್ಮಾತ್ ನೋಡಿದರು, ಮುಖ ಒಂದು ತರಹ ಮಾಡಿಕೊಂಡು ತಮ್ಮ ರೂಮಿಗೆ ಹೋಗುತ್ತಿದ್ದರು. ಒಂದಲ್ಲ ಒಂದು ಕಾರಣವಿಟ್ಟುಕೊಂಡು ಸಕ್ಕೂಬಾಯಿಯನ್ನು ಕರೆದು ರೇಗಾಡುತ್ತಿದ್ದರು. ಆ ದಿನ ವರ್ಣ ಹತ್ರ ಸರಿಯಾಗಿ ಮಾತಾಡುತ್ತಿರಲಿಲ್ಲ. ಅಂತು ಅವಳನ್ನು ಅಪರಾಧಿ ಸ್ಥಾನದಲ್ಲಿ ನಿಲ್ಲಿಸಿದ್ದು ಮಾತ್ರ ದುರ್ದೈವ.

ಲಂಚ್ ಸಮಯದಲ್ಲಿ ಹಿಮವಂತ್ ತನ್ನ ಛೇಂಬರ್‌ಗೆ ಕರೆಸಿ "ಕೂತ್ಕೋ ವರ್ಣ. ಯಾಕೆ ತುಂಬ ಡಲ್ಲಾಗಿದ್ದೀಯ? ಎನೀ ಹೆಲ್ತ್.... ಪ್ರಾಬ್ಲಮ್" ವಿಚಾರಿಸಿದ ಆತ್ಮೀಯವಾಗಿ. ಪ್ರಯತ್ನ ಪೂರ್ವಕವಾಗಿ ಮುಖದ ಮೇಲೆ ನಗುವನ್ನ ತಂದುಕೊಂಡು "ಏನಿಲ್ಲ....ಹಾಗೇಕೆ ಅನ್ನಿಸಿತು?"

ಅವನು ಆರಾಮದ ನಗೆ ಬೀರಿ "ನಂಗೆ ಹಾಗೇ ಅನ್ನಿಸ್ತು. ತುಂಬಾ ಡಿಪ್ರೆಸ್ ಆದಂಗೆ ಕಾಣ್ತೀಯ. ಬಾಸ್ ಅಂತ ತಿಳ್ಕೊಳ್ಳದೇ ಒಬ್ಬ ಫ್ರೆಂಡ್....ಅಂತಾದರೂ ಹೇಳಬಹುದಲ್ಲ" ನಗಿಸಿದ. ಹಣ್ಣಿನ ರಸ ತರಿಸಿಕೊಟ್ಟು ಅನನ್ಯ ಮೆಸೇಜ್‌ಗಳು, ಇ-ಮೇಲ್‌ಗಳಲ್ಲಿ ಕಳೆದು ಹೋಗುತ್ತಿದ್ದ ಪರಿಯ ಬಗ್ಗೆ ಮುಕ್ತವಾಗಿ ಮಾತಾಡಿ" ಇದೊಂದು ರೀತಿಯ ಮೇನಿಯಾ. ಅದ್ರಿಂದ ಹೊರ್ಗೆ ಬರ್ತಾಳೋ, ಇಲ್ಲೋ? ಜೀವಂತಿಕೆಯ ಸೂಚನೆಯೆಲ್ಲ" ಎಂದವ ನೇರವಾಗಿ ಅವಳನ್ನ ನೋಡಿ "ಜಾಬ್ ಅನರಬಲ್ ಅಂತ ತಿಳ್ಕೋ. ಸಾಧ್ಯವಾದ ದಿನ ಬಾ. ಆಗೋಲ್ಲ ಅನ್ನಿಸಿದ ದಿನ ರೆಸ್ಟ್ ತಗೋ" ತನ್ನ ಕನ್‌ಸೆಷನ್ ಪ್ರಕಟಿಸಿದ. ಸಂಕೋಚವೆನಿಸಿತು ವರ್ಣಗೆ.

"ಇದು ಆಫೀಸ್ ರೂಲ್ಸಾ? ಎಲ್ಲರಿಗೂ ಅನ್ವಯಿಸುತ್ತ?" ಎನ್ನುತ್ತ ಮೇಲೆದ್ದಾಗ ಅವನು ನಕ್ಕು "ಓನ್ಲೀ, ಯು ಅಷ್ಟೆ" ಎಂದ, ಹೌದು ವರ್ಣ ಬಗ್ಗೆ ಆತ್ಮೀಯತೆ ತೋರುತ್ತಿದ್ದ. ಸ್ನೇಹಿತನಂತೆ ವರ್ತಿಸುತ್ತಿದ್ದ. ಇದಕ್ಕೆಲ್ಲ ಅವಳು ಕಾರಣಗಳನ್ನು ಹುಡುಕಲು ಹೋಗಿರಲಿಲ್ಲ.

ಹಿಮವಂತ್ ಬಗ್ಗೆ ಅವಳಿಗೆ ಗೌರವ ಭಾವ.

ಇಂದು ಮನೆಗೆ ಬಂದ ಕೂಡಲೆ ಶಾಂಭವಿಯ ಹತ್ತಿರ ಲೀಲಾವತಿಯವರ ಫೋನ್‌ನ ವಿಚಾರ ತಿಳಿಸಿದಳು.

"ಅವರಿಗೆ ನೀನು ಈ ಪರಿಸ್ಥಿತಿಯಲ್ಲಿ ಕೆಲಸಕ್ಕೆ ಹೋಗೋದು ಇಷ್ಟವಾಗದೆ ಇರಬಹುದು. ಮೊಮ್ಮಗು ಸೊಸೆಯ ಮೇಲಿನ ಕಾಳಜಿ. ಇಲ್ಲಿ ನೀನು ಲವಲವಿಕೆಯಾಗಿ ಇರಬೇಕಾದರೆ ಹೋಗಿ ಬರೋದೇನು ತಪ್ಪಿಲ್ಲ. ಅದನ್ನ ಡಾಕ್ಟ್ರು ಕೂಡ ಹೇಳಿದ್ದಾರೆ. ನೀನೇನು ಅದ್ನ ಸಿರೀಯಸ್ಸಾಗಿ ತಗೋಬೇಡ. ಮಧ್ಯಾಹ್ನ ಏನಾದ್ರೂ.... ತಿಂದ್ಯಾ?" ಎಂದು ಕೇಳಿದರು. ಆ ಮಾತು ಸಹಜವೆನಿಸಿತ್ತು ಆಕೆಗೆ.

ಆದರೆ ವರ್ಣಗೆ ಕೊರತವಾಗಿ ಮಾರ್ಪಟ್ಟಿತು. ಮುಂದೇನು ಅರ್ಥವಾಗದ ಪರಿಸ್ಥಿತಿಯಲ್ಲಿದ್ದಳು. ಒಂದು ರೀತಿಯ ಭಯ.

"ಅತ್ತೆ, ಮುಂದೇನು?" ಕೇಳಿದಳು ನಿಶಸ್ಸಾಯಕಳಂತೆ.

"ಹಾಗಂದರೆ....!" ಎಂದರು ಶಾಂಭವಿ.

"ಇದು ತಾತ್ಕಾಲಿಕ ವ್ಯವಸ್ಥೆ. ಮುಂದೆ....?" ಅದೇ ಅಸಹಾಯಕತೆ.

"ಈಗ್ಲೇ, ಏನು ಹೇಳೋಕ್ಕಾಗೋಲ್ಲ. ಕಾದು.... ನೋಡೋಣ. ನೀನು ಧೈರ್ಯವಾಗಿರು...." ಸಾಂತ್ವನಿಸಿದರು. ಆದರೆ ಶಾಂಭವಿಯ ಮನದಲ್ಲಿ ಆ ಕೊರತೆ ಇದ್ದೇ ಇತ್ತು. ಸೊಸೆಯನ್ನ ನೋಡಲು ಲೀಲಾವತಿ ಮಗನೊಂದಿಗೆ ಬಂದು ಹೋಗಿದ್ದರು. ಆದರೆ

ಏನು ಹೇಳಲಾರದ ಸ್ಥಿತಿ. "ನಾವು ವರ್ಣನ ಕಕೊಂಡ್ಹೋಗ್ಬೇಕಾಗುತ್ತೆ. ಪದ್ಧತಿಯ ಪ್ರಕಾರ ಬಸುರಿ ಹೆಣ್ಣು ಮಗಳಿಗೆ ಮಾಡಬೇಕಾದ್ದು ಇದೆ. ಇಬ್ರೂ.... ಕೂಡಿಯೆ ಮಾಡಬೇಕಾಗಿದೆ" ಎಂದಿದ್ದರು ಒಮ್ಮೆ. ಆ ಮೇಲೆ ಆ ಬಗ್ಗೆ ಮಾತೇ ಇಲ್ಲದ್ದು ನೋಡಿ ಶಾಂಭವಿಗೆ ಅಚ್ಚರಿಯ ಜೊತೆ ಆತಂಕ ಕೂಡ.

ಅಲ್ಲಿ ಪರಿಸ್ಥಿತಿ ಬೇರೆಯದಾಗಿತ್ತು. ತಿಮ್ಮಪ್ಪಯ್ಯ ಮೊದಲು ಹೆಂಡತಿ ಕೇಳಿಕೆಗೆ ಮೌನವಾಗಿ ಪ್ರತಿಕ್ರಿಯಿಸುತ್ತಿದ್ದವರು ಅವಳನ್ನು ಕರಕೊಂಡು ಬರಬೇಕೂಂತ ಅಂದಾಗ ಕೂಗಾಡಿದ್ದರು.

"ಒಮ್ಮೆ ಕರ್ಕೊಂಡ್ಹೋದ್ರು. ಮುಗ್ದು ಹೋಯ್ತು. ಈಗ ನೀನೇನು ಕರ್ಕೊಂಡ್ ಬರೋದೇನು ಬೇಡ. ನಾವು ಇಲ್ಲಿವರ್‍ಗೂ ಮುಂದುವರಿದಿದ್ದು ತಪ್ಪು. ಈಗ ಅಂಥ ಕಾರ್ಯಕ್ರಮಗಳಾವು ಇಲ್ಲಿ ನಡೆಯಕೂಡದು. ಪಿಯುಸಿಯವನು ಅಳಿಯನಾಗಿ ಅವರಿಗೆ ಬೇಕಿಲ್ಲ. ಗಂಡನಾಗಿ ಅವಳಿಗೆ ಬೇಡ ಇಂಥದ್ದರಲ್ಲಿ ಈ ಮೇಜವಾನಿ ಯಾಕೆ? ಅವರುಗಳು ಬೇಕಿದ್ದು ಮಾಡ್ಕೊಳ್ಳಿ."

ಶರತ್ ಏನು ಹೇಳಲಿಲ್ಲ. ಆದರೆ ಲೀಲಾವತಿ ಗಪ್‌ಚಿಪ್ ಆದರು. ಹೌದು, ಅವರುಗಳು ಮಗನ ಪಿಯುಸಿ ಎಜುಕೇಷನ್‌ನ ಹಂಗಿಸಿದ್ದಾರೆ, ಅವಮಾನಿಸಿದ್ದಾರೆ. ಹತ್ತು ಜನಕ್ಕೆ ತಿಳಿಯೋ ಹಂಗೆ ಮಾಡಿದವರ ಸಂಬಂಧ ಯಾಕೆ? ಇಂಥದೊಂದು ತೀರ್ಮಾನಕ್ಕೆ ಬಂದು ಬಿಟ್ಟಿದ್ದರು. ಇದು ತಾತ್ಕಾಲಿಕವಾಗುತ್ತಿತ್ತು.

ಅಂದು ಇಂಜಿನಿಯರ್, ಅವರ ಮಗಳನ್ನು ನೇರವಾಗಿ ಕರೆದುಕೊಂಡು ಬಂದವರು ಪರಿಚಯಿಸಿದರು ಸೇತುರಾಮ್.

"ನಿಮ್ಮಗ ನನ್ನ ಅಸಿಸ್ಟೆಂಟಾಗಿ ಕೆಲ್ಸ ಮಾಡ್ತಾ ಇರೋದು. ಆರು ವರ್ಷದ ಪರಿಚಯ. ಕುಟುಂಬಗಳ ಮಧ್ಯೆ ಭೇಟಿ ಇರಲಿಲ್ಲ" ಎಂದು ವಿದೇಶಿ ನಗೆ ಬೀರಿದರು ರೆವರೆಂಡ್ "ಈಗ ಸೇತುರಾಮ್ ಮೂಲಕ ಪರಿಚಯ. ಒಳ್ಳೆಯದಾಯ್ತು" ಎಂದು ಸಂಕೋಚಿಸುತ್ತಲೇ ಎದರುಗೊಂಡರು, ಅವರಿಗೆ ಪಿಚ್ಚೆನಿಸಿತು. ಆರಾಮಾಗಿ ಹಾರಲು ಬಿಟ್ಟ ಕೇಶರಾಶಿ. ಅಚ್ಚ ಬಿಳುಪಿನ ಬಣ್ಣದ ಯುವಕಿಯ ಮುಖ, ಫುಲ್ ಮೇಕಪ್‌ನಿಂದ ಕಂಗೊಳಿಸುತ್ತಿತ್ತು. ತಿದ್ದಿ ತೀಡಿದ ಹುಬ್ಬುಗಳ ಮಧ್ಯೆ ಖಾಲಿ ಪ್ರದೇಶ. ಬಣ್ಣದಿಂದ ತುಟಿಗಳು ಮಿರ ಮಿರ ಎನ್ನುತ್ತಿತ್ತು. ತೆಳ್ಳಗೆ ನಾಜೂಕಾದ ಯುವತಿ. ಈರುಳ್ಳಿ ಪೊರೆಯಂಥ ಅದೇ ಬಣ್ಣದ ಸೀರೆಗೆ ಮಿಣ ಮಿಣ ಕುಸರಿ ಕೆಲಸ. ಕಿವಿಯಲ್ಲಿ ನೇತಾಡುವ ಲೋಲಕ್. ಅದಕ್ಕೆ ಸೂಟಾಗುವಂಥ ನೆಕ್ಲೆಸ್. ಅಂತು ಆಧುನಿಕತೆ, ಶ್ರೀಮಂತಿಕತೆಯ ಸಮತೋಲನ ವ್ಯಕ್ತವಾಗುತ್ತಿತ್ತು. ರೆವರೆಂಡ್, ಮಗಳನ್ನ ಕರೆ ತಂದದ್ದಕ್ಕೆ ಕಾರಣವಿತ್ತು.

"ಇವ್ರು ನಮ್ಮ ಶರತ್‌ನ ಪೇರೆಂಟ್ಸ್" ಮಗಳಿಗೆ ಪರಿಚಯಿಸಿದರು. ನಗೆಯ ಜೊತೆಗೆ ಭುಜ ಕುಣಿಸಿದ್ದು ಇಷ್ಟವೆನಿಸಲಿಲ್ಲ ಅಷ್ಟೆ "ತುಂಬ ಸಂತೋಷ" ಎಂದರು ತಿಮ್ಮಪ್ಪಯ್ಯ.

ಒಳಗೆ ಕರೆದೊಯ್ದರು ರೆವರೆಂಡ್. ಒಮ್ಮೆ ಮನೆಯನ್ನೆಲ್ಲ ನೋಡಿ ಬಂದರು. ಆದರೆ ಚೆಲುವು ಹೆಚ್ಚಿಸಲು ಹೆಚ್ಚಿನ ಹಣವೇನು ವ್ಯಯಿಸಿರಲಿಲ್ಲ. ಎಲ್ಲಾ....ಸಾಧಾರಣವೇ!

ಶ್ರೀಮಂತಿಕೆ ತುಂಬಲು ಅವರಿಗೆ ಸಮಯವೇನು ಬೇಕಿರಲಿಲ್ಲ.

"ಆ ಲೈಕ್ ಶರತ್. ತುಂಬ ಇಂಟಲಿಜೆಂಟ್. ತುಂಬಾ ತುಂಬಾನೆ.... ಡಿಫರೆಂಟ್. ಅವ್ರ ಮ್ಯಾರೇಜ್ ವಿಷ್ಯ ತಿಳ್ದು ಬೇಸರವಾಯ್ತು. ನಂದು ಇಂಟರ್‌ಕ್ಯಾಸ್ಟ್ ಮ್ಯಾರೇಜ್. ನಾನು ಕ್ರಿಶ್ಚಿಯನ್, ಅವಳು ಅಯ್ಯರ್. ಆದ್ರೂ ನಮ್ಮಗಳ ಮಧ್ಯೆ ಅಂಥ ದೊಡ್ಡ ಪ್ರಾಬ್ಲಮ್‌ಗಳು ಇಲ್ಲ. ಚರ್ಚ್‌ಗೂ ಹೋಗ್ತೀವಿ, ದೇವಸ್ಥಾನಕ್ಕೆ ಹೋಗೋದು ಬೇಡಾನ್ನೋಲ್ಲ. ನನ್ನ ಹೆಂಡ್ತಿ ಶಿವನ ಭಕ್ತರು. ಆರಾಧನೆ, ಹಬ್ಬಗಳ ಆಚರಣೆ ಎಲ್ಲಾ ನಡೆಯುತ್ತೆ. ನೋ ತಕರಾರು, ನಮ್ಮ ಹಬ್ಬಗಳು ಕೂಡ ಅಷ್ಟೆ ಗ್ರಾಂಡ್, ಮೂರು ಜನ ಹೆಣ್ಣು ಮಕ್ಳು. ಇಬ್ರೂದು ಲವ್ ಮ್ಯಾರೇಜ್, ಬೇರೆ.... ಬೇರೆ.... ಕ್ಯಾಸ್ಟ್, ಬೇಡ ಅನ್ನಲಿಲ್ಲ ಹಾಗೇ ಅನ್ನೋ ಪವರ್ ನಮ್ಗೇ ಇರ್ಲಿಲ್ಲ. ಇದ್ರೂ ವಿದೇಶಕ್ಕೆ ಹಾರಿ ಬಿಟ್ರು. ಇವಳನ್ನಾದ್ರೂ.... ಇಲ್ಲೇ ಇಲ್ಲೇ ಉಳ್ಸಿಕೊಳ್ಳಬೇಕೆನ್ನೋ ಸ್ವಾರ್ಥ. ಅದಕ್ಕೆ ನಿಮ್ಮ ಸಹಕಾರ ಕೂಡ ಬೇಕು. ಶರತ್‌ನ ಮೆಚ್ಚಿಕೊಂಡಿದ್ದಾಳೆ. ನಂಗೆ ಎಲ್ಲಾ ವಿಷ್ಯನು ಗೊತ್ತಿದೆ. ಶರತ್‌ನ ಒಂದು ಹಂತಕ್ಕೆ ಒಯ್ದು ಕೂಡಿಸಬಲ್ಲೆ. ಅವ್ರಿಗಿಂತ ನೂರು ಪಟ್ಟು ಹೆಚ್ಚಿಗೆ ಗಳಿಸಬಲ್ಲ. ಅಂಥ ಐಷಾರಾಮಿ ಬದ್ಕು ಅವ್ನಿಗೆ ಸಿಕ್ಕುತ್ತೆ. ಡಿವೋರ್ಸ್ ಸಿಗೋವರ್ಗೂ ನಾವು ಕಾಯಬಲ್ಲೆವು. ನಿಮ್ಮ ಕಿವಿ ಮೇಲೆ ಈ ವಿಷ್ಯನ ಹಾಕೋಣಾಂತ ಬಂದಿದ್ದು" ಸವಿಸ್ತಾರವಾಗಿ ಬಂದ ಕಾರಣ ತಿಳಿಸಿ ಬಿಟ್ಟರು.

ತಿಮ್ಮಪ್ಪಯ್ಯನ ಸ್ವರವೇಳಲಿಲ್ಲ. ಇಂಥ ಜನರೊಡನೆ ವ್ಯವಹರಿಸಿ ಗೊತ್ತಿಲ್ಲ. ತಡವರಿಸುವಂತಾಯಿತು.

"ಅಲ್ಲಿವರ್ಗೂ ಕಾಯೋಣ. ನಾವು ಒಪ್ಪಿ ವಿವಾಹ ಮಾಡಿ ಮನೆ ತುಂಬಿಸಿಕೊಂಡ ಹೆಣ್ಣು ವರ್ಣ. ನಾವು ಮತ್ತು ಅವರು ಮಧ್ಯಮ ವರ್ಗದ ಜನರು. ಹೊಂದಿಕೊಳ್ಳೋದು ಸುಲಭ. ಈಗ ಯೋಚ್ಸ ಬೇಕಿದೆ. ಈ ಸಲದ ಛಾಯ್ಸ್ ಅವನದೇ. ಹೆಣ್ಣು ಇಷ್ಟಪಟ್ಟರೇ, ನಾವು ಸೈ ಅಂತೀವಿ. ಮೊದ್ಲು ಇದೆಲ್ಲ.... ಮುಗೀಲೀ" ಎಂದರು ಸ್ವಲ್ಪ ಚೇತರಿಸಿಕೊಂಡು.

"ಖಂಡಿತ ಮುಗಿಯುತ್ತೆ. ಈಗ ಶರತ್‌ಗೆ ನಮ್ಮ ಸಪೋರ್ಟ್ ಕೂಡ ಇದೆ" ಆಮೇಲೆ ಏನೇನೋ ಮಾತಾಡಿದರು. ಬರೀ ತಿಮ್ಮಪ್ಪಯ್ಯ ಕೂತು ಕೇಳಿದರು. ಸೇತುರಾಮ್ ಆಗಾಗ ಬಂದು ಮಾತು ಸೇರಿಸುತ್ತಿದ್ದರು. "ಇವರು, ಆ ಕಂಪನಿಗೆ ಪಾರ್ಟನರ್ ಕೂಡ. ಅಲ್ಲೇ ನನ್ನ ಅಳಿಯ ಕೆಲ್ಸ ಮಾಡೋದು" ಇದೊಂದು ಹೊಸ ವಿಷಯ ತಿಳಿಸಿದರು.

ಹೊರಡುವಾಗ "ಇವ್ಳ ಹೆಸರು ಏನು ಗೊತ್ತಾ? ಅದೇ ನನ್ನ ಹೆಂಡ್ತಿ ಪೂಜಿಸೋ ಪರಮೇಶ್ವರ ಹೆಂಡ್ತಿ ಗಾಯಿತ್ರಿಯ ಹೆಸರು. ಅದೇ ಹೆಸರೇ ಇವಳ ಬಯೋಡೆಟಾದಲ್ಲಿ ಕೂಡ ಇರೋದು. ನಾನು ಪ್ರೀತಿ ಅಂತ ಕೂಗ್ತೀನಿ. ಮಕ್ಕಳಿಗೆಲ್ಲ ಅವಳೇ ನಾಮಕರಣ ಮಾಡಿರೋದು. ಮೊದಲನೆಯವಳ ಹೆಸರು ಸಾವಿತ್ರಿ, ಎರಡನೆಯವಳು ಸಮನ್ವಿತ, ಮೂರನೆಯವಳು ಗಾಯಿತ್ರಿ. ಮನೆಯಲ್ಲಿ ಪೂರ್ತಿ ಹಿಂದೂ ಸಂಪ್ರದಾಯ. ಆ ಬಗ್ಗೆ ನಿಮ್ಗೇ ಡೌಟ್ ಬೇಡ. ಇವತ್ತು ಅವಳು ಯಾವ್ದೋ ಪೂಜೆ, ವ್ರತ ಅಂತ ಬರ್ಲಿಲ್ಲ. ನಿಮ್ಗೇ ಇಷ್ಟು ತಿಳಿಸುವ ಅಗತ್ಯವಿತ್ತು" ಎಂದರು ನಿಂತೇ.

ಲೀಲಾವತಿ ಕೂಡ ಇದನ್ನೆಲ್ಲ ಕೇಳಿಸಿಕೊಂಡರು. ಅವರೇನು ಹೇಳುವ ಸ್ಥಿತಿಯಲ್ಲಿರಲಿಲ್ಲ.

ಈಗಾಗಲೆ ವರ್ಣ ಹಿಮವಂತನ ವಿವಾಹವಾಗೋದು. ಅದರಿಂದಲೆ ಅಲ್ಲಿ ಕೆಲಸ ಮಾಡ್ತಾ ಇದ್ದಾಳೆ ಅನ್ನೋ ರೂಮರ್ ಹಬ್ಬಿಬಿಟ್ಟಿತ್ತು. ಆದರೆ ಒಂದು ರೀತಿಯಲ್ಲಿ ಮಧ್ಯಂತರ ಪರಿಹಾರ ವ್ಯವಸ್ಥೆ ಇದು.

ಅವರುಗಳನ್ನು ಕಳುಹಿಸಿಕೊಟ್ಟು ತಿಮ್ಮಪ್ಪಯ್ಯ ಒಳಗೆ ಬಂದಾಗ ಲೀಲಾವತಿ ತಬ್ಬಿಬ್ಬಾಗಿ ಕೂತಿದ್ದರು. ಯಾವುದೇ ನಿರ್ಧಾರಕ್ಕೆ ಬರುವುದು ಸಾಧ್ಯವಿರಲಿಲ್ಲ.

"ತೀರಾ ಶ್ರೀಮಂತರಾದರು, ಜಂಭವಿಲ್ಲ ಮನುಷ್ಯನಿಗೆ. ಮಗಳಿಗೆ ಕೋಟಿಗಟ್ಟಲೆ ಕೊಟ್ಟಾನು. ಆಗ ಆ ರಾಜೇಶ್ ಅವನ ಮಕ್ಳು ಹೊಟ್ಟೆಯುರಿ ಪಟ್ಟುಕೊಳ್ಳಿ. ಬರೀ ಪಿಯುಸಿ ಅಂತ ಅವಮಾನ ಮಾಡಿದ್ರು ಈಗ ನೋಡು ಡಿವೋರ್ಸ್ ಆಗೋ ಮೊದ್ಲೇ.... ಎಂಥೆಂಥ ಜನ ಹುಡ್ಕಿಕೊಂಡು ಬರ್ತಾ ಇದ್ದಾರೆ" ಎಂದರು ಎದೆಯುಬ್ಬಿಸಿ.

ಲೀಲಾವತಿಗೆ ತಲೆ ಚಚ್ಚಿಕೊಳ್ಳುವಂತಾಯಿತು.

"ಸದ್ಯಕ್ಕೆ ವರ್ಣಗೆ ಡಿಲಿವರಿ ಆಗೋವರ್ಗೂ ಯಾವ್ದೇ ಪ್ರಸ್ತಾಪಗಳು ಬೇಡ. ತೀರಾ ಶ್ರೀಮಂತರ ಮನೆ ಹುಡ್ಗೀ. ನಮ್ಗೇ ಹೊಂದಿಕೆ ಆಗೋಲ್ಲ. ಆ ಪಾಟಿ ಉಗುರುಗಳಿಗೆ ಬಣ್ಣ ಬಳೆದುಕೊಂಡಿದ್ಲು. ಕನಿಷ್ಟ ಕೋಸಂಬರಿಗೆ ಸೌತೆಕಾಯಿ ಹೆಚ್ಚೋಕೆ ಬರುತ್ತಾ?" ಗೊಣಗಿದರು ಆಕೆ.

"ಅವಳಿಗೇನು ಅಂಥ ಹಣೆಬರಹ? ನಮ್ಗೇ ಅವಮಾನ ಮಾಡಿದವರ ಮುಂದೆ ನಾಲ್ಕು ಪಟ್ಟು ಹೆಚ್ಚು ಬೆಳೆದು ತೋರಿಸ್ಬೇಕು. ಅಂಥದೊಂದು ಅವಕಾಶ ಬಂದಿದೆ ಅಂದ್ಕೋಬೇಕು" ಕಲ್ಪನೆಯಲ್ಲಿ ತೇಲಿದರು.

ಆಮೇಲೆ ಗಂಡ, ಹೆಂಡತಿಯರ ಮಧ್ಯೆ ಚರ್ಚೆ ಶುರುವಾಯಿತು. ನಡೆಯಬಹುದಾದ ಆಗುಹೋಗುಗಳನ್ನು ಚರ್ಚಿಸಿ ಸೋತರು.

"ನಾವು.... ನಾವು.... ಮಾತಾಡಿ ಪ್ರಯೋಜನವಿಲ್ಲ. ಶರತ್ ಇಷ್ಟ. ನಾವು ಯಾವುದಕ್ಕೂ ಒತ್ತಾಯ ಮಾಡೋದು ಬೇಡ" ಎಂದ ಲೀಲಾವತಿ ಎದ್ದು ಹೋದರು. ಸೊಸೆ ಈಗಲೂ ಕೆಲಸಕ್ಕೆ ಹೋಗುವುದುರ ಅವರಿಗೆ ಸರಿಬರದು. ಅದೊಂದು ವಿಚಾರದಲ್ಲಿ ಅಸಮಾಧಾನ.

ರಾತ್ರಿ ಶರತ್ ಬಂದಾಗ ಹತ್ತರ ಸುಮಾರು "ಅಮ್ಮ, ಸಾರಿ ಒಂದು ಪ್ರಾಜೆಕ್ಟ್‌ನ ಪೂರ್ತಿ ಜವಾಬ್ದಾರಿ ನಂಗೆ ಒಪ್ಸಿದ್ದಾರೆ. ಅದಕ್ಕೆ ಲೇಟಾಯ್ತು ಅಪ್ಪನ ಊಟ ಆಯ್ತ?" ಷೂ ಬಿಚ್ಚಿಟ್ಟು ಬಂದು ಷರಟಿನ ಗುಂಡಿಗಳಿಗೆ ಕೈ ಹಾಕಿದಾಗ, ಆಕೆಗೆ ಒಂದು ತರಹ ಅನಿಸಿತು. ವಿವಾಹವಾದ ಪತ್ನಿ ಜೊತೆಯಲ್ಲಿ ಇರಬೇಕಿತ್ತು. ಕೋಪ ಬಂತು! ಯಾರ....ಮೇಲೆ? ಇದಕ್ಕೆಲ್ಲ ಕಾರಣ ಸೊಸೆ ಎನ್ನಲಾರದಷ್ಟು ವಿವೇಕಿ ಆಕೆ.

"ವರ್ಣ, ಏನಾದ್ರೂ....ಫೋನ್ ಮಾಡಿದ್ಲಾ? ನೋಡೋ, ಈ ಸ್ಥಿತಿಯಲ್ಲಿ ಕೆಲಸಕ್ಕೆ ಹೋಗ್ತಾ ಇದ್ದಾಳೆ" ಇಂಥ ಒಂದು ಆಪಾದನೆ ಸೊಸೆಯ ಮೇಲೆ ಮಾಡಿದರು. ಅವನ ಸ್ಥಿತಿಗೆ ಅವನಿಗೆ ನಗು ಬಂತು "ಅಮ್ಮ, ಬಟ್ಟೆ ಬದಲಾಯ್ಸಿ ಬರ್ತೀನಿ, ತಟ್ಟೆ....ಹಾಕಿ ಬಿಡ್ತೀಯಾ" ಎನ್ನುತ್ತಲೇ ರೂಮಿಗೆ ಹೋದ.

ಇದೊಂದು ತಾತ್ಕಾಲಿಕ ವ್ಯವಸ್ಥೆ. ತನ್ನ ಮಗುವನ್ನು ಹಡೆಯುವವರೆಗೂ ಪತಿ-ಪತ್ನಿಯರು, ನಂತರ ಬೇರ್ಪಡುವುದಕ್ಕೆ ವೇದಿಕೆ ಸಿದ್ಧವಿತ್ತು.

ಆ ವೇಳೆಗೆ ಮೊಬೈಲು ಸದ್ದು ಮಾಡಿತು. ವರ್ಣಾಳಿಂದ ಬಂದ ಕರೆ "ಹಲೋ...." ಎಂದ. "ನಾನು ವರ್ಣ, ಮಲಗಿದ್ರಾ?" ಕೇಳಿದ್ದು ಸವಿದನಿಯೆ.

"ಇಲ್ಲ, ಈಗ್ಲೇ....ಬಂದಿದ್ದು. ಈಗಿನ್ನು ಊಟ ಮಾಡ್ಬೇಕು ಏನ್ಸಮಾಚಾರ?" ಕೇಳಿದ ಸ್ವಾಭಾವಿಕವಾಗಿ "ನಿಮ್ಮನ್ನ ಭೇಟಿಯಾಗಬೇಕಿತ್ತು. ನಾಳೆ....ಬರ್ತೀರಾ?" ಕೇಳಿದಳು.

"ಏನೀ, ಪ್ರಾಬ್ಲಮ್?" ಕೇಳಿದ.

"ಅಂಥದೇನಿಲ್ಲ, ನೀವು ಬರ್ಬೇಕು. ಸಣ್ಣ ರಿಕ್ವೆಸ್ಟ್," ಅವಳ ದನಿಯಲ್ಲಿನ ಅನುರಾಗ ಮೊರೆತ ಇಲ್ಲಿಯವರೆಗೂ ಬಂದು ಅವನ ಎದೆಯನ್ನು ತೋಯಿಸಿದಂತಾಯಿತು "ಷೂರ್, ಖಂಡಿತ ಬರ್ತೀನಿ" ಹೃದಯದ ಪಿಸು ನುಡಿಗಳನ್ನು ಹೇಳಬೇಕೆನಿಸಿದರೂ ಅಲ್ಲೇ ತಡೆದು ನಿಲ್ಲಿಸಿದ. "ಥ್ಯಾಂಕ್ಯೂ....ಥ್ಯಾಂಕ್ಯೂ ವೆರಿಮಚ್...." ಅಂದನಂತರ ಫೋನ್ ಕಟ್ಟಾಯಿತು. ಪ್ರತಿ ಸಲ ವರ್ಣಾಳನ್ನು ಭೇಟಿಯಾದಾಗಲ್ಲೆಲ್ಲ ಹಿಂದಿನ ಆತಂಕ, ಕಾತರತೆ ಬೆರೆತ ಪ್ರೇಮಪೂರಿತ ನಯನಗಳೆ. ಕ್ಷಣ ಮೈಮರೆತರೂ ಗೊಂದಲಕ್ಕೆ ಒಳಗಾಗುತ್ತಿದ್ದ. ವಿಷಾದ ಇಣುಕುತಿತ್ತು. ಪರಿಸ್ಥಿತಿಗೆ ಅನುಗುಣವಾಗಿ ಬದುಕು.

ಊಟಕ್ಕೆ ಬಂದು ಕೂತ. ತಾಯಿಯ ಮುಖದ ವೇದನೆಯ ಹಿಂದಿನ ಕಾರಣ ಗೊತ್ತಿದ್ದರು, ಅವನೇನು ಮಾಡಲಾರ. ಅದೇ ಕೊರಗಾಗಿ ಬಿಟ್ಟರೇ ಮಾತ್ರ ಅಪಾಯ. ಅದು ಹೆಡೆಯಾಡದಂತೆ ವರ್ತಿಸಬೇಕಿತ್ತು.

"ಸಮಸ್ಯೆಗಳನ್ನು ತಲೆಯ ಮೇಲೊತ್ತುಕೊಂಡು ತಿರುಗಿದರೇ ಅದು ನಮ್ಮ ದೇಹದ ಒಂದೊಂದೇ ಅಂಗಗಳನ್ನು ನಿಷ್ಕ್ರಿಯಗೊಳಿಸಿ, ಅದು ತಲೆಯ ಮೇಲೇರಿ ನಮ್ಮನ್ನ ಮುಗ್ಸಿ ಬಿಡುತ್ತೆ. ಅದಕ್ಕೆ ನಾವು ಅವಕಾಶ ಕೊಡಬಾರ್ದು. ನಾವು ಅದರ ಜೊತೆ.... ಜೊತೆಯಲ್ಲೆ ಬೆಳೆಯೋ ಪ್ರಯತ್ನ ಮಾಡಬೇಕು. ಕೆಲವು ಸಮಸ್ಯೆಗಳಿಗೆ ಕಾಲ ಮಾತ್ರ ಉತ್ತರ ನೀಡುತ್ತೆ. ಪ್ಲೀಸ್, ಕೆಲವು ನಮ್ಮ ಕೈದಾಟಿ ಹೋದ ಪರಿಸ್ಥಿತಿಗೆ ಮರಗೋದು ಬೇಡ."

ಅಷ್ಟು ಹೇಳಿ ಮುಗಿಸಿದ ಮೇಲೆ ಆ ವಿಷಯ ಬಿಟ್ಟು ಊಟ ಮಾಡತೊಡಗಿದಾಗ, ಇಂಜಿನಿಯರ್ ರೆವರೆಂಡ್ ಮಗಳೊಂದಿಗೆ ಬಂದಿದ್ದು ತಿಳಿಸಿದಾಗ ಕೂಡ ಅವನೇನು ಅಚ್ಚರಿಗೊಳ್ಳಲಿಲ್ಲ. ಅವನಲ್ಲಿದ್ದ ಇನ್‌ಫಿಯಾರಿಟಿ ಕಾಂಪ್ಲೆಕ್ಸ್‌ನ ಎಂದೋ ತೊಡೆದು ಹಾಕಿದ್ದ. ಅಗತ್ಯಕ್ಕಿಂತ ಹೆಚ್ಚು ಮುತುವರ್ಜಿ, ಮರ್ಯಾದೆ ಕೊಡುವ ಅಭ್ಯಾಸ ಕೈಬಿಟ್ಟಿದ್ದ. ಕೆಲಸದ ಬಗ್ಗೆ ಮಾತ್ರ ಅವನ ನಿಷ್ಠೆ.

"ಸೇತುರಾಮ್ ಅಳಿಯ ಅವರಲ್ಲೆನಂತೆ ಕೆಲ್ಸ ಮಾಡೋದು. ಒಮ್ಮೆಲೆ ಅವ್ರ ವಿಷ್ಯವನ್ನೆಲ್ಲ ಕತೆ ತರಹ ಹೇಳಿದ್ರು. ಅವ್ರ ಹುಡ್ಗೀ ಗಾಯಿತ್ರಿ. ಹಿಂದಿ ಸಿನಿಮಾ ನಟಿಯರ ತರಹ ತೆಳ್ಳಗೆ ಬೆಳ್ಳಗೆ ಇದ್ಲು."

ಮೌನವಾಗಿ ಕೇಳಿಸಿಕೊಂಡ. ಸೇತುರಾಮ್ ಅಳಿಯ ಬಂದು ಪರಿಚಯ

ಮಾಡಿಕೊಂಡಿದ್ದರು. ಹೆಚ್ಚಿನ ಆಸ್ಥೆವಹಿಸಿರಲಿಲ್ಲ ಮಾತ್ರವಲ್ಲ ಸ್ವಲ್ಪ ದೂರನೆ ಇದ್ದ. ಸ್ವಭಾವ ಇಷ್ಟವಾಗಿರಲಿಲ್ಲ.

"ಮೊದ್ಲು ಮುಂಬಯಿನಲ್ಲಿ ಇದ್ರಂತೆ. ಇಲ್ಲಿಗೆ ಬಂದು ಐದಾರು ವರ್ಷ ಆಗಿರಬಹುದು. ಅಗತ್ಯಕ್ಕಿಂತ ಹೆಚ್ಚಾಗಿ ಯಾರ ಬಳಿಯಲ್ಲು ಸ್ನೇಹ, ಸಲಿಗೆ ಇಲ್ಲ. ಪಲ್ಯ ತುಂಬ ಚೆನ್ನಾಗಿದೆ "ಮಾತನ್ನು ಬೇರೆಡೆ ಹೊರಳಿಸಿದ. ಬೇಗ ಮುಗಿಸಿ ಎದ್ದು ಹೋದವ ಲ್ಯಾಪ್‌ಟಾಪ್ ತೆರೆದಿಟ್ಟುಕೊಂಡು ಕೂತ. ವರ್ಕ್ ಕಡೆ ಗಮನ ಕೊಟ್ಟ.

ಒಂದು ಇಡೀ ಪ್ರಾಜೆಕ್ಟ್ ಕಂಪನಿ ಇವನಿಗೆ ಒಪ್ಪಿಸಿತ್ತು. ಜವಾಬ್ದಾರಿಯುತ ಕೆಲಸ. ಲಕ್ಷ ಪೂರ್ವಕವಾಗಿ ಮಾಡಬೇಕಿತ್ತು. ಏರಬೇಕಾದ ಎತ್ತರ ಸಾಕಷ್ಟಿತ್ತು.

"ಅವ್ರುಗಳು....ಹೇಗೆ?" ಕೇಳಿದರು ಲೀಲಾವತಿ.

ನಿಧಾನವಾಗಿ ನೋಟವೆತ್ತಿ "ಅವ್ರ ಇಂಟಲಿಜೆನ್ಸ್ ಬಗ್ಗೆನಾ, ಸ್ವಭಾವದ ಬಗ್ಗೆನಾ? ನಂಗೆ ಎರಡು ಅಷ್ಟೊಂದು ಗೊತ್ತಿಲ್ಲ. ತುಂಬಾ ಸೀನಿಯರ್. ತುಂಬ ಮಾತಿನ ಮನುಷ್ಯ. ಎಲ್ಲಾರೊಂದಿಗೂ ಸರಳವಾಗಿ ಬೆರೆತು ಹೋಗ್ತಾರೆ. ನಂಗೆ ಗೊತ್ತಿರೋದು ಅಷ್ಟೆ" ಎಂದು ಸುಮ್ಮನಾಗಿ ತನ್ನ ಕೆಲಸದ ಬಗ್ಗೆ ಗಮನ ಕೊಟ್ಟಾಗ, ಅವರ ಬಗ್ಗೆ ಮಾತಾಡುವುದು ಮಗನಿಗೆ ಇಷ್ಟವಿಲ್ಲವೆಂದು ಅರಿತು ಎದ್ದು ಹೋದರು.

ಮೊದಲು ರೆವರೆಂಡ್ ಸಂಪರ್ಕ ಹೆಚ್ಚಿಗೆ ಇರಲಿಲ್ಲ. ಈಚೆಗೆ ಸಮಯ ಸಿಕ್ಕಾಗಲೆಲ್ಲ ಅವನೊಂದಿಗೆ ಮಾತಾಡುವುದು. ಸಜೆಷನ್‌ಗಳು ಕೇಳುವುದು ರೆವರೆಂಡ್ ಜಾಸ್ತಿಯಾಗಿತ್ತು. ಶರತ್‌ಗೆ ಕೀಳರಿಮೆ ಇರಲಿಲ್ಲ. ಅವಕಾಶಗಳನ್ನು ಆತವಿಶ್ವಾಸದಿಂದ ಎದರಿಸುತ್ತಿದ್ದ.

ಅವನಿಂದ ಕೆಲಸ ಮಾಡಲಾಗದೆ ಎದ್ದು ಹೋಗಿ ಮಲಗಿದ "ಭೇಟಿಯಾಗಬೇಕು, ದಯವಿಟ್ಟು.... ಬನ್ನಿ" ಇಂಥ ಆಹ್ವಾನ ಮಡದಿಯಿಂದ ಸಿಕ್ಕಿತ್ತು. ಆ ದನಿಯನ್ನು ರೆಕಾರ್ಡ್ ಮಾಡಿಟ್ಟುಕೊಂಡಿದ್ದನ್ನು ಮತ್ತೆ ಮತ್ತೆ ಕೇಳಿದ. ಹೃದಯದ ತಂತಿ ಮಧುರವಾಗಿ ಮಿಡಿಯಿತು. ಅದರಲ್ಲಿ ಅಪೂರ್ವವಾದ ಮಾರ್ದತೆ ಇತ್ತು. 'ವರ್ಣ....' ಎಂದು ಮೊಬೈಲ್‌ನ ತುಟಿಗೊತ್ತಿಕೊಂಡ.

'ಹೌದು....' ಭೇಟಿಯಾಗಬೇಕು. ಪ್ರೇಮ, ಪ್ರೀತಿಯನ್ನ ದೌರ್ಬಲ್ಯವಾಗಿಸಿಕೊಂಡು ಪೂರ್ಣ ವ್ಯಕ್ತಿತ್ವ ಮಾರಾಟಕ್ಕೆ ಇಡೋದು ಅವನಿಗೆ ಒಗ್ಗದು. 'ನೋಡೋಣ....' ಎಂದುಕೊಂಡು ಮಲಗಿದ.

ಎರಡು ದಿನದ ಹಿಂದೆ ಕಿರಣ ಸಿಕ್ಕವನು "ಒಂದತ್ತು ನಿಮಿಷ ಮಾತಾಡಬಹುದಾ?" ಕೇಳಿದ. "ವೈ ನಾಟ್, ಹೇಗೂ... ಲಂಚ್ ಸಮಯ ಮಾತಾಡ್ತಾ ಊಟ ಮಾಡಬಹುದು" ಎಂದು ಹತ್ತಿರದ ಹೋಟಲ್‌ಗೆ ಕರೆದೊಯ್ದ.

ಶರತ್‌ನ ಬಹಳ ಸುಲಭವಾಗಿ ಹ್ಯಾಂಡಲ್ ಮಾಡಬಹುದೆಂದು ತಿಳಿದಿದ್ದು ತಪ್ಪು ಎನಿಸಿತು ಕಿರಣ್‌ಗೆ. ಅವನ ಗಂಭೀರ ಮುಖದಲ್ಲಿ ವರ್ಚಸ್ಸಿನ ತುಸು ಅಳುಕಿದ ಎದರು ಕೂತಾಗ. ತಪ್ಪೋ, ಸರಿಯೋ ಒಂದು ಪ್ರಯತ್ನ ಮಾಡಬೇಕಿತ್ತು.

ಮೆನುವನ್ನು ಕಿರಣ್‌ನತ್ತ ತಳ್ಳಿ "ಆರ್ಡರ್ ಮಾಡಿ ಅಪರೂಪಕ್ಕೆ ಸಿಕ್ಕಿದ್ದೀರಿ. ಮನೆಯಲ್ಲೆಲ್ಲ ಹೇಗಿದ್ದಾರೆ?" ಕೊಂಕು ತೆಗೆಯದೆ ಸಹಜವಾಗಿಯೆ ಮಾತು ಆರಂಭಿಸಿದ. ಶರತ್ ಕೊಂಕು ಅವನಿಗೆಂದಿಗೂ ಇಷ್ಟವಾಗದು.

ಮೆನುವತ್ತ ನೋಟ ಹರಿಸಿದವನು "ಏನಾದ್ರೂ, ತಿಂಡಿ ಸಾಕು ಬೆಳಗ್ಗಿಂದ ಒಂದೆರಡು ಕಡೆ ಫ್ರೆಂಡ್ ಜೊತೆ ಅದೂ, ಇದೂ ತಿಂದಿದ್ದೀನಿ ಹಸಿವಂತೇನಿಲ್ಲ, ಸುಮ್ನೇ ತಿನ್ನಬೇಕು" ಅಂದ. ಶರತ್ ಅವನತ್ತ ನೋಡಿ ನಕ್ಕ. ಇವನು ಅರುಣನಷ್ಟು ಪ್ರಬುದ್ಧನಲ್ಲವೆನಿಸಿತು. ವಿವಾಹದ ಸಮಯದಲ್ಲಿ ನಂತರ ನಾಲ್ಕಾರು ಸಲ ಭೇಟಿ ಮಾಡಿರಬಹುದು, ಆದ್ರೆ ಕೂತು ಮಾತಾಡುವ ಹಂತ ತಲುಪಿರಲಿಲ್ಲ "ಏನಾದ್ರೂ ಬೇಕಾದರೂ ತಗೊಳ್ಳಿ. ನಂಗೆ ಚಪಾತಿ ಸಾಕು, ನಿಮ್ಗೇ ಪೂರಿ ಹೇಳ್ಲಾ?" ಕೇಳಿದ.

ಆಮೇಲೆ ಚಪಾತಿ, ಪೂರಿ ಬರುವ ವೇಳೆಗೆ ಒಂದಿಷ್ಟು ಮಾತು ಪ್ರಾರಂಭಿಸಬೇಕೆನಿಸಿತು ಕಿರಣ್‌ಗೆ. ಆದರೂ ಒಂದು ರೀತಿಯ ಹಿಂಜರಿಕೆ.

"ನಿಮ್ಮ ಜಾಬ್....ಹೇಗೆ?" ಕೇಳಿದ.

"ನಂಗೆ ಅರ್ಥವಾಗ್ಲಿಲ್ಲ. ಒಂದು ಇಡೀ ದಿನ ನನ್ನೊತೆ ಇರೀ. ಆಗ ನನ್ನ ಕೆಲಸದ ಅರಿವಾಗಬಹುದು ನಿಮ್ಗೇ. ಅದೇನು ನಿಮ್ಗೇ ಕೆಲಸದ ಬಗ್ಗೆ.... ಇಂಟರೆಸ್ಟ್?" ಕೇಳಿಯೇ ಬಿಟ್ಟ ಶರತ್ ಸ್ವಲ್ಪ ಸೀರಿಯಸ್ಸಾಗಿ.

"ಅಂಥದೇನಿಲ್ಲ, ನಮ್ತಂದೆ ಗ್ರಾಜುಯೇಟ್. ಕೆಲ್ಸದಲ್ಲಿ ಇದ್ಕೊಂಡೆ ಎಂಎ ಮಾಡಿದ್ರು. ನಮ್ಮತ್ತೆ ಶಾಂಭವಿ ಕೂಡ ಬಿ.ಕಾಂ., ಬಿಎಡ್. ಇನ್ನ ನನ್ನ ಓದಿನ ಬಗ್ಗೆ ಸ್ಪಷ್ಟವಾಗಿ ಏನು ಹೇಳ್ಲಾರೆ. ನಮ್ಮ ವರ್ಣ ಕೂಡ ಬಿಬಿಎಂ. ಅವ್ಳಿಗೂ ಎಂಬಿಎ ಮಾಡೋ ಆಸೆ ಇದೆ. ಅಂಥದ್ದರಲ್ಲಿ ನೀವೊಬ್ರು ಪಿಯುಸಿ ಅಂದರೆ ನಮ್ಗೇ ಅವಮಾನ. ನೀವ್ಯಾಕೆ ಓದು ಮುಂದುವರಿಸಬಾರದು?" ಕೇಳಿದ ಕಿರಣ.

"ತಿಂಡಿ ತಿಂದ್ಮೇಲೆ ಮಾತಾಡಬಹುದಲ್ಲ. ಅಟ್ ಪ್ರೆಸೆಂಟ್ ನೀವು ರಿಲೈಯನ್ಸ್‌ನಲ್ಲಿ ಕೆಲ್ಸ ಮಾಡ್ತಾ ಇದ್ದೀರಾಂತ ಕಾಣುತ್ತೆ." ಅನ್ನುವ ವೇಳೆಗೆ ತಿಂಡಿಯ ಪ್ಲೇಟ್ಸ್‌ಗಳು ಬಂತು. ಶರತ್ ಮೌನವಹಿಸಿ.

ತಿಂಡಿ ತಿಂದು ಮುಗಿಸೋವರೆಗೂ ಮಾತೇ ಇಲ್ಲ. ಬಂದ ಟೀನ ಕುಡಿದಿಟ್ಟು ಮೇಲೆದ್ದವರು ಇಬ್ಬರು ಹೊರಗೆ ಬಂದಾಗ "ಮಿಸ್ಟರ್ ಕಿರಣ್, ನಿಮ್ಮ ಮನೆಯ ಪ್ರೆಸ್ಟೀಜ್‌ಗೋಸ್ಕರ ನಾನು ವಿದ್ಯಾಭ್ಯಾಸ ಮುಂದುವರಿಸೋಲ್ಲ, ನೀವು ಈಗ ಕೆಲ್ಸ ಮಾಡ್ತಾ ಇರೋ ರಿಲೈಯನ್ಸ್‌ನಲ್ಲಿ ಸಾವಿರಾರು ಜನ ಕೆಲ್ಸ ಮಾಡ್ತಾ ಇದ್ದಾರೆ. ಲಕ್ಷಾಂತರ ಜನರ ಅನ್ನಕ್ಕೆ ನಿಲ್ದಾಣ ಕಲ್ಪಿಸಿಕೊಟ್ಟ ರಿಲೈಯನ್ಸ್‌ನ ಸಂಸ್ಥಾಪಕ ಅಂಬಾನಿಯ ಎಜುಕೇಷನ್....ಏನು? ವಿದ್ಯಾಭ್ಯಾಸಕ್ಕೆ ತಮ್ಮ ಆರ್ಥಿಕ ಸಮಸ್ಯೆಗಳಿಂದ ಟಾಟಾ ಹೇಳಿದ್ದು ತಮ್ಮ 16ನೇ ವಯಸ್ಸಿನಲ್ಲಿ. ಆಪಲ್ ಕಂಪ್ಯೂಟರ್ 'ಸ್ಟೀವ್ ಜಾಬ್ಸ್'ನ ಎಜುಕೇಷನ್ ಎಷ್ಟು? ಸಚಿನ್ ತೆಂಡೂಲ್ಕರ್, ಸ್ಟೀವನ್ ಸ್ಪಿಲ್ ಬರ್ಗ್ ಎನ್ನುವ ಮಹಾನ್ ಸಾಧಕರ ವಿದ್ಯಾಭ್ಯಾಸ ಎಷ್ಟೆಂದು ತಿಳಿಯಿರಿ. ಸದ್ಯಕ್ಕೆ ವಿದ್ಯಾಭ್ಯಾಸ ಮುಂದುವರಿಸೋ ಇಚ್ಛೆ ಇಲ್ಲ. ಶರತ್ ಬರೀ ಪಿಯುಸಿ ಬರ್ತೀನಿ"

ಎಂದ ಶರತ್ ಹೊರಟುಬಿಟ್ಟ.

ಕಿರಣ್ ನಿಂತಲ್ಲಿಯೆ ಪ್ರತಿಮೆಯಾದ. ವ್ಯಕ್ತಿಗಳನ್ನ, ಸಮಸ್ಯೆಗಳನ್ನ, ಮಾತುಗಳನ್ನ ಫೇಸ್ ಮಾಡೋ ರೀತಿಗೆ ದಂಗಾದ. ವಾರದ ಹಿಂದೆ ತಂದೆಯ ಬಳಿ ಕೂತು ಮಾತಾಡಿದ್ದ.

"ಅಪ್ಪ, ಹೇಗೂ ವರ್ಣಗೊಂದು ಮಗು ಆಗ್ತಾ ಇದೆ. ಬರೀ ಶರತ್‌ದು ಪಿಯುಸಿ ಅನ್ನೋ ತಕರಾರು ತಾನೇ? ಅವನು ಮುಂದಕ್ಕೆ ಓದಿದರೇ, ಓಪನ್ ಯೂನಿವರ್ಸಿಟಿಯಲ್ಲಿ ಡಿಗ್ರಿ.... ಏನೆಲ್ಲ ಮಾಡ್ಕೋಬಹ್ದು . ಆಮೇಲೆ ಕೆಲ್ಸ, ಸಂಬಳ ಎಲ್ಲಾ ಬದಲಾಗುತ್ತೆ."

"ಸಾಕು, ಎದ್ದು.... ಹೋಗು" ಎಂದಿದ್ದರು ರಾಜೇಶ್.

ಒಂದು ಗಂಟೆ ಚರ್ಚೆ, ವಾದ ಮಾಡಿ ತಂದೆಯನ್ನು ಒಪ್ಪಿಸಿದ್ದ. ಒಂದು ಸಾಧಾರಣ ಡಿಗ್ರಿಯ ಜೊತೆ ಮಾಸ್ಟರ್ ಡಿಗ್ರಿ ಕೂಡ ಮಾಡಿಸುವ ಬಗ್ಗೆ ಪ್ರತಿಜ್ಞೆ ತೊಟ್ಟು ಬಂದಿದ್ದ. ಪ್ರಯತ್ನದ ಮೊದಲ ಹಂತದಲ್ಲಿ ಸೋತಿದ್ದ. ಶರತ್‌ನ ಬಗ್ಗಿಸುವುದು ಸುಲಭವಲ್ಲವೆನಿಸಿತು. ಕಂತಿಗೆ ಕೊಂಡಿದ್ದ ಕಾರಿನತ್ತ ನಡೆದ. ತಾನು ತಿಳಿದುಕೊಂಡಿದ್ದಕ್ಕಿಂತ ಶರತ್ ಪವರ್‌ಫುಲ್ ಎನಿಸಿತು.

ಅಲ್ಲಿಂದ ನೇರವಾಗಿ ಮನೆಗೆ ಒಂದಿದ್ದು ಶಾಂಭವಿ ಸ್ವೆಟರ್ ಹಾಕುತ್ತ ಕೂತಿದ್ದರು. ಮೊದಲಿನಿಂದ ಸ್ವೆಟರ್‌ಗಳನ್ನ ಪುರುಸೊತ್ತಾದಾಗಲೆಲ್ಲ ಹಾಕಿ ಮನೆಗಷ್ಟು ಇಟ್ಟುಕೊಂಡು. ನೆಂಟರಿಗೆ ಪರಿಚಿತರಿಗೆ ಉಡುಗೊರೆ ರೂಪದಲ್ಲಿ ಕೊಡುತ್ತಿದ್ದರು.

"ಅತ್ತೆ, ಸ್ವೆಟರ್ ಯಾರ್‍ಗೇ?" ಎನ್ನುತ್ತ ಎದರು ಕೂತ. ಉರುಳಿದ ಕೆಂಪು ಅಂದರೆ ಅಚ್ಚ ಕೆಂಪು ಬಣ್ಣ ಅಲ್ಲ, ಆಯಿಲ್ ರೆಡ್ ಉಲಡೆ ಉಂಡೆ ಎತ್ತಿ ಮಡಿಲಲ್ಲಿಟ್ಟುಕೊಂಡು "ನಮ್ಮ ವರ್ಣಗೆ, ಈ ಸಲನ ಬಾಣಂತನಕ್ಕಂತ ನಾಲ್ಕಾರು ಕಲರ್‌ಗಳನ್ನ ಸೆಲೆಕ್ಟ್ ಮಾಡಿ ಇಟ್ಟು ಕೊಂಡಿದ್ದೀನಿ. ನಾಲ್ಕು ಸ್ವೆಟರ್‌ಗಳನ್ನ ಹಾಕಿಡೋಳೇ. ಆಮೇಲೆ ಅವಳ ಮಗುಗೆ. ಅಂತು ಕೈಗೊಂದು ಕೆಲ್ಸಂತ ಆಯ್ತು. ಇದೇನು ಈ ವೇಳೆಯಲ್ಲಿ ಮನೆಗೆ ಬಂದಿದ್ದೀ? ಸಂಜೆಯವರ್‍ಗೂ ಅಪ್ಪ, ಮಗ ಮನೆ ಕಡೆ ಮುಖ ಹಾಕೋಲ್ಲ. ಅದೇನು ಕ್ಲಬ್‌ನ ಹುಚ್ಚಿದೆಯೋ, ನಿಮ್ಮಪ್ಪನಿಗೆ? ನೀಟಾಗಿ ವೇಳೆಗೆ ಸರ್‍ಯಾಗಿ ಹೊರಟುಬಿಡ್ತಾನೆ. ಈ ರೀತಿಯ - ಪಂಕ್ಚುಯಾಲಿಟಿ ಕೆಲ್ಸಕ್ಕೆ ಹೋಗೋವಾಗ ಕೂಡ ಇತ್ತೋ, ಇಲ್ಲವೋ?" ಇದು ಅಭಿಮಾನನೋ, ಗೊಣಗಾಟವೋ ಅವರಿಗೆ ಗೊತ್ತಾಗಲಿಲ್ಲ.

"ಯಾಕೋ ಬೇಜಾರಾಯ್ತು, ಬಂದೆ" ಎಂದ.

"ಏನು ಮನೆಯೆಲ್ಲ ನಿಶ್ಯಶ್ದವಾಗಿದೆ" ಅನ್ನುತ್ತ ಅತ್ತಿತ್ತ ನೋಟ ಹರಿಸಿದ. "ದೊಡ್ಡ ಮನೆ. ಉಸಿರಾಡೋ ಜೀವಿಗಳೆ ಕಡ್ಮೇ. ಅನನ್ಯ ಇದ್ದು ಇಲ್ದಂಗೆ. ಅವಳು ಹೊರ್‍ಗೇ.... ಹೋಗಿಲ್ಲ. ಬ್ಯೂಟಿ ಪಾರ್ಲರ್‌ಗೆ ಹೋಗಿದ್ದವಳು ಈಗ್ಬಂದ್ಲು. ಇನ್ನ ಮೋನಿ.... ಯಜಮಾನಿ ಬಟ್ಟೆಗಳ್ನ ಮಡಚುತ್ತಲೋ, ಐರನ್ ಮಾಡ್ತಾನೋ.... ಇರ್ತಾಳೆ. ಅತ್ತಿಗೆ ಮಲಗಿರಬೇಕು. ನಾನ್ಬಂದು ಇಲ್ಲಿ ಕೂತೆ. ವರ್ಣ ಮಗು ಬಂದ್ಮೇಲೆ ಮನೆ ಗಳಗಳ ಅನ್ನತ್ತೆ. ನಂಗಂತೂ ಆ ಕ್ಷಣ ಯಾವಾಗ ಬಂದಿತೋಂತ ಕಾಯ್ತ ಇದ್ದೀನಿ" ತಮ್ಮ ಕನಸನ್ನು ಅವನ ಮುಂದೆ ಬಿಚ್ಚಿಟ್ಟರು.

"ಅತ್ತೆ, ನಂಗೇನು ಮಗು ಬರೋದು. ಸಂತೋಷಾಂತ ಅನ್ನಿಸಿರ್‍ಲಿಲ್ಲ. ಈಚೆಗೆ ಜಾನ್ಸನ್

ಪೌಡರ್, ಸೋಪುಗೆ ಬರೋ ಮಕ್ಕಳನ್ನ ನೋಡಿದಾಗ, ಕುಣಿದಾಡಿಬಿಡಬೇಕೆನಿಸುತ್ತೆ. ಆ ಮಗು ನಮ್ಮಲ್ಲೆ ಬೆಳೀಬೇಕು" ಇಂಥದೊಂದು ಮಾತಾಡಿದ ಕೊನೆಯಲ್ಲಿ. ಆಕೆಯ ಮುಖ ಬಿಳುಚಿಕೊಂಡಿತು. ಇದು ಸಾಧ್ಯವಾ? ಅದಕ್ಕೆ ವರ್ಣಾಳ ಅತ್ತೆಯ ಮನೆಯವರು ಒಪ್ಪಿಯಾರೆ? ಶರತ್ ಒಪ್ಪಿಗೆ ಕೊಟ್ಟಾನಾ? "ಆಗ ಯೋಚ್ಸೋಣ....ಬಿಡು. ಇದೇನು ಮಧ್ಯಾಹ್ನನೆ ಬಂದಿದ್ದು?" ಸ್ವೆಟರ್ ಹೆಣೆಯತೊಡಗಿದರು. ಅವರ ಕೈಬೆರಳುಗಳು ಚಕಚಕ ಆಡುತ್ತಿತ್ತು.

"ಶರತ್‌ನ ಭೇಟಿ ಮಾಡ್ದೆ" ಅಂದ.

ಆಕೆಯ ಕೈಗಳು ಸ್ತಬ್ಧವಾದವು. ಉಸಿರು ಗಟ್ಟಿದಂತಾಯಿತು. ಬಹಳ ಪ್ರಯಾಸದಿಂದ ಉಸಿರೆಳೆದುಕೊಂಡು. "ಆಕಸ್ಮಿಕನಾ? ಅವನಾಗಿ ಬಂದು ನಿನ್ನ ಭೇಟಿ ಮಾಡಿದ್ನಾ? ಇಲ್ಲ, ನೀನೇ ಹೋಗಿ ಭೇಟಿ ಮಾಡಿದ್ಯಾ?" ಕೇಳಿದರು. ಸದ್ಯಕ್ಕೆ ವರ್ಣಾಗೆ ಆಘಾತವಾಗುವಂಥ ಯಾವುದೇ ಸಂಗತಿ ನಡೆಯಬಾರದೆನ್ನುವುದು ಆಕೆಯ ಆಶಯ.

"ಹೌದು, ನಾನೇ ಹೋಗಿ ಭೇಟಿ ಮಾಡಿದ್ದು" ಅಂದವನ ಸ್ವರ ಗಡುಸಾಗಿತ್ತು "ಶರತ್ ತುಂಬ ಸಾಫ್ಟ್ ಅಲ್ಲ" ಎಂದು ತನಗೂ ಮತ್ತು ಶರತ್‌ನ ನಡುವೆ ನಡೆದದ್ದನ್ನು ತಿಳಿಸಿ "ಅಪ್ಪನ ಹತ್ರ ಮಾತಾಡಿ ಒಂದು ಲೆವಲ್‌ಗೆ ತಂದಿದ್ದೆ. ಪ್ರಯೋಜನವಾಗ್ಲಿಲ್ಲ. ಸಾಧನೆಗೂ, ವಿದ್ಯಾಭ್ಯಾಸಕ್ಕೂ ಸಂಬಂಧವಿಲ್ಲ ಅನ್ನೋ ತರಹ ಮಾತಾಡಿದ್ರು. ಹೆಸರಾಂತ ರಿಲೈಯನ್ಸ್‌ನ ಧೀರೂಬಾಯಿ ಅಂಬಾನಿ.... ಬಗ್ಗೆ.... ಹಾಗೇ ಆಪಲ್ ಕಂಪ್ಯೂಟರ್‌ನ ಸ್ಟೀವ್ ಜಾಬ್ಸ್..... ಅವರಗಳ ಉದಾಹರಣೆ ಕೊಟ್ಟು, ನನ್ನ ಎಜುಕೇಷನ್ ಪಿಯುಸಿನೇ. ನಂಗೆ ಓದು ಮುಂದುವರ್ಸಿ ಡಿಗ್ರಿಗಳ್ನ ತೆಗೆದುಕೊಳ್ಳೋ ಹುಚ್ಚಿಲ್ಲ ಅಂದ್ಬಿಟ್ಟ. ಪೂರ್ತಿ ಸುಸ್ತಾದೇ. ವರ್ಣಾಗಾಗಿಯಾದ್ರೂ.... ಡಿಗ್ರಿಗಳ್ನ ಪಡೆದುಕೊಳ್ಳೋ ಪ್ರಯತ್ನ ಮಾಡ್ತಾನೆ ಅಂದುಕೊಂಡಿದ್ದು ತಪ್ಪಾಯ್ತು. ಅವನೇನು ಖಂಡಿತ ವೀಕ್ ಅಲ್ಲ. ಹಾಗಂತ ತಿಳಿದ ನಾವ್ ವೀಕ್ ಅಷ್ಟೆ. ಸಾಧಾರಣಕ್ಕೆ ಬಗ್ಗೋಲ್ಲ. ಅವನಪ್ಪನನ್ನು ಹೋಗಿ ವಿನಾಕಾರಣ ಬಡಿದು ಬಂದ ನಿಮ್ಮ ಸೋದರ ರಾಜೇಶ್‌ನ ಬಿಟ್ಟಿದ್ದು ಅದೃಷ್ಟ. ನಾನಂತು ಈ ವಿಚಾರದಲ್ಲಿ ತಲೆ ಹಾಕೋಲ್ಲ" ಮೇಲೆದ್ದ ಅವನನ್ನ ಕೈ ಹಿಡಿದು ಕೂಡಿಸಿದರು ಶಾಂಭವಿ.

"ಕೂತ್ಕೋ, ಅರುಣ ನಿನ್ನಪ್ಪ ನಿಂಗೆ ಮದ್ವೆ ಮಾಡೋ ಮಾತಾಡ್ತಾ ಇದ್ದಾರೆ. ಹೆಣ್ಣು ನೋಡೋ ಜವಾಬ್ದಾರಿ ಅಪ್ಪ, ಮಗನಿಗೆ ಒಪ್ಪಿಸಿದ್ದೀಯಂತೆ" ಅಂದರು. ಎದ್ದವನು ಕೂತು "ಹೌದು, ನಿಂಗೆ ಇನ್ನಷ್ಟು ದೊಡ್ಡ ಜವಾಬ್ದಾರಿ ವಹಿಸ್ತಾ ಇದ್ದೀನಿ. ನನ್ನ ಬಗೆಗಿನ ಪೂರ್ತಿ.... ಅಂದರೆ ಪೂರ್ತಿ ಡಿಟೈಲ್ಸ್ ಹುಡ್ಗೀಯ ಮನೆಯವರಿಗೆ ಕೊಡ್ಬೇಕು. ಅಕಸ್ಮಾತ್ ಅವಳೇನಾದ್ರೂ ಡಿಗ್ರಿ ಮಾಡಿ, ನನ್ನ ಹೆಸರಿನ ಪಕ್ಕ ಯಾವ್ದೇ ಡಿಗ್ರಿ ಇಲ್ಲಾಂತ ಡಿವೋರ್ಸ್‌ವರ್ಗೂ ಹೋಗೋದ್ಬೇಡ. ತೀರಾ ಕಡ್ಮೇ ಕಲೀತ ಕನ್ಯೆ ಸಾಕು. ಮನೆಗೆ ಹೊಂದಿಕೊಂಡ್.... ಹೋದರೆ ಸಾಕು" ತನ್ನ ಇಂಗಿತ ವ್ಯಕ್ತಪಡಿಸಿದ 'ಸಾಕು, ಸಾಕು' ಅನ್ನುವ ಪದ ಬಳಸಿದ್ದು ನೋಡಿ ಶಾಂಭವಿಗೆ ನಗು ಬಂತು.

"ಪರ್ವಾಗಿಲ್ಲ, ಕಣೋ" ನಕ್ಕೇ ಬಿಟ್ಟರು.

"ಕೂತ್ಕೋ ಕಿರಣ! ಶರತ್ ನೋಡು. ಎಷ್ಟೊಂದು ಆತ್ಮ ವಿಶ್ವಾಸ ಅವನದು. ಕಡಿಮೆ

ಓದೂಂತ ಇನ್‌ಫಿಯಾರಿಟಿ ಬೆಳಸ್ಕೋಬೇಡ. ಓದೇ ಬೇರೆ, ಸಾಧನೆನೇ ಬೇರೆ. ಇಡೀ ವಿಶ್ವ 'ಫೇಸ್ ಬುಕ್' ನತ್ತ ಮುಖ ಮಾಡಿದೆ. ಹಾರ್ವಡೆ ವಿವಿಯಲ್ಲಿ ವಿದ್ಯಾಭ್ಯಾಸ ಮಾಡುತ್ತಿದ್ದ ಮಾರ್ಕ್ ಜುಕೆರ್ ಬರ್ಗ್ ವಿದ್ಯಾಭ್ಯಾಸ ಅರ್ಧದಲ್ಲೇ ನಿಲ್ಲಿಸಿ ಫೇಸ್‌ಬುಕ್ ಆರಂಭಿಸಿದ್ರು. ಇನ್ನೊಬ್ಬ ಮಹಾನ್ ವ್ಯಕ್ತಿ ಸಾಫ್ಟ್‌ವೇರ್ ಸಂಸ್ಥೆಯ ದಿಗ್ಗಜರಲ್ಲಿ ಒಬ್ಬರಾದ ಬಿಲ್‌ಗೇಟ್ಸ್ ಜಗತ್ತಿನಲ್ಲಿ ಅತ್ಯಂತ ಶ್ರೀಮಂತ ವ್ಯಕ್ತಿ. ಪದವಿ ಪಡೆಯದೆಯೇ ಮೈಕ್ರೋಸಾಫ್ಟ್ ಸಂಸ್ಥೆ ಸ್ಥಾಪಿಸಿ ಜಗತ್ತನ್ನೇ ಆಳಿದರು. ನೀನಾಗ್ಲೀ, ಶರತ್ ಆಗ್ಲೀ ಏನು ಬೇಕಾದರೂ ಆಗಬಹುದು. ಮಹತ್ತಾದನ್ನು ಯೋಚ್ಸು. ಸಾಧನೆಯ ಕಡೆ ನಿನ್ನ ಓಟ ಇರಲೀ. ಅವರೆಲ್ಲ ನಿಂಗೆ ಆದರ್ಶವಾಗ್ಲಿ" ಭುಜ ತಟ್ಟಿದ್ದರು.

ಶಾಂಭವಿಯ ಎರಡು ಕೈಗಳನ್ನು ಹಿಡಿದು "ಪ್ಲೀಸ್ ಅತ್ತೆ ನಿಮ್ಮ ಹೆಲ್ಪ್ ನಂಗೆ....ಬೇಕು" ಕಣ್ಣೀರು ಸುರಿಸಿದ. "ಆಕೆಯ ಕಣ್ಣಲ್ಲಿ ಆನಂದ ತೇಲಿತು" ಷೂರ್, ಆ ಬಗ್ಗೆ ನಿಂಗೆ ಅನುಮಾನ ಬೇಡ. ಧೈರ್ಯ ತುಂಬಿದರು. ಕಿರಣ ಅವರ ಕೈಯಲ್ಲಿ ಬೆಳೆದವನೆ.

ಅವನು ಹೊರಗೆ ಹೋದ ಎಷ್ಟೋ ಹೊತ್ತಿನ ನಂತರ ಕೂಡ 'ಆ ಮಗುವನ್ನ ನಾವೇ ಸಾಕೋಣ' ಅದಕ್ಕೆ ಎಲ್ಲರ ಪ್ರತಿಕ್ರಿಯೆ ಹೇಗಿರುತ್ತೋ, ಇಂದಿಗೂ ರಾಜೇಶ್ ಸಮಾಧಾನ ಗೊಂಡಿರಲಿಲ್ಲ. ಮಗಳದು ತಪ್ಪು ತೀರ್ಮಾನ. ಭವಿಷ್ಯಕ್ಕೆ ಕಂಟಕವಾದ ಈ ಮಗು ಬೇಕಿತ್ತಾ? ಸುಲಭವಾಗಿ ನಿವಾರಿಸಿಕೊಂಡಿದ್ದರೇ, ಶರತ್‌ನ ಪ್ರವೇಶವಿರುತ್ತಿರಲಿಲ್ಲ. ಅನ್ನೋವರೆಗೂ ಯೋಚಿಸುತ್ತಿದ್ದರು.

ಉಲನ್, ಕ್ರೋಶ ಕಡ್ಡಿಗಳನ್ನು ಹಿಡಿದುಕೊಂಡೇ ಅಣ್ಣನ ರೂಮಿಗೆ ಬಂದ ಶಾಂಭವಿ ಮಂಚದ ಎದರು ಕೂತರು. ಮಲಗಿದ್ದ ಸಕ್ಕೂಬಾಯಿ ಎದ್ದು ಕೂತರು.

"ಸ್ವೆಟರ್ ಮಗುಗಾ? ಅವರಮ್ಮನಿಗಾ?" ಕೇಳಿದರು.

"ಇಬ್ಬರಿಗೂನು ಅಂದ್ಕೊಳ್ಳಿ. ಕೋರ್ಟು, ಲಾಯರ್‌ನ ಪಕ್ಕಕ್ಕಿಟ್ಟು ನಾವು....ನಾವೇ....ಯಾಕೆ ಒಂದು ತೀರ್ಮಾನಕ್ಕೆ ಬರಬಾರದು? ಈಗ ವರ್ಣ, ಶರತ್ ಇನ್ನು ಚಿಕ್ಕ ಪುಟ್ಟ ವಯಸ್ಸಿನವರು. ದೂರವಿದೆ ದಾರಿ ಕ್ರಮಿಸಬೇಕಾದ್ದು. ಆದ್ದರಿಂದ ಅವರಪ್ರ ಭವಿಷ್ಯ ಅವರಿಗೆ ಮುಖ್ಯ. ಹುಟ್ಟೋ ಮಗುನ ನಂಗೆ ಯಾಕೆ ಕೊಡಬಾರ್ದು? ನಾನು ದತ್ತಕ ಸ್ವೀಕರಿಸ್ತೀನಿ. ಮುಂದಿನ ಜೀವನಕ್ಕೆ ಆ ಮಗುವೊಂದು ಕಮಿಟ್‌ಮೆಂಟ್. ನೀವೇನು ಹೇಳ್ತೀರಾ?" ಕೇಳಿದರು ಶಾಂಭವಿ.

ಆಕೆಗೆ ಸರಿಯೆನಿಸಿತು. ಮಗುವಿನ ಭವಿಷ್ಯದ ದೃಷ್ಟಿಯಿಂದಲೂ ಸಮರ್ಪಕವೆನಿಸಿತು ಇದು. "ಇದು ಹಂಡ್ರೆಡ್ ಪರ್ಸೆಂಟ್ ಸರಿ ಕಣೇ. ಇಲ್ಲೇ ಇರೋ ವರ್ಣ ಒಪ್ಪೋಬಹುದು. ಆದರೆ ಶರತ್, ಅವನಪ್ಪ ಅಮ್ಮ ...." ಕೊನೆಯಲ್ಲಿ ಅನುಮಾನದ ರಾಗ.

"ಒಪ್ಪಿಕೊಂಡರೇ, ಒಳ್ಳೇದು. ಮುಂದೆ ಅವನ ಜೀವನದಲ್ಲಿ ಕಾಲಿಡಬಹುದಾದ ಹೆಣ್ಣಿಗೆ ಮಗು ಹೊರೆಯೆನಿಸಬಹುದು. ಅಂತು ಸ್ವಲ್ಪ ಕಗ್ಗಂಟೇ. ಅವರುಗಳು ಒಪ್ಗೇ ನೀಡಿದರೆ ಮಗು ನಮ್ಮಲ್ಲೇ ಉಳಿಯುತ್ತೆ. ಅದೇನು ವರ್ಣ ಜೀವನಕ್ಕೆ ತೊಂದರೆಯಾಗದಂತೆ ನಾನು ಪೋಷಿಸ್ತೀನಿ" ಎಂದರು ಶಾಂಭವಿ ಉದ್ವೇಗದಿಂದ. ಖಂಡಿತ ಈ ಮಾತು ಆಕೆಯ ಹೃದಯದಾಳದಿಂದ

ಬಂದಿದ್ದು. ಸಾಧ್ಯವೇ, ಎನ್ನುವ ಪ್ರಶ್ನೆ ಹಿಂದಿತ್ತು. ಅದಕ್ಕೆ ಸದ್ಯಕ್ಕೆ ಉತ್ತರವಿಲ್ಲ.

ಬಹಳ ಹೊತ್ತು ಚರ್ಚಿಸಿದರೂ ಬಗೆಹರಿಯದ ವಿಷಯ.

"ನೋಡೋಣ, ಐದನೆ ತಿಂಗಳಲ್ಲಿ ವೊಗ್ಗು ಮುಡಿಸೋ ಶಾಸ್ತ್ರ. ಬೀಗರ ಮನೆಯವರನ್ನು ಆಹ್ವಾನಿಸಿದ್ದರಾಗುತ್ತ? ಇವರ ಮುಖ ಈ ಕಡೆ, ಆ ಮನುಷ್ಯನ ಮುಖ ಆ ಕಡೆ, ಇವರಿಬ್ಬರ ಮಧ್ಯೆ ನಾವು ತೊಳಲಾಡಬೇಕು. ಬೀಗಿತ್ತಿ ಒಂದು ನಾಲ್ಕು ದಿನ ನಮ್ಮ ನೆಗೆ ಕರ್ಕಂಡ್ ಹೋಗ್ತೀನಿ ಅಂದವರು ಈಚೆಗೆ ಲಾಭ-ಶುಭ ಇಲ್ಲ. ಗಂಡನ ಒಪ್ಗೇ ಸಿಗಬೇಕಲ್ಲ? ಇದನ್ನೆಲ್ಲ ಅಗ್ರಿಮೆಂಟ್‌ನಲ್ಲಿ ಸೇರಿಸಬೇಕಿತ್ತು. ಬರವಣಿಗೆ ಏನು ಮಾಡುತ್ತೆ? ಭಾವನೆಗಳ ಪ್ರಚೋದನೆ ಬೇಕಲ್ಲ!" ಅದನ್ನು ಮರೆತಿದ್ದರಷ್ಟೆ. ಅಗ್ರಿಮೆಂಟ್‌ನಲ್ಲಿ ಎಲ್ಲಾ ಇತ್ತು.

ಆ ಸಂಜೆಯೇ ಹಿಮವಂತ ಬಂದ. ಎಲ್ಲರಿಗಿಂತ ಹೆಚ್ಚಿಗೆ ಸ್ವಾಗತಕ್ಕೆ ನಿಂತಿದ್ದು ರಾಜೇಶ್. ತಮ್ಮ ಸ್ಟೇಟಸ್ ಮೇಲೇರುತ್ತಿದೆಯೆನ್ನುವ ಅನುಭವದಿಂದ ಸುಖಿಸುತ್ತಿದ್ದರು. ತಮ್ಮ ದೊಡ್ಡಸ್ಥಿಕೆಯನ್ನು ಮರೆಸುವ ಜನ.

"ಅನನ್ಯ, ಇರಬೇಕಲ್ಲ!" ಕೇಳುತ್ತಲೇ ಕೂತ.

"ರೂಮಿನಲ್ಲಿದ್ದಾಳೆ. ತುಂಬ ಡೀಸೆಂಟ್" ಅಂದಿದ್ದು ರಾಜೇಶ್.

"ಹೌದೌದು, ಅಂಥ ಡಿಸೆಂಟ್ ಜನ ಜಾಸ್ತಿಯಾಗಿದ್ದಾರೆ. ಬರೀ ವಸ್ತುಗಳ ನಡ್ವೇ ಅವರ ಬದುಕು. ಅಲ್ಲಿ ಕನಸುಗಳು, ಭಾವನೆಗಳು ಸತ್ತು ಬೂದಿಯ ಹೊಗೆ ಮಧ್ಯದ ಜೀವನ. ಅಂಥ ಜೀವನ ಬೇಕೂಂತ ಅನ್ನಿಸೋಲ್ಲ. ಎಲ್ಲಿ ಶಾಂಭವಿ ಅತ್ತೆ?" ಅವರನ್ನು ವಿಚಾರಿಸಿದ. ಆರ್ಟಿಫಿಷಿಯಲ್ ಬದುಕು ಅವನಿಗೆ ಸಾಕಾಗಿತ್ತು. ಸರಳ, ಸ್ವಾಭಾವಿಕ ಜೀವನಕ್ಕಾಗಿ ಅವನ ಹುಡುಕಾಟ. ಈ ಕುಟುಂಬ ಕಂಡಾಗ ಅದು ಸಿಕ್ಕಂತಾಗಿತ್ತು. ಇಷ್ಟವೆನಿಸಿತ್ತು ಕೂಡ.

"ಶಾಂಭವಿ...." ಕೂತಲ್ಲಿಂದಲೆ ಕೂಗಿದರು ರಾಜೇಶ್.

ಒದ್ದೆ ಕೈಯನ್ನೊರೆಸಿಕೊಳ್ಳುತ್ತ ಶಾಂಭವಿ "ಈಚೆಗೆ ಅಪರೂಪವಾದ್ರಿ" ಅನ್ನುತ್ತಲೇ ಬಂದಿದ್ದು. "ಹೆಚ್ಚೆಚ್ಚು ಮರ್ಯಾದೆ ಕೊಡೋದು ನೋಡಿ ಗಾಬ್ರಿ ಆಯ್ತು. ನೀವು ಅರುಣ, ಕಿರಣನನ್ನ ನೋಡಿದ ತರಹ ನನ್ನನ್ನು ನೋಡಿದರೆ ಸಾಕು. ಹೊರ್ಗಿನ ವ್ಯವಹಾರಿಕ ಜಗತ್ತಿನಲ್ಲಿ ಹೆಚ್ಚು ಕಡ್ಮೇ ಕಳ್ದು ಹೋಗಿದ್ದೀವಿ. ಮಾತುನಿಂದ ಹಿಡಿದು ಪ್ರತಿಯೊಂದರಲ್ಲು ಲಾಭ-ನಷ್ಟಗಳ ಲೆಕ್ಕಾಚಾರ. ಅದ್ರಿಂದ ನಾವುಗಳು ಕಳ್ದು ಕೊಳ್ತಾ ಇರೋದು ಎಷ್ಟೂಂತ ಅರಿವಿಗೆ ಬಂದರೆ ಭಯ. ಮನೆಗೆ ಬಂದ್ರೂ.... ಅದೇ ಆಗಬಾರದಲ್ಲ" ಮಾರ್ಮಿಕವಾಗಿ ನುಡಿದ. ಇದು ಎಲ್ಲರಿಗೂ ಸೇರಿಸಿ ಹೇಳಿದಂತಿತ್ತು.

ಮಾತು ಮುಗಿಯೋ ವೇಳೆಗೆ ಸಕ್ಕೂಬಾಯಿ ಕೂಡ ಬಂದರು. ಹಿಮವಂತನನ್ನು ಕಂಡೊಡನೆ ಇಷ್ಟಗಲ ಕಣ್ಣರಳಿಸಿ "ಬಂದಿದ್ದು ಒಳ್ಳೆದಾಯ್ತು. ಇವತ್ತು ಹಾಲು ಬಾಯಿ ಮತ್ತು ನುಚ್ಚಿನ ಉಂಡೆ ಮಾಡಿದ್ದೆ. ನಿಮ್ಗೇ ಟೇಸ್ಟ್ ನೋಡೋಕೆ.... ಕೊಡೋಣಾಂತ" ಅಂದರು. ಯಾಕೋ ಏನೋ ಸರಳವಾಗಿ ಬೆರತು ಹೋಗುವ ಹಿಮವಂತ ಇಷ್ಟವಾಗಿದ್ದ. ಆಗ ಅರುಣ, ಕಿರಣನ ಜೊತೆ ಇವನಂಥ ಒಬ್ಬ ಮಗ ಇರಬೇಕೆನಿಸಿತ್ತು ಆಕೆಗೆ.

"ಷೂರ್, ನಂಗೆ ಬೇಕಾಗಿರೋದು ಇಂಥ ಹೋಮ್ಲಿ ವಾತಾವರಣವೇ. ಇಂಥದ್ದು ಬಿಟ್ಟು ರಾಜೇಶ್ ಅವರು ಯಾಕೆ ಹೋಗಿ ಕ್ಲಬ್‌ನಲ್ಲಿ ಕೂಡ್ತಾರೋ?" ಅವರತ್ತ ನಗೆ ಚಟಾಕಿ ಹರಿಸಿದ.

ಬೇರೆಯವರು ಈ ತರಹ ಮಾತಾಡಿದ್ದರ್ರೇ ಅವರ ಪ್ರತಿಕ್ರಿಯೆ ಹೇಗಿರುತ್ತಿತ್ತು? ಆದರೆ ಅದನ್ನು ಆಡಿದ್ದು ಹಿಮವಂತ. ಪೆಚ್ಚು ಪೆಚ್ಚು ನಗೆ ಬೀರಿದರು. ಕ್ಲಬ್‌ಗೆ ಹೋಗಲು ಶುರುವಾದ ಮೇಲೆ ಅವರ ಉಡುಪಿನಲ್ಲಿ ಬದಲಾವಣೆ ಬಂದಿತ್ತು.

"ಇವರುಗಳ ಹತ್ರ ಹೊಡೆದಾಡಿ ಸಾಕಾಗಿಯೆ ಕ್ಲಬ್‌ಗೆ ಹೋಗಿ ಕೂಡೋದು. ಅಲ್ಲಿ ಆರಾಮಾಗಿ ಟೈಮ್ ಪಾಸ್ ಆಗುತ್ತೆ. ಒಳ್ಳೊಳ್ಳೆ ಫ್ರೆಂಡ್ಸ್ ಸಿಕ್ಕಿದ್ದಾರೆ" ಅಂದರು ರಾಜೇಶ್ ಬಿಗಿಯಾದ ದನಿಯಲ್ಲಿ.

ಇವರುಗಳೊಂದಿಗೆ ಮಾತಾಡುತ್ತಲೇ ಹಾಲು ಬಾಯಿ, ನುಚ್ಚಿನ ಉಂಡೆ ಚಪ್ಪರಿಸುತ್ತ ತಿಂದ. ಹೋಗೋ ಮುನ್ನ "ಡಾಕ್ಟ್ರು ಹತ್ರ ವರ್ಣನ ಚೆಕ್ ಅಪ್‌ಗೆ ಕರ್ಕೊಂಡ್ಹೋಗಿದ್ರಾ?" ವಿಚಾರಿಸಿದ.

"ಎವ್ರೈರಿ ಥಿಂಗ್ ನಾರ್ಮಲ್" ಎಂದರು ಶಾಂಭವಿ.

"ಗುಡ್.... ಈ ಸಮಯದಲ್ಲಿ ಆರಾಮದ ಜೊತೆ ಮನಕ್ಕೆ ಹಿತವಾಗುವಂಥ ಸನ್ನಿವೇಶಗಳು, ಸಂದರ್ಭಗಳು ಬೇಕು. ತುಂಬ್ನಾ ಸೆನ್ಸಿಟಿವ್" ಎಂದೇ ಹೊರಟಿದ್ದು. ಆ ಸಮಯದಲ್ಲಿ ಅವನ ಮುಖದಲ್ಲಿ ಮೂಡಿದ ಮೆಚ್ಚುಗೆಯ ಭಾವ ಗುರ್ತಿಸಿದರು ಎಲ್ಲರು ಅಥವಾ ಇವರಲ್ಲಿನ ಭ್ರಮೆಯೋ ಕಾದು ನೋಡಬೇಕಿತ್ತು.

"ಛೆ, ಮೊದ್ಲೇ.... ಈ ಹುಡ್ಗ ಸಿಕ್ಕಿದ್ದರೇ ಚೆನ್ನಾಗಿತ್ತು" ಎಂದರು ಸಕ್ಕೂಬಾಯಿ "ಈಗ್ಲೂ, ಅಂಥ ಒಂದು ಅವಕಾಶ ಇದೆ" ರಾಜೇಶ್ ಹುಬ್ಬು ಕುಣಿಸಿದರು. ಅದು ಆಕೆಗೆ ಅಷ್ಟು ಇಷ್ಟವಾಗಲಿಲ್ಲ.

"ಕಾಲ ತುಂಬ ಬದಲಾಗಿ ಹೋಯ್ತು. ಮದ್ವೆಗೆ ಎಷ್ಟೊಂದು ಮಹತ್ವ ಇತ್ತು. ಗಂಡ ಬಿಟ್ಟ ಹೆಂಗಸಿಗೆ ಹಿಂದೆ ಸಮಾಜದಲ್ಲಿ ಮರ್ಯಾದೆನೆ ಇರ್ಲಿಲ್ಲ. ಈಗ ನೋಡಿ, ಹಿರಿಯರು ಅನ್ನಿಸ್ಕೊಂಡ ಜನ.... ಮಗಳಿಗೆ ಡಿವೋರ್ಸ್ ಕೊಡಿಸೋಕೆ. ಅದಕ್ಕೆ ಮುನ್ನವೆ ಗಂಡುನ ಹುಡ್ಕೀ ಇಟ್ಕೋತಾರೆ. ನಂಗೆ ಇದೆಲ್ಲ ಅಸಹ್ಯ ಅನಿಸುತ್ತೆ" ಅನ್ನಿಸಿದನ್ನು ಹೇಳಿಯೇಬಿಟ್ಟರು. ಇಂಥ ವಿರೋಧಾಭಾಸಗಳ ಬಗ್ಗೆ ಅವರ ನರಳಿಕೆ.

ಸಕ್ಕೂಬಾಯಿ ಕಣ್ಣೀರು ತೊಡೆದುಕೊಳ್ಳುತ್ತ ಹೋದವಳತ್ತ ಕೆಂಗಣ್ಣು ಬೀರಿದರು ರಾಜೇಶ್. ಶಾಂಭವಿಗೆ ರೇಗಿತು.

"ಯಾಕಣ್ಣ, ಕೋಪ? ಅತ್ತಿಗೆ ಹೇಳಿದ್ದು ಸುಳ್ಳಾ? ಇಂಥದನ್ನು ಹಿಂದೆ ಯೋಚಿಸಲು ಸಾಧ್ಯವಿತ್ತಾ? ನಮ್ಮ ಹಿಂದೂ ಸಂಪ್ರದಾಯದ ಪ್ರಕಾರ ಮದ್ವೆಯ ಬಗ್ಗೆ ಒಂದು ಪವಿತ್ರತೆ ಇದೆ. ಇದು ಏಳೇಳು ಜನ್ಮಗಳ ಸಂಬಂಧ ಎನ್ನುವ ನಂಬಿಕೆ ಎಲ್ಲರಲ್ಲು ಇತ್ತು. ಅದು ನಿನ್ನಲ್ಲಿ ಕೂಡ ಇತ್ತು. ಅತ್ತಿಗೆಗೆ ಈ ನಂಬಿಕೆ ಇದ್ದುದ್ದರಿಂದಲೇ, ಇಷ್ಟು ವರ್ಷ ನಿನ್ನ ಕಿರಿಕ್, ಅವಿವೇಕ

ಸಹಿಸ್ಕೊಂಡ್.... ನಿನ್ನ ಜೊತೆ ಸಂಸಾರ ಮಾಡಿದ್ದಾಳೆ. ಹೊಸ ಜಮಾನದ ಯುವ ಜನತೆ.... ಇದನ್ನು ಪಕ್ಕಕ್ಕೆ ಸರಿಸಿದ್ದಾರೆ ಅಷ್ಟಿಷ್ಟು. ಆದರೆ ಹಿರಿಯರ ಪ್ರತಿಭಟನೆ ಇನ್ನು ಇದೆ. ಆದರೆ ವಿಚಿತ್ರವೆನ್ನುವಂತೆ ನೀನೇ, ಮುಂದಾಗಿರೋದು ಮಾತ್ರ ಅಚ್ಚರಿ. ಏನೋ...ಬಿಡು...." ಅಂದೇ ಅವರು ರೂಮಿಗೆ ಹೋಗಿದ್ದು. ಈಚೆಗೆ ಕುಟುಕುತ್ತಿದ್ದರು.

ಈಚೆಗೆ ತಂಗಿ ಸ್ವಲ್ಪ ಜೋರಾಗಿದ್ದಾಳೆ. ಬಾಯಿಗೆ ಬಂದಿದ್ದನ್ನು ಆಡಿಬಿಡುವಷ್ಟು ಪ್ರಬಲತೆ ಪಡೆದುಕೊಂಡಿರುವುದು ಅವರಿಗೆ ಸಹಿಸಲಾರದ್ದೇ. ಯಾಕೋ ಮೊದಲಿನಂತೆ ದರ್ಪ ತೋರಲು ಹಿಂಜರಿಯುತ್ತಿದ್ದರು. ಆದರೆ ಅರ್ಧಗಂಟೆಯಲ್ಲಿ ಅದರಿಂದ ಹೊರ ಬಂದರು.

ಕ್ಲಬ್‌ನಲ್ಲಿ ಗೆಳೆಯರಾದ ಗೋಪಾಲಸ್ವಾಮಿ ಅಂದು ಒಂದು ವಿಚಾರವನ್ನು ಪ್ರಸ್ತಾಪಿಸಿದರು.

"ಬಹಳ ಸಂಕೋಚದಿಂದಲೇ, ನಿಮ್ಹತ್ರ ಈ ವಿಚಾರ ಪ್ರಸ್ತಾಪಿಸುತ್ತ ಇದ್ದೀನಿ. ನಾಲ್ಕು ಎಕರೆ ಭೂಮಿಯನ್ನು ಬೇಕಾದರೆ, ನಿಮ್ಮ ಮಗನ ಹೆಸರಿಗೆ ಬರೀತೀನಿ. ಒಬ್ಬೇ ಮಗ್ಳು, ಸಾಕಷ್ಟು ಜಮೀನು ಮಾರ್ಕೊಂಡ್ ಬೆಂಗ್ಳೂರಿಗೆ ಬಂದಿದ್ದು. ಮಕ್ಕಳಿಗೆ ಅವರವ್ರ ಭಾಗವನ್ನು ಕೊಟ್ಟು ಕೈತೊಳೆದುಕೊಂಡಿದ್ದಾಯ್ತು. ಸ್ವಂತ ಮನೆ ಕೊಂಡಿದ್ದೀನಿ. ಸಾಕಷ್ಟು ಬ್ಯಾಂಕ್ ಬ್ಯಾಲೆನ್ಸ್ ಇದೆ. ಆರ್ಥಿಕವಾಗಿ ಏನು ತೊಂದರೆ ಇಲ್ಲ. ನನ್ನ ಗ್ಳುಡಿಗ್ರಿಯಲ್ಲಿ ಕಲೀತ ಇದ್ದಾಳೆ. ಕಂಪ್ಯೂಟರ್ ಕೊಡ್ಸಿ, ಇಂಟರ್‌ನೆಟ್ ಹಾಕ್ಸಿಕೊಟ್ಟಿದ್ದೀನಿ. ಇಲ್ಲಿಗ್ಬಂದ್ಮೇಲೆ ಸಿಟಿಯ ವಾತಾವರಣಕ್ಕೆ ಹೊಂದಿಕೊಂಡಿರೋದರಿಂದ, ಸಿಟಿಯಲ್ಲೇ ಹುಡ್ಗನನ್ನ ನೋಡೋ ಇರಾದೆ. ಹಳ್ಳಿಯಲ್ಲಿದ್ದ ಜನ, ಅಂಥ ಎಜುಕೇಷನ್ ಇಲ್ಲ ಅನ್ನೋದು ಸೀಕ್ರೆಟ್. ಹುಡುಗರು ಕೂಡ ಅಂಥ ಕಲಿತವರೇನು ಅಲ್ಲ. ಆದರೆ ಹುಷಾರಿ. ಹೇಗೋ ಬದ್ಕೀಕೋತಾರೆ. ಆದರೆ ಇವಳದು, ಚಿಂತೆ. ನಮ್ಮದೆಲ್ಲ.... ನಿಮ್ದು! ನಿಮ್ಮಿಂದ ನಮ್ಮ ಸ್ಟೇಟಸ್ ಕೂಡ ಬೆಳೀಬೇಕು" ಇಂಥದೊಂದು ಬೇಡಿಕೆ ಇಟ್ಟು ಒಪ್ಪಿಸಿದರು ಕೂಡ. ಅವರಿಗೆ ವಿವಾಹವಾಗದ ಕಿರಣನ ಮೇಲೆ ಕಣ್ಣು.

ಅದು ಶ್ರೀಮಂತರು, ಅತಿ ವಿದ್ಯಾವಂತರು ಸದಸ್ಯರಾಗಿರೋ ಕ್ಲಬ್. ಕೆಲವೊಮ್ಮೆ ಅವರೊಂದಿಗೆ ಮಿಂಗಲ್ ಆಗಲು ಸಂಕೋಚ ಕಾಡುತಿತ್ತು. ಅದರಲ್ಲಿ ಕೆಲವರನ್ನ ಮಾತ್ರ ಆಯ್ದುಕೊಂಡು ಅಂಥವರೊಂದಿಗೆ ಎಲೆ ಕಲಿಸುವುದನ್ನು ಅಭ್ಯಾಸ ಮಾಡಿಕೊಂಡಿದ್ದರು. ಗೋಪಾಲಸ್ವಾಮಿಯದು ಕೂಡ ಅದೇ ಕೇಸ್. ಅದರಿಂದ ಇಬ್ಬರು ಜೊತೆಯಾದರು. ಒಂದೆರಡು ಸಲ ಮನೆಗೂ ಬಂದು ಹೋದರು.

ಇದೊಂದು ಪೀಠಿಕೆಗೆ ನಾಂದಿಯಾಯಿತು. ಇದಕ್ಕೆ ಮನೆಯವರೆಲ್ಲರ ಕೋಪರೇಷನ್ ಬೇಕು, ಶಾಂಭವಿಯ ಸಹಕಾರ ಬೇಕಿದ್ದರಿಂದ ತಂಗಿಯ ಮಾತುಗಳನ್ನು ಸಹಿಸಿಕೊಳ್ಳುತ್ತಿದ್ದರು.

ಅಂದು ರಜ ಹಾಕಿ ವರ್ಣ ಮನೆಯಲ್ಲೆ ಉಳಿದಿದಕ್ಕೆ ಒಂದು ಕಾರಣವಿತ್ತು. ಬಂದು ಭೇಟಿ ಮಾಡಬೇಕೆಂದು ಶರತ್‌ಗೆ ಆಹ್ವಾನ ಕೊಟ್ಟಿದ್ದಳು. ಸಡಗರ ಮೈ ತುಂಬಿಕೊಂಡಂತೆ ಕಾಣುತ್ತಿದ್ದ ಅವಳನ್ನು ಶಾಂಭವಿ ಹಾಸ್ಯ ಮಾಡಿದರು.

"ಏನು.... ವಿಶೇಷ?" ಅವರ ಕೈ ಹಿಡಿದು ರೂಮಿಗೆ ಕರೆದೊಯ್ದಾದಾಗ ವಿಶಾಲವಾದ ಮಂಚದ ಮೇಲೆ ಹರಡಿದ್ದ ಸೀರೆ, ಡ್ರೆಸ್‌ಗಳ ಪ್ಯಾಕೆಟ್‌ಗಳನ್ನು ನೋಡಿ ಅಚ್ಚರಿಗೊಂಡು

"ಏನು... ವಿಶೇಷ?" ಮತ್ತೆ ಅದೇ ಪ್ರಶ್ನೆ.

"ಇದೆಲ್ಲ ನನ್ನ ಸಂಬಳದಲ್ಲಿ ಕೊಂಡಿದ್ದು. ಇದು ನಿಮ್ಗೇ, ಇದು ಅಮ್ಮನಿಗೆ, ಇದು ಅರುಣಣ್ಣನಿಗೆ.... ಇದು ಕಿರಣ್‌ಗೆ. ಇದು ಅತ್ತಿಗೆಗೆ.... ಇದು ಅಪ್ಪಿಗೂ..... ಇವೆರಡು ಅತ್ತೆ ಮಾವನಿಗೆ. ಇದು ನನ್ನ ಬಹು ದಿನದ ಆಸೆ, ಅತ್ತೆ. ಅಪ್ಪ ಪ್ರತಿ ಸಲ ಏನು ತಂದುಕೊಟ್ಟಾಗಲೂ ಕುಟುಕುತ್ತ ಇದ್ರು. ಆದ್ರೂ.... ತರೋದು, ಕೊಡೋದು ತೀರಾ ಸಡಗರದ ವಿಚಾರ. ಅದಕ್ಕೆ ನಂಗೆ ಚಿಕ್ಕಂದಿನಿಂದ ಕೆಲ್ಸಕ್ಕೆ ಸೇರಿ ಇಂಥ ಒಂದು ಅವಕಾಶ ನನ್ನದಾಗಿ ಮಾಡ್ಕೋಬೇಕೂಂತ. ಇಂದಿಗೆ ನೆರವೇರ್ತು. ಎಷ್ಟು ಖುಷಿ ಗೊತ್ತಾ! ಇದೆಲ್ಲ ನನ್ನ ಸಂಬಳದಲ್ಲಿ ಖರೀದಿಸಿದ್ದು. ಪ್ಲೀಸ್.... ನೋಡಿ ಅತ್ತೆ" ಎಲ್ಲಾ ತೆಗೆದು ತೆಗೆದು ತೋರಿಸಿದ. ತಾಯ್ತನದ ಸೊಬಗನ್ನೊತ್ತು ಮಿಂಚುತ್ತಿದ್ದ ವರ್ಣನ ನೋಡಿದರು. ಮುಗ್ಧತೆಯ ಚೆಲುವಿನಿಂದ ಫಳಫಳ ಎನ್ನುತ್ತಿದ್ದಳು. ಸ್ವಾಭಾವಿಕವಾಗಿ ಗಿಡದಲ್ಲಿ ಅರಳಿದ ಹೂನಂತೆ ಕಂಡಳು.

ಆನಂದಕ್ಕೋ, ಉದ್ವೇಗಕ್ಕೋ, ದುಃಖಕ್ಕೋ.... ಕಣ್ಣೀರು ಜಿನುಗಿತು ಆಕೆಯ ಕಣ್ಣಿಂದ. ತೊದಲ್ನುಡಿಗಳನ್ನಾಡುತ್ತ ಅವರ ಹಿಂದೆ, ಮುಂದೆ ಸುತ್ತುತ್ತಿದ್ದ ಅವಳನ್ನು ಆಡಿಸಿ ಬೆಳೆಸಿದವರು ಶಾಂಭವಿ. ಅರುಣ, ಕಿರಣನಿಗಿಂತ ವರ್ಣಾಳನ್ನೆ ಹೆಚ್ಚು ಹಚ್ಚಿಕೊಂಡಿದ್ದವರು. ಮನೆಯಲ್ಲಿ ಎಲ್ಲರಿಗಿಂತ ಅವಳಿಗಾಗಿ ಕಣ್ಣೀರಿಟ್ಟವರು ಕೂಡ ಆಕೆಯೆ. ಪುಟ್ಟ ವರ್ಣನ ಮುಗ್ಧತೆಯನ್ನು ಕಂಡಂತಾಯಿತು.

"ಇನ್ನ ನೀನು ಮಗುನೆ ಕಣೇ, ವರ್ಣ" ಎಂದರು ಮೆಲುವಾಗಿ.

"ಇದು ವರ್ಷಗಳ ಆಸೆ ಅತ್ತೆ" ಆಕೆಯನ್ನು ತಬ್ಬಿಕೊಂಡು ಕಣ್ಣೀರು ಸುರಿಸಿದ್ದು ಉದ್ವೇಗದಿಂದ "ಸಮಾಧಾನ ಮಾಡ್ಕೋ. ಯು ಆರ್ ರಿಯಲೀ ಗ್ರೇಟ್. ತಮಗೇ ಬೇಕಾದ್ದು ತಗೋಬೇಕೂಂತ ಕನಸು ಕಾಣೋ ಮಂದಿಯಲ್ಲಿ ನೀನು ಅಪರೂಪದ ಕೂಸು. ನಿನ್ನನ್ನು ಹೆತ್ತವರು, ಸೇರಿದವರು ಎಲ್ಲರೂ ಅದೃಷ್ಟವಂತರೇ" ಉದ್ಗರಿಸಿದರು. ಆಮೇಲೆ ಹತ್ತು ನಿಮಿಷಗಳ ನಂತರವೆ ಸಮಾಧಾನ ಗೊಂಡಿದ್ದು.

"ಇದು....ಯಾರ್ಗೇ?" ಶರತ್‌ಗಾಗಿ ತೆಗೆದಿರಿಸಿದ್ದನ್ನು ಅವಳ ಕಣ್ಮುಂದೆ ಹಿಡಿದರು. "ಅವರಿಗೆ...." ಅಂದಾಗ ಅವಳ ಕೆನ್ನೆಗಳಲ್ಲಿ ಗುಲಾಬಿಗಳು ಅರಳಿದವು. ಈ ದೃಶ್ಯವನ್ನು ಸತ್ಯವೆಂದು ನಂಬಲೇ? "ವರ್ಣ ಈಗ ನಿನ್ನಂಥ ಹುಡ್ಗೀರು....ಸಿಗೋಲ್ಲ ಕಣೇ! ಈಗ ಪ್ರೀತಿ, ಪ್ರೇಮ, ಪ್ರಣಯವೆಲ್ಲ ಬೀದಿಗೆ ಇಳಿದು ಬಿಟ್ಟಿದೆ. ಆದರೆ ನೀನು ನಿನ್ನ ಎದೆಯ ಪ್ರೀತಿ, ಪ್ರೇಮ, ಪ್ರಣಯ ಹೃದಯದಲ್ಲಿ ಬಚ್ಚಿಟ್ಕೊಂಡಿದ್ದೀಯ. ಶರತ್ ಅದೃಷ್ಟವಂತ." ಹೃದಯ ತುಂಬಿ ಹೇಳಿದರು. ಮತ್ತಷ್ಟು ನಾಚಿದಳಷ್ಟೇ. ಅದು ಸತ್ಯವೇ.

ಮೊದಲು ಶಾಂಭವಿಗೆಂದು ಖರೀದಿಸಿದ ಕಾಂಜಿವರಂ ಸೀರೆಯನ್ನು ಆಕೆಯ ಕೈಯಲ್ಲಿಟ್ಟು "ಎಲ್ಲಾ ನಂದೇ! ಸೆಲೆಕ್ಷನ್, ಹಣ ನಂದೇ! ಹೇಗಿದೆ.... ನೋಡಿ" ಅವಳ ಸಂತಸವನ್ನು ನೋಡಿ ಬೆರಗಾದರು.

"ಫೆಂಟಾಸ್ಟಿಕ್, ಇಂಥ ಸೀರೆಯನ್ನು ಉಟ್ಟೆ ಇಲ್ಲ. ನಮ್ಮ ಪುಟ್ಟ ವರ್ಣಾಳ ನಾಮಕರಣಕ್ಕೆ ಉಟ್ಟು ಬಿಡ್ತೀನಿ" ಎಂದರು. "ಪ್ಲೀಸ್ ಇದನ್ನ ಎಲ್ಲರಿಗೂ ಕೊಡೋವಾಗ ನೀವು ಇರ್ಬೇಕು.

ನಾನು ಎಲ್ಲರಿಗೂ ಡೀಟೈಲ್ಸ್ ಕೊಡೋಕ್ಕಾಗೋಲ್ಲ" ಎಂದು ಒಪ್ಪಿಸಿದಳು.

ಅಂತು ಅವರವರಿಗೆ ತಂದ ಗಿಫ್ಟ್‌ಗಳನ್ನು ಕೊಟ್ಟು ಮುಗಿಸಿದಳು.

"ಅವಳ ಸಂಬಳದಿಂದ ತಂದಿದ್ದಾಳೆ. ಯಾರು ತುಟಿಕ್‌ಪಿಟಿಕ್ ಅನ್ನೋ ಹಾಗೇ ಇಲ್ಲ. ಇದು ಬಹಳ ವರ್ಷಗಳ ಅವಳ ಆಸೆ, ಇನ್ನೊಂದು ಮಾತಿಲ್ಲ" ಖಡಾಖಂಡಿತವಾಗಿತ್ತು ಶಾಂಭವಿಯ ಮಾತು.

ಅರುಣ ಅಂತು ತಂಗಿಯನ್ನು ತಬ್ಬಿಕೊಂಡು ಕಣ್ಣೀರು ಸುರಿಸಿದ. ಅಪರಾಧ ಭಾವದಿಂದ ಒಳಗೊಳಗೆ ನರಳುತ್ತಿದ್ದ. ಈಗಾಗಲೇ ಸಕ್ಕೂಬಾಯಿಗೆ ಮಗನ ಮೇಲೆ ಕೋಪ 'ಲವ್ ಅಂತು ಮಾಡಿದಾಯ್ತು. ಮದ್ವೆಗೆ ಯಾಕೆ ಅಷ್ಟೊಂದು ಆತ್ರ? ಲವ್ ಅಂತ ಮಾಡಿದ್ಮೇಲೆ ಆ ಹುಡ್ಗೀ ಕೈಕೊಟ್ಟಾಳ? ಅಕಸ್ಮಾತ್ ಕೊಟ್ಟಿದ್ರೂ ಇವನಿಗೆ ಬೇರೆ ಹುಡ್ಗೀ ಸಿಕ್ತಾ ಇರ್ಲಿಲ್ವಾ?' ಸಮಯ ಸಿಕ್ಕಾಗಲೆಲ್ಲ ಹಂಗಿಸುತ್ತಿದ್ದರು. ಇನ್ನ... ಅಪ್ಪನ ಹತ್ತಿರ ತೋಡಿಕೊಳ್ಳುವಂತಿಲ್ಲ. ಅನನ್ಯ ನೋ ಯೂಸ್. ಇನ್ನ ಕಿರಣ ಪ್ರಯೋಜನವಿಲ್ಲ. ಶಾಂಭವಿಯ ಹತ್ರ ಮಾತ್ರ ಮನದ ಮಾತುಗಳನ್ನು ಹೇಳಿಕೊಳ್ಳಬಲ್ಲ.

"ಥ್ಯಾಂಕ್ಯೂ.... ಥ್ಯಾಂಕ್ಯೂ ವೆರಿಮಚ್.... ಮೈ ಸ್ವೀಟ್ ಸಿಸ್ಟರ್." ಆನಂದಭಾಷ್ಪ ಸುರಿಸಿದ. "ಅಂತು ತನ್ನ ಸ್ವಂತ ದುಡಿಮೆಯಿಂದ ಗಿಫ್ಟ್ ಖರೀದಿಸಿ ತಂದು ಕೊಟ್ಟಿದ್ದಾಳೆ. ಇನ್ನು ಕೆಲವರಿಗೆ ಬಾಕಿ ಉಳ್ಸಿಕೊಂಡಿದ್ದಾಳೆ" ಅಷ್ಟು ಅಂದ ಕೂಡಲೇ ರಾಜೇಶ್ ಎದ್ದು ಹೋದರು. ಅರುಣ ನೋಟ ಬೇರೆಡೆ ಹೊರಳಿತು. "ಅಂತು ಒಳ್ಳೆ ಕೆಲ್ಸ ಮಾಡ್ದೇ. ಎಲ್ಲರ್ಗಿಂಗ ತ ಕೈ ಹಿಡಿದ ಗಂಡ ಮುಖ್ಯನೇ" ಅಂದುಬಿಟ್ಟರು. ಹೇಗಾದರೂ ಅವರ ದಾಂಪತ್ಯ ಜೀವನ ಸರಿಹೋಗಲೀಂತ ಎಷ್ಟು ದೇವರಿಗೆ ಮುಡುಪು ಕಟ್ಟಿಟ್ಟಿದ್ದಾರೋ? ಆದರೆ ಸ್ನೇಹಪರ ಹಿಮವಂತನನ್ನು ಕಂಡಾಗ ಯಾವುದೋ ಮನದ ಮೂಲೆಯಲ್ಲಿನ ಆಸೆ ಆಗ ನನಗೆ ಇನ್ನೊಬ್ಬ ಮಗಳು ಇದ್ದಿದ್ದರೇ ಚೆನ್ನಿತ್ತು ಎಂದುಕೊಳ್ಳುತ್ತಿದ್ದರು ಅಷ್ಟೆ.

ಕಿರಣ ಅರ್ಥ ಮಾಡಿಕೊಂಡವನಂತೆ ಶಾಂಭವಿಯ ಪಕ್ಕ ಸರಿದು "ಇದು ಬೇಡವಾಗಿತ್ತು. ಅಪ್ಪ, ಅಣ್ಣ.... ಯಾರ್ಗೂ ಇಷ್ಟವಾಗೋಲ್ಲ" ಪಿಸುಗುಟ್ಟಿದ.

"ಬೇಡ, ಅವಳಿಗೆ ಇಷ್ಟ! ಈಗಿನ್ನ ಅವ್ರ ವಿವಾಹ ಚಾಲ್ತಿಯಲ್ಲಿದೆ. ವರ್ಣ, ಶರತ್ ಪತಿ-ಪತ್ನಿಯರೇ. ಅದನ್ನ ಇಲ್ಲಾಂತ ಅಂದುಕೊಳ್ಳೋಕಾಗುತ್ತ? ಕಾನೂನಿನ ರೀತಿಯಲ್ಲಿ ಬೇರ್ಪಟ್ಟಾದ್ರೂ ಭಾವನಾತ್ಮಕವಾಗಿ ಅವರಿಬ್ಬರಲ್ಲಿ ಮೂಡಿದ ಸಂಬಂಧ ಒಂದು ರೀತಿಯಲ್ಲಿ ಶಾಶ್ವತವೇ. ಈಗ ಅದೆಲ್ಲ ಬೇಡ ಬಿಡು" ಕಿರಣನನ್ನು ಹೊರಗೆ ದೂಡಿದರು. ಅವನೇನು ಕೆಲಸದಲ್ಲಿದ್ದಾನೋ? ಯಾರಿಗೂ ಗೊತ್ತಿಲ್ಲ. ಅಂತು ಪಾಕೆಟ್ ಮನೀ ಕೇಳಿದ್ದಿಲ್ಲ. ಆಗಾಗ ಶಾಂಭವಿಯ ಹತ್ತಿರ ಸಾಲ ಪಡೆಯುತ್ತಿದ್ದ. ಅದು ಪೂರ್ತಿ ಬಂದ್. ಆದಿದು ಖರೀದಿಸಿ ತರುತ್ತಿದ್ದ. ಕಂತಿಗೆ ಕಾರು ತಂದು ನಿಲ್ಲಿಸಿದಾಗ ಮನೆಯವರಿಗೆಲ್ಲ ಅಚ್ಚರಿ. ಜೊತೆಗೆ ಭಯನು ಕೂಡ ಇತ್ತು. ದಿನ ಕಳೆದಂತೆ ಭಯ ಕಮ್ಮಿ ಆಗಿತ್ತು.

ನಾಲ್ಕರ ಸುಮಾರಿಗೆ ಶರತ್ ಬಂದಾಗ ಮನೆ ಮೌನದಲ್ಲಿ ಅದ್ದಿದಂತಿತ್ತು. ಶ್ರೀಮಂತ ಬಡಾವಣೆ. 30×40 ಸೈಟುಗಳಲ್ಲಿ ನಿರ್ಮಿಸಿದ ಮನೆಗಳಲ್ಲ 40×60 , ಬರೀ ಷುರು ನಂತರ

ಅತ್ಯಂತ ವಿಸ್ತಾರವುಳ್ಳ ಬಂಗ್ಲೆಗಳು. ಪ್ರತಿಯೊಂದು ಮನೆಯ ಕಾಂಪೌಂಡ್‌ನಲ್ಲಿ, ಎರಡು, ಮೂರು ಕಾರುಗಳು, ಜೊತೆಗೆ ಒಂದೆರಡು ನಾಯಿಗಳು ಗೇಟ್ಸ್‌ಗೊಬ್ಬ ವಾಚ್‌ಮನ್. ಅಂತು ತಾವು ಒಬ್ಬರಿಗಿಂತ ಮತ್ತೊಬ್ಬರು ದೊಡ್ಡವರೆಂಬ ಅಹಂ ಭಾವ. ಇಲ್ಲಿನ ಮಹಿಳಾ ವೃಂದವೆಲ್ಲ ನಾನಾ ಕ್ಲಬ್‌ಗಳಿಗೆ ಸದಸ್ಯರು, ಜೊತೆ ಜೊತೆಗೆ ಸಮಾಜ ಸೇವೆಯಲ್ಲಿ ತಮ್ಮನ್ನ ತೊಡಗಿಸಿಕೊಂಡು ಮನೆ, ಮನೆಯವರನ್ನು ಅನಾಥರನ್ನಾಗಿ ಮಾಡಿದ ಪ್ರಬುದ್ಧ ಮಹಿಳೆಯರು.

ಡಿವೋರ್ಸ್‌ವರೆಗೂ ಹೋದನಂತರ ಶರತ್ ಹೋದರೂ ಹಾಲ್ ಅಥವಾ ವರ್ಣ ಕರೆದೊಯ್ದರೇ, ಅವಳ ರೂಮಿನವರೆಗೂ ಹೋಗುತ್ತಿದ್ದ. ಮಾತಾಡಿಸುತ್ತಿದ್ದವರು ವರ್ಣನ ಬಿಟ್ಟರೆ ಸಕ್ಕೂಬಾಯಿ ಮತ್ತು ಶಾಂಭವಿ ಮಾತ್ರ. ಮಿಕ್ಕವರ ಬಗ್ಗೆ ಅವನೆಂದು ತಲೆ ಕೆಡಿಸಿಕೊಂಡಿರಲಿಲ್ಲ.

"ವರ್ಣ...." ಎಂದ ಹಾಲ್‌ನಲ್ಲಿ ಕೂತು.

ಆ ದನಿ ಹೋಗಿ ರೂಮಿನಲ್ಲಿದ್ದ ಅವಳೆದೆಯನ್ನು ಮೀಟಿದ ಕೂಡಲೇ ಸಂಭ್ರಮದಿಂದ ಹೊರಗೆ ಬಂದಳು. ನೋಟಗಳ ಮಿಲನ. ಇದು ಜನ್ಮ ಜನ್ಮಾಂತರದ ಸಂಬಂಧವೆನಿಸಿತು. ಎರಡು ಹೃದಯಗಳ ನಡುವೆ, ಕಣ್ಣಂಚಿನಲ್ಲಿ, ಪಿಸುಮಾತಿನಲ್ಲಿ ಸದ್ದು ಗದ್ದಲವಿಲ್ಲದೆ ಆರಂಭವಾಗಿ ನವಿರಾದ ಭಾವಕ್ಕೆ ಕೊಂಡೊಯ್ಯುತ್ತಿದ್ದ ಪ್ರಣಯ ಕಾವ್ಯದ ಝರಿಯಂತೆ ಭೋರ್ಗರೆದು ಕ್ಷಣಗಳು ಲೆಕ್ಕಕ್ಕೆ ಸಿಗದು.

"ಬನ್ನಿ...." ಕರೆದಳು.

ನಿಶ್ಯಬ್ದದೊಂದಿಗೆ ಆಟವಾಡುತ್ತಿದ್ದ ಮಗುದೆ ಇಂದು ಗಲಗಲ ಹೇಳಿದಳು "ಇದು ನನ್ನ ಚಿಕ್ಕಂದಿನ ಕನಸು, ನಿಮಗಾಗಿ ತಂದೆ "ಪ್ರೆಸೆಂಟೇಷನ್" ಮುಂದಿಡಿದವಳನ್ನು ಕಣ್ತುಬಿಕೊಳ್ಳುವಂತೆ ನೋಡಿದ ಅವಳ ಕಣ್ಣುಗಳಲ್ಲಿ ಇದ್ದಿದ್ದು ಅನುರಾಗದ ಭೋರ್ಗರೆದ ಆ ಸಮಯದಲ್ಲಿ ಎಲ್ಲಾ ಮರೆತು ಹೋಯಿತು. ಗಿಫ್ಟ್‌ನ ಪಕ್ಕಕ್ಕಿರಿಸಿ ಅವಳನ್ನು ಅಪ್ಪಿಕೊಂಡ. ಅನಂತ ಭಾವದ ಸಂಚಾರ. ಮೆಲ್ಲಗೆ ವೈಹಿಕ ವೀಣೆಯನ್ನು ಮಧುರವಾಗಿ ನುಡಿಸಿದ ಹಿತಕ್ಕೆ ತೇಲಿ ಹೋದ ಅನುಭವ.

"ವರ್ಣ...." ಮೈ ಮರೆತವಳನ್ನು ಎಚ್ಚರಿಸಿತು ಇನಿಯನ ದನಿ "ಅ....." ಹಿಂದಕ್ಕೆ ಸರಿದವಳ ಅಧರಗಳು ಕಂಪಿಸುತ್ತಿತ್ತು.

"ವರ್ಣ..." ಕೂಗಿದರು ಶಾಂಭವಿ.

ಮನೆಗೆ ಬಂದ ಅಳಿಯನನ್ನು ಅಕ್ಕರೆಯಿಂದ ವಿಚಾರಿಸಿ, ಉಪಚರಿಸುವ ಮನಸ್ಸಿನ ಕೂಗಷ್ಟೆ "ಅತ್ತೆ....ಬನ್ನಿ" ಕೂಗಿದಳು. ಆಕೆ ಬರಲಿಲ್ಲ. "ಇವೆರಡು ಅತ್ತೆ, ಮಾವನವರಿಗೆ ನನ್ನ ಮನೆಗೆ ಕರ್ಕೊಂಡ್ ಹೋಗ್ತೀರಾ?" ಕೇಳಿದಳು. ಒಳ್ಳೆಯ ಬಯಕೆ ತಿರಸ್ಕರಿಸಲು ಸಾಧ್ಯವೇ?

"ಹೋಗೋಣ, ರೆಡಯಾಗಿದ್ದರೇ ಕರ್ಕಂಡ್." ಎಂದ.

"ಈಗ್ಲೇ...." ಎಂದಳು. ಅದೊಂದನ್ನು ಬೇಗ ಮುಗಿಸುವ ಆತುರ, ಕಾತುರ. ಅವರ ಬಗ್ಗೆ ದ್ವೇಷ ಭಾವನೆಯಾಗಲೀ, ಮತ್ತೆ ಯಾವುದೇ ಅಹಿತಕರ ಭಾವ ಅವಳಲ್ಲಿ ಇರಲಿಲ್ಲ "ಹೊರ್ಗೇ, ಕೂತಿರುತೀನಿ, ರೆಡಿಯಾಗಿ ಬಾ." ಕೊಟ್ಟ ಗಿಫ್ಟನ್ನು ಕೈಯಲ್ಲಿಡಿದು ಹೊರಗೆ ಬಂದ.

"ಹೇಗಿದ್ದಾರೆ.... ಮನೆಯಲ್ಲಿ?" ಶಾಂಭವಿ ವಿಚಾರಿಸಿದರು.

"ಎಲ್ಲಾ....ಚೆನ್ನಾಗಿದ್ದಾರೆ" ಅಷ್ಟೆ ಮಾತು.

ಆಕೆ ಹೇಳಿದ್ದಕ್ಕೆ ಅವನು ಹ್ಞೂಗುಟ್ಟಿದ. ರೆಡಿಯಾಗಿ ಬಂದ ವರ್ಣ "ಅತ್ತೆ, ನಾನು.... ಹೋಗ್ಬರ್ತೀನಿ" ಅಂದವಳು ತಂದೆಯ ರೂಮಿಗೆ ಹೋದಳು. ಅವರು ಧಗಧಗ ಉರಿಯುವ ಬೆಂಕಿ ಆಗಿದ್ದರು. "ಎಲ್ಲಾ ಜಾಸ್ತಿ ಆಯ್ತು ವರ್ಣ. ಇಲ್ಲಿವರ್ಗೂ ಬೆಳೆಯೋಕೆ ಬಿಡ್ಬಾರ್ದಿತ್ತು. ಆ ವಕೀಲ ಹೇಳ್ದ ಮಾತು ಕೇಳಿ ಕೆಟ್ಟೆವಿ. ನಿನ್ನ ಭವಿಷ್ಯನ ನೀನೇ ಕೈಯಾರೇ ಹಾಳು ಮಾಡಿಕೊಂಡೇ" ಸಿಡುಕಿದರು. ಇಂಥದೊಂದು ನಡೆಯುತ್ತದೆಯೆಂದು ತಿಳಿದಿದ್ದ ಶಾಂಭವಿ ಹಿಂದೆಯೆ ಬಂದಿದ್ದರು "ಬಸುರಿ ಹುಡ್ಗೀಯ ಬಯಕೆನ ನಿರಾಕರಿಸಬಾರ್ದು, ಹೋಗಿದ್ದು.... ಬರ್ಲಿ" ಅವಳಿಗೆ ಸಪೋರ್ಟಾಗಿ ಮಾತಾಡಿದಾಗ ರಾಜೇಶ್ ಮತ್ತೆ ತುಟಿ ತೆರೆಯಲಿಲ್ಲ.

"ಹೋಗ್ಬಾ...." ಎಂದರು ಶಾಂಭವಿ.

ಒಂದು ರೀತಿಯ ಸಡಗರವೆ ವರ್ಣಗೇ. ಎಷ್ಟೋ ವರ್ಷಗಳ ಬಯಕೇ ತನ್ನ ಸಂಬಳದಲ್ಲಿ ಷಾಪಿಂಗ್! ತುಂಬ ಖುಷಿ ಕೊಡುವಂಥ ವಿಚಾರ ಕೊಂಡು ತಂದ ಗಿಫ್ಟ್‌ಗಳನ್ನ ರೂಮಿನಿಂದ ಹಿಡಿದು ಬಂದಾಗ ಸಕ್ಕೂಬಾಯಿ ಕೂಡ ಬಂದು ನಿಂತಿದ್ದರು. ಅವರದು ಸಮ್ಮತ ಭಾವ.

"ಏನು ಬೈಕ್‌ನಲ್ಲಿ ಹೋಗೋದಾ?" ಸ್ವಲ್ಪ ಆತಂಕ ವ್ಯಕ್ತಪಡಿಸಿದಾಗ ಶಾಂಭವಿ ನಕ್ಕು "ಅತ್ಗೇ, ರಾಮ ಪತ್ನಿ ಸೀತೆಯನ್ನು ಕಾಡಿಗೆ ಕರೆದೊಯ್ದ ಕತೆ ಕೇಳಿದ್ದೀರಿ...." ಅನ್ನುವ ವೇಳೆಗೆ ಶರತ್ ಒಳಗೆ ಬಂದವ "ಹೋಗೋಣ...." ಅಂದವನು ಇಬ್ಬರತ್ತ ನೋಡಿದ. ನಿಂತವರನ್ನು ಹಿರಿಯರೆಂದು ಭಾವಿಸಿ ಅನುಮತಿ ಬೇಡುವಂತೆ ಕಂಡ.

"ಹೋಗ್.... ಬನ್ನಿ ನಿಮ್ಮ ಅಪ್ಪ, ಅಮ್ಮನ ಕೇಳಿದೇವಂಥ.... ಹೇಳಿ" ಅದನ್ನು ಕೂಡ ಶಾಂಭವಿಯೆ ಹೇಳಬೇಕಾಯಿತು "ಹೌದು.... ಹೌದು...." ಎಂದರು ಸಕ್ಕೂಬಾಯಿ.

ಹೊರಗೆ ಬಂದಾಗ ಅವನು ಕೆಲಸ ಮಾಡುತ್ತಿದ್ದ ಕಂಪನಿಯ ಕಾರು ನಿಂತಿತ್ತು. ಡ್ರೈವರ್ ಬಂದು ಬಾಗಿಲು ತೆಗೆದ.

"ಹತ್ತು.... ವರ್ಣ" ಹೇಳಿದ.

ಇಬ್ಬರು ಹತ್ತಿ ನಂತರ ಕಾರಿನ ಇಂಜಿನ್‌ಗೆ ಜೀವ ಬಂತು. ಸಕ್ಕೂಬಾಯಿ, ಶಾಂಭವಿ ನಿಂತು ನೋಡಿದರು. ಈ ಜೋಡಿ ಸಮ್ಮತವೇ. ಆದರೆ ಇವರ ಕಡೆಯವದಂತು ಬಿಗಿ ಪಟ್ಟು. ಪಿಯುಸಿ ಅಳಿಯ ರಾಜೇಶ್‌ಗೆ ಬೇಡ.

ಕಾರು ಮನೆಯ ಮುಂದೆ ನಿಂತಿತು. ಅಮ್ಮನಿಗೆ ಫೋನ್ ಮಾಡಿದಾಗ ಆಕೆ ತುಸು ಗಾಬರಿಯಿಂದಲೇ "ನಿಮ್ಮಪ್ಪ, ಸಮಾಧಾನಗೊಂಡೇ ಇಲ್ಲ. ನಾನೇ ಎಷ್ಟೋ ಸಲ ವರ್ಣನ ಕರ್ಕಂಡ್ ಬಂದು ಒಂದು ಆರತಿ ಇಟ್ಟುಕೊಳ್ಳೋಣಾಂದರೆ, ನಿಮ್ಮಪ್ಪ ಉರಿದು ಬೀಳ್ತಾ

ಇದ್ದಾರೆ ಸುಮ್ನೇ ಯಾಕೋ, ಅವ್ರ ಮನಸ್ಸಿಗೆ ವಿರುದ್ಧವಾಗಿ ಹೋಗೋದು" ಎಂದಾಗ ತಣ್ಣಗೆ "ವರ್ಣನ ಕರ್ಕಂಡ್ ಬರ್ತಾ ಇದ್ದೀನಿ" ಅಂದು ಲೈನ್ ಕಟ್ ಮಾಡಿದ್ದ. ಈ ವಿಷಯದಲ್ಲಿ ತಂದೆಯದು ಪ್ರಬಲ ವಿರೋಧ. ಆದರೆ ಈಗ ಅವನು ಬರೀ ಗಂಡನಾಗಿ ಯೋಚಿಸಿದ್ದ.

"ನೀನು ಹೆದರಿದ್ದೇ! ಅವನೇನು ಅಷ್ಟೊಂದು ಹೆಡ್ಡನಲ್ಲ ಕಾರು ತರ್ಸಿ ಕರ್ಕಂಡ್ ಹೋಗ್ತಾ ಇದ್ದಾನೆ.... ಇದ್ಕಿಂತ ಕಾಳಜಿ ಬೇಕಾ? ಅಣ್ಣ ದುಡಕದಿದ್ದರೇ, ಚೆನ್ನಿತ್ತು. ಈ ಸ್ಥಿತಿಯಲ್ಲಿ ಅವಳಿಗೂ, ಅವಳ ಹೊಟ್ಟೆಯಲ್ಲಿ ಬೆಳೀತಾ ಇರೋ ಮಗುವಿಗೂ ಶರತ್‌ನ ತುಂಬು ಪ್ರೀತಿಯ ಆಸರೆ ಬೇಕು. ಅದ್ಯಾಕೆ, ಅರ್ಥವಾಗೋಲ್ಲ, ಹಿರಿಯರು ಅನ್ನಿಸ್ಕೊಂಡ ಜನಕ್ಕೆ ಗೊಣಗಿಕೊಂಡೇ ಶಾಂಭವಿ ಒಳಗೆ ಹೋಗಿದ್ದು.

ಕಾರು ಹತ್ತಿದ ನಂತರ ಸಂತಸದ ಜೊತೆ ಭಯ ಕೂಡ ವರ್ಣಗೆ ಹೇಗೆ ಪ್ರತಿಕ್ರಿಯಿಸಬಹುದು ತಿಮ್ಮಪ್ಪಯ್ಯ?

ಲೀಲಾವತಿ ಗಂಡನಿಗೆ ವಿಷಯ ಮುಟ್ಟಿಸಿ ಆಗಿತ್ತು. ಆ ಮನುಷ್ಯನದು ಹಾರಾಟವೇ "ಈ ದೊಡ್ಡಸ್ಥಿಕೆ ಅವನಿಗೆ ಬೇಕಿತ್ತಾ? ಎರಡು ಮನೆಯವರ ಮಧ್ಯದ ಒಡಾಟವೇ ಬೇಕಿಲ್ಲ. ನೀನು ಬೇಡಾಂತ ಹೇಳ್ಬೇಕಿತ್ತು" ಹೆಂಡತಿಯ ಮೇಲೆ ಸಿಡಿದು ಬಿದ್ದರು. ಸೇತುರಾಮ್ ನೆಂಟಸ್ಥಿಕೆ ಹಿಡಿದು ಡಿವೋರ್ಸ್‌ಗಾಗಿ ಕಾದಿದ್ದ.

"ಹೇಳ್ದೇ, ಅವನು ಕೇಳ್ಲಿಲ್ಲ. ಬರೀ ನೀವು ಅವ್ನ ಅಪ್ಪ ಇರ್ಬಹುದು ವರ್ಣ ಅವನು ತಾಳಿ ಕಟ್ಟಿದ ಹೆಂಡ್ತಿ. ಬಸುರಿ ಹುಡ್ಗೀಯ ಬಯಕೆನೇ ಹೇಗೆ, ಇಲ್ಲಾಂತಾನೆ? ಶ್ರೀರಾಮಚಂದ್ರನು ತಂದೆಯ ವಾಕ್ಯ ಪರಿಪಾಲಕ, ಕೆಲವು ಸಂದರ್ಭಗಳಲ್ಲಿ ಅವನದೇ ನಿರ್ಣಯ. ಬಹುಶಃ ಸೀತೆಯನ್ನು ಜೊತೆಯಲ್ಲಿ ಕರ್ಕಂಡ್ ಹೋಗ್ಬೇಡಾಂತ ಅಂದಿದ್ದರೇ, ಖಂಡಿತ ಪಾಲಿಸ್ತ ಇದ್ದ ಅನ್ನೋ ನಂಬ್ಕೇ.... ನಂಗಿಲ್ಲ" ಎಂದರು ಶಾಂತವಾಗಿ. ಗಂಡನಿಗೆ ಬೀಗರು ಹೊಡೆದಿದ್ದು ಕ್ಷಮಿಸಲಾರದಷ್ಟು ದೊಡ್ಡ ಅಪರಾಧವೇ. ಹಾಗಂತ.... ಮನಸ್ಸು ತರ್ಕಕ್ಕೆ ಬೀಳುತಿತ್ತು. ಮಗನತ್ತ ಸಪೋರ್ಟ್!

ಅಂತು ಸೊಸೆಯನ್ನ ಮನೆಗೆ ಕರೆ ತರುವುದು ಹೆಂಡತಿಗೆ ಸಮ್ಮತವೆಂದು ತಿಳಿದ ನಂತರ ಸುಮ್ಮನೆ ಹೋಗಿ ಕೋಣೆಯಲ್ಲಿ ಕೂತವರು ಇತ್ತೀಚೆಗೆ ಪರಿಚಯವಾದ ನೆಂಟನನ್ನು ಹುಡುಕಿಕೊಂಡು ಹೊರಟಾಗ ಅದೇ ಲೀಲಾವತಿಗೂ ಸರಿಯೆನಿಸಿದರು ಅಪಸ್ವರ ಎತ್ತಿದರು.

"ಇದು ಅಷ್ಟು ಸರಿಯೆನಿಸೋಲ್ಲ. ಸ್ವತಃ ವರ್ಣ ಏನು ತಪ್ಪು ಮಾಡಿಲ್ಲ. ಏನೇನೋ ನಡ್ದು ಹೋಯ್ತು, ಒಂದು ಹಂತಕ್ಕೆ ಬಂದ್ ಮುಟ್ಟಿತ್ತು. ಮತ್ತೆ.....ಬಿಡಿ! ನೀವು ಮನೆಯಲ್ಲಿದ್ದರೆ ಚೆನ್ನಿತ್ತು."

"ಸ್ವಲ್ಪ ಕೆಲ್ಸ ಇದೆ" ಹೊರಟರು.

ಆಮೇಲೆ ಹತ್ತು ನಿಮಿಷಕ್ಕೆ ಹೇಮಂತ್ ಬಂದೆ. ತೀರಾ ಸಪ್ಪಗಿದ್ದ. ಹಣಕಾಸಿನ ತೊಂದರೆಯೇನು ಇರಲಿಲ್ಲ. ಏನೋ ವೈಯಕ್ತಿಕ ಅಂದುಕೊಂಡರು. ಕೆಲವೊಮ್ಮೆ ಮಗ ತಮಗೆ ಅರ್ಥವಾಗಿಲ್ಲವೆಂದುಕೊಳ್ಳುತ್ತಿದ್ದರು.

"ಅಪ್ಪ.... ಇಲ್ವಾ?" ಕೇಳಿದ.

"ಈಗ ತಾನೇ.... ಎಲ್ಲೋ ಹೋದ್ರು. ಯಾಕೆ ಒಂದು ತರಹ ಇದ್ದೀ? ಸಣ್ಣ.... ಸಣ್ಣದೆಲ್ಲ ದೊಡ್ಡದು ಮಾಡ್ಕೋಬೇಡ. ಅವಳನ್ನ ಕರ್ಕಂಡ್ ಬರಬೇಕಿತ್ತು" ಎಂದರು. ಇದು ಹೆತ್ತ ಕರುಳಿನ ಮರುಕ.

ಹೇಮಂತ ಕ್ರಾಪ್ ಕೊಡವುತ್ತ ಕೂತವ "ಬೈಕ್‌ನಲ್ಲಿ ಬಂದೆ. ಈಚೆಗೆ ಕಾರುಗಳಲ್ಲಿ ಓಡಾಡಿ ಬೈಕ್‌ನ ಅಭ್ಯಾಸವೇ ತಪ್ಪಿ ಹೋಗಿತ್ತು. ಒಂದಿಷ್ಟು ಕಾಫಿ.... ಕೊಡು" ದಿವಾನಾದ ದಿಂಬಿಗೆ ಒರಗಿ ಕಣ್ಮುಚ್ಚಿದ.

ಮಗ ಎಂಥಹ ಸಂದರ್ಭದಲ್ಲಿ ನಮ್ಮನ್ನು ಬಿಟ್ಟು ನಡೆದಿದ್ದು ಎನ್ನುವುದು ನೆನಪಾದರೆ, ನಡುಕ ಬರುತಿತ್ತು. ಕ್ಷಮಿಸಲಾರದ್ದೇ, ಆದರೆ ಹೆತ್ತವರು ಕ್ಷಮಿಸುವುದು ಅನಿವಾರ್ಯ. ಜೊತೆಗೆ ಕರ್ಮ ಕೂಡ.

ಕಾಫೀ ಕುಡಿದಾದನಂತರ ಒಂದು ಒಂದು ಸುದ್ದಿ ಬಿತ್ತರಿಸಿದ.

"ಅವಳಿದ್ದ ಕಂಪನಿಯಿಂದ ಅವಳ್ನ ವಿದೇಶಕ್ಕೆ ಕಳಿಸ್ತಾ ಇದ್ದಾರೆ."

ಆಕೆಗೆ ಅಂಥದೇನು ಅನ್ನಿಸಲಿಲ್ಲ. ಒಂದೇ ಊರಿನಲ್ಲಿದ್ದರು ತಿಂಗಳುಗಟ್ಟಲೇ ಭೇಟಿ ಇರಲಿಲ್ಲ. ಅದಕ್ಕೆ ಅವರದೇನು ಆಕ್ಷೇಪಣೆ ಇರಲಿಲ್ಲ. ಈಗ ವರ್ಷಾನು ಗಟ್ಟಲೇ ನೋಡದಿರಬಹುದಷ್ಟೆ. ದೊಡ್ಡ ವ್ಯತ್ಯಾಸ ಅನ್ನಿಸಲಿಲ್ಲ.

"ನೀನು ಹೋಗ್ತಾ ಇದ್ದೀಯಾ?" ಕೇಳಿದರು.

"ಸದ್ಯಕ್ಕೆ ಇಲ್ಲ. ಅಂಥದೊಂದು ಪ್ರಯತ್ನವಿದೆ. ಮುಂದೆ ಹೋಗ್ಬಹ್ದು." ಮಗನ ಮಾತಿಗೆ ಆಕೆ ಟಪ್ಪೆಂದು ಕೂತರು "ಹಿಂದೆ ಗಂಡಸರು ಓದೋ ಸಲುವಾಗಿ, ಬೇರೆ ದೇಶಗಳಿಗೆ ಹೋಗ್ತಾ ಇದ್ರು. ಹೆಚ್ಚು ಹಣದ ಸಂಪಾದನೆಗೆ ದೂರ ದೇಶಗಳಿಗೆ ಹೋಗೋರು. ಈಗ ತಿರುಗಾ-ಮುರುಗಾ. ಈಗ ಅವಳು ಹೋಗಿ ಆಮೇಲೆ ನಿನ್ನ ಕರಸ್ಕೋಬೇಕು. ಇದೇನು....ಚಂದಾ? ಅವ್ಳಿಗೆ ಬುದ್ಧಿ ಬೇಡ್ವಾ? ಇಬ್ರಿಗೂ ಸಂಬಳ ಬರೋದು. ಸ್ವಂತ ಮನೆ ಮಾಡ್ಕೊಂಡ್ ಇದ್ದೀರಿ. ಯಾವ್ದೇ ಜವಾಬ್ದಾರಿಗಳು ಇಲ್ಲ. ಅಂಥದ್ದರಲ್ಲಿ ಅಲ್ಹೋಗಿ ದುಡಿದು ಹಣ ತರೋದು ಯಾಕೆ ಬೇಕು? ಸಂಸಾರ ಹಾಳಾಗಿ ಹೋಗುತ್ತೆ. ಇಲ್ಲಿ ನೀನು ಒಂಟಿ! ಅಲ್ಲಿ.... ಅವಳು.... ಒಂಟಿ! ಇದು ಬೇಕೇನೋ.... ಹೇಮಂತ್ ಸ್ವಲ್ಪ ಜಬರ್ದಸ್ತಾಗಿ ... ಬೇಡಾಂತ್ಹೇಳು." ಬುದ್ಧಿ ಹೇಳಿದರು.

ಹೇಮಂತ್ ನಿಟ್ಟುಸಿರು ದಬ್ಬಿದ, ಬಹುಶಃ ಅವನು ಹೇಳಬಲ್ಲ, ಹೇಳಿದ್ದ ಕೂಡ. ಅವಳು ಒಪ್ಪಬೇಕಲ್ಲ? "ನೋ, ನನ್ನ ವೀಸಾ ಪಾಸ್‌ಪೋರ್ಟ್ ರೆಡಿ ಇದೆ. ಅಪಾರ್ಚ್ಯುನಿಟಿ ಸಿಕ್ಕಾಗ ಹಾರಿ ಬಿಡ್ಬೇಕು. ನಂದು ಅಂಥದೊಂದು ಕನಸು ಕೂಡ.' ಕೈಯಾಡಿಸಿ ಬಿಟ್ಟಿದ್ದಳು.

ಇವನು ಇನ್ನೊಂದು ಮಾತು ಆಡಿರಲಿಲ್ಲ.

"ಇದು ಒಳ್ಳೆ ಅವಕಾಶ. ಷಿ ಈಸ್ ಬ್ರಿಲಿಯೆಂಟ್. ಅಪಾರ್ಚುನಿಟಿ ತಾನಾಗಿ ಬಂದಿದೆ. ಉಪಯೋಗ್ಸಿಕೊಳ್ಳಿ" ಎಂದು ಸಮರ್ಥಿಸಿಕೊಂಡ.

"ಆಯ್ತು ಬಿಡು, ತೋಚಿದ್ದು.... ಹೇಳ್ದೇ. ನಿಮ್ಮ ಜೀವನದಲ್ಲಿ ನಾವು ನುಸುಳುವುದಕ್ಕೆ ಎಲ್ಲಿ ಅವಕಾಶ ಕೊಟ್ಟಿದ್ದೀರಿ? ಅದೆಲ್ಲ ಬೇಡಬಿಡು. ಹೇಗೋ ಪ್ರೀತಿಸಿ ವಿವಾಹವಾಗಿದ್ದೀರಿ. ಕಷ್ಟಕ್ಕೆ, ಸುಖಕ್ಕೆ ಜೊತೆಯಲ್ಲಿರಿ. ದೋಸೆ ಹಿಟ್ಟು ಇದೆ, ಮಾಡಿ ಕೊಡ್ಲಾ?" ಕೇಳಿದರು. ಅವನಿಗೆ ದೋಸೆ ಬಹಳ ಇಷ್ಟವಾದ ತಿಂಡಿಯೆಂದು ಗೊತ್ತು.

ಯಾಕೋ ಹೇಮಂತ್‌ಗೆ ಬೇಡವೆನಿಸಿತು.

"ಬೇಡ, ಯಾಕೋ ಹೊಟ್ಟೆ ಸರ್‍ಯಾಗಿಲ್ಲ. ಶರತ್‌ದು ಏನು? ಬಸುರೀಂತ ಕೇಳ್ದೆ. ಡಿವೋರ್ಸ್ ಅನ್ನೋದು ಮುಂದೆ ಹೋಯಿತಂತೆ. ಅಪ್ಪ ಆಗ್ಲೇ ಮಗನಿಗಾಗಿ ಹೆಣ್ಣಿನ ಅನ್ವೇಷಣೆ ಶುರು ಮಾಡಿದ್ದಾರಂತಲ್ಲ" ಎಂದ ಮೆಲ್ಲಗೆ. ತಮ್ಮನ ಬಗ್ಗೆ ಅವನಿಗೆ ಗೌರವ. ಅವನ ಜೀವನದಲ್ಲಿ ಯಾವುದೇ ಬಿರುಗಾಳಿ ಬೇಕಿರಲಿಲ್ಲ. ಅವನಿಗಾದರೂ ಒಳ್ಳೆಯ ಜೀವನ ಸಿಗಲೀಯೆನ್ನುವ ಹಾರೈಕೆ.

"ಅನ್ವೇಷಣೆ ಅಂಥದೇನಿಲ್ಲ. ದೂರದ ನೆಂಟ ಅಂತ ಪರಿಚಯ ಹೇಳ್ಕೊಂಡ್ ಬಂದ ಮನುಷ್ಯ ಒಂದಿಷ್ಟು ತಲೆ ಕೆಡಿಸಿರಬಹುದು. ಸದ್ಯಕ್ಕೆ ಆ ಹುಡ್ಗೀ ಹೆರಿಗೆಯಾಗ್ಲೀ. ಆಮೇಲಿನದು ನಂತರ ಯೋಚಿಸಿದರಾಯ್ತು" ಅಂದರು. ಆಕೆ ಕೂಡ ಯಾವುದೇ ನಿರ್ಣಯಕ್ಕೆ ಬಂದಿರಲಿಲ್ಲ. 'ದೇವರ ಇಚ್ಛೆ ಇದ್ದಂತಾಗಲೀ' ಎನ್ನುವ ಮಾತೊಂದನ್ನು ಆಡುತ್ತಿದ್ದರು.

ಹೇಮಂತ್ ಹೊರಡುವ ಸಮಯಕ್ಕೆ ಶರತ್ ಮತ್ತು ವರ್ಣ ಬಂದರು. ಅವಳ ಮುಖದಲ್ಲಿ ಬೆವರಿನ ಹನಿಗಳು ಅಂದಿನ ಸಂದರ್ಭ ಪೂರ್ತಿ ಕಣ್ಮುಂದೆ ಸುಳಿದಾಗ ಬೆವರುವಂತಾಯಿತು.

"ಅಮ್ಮ ...." ಕುಸಿಯುವಂತೆ ಕಂಡಾಗ ಶರತ್ ರೂಮಿಗೆ ಕರೆದೊಯ್ದು ಮಂಚದ ಮೇಲೆ ಮಲಗಿಸಿ ಫ್ಯಾನ್ ಹಾಕಿ ಅವಳನ್ನು ನೋಡುತ್ತಿದ್ದ ಡಾಕ್ಟರನ್ನು ಫೋನ್‌ನಲ್ಲಿ ಸಂಪರ್ಕಿಸಿದ "ನೋ, ಪ್ರಾಬ್ಲಮ್. ಬೇಗ ಚೇತರಿಸ್ಕೋತಾರೆ. ಡೋಂಟ್ ವರೀ...." ಫೋನಿಟ್ಟರು ಡಾ|| ಸುಮತಿ.

ಹೇಮಂತ್, ಲೀಲಾವತಿ ಗಾಬರಿಯಿಂದ ರೂಮಿಗೆ ಧಾವಿಸಿದ್ದರು. ಬಹಳ ಬೇಗನೆ ಚೇತರಿಸಿಕೊಂಡಳು. ಸ್ವಲ್ಪ ಕಾಫೀ ಕುಡಿದು ಸುಧಾರಿಸಿಕೊಂಡ ನಂತರ ಹೇಮಂತ್ ಕಡೆ ತಿರುಗಿದಳು.

"ಅಕ್ಕ.... ಹೇಗಿದ್ದಾರೆ?" ವಿಚಾರಿಸಿದಳು.

"ಫೈನ್, ಈಗ ಅಮೇರಿಕಗೆ ಹೊರಟಿದ್ದಾಳೆ" ಎಂದ ಹೇಮಂತ್. ಅವರ ನೆಂಟರಿಷ್ಟರಲ್ಲಿ ಯಾರೂ ವಿದೇಶಕ್ಕೆ ಹೋಗಿರಲಿಲ್ಲ. ಆದ್ದರಿಂದ ಇದು ಸಂಭ್ರಮದ ವಿಷಯವೇ. ಆ ಬಗ್ಗೆ ಕೂಡ ಒಂದಿಷ್ಟು ಹೇಳಿದ.

ಆಮೇಲೆ ಹೇಮಂತ್ ಹೊರಟಾಗ "ಪ್ಲೀಸ್ ಭಾವ... ಒಂದ್ನಿಮ್ಷ" ಅಂದು ಎದ್ದವಳು ಅವರಿಗಾಗಿ ಖರೀದಿಸಿದ್ದ ಗಿಫ್ಟ್‌ನ ಅವನ ಮುಂದಿಡಿದು "ಇದು ನಿಮ್ಗೇ ಅಕ್ಕನಿಗೆ! ಏನು.... ತಿಳ್ಕೋಬೇಡಿ. ನಂಗೆ ಅಷ್ಟೊಂದು ಷಾಪಿಂಗ್ ಬಗ್ಗೆ ಅನುಭವವಿಲ್ಲ. ಆದ್ರೂ, ನೀವು

ತಗೋತೀರಾಂತ.... ಖರೀದಿಸಿ ತಂದಿದ್ದೀನಿ. ಪ್ಲೀಸ್.... ತಗೊಳ್ಳಿ" ಅಂದಾಗ ಅವನು ದಿಗ್ಭ್ರಮೆಗೊಂಡ. ಬರೀ ಲೆಕ್ಕಾಚಾರವಾಗಿದ್ದ ಸಂಬಂಧಗಳು ಅತ್ಯಂತ ಸತ್ವಯುತವಾದಂತೆ ಗೋಚರಿಸಿತು.

"ಕೊಡು, ಇಂಥ ಗಿಫ್ಟ್ ನಂಗೆ ಇದ್ವರ್ಗೂ ಸಿಕ್ಕೇ ಇಲ್ಲ. ಐಯಾಮ್ ವೆರಿ ಹ್ಯಾಪಿ" ಎಂದು ಇಸಕೊಂಡವನು ರೂಮಿಗೆ ಹೋಗಿ ಉದ್ವೇಗದಿಂದ ಕಣ್ಣೀರು ಸುರಿಸಿದ "ಶರತ್, ಯು ಆರ್ ಲಕ್ಕೀ.... ಸಂಬಂಧಗಳಿಗೆ ಈ ಅನನ್ಯತೆ, ನವಿರುತನ ಬಂದದ್ದಾದರೂ ಹೇಗೆ?" ಅಂದುಕೊಂಡ.

ಹೊರಟಾಗ ನಿಜವಾಗಿಯೂ ಹೇಮಂತ್ ಬೇರೆಯ ಮನುಷ್ಯನಾಗಿದ್ದ. ಮಾತುಗಳಲ್ಲಿ ವ್ಯಕ್ತಪಡಿಸಲಾರದ ಭಾವದಲ್ಲಿ ಬೈಕ್ ಹತ್ತಿದ.

ಲೀಲಾವತಿ ಸೊಸೆಯ ಬಳಿ ಕೂತು ವಿಚಾರಿಸಿದಾಗ ಆಕೆಗಾಗಿ ತಂದಿದ್ದ ಕಾಂಜಿವರಂ ಸೀರೆ ಕೊಟ್ಟು ನಮಸ್ಕರಿಸಿದಾಗ ಬೇಡವೆಂದು ತಡೆದು "ನೀನು ಬಗ್ಗಬೇಡ. ನಿನ್ನ ಹೊಟ್ಟೆಯಲ್ಲಿರೋ ಮಗು ನಂಗೆ ಶಾಪ ಹಾಕ್ಬಾರ್ದು" ಅಂದರು.

ಬೇಡವೆನ್ನಲು ಆಕೆಗೆ ಮನಸ್ಸಾಗಲಿಲ್ಲ. ಸೊಸೆಯನ್ನು ಕರೆತಂದು ಉಡಿ ತುಂಬಿ ಲಕ್ಷಣವಾಗಿ ಸೀಮಂತ ಮಾಡುವ ಆಸೆ. ಅದಕ್ಕೆ ತಿಮ್ಮಪ್ಪಯ್ಯನ ವಿರೋಧ. ಅದು ಅಗ್ರಿಮೆಂಟ್‌ನಲ್ಲಿದೆ ಎಂದು ವಾದಿಸಿ ಸೋತಿದ್ದರು. ಆ ಮನುಷ್ಯ ಬಡಪೆಟ್ಟಿಗೆ ಒಪ್ಪಿರಲಿಲ್ಲ.

ಅಂತು ಸೊಸೆಗೆ ತಿಂಡಿ ಮಾಡಿಕೊಟ್ಟು "ದಯವಿಟ್ಟು ಕ್ಷಮ್ಸು ಮಗಳೆ. ನಿನ್ನ ಮನೆಯಲ್ಲಿ ನಾಲ್ಕು ದಿನ ಇಟ್ಕೊಂಡ್ ಉಪಚರಿಸೋ ಸ್ಥಿತಿಯಲ್ಲಿ ನಾನಿಲ್ಲ" ಕಣ್ಣೀರು ಮಿಡಿದರು. ಇಂಥ ಹುಡುಗಿ ಮುಂದೆ ನಮಗೇ ಸೊಸೆಯಾಗಿ ಬಂದಾಳ? ತಿಮ್ಮಪ್ಪಯ್ಯನದು ಮಾತ್ರ ಒಂದೇ ಪಟ್ಟು.

"ಹೋಗಿ ಶರತ್ ಜೊತೆ ಮಾತಾಡು. ಅವನದು ಮಾತು ಕಮ್ಮಿ. ಎಲ್ಲಾ ಮನಸ್ಸಿನಲ್ಲೇ ಇಟ್ಕೋತಾನೆ. ಹೆತ್ತ ಅಮ್ಮ ನಾನು. ನನ್ಹತ್ರನು ಮಾತು ಅಷ್ಟಕ್ಕಷ್ಟೆ" ಎಂದು ಹೇಳಿ ಎದ್ದು ಹೋದರು.

ಸಂಕೋಚ ಕಾಡಿದರೂ, ನಿಧಾನವಾಗಿ ಎದ್ದು ರೂಮಿಗೆ ಹೋದಳು. ಇಡೀ ರೂಮಿನ ಚಿತ್ರ ಬದಲಾಗಿತ್ತು. ಹೆಂಡತಿಯ ಕಡೆಯಿಂದ ಕೊಡುಗೆಯಾಗಿ ವಿವಾಹದ ಸಮಯದಲ್ಲಿ ಬಂದ ಪ್ರತಿಯೊಂದು ವಸ್ತು ರಾಜೇಶ್ ಮನೆಗೆ ಹಿಂದಿರುಗಿತ್ತು. ಅದರಲ್ಲಿ ಚೌಕಾಸಿ ಇರಲಿಲ್ಲ.

"ಹೋಗೋಣ, ವರ್ಣ?" ಕೇಳಿದ ಷರಟಿನ ಗುಂಡಿ ಹಾಕುತ್ತಿದ್ದವನು. ಅವನ ಹರವಾದ ಎದೆಯ ಮೇಲೆ ಮಲಗಿ ಕಣ್ಣೀರು ಮಿಡಿಯಬೇಕೆನಿಸಿತು. "ನನ್ನ ಗಿಫ್ಟ್ ಇಷ್ಟವಾಯ್ತ?" ಕೇಳಿದಳು.

ನೋಟ ಮೇಲೆತ್ತಿನಸು ನಗೆ ಚೆಲ್ಲಿ "ಷೂರ್, ಈಗ ಧರಿಸೋದು ನಿನ್ನ ಗಿಫ್ಟ್" ಪ್ಯಾಕೆಟ್ ಬಿಚ್ಚಿ ಜೇನು ಬಣ್ಣದ ಸ್ವೆಟರ್ ತೊಟ್ಟ "ಈಗ ನೀನು.... ಹೇಳು" ಅಂದ ಅವಳ ಕಣ್ಣಲ್ಲಿ ನೋಟ ನೆಟ್ಟು.

ದುಃಖದ ಆವೇಗವನ್ನ ತಡೆಯಲಾರದೆ ಅವನನ್ನು ತಬ್ಬಿ ಕಣ್ಣೀರು ಮಿಡಿದಳು. ತಬ್ಬಿ ನಿಟ್ಟುಸಿರು ಚೆಲ್ಲಿದ. ಅಂದು ಅಡ್ವೋಕೇಟ್ ಮುಂದೆ ಒಂದೇ.... ಒಂದು ಮಾತಾಡದೆ ಡಿವೋರ್ಸ್ ಪತ್ರಕ್ಕೆ ಸಹಿ ಹಾಕಿದ ದೃಶ್ಯ ಅವನ ಕಣ್ಮುಂದೆ ನಿಂತಾಗ, ಅಪ್ಪಿದ ಕೈಗಳು ಹಿಂದಕ್ಕೆ ಸರಿದವು.

"ಹೋಗೋಣ.... ವರ್ಣ" ಹೊರಗೆ ನಡೆದ.

ಲೀಲಾವತಿ ಕೂಡಿಸಿ ಸೀರೆ, ಕಣ ಇಟ್ಟು ಮಡಿಲು ತುಂಬಿ ಕಳುಹಿಸಿದರು. ಇಬ್ಬರು ಉದ್ವೇಗಕ್ಕೆ ಒಳಗಾಗಿದ್ದರಿಂದ ಮಾತೇ ಹೊರಡಲಿಲ್ಲ.

"ಮಾವನವರಿಗೆ ತಲುಪಿಸಿ ಬಿಡಿ, ನನ್ನ ಗಿಫ್ಟ್ಸ" ಅಂದಳು ಹೋಗುವ ಮುನ್ನ ವರ್ಣ. ಆಕೆ ಮಾತಾಡಲಿಲ್ಲ "ಹೋಗೋಣ....ವರ್ಣ" ಅಂದ. ಹತ್ತಿರದ ಒಂದು ಗಾರ್ಡನ್ ಮುಂದೆ ಕಾರು ನಿಂತಿತು. ಅವಳತ್ತ ತಿರುಗದೆಯೆ "ವಿವಾಹದನಂತರ ನಿಂಗೇನು ಕೊಡಿಸಿದ ನೆನಪಿಲ್ಲ. ಈಗ ಕೊಡಿಸಬೇಕೆನಿಸಿದೆ. ಸದ್ಯಕ್ಕೆ ಭೂತ, ಭವಿಷ್ಯತ್ ಬಿಟ್ಟು ವರ್ತಮಾನದಲ್ಲಿ ಬದ್ಕ ಬೇಕೆನಿಸಿದೆ. ನಿಂಗೇನು ಬೇಕು?" ಮತ್ತೆ ಕೇಳಿದ.

ಅವಳಿಗೆ ತಬ್ಬಿಬ್ಬು. ಇದನ್ನು ನಿರೀಕ್ಷಿಸಿರಲಿಲ್ಲ.

"ಪ್ಲೀಸ್, ವರ್ಣ....ಹೇಳು, ಭವಿಷ್ಯತ್ ನಮ್ಮದಲ್ಲ, ವರ್ತಮಾನದಲ್ಲಿ ಇಂದಿನ ಸಂದರ್ಭ ನಮ್ಮದಾಗಿದೆ. ನಿಂಗೇನು....ಬೇಕು? ಈಗ ನಾನು, ನೀನೂ.... ನಿನ್ನ ಹೊಟ್ಟೆಯಲ್ಲಿರೋ ಮಗು.... ಮಾತ್ರ" ಮುಕ್ತವಾಗಿ ಮಾತಾಡಿದ. ಇಷ್ಟು ಮುಕ್ತವಾಗಿ ಮಾತಾಡಿದ್ದು ಮೊದಲ ಸಲ ಅನ್ನಿಸಿತು. ವರ್ಣನ ಅಂಥ ಅನಿಸಿಕೆ ಶರತ್‌ನಲ್ಲಿ ಕೂಡ ಮೂಡಿತು.

"ನಿಮ್ಮಿಷ್ಟ..........." ಎಂದಳು.

ಶರತ್ ಕೂಡ ತಲೆದೂಗಿದ. ಜ್ಯೂಯಿಲರಿಗೆ ಕರೆದೊಯ್ದು ಹಸಿರು ಕಲ್ಲುಗಳನ್ನ ಕೂಡಿಸಿದ ಪಚ್ಚೆಯ ಬಳೆಗಳನ್ನು ಖರೀದಿಸಿದ ನಂತರ ಸ್ಯಾರಿ ಸೆಂಟರ್‌ಗೆ ಕರೆದೊಯ್ದು ಸೀರೆ ಖರೀದಿಸಿದ ಆಮೇಲೆ ಹೋಟಲ್‌ಗೆ ಕರೆದೊಯ್ದು ಜಾಮೂನ್, ನೀರು ದೋಸೆ ಕೊಡಿಸಿದ.

ಕಡೆಗೆ ಕಾರು ಬಂದು 'ಅರುಣ' ಮುಂದೆ ನಿಂತಿತು. ಹೆಚ್ಚು ಕಡಿಮೆ ಮನೆಯವರೆಲ್ಲ ಆತಂಕಗೊಂಡಿದ್ದರು. ಹತ್ತಾರು ಸಲ ಒಳಕ್ಕೂ, ಹೊರಕ್ಕೂ ಓಡಾಡಿದ್ದರು. ಕ್ಲಬ್‌ನಲ್ಲಿರುತ್ತಿದ್ದ ರಾಜೇಶ್ ಮನೆಯಲ್ಲೇ ಇದ್ದರು 'ನಿಮ್ಗೇ ಬುದ್ಧಿ ಇದ್ದರೇ ತಾನೇ! ಅವ್ನಿಗೆ ಅವನೇನಾದ್ರೂ ಮಾಡಿದರೇ? ನಾವು ಮಾಡಿದ ಅವಮಾನಕ್ಕೆ ಪ್ರತೀಕಾರ ತೀರಿಸಿಕೊಂಡರೇ?' ಇದನ್ನು ಜೋರಾಗಿಯೆ ಗೊಣಗಿ ಅತ್ತಿತ್ತ ಓಡಾಡಿದರು. ಈತ್ತೀಚೆಗೆ ಪೇಪರ್‌ನಲ್ಲಿ ಓದಿದ ಸುದ್ದಿ ಅದಕ್ಕಿಂತ ಹೆಚ್ಚಿಗೆ ಟಿ.ವಿ. ಮಾಧ್ಯಮಗಳು ಬಿತ್ತರಿಸುತ್ತಿದ್ದ ಕ್ರೈಮ್ ಸುದ್ದಿ ನೆನಪಿಸಿಕೊಂಡು ತಲ್ಲಣಗೊಂಡಿದ್ದರು. ಸ್ವಲ್ಪ ಹೆಚ್ಚು ಕಡಿಮೆ ಎಲ್ಲರದೂ ಇದೇ ಸ್ಥಿತಿ. ವಿದ್ಯಾವಂತರೆನಿಸಿಕೊಂಡ ಜನ ಎಷ್ಟರಮಟ್ಟಿಗೆ ಕ್ರೌರ್ಯ ತುಂಬಿಕೊಂಡಿರುತ್ತಾರೆಂದು ಈತ್ತೀಚೆಗೆ ಸಿಟಿಯಲ್ಲಿ ನಡೆದ ಘಟನೆಗಳಿಂದ ಎದೆ ನಡುಕ ಶುರುವಾಗಿತ್ತು.

"ಪೊಲೀಸ್‌ಗೆ ಕಂಪ್ಲೇಂಟ್ ಕೊಡೋಣ್ವಾ?" ಅರುಣ ಕೇಳಿದಾಗ ಶಾಂಭವಿ

ಅವಾಕ್ಕಾದರು "ಸ್ವಲ್ಪ ಸಹನೆ ಇರ್ಲಿ. ಮತ್ತೆ ಯಡವಟ್ಟು ಮಾಡಿಕೊಳ್ಳೋದು ಬೇಡ. ಅವನೇನು ಕದ್ದು ಕರ್ಕೊಂಡ್ ಹೋಗಿದ್ದಾನಾ? ಶರತ್ ನೂರಾರು ಜನರ ಮುಂದೆ ತಾಳಿ ಕಟ್ಟಿದ ಗಂಡ. ಅವನೇನಾದ್ರೂ ಮಾನಸಿಕ ಹಿಂಸೆ ಕೊಡ್ತಾನೆ, ಇಲ್ಲ ವರದಕ್ಷಿಣೆ ಕೇಳ್ತಾನೇಂತ ಏನಾದ್ರೂ ಪೊಲೀಸ್ ಸ್ಟೇಷನ್‌ನಲ್ಲಿ ಕೇಸ್ ಫೈಲ್ ಆಗಿದ್ಯಾ? ಅವನು ಅವತ್ತು ಕಂಪ್ಲೇಂಟ್ ಕೊಟ್ಟಿದ್ದರೇ, ನೀವುಗಳು ಪೊಲೀಸ್ ಸ್ಟೇಷನ್‌ನಲ್ಲಿ ಹೋಗಿ ಕೂಡಬೇಕಿತ್ತು" ಛೀಮಾರಿ ಹಾಕಿದರು. ಸಾಕಷ್ಟು ಯೋಚಿಸಿದ್ದರು, ಶರತ್ ಒಳ್ಳೆಯವನೇ, ವರ್ಣಳಿಗೆ ಸೂಟಬಲ್. ಆದರೆ ಪರಿಸ್ಥಿತಿ ಕೈ ಜಾರಿದೆಯೆನ್ನುವ ಅನುಮಾನ ಅಷ್ಟೆ. ಅವನ ಮೇಲೆ ದೋಷಾರೋಪ ಮಾಡಲು ಕಾರಣಗಳೇ ಇಲ್ಲ.

ಆಮೇಲೆ ಎಲ್ಲಾ ಒಂದೊಂದು ಕಡೆ ಕೂತರು. ಶಾಂಭವಿ ಮಾತ್ರ ಬಾಲ್ಕನಿಯಲ್ಲೇ ಇದ್ದರು. ಸಂಜೆ ಆರರ ಸುಮಾರಿಗೆ ವರ್ಣ, ಶರತ್ ಬಂದರು. ಹಿಡಿದು ಬಂದ ಬ್ಯಾಗನ್ನು ಶಾಂಭವಿಯವರ ಕೈಗಿತ್ತ.

"ಬರ್ತೀನಿ.... ವರ್ಣ" ಅಂದವ ಆಕೆಯತ್ತ ನೋಟ ಹರಿಸಿ "ಬರ್ತೀನಿ" ಅಷ್ಟು ಹೇಳಿ ಹಿಂದಿರುಗಿದ. ವರ್ಣಳ ಕಣ್ಣಾಲಿಗಳು ತುಂಬಿದವು. ಅತ್ಯಂತ ಗಂಭೀರವಾಗಿ ಮಾತ್ರವಲ್ಲ, ನೆನಪಿಡಬಹುದಾದಂಥ ಅಮೂಲ್ಯವಾದ ಸಮಯವನ್ನು ಅವಳ ಒಡಲಿಗೆ ಹಾಕಿದ್ದ.

ರೂಮಿಗೆ ಹೋಗಿ ಕುಸಿದು ಕೂತು ಕಣ್ಣೀರು ಸುರಿಸಿದಳು. ಅರುಣ, ಕಿರಣ ಜೊತೆ ಸಕ್ಕೂಬಾಯಿ ಬಂದು ನೋಡಿಕೊಂಡು ಮೌನವಾಗಿ ಹೊರಗೆ ಹೋದರು.

"ಯಾಕೋ, ಅಳ್ತಾ ಇದ್ದಾಳೆ. ಅಂದು ಆಡಿ ಮಾಡಿದರೇನೋ ಒಂದಿಷ್ಟು ಸಮಾಧಾನ ಮಾಡಿ" ಅರುಣ ಶಾಂಭವಿಯನ್ನು ಕಳಿಸಿದ. ಅಂಥದೇನು ಇಲ್ಲವೆನಿಸಿತು ಆಕೆಗೆ. ಆ ತರಹದ ಜನರಲ್ಲವೆನಿಸಿತ್ತು. ಲೀಲಾವತಿ ಶರತ್ ಪಿಯುಸಿಗೆ ವಿದ್ಯಾಭ್ಯಾಸ ನಿಲ್ಲಿಸಿದ್ದಕ್ಕೆ ಕಾರಣ ತಿಳಿಸಿದ್ದರು. ಅದು ಹಂಡ್ರೆಡ್ ಪರ್ಸೆಂಟ್ ನಿಜ.

ಶಾಂಭವಿ ರೂಮಿನೊಳಕ್ಕೆ ಬಂದರು. ಸಕ್ಕೂಬಾಯಿ ಹೆದರಿ ತಲೆ ಹಿಂದಿನಿಂದ ಬಂದವರು ನಿಂತರು. ಬಸುರಿ ಅಳುವುದು ಸರಿಯಲ್ಲವೆನಿಸಿತು.

"ಯಾಕೆ, ಅಳ್ತೀ? ಮುಸ್ಸಂಜೆಯಲ್ಲಿ ಅಳೋದು ಬೇಡ. ಮಗು ಹೊಟ್ಟೆಗೆ ಬಿದ್ದ ಮೇಲಂತು ಕಣ್ಣೀರು ಸುರಿಸೋದು ಒಳ್ಳೆಯದಲ್ಲ" ಎಂದರು. ಅವರಲ್ಲಿನ ತಾಯ್ತನ ಜಾಗೃತವಾಗಿತ್ತು. "ಒಳ್ಳೆ ಅತ್ತಿಗೆ! ಅಬ್ಬಬ್ಬ.... ಎಷ್ಟೊಂದು ನಿಬಂಧನೆಗಳು. ನಾನು ಕೇಳ್ತೀನಿ.... ಬಿಡಿ" ಎಂದು ಆಕೆಯನ್ನು ಕಳಿಸಿದರು. ತೀರಾ ಹೆಂಗರುಳು, ಮಗಳ ಭವಿಷ್ಯದ ಬಗ್ಗೆ ತೀರಾ ಕಂಗಾಲಾಗಿದ್ದರು. ಮನೆಯನ್ನೆ ಜಗತ್ತು ಎಂದುಕೊಂಡವರ ಪಾಡು ಇಷ್ಟೇ.... ಏನೋ!

ಅತ್ತೆಯನ್ನು ತಬ್ಬಿಕೊಂಡು ಅವಳು ಅರೆ ಬರೆ ಹೇಳಿದರೂ ಆಕೆಗೆ ಅರ್ಥವಾಯಿತು. ಕೈಗಳಲ್ಲಿನ ಪಚ್ಚೆಯ ಬಳೆಗಳು ಹೊಸ ಕನಸೊಂದನ್ನು ಹುಟ್ಟಿಸುವಂತಿತ್ತು. ನಿಜವಾಗಿ ಶಾಂಭವಿಗೆ ಸಂತೋಷ. ಇಂಥ ಸಂತೋಷ ಸದಾ ಅವಳ ಪಾಲಿಗೇ ಇರಲಿ ಹಾರೈಸಿದರು.

"ಅಪ್ಪ, ಬಯ್ತಾರೇನೋ?" ಎಂದಳು.

"ಯಾಕೆ ಬಯ್ತಾರೇ? ನೀನು ಹೇಳೋದೇ ಬೇಡ. ಅವರೇ ನಿನ್ನ ಕಾಲು ತೊಳೆದು ಶರತ್‌ಗೆ ಕನ್ಯಾದಾನ ಮಾಡಿಕೊಟ್ಟಿದ್ದಾರೆ. ಅವನಿಗೆ ನಿನ್ನ ಬಗ್ಗೆ ಹಕ್ಕು, ಅಧಿಕಾರ, ಕರ್ತವ್ಯ ಎಲ್ಲಾ ಇರುತ್ತೆ. ನಿಮ್ಮಿಬ್ಬರ ಡಿವೋರ್ಸ್ ಆಗಿಲ್ಲ. ಸ್ವಲ್ಪ ಧೈರ್ಯವಾಗಿರೋದ್ನ.... ಕಲೀ" ಸ್ವಲ್ಪ ಗದರಿಯೆ ಬುದ್ಧಿ ಹೇಳಿದ್ದು. ಇಷ್ಟು ಪುಕ್ಕಲುತನ ಬೇಡವಾಗಿತ್ತು.

ಆಮೇಲೆ ಸ್ವಲ್ಪ ಹೊತ್ತಿಗೆ ನಾರ್ಮಲ್‌ಗೆ ಬಂದಳು.

ಟೀಪಾಯಿ ಮೇಲೆ ಬಿದ್ದಿದ್ದ ಇನ್ನೊಂದು ಗಿಫ್ಟ್ ಪ್ಯಾಕ್ ಕಡೆ ನೋಟ ಹರಿಸಿದ ಶಾಂಭವಿ "ಇದು ಯಾರ್‍ಗೇ?" ಕೇಳಿದರು.

"ಹಿಮವಂತ್‌ಗೆ...." ಅಂದಾಗೆ ಆಕೆ ಸುಸ್ತು.

ಶಾಂಭವಿ ಪ್ರಶ್ನಾತ್ಮಕವಾಗಿ ಅವಳತ್ತ ನೋಡಿದಾಗ, ಸಂಕೋಚ ಮತ್ತೆ ಯಾವುದೇ ಭಾವವಿದ್ದಂಗೆ ಕಾಣಲಿಲ್ಲ. ಅತ್ಯಂತ ನಿರ್ಮಲವಾಗಿ ಕಂಡಿದ್ದು. ಅನುಮಾನ ಇಣಕದಿದ್ದರೂ, ಒಂದು ರೀತಿಯ ತಳಮಳ.

"ಹಿಮವಂತ್‌ಗಾ?" ಪ್ರಶ್ನಿಸಿದರು.

"ಹೌದು, ಜಾಗ್ ಸೂಟು. ಅವ್ರು ಪ್ರತಿದಿನ ಜಾಗಿಂಗ್ ನಂತರ ವ್ಯಾಯಾಮ, ಯೋಗ, ಧ್ಯಾನ ಎಲ್ಲಾ ಮಾಡ್ತಾರಂತೆ, ಇಲ್ಲಿದ್ದವರಲ್ಲೇ ಈ ಅಭ್ಯಾಸಗಳು ಇಲ್ಲ. ಅಂಥದ್ದರಲ್ಲಿ, ಅವರು ಹೇಳ್ದಾಗ.... ನಂಗೆ ಅಚ್ಚರಿಯೆನಿಸಿತು. ಇದೇನು ಅಂಥ ಕಾಸ್ಟ್ಲಿ ಸೂಟು ಏನಲ್ಲ. ಆದ್ರೂ.... ಗಿಫ್ಟ್.... ಪ್ರೆಸೆಂಟೇಷನ್‌ಗಳಲ್ಲಿ ಹಣದ ಲೆಕ್ಕಾಚಾರವಿರೋಲ್ವಲ್ಲ. ಅವ್ರಿಗೂ.... ಒಂದು.... ತಂದೆ" ಅತ್ಯಂತ ಸರಳವಾಗಿ ಹೇಳಿದಾಗ, ಆಕೆ ಮಾತಾಡಲಿಲ್ಲ. ಇದು ಮುಗ್ಧತೆಯೋ, ಬೇರೆ ರೀತಿಯ ಭಾವವೋ, ಅರ್ಥವಾಗಲಿಲ್ಲ.

"ನೀನು ಹೇಳೋದು ಕರೆಕ್ಟ್" ಎಂದರು ಚುಟುಕಾಗಿ.

ರೂಮಿಗೆ ಹೋದ ನಂತರವೂ ಶಾಂಭವಿ ಈ ಬಗ್ಗೆಯೇ ಯೋಚಿಸಿದರು. ಹಿಮವಂತನ ಬಗ್ಗೆ ಕಾಮೆಂಟ್ಸ್ ಇಲ್ಲ. ಒಳ್ಳೆಯ ವ್ಯಕ್ತಿತ್ವ, ವಿದ್ಯಾವಂತ, ಶ್ರೀಮಂತ ಅನ್ನೋದರ ಜೊತೆಗೆ ವಿದೇಶದಲ್ಲಿ ಅವನ ವಿದ್ಯಾಭ್ಯಾಸ. ಅನನ್ಯ ಸಂಬಂಧಿ ಅನ್ನೋದು ಮಾತ್ರ ಗೊತ್ತಿತ್ತು. ಮಿಕ್ಕ ಅವನ ವೈಯಕ್ತಿಕ ವಿಚಾರ ತಿಳಿಯದು.

ಆ ವೇಳೆಗೆ ಸಕ್ಕೂಬಾಯಿ ಬಂದು ಕೂತವರು "ಶಾಂಭವಿ, ಈ ಮಗುವೊಂದು ವರ್ಣಾಳ ಪಾಲಿಗೆ ತೊಡಕಾಯ್ತು? ನೀನು ಹೇಳ್ದಂಗೆ ಅವಳು ಮಗುನ ದತ್ತಕ ಕೊಟ್ಟರೇ, ಸಮಸ್ಯೆ ಇರೋಲ್ಲ. ಆಗ ಇವಳ ದಾರಿ ಮಾತ್ರವಲ್ಲ, ಶರತ್ ದಾರಿ ಕೂಡ ಸುಗಮ. ಈಗಾಗಲೇ ಅವನಪ್ಪ ಹುಡ್ಗೀನ ಹುಡ್ಕೀ ಇಟ್ಟಿದಾನಂತಲ್ಲ. ಹಿಂದಿನಂಗಿಲ್ಲ ಬಿಡು ಕಾಲ. ಯಾರದ್ದೋ ಮಗುನ ಯಾರೋ ಹಡಿಯೋದು. ಅದೆಲ್ಲೋ ಬೆಳೆಯೋದು? ನಂಗೇನೋ ಇದೆಲ್ಲ ಇಷ್ಟವಾಗೋಲ್ಲ. ನಂಗೆ ಏನೇನೋ.... ಆಸೆ. ಲಕ್ಷಣವಾಗಿ ಒಂದು ಸೀಮಂತ ಮಾಡೋದು ಬೇಡ್ವಾ?" ಇಂಥದೊಂದು ವಿಚಾರವನ್ನ ಆಕೆಯ ಮುಂದಿಟ್ಟರು.

"ಯಾಕೆ.... ಬೇಡ! ಖಂಡಿತ ಮಾಡೋಣ. ಶರತ್ ಅಮ್ಮನಿಗೂ ಆಸೆ ಇತ್ತೂಂತ

ಕಾಣಿಸುತ್ತೆ. ಆದರೆ ಆ ಮನುಷ್ಯ ಬೇಡಾಂತ ಅಂದಿರಬೇಕು. ಆದರೆ ಶರತ್‌ಗೆ ಆಸೆ ಇರೋಲ್ವಾ? ಕರೆದೊಯ್ದು ಬಳೆ, ಸೀರೆ... ಎಲ್ಲಾ ಕೊಡ್ಸಿಕೊಂಡು ಬಂದಿದ್ದಾನೆ. ಅವರ ನವಿರಾದ ದಾಂಪತ್ಯದಲ್ಲಿ ಹಿರಿಯರಾದ ನಾವುಗಳು ಗೋಡಗಳಾದ್ವಿ" ವಿಷಾದವಿತ್ತು ಆಕೆಯ ದನಿಯಲ್ಲಿ.

ಆ ವೇಳೆಗೆ ರಾಜೇಶ್ ದನಿ ಕೇಳಿ ಎಲ್ಲರೂ ಹೊರಗೆ ಬಂದರು ಅವರ ಜೊತೆ ಒಂದು ಇಡೀ ಕುಟುಂಬ ಕಂಡಿತು. ಎಲ್ಲಾ ಕಣ್ಣರಳಿಸಿದರು.

"ನಾನು ಹೇಳ್ತಾ ಇದ್ದನಲ್ಲ ಗೋಪಾಲಸ್ವಾಮಿ ಅಂತ. ಕ್ಲಬ್‌ನ ಸ್ನೇಹಿತರು ಮತ್ತು ಅವರ ಕುಟುಂಬ" ಟೋಟಲ್ಲಾಗಿ ಪರಿಚಯಿಸಿದರು. ಹಳ್ಳಿಯಿಂದ ಪಟ್ಟಣಕ್ಕೆ ಬಂದ ಕುಟುಂಬ. ಬಂದ ಶ್ರೀಮಂತಿಕೆಗೆ ಒಗ್ಗಿಕೊಳ್ಳಲು ಹೆಣಗುತ್ತಿದ್ದ ಜನ "ಬನ್ನಿ.... ಬನ್ನಿ...." ಎಂದರು.

ಎಲ್ಲರೂ ಆಸೀನರಾದರು. ಒಟ್ಟು ಒಂಬತ್ತು ಮಂದಿ ಇದ್ದರು ಅದರಲ್ಲಿ ಇಬ್ಬರು ಸೊಸೆಯರು. ಒಬ್ಬ ತಮ್ಮನ ಅಳಿಯನ ಸೇರ್ಪಡೆಯಾಗಿತ್ತು. ಎಲ್ಲರನ್ನೂ ಒಬ್ಬೊಬ್ಬರಂತೆ ಪರಿಚಯಿಸಿದರು.

"ಗಂಡು ಮಕ್ಕಳಿಗೆ....ಬೇರೆ....ಬೇರೆ.... ಮನೆಗಳನ್ನು ಕೊಂಡು ಕೊಟ್ಟಿದ್ದೀನಿ. ಒಬ್ಬ ರಿಯಲ್ ಎಸ್ಟೇಟ್, ಇನ್ನೊಬ್ಬ ಕಂಪ್ಯೂಟರ್ ಅಂಗ್ಡೀ ಇಟ್ಕೊಂಡಿದ್ದಾರೆ. ನನ್ನ ತಮ್ಮನ ಮಗಳು, ನಾವು ಒಟ್ಟಿಗೆ ಇದ್ದೀವಿ. ಅಳಿಯ ರಾಜಕೀಯದಲ್ಲಿ ಓಡಾಡಿಕೊಂಡಿದ್ದಾರೆ. ಹಿರಿಯೋಳು ನಮ್ಮನ್ನ ನೋಡ್ಕೊಂಡ್ ಸಿಟಿ ಜನರ ತರಹ ಮನೆ ನಡಿಸ್ತಾ ಇದ್ದಾಳೆ. ಇವಳಿಗೊಂದು ಮದ್ವೆ ಮಾಡ್ಬೇಕು." ಎಲ್ಲ ವಿವರಿಸಿದರು.

ಮಾತಿನ ರೀತಿ ರಾಜೇಶ್‌ಗೆ ಸರಿ ಹೋಗಲಿಲ್ಲ. ಮುಖ ಒಂದು ತರಹ ಮಾಡಿದರು. ಅದನ್ನು ಗಮನಿಸಿದ ಶಾಂಭವಿ ಒಳಗೊಳಗೆ ನಕ್ಕರು. ಬಹುಶಃ ಅವರುಗಳ ಪ್ರೆಸ್ಟೀಜ್ ಬೆಳೆಸಲು ಇವರುಗಳು ನೆರವು ನೀಡುತ್ತಿರಬೇಕೆಂದುಕೊಂಡಳು.

"ಕೂತ್ಕೊಳ್ಳಿ...." ಸಕ್ಕೂಬಾಯಿ ಅಡಿಗೆ ಮನೆಗೆ ಹೋದರು. ಗಂಡನ ಎದರು ಬೇರೆಯವರೊಂದಿಗೆ ಮಾತಾಡಲು ಭಯ. ಅದರ ಬಗ್ಗೆ ನೂರೆಂಟು ಕಾಮೆಂಟ್ಸ್, ಛೀಮಾರಿ ಆಕೆಗೆ ಬೇಕಿರಲಿಲ್ಲ. ಆದಷ್ಟು ಗಂಡ ಇದ್ದಾಗ ಬೇರೆಯವರೊಂದಿಗೆ ಮೌನ ಗೌರಿ. ಆಮೇಲೂ 'ಅದೇನು ಒಳ್ಳೆ ಮೂಗಿ ತರಹ. ಜನ ಏನಂದ್ಕೋಬೇಕು?' ಇಂಥದೊಂದು ಮಾತು ಇದ್ದೇ ಇರುತ್ತಿತ್ತು.

ಕಿಚನ್‌ಗೆ ಬಂದ ಶಾಂಭವಿ "ಅವ್ರಿಗೆ ಏನಾದ್ರೂ ಕೊಡ್ಬೇಕು. ಒಂದು ಹೊರೆ ಹಣ್ಣು, ಸ್ವೀಟ್ಸ್, ಹೂ ಹೊತ್ಕೊಂಡ್.... ಬಂದಿದ್ದಾರೆ. ಹಳ್ಳಿಯಲ್ಲಿದ್ದ ಅಲ್ಲಿಗೆ ಒಗ್ಗಿಕೊಂಡಿದ್ದ ಸರಳವಾದ ಜನ. ಈಗ ಸಿಟಿಯ ಗಾಳಿ, ನೀರು. ಬೇಗ.... ಹೊಂದ್ಕೋತಾರೆ. ಕೈ ತುಂಬ ಹಣವಿದೆ. ಅಡ್ಡದಾರಿ ಹಿಡಿದರೇ ತೊಂದರೆ.... ಅಷ್ಟೆ." ಎಂದರು.

ಫ್ರಿಜ್‌ನಲ್ಲಿದ್ದ ಜಾಮೂನ್ ಜೊತೆ ಮನೆಯಲ್ಲಿದ್ದ ಕರಿದ ಅವಲಕ್ಕಿ, ಗೋಡಂಬಿ ತಟ್ಟೆಗಳಲ್ಲಿ ತುಂಬಿಕೊಂಡು ಬಂದು ಕೊಟ್ಟರು ಹೆಣ್ಣು ಮಕ್ಕಳು ಕಿಚನ್‌ಗೆ ಬಂದು ನೋಡಿ ಬೆರಗಾದರು. ತಾವು ತಮ್ಮ ಮನೆಯಲ್ಲಿನ ಕಿಚನ್‌ಗೆ ಏನೇನು ಮಾಡಿಸಬೇಕೆಂದು ಲೆಕ್ಕ

ಹಾಕಿಕೊಂಡರು. ಅಕ್ಕ, ತಂಗಿಯ ಜೊತೆ ಗೋಪಾಲಸ್ವಾಮಿ ಹೆಂಡತಿ ಕೂಡ ಬ್ಯೂಟಿಪಾರ್ಲರ್‌ಗೆ ಭೇಟಿ ಕೊಟ್ಟಿರಬೇಕು. ಅದರ ಪಳೆಯುಳಿಕೆಗಳು ಅವರ ಮುಖಗಳಲ್ಲಿ ಎದ್ದು ಕಾಣುತಿತ್ತು.

ಒಂದೆರಡು ಗಂಟೆ ಕೂತಿದ್ದು ಎದ್ದು ಹೋಗಲಿಲ್ಲ. ರಾತ್ರಿಯ ಊಟ ಕೂಡ ಇಲ್ಲೇ ಆದನಂತರ ಹೊರಟಿದ್ದು. ರಾಜೇಶ್ ಆ ಕುಟುಂಬವನ್ನು ತುಂಬ ಹಚ್ಚಿಕೊಂಡಂತೆ ಕಂಡರು. ಅವರದೊಂದು ಲೆಕ್ಕಾಚಾರ.

ಪಟಪಟ ಹೆಚ್ಚು ಮಾತಾಡಿದ್ದು ಅನುಷಾ. ತುಂಬಾ ಕಾಸ್ಟ್ಲಿಯಾದ ಚಿತ್ತಾರದ ಸೆಲ್ವಾರ್ ಕಮೀಜ್ ತೊಟ್ಟಿದ್ದ ಬಿಚ್ಚು ಕೂದಲ ರಮಣಿ ಹೆಚ್ಚು ಕಲರ್‌ಫುಲ್ ಆಗಿದ್ದು ಸರ್‌ಪ್ರೈಜ್ ಏನಲ್ಲ. ಗೋಪಾಲಸ್ವಾಮಿ, ರಾಜೇಶ್ ಒಂದು ಸ್ಕೆಚ್ ಹಾಕಿದ್ದರು.

"ಸಾಕಷ್ಟು ಜಮೀನು, ತೋಟ ಇತ್ತಂತೆ. ಒಳ್ಳೆ ಬೆಲೆ ಬಂದಿದೆ. ಕೋಟ್ಯಾಂತರ ರೂಪಾಯಿ ಕೈ ಸೇರಿದ್ದರಿಂದ ಟೋಟಲ್ಲಾಗಿ ಟೆಂಟ್ ಎತ್ಕೊಂಡ್.... ಬೆಂಗ್ಳೂರಿಗೆ ಬಂದು ಇಳಿದಿದ್ದಾರೆ. ಗಂಡು ಮಕ್ಕು ಬೇರೆ, ಬೇರೆ.... ಇದ್ದಾರೆ. ತಮ್ಮನ ಮಗಳು, ಅಳಿಯನನ್ನ ಮನೆ ಯಲ್ಲಿಟ್ಕೊಂಡಿದ್ದಾರೆ. ತಿಂಗಳು.... ತಿಂಗಳಿಗೆ ವರಮಾನ ಬರೋಕೆ ದಾರಿ ಮಾಡಿಕೊಂಡಿದ್ದಾರೆ. ಒಟ್ಟಿನಲ್ಲಿ.... ವೆಲ್ ಸೆಟಲ್ಡ್" ಎಂದರು ರಾಜೇಶ್ ತುಂಬು ಹುರುಪುನಿಂದ. ಒಂದು ರೀತಿಯ ಹೆಚ್ಚುಗಾರಿಕೆಯ ಪ್ರದರ್ಶನ.

ಆ ವಿಷಯದಲ್ಲಿ ಶಾಂಭವಿಯಾಗಲೀ ಸಕ್ಕೂಬಾಯಿಯಾಗಲೀ ಆಸಕ್ತಿ ತೋರಿಸದಿದ್ದದ್ದು ರಾಜೇಶ್‌ಗೆ ಬೇಸರವೇ "ಅವ್ರು, ಈಗ ಎಷ್ಟು ಕೋಟಿಗೆ ಇದ್ದಾರೆ ಗೊತ್ತಾ?" ಎಂದರು ಸ್ವಲ್ಪ ಗಟ್ಟಿಯಾಗಿಯೇ.

"ಇರಲೀ, ಬಿಡಣ್ಣ. ಎಷ್ಟು ಕೋಟಿಗಾದ್ರೂ.... ಇರಲೀ! ಅದ್ನ ಕಟ್ಟಿಕೊಂಡು ನಮ್ಗೇನು? ಬಂದ ಅತಿಥಿಗಳ್ನ ತಕ್ಕ ಮಟ್ಟಿಗೆ ಸತ್ಕರಿಸಿ ಕಳಿಸಿದ್ದೀವಿ. ಅಷ್ಟು.... ಸಾಕಲ್ವಾ?" ಎಂದರು ಶಾಂಭವಿ. ಮತ್ತೆ ಉಲನ್ ಉಂಡೆ, ಕ್ರೋಶಾ ಕಡ್ಡಿಗಳನ್ನು ಹಿಡಿದು ಕೂತರು. "ಇನ್ನಾದ್ರೂ, ಇದನ್ನೆಲ್ಲ ನಿಲ್ಲಿಸಬಾರ್ದೆ!" ಕಸಿವಿಸಿ ವ್ಯಕ್ತಪಡಿಸಿದರು ರಾಜೇಶ್. ಶಾಂಭವಿಯ ತುಟಿಯಂಚಿನಲ್ಲಿ ಮುಗುಳ್ನಗು.

"ಈಗ ಹಾಕ್ತ ಇರೋ ಸ್ವೆಟರ್ ನಮ್ಮ ವರ್ಣಾಳ ಮಗಳಿಗೆ. ಶರತ್‌ದು ಒಳ್ಳೇ ಬಣ್ಣ, ಪರ್ಸನಾಲಿಟಿ.... ವರ್ಣ ಕೂಡ ಚೆಲುವೆ, ಅವಳ ಮಗು ಸೂಪರ್ ಆಗಿರುತ್ತೆ" ಎಂದರು ಸಹಜವಾಗಿ.

ರಾಜೇಶ್ ಕೋಪದಿಂದ ಉರಿದುಬಿದ್ದರು "ಅಂತು ಅವಳ ಮಗುನ ಎತ್ತಿ ಮುದ್ದಾಡೋ ಕನಸಿನಲ್ಲಿ ಇದ್ದೀರಿ. ಯಾರಾದ್ರೂ ಅವಳ ಭವಿಷ್ಯದ ಯೋಚ್ನೇ ಇಲ್ಲ. ಸ್ವಲ್ಪ ಮುಂದಾಲೋಚನೆಯಿಂದ ನಿವಾರಿಸಿಕೊಂಡಿದ್ದರೇ, ಸಮಸ್ಯೆ ಇರ್‍ತಾ ಇತ್ತಾ? ನೀನಂತು ಪೂರ್ತಿ ಅವಳ ಪರ ನಿಂತೆ. ಅವ್ಳಿಗೆ ಧೈರ್ಯ ಬಂತು."

ತಣ್ಣಗೆ ಎಲ್ಲವನ್ನು ಕೇಳಿ ಮುಗಿಸಿದ ಶಾಂಭವಿ "ನೀನು ಅರ್ಥವಾಗೋ ಪೈಕಿಯಲ್ಲ ಬಿಡು. ಎಲ್ಲಾ ನಿನ್ನ ಮುಖದ ನೇರಕ್ಕೆ ಯೋಚಿಸ್ತಿ. ಅವಳ ಮನಸ್ಸಿನಲ್ಲಿ ಏನಿದೇಂತ ತಿಳಕೊಳ್ಳೋ

ಪ್ರಯತ್ನ ಮಾಡಿದ್ದೀಯ? ಒಡಲಲ್ಲಿ ಹೊತ್ತ ಮಗು ಅನೈತಿಕವಾದುದ್ದಲ್ಲ. ಅವಳ ಮಗು ಅವಳಿಗೆ ಬೇಕು" ಸ್ಪಷ್ಟವಾಗಿ ನುಡಿದು, ಉಲ್ಲನ್ ಉಂಡೆಯೊಂದಿಗೆ ರೂಮಿಗೆ ಹೋದರು.

ವಿವೇಕ ಸತ್ತ ರಾಜೇಶ್ ಇವರಿಗೆಲ್ಲ ಬುದ್ಧಿ ಇಲ್ಲವೆಂದುಕೊಂಡರೇ ವಿನಹ, ತಮ್ಮ ತಪ್ಪನ್ನು ಅರಿತುಕೊಳ್ಳಲಿಲ್ಲ. ಈಗ ಹೆಚ್ಚು ಓದದ ಕಿರಣನಿಗೆ ಒಂದು ಒಳ್ಳೆಯ ಬದುಕನ್ನು ಕಟ್ಟಿಕೊಡಬೇಕೆಂಬ ಹುನ್ನಾರದಲ್ಲಿದ್ದರು. ಅದರತ್ತ ಅವರ ಪೂರ್ಣ ಗಮನ.

ಮರುದಿನ ಕಿರಣನನ್ನು ತಮ್ಮ ರೂಮಿಗೆ ಕರೆಸಿಕೊಂಡವರು "ಕೂತ್ಕೋ, ಅರುಣನ ಬದ್ಕು ಸೆಟಲ್ ಆಯ್ತು. ಮುಂದೆ ನಿನ್ನದೇನು?" ಜವಾಬ್ದಾರಿಯುತವಾಗಿ ಕೇಳಿದರು "ನನ್ನದೇನಿದೇ? ಮನೆಗಂತು ಹೊರೆಯಲ್ಲ ನಿಮ್ಹತ್ರ ಹಣ ಪಡೆಯೋದು ನಿಲ್ಸೀ ಯಾವ್ದೋ ಕಾಲವಾಯ್ತು. ಈಚೆಗೆ ಅಮ್ಮನ ಹತ್ರನಾಗ್ಲೀ, ಕಡೆಗೆ ಅರುಣನ ಹತ್ರನಾಗ್ಲೀ ಒಂದು ರೂಪಾಯಿ ಇಸ್ಕೊಂಡಿಲ್ಲ. ನಾನೇ ಅದೂ... ಇದೂ... ತಗೊಂಡ್ ಬರ್ತ್ತಾ ಇದ್ದೀನಿ. ಅದರಿಂದ ನನ್ನ ಬಗ್ಗೆ ತಲೆ ಕೆಡಿಸ್ಕೋಬೇಕಿಲ್ಲ." ಅತ್ಯಂತ ಆತ್ಮವಿಶ್ವಾಸದಿಂದಲೆ ಹೇಳಿದ. ಹಿಂದಿನ ಅಳುಕು ಇರಲಿಲ್ಲ ಅವನಲ್ಲಿ.

"ಅಷ್ಟು.... ಸಾಕಾ! ನಿಂಗೆಷ್ಟು ಸಂಬಳ ಸಿಗ್ತಾ ಇದೆ! ಅದ್ರಿಂದ ಸುಖವಾಗಿ ಬದುಕೋಕೆ ಆಗುತ್ತಾ?" ಪ್ರಶ್ನಿಸಿದರು.

"ಡೋಂಟ್ ವರೀ, ನಂಗೂ ಅದೇ ನೌಕರಿಯಲ್ಲಿ ಇರಬೇಕೂಂತೇನು ಇಲ್ಲ. ನೋಡೋಣ, ಸದ್ಯಕ್ಕಂತು ತಾಪತ್ರಯವಿಲ್ಲ. ನನ್ನ ಒಬ್ಬನ ಸಂಪಾದನೆಯಿಂದ ಮನೆ ನಡೀತಾ ಇಲ್ಲ." ಅಳುಕಿಲ್ಲದೆ ಹೇಳಿದ. ಬೇರೆ ಸಮಯದಲ್ಲಾದರೆ ಛೀಮಾರಿ ಹಾಕುತ್ತಿದ್ದರೇನೋ, ಇಂದು ಸಂಯಮ ಅಗತ್ಯವೆನಿಸಿತು. "ಸ್ವಲ್ಪ ಕೂತ್ಕೋ, ಮಾತಾಡೋದಿದೆ" ಅಂದು ಕೂಡಿಸಿಕೊಂಡರು.

"ಪ್ಲೀಸ್, ವರ್ಣ ವಿಚಾರದಲ್ಲಿ ನನ್ನನ್ನೇನು ಕೇಳ್ಬೇಡಿ. ನನ್ನ ಪ್ರಯತ್ನ ನಾನು ಮಾಡಿ ಸೋತು ಹೋದೆ. ಶರತ್‌ಗೆ ಪಿಯುಸಿ ಬಿಟ್ ಬೇರೆ ಡಿಗ್ರಿಗಳು ಬೇಡ್ವಂತೆ. ಅವನು ಬಹಳ ಸ್ಪಷ್ಟವಾಗಿ ಹೇಳ್ದ. ನೋಡೋಕೆ ಹಾಗೆ ಕಂಡರೂ.... ಬಹಳ ತಿಳಿದಿದ್ದಾನೆ" ಎಂದ. ಸ್ವಲ್ಪ ಕಸಿವಿಸಿ ರಾಜೇಶ್‌ಗೆ.

"ಎಷ್ಟು ಅಹಂಕಾರ ನೋಡು. ಅವ್ನಿಗೂ ನಾಲ್ಕು ಬಡಿಯಬೇಕಿತ್ತು" ಅಂದೇ ಬಿಟ್ಟರು ಆವೇಶದಿಂದ. ಅವನು ಜೋರಾಗಿ ನಕ್ಕ "ಆಗ್ತಾ... ಇರ್ಲಿಲ್ಲ ಬಿಡಿ. ಅವ್ನ ಇರೋ ಪರ್ಸನಾಲಿಟಿಗೆ ನಮ್ಮನ್ನ ದಬ್ಬಿದ್ದರೆ ಬೀದಿಗೆ ಬಂದ್.... ಬೀಳ್ತಾ ಇದ್ವಿ. ಅದೆಲ್ಲ ಆಗ್ತಾ ಇರ್ಲಿಲ್ಲ" ಒಂದು ರೀತಿಯಲ್ಲಿ ರಾಜೇಶ್‌ನ ಪರೋಕ್ಷವಾಗಿ ಅವಮಾನಿಸಿದಂತಾಯಿತು. ತುಟಿ ಕಚ್ಚಿ ಕೋಪ ನುಂಬಿದರು.

"ಆ ಸಂಬಂಧ, ಆ ಕತೆ ಮುಗ್ದಂಗೆ, ಆ ವಿಷ್ಯ ಬಿಡು. ಅದು ಸಾಲ್ವ್ ಆಗುತ್ತೆ. ಮತ್ತೆ ನಾನು ಲಾಯರ್ ಶಂಭುಲಿಂಗಯ್ಯನ ಭೇಟಿ ಮಾಡಿದ್ದೆ. ಈಗ ಇರೋದು ನಿನ್ನ ಜವಾಬ್ದಾರಿ ಮಾತ್ರ. ಯಾವ್ದೇ ಡಿಗ್ರಿ ಇಲ್ಲ. ಈಗ ಡಿಗ್ರಿಗಳ್ನ ಪಡೆಯೋದು ಅಷ್ಟೊಂದು ಕಷ್ಟವೇನಲ್ಲ. ಅದ್ಕೇ ಬೇರೆ ರೀತಿಯಲ್ಲಿ ವ್ಯವಸ್ಥೆ ಮಾಡಿಕೊಂಡರಾಯ್ತು. ನಿಂಗೆ ಮದ್ವೆ ಮಾಡೋ

ತೀರ್ಮಾನಕ್ಕೆ ಬಂದಿದ್ದೀನಿ" ಅಂತು ವಿಷಯನ ಮಗನ ಮುಂದೆ ಬಿಚ್ಚಿಟ್ಟರು.

ಸದ್ಯಕ್ಕೆ ಅವನಿಗೆ ಅಂಥ ಯೋಚನೆ ಬಂದಿರಲಿಲ್ಲ.

"ಸದ್ಯಕ್ಕೆ ಇನ್ನ ಒಂದೆರಡು ವರ್ಷ ಮಾಡಿಕ್ಕೊಳ್ಳೋದು ಬೇಡಾಂತ ಅಂದುಕೊಂಡಿದ್ದೀನಿ." ಅಂದ ಅನುಮಾನಿಸುತ್ತ. ಆದರೆ ರಾಜೇಶ್ ಪಟ್ಟು ಮಾತ್ರ ಬಲವಾಗಿತ್ತು. ತನ್ನ ವಿವಾಹದಿಂದ ಶುರುವಾಗಿ ಮಗಳ ಮದುವೆಯವರೆಗೂ ಹೇಳಿ "ನಿನ್ನ ಶಾಂಭವಿ ಅತ್ತೆಗೆ ಮದ್ವೇನೇ ಆಗ್ಲಿಲ್ಲ. ಇನ್ನ ಅರುಣ ಲವ್ ಮಾಡಿ ವಿವಾಹವಾದ. ನಿನ್ಹತ್ರ ಹೇಳ್ತಾ ಇದ್ದೀನಿ, ಸಂಬಂಧವೆ ಬೆಸೆಯಲಿಲ್ಲ. ವಾರಕ್ಕೊಮ್ಮೆ ಮಾತು ಇರಲೀ, ಮುಖ ನೋಡೋದು ಕೂಡ ಸಾಧ್ಯವಿಲ್ಲ. ಇದೊಂದು ಬೇಸರದ ಸಂಗ್ತಿ. ಆದರೆ ಅದರಿಂದ ಒಂದು ಅನ್ಕೂಲವಾಗಿದೆ ಹೆಂಗಸರ ಮಧ್ಯೆ ಜಗಳ, ವಾದ ವಿವಾದ ಅಂಥದೇನು ಇಲ್ದೇ ಮನೆ ತಣ್ಣಗಿದೆ. ಅನನ್ಯ ಯಾವ್ದೇ ವಿಚಾರಕ್ಕೆ ಎಂಟ್ರಿ ಕೊಡೋಲ್ಲ. ಅದು ಕೂಡ ಸಮಾಧಾನದ ವಿಚಾರ" ಅಂತು ಮಗನೊಂದಿಗೆ ಬಿಚ್ಚಿ ಬಹಳ ದೀರ್ಘವಾಗಿ ಮಾತಾಡಿದರು.

ಆಮೇಲೆ ಗೋಪಾಲಸ್ವಾಮಿಯ ಮನೆಯವರ ವಿಚಾರವೆಲ್ಲ ತಿಳಿಸಿ "ಮೊದಲ ಮಗ್ಳಿಗೆ ಅಂದರೆ ತಮ್ಮನ ಮಗಳಿಗೆ ಮದ್ವೆ ಆಗಿದೆ. ಎರಡನೆಯವಳೇ ಅನೂಷ. ನೋಡೋಕೆ ಚೆನ್ನಾಗಿದ್ದಾಳೆ. ನಮ್ಮ ಮನೆಗೆ ಹೊಂದ್ಕೋತಾಳೆ. ಅನನ್ಯ ಹೊರ್ಗಿನ ದುಡಿಮೆಗೆ ಕೈ ಹಚ್ಚಿದೋಳು, ಮನೆಯ ವಾತಾವರಣಕ್ಕೆ ಹೊಂದಿಕೊಳ್ಳೋಲ್ಲ. ಹಾಗಂತ ಸಕ್ಕೂ. ಶಾಂಭವಿ ಎಷ್ಟೂಂತ ಮಾಡಿಯಾರು? ಅರುಣ ಒಬ್ಬ ಕುಕ್‌ನ ಇಟ್ಟು ಕೊಳ್ಳೋಣಾಂತ ಅಂದ. ಅದು ಅವ್ರಿಗೆ ಇಷ್ಟವಾಗೋಲ್ಲ ಇವೆಲ್ಲ ಅಷ್ಟೊಂದು ಮುಖ್ಯವಲ್ಲ, ನಿಂಗೆ ವಿವಾಹ ಮಾಡೋ ತೀರ್ಮಾನಕ್ಕೆ ಬಂದಿದ್ದೀನಿ" ಬಹಳ ಒತ್ತಿ ಹೇಳಿ ಅವನನ್ನು ವಿಶ್ವಾಸಕ್ಕೆ ತಗೊಂಡರು . ಅವನಿಗೂ ಸರಿಯೆನಿಸಿತು.

"ನಿಮ್ಗೇ ಇಷ್ಟವಾದರೇ, ನನ್ನದೇನು ಅಭ್ಯಂತರವಿಲ್ಲ. ಆತುರ ಮಾಡಿಕೊಳ್ಳೋದು ಬೇಡ. ನನ್ನ ಎಲ್ಲಾ ವಿಷ್ಯವನ್ನು ಅವ್ರಿಗೆ ಹೇಳಿ. ನಂಗೂ ಶರತ್ ತರಹ ಡಿಗ್ರಿ ಮಾಡೋ ಇಚ್ಛೆಯೇನಿಲ್ಲ. ಬೇರೆ, ಯೋಚ್ನೆ ಇದೆ. ನನ್ನ ಫ್ರೆಂಡ್ ನಾನು ಪಾರ್ಟನರ್ ಆಗಿ.... ಏನೋ ದೊಡ್ಡದಾಗಿ ಮಾಡೋ ಇರಾದೆ ಇದೆ. ದಯವಿಟ್ಟು ಆ ವಿಷಯದಲ್ಲಿ ಮನೆಯವರ ಸಹಾಯ, ಸಜೆಷನ್ ಎರಡು ಬೇಡ" ಇಂಥ ಒಂದು ನಿರ್ಬಂಧನೆಯನ್ನು ಹಾಕಿದ. ಅದೇನು ರಾಜೇಶ್‌ಗೆ ಸೀರಿಯಸ್ ಮ್ಯಾಟರ್ ಅನ್ನಿಸಲಿಲ್ಲ, ಮಗಳ ಡಿಲಿವರಿ ಆಗುವ ಮುನ್ನ ಮಗನ ವಿವಾಹ ಮಾಡಿ ಮುಗಿಸುವ ಹುನ್ನಾರ. ಆಮೇಲಿನ ಪರಿಸ್ಥಿತಿ ಹೇಗಿರುತ್ತದೆಯೋ ಎನ್ನುವ ಆತಂಕ ಕೂಡ.

"ಆಯ್ತು, ಗೋಪಾಲಸ್ವಾಮಿ ಮುಂದಿನ ಬ್ಲಾಕ್‌ನಲ್ಲಿದ್ದಾರೆ. ಅವರದು ಬಂಗ್ಲೆನೇ. ಬೇಕಾದರೆ ನಿಂಗೊಂದು ಮನೆ ಕೊಡ್ಸಿಕೊಡ್ತಾರೆ" ಅಂದ ಕೂಡಲೆ ಕೈಯೆತ್ತಿದ ಕಿರಣ "ಪ್ಲೀಸ್, ಅಪ್ಪ ಏನು ತಿಳ್ಕೋಬೇಡಿ. ನಂಗೆ ಯಾವ ಮನೇನು ಬೇಡ. ನಿಮ್ಮ ಜೊತೆಯಲ್ಲೇ ಇರ್ತೀನೀಂತ ಅಣ್ಣನಿಗೆ ಮಾತು ಕೊಟ್ಟಿದ್ದೀನಿ. ಆ ಹುಡ್ಗೀ ಎಲ್ಲರಿಗೂ ಇಷ್ಟವಾಗಿರ್ಬೇಕು, ನಮ್ಮ ಅವರ ಕುಟುಂಬಗಳ ಮಧ್ಯೆ ಯಾವ್ದೇ ರಹಸ್ಯಗಳು ಬೇಡ!" ಇಂಥದೊಂದು ಕರಾರು

ಹಾಕಿದ. "ಆಯ್ತು...." ಎಂದರು. ಮುಂದೆ ಯಾವುದೇ ಎಡವಟ್ಟುಗಳು ಅವರಿಗೆ ಬೇಕಿರಲಿಲ್ಲ. ವರ್ಣಾಳ ಟೆನ್‌ಷನ್‌ನಿಂದ ಕಿರಣನ ವಿವಾಹದತ್ತ ಅವರ ಮನ ಹೊರಳಿದ್ದು ಸ್ವಲ್ಪ ಸಮಾಧಾನದ ವಿಚಾರವೆ. ಇಲ್ಲದಿದ್ದರೆ ಮೂರು ಹೊತ್ತು ಅದೇ ಬಡಬಡಿಕೆ.

"ಸಂತೋಷ, ಆ ಬಗ್ಗೆ ಗೋಪಾಲಸ್ವಾಮಿ ಹತ್ರ ಮಾತಾಡ್ತೀನಿ" ಅಂದರು.

"ಸರಿ ಅಪ್ಪ, ಇನ್ನೊಂದ್ಮಾತು. ಈಗ್ಲೂ ಅಷ್ಟಿಷ್ಟು ಜವಾಬ್ದಾರಿ ಬಂದಿದೆಯೆನಿಸಿದರೇ, ಮದ್ವೆ ಮಾಡು, ಆಮೇಲೆ ನೀನು ನೊಂದುಕೊಳ್ಳೋದು, ಬಯ್ದುಕೊಳ್ಳೋದು, ಪಶ್ಚಾತ್ತಾಪ ಪಡೋದೊಂದು ಬೇಡ" ಎಂದ. ಅವರು ಅರುಣನನ್ನು ಹೊಗಳಿ ಪದೇ ಪದೇ ಇವನನ್ನು ಹೀಯಾಳಿಸಿ ಮಾತನಾಡುತ್ತಿದ್ದುದ್ದು ಸಹಿಸಿ ಸಾಕಾಗಿತ್ತು. "ಅಂಥದೇನಿಲ್ಲ!" ಎಂದು ಎದ್ದು ಮಗನ ಭುಜದ ಮೇಲೆ ಕೈ ಹಾಕಿ "ನಾನು ನಿನ್ನ ಅಪ್ಪ ನೀನು ಹೆಚ್ಚು ಪ್ರಯೋಜಕನಾಗಬೇಕೆಂಬುದೇ ನನ್ನಿಚ್ಛೆ. ಅದಕ್ಕೆ ಏನೇನೋ ಮಾತಾಡ್ತಾ ಇದ್ದೆ. ಈಗ ನಿನ್ನ ಬಗ್ಗೆ ನಂಗೆ ನಂಬ್ಕೇ.... ಬಂದಿದೆ" ಭರವಸೆಯ ಮಾತಾಡಿದರು. ಇದೊಂದು ಮಾತು ಸಾಕಿತ್ತು ಕಿರಣನಿಗೆ.

ಅದನ್ನ ಮೊದಲು ಬಂದು ಬಿತ್ತರಿಸಿದ್ದು ಶಾಂಭವಿಗೆ. ಆಕೆಗೆ ಅಚ್ಚರಿಯೆನಿಸಲಿಲ್ಲ. ಗೋಪಾಲ ಸ್ವಾಮಿಯನ್ನು ಕರೆತಂದಾಗ ಇಂಥದೇನೋ, ನಡೆಯುತ್ತಿದೆಯೆನಿಸಿತ್ತು.

"ಗುಡ್, ಕಂಗ್ರಾಟ್ಸ್.... ಅನನ್ಯ ಬಂದರೂ ಯಾರನ್ನು ಹಚ್ಚಿಕೊಳ್ಳಿಲ್ಲ. ಈಗಿನ ಹುಡ್ಗೀಯಾದ್ರೂ.... ಹೊಂದ್ಕೊಂಡ್ ಮನೆಯಲ್ಲಿ ಓಡಾಡ್ಲೀ" ಎಂದರು ಅವನನ್ನು ಮಮತೆಯಿಂದ ನೋಡುತ್ತ. ಅವನದು ಘಟಿಂಗನ ಜಾಯಮಾನ "ಮೊದ್ಲು ಮನೆಯವರೆಲ್ಲ ಇಷ್ಟಪಡ್ಬೇಕೂಂತ ಹೇಳಿದ್ದೀನಿ. ಈಗ ಮದ್ವೆಯಾಗಬೇಕಾದರೆ ತುಂಬ ಎಚ್ಚರಿಕೆ ವಹಿಸಬೇಕು. ಈಗ ವಿವಾಹದ ಪರಿಕಲ್ಪನೆಯೆ ಬೇರೆ.... ಬೇರೆಯಾಗಿ ಬಿಟ್ಟಿದೆ" ಎಂದ ಸ್ವಲ್ಪ ಗಂಭೀರವಾಗಿ ಚಿಂತಿಸುತ್ತ.

ಶಾಂಭವಿ ನಕ್ಕುಬಿಟ್ಟರು.

"ಇಷ್ಟು ಸೀರಿಯಸ್ಸಾಗಿ ಯೋಚ್ಸೋದು ಯಾವಾಗ್ಲಿಂದ? ಹುಚ್ಚು ಹುಡ್ಗ...." ಪ್ರೀತಿಯಿಂದ ಬಯ್ದರು. ಆಮೇಲೆ ತಕ್ಷಣ "ಹಿಮವಂತ್ ಮೊನ್ನೆ ಬಂದಾಗ ಹೇಳಿ ಹೋದ್ರು. 'ಡಾಕ್ಟ್ರುನ ವಿಚಾರ್ಸಿ, ವರ್ಣ.... ಆಫೀಸ್‌ಗೆ.... ಬೇಡಾಂತ ಅನ್ನಿಸ್ತಾ? ಅವಳಿಗೆ ಕೆಲವು ರೂಲ್ಸುಗಳು ಅನ್ವಯಿಸೋಲ್ಲ. ಆದ ದಿನ ಬರಬಹ್ದು! ಇಷ್ಟು ಅವರ್ ಕೆಲ್ಸ ಮಾಡ್ಬೇಕೂಂತೇನಿಲ್ಲ.' ಎಂದು ಹೇಳಿ ಹೋದರು. ಪಾಪ, ಇವಳ ಓಡಾಟಕ್ಕೆ ಸ್ವಂತ ವೆಹಿಕಲ್ ಕಳ್ಸೀ ಕೊಡ್ತಾ ಇದ್ದಾರೆ. ಇವಳಿಗೆ.... ಸಂಕೋಚವೋ.... ಸಂಕೋಚ! ಅವಳು ಕೆಲ್ಸಕ್ಕೆ ಹೋಗೋದರ ಬಗ್ಗೆ ಎಲ್ಲರ ವಿರೋಧ. ನೀನೂ.... ಏನಂತೀ?" ಕೇಳಿದರು.

ಕಿರಣ ಜೋರಾಗಿ ನಕ್ಕುಬಿಟ್ಟ.

"ಈ ವಿಷ್ಯದಲ್ಲಿ ನನ್ನ ಕೇಳ್ತೀರಲ್ಲ. ಸದ್ಯಕ್ಕೆ ಡೆಲಿವರಿ ಆಗೋವರ್ಗೂ ಹೋಗೋದೇ ಬೇಡ. ಹಿಮವಂತ್ ವರ್ಣ ಬಗ್ಗೆ ತುಂಬಾ ಇಂಟರೆಸ್ಟ್ ತೋರಿಸ್ತಾ ಇದ್ದಾರೆ. ಮುಂದೇನು? ಒಂದು ದೊಡ್ಡ ಕೊಶ್ಚನ್ ಮಾರ್ಕ್."

ಶಾಂಭವಿಯ ಮುಖ ಗಂಭೀರವಾಯಿತು. ವಾರಕ್ಕೊಮ್ಮೆ ಶರತ್ ಬರುತ್ತಿದ್ದ. ಕೆಲವೊಮ್ಮೆ ವರ್ಣನ ಆಫೀಸ್‌ನಿಂದ ಮನೆಗೆ ತಂದು ಬಿಟ್ಟು ಹೋಗುತ್ತಿದ್ದ. ಅವಳ್ಮ ಮಾಡಿಕೊಟ್ಟಿದ್ದನ್ನೆಲ್ಲ, ತಂದು ಕೊಡುತ್ತಿದ್ದ. ಈಗಲೂ ಅಷ್ಟೇ ಗಾಂಭೀರ್ಯ. ಇಲ್ಲಿ ಮನೆಯಲ್ಲಿ ಕೂಡ ಹಿಂದಿನ ಭಾವವೇ. 'ಇದು ಬೇಕಿರಲಿಲ್ಲ' ಆಗಾಗ ಮುಖ ಸಿಂಡರಿಸುತ್ತಿದ್ದರು ರಾಜೇಶ್. ಆ ಬಗ್ಗೆ ಶರತ್ ತಲೆ ಕೆಡಿಸಿಕೊಂಡಂಗೆ ಕಂಡಿರಲಿಲ್ಲ.

"ನಂಗೂ ಏನು ಗೊತ್ತಾಗ್ತ ಇಲ್ಲ. ನಮ್ಮ ವರ್ಣ ಒಳ್ಳೆಯವಳು. ಸಾಕಷ್ಟು ಮೃದು. ಆದರೆ ವಿವೇಕಿ, ಕೆಲವೊಮ್ಮೆ ಅವಳ ಡಿಸಿಷನ್ ಕರೆಕ್ಟಾಗಿ ಇರುತ್ತೆ. ಶರತ್ ಬಗ್ಗೆ ಪ್ರೀತಿ, ಪ್ರೇಮ, ಅಭಿಮಾನ ಎಲ್ಲಾ ಇದ್ದರೂ ಡಿವೋರ್ಸ್ ಪೇಪರ್‌ಗೆ ಸಹಿ ಹಾಕಿದ್ಲು. ಎರಡು ಕುಟುಂಬಗಳ ಮಧ್ಯೆ ಎದ್ದಿರುವ ಹೊಗೆ ತಮ್ಮನ್ನ ಕೂಡ ಆವರಿಸುತ್ತೆ. ಬಾಳೋದು ಕಷ್ಟ. ಎಂದಿಗೂ ಸುಖ ಯಾರ ಪಾಲಿಗೂ ದಕ್ಕೋಲ್ಲ ಅಂದೇ ಅವಳು ಆ ನಿರ್ಣಯಕ್ಕೆ ಬಂದಿದ್ದು. ಶರತ್ ಕೂಡ ರಿಯಲೀ ಜಂಟಲ್‌ಮನ್ ಒಬ್ಬ ಒಳ್ಳೆಯ ಮಗ, ಹಾಗೇ ಒಳ್ಳೆಯ ಗಂಡ ಕೂಡ. ಚೆನ್ನಾಗಿ ಯೋಚ್ಸೇ ಅವನು ನಿರ್ಧಾರಕ್ಕೆ ಬಂದಿರೋದು. ಆದರೆ ಇಲ್ಲಿ ದೈವ ನಿರ್ಣಯ ಬೇರೆಯದೇ ಇತ್ತು. ಮುಂದೇನು ಅನ್ನೋದೇ ಗೊತ್ತಾಗ್ತ ಇಲ್ಲ. ಕೆಲವು ತಿಂಗಳನಂತರ ನಿರ್ಣಯ ಹೊರಬೀಳುತ್ತೆ" ಎಂದರು ವಿಷಣ್ಣರಾಗಿ. ಆದರೆ ವರ್ಣ ಮತ್ತು ಶರತ್‌ನ ಮಗುವಿನ ಬಗ್ಗೆ ಅವರದೊಂದು ಕನಸು ಇತ್ತು. ಅದು ಅತ್ಯಂತ ಸುಂದರವಾದ ಕನಸು. ಅದು ನನಸಾಗಿ ಬಿಡಲಿಯೆನ್ನುವ ಆಸೆ.

"ಅದ್ಕೇ ಮೊದ್ಲು ನನ್ಮದ್ವೆ ಮಾಡ್ಬೇಕೂಂತ ಇದ್ದಾರೆ, ಅಪ್ಪ."

"ಇದು ಒಳ್ಳೇದೇ! ಮನೆಯಲ್ಲೊಂದು ಶುಭ ಕಾರ್ಯ ನಡೆದರೇ, ಆ ನೆಪದಲ್ಲಿಯಾದ್ರೂ.... ನಲಿವು ನಲಿದಾಡುತ್ತೇ. ತೀರಾ ದೂರವಾದ ಮನಸ್ಸು ಹತ್ತಿರವಾದ್ರೂ.... ಸುಳಿದಾಡುತ್ತೇನೋ?" ಎಂದರು. ದೂರದ ಆಸೆ.... ಈಗ ಇರೋ ಪರಿಸ್ಥಿತಿಯಲ್ಲಿ ಕೈಗೂಡುತ್ತದೆಯೆನ್ನುವ ನಂಬಿಕೆ ಇಲ್ಲದಿದ್ದರೂ ಬೇಕೂಂತ ಅನ್ನಿಸಿತ್ತು. ಅದು ತಪ್ಪಲ್ಲ. ಮಾನವನ ಸಹಜ ಸ್ವಭಾವವದು.

ಗೋಪಾಲಸ್ವಾಮಿ ಮತ್ತು ಅವರ ಮನೆಯವರ ಬಗ್ಗೆ ಮಾತಾಡಿದರು.

"ಹಳ್ಳಿಯಲ್ಲಿದ್ದ ಜನ, ಈಗ ಪಟ್ಟಣಕ್ಕೆ ಬಂದು ಥಳಕು-ಬಳಕು ಕಲೀತಾ ಇದ್ದಾರೆ. ಏನೋ.... ಡಿಗ್ರಿ.... ಅಂದ್ರು ಆಗಿಲ್ಲ, ಅಂದ್ರು ಈಗ ಕಾಲೇಜಿಗೆ ಹೋಗ್ತಾ ಇದ್ದಾಳೆ ಅಂದ್ರು. ಮತ್ತೆ ಸೇರಿಸೋ ಮಾತಾಡಿದ್ರು. ಇವು ಯಾವು ನಿಜವೆನಿಸುತ್ತ ಇಲ್ಲ. ಅದ್ರಿಂದ ಕೆಲ್ಸ ಹುಡ್ಕಿಕೊಂಡು ಹೋಗೋಲ್ಲ. ಲಕ್ಷಣವಾಗಿ ಮನೆಯಲ್ಲಿ ಇರ್ತಾಳೆ. ನಮ್ಗೂ ಏನು ಅಭ್ಯಂತರವಿಲ್ಲ. ಜನರ ಮಧ್ಯೆ ಬೆಳ್ದ ಹುಡ್ಗೀ.... ಬೇಗ ಹೊಂದ್ಕೋತಾಳೆ." ಹಸಿರು ನಿಶಾನೆ ತೋರಿಸಿದರು. ಅರ್ಧ ಕೆಲಸ ಮುಗಿದಂತಾಯಿತು. ಅಮ್ಮನಿಂದ ಅಂಥ ವಿರೋಧವೇನು ಇರೋಲ್ಲ. ಅರುಣನ ವಿಚಾರ ಅಪ್ಪನಿಗೆ ಬಿಟ್ಟಿದ್ದು ಎನ್ನುವ ನಿರ್ಧಾರಕ್ಕೆ ಬಂದಿದ್ದ.

ಅಂದು ಚೆಕಪ್‌ಗೆ ಹೋಗಿದ್ದ ವರ್ಣ ಇಂಜಕ್ಷನ್ ತಗೊಂಡು ನರ್ಸಿಂಗ್‌ಹೋಂನಿಂದ ಹೊರ ಬರುವ ವೇಳೆಗೆ ಶರತ್ ಬಂದು ಕಾದಿದ್ದ. ಈಗಾಗಲೇ ಅವಳನ್ನ ಚೆಕ್‌ಅಪ್

ಮಾಡುತ್ತಿದ್ದ ಗೈನಾಕಾಲಜಿಸ್ಟ್ ಡಾ॥ ಸುಮತಿಯವರನ್ನು ಕಂಡು ಬಂದಿದ್ದ. ವಿಪರೀತ ಕಾಳಜಿ ಎದ್ದು ಕಾಣುತಿತ್ತು.

"ಯಾಕೆ ತುಂಬಾ ಸುಸ್ತಾಗಿ ಕಾಣ್ತೀಯ ?" ಹತ್ತಿರಕ್ಕೆ ಬಂದು ವಿಚಾರಿಸಿದಾಗ ಉತ್ತರಿಸಿದ್ದು ಶಾಂಭವಿಯೆ "ಅಂಥ ಬಳಲಿಕೆ ಮುಖದ ಮೇಲೆ ಇರುತ್ತೆ. ಜ್ಯೂಸ್.... ತಂದಿದ್ದೀನಿ" ಎಂದರು.

ಕಾರಿಡಾರ್‌ನಲ್ಲಿದ್ದ ಸಿಟ್ಟಿಂಗ್ ಛೇರ್‌ಮೇಲೆ ಹೋಗಿ ಕೂಡಿಸಿ ತಂದಿದ್ದ ಜ್ಯೂಸ್‌ನ ಗ್ಲಾಸ್‌ಗೆ ಬಗ್ಗಿಸಿಕೊಟ್ಟು "ಮುಂಬಯಿಗೆ ಹೋಗಿರೋ ವಿಚಾರ ನಿಮ್ಮ ತಾಯಿ ತಿಳ್ಸಿದ್ರು" ಎಂದರು ಶಾಂಭವಿ.

"ಏರ್‌ಪೋರ್ಟ್‌ನಿಂದ ನೇರವಾಗಿ ಇಲ್ಲಿಗೆ ಬಂದಿದ್ದು" ಎಂದವ ಸುಧಾರಿಸಿಕೊಳ್ಳುವಂತೆ ಕಂಡ. ದಿನಕ್ಕೆ ಎರಡು ಸಲವಾದರೂ ಫೋನ್ ಮಾಡಿ ವರ್ಣಳ ಆರೋಗ್ಯ ವಿಚಾರಿಸುತ್ತಿದ್ದ. "ನಾನು ಮನೆಗೆ ಡ್ರಾಪ್ ಮಾಡಿ ಹೋಗ್ತೀನಿ ಏನು ಅಭ್ಯಂತರವಿಲ್ಲ ತಾನೇ ?" ಕೇಳಿದ. ಅವರು ಬಂದಿದ್ದು ಟ್ಯಾಕ್ಸಿಯಲ್ಲೆ. ಮನೆಯಲ್ಲಿ ಎರಡಲ್ಲ, ಮೂರು ಕಾರುಗಳು ಇತ್ತು. ಅವರವರ ಕಾರುಗಳಿಗೆ ಅವರುಗಳೆ ಡ್ರೈವರ್‌ಗಳಾಗಿದ್ದರಿಂದ, ಬೇರೆಯವರ ಸಮಯಕ್ಕೆ ವಾಹನಗಳು ಒದಗುತ್ತಿರಲಿಲ್ಲ.

"ಮನೆಗೆ ಇನ್ನು...." ಎಂದಳು ವರ್ಣ.

"ನೋ ಪ್ರಾಬ್ಲಮ್ ! ಅಮ್ಮನಿಗೆ ತಿಳಿಸಿದ್ದೀನಿ. ಏನು ಪ್ರಾಬ್ಲಮ್ ಇಲ್ಲಾಂತ ಅಂದಿದ್ದಾರೆ ಡಾಕ್ಟ್ರು" ಹೇಳಿದ. ಇದು ತನ್ನ ಹಕ್ಕು ಎನ್ನುವ ರೀತಿಯಲ್ಲಿ ನಡೆದುಕೊಳ್ಳುತ್ತಿದ್ದ. ದೊಡ್ಡದಾಗಿ ಅಧಿಕಾರ ತೋರಿಸಲು ಹೋಗುತ್ತಿರಲಿಲ್ಲ.

ಹೌದು, ಅವನು ಏರ್‌ಪೋರ್ಟ್‌ಗೆ ಬಂದಿದ್ದ ಕಂಪನಿ ಕಾರಿನಲ್ಲಿಯೆ ಮನೆಗೆ ಡ್ರಾಪ್ ಮಾಡಿ ಹೊರಟ. ಬಂದ ಮೇಲೆ ಮನೆಯ ಗೊಂದಲದ ವಾತಾವರಣ ಅರಿವಾಯಿತು.

"ಏನು..... ವಿಷ್ಯ?" ಅಮ್ಮನನ್ನ ಕೇಳಿದ ಷರಟಿನ ಗುಂಡಿಗಳನ್ನು ಬಿಚ್ಚುತ್ತ "ಅಂಥದೇನಿಲ್ಲ, ಎಲ್ಲಾ ಸರ್ಯಾಗಿದೆ ತಾನೇ? ಅಣ್ಣ ಬಂದಿದ್ನಾ?"

"ಅಂಥದೇನಿಲ್ಲ! ಒಂದು ತರಹ ಆರಾಮಾಗಿದ್ವಿ. ಸೇತುರಾಮ್ ಬಂಧು ಅಂತ ಗಂಟು ಬಿದ್ದಿದ್ದಾನೆ, ರೆವರೆಂಡ್ ಹೆಂಡ್ತಿ, ಮಗಳ ಜೊತೆ ಬಂದಿದ್ರು. ದೊಡ್ಡಸ್ಥಿಕೆ ಅಂತದೇನಿಲ್ಲ. ಅವರೆಲ್ಲ ಹೆಚ್ಚಿನ ವಿದ್ಯಾವಂತರು. ನಂಗೆ ಸ್ವಲ್ಪ ಮುಜುಗರ ಅಷ್ಟೆ"

ಶರತ್ ನಸು ನಗೆ ಬೀರಿದ. ಬಹುಶಃ ಅವನು ಜೋರಾಗಿ ನಗುತ್ತಲೇ ಇರಲಿಲ್ಲ, ತೀರಾ ನಕ್ಕು ಓಡಾಡೋ ವಯಸ್ಸಿನಲ್ಲಿ ಜವಾಬ್ದಾರಿಯೆನ್ನುವ ಗಂಭೀರ ಭಾವ ಅವನನ್ನು ಆವರಿಸಿದ್ದು ಇದಕ್ಕೆ ಕಾರಣವೇನೋ ?

"ಹೋಗ್ಲಿ ಬಿಡು ಬಂದರೂ.... ಹೋದರು. ಅವರ ಬಗ್ಗೆ ನೀನೂ ಯಾಕೆ ಮುಜುಗರ ಪಟ್ಕೋತೀಯಾ ?" ಅಷ್ಟು ಅಂದು ಆ ವಿಷಯಕ್ಕೆ ಪೂರ್ಣ ವಿರಾಮ ಹಾಕಿದ. ರೆವರೆಂಡ್ ತೋರಿಸೋ ಆತ್ಮೀಯತೆಗೆ ಅವನೇನು ದಂಗಾಗಿರಲಿಲ್ಲ "ನಿಂಗೆ ಇನ್ನೇನೋ ಹೇಳೋದಿದೆ. ಮತ್ತೇನು ?" ಅವನೇ ಕೇಳಿದ.

"ಅವ್ರಿಗೂ, ನಮ್ಗೂ ಸರಿ ಹೋಗುತ್ತ?" ಕೇಳಿದರು.

ಅವನು ಮತ್ತಷ್ಟು ಗಂಭೀರವಾದ. ಅವನವರೆಗೂ ವಿಷಯ ಬಂದಿತ್ತು. ಆದರೆ ಅದರ ಪ್ರಸ್ತಾಪ ಅವನಿಗೆ ಬೇಡ "ಹಾಗಂದರೇನು? ನಮ್ಗೂ ಅವ್ರಿಗೂ ಸರ್‍ಯೋಗೋಕ್ಕೇನಿದೇ? ಒಂದೆರಡು ಸಲ ಅವರುಗಳು ಬಂದು ಹೋದ ಮಾತ್ರಕ್ಕೆ, ನಮ್ಗೂ.... ಅವ್ರಿಗೂ ಸರ್‍ಯೋಗೋಕ್ಕೇನಿದೆ?" ಅಂದ. ಅಂದರೆ ಅವನಿಗೆ ಈ ಸಂಬಂಧ ಇಷ್ಟವಿಲ್ಲ ಎಂದು ಗೊತ್ತಾಗಿದ್ದು ಸಂತಸದ ವಿಚಾರವೇ. 'ಅವರು ಈಗಾಗಲೇ ಗಂಡುನ ಹುಡ್ಕೀ.... ಇಟ್ಕೊಂಡಿದ್ದಾರೆ. ನಾವು ಸುಮ್ನ ನಿರೋದಾ? ನಿಮ್ಜೊತೆ ಸಂಬಂಧ ಬೆಳೆಸೋಕೆ, ಬಂದಿರೋರು.... ಎಂಥ ಜನ? ಈಗ ಸುಮ್ಮನಿದ್ದು, ಆಮೇಲೆ ನೀವುಗಳು ಹುಡ್ಕೀಕೊಂಡು ಹೋಗೋದು ಎಷ್ಟು ಸರಿ?' ಪರಿಚಿತನಾಗಿದ್ದ ಬಂಧು ತಿಮ್ಮಪ್ಪಯ್ಯನ ತಲೆ ಕೆಡಿಸಿಬಿಟ್ಟಿದ್ದ.

"ಹೋಗ್ಲೀ ಬಿಡು. ಅವ್ರ ಉದ್ದೇಶ ಬೇರೆ ಇದೇಂಥ ಅನ್ನಿಸ್ತು."

ಅಮ್ಮನ ಮಾತಿಗೆ ಶರತ್ ಪ್ರತಿಕ್ರಿಯಿಸಲಿಲ್ಲ. ಇದು ಅವನ ಪಾಲಿಗೆ ಅತ್ಯಂತ ನೋವಿನ ಸಂಗತಿ. ಈಗಾಗಲೇ ವಿವಾಹ ಬಿಡುಗಡೆಯ ಹಂತಕ್ಕೆ ಬಂದು ನಿಂತಿತ್ತು. ಆದರೆ ಮಾನಸಿಕವಾಗಿ ಅವನು ತಯಾರಿರಲಿಲ್ಲ! ಒಪ್ಪಿಗೆ ನೀಡಿದ್ದ! ಹಿಮವಂತ್ ಕಂಪನಿಯಲ್ಲಿ ವರ್ಣ ಕೆಲಸ ಮಾಡುತ್ತಿದ್ದುದ್ದು ಅವನಿಗೆ ಗೊತ್ತಿತ್ತು. ಆದರೆ ಆ ಬಗ್ಗೆ ಅವನೆಂದು ಪ್ರಶ್ನಿಸಿರಲಿಲ್ಲ. ಅದು ಅವನ ಮನಸ್ಸಿಗೆ ಒಗ್ಗದು ಸ್ವೇಚ್ಛೆ ಅಲ್ಲ, ಸ್ವತಂತ್ರ ಎಲ್ಲರಿಗೂ ಅತ್ಯಂತ ಪ್ರಿಯ ಮತ್ತು ಅವರ ಹಕ್ಕು ಕೂಡ.

"ಹೇಮಂತ್ ಅವ್ನ ಹೆಂಡ್ತಿ ಮನೆಗೆ ಬಂದಿದ್ರು.... ಯಾಕೋ ಇಬ್ರೂ ತುಂಬ ಬೇಜಾರುನಲ್ಲಿದ್ರು. ಅವ್ನ ಹೆಂಡ್ತಿ ಅಮೆರಿಕಗೆ ಹೋಗೋದ್ನ ಕ್ಯಾನ್ಸಲ್ ಮಾಡಿದಳಂತೆ" ರೂಮಿನತ್ತ ಹೋದವನು ಹಿಂದಕ್ಕೆ ಬಂದ.

"ಏನಂತೆ..... ವಿಷ್ಯ?" ಕೇಳಿದ.

"ಮೊದ ಮೊದಲು ಏನೇನೋ ಹೇಳ್ದ. ನಂಗೆ ನಿಜವೂ ಅನ್ನಿಸಲಿಲ್ಲ. ಪೂರ್ತಿ ಸುಳ್ಳಾಗಿ ಕೂಡ ಕಾಣಲಿಲ್ಲ. ಆಮೇಲೆ ಅವಳು ಅಳೋಕೆ ಶುರು ಮಾಡಿದ್ಲು. ಅವಳಿಗೆ ಎಲ್ಲಾ ಟೆಸ್ಟ್‌ಗಳು.... ಟ್ರೀಟ್‌ಮೆಂಟ್ ಆಯಿತಂತೆ. ಮಕ್ಕಳಾಗೋಲ್ಲಾಂತ ಅಂದರಂತೆ ಅದ್ಕೇ ತುಂಬ ಡಿಪ್ರೆಸ್ ಆದಂಗೆ ಕಂಡಳು. ಆಮೇಲೆ ಅತ್ತಳು. ತುಂಬ ಧೈರ್ಯದ ಹೆಣ್ಣೂಂತ ಅಂದ್ಕೊಂಡಿದ್ದೆ. ಪಾಪ, ಬಿಕ್ಕಿ ಬಿಕ್ಕಿ ಅತ್ತಿದ್ದೆ ಅತ್ತಿದ್ದು. ಇನ್ನು ಹೆಚ್ಚು ದುಡಿದು ಮಾಡೋದೇನಿದೇ ಅನ್ನೋ ನಿಲುವಿಗೆ ಬಂದಿರಬೇಕು. ಅಂತೂ, ಹೋಗೋಲ್ಲ ಅನ್ನೋದು..... ತಿಳೀತು" ಇಷ್ಟು ವಿಷಯ ಹೇಳಿದರು. ಆಕೆಗೂ ನೋವಾಗಿತ್ತು, ಬೇಸರವಿದ್ದರೂ ಮಗನ ಹೆಂಡತಿ ಅನ್ನೋ ಸಮಾಧಾನ.

"ಹೇಮಂತ್‌ಗೆ ಒಂದ್ಮಗು.... ಆಗ್ಬೇಕಿತ್ತು, ಕಣೋ. ದಾಂಪತ್ಯದ ಸೊಗಸು ಕಳ್ದು.... ಬೇಸರ ಬಂದೋರ ತರಹ ಕಂಡರು. ನಿನ್ನ ಭೇಟಿಯಾಗ್ಬೇಕೂಂತ, ಒಂದತ್ತು ಸಲವಾದ್ರೂ.... ಅಂದ."

ತಾಯಿ ಮಾತುಗಳಿಗೆ ಪ್ರತಿಕ್ರಿಯಿಸದೆ ರೂಮಿಗೆ ಬಂದ. ಮೊದ ಮೊದಲು ತನ್ನ ವಿದ್ಯೆ ಅರ್ಧಕ್ಕೆ ನಿಂತಿದ್ದಕ್ಕೆ ಹೇಮಂತ್ ಕಾರಣ ಎನ್ನುವ ಕೋಪ ಸ್ವಲ್ಪ ಕಾಲ ಇತ್ತು. ಈಗ ಅಂಥದೇನು ಇರಲಿಲ್ಲ.

ಮರುದಿನ ಹೇಮಂತ್ ಇವನು ಕೆಲಸ ಮಾಡಿಸುತ್ತಿದ್ದ ಪ್ರಾಜೆಕ್ಟ್ ಬಳಿ ಬಂದ. ಈಗ ಅವನಿಗೆ ಪ್ರತ್ಯೇಕವಾದ ಛೇಂಬರ್ ಇತ್ತು. ಒಂದಿಬ್ಬರು ಇಂಜಿನಿಯರ್‌ಗಳು ಕೂಡ ಅವನ ಕೈ ಕೆಳಗೆ ಕೆಲಸ ಮಾಡುತ್ತಿದ್ದರು. ಅವನ ಕೆಲ್ಸದ ಫರ್‌ಫೆಕ್ಟ್‌ನೆಸ್ ಬಗ್ಗೆ ನಂಬಿಕೆ ಇದ್ದ 'ಫ್ಲವರ್ ಕನ್ಸ್‌ಸ್ಟಕ್ಷನ್' ಪಾಂಡೆಯವರು ಇವನ ಸಲಹೆಗಾಗಿ ಚೆನ್ನೈ, ಮುಂಬಯಿ, ಹೈದರಾಬಾದ್‌ಗೂ ಕರೆಸಿಕೊಳ್ಳುತ್ತಿದ್ದರು. ಒಂದು ರೀತಿಯಲ್ಲಿ ದೊಡ್ಡ ಪ್ರಮೋಷನ್.

ಹೇಮಂತ್‌ನ ನೋಡಿದ ಕೂಡಲೆ ಸ್ವಲ್ಪ ಗಾಬರಿಯಾದ "ಅರೇ, ಅಣ್ಣ.... ಇದೇನಿದು? ಫೋನ್ ಮಾಡಿದಾಗ್ಲೂ, ಏನು ಹೇಳಲಿಲ್ಲ" ಎಂದು ವಾಚ್ ಕಡೆ ನೋಡಿ "ನೋ ಪ್ರಾಬ್ಲಮ್.... ಈಗ ಲಂಚ್ ಸಮಯ" ಅಂದು ಆಹ್ವಾನಿಸಿದ ತಮ್ಮನನ್ನು ಅಭಿಮಾನದಿಂದ "ನಿನ್ನ ಪ್ರಿಯಾರಿಟಿ ವರ್ಕ್‌ನ ಕಡೆಗೇಂತ ಗೊತ್ತು. ಅದ್ಕೇ, ಲಂಚ್ ಟೈಮ್‌ಗೆ ಬಂದಿದ್ದು. ವಿಷಯ ತುಂಬ ಇಂಪಾರ್ಟೆಂಟ್" ಎಂದ. ಮಡದಿಗೆ ಒಂದು ಸಲಹೆ ಕೊಟ್ಟು ಅವಳ ಒಪ್ಪಿಗೆ ಪಡೆದಿದ್ದ. ಅದಕ್ಕೆ ಹಾರಿ ಬಂದಿದ್ದ. ಅವನ ಸಮಸ್ಯೆಗೆ ಸೂಕ್ತ ಪರಿಹಾರ ಹೊಳೆದಿತ್ತು.

ಪಕ್ಕದ ಟೇಬಲ್‌ನ ಕಡೆ ಹೋಗಿ ಕ್ಯಾರಿಯರ್ ತೆಗೆದಿಟ್ಟು "ಮನೆಯಿಂದ ಕ್ಯಾರಿಯರ್ ತಂದಿದ್ದೀನಿ ಅದೇ ಇಬ್ರಿಗೂ ಸಾಕಾಗುತ್ತೆ. ನಿಂಗೆ ಬೇರೆಯೇನಾದ್ರೂ.... ಬೇಕಾದರೆ ಕ್ಯಾಂಟಿನ್‌ನಿಂದ ತರಿಸ್ತೀನಿ" ಹೇಳಿದ.

"ಬೇಡ, ಇದೇ ಸಾಕು, ಮೊದ ಮೊದಲು.... ಅಮ್ಮ ಮಾಡಿದ ಪ್ರತಿಯೊಂದು ಅಡಿಗೆ, ತಿಂಡಿಗೂ.... ಹೆಸರಿಡ್ತಾ ಇದ್ದೆ. ಈಗ ಅದು ಪರಮಾನ್ನ ಅನ್ನಿಸುತ್ತೆ. ಈಗೇನು ರುಚಿಸೋಲ್ಲ, ಕಣೋ" ಅನ್ನುತ್ತ ಕೈ ತೊಳೆದು ಬಂದು ಕೂತ, ಲೀನಾಗೆ ಅಡಿಗೆ ಬರದು. ಬೇಯಿಸಿದ್ದು ತಿನ್ನುವ ಪರಿಪಾಠ.

ಸಿಹಿ ಪೊಂಗಲ್, ಖಾರದ ಪೊಂಗಲ್, ಮೊಸರು, ಚಟ್ನಿಯೊಂದಿಗೆ ತಿಂದು ಮುಗಿಸುವವರೆಗೂ ಅದು ಇದೂ ಮಾತಾಡಿದರು. ವೈಯಕ್ತಿಕವಾದ ಯಾವ ವಿಷಯವು ಬರಲಿಲ್ಲ. ನಂತರ ಪ್ರಸ್ತಾಪಿಸಿದ ಹೇಮಂತ್.

"ಹೇಗೂ ನೀವಿಬ್ರೂ ಡಿವೋರ್ಸ್ ಪೇಪರ್‌ಗೆ ಸಹಿ ಹಾಕಿ ಆಗಿದೆ. ಮುಂದೇನು?" ಕೇಳಿದ. ಶರತ್ ಗಂಭೀರವಾದ "ಗೊತ್ತಿಲ್ಲ" ಅಂದ. ಅದು ಸತ್ಯವೇ. ಮುಂದಿನದು ಖಂಡಿತ ಗೊತ್ತಿಲ್ಲ!

"ಹೌದು, ನೀವಿಬ್ರೂ.... ಬೇರೆ ಆಗ್ತೀರಾ, ಮಗು ಯಾರಿಗೆ ಸೇರಬೇಕು? ಅದರ ಜವಾಬ್ದಾರಿ ಯಾರದು? ಅದು ಸಮಸ್ಯೆಯೆನಿಸಬಹುದು. ಆ ದುರಹಂಕಾರಿ ರಾಜೇಶ್.... ಆ ಮಗುನ ಒಪ್ಪಿಕೊಳ್ಳೋಲ್ಲ.

ಈಗಾಗಲೇ ಮಗಳ ವಿವಾಹದ ತರಾತುರಿಯಲ್ಲಿರೋ ಮನುಷ್ಯ ಅದನ್ನ ಮೊಮ್ಮಗೂಂತ ಒಪ್ಪಿಕೊಳ್ಳೋಲ್ಲ. ನಮ್ಮ ಮನೆಯಲ್ಲಿ ಕೂಡ ಪರಿಸ್ಥಿತಿ ಭಿನ್ನವಾಗೇನಿಲ್ಲ. ತಿಮ್ಮಪ್ಪಯ್ಯ ಕೂಡ ತನಗೆ ಹೊಡೆದವನ ಜೊತೆ ತನ್ನ ಮಗನನ್ನ ಹಂಗಿಸಿದವನ ಮಗಳ ಮಗುನ.... ಒಪ್ಪಿಕೊಳ್ಳೋಲ್ಲ. ಇನ್ನು.... ಹಿಮವಂತ" ಅಂದ ಕೂಡಲೆ ಮಾತು ಮುಂದುವರಿಕೆ ಬೇಡವೆಂದು ಕೈಯೆತ್ತಿ ತಡೆದ. "ನೋಡೋಣ....." ಅಷ್ಟೇ ಅಂದಿದ್ದು.

"ನಿಂಗೊಂದು ಸಲಹೆ ಕೊಡ್ಲಾ?" ಕೇಳಿದ ಹೇಮಂತ್.

"ಬೈ ಆಲ್ ಮೀನ್ಸ್, ನಿಂಗೆ ಆ ಅಧಿಕಾರ ಇದೆ" ಎಂದ ಶಾಂತವಾಗಿ.

ಹೇಮಂತ್ ಯೋಚಿಸಿದ. ಈ ವಿಷಯವನ್ನು ಶರತ್ ಹೇಗೆ ತೆಗೆದುಕೊಳ್ಳುತ್ತಾನೋ, ಅನಿಸಿದರೂ.... ಸೂಕ್ತವಾದ ಪರಿಹಾರವೆನ್ನುವುದು ಅವನ ಭಾವ. ಮಡದಿ ಕೂಡ 'ನಿನ್ನ ತಮ್ಮ ಎಕ್ಸೈಟ್ ಆಗ್ಬಿಡ್ತಾನೆ. ಸಮಸ್ಯೆಗೆ ಸೂಕ್ತ ಪರಿಹಾರ ಸೂಚಿಸಿದ ನಿಮ್ಮನ್ನ ಅಪ್ಪಿಕೊಂಡು ಬಿಡ್ತಾನೆ' ಅಂದಿದ್ದಳು. ಆದರೂ ಒಂದು ರೀತಿಯ ಹಿಂಜರಿಕೆ.

"ಅದೇನು ಹೇಳು. ವಿಷ್ಯನ ಸಸ್ಪೆನ್ಸ್‌ನಲ್ಲಿ ಇಡೋ ಪ್ರಯತ್ನವೇನು ಬೇಡ. ಬಿ ಫ್ರಾಂಕ್" ಒತ್ತಾಯಿಸಿದ. ಅಂದಿನ ಪಿಯುಸಿ ಹುಡುಗ ಇಂದು ಎತ್ತರಕ್ಕೆ ಬೆಳೆದಿದ್ದ. ಚಿಂತಿಸಿ ನಿರ್ಣಯಗಳನ್ನ ತೆಗೆದುಕೊಳ್ಳಬಲ್ಲ "ಆ ಮಗು ದತ್ತು ತಗೋಳೋಕೆ ಲೀನಾ ಒಪ್ಪಿಕೊಂಡಿದ್ದಾಳೆ. ಐಯಾಮ್ ವೆರಿ ಹ್ಯಾಪಿ, ನಿನ್ನ ಮತ್ತು ವರ್ಣಳ ಸಮಸ್ಯೆಗೆ ಪರಿಹಾರ! ಸುಮ್ನೆ ನಿಮ್ಗೂ ಮಗು ಇಲ್ಲಾನ್ನೋ.... ಚಿಂತೆ ತಪ್ಪುತ್ತೆ." ಉದ್ವಿಗ್ನನಾಗಿ ನುಡಿದ.

ಅವನೇನು ವಿಚಲಿತನಾಗಲಿಲ್ಲ ಅಣ್ಣನ ಮಾತಿನಿಂದ.

"ಆ ಬಗ್ಗೆ ನಾನೊಬ್ನೇ ನಿರ್ಣಯ ತಗೋಳೋಕ್ಕಾಗೋಲ್ಲ. ಇಲ್ಲಿ ತಂದೆಯಾಗಿ ನನ್ನ ಸ್ಥಾನ ಹತ್ತು ಪರ್ಸೆಂಟ್. ಮಿಕ್ಕಿದ್ದೆಲ್ಲ ವರ್ಣಳದು. ನಂಗಿಂತ ಹುಟ್ಟೋ ಮಗುವಿನ ಮೇಲಿನ ಅಧಿಕಾರ ಅವ್ಳಿಗೆ ಜಾಸ್ತಿ ಇರುತ್ತೆ. ಒಬ್ಬರೇ ತೀಮಾನಿಸೋ.... ವಿಚಾರವಲ್ಲ. ಅವಳು ತಗೊಳ್ಳೋ ತೀರ್ಮಾನಕ್ಕೆ ಹೆಚ್ಚು ಮಹತ್ವ, ಸಾರಿ.... ಅಣ್ಣ.... ಎಕ್ಸ್‌ಟ್ರೀಮ್ಲಿ.... ಸಾರಿ" ಮೇಲೆದ್ದ. ಇಷ್ಟವೆನಿಸಲಿಲ್ಲ ಕೂಡ.

ಹೇಮಂತ್ ವಿಚಲಿತನಾದ. ಮಡದಿಗೆ ಏನೆಂದು ಹೇಳುವುದು? ಏನೋ ಹೇಳಲು ಮುಂದಾದಾಗ ತಡೆದ.

"ಮತ್ತೆ ಪ್ರಸ್ತಾಪ ಬೇಡ, ನನ್ನ ಜೊತೆ ಊಟ ಮಾಡಿದ್ದಕ್ಕೆ ಥ್ಯಾಂಕ್ಸ್. ಅತ್ತಿಗೆ ಫಾರಿನ್‌ಗೆ ಹೋಗೋಲ್ಲಾಂದರೇ, ಅಮ್ಮ ಹೆಚ್ಚು ಖುಷಿ ಪಡ್ತಾಳೆ. ನೀನು ಒಂಟಿಯಾಗಿ ಬಿಡೋದು ಅವ್ಳಿಗೆ ಇಷ್ಟವಿಲ್ಲ."

ಹೇಮಂತ್ ಬಹಳ ಪೆಚ್ಚಾಗಿಯೇ ಅವನ ಛೇಂಬರ್‌ನಿಂದ ಬಂದ. ಶರತ್ ಮಾತ್ರ ನಾರ್ಮಲ್ಲಾಗಿ ಕಾರಿನವರೆಗೂ ಬಂದು ಬೀಳ್ಕೊಟ್ಟ ಹಸನ್ಮುಖನಾಗಿಯೆ. ಇನ್ನೊಂದು ಮಾತಿಲ್ಲ, ಅಣ್ಣನ ಬೇಡಿಕೆಯಿಂದ ವಿಚಲಿತನಾಗಿದ್ದ.

"ನೀನು ಈ ವಿಷ್ಯನ ವರ್ಣಳ ಜೊತೆ ಯಾಕೆ ಮಾತಾಡ್ಬಾರ್ದು? ಮಗು ತಿಮ್ಮಪ್ಪಯ್ಯನವರ ವಂಶದಾಗಿಯೇ ಉಳಿಯುತ್ತೆ. ನಿಮ್ಮಗಳ ಭವಿಷ್ಯಕ್ಕೆ ಯಾವ್ದೇ ಸಮಸ್ಯೆ ಇರೋಲ್ಲ, ಸ್ವಲ್ಪ ವರ್ಣನ ಕನ್ವಿನ್ಸ್ ಮಾಡು." ಕಾರು ಹತ್ತುವ ಮುನ್ನ ತಮ್ಮನ ಭುಜದ ಮೇಲೆ ಕೈ ಹಾಕಿ ಹೇಳಿದ. ತನ್ನ ಸಮಸ್ಯೆಗೆ ಅವನ ಮಗುವಿನ ಪರಿಹಾರ!

ಶರತ್ ಅಣ್ಣನನ್ನ ನೇರವಾಗಿ ನೋಡಿದ. ಅಂದು ತನ್ನ ಪ್ರೇಯಸಿಗಾಗಿ ಮುಖ ತಿರುಗಿಸಿಕೊಂಡು ಹೆತ್ತವರ ಸಂಬಂಧವನ್ನು ಮುರಿದುಕೊಂಡು ಹೋದವ. ವರ್ಷಗಳು

ನಿಸ್ಸಹಾಯಕರಾಗಿದ್ದ ಅವರ ಯೋಗಕ್ಷೇಮ ವಿಚಾರಿಸದ ಮಗನಿಗೆ ಇಂದು ಮಗುವಿನ ಹಂಬಲ, ತಂದೆಯತನದ ಆಕಾಂಕ್ಷೆ.

"ಸಾರಿ, ಮದುವೆ ಅನ್ನೋದು ಖಾಸಗಿ. ಅದನ್ನ ಮತ್ತಷ್ಟು ಬಿಗಿಯಾಗಿಸಲು.... ಬೇಡ ಬಿಡು. ಏನೇ ವೇ.... ನೀನು ಬಂದಿದ್ದು ಸಂತೋಷ. ನನ್ನ ಅಣ್ಣ ನೀನು. ನಮ್ಮಿಬ್ಬರ ಜನ್ಮಕ್ಕೆ ಒಬ್ಬನೇ ವ್ಯಕ್ತಿ ಕಾರಣ. ಒಂದೇ ಮಡಿಲಲ್ಲಿ ಆಡಿ.... ಬೆಳೆದವರು.... ಇಂಥ ಭಾವವೇ ಮನಸ್ಸಿಗೆ ತಂಪೆರಿಯುತ್ತೆ. ಅತ್ತಿಗೆಗೆ ನಾನು ಕೇಳ್ದೆಂತ.... ಹೇಳು" ಎಂದ ಶರತ್ ಪ್ರಶಾಂತವಾಗಿ.

ಹೇಮಂತ್‌ನ ಕಾರು ಕಣ್ಮರೆಯಾಗುವವರೆಗೂ ಅಲ್ಲೇ ನಿಂತು ಹಿಂದಕ್ಕೆ ಬಂದ. ವರ್ಣಳ ನೆನಪಾಯಿತು. ಅತ್ಯಂತ ಪವಿತ್ರವಾಗಿ ಕಂಡಳು. ಕಲ್ಮಶರಹಿತ ಮುಗ್ಧ ಮುಖ. ಆತುರದ ವಿವಾಹ. ಒಮ್ಮೆ ಮಾತ್ರ ನೋಡಿದ್ದೆ. ಆದರೆ ಅವಳನ್ನ ವಿವಾಹವಾಗಿದ್ದಕ್ಕೆ ಪಶ್ಚಾತ್ತಾಪವಿರಲಿಲ್ಲ. ಆದರೆ.... ಎದೆಯಾಳದಲ್ಲಿ ಒಂದು ರೀತಿಯ ನೋವು. ತಮ್ಮ ಮಗು ಬೇರೆಯವರಿಗೆ ಸಮಸ್ಯೆ. ಜೊತೆಗೆ ಪರಿಹಾರ.

ಆ ವೇಳೆಗೆ ರೆವರೆಂಡ್‌ನಿಂದ ಫೋನ್ "ಸ್ವಲ್ಪ.... ಬರ್ತೀರಾ? ಒಂದಿಷ್ಟು ಪರ್ಸನಲ್...." ಅಂದರು. ಲಂಚ್‌ಗೆ ಆಹ್ವಾನಿಸುವುದು, ಅಗತ್ಯಕ್ಕಿಂತ ಹೆಚ್ಚಿನ ಆತ್ಮೀಯತೆ, ಸಲುಗೆ ತೋರುವುದು ಹೆಚ್ಚಾಗಿತ್ತು. ಇಷ್ಟವಿಲ್ಲದಿದ್ದರೂ ನಿಭಾಯಿಸಿ ಬಿಡುತ್ತಿದ್ದ" ಇದೊಂದು ಫೈಲ್ ರೆಡಿ ಮಾಡ್ತಾ ಇದ್ದೀನಿ. ಒಂದರ್ಧ ಗಂಟೆ ಆಗ್ಬಹ್ದು. ಮುಗ್ಸೀಕೊಂಡು.... ಬರ್ತೀನಿ" ಫೋನ್ ಕಟ್ ಮಾಡಿದ. ರೆವರೆಂಡ್‌ಗೆ ಮುಖದ ಮೇಲೊಡೆಸಿಕೊಂಡಂತಾಯಿತು. ಬೇಸಿಕಲೀ.... ಇಂಜಿನಿಯರ್. ಹಲವಾರು ಪ್ರಾಜೆಕ್ಟ್‌ಗಳನ್ನು ಮುಗಿಸಿ ಸಾಕಷ್ಟು ಹೆಸರು ಮಾಡಿದವರು. ಸ್ವಂತ ಒಂದು ಕನ್‌ಸ್ಟ್ರಕ್ಷನ್ ಕಂಪನಿ ಹುಟ್ಟು ಹಾಕುವ ಸಾಮರ್ಥ್ಯವಿದ್ದವರು. ತಮ್ಮದು ತುಂಬ ಎತ್ತರವೆಂದು ತಿಳಿದ ಅಭಿಮಾನಿ "ಓಕೇ, ಬೇಗ್ಬನ್ನಿ...." ಆ ಕಡೆ ಲೈನ್ ಕಟ್ ಆಗಿದೆಯೆಂದು ತಿಳಿದ ನಂತರವು ಹೇಳಿದರು. ಕಾರಣ, ಎದುರಿಗೆ ಅವರ ಮಗಳು ಗಾಯಿತ್ರಿ ಇದ್ದಳು.

"ಬರ್ತಾನೆ, ವರ್ಕ್ ಕಡೆ ಅವನ ಪೂರ್ತಿ ಪ್ರಿಯಾರಿಟಿ" ಎಂದು ನಗೆ ಬೀರಿದರು. 'ಉಷ್' ಎಂದ ಅವಳು "ತೀರಾ ಮಾತು ಕೂಡ ಕಡ್ಮೇ ಅನ್ನಿಸುತ್ತೆ" ಬೇಸರ ವ್ಯಕ್ತಪಡಿದ್ದಕ್ಕೆ ನಗೆ ಬೀರಿ "ಅದು ನಿನ್ನ ಲಕ್ ಅಂದ್ಕೋ, ನಿನ್ನ ಮಮ್ಮಿ ಮಾತುನಿಂದ್ಲೇ, ನನ್ನ ತಿಂದು ಬಿಡ್ತಾಳೆ. ಶರತ್ ತೀರಾ ಸೈಲೆಂಟ್. ಹಾರಾಟ, ಕೂಗಾಟ.... ಅಂಥದ್ದು ಕಂಡೇ ಇಲ್ಲ. ಅವ್ನಿಗೆ ಕೋಪ ಬಂದರೇ ಬೇರೆ ರೀತಿಯಲ್ಲಿ ತೋರಿಸ್ತಾನೆ. ಅಲ್ಲಿ ಕಾಂಪ್ರಮೈಸ್ ಪ್ರಶ್ನೆ ಇಲ್ಲ. ಐ ಲೈಕ್ ಹಿಮ್, ಅದಕ್ಕೆ ನಿನ್ನ ಗಂಟು ಹಾಕೋ ಪ್ರಯತ್ನ" ತನ್ನ ಪ್ಲಾನ್ ಬಗ್ಗೆ ಎದೆಯುಬ್ಬಿಸಿದರು. ಅವರ ಸಮಸ್ಯೆಗೆ ಶರತ್ ಪರಿಹಾರವಾಗಿ ಕಂಡಿದ್ದ.

ಆಧುನಿಕ ಬದಲಾವಣೆಗೆ ಒಗ್ಗಿಕೊಂಡ ಗಾಯಿತ್ರಿ "ಡೆಲಿವರೀ, ಆಗೋ ವರ್ಗೂ ಕಾಯೋದು ಯಾಕೆ? ಮಮ್ಮಿ ಹೇಳೋ ಪುರಾಣದ ಕತೆಗಳ ತರಹ ಗಂಧರ್ವ ವಿವಾಹವಾಗಿ ಬಿಡೋದು. ಆಮೇಲೆ ಆರಾಮಾಗಿ ನಾವುಗಳು ಜೊತೆಯಲ್ಲಿ. ಹೇಗೂ ಡಿವೋರ್ಸ್

ಪೇಪರ್‌ಗೆ ಇಬ್ರೂ, ಸಹಿ ಹಾಕಿ ಆಗಿದಾಗಿದೆಯಲ್ಲ" ಎಂದಳು ಸ್ವೀಟಾಗಿ. ಕಡೆಯ ಮುದ್ದಿನ ಮಗಳ ಮೇಲೆ ಅವರಿಗೆ ವಿಪರೀತ ಪ್ರೀತಿ. ಅದಕ್ಕೆ ಕಟ್ಟೆ ಹಾಕುವ ಪ್ರಯತ್ನ, ಅವಳು ಶರತ್‌ನ ಪರ್ಸನಾಲಿಟಿಗೆ ಹುಚ್ಚಾಗಿದ್ದಳು.... "ಐಯಾಮ್ ರೆಡಿ ಟು ಆಲ್, ನಾನು ಎಲ್ಲದಿಕ್ಕೂ ರೆಡಿ. ಎಷ್ಟೋ ಸಲ ಪ್ರಯತ್ನಿಸಿದ್ದೀನಿ, ಇಂದಿಗೂ ಅವನೊಂದಿಗೆ ನನ್ನ ವಿಚಾರ ಪ್ರಸ್ತಾಪಿಸೋಕೆ ಆಗಿಲ್ಲ. ನಿಮ್ಮಿಬ್ರ ಮಧ್ಯೆ ಪ್ರೀತಿ, ಪ್ರೇಮ ಹುಟ್ಟಿಕೊಂಡರೇ ಸುಲಭ. ಅವ್ನ ಮೊದಲ ವಿವಾಹ ಅರೇಂಜ್ಡ್ ಮ್ಯಾರೇಜ್. ಫ್ಲರ್ಟ್ ಮಾಡೋ ಪೈಕಿಯಲ್ಲ. ನೀನು ಸ್ವಲ್ಪ ಸೀರಿಯಸ್ಸಾಗಿ ಪ್ರಯತ್ನಿಸು Attitude Determines the Altitude. ನಿಮ್ಮ ಸ್ವಭಾವ ನಿಮ್ಮ ಎತ್ತರವನ್ನು ಸೂಚಿಸುತ್ತದೆ ಅನ್ನೋ ಮಾತಿದೆ. ಷೂರ್, ಶರತ್ ಎತ್ತರದ ವ್ಯಕ್ತಿಯೆ" ಅಭಿಮಾನದಿಂದ ಹೇಳಿದರು. ಅವನ ವ್ಯಕ್ತಿತ್ವ ಎತ್ತರದ್ದೇ.

ಪಾಂಡೆಯವರು ಬಂದಿದ್ದರಿಂದ ಶರತ್ ಗೆಸ್ಟ್‌ಹೌಸ್‌ಗೆ ಹೋದನಂತರವೆ ವಿಷಯ ತಿಳಿಸಿದ್ದು "ಸಾರಿ, ಸರ್.... ಅರ್ಜೆಂಟ್ ಮೇಸೆಜ್ ಬಂದಿದ್ದರಿಂದ ಗೆಸ್ಟ್‌ಹೌಸ್‌ಗೆ ಬಂದೇ" ತಕ್ಷಣ ಫೋನ್ ಕಟ್ ಮಾಡಿದ. ಫಾರ್ಮಾಲಿಟಿಸ್‌ಗೂ ಅವನು ಮೊಬೈಲ್‌ನಲ್ಲಿ ಒಂದೆರಡು ಮಾತು ಗಳನ್ನಾಡುತ್ತಿರಲಿಲ್ಲ. ಮೊದ ಮೊದಲು ಅಹಂಕಾರವೆಂದು ಉರಿದು ಬೀಳುತ್ತಿದ್ದರು, ಈಚೆಗೆ ಅವನ ಸ್ವಭಾವವೇ ಹಾಗೇಂತ ತಿಳಿದು ಸುಮ್ಮನಾಗಿದ್ದರು. ಕಾರಣ ಅವನು ಪಾಂಡೆಯವರಿಗೆ ಹತ್ತಿರವಾಗಿದ್ದ.

ಮಲ್ಟಿ ಫೈವ್ ಸ್ಟಾರ್ ಹೋಟಲ್‌ಗೆ ಒಂದು ನಕ್ಷೆಯನ್ನು ಹರಡಿಕೊಂಡು ಕೂತಿದ್ದ ಪಾಂಡೆಯ ಅಕ್ಕ ಪಕ್ಕ ಮೋಸ್ಟ್ ಬ್ರಿಲಿಯಂಟ್ ಇಂಜಿನಿಯರ್‌ಗಳು ನಿಂತಿದ್ದರು. ಅವರುಗಳ ವಿವರಣೆಯನ್ನ ಕೇಳುವುದರ ಜೊತೆಗೆ ಶರತ್ ಸಜೇಷನ್ ಕೂಡ ಕೇಳುತ್ತಿದ್ದುದ್ದು ಕೆಲವರಿಗಂತು ಇರುಸು ಮುರುಸು. ವಿದೇಶದಲ್ಲಿನ ಡಿಗ್ರಿಯನ್ನು ಬಗಲಲ್ಲಿ ಇಟ್ಟುಕೊಂಡ ಒಬ್ಬಿಬ್ಬ ಯುವ ಇಂಜಿನಿಯರ್ಸ್ ಕೂಡ ಇದ್ದರು. ಆದರೆ ಪಾಂಡೆ ಟೀಂಗೆ ಶರತ್ ಬುದ್ಧಿ, ಚತುರತೆ, ಕಾರ್ಯ ಕೌಶಲದ ಬಗ್ಗೆ ಹೆಚ್ಚು ಭರವಸೆ.

"ಹಂತ.... ಹಂತದಲ್ಲಿ ನೀವು ಶರತ್ ಸಜೇಷನ್ ಪಡ್ಕೊಳ್ಳಿ" ಪಾಂಡೆ ಅಂದಾಗ ಎಲ್ಲರೂ ಮುಖ ಮುಖ ನೋಡಿಕೊಂಡರು. ಫ್ಲವರ್ ಕನ್‌ಸ್ಟ್ರಕ್ಷನ್‌ನ ಮಿಕ್ಕವರು ಕೂಡ ಅನುಮೋದಿಸುತ್ತಿದ್ದರು.

ಇವನು ಹೊರಗೆ ಬರುವ ವೇಳೆಗೆ ರೆವರೆಂಡ್ ಬಂದರು.

"ಸಾರಿ, ಸರ್...." ಅಂದು ನಡೆದ. ಅವರು ಮಾತೇ ಆಡಲಿಲ್ಲ.

ಮರು ದಿನ ರೆವರೆಂಡ್ ಇಡೀ ಫ್ಯಾಮಿಲಿ ಅಂದರೆ ಅವರ ಪತ್ನಿಯ ವೃದ್ಧ ತಾಯಿ ತಂದೆಯರ ಜೊತೆ ಅಕ್ಕನ ಕುಟುಂಬ, ಒಬ್ಬ ತಮ್ಮ ಎಲ್ಲಾ ಬಂದಿದ್ದರು. ಅವರುಗಳ ಹೊಂದಿಕೆಗೆ ಯಾರಾದರೂ ಹುಬ್ಬೇರಿಸಬೇಕಿತ್ತು. ಎಲ್ಲಾ ದೊಡ್ಡ ದೊಡ್ಡ ಪೊಸಿಷನ್‌ನಲ್ಲಿ ಇದ್ದವರೇ, ಅಚ್ಚ ಚೆನ್ನೈ ತಮಿಳಿನಲ್ಲಿ ಮಾತಾಡುತ್ತಿದ್ದರು. ಕನ್ನಡ ಕಲೀತ ಜನ. ಆದರೂ ಇಷ್ಟವೆನಿಸಲಿಲ್ಲ.

ಲೀಲಾವತಿಗೆ ಕೈಕಾಲು ಆಡದಂತಾಯಿತು. ತವರು ಮಧ್ಯಮ ದರ್ಜೆ ಕುಟುಂಬದು,

ಅತ್ತೆ ಮನೆಯು ಅಷ್ಟೆ. ಅಂಥ ಜನರೊಡನೆ ಬೆರೆತು ಬಾಳಿದವರು ತೀರಾ ಶ್ರೀಮಂತರ ಒಡನಾಟ ಕಮ್ಮಿಯೆ. ನಾಲ್ಕಾರು ಕಾರುಗಳು ಮನೆಯ ಮುಂದೆ ನಿಂತಾಗ ಅವರಿಗೆ ಗಾಬರಿಯೋ.... ಗಾಬರಿ. ಎದೆ ಢವಗುಟ್ಟಲು ಶುರುವಾಯಿತು.

ಓಂದೆಯೆ ಸೇತುರಾಮ್ ಸೊಸೆಯನ್ನ ಕರೆ ತಂದರು.

"ನೀವು ಇವ್ರುಗಳನ್ನು ಮಾತಾಡ್ಸಿ. ಉಪಚಾರದ್ದು ಇವಳು ನೋಡ್ಕೋತಾಳೆ" ಎಂದು ಹೇಳಿದ ಮೇಲೆ ಸ್ವಲ್ಪ ಧೈರ್ಯ ಬಂದರೂ ಅವರುಗಳನ್ನು ಮಾತಾಡಿಸಲು ಸಂಕೋಚಿಸಿದರು "ನಂಗೆ ಹೆಚ್ಚು ಪರಿಚಯವಿಲ್ಲ. ಇಂಥ ಜನರೊಂದಿಗೆ ಮಾತಾಡಿ ಅಭ್ಯಾಸವಿಲ್ಲ" ಅಲವತ್ತುಕೊಂಡರು. ಆದರೆ ಅಲ್ಲಿ ಕೂಡಬೇಕಾದ ಅನಿವಾರ್ಯತೆ ಇತ್ತು.

ಆದರೆ ಶರತ್ ಬಂದಿದ್ದು ಆಕಸ್ಮಿಕವೇ. ಅಪ್ಪ, ಅಮ್ಮನಿಗೆ ಅಚ್ಚರಿಯೆನಿಸುವಂತೆ ಅವರುಗಳೊಂದಿಗೆ ಲೀಲಾಜಾಲವಾಗಿ ಅಳುಕಿಲ್ಲದೆ ಇಂಗ್ಲೀಷ್‌ನಲ್ಲಿ ಮಾತಾಡುತ್ತಿದ್ದ, ಮಗನನ್ನು ನೋಡಿ ಅವರೇ ಬೆಪ್ಪಾದರು.

ಮನೆಯಲ್ಲಿ ಇದ್ದುದ್ದರಲ್ಲಿಯೆ ಉಪಚಾರ ನಡೆಯಿತು. ಆರಡಿಗೆ ಚೂರು ಕಡಿಮೆ ಎತ್ತರ. ಬಿಳಿ, ಕೆಂಪು, ಕರಿ ಬೆರೆತ ಸಮತೋಲನದ ಮೈ ಬಣ್ಣ, ಅದ್ಭುತವೆನಿಸುವಂಥ ಮುಖಭಾವ. ಆ ಭಾವದಲ್ಲಿ ಒಂದು ರೀತಿಯ ಉರುಟುತನವೆ. ಮೊದಲ ಸಲ ನೋಡಿದರೇ ಅಲ್ಲಿ ಕಾಣುತ್ತಿದ್ದುದು ಸೀರಿಯಸ್‌ನೆಸ್. ತೀರಾ ಜವಾಬ್ದಾರಿ ಹುದ್ದೆಯಲ್ಲಿದ್ದಂತೆ ಕಾಣುತ್ತಿದ್ದ. ಒಂದು ರೀತಿಯ ದೃಢತೆ ಬೆಳೆಸಿಕೊಂಡಿದ್ದ.

"ಸರ್‌ಪ್ರೈಜ್..." ರೆವರೆಂಡ್ ತಮ್ಮ ಹುದ್ದೆಯನ್ನು ಮರೆತು ಅವನ ಭುಜದ ಮೇಲೆ ಕೈ ಹಾಕಿ ಪರಿಚಯಿಸಿದರು "ಬರೀ ಹಲೋ.... ಹಲೋ" ಯಾಕೋ, ಏನೋ ಎಲ್ಲರಿಗೂ ಮೆಚ್ಚುಗೆಯಾಗಿದ್ದ. ಪಿಯುಸಿ ವ್ಯಕ್ತಿಯನ್ನು ತೀರಾ ಉನ್ನತ ವಿದ್ಯಾಭ್ಯಾಸ ಮಾಡಿದ್ದ, ದೊಡ್ಡ ದೊಡ್ಡ ಹುದ್ದೆಯಲ್ಲಿದ್ದ ಜನ ಹೇಗೆ ಮೆಚ್ಚಿಕೊಂಡರು. ಸುಲಲಿತವಾಗಿ ಯಾವುದೇ ಭಾವಾವೇಶಕ್ಕೆ ಒಳಗಾಗದೆ ಇಷ್ಟಪಟ್ಟಿದ್ದು ಮಾತ್ರ ಅಚ್ಚರಿಯೆ.

ಅಂತು ಸೇತುರಾಮ್, ಅವರ ಸೊಸೆ ಎಲ್ಲಾ ಕೆಲಸವನ್ನು ಮಾಡಿದರು. ಇದೊಂದು ದೊಡ್ಡ ರೀತಿಯ ಸಹಾಯವೇ.

"ನೋಡಿದ್ರಾ.... ದೊಡ್ಡ ಜನವಾದ್ರೂ ಸ್ವಲ್ಪ ಕೂಡ ಅಹಂಕಾರವಿಲ್ಲ" ಸೇತುರಾಮ್ ತಮ್ಮ ಭುಜವನ್ನು ತಾವೇ ತಟ್ಟಿಕೊಂಡರು. "ಅವ್ರ ವಿಚಾರ ಬಿಡಿ. ನೀವೇನು ಕಡ್ಮೇ ಸಹಾಯ ಮಾಡಿದ್ದೀರಾ?" ತಿಮ್ಮಪ್ಪಯ್ಯ ಮೆಚ್ಚುಗೆಯಾಡಿದರು.

ಅವರುಗಳು ಹೋದನಂತರವೆ ಮನೆಯಲ್ಲಿದ್ದವರಿಗೆ ಆರಾಮಾಗಿ ಉಸಿರಾಡಲು ಸಾಧ್ಯವಾದದ್ದು.

"ಸಾಕಾಯಿತು! ದಯವಿಟ್ಟು ಹೇಳ್ದೆ... ಕೇಳ್ದೇ ಇಷ್ಟೊಂದು ಜನನ ಕರ್ಕೊಂಡ್ ಬರ್ಬೇಡಿ. ಕೈಕಾಲು ಆಡದಂತಾಯಿತು. ಹೆಂಗಸರು ಮೈ ತುಂಬ ಚಿನ್ನ, ವಜ್ರ ತುಂಬಿಕೊಂಡಿದ್ರು.... ಇಂಥವರೊಂದಿಗೆ ಒಡನಾಟ ಕಷ್ಟವೇ" ಎಂದರು ಲೀಲಾವತಿ.

"ಅಯ್ಯೋ, ಒಂದೆರಡು ಸಲ ಹೋಗ್ಲಿ. ಆಮೇಲೆ ನಿಮ್ಗೇ ಗೊತ್ತಾಗುತ್ತೆ ಅವರೆಂಥ ಜನಾಂತ. ಒಳ್ಳೆ ಅವಕಾಶ ಬಂದಿದೆ. ನೀವುಗಳು ಕೂಡ ಆ ಎತ್ತರಕ್ಕೆ ಬೆಳ್ದು ಬಿಡ್ಬಹ್ದು. ಅದಕ್ಕೆ ಹರಕೆ ಕಟ್ಟಿಕೊಳ್ಳಿ" ಎಂದರು ಸೇತುರಾಮ್. 'ನೆಂಟರ ಮೇಲೆ ಆಸೆ, ಅಕ್ಕಿ ಮೇಲೆ ಪ್ರೀತಿ' ಎನ್ನುವ ಮನಸ್ಥಿತಿ ಲೀಲಾವತಿಯದು. ಆ ರೀತಿಯ ಶ್ರೀಮಂತ ಬದುಕು ಯಾರಿಗೆ ಬೇಡ? ಅಂದವರ ಮುಂದೆ ತಲೆಯೆತ್ತಿ ಬದುಕುವ ಛಲ ಒಂದಿಷ್ಟು.

ಅವರುಗಳನ್ನು ಕಳಿಸಿ ಬಂದ ಶರತ್ ಒಂದು ಕಡೆ ಕೂತ. ಇದೆಲ್ಲ ಅವನಿಗೆ ಇಷ್ಟವಿಲ್ಲ. ಅವನೇನು ಎನ್‌ಕರೇಜ್ ಮಾಡಿರಲಿಲ್ಲ. ಇಷ್ಟವೆನಿಸಲಿಲ್ಲ ಕೂಡ. ವಿವಾಹ, ಸಾಂಗತ್ಯಕ್ಕೆ ಅರ್ಥವೇ ಇಲ್ಲವೇ? ತಮ್ಮ.... ತಮ್ಮ ಪ್ರಯೋಜನಗಳಿಗೆ ಬಳಸಿಕೊಳ್ಳುವುದು ತೀರಾ ಹೇಸಿಗೆಯೆನಿಸಿತು.

ಮಗನ ಮುಂದೆ ಬಂದು ಕೂತ ಲೀಲಾವತಿ "ನಂಗಂತೂ ತೀರಾ ಗಾಬ್ರಿ ಆಯ್ತು, ಕಣೋ, ತೀರಾ ಶ್ರೀಮಂತ ಜನ. ಸೇತುರಾಮ್, ಅವ್ರ ಸೊಸೆ ಬಂದ್.... ಅಡಿಗೆ ಮನೆವಹಿಸ್ಕೊಂಡ್.... ಉಪಚಾರಕ್ಕೆ ನಿಂತರು ಇಲ್ಲದಿದ್ದರೇ ಕಷ್ಟವಾಗ್ತ ಇತ್ತು" ಹೇಳಿದರು ತುಸು ಸಂಕೋಚದಿಂದಲೆ.

"ಉಪಚಾರಕ್ಕೆ ನೀನೇನು ಅವ್ರುಗಳನ್ನ ಆಹ್ವಾನ ಕೊಟ್ಟು ಕರೆಸಿರಲಿಲ್ಲ. ಅವರಾಗಿ.... ಬಂದ್ರು. ಅತಿಥ್ಯ ಅಂಥದೇನು ಯಾಕೆ ಬೇಕಿತ್ತು? ಸೇತುರಾಮ್‌ಗೆ ಇನ್‌ಫಾರ್ಮೇಷನ್ ಕೊಟ್ಟು.... ಬಂದಿದ್ರಾ? ಯಾಕೆ ಅವ್ರುಗಳ ವಿಚಾರದಲ್ಲಿ ಇಂಟರೆಸ್ಟ್? ಅಷ್ಟೊಂದು ವಿಶ್ವಾಸವೆನಿಸಿದರೇ, ಅವ್ರ ಮನೆಗೆ ಕರ್ಕಂಡ್ ಹೋಗ್ಬೇಕಿತ್ತು" ಎಂದ ಇಂದು ಸ್ವಲ್ಪ ಖಾರವಾಗಿಯೆ. ತಕ್ಷಣ ತಿದ್ದಿದ "ಆಕಸ್ಮಿಕವಾಗಿ ಬಂದ್ ನಿಮ್ಗೇ ಟೆನ್‌ಷನ್ ಮಾಡಿದರಲ್ಲ ಅಂತ ಬೇಜಾರು ಅಷ್ಟೆ. ಇನ್ಮೇಲೆ ಯಾರ್ಬಂದ್ರೂ.... ಕೈಯಲಾದಷ್ಟು ಮಾತ್ರ ಉಪಚರಿಸಿ ಅವರೆತ್ತರಕ್ಕೆ ಕೈ ಚಾಚಿ ಸತ್ಕರಿಸುವುದು ಬೇಡ" ದೃಢವಾಗಿಯೇ ಹೇಳಿದರೂ ಅದರಲ್ಲಿ ಒರಟುತನವೇನು ಇರಲಿಲ್ಲ. ತಾಳ್ಮೆ ಅವನಿಗೆ ಸಿದ್ಧಿಸಿತ್ತು.

"ಸಾರಿ ಅಮ್ಮ...." ಲೀಲಾವತಿಯ ಕೈ ಹಿಡಿದುಕೊಂಡು "ನಿಮ್ಗೇ ಯಾವ್ದೇ ರೀತಿಯಲ್ಲಿ ತೊಂದರೆಯಾಗೋದು ನಂಗಿಷ್ಟವಿಲ್ಲ. ಅದ್ನ ಅರ್ಥ ಮಾಡಿಕೊಂಡರೇ.... ಸಾಕು" ಎಂದವ ಎದ್ದು ಹೊರಟ.

ಮರುದಿನ ಲೀನಾ, ಹೇಮಂತ್ ಕೂಡಿಯೆ ಬಂದವರು ದೊಡ್ಡ ಹಣ್ಣಿನ ಬುಟ್ಟಿ ಹೊತ್ತು ತಂದರು. ಈಚೆಗೆ ಅಪರೂಪಕ್ಕೆ ಹಣ್ಣು, ತರಕಾರಿ ಅಂಥದ್ದು ತರುತ್ತಿದ್ದುದ್ದು ತಿಮ್ಮಪ್ಪಯ್ಯನಿಗೆ ಸರಿ ಹೋಗುತ್ತಿರಲಿಲ್ಲ. ಮುಖದ ಮುಂದೆ ಖಾರವಾಗಿ ಹೇಳಿದ್ದುಂಟು. ನಂತರ ಕಮ್ಮಿ ಆಗಿ ಪೂರ್ತಿ ನಿಂತು ಹೋಗಿತ್ತು.!

"ಏನಿದೆಲ್ಲ? ತಿನ್ನೋಕೆ.... ಯಾರಿದ್ದಾರೆ? ಶರತ್‌ಗೆ ಎಷ್ಟೇ ಕೆಲ್ಸದ ಒತ್ತಡವಿದ್ದರೂ, ಮನೆಗೆ ಅಗತ್ಯವಾದುದ್ದನ್ನೆಲ್ಲ ತಂದು ಹಾಕ್ತಾನೆ, ಯಾವುದಕ್ಕೂ ಬರ ಇಲ್ಲ. ಅತ್ಯಂತ ಸುಖವಾಗಿ ನೋಡಿಕೊಂಡಿದ್ದಾನೆ. ಸುಮ್ನೇ ಯಾಕೆ ತಂದ್ರಿ?" ಎಂದ ಲೀಲಾವತಿ ಸಮಾಧಾನವಾಗಿಯೆ ಇದ್ದರು.

ಆಮೇಲೆ ಧಾರಾಳವಾಗಿ ಮಾತಾಡಿದರು ಇಂದು ಲೀನಾ ಕೂಡ ಹೆಚ್ಚು ಮಾತಾಡಿ ಅಕ್ಕರೆಯಿಂದ ವಿಚಾರಿಸಿದಳು.

"ಮುಂದೇನು ?" ಹೇಮಂತ್ ಪ್ರಸ್ತಾಪವೆತ್ತಿದ.

"ಯಾವ ವಿಚಾರದಲ್ಲಿ? ನಿಮ್ಗೇ ಹೇಗೋ, ಏನೋ.... ಲೀನಾ ವಿದೇಶಕ್ಕೆ ಹೋಗ್ದೇ ಇರೋದು.... ನಂಗಂತು ಸಂತಸದ ವಿಷ್ಯ. ಒಟ್ಟಿಗಿದ್ದಾಗ್ಲೆ ಬದ್ಕು" ಅಂದರು ಆಕೆ. ಲೀನಾ ಬೇರೆ ಸಂದರ್ಭದಲ್ಲಿ ಹೇಗೆ ಪ್ರತಿಕ್ರಯಿಸುತ್ತಿದ್ದಳೋ, ಇಂದು ಮಾತ್ರ ಒಂದು ರೀತಿಯ ಪೆಚ್ಚು ನಗೆ ಬೀರಿದ್ದು. "ಆ ವಿಷ್ಯ ಅಲ್ಲ, ವರ್ಣ ಮತ್ತು ಶರತ್. ಮಗು ಫ್ಯೂಚರ್ ಬಗ್ಗೆ ನಾವೊಂದು ತೀರ್ಮಾನಕ್ಕೆ ಬಂದಿದ್ದೀವಿ."

ಸೊಸೆಯ ಮಾತುಗೆ ಆಕೆ ಕಣ್ ಕಣ್ ಬಿಟ್ಟರು. ಯಾವೊಂದು ವಿಚಾರಕ್ಕೂ ತಲೆ ಹಾಕದ ಹೆಣ್ಣು, ಇಲ್ಲಿ ಈಗ ಮಧ್ಯ ಪ್ರವೇಶಕ್ಕೆ ಕಾರಣವೇನು ? ಅದರಲ್ಲಿ ಸಾಕಷ್ಟು ಸ್ವಾರ್ಥವಿರುತ್ತದೆಯೆಂದು ಕೊಂಡರು.

"ಅದೇನದು ?" ಕೇಳಿದರು.

"ವರ್ಣ ಹಡಿಯೋ ಮಗುನ ನಾವ್ ತಗೋಬೇಕೂಂತ ಇದ್ದೀವಿ. ಮುಂದೆ ಅವ್ರುಗಳ ಭವಿಷ್ಯಕ್ಕೆ ಆ ಮಗು ಸಮಸ್ಯೆ ಆಗೋಲ್ಲ" ಎಂದಳು ಲೀನಾ ದೊಡ್ಡ ಉಪಕಾರ ಮಾಡುವಂತೆ.

ಲೀಲಾವತಿ ಅದಕ್ಕೇನು ಪ್ರತಿಕ್ರಯಿಸಲಿಲ್ಲ. ಆಕೆಗೆ ಇಷ್ಟವಾಗಲಿಲ್ಲ. ಮಗು ಸಮಸ್ಯೆಯಾಗುವುದಾದರೆ, ಅದು ತಮಗೆ ಇರಲಿ. ತಮ್ಮ ಮೊಮ್ಮಗು ಯಾರು ಯಾರ ಕೈಯಲ್ಲಿಯೋ ಬೆಳೆಯುವುದು ಬೇಡವೆನಿಸಿತು. ಅದು ಸ್ವಾಭಿಮಾನದ ಪ್ರಶ್ನೆ ಕೂಡ.

ಎದುರು ಕೂತಿದ್ದ ಹೇಮಂತ್ ತಾಯಿ ಪಕ್ಕ ಹೋಗಿ ಕೂತ "ಅಮ್ಮ, ಶರತ್‌ನ ವಿವಾಹವಾಗೋ ಹೆಣ್ಣಿಗೆ, ವರ್ಣನ ವಿವಾಹವಾಗೋ ಹಿಮವಂತಗೆ ಹುಟ್ಟೋ ಮಗು ಪರಕೀಯವೇ. ಅವರವರ ನಡುವೆ ಮಗುವಿನಿಂದ ಘರ್ಷಣೆ ಶುರುವಾಗುತ್ತೆ. ಆಮೇಲೆ ಸುಖವಿರೋಲ್ಲ. ಅದಕ್ಕೆ ಅದ್ನ ನಾವು ದತ್ತಕ ಮಾಡ್ಕೋತೀವಿ. ಆಗ ಅದು ತಿಮ್ಮಪ್ಪಯ್ಯ ವಂಶದಲ್ಲಿ ಉಳಿದಂಗೆ ಆಗುತ್ತೆ. ನಾವಿಬ್ರೂ ಯೋಚ್ಸೆ ಈ ತೀರ್ಮಾನಕ್ಕೆ ಬಂದಿದ್ದೀವಿ. ಮುಂದಿನದನ್ನು ನೀವ್ ಮಾಡ್ಬೇಕು" ಅತ್ಯಂತ ವಿಧೇಯನಾಗಿ ಹೇಳಿದ.

"ಇಲ್ಲ ಕಣೋ, ಈ ವಿಚಾರದಲ್ಲಿ ನಾವು ಪ್ರವೇಶಿಸೋಕ್ಕಾಗೋಲ್ಲ. ತೀರ್ಮಾನ ಅವರದೇ. ನೀವುಗಳು ಅವರಿಬ್ಬರಲ್ಲೇ ಮಾತಾಡಿ" ಎಂದು ಎದ್ದು ಹೋಗಿ ಬಿಟ್ಟರು. ಆಕೆಯ ಕಣ್ಣಂಚು ಒದ್ದೆಯಾಯಿತು. 'ಮಡಿಲಲ್ಲಿ ಹೊತ್ತ ಕೂಸಿನ ಬಗ್ಗೆ ತಾಯಿಯಾಗುವವಳಿಗೆ ನೂರು ಕನಸು ಇರುತ್ತೆ. ಈ ಸಮಯದಲ್ಲಿ ಅವಳ ಮುಂದೇ ಈ ಪ್ರಸ್ತಾಪ ಬೇಡವೆನಿಸಿತು' ತಕ್ಷಣ ಹೊರ ಬಂದರು.

"ಸದ್ಯಕ್ಕೆ ಡೆಲಿವರೀ ಆಗೋವರ್ಗೂ ಈ ಪ್ರಸ್ತಾಪ ಬೇಡ. ಇದ್ರಿಂದ ಅವಳಿಗೆ ಮಾತ್ರವಲ್ಲ, ಮಗುಗೂ.... ಅಪಾಯ. ಆಮೇಲೆ ನಿಮ್ಮಿಷ್ಟ, ಅವರಿಷ್ಟ. ಮೊದ್ಲು ಶರತ್ ಬಳಿ ಮಾತಾಡು. ಮಗು ಬೇಕೂಂದರೇ ಇದೇ ಯಾಕೆ.... ಆಗ್ಬೇಕು ? ಯಾವುದಾದ್ರೂ ಅನಾಥಾಶ್ರಮದಿಂದ ಒಂದ್ಮಗುನ ತಂದು ಸಾಕ್ಕೊಳ್ಳಿ. ಅದಕ್ಕೂ, ಒಂದು ಬದ್ಕು ಸಿಕ್ಕಿದಂಗೆ ಆಗುತ್ತೆ" ಸ್ವಲ್ಪ

ಬೇಸರದಿಂದಲೆ ನುಡಿದರು.

ಲೀನಾ ಒಂದು ತರಹ ಗಂಡನತ್ತ ನೋಡಿದಳು. ಅವಳು ಕೆಟ್ಟ ಮನಸ್ಕಳಲ್ಲ. ತೀರಾ ಸ್ವಾರ್ಥಿಯು ಅಲ್ಲ. ಹೇಮಂತ್ ಇಂಥದ್ದೊಂದು ಐಡಿಯಾ ಸೂಚಿಸಿದಾಗ ಸಂತಸದಿಂದ ಒಪ್ಪಿಕೊಂಡಿದ್ದಳು.

"ಮಾಮ್, ಆ ಮಗು ತೀರಾ ಸ್ವಂತದ್ದು ಅನ್ನಿಸೋಲ್ಲ, ಜೀನ್ಸ್ ಬಗ್ಗೆನು ಯೋಚ್ಸಬೇಕಾಗುತ್ತೆ. ವಂಶವಾಹಿನಿಗಳು ಹರಿದುಬರುತ್ತೆ. ಬೇರೆ ಮಗುವನ್ನು ತರಬೇಕಾದರೇ ಇಂಥದ್ದೊಂದು ಸಮಸ್ಯೆ ಕಾಡುತ್ತೆ. ಇಲ್ಲಿ ಆ ಸಮಸ್ಯೆ ಇರೋಲ್ಲ. ನಿಮ್ಮ ವಂಶದಲ್ಲಿ ವಾಹಿನಿಗಳ ಮೂಲಕ ಹರಿದು ಬರುವಂಥ ರೋಗಗಳೇನು ಇದ್ದಂಗೆ ಕಾಣೋಲ್ಲ. ಶರತ್‌ದು ಆಕರ್ಷಕವಾದ ಹ್ಯಾಂಡ್‌ಸಮ್ ಪರ್ಸನಾಲಿಟಿ. ವರ್ಣ ಕೂಡ ಚೆಲುವೆ. ಮಗು ಮತ್ತಷ್ಟು ಸುಂದರವಾಗಿ, ಆರೋಗ್ಯಕರವಾಗಿ ಇರುತ್ತೆ. ಸ್ವಂತ ರಕ್ತ. ಅದಕ್ಕೂ ಒಗ್ಗಿಕೊಳ್ಳೋದು ಸುಲಭವೆನಿಸುತ್ತೆ. ಅದು ನಿಮ್ಮ ವಂಶದಲ್ಲೇ ಉಳಿಯುತ್ತೆ. ಹೆಸರು ಕೂಡ ನಿಮ್ಮದನ್ನ ಹೇಳಿಕೊಳ್ಳಬೇಕಾಗುತ್ತೆ" ಎಂದಳು ಲೀನಾ. ಅವಳು ಬಂದರೂ ಇಷ್ಟು ದೀರ್ಘವಾಗಿ ವೈಯಕ್ತಿಕ ವಿಷಯಗಳನ್ನು ಮಾತಾಡುತ್ತಿದ್ದದ್ದು ಅಪರೂಪ. ಬುದ್ಧಿವಂತೆ ಅಂದುಕೊಂಡರು.

ಲೀಲಾವತಿಗೆ ಯೋಚಿಸುವಂತಾಯಿತು. ಈಗಾಗಲೇ ಇಬ್ಬರ ಪೇರೆಂಟ್ಸ್ ತಮ್ಮ.... ತಮ್ಮ.... ಮಕ್ಕಳಿಗೆ ಪುನರ್ ವಿವಾಹ ಮಾಡಲು ಪಣ ತೊಟ್ಟಿದ್ದರು. ಅಂತೂ ಅದಕ್ಕೆ ತಂದೆ, ತಾಯಿಯ ಪ್ರೀತಿ ಒಟ್ಟಿಗೆ ಸಿಗುವುದು ಸಾಧ್ಯವಿಲ್ಲ. ಹೇಮಂತ್, ಲೀನಾದಾದರೆ ಮಗು, ತಾವೇ ಮೊಮ್ಮಗುವೆಂದು ಹೇಳಿಕೊಂಡು ಬೆಳೆಸಬಹುದು. ಇಂಥ ಒಂದು ಲೆಕ್ಕಾಚಾರ ಅವರಲ್ಲಿ ಮಾಡಿದಾಗ ಸ್ವಲ್ಪ ಕನ್ವಿನ್ಸ್ ಆದರು. ಅದು ಅರೆ ಮನಸ್ಸಿನಿಂದ.

"ನೀವೇಳೋದು ನಿಜನೇ! ಅದನ್ನ ಪ್ರಸ್ತಾಪಿಸೋ ಧೈರ್ಯ ನಂಗಿಲ್ಲ. ನಮ್ಗೂ ಮೊಮ್ಮಕ್ಕಳ ಆಸೆ ಇಲ್ವಾ? ಆ ಮಗುನ ನಾನೇ ಅಕ್ಕರೆಯಿಂದ ಜೋಪಾನ ಮಾಡ್ತೀನಿ. ಆ ವಿಷ್ಯಕ್ಕೆ ಬಂದರೇ, ನಿಮ್ಮಪ್ಪನಿಗೆ ನಾನೇ ಡಿವೋರ್ಸ್ ಕೊಟ್ಟುಬಿಡ್ತೀನಿ" ಅಂದೇಬಿಟ್ಟರು ಆವೇಶದಿಂದ ಲೀಲಾವತಿ.

ಇಬ್ಬರು ಸುಸ್ತು! ಮುಖ.... ಮುಖ ನೋಡಿಕೊಂಡರು ಹೇಮಂತ್ ಜೋರಾಗಿ ನಕ್ಕುಬಿಟ್ಟ "ಮಗ, ಸೊಸೆಗೆ ಡಿವೋರ್ಸ್ ಕೊಡಿಸೋಕೆ ಹೊರಟಿರೋ, ನಿಮ್ಗೋ...." ಇನ್ನಷ್ಟು ನಕ್ಕ. ಲೀನಾ ತುಟಿಗಳು ಕೂಡ ಅರಳಿದವು. ಬರೀ ಆವೇಶದಿಂದ ಬಂದಂಥ ಮಾತುಗಳೆನಿಸಿತು.

ಆಕೆಯ ಮುಖದಲ್ಲಿ ಸಂಕೋಚ ಬೆರೆತ ಲಜ್ಜೆ ಮೂಡಿತು. ಕಣ್ಣೊರೆಸಿಕೊಂಡರು "ನಮ್ಗೇ ಯಾಕೆ ಈ ಹಣೆಬರಹ? ನೀನು ನಡು ನೀರಿನಲ್ಲಿ ಕೈಬಿಟ್ಟು ಹೋದೆ. ಶರತ್ ಸಂಸಾರಕ್ಕೆ ಹೆಗಲು ಕೊಡೋ ತಾಪತ್ರಯದಲ್ಲಿ, ಅವ್ನ ಓದು ಪಿಯುಸಿಗೆ ನಿಂತಿತು. ಅದೊಂದು ಪೆಡಂಭೂತ ವಾಯ್ತು ಅವ್ನ ದಾಂಪತ್ಯದ ಬದ್ಕಿಗೆ, ಈಗ್ನೋಡು, ನಮ್ಮ ಪಾಡು" ಕಂಬನಿ ಮಿಡಿದರು.

"ಸಾರಿ ಮಾಮ್...." ಲೀನಾ ಹೊರಟೇಬಿಟ್ಟಳು.

"ಬರ್ತೀನಮ್ಮ, ನೀನು ಶರತ್ ಹತ್ರ ಮಾತಾಡು. ಲೀನಾ ಮನಸ್ಸು ಬದಲಾಯಿಸೋ ಮುನ್ನ ಇದು ತೀರ್ಮಾನವಾಗಬೇಕು. ನಂಗೂ ಆ ಮಗುವಿನ ಮೇಲೆ ಹಕ್ಕು ಇದೆ. ಬೇರೆಯವ್ರಿಗೆ ಕೊಡೋಕೆ ಬಿಡೋಲ್ಲ. ಇಂಥದ್ದೊಂದು ಧಮಕಿ ಹಾಕಿ ಹೋದಾಗ ಆ ಸಂದರ್ಭದಲ್ಲು ಲೀಲಾವತಿಗೆ ನಗು ಬಂತು. 'ಹುಚ್ಚು ಮುಂಡೇದು.... ಇಪ್ಪಗೆ.... ಹಕ್ಕು ಇದೆಯಂತೆ' ಎಂದು ಕೊಂಡರು.

ಹೋಗಿ ಆಕೆಗೆ ಸೊಸೆಯನ್ನು ನೋಡಿ ಬರಬೇಕೆನಿಸಿತು 'ಸೀಮಂತ ಬಳೆ ತೊಡಿಸುವ ಶಾಸ್ತ್ರ' ಆ ಬಗ್ಗೆಯೆಲ್ಲ ಗಂಡನ ಮುಂದೆ ಪ್ರಸ್ತಾಪಿಸಿ ಬಯ್ಸಿಕೊಂಡಿದ್ದರು. ಇಂದು ಕೂಡ ಆ ಬಗ್ಗೆ ಮಾತಾಡಬೇಕೆಂದು ಕಾದು ಕೂತರು.

ಎಲ್ಲೋ ಹೋಗಿದ್ದವರು ಬಂದಾಗ ತಿಮ್ಮಪ್ಪಯ್ಯನ ಮುಂದೆ ಹೋಗಿ ಕೂತರು "ವರ್ಣ ಈಗ್ಲೂ ನಮ್ಮ ಸೊಸೆನೇ ಆಗಿರೋದರಿಂದ, ಬಸುರಿಗೆ ಮಾಡಬೇಕಾದ್ದು ಮಾಡಬೇಕಾಗುತ್ತೆ." ಈಗಾಗಲೇ ಸುಮಾರು ಸಲ ತೆಗೆದ ರಾಗವೆ.

"ನಿಂಗೆ ಸುಮಾರು ಸಲ ಹೇಳಿದ್ದೀನಿ. ಅವಳಪ್ಪ ವಿನಾಕಾರಣ ಬಂದು ನನ್ನ ಹೊಡೆದಿದ್ದಾರೆ. ನನ್ನ ಮಗನಿಗೆ ಅವಮಾನ ಮಾಡಿದ್ದಾರೆ. ಅವಳು ನಂಗೆ ಸೊಸೆನೇ ಅಲ್ಲ. ತೊಡಕಿನಲ್ಲಿ ಸಿಕ್ಕಿ ಹಾಕಿಕೊಂಡಂತಾಯ್ತು. ಅಷ್ಟೆ. ಈಗ ಏನು ಬೇಡ ತೆಪ್ಪಗಿದ್ದು ಬಿಡು. ಈಗ ಶರತ್‌ನ ಅದೃಷ್ಟದ ಬಾಗ್ಲು ತೆಗೀತಾ ಇದೆ. ಅವ್ನಿಗೆ ಒಂದು ಕನ್‌ಸ್ಟ್ರಕ್ಷನ್ ಕಂಪನಿ ಓಪನ್ ಮಾಡಿಕೊಡ್ತೀನಿ ಅಂದರಂತೆ ರೆವರೆಂಡ್. ಎಲ್ಲಾ ಹಾಳು ಮಾಡ್ಬೇಡ. ಬಂಗ್ಲೆ ಕೊಂಡು ಮೆರೀತಾ ಇರೋ ರಾಜೇಶ್ ಮುಂದೆ ನನ್ಮಗ ತೊಡೆ ತಟ್ಟಿ ನಿಲ್ಬೇಕು. ಸದ್ಯಕ್ಕೆ ಎಲ್ಲಾ ಬಂದ್. ನೀನು ಆ ಕಡೆ ತಲೆ ಹಾಕ್ಬೇಡ. ವರ್ಣ ಡಿವೋರ್ಸ್ ಪತ್ರಕ್ಕೆ ಸಹಿ ಹಾಕಿದ ಕೂಡ್ಲೇ, ಎಲ್ಲಾ ಮುಗ್ದು ಹೋಯ್ತು. ಅಂದು ಮಾಡಿಕೊಂಡಿದ್ದೇ, ಎಡವಟ್ಟು. ಅವಳ ಹಣೆಬರಹ ಅಂದು ಬಿಟ್ಟಿದ್ದರೇ, ಎಲ್ಲಾ.... ಮುಗ್ದು ಹೋಗ್ತಾ ಇತ್ತು. ಇಲ್ಲಿವರ್ಗೂ ಎಳೀಯೋದೇ ಬೇಕಿರಲಿಲ್ಲ" ಕಡ್ಡಿ ತುಂಡು ಮಾಡಿದಂತೆ ಹೇಳಿದರು ತಿಮ್ಮಪ್ಪಯ್ಯ.

"ನೀವು ಮೊದ್ಲು ಹೀಗೇ, ಇರ್ಲಿಲ್ಲ" ಲೀಲಾವತಿ ಗೊಣಗಿಕೊಂಡು ಹೋದರು 'ಹೆಂಗಸರಿಗೆ ಬುದ್ಧಿ ಕಮ್ಮಿ' ಅಂದುಕೊಂಡರೂ ತಿಮ್ಮಪ್ಪಯ್ಯನಿಗೆ ಏನೋ ಒಂದು ರೀತಿಯ ತುಮುಲ. ಎಷ್ಟೇ ಪ್ರಯತ್ನಿಸಿದರೂ ಮಗನೊಂದಿಗೆ ನೇರವಾಗಿ ಪ್ರಸ್ತಾಪಿಸುವುದು ಸಾಧ್ಯವಾಗಿರಲಿಲ್ಲ. ಹಿಂದಿನ ದಿನ ಸೇತುರಾಮ್ ರೆವರೆಂಡ್‌ನ ದೂತನಾಗಿ ಬಂದಿದ್ದ.

"ಮಗನೊಂದಿಗೆ ಪ್ರಸ್ತಾಪಿಸಿದ್ರಾ? ಶರತ್‌ನೊಂದಿಗೆ ಮಗಳ ವಿವಾಹ ಮಾಡೋಕೆ ಅವ್ರು.... ಸಿದ್ಧವಾಗಿದ್ದಾರೆ. ಡಿವೋರ್ಸ್ ಫಾರ್ಮಾಲಿಟೀಸ್ ಮುಗಿದ್ಮೇಲೆ ದೊಡ್ಡ ರೀತಿಯಲ್ಲಿ ಮ್ಯಾರೇಜ್ ಅರೇಂಜ್ ಮಾಡೋಣಾಂತ ಅಂದ್ರು. ಈಗ್ಲೇ ಶರತ್ ಹೆಸರಿಗೆ ಬಂಗ್ಲೆ ಜೊತೆಗೆ ಅವನಿಗೆ ಈಗಾಗಲೇ ಬಹಳಷ್ಟು ಅನುಭವ ವಿರೋಧರಿಂದ, ಅವರು ಶುರು ಮಾಡೋ ಕನ್‌ಸ್ಟ್ರಕ್ಷನ್ ಕಂಪನಿಗೆ ಅವನೇ ಸಿ.ಇ.ಓ.ನಂತೆ. ಕಾಲು ಭಾಗದ ಷೇರುಗಳು ಅವನ ಹೆಸರಿನಲ್ಲಿ. ಎಲ್ಲಾ ಅವಕಾಶಗಳು ಒಟ್ಟಿಗೆ ಬಂದಿದೆ" ಆವೇಗದಿಂದ ಹೇಳಿ ಮುಗಿಸಿದರು.

ಇದು ತಿಮ್ಮಪ್ಪಯ್ಯನವರಿಗೆ ಅಷ್ಟಾಗಿ ಸರಿ ಕಾಣಲಿಲ್ಲ.

"ನಾನೇನು ಅವನತ್ರ ಪ್ರಸ್ತಾಪಿಸಿಲ್ಲ. ಡಿವೋರ್ಸ್ ಆಗೋವರ್ಗೂ ಮಾತಾಡುವುದು ಸರಿಯೆನಿಸಲಿಲ್ಲ. ಯಾಕೆ ಇಷ್ಟೊಂದು ಆತುರ ಮಾಡ್ತಾರೆ? ಹೋದ ಸಲ ಆದ ತಪ್ಪು ಮರುಕಳಿಸುವುದು ಬೇಡ." ಎಂದರು ಸ್ಪಷ್ಟವಾಗಿ. ಒಂದಿಷ್ಟು ಧರ್ಮ ಭೀರುವೇ. ನ್ಯಾಯ ನೀತಿಗೆ ಸ್ವಲ್ಪ ಮಟ್ಟಿಗೆ ಅಂಜುತ್ತಿದ್ದರು.

ಸೇತುರಾಮ್‌ಗೆ ಬಾಯಿ ಕಟ್ಟಿತು. ರೆವರೆಂಡ್‌ಯಿಂದ ಅಳಿಯನಿಗೆ ಸ್ವಲ್ಪ ಸಹಾಯವಾಗಬಹುದು ಎನ್ನುವ ಸ್ವಾರ್ಥ ಅವರಲ್ಲಿ ಇತ್ತು.

"ನಿಮ್ಮ ಮನೆಯವರ ಸಹಕಾರ, ಸಹಾಯ ತಗೊಳ್ಳಿ. ಅವಕಾಶಗಳು ಮತ್ತೆ ಮತ್ತೆ ಬರೋಲ್ಲ. ಇವರೇನಾದ್ರೂ ಬೇರೆ ರೀತಿ ಯೋಚಿಸಿದರೇ, ಡಿವೋರ್ಸ್‌ನ ನಂತರ ನೀವು ಹಣ್ಣಿಗಾಗಿ ಹುಡುಕಾಡ ಬೇಕಾಗುತ್ತೆ. ನಾನು ನಿಮ್ಮ ಹಿತೈಷಿಯಾಗಿ ಹೇಳ್ತಾ ಇದ್ದೀನಿ" ಅಂದಿದ್ದು ತಿಮ್ಮಪ್ಪಯ್ಯನನ್ನ ರೇಗಿಸಿತು.

"ಷಟಪ್, ನನ್ನ ರೇಗಿಸಬೇಡಿ. ಅವ್ರು ಹೇಗಾದ್ರೂ ಯೋಚ್ಸಿಕೊಳ್ಳಿ. ನಮ್ಮದೇನು ಅಭ್ಯಂತರವಿಲ್ಲ. ನಾವು ಮಾಡಿದ ತಪ್ಪಿಗೆ ಅವನು ಶಿಕ್ಷೆ ಅನುಭವಿಸ್ಬೇಕಿದೆ. ಹಣೆಯಲ್ಲಿ ಬರ್ದಂಗೆ ಆಗುತ್ತೆ. ನೀವು ದಯವಿಟ್ಟು ಈ ವಿಚಾರನ ತಗೊಂಡ್, ಅಲ್ಲಿಗೂ.... ಇಲ್ಲಿಗೂ.... ಓಡಾಡೋದು ಬೇಡ" ಜೋರಾಗಿಯೆ ಹೇಳಿದರು. ಅವರಿಗೆ ತೀರಾ ಬೇಸರವಾಗಿತ್ತು. ಮಗನ ವಿಚಾರವಾಗಿ ಬೇರೊಬ್ಬರ ಒಂದು ಮಾತು ಕೂಡ ಸಹಿಸರು.

ಎಷ್ಟೇ ಪ್ರಯತ್ನಪಟ್ಟರೂ ರೆವರೆಂಡ್ ಕುಟುಂಬದೊಂದಿಗೆ ಹೊಂದಾಣಿಕೆ ಮಾಡಿಕೊಳ್ಳಲು ಸಾಧ್ಯವಿಲ್ಲವಾಗಿತ್ತು! ಅವರುಗಳು ಎಷ್ಟೋ ಸಲ ಆಹ್ವಾನಿಸಿದರು ಹೆಂಡತಿಯದು ಒಂದೇ ನಿರಾಕರಣೆ 'ನಂಗಂತೂ ಆಗೋಲ್ಲ, ನಾಲ್ಕು ಮಾತು ಅವರುಗಳೊಂದಿಗೆ ಮಾತಾಡೋಕ್ಕಾಗೋಲ್ಲ. ಅವರಂಗೆ ನಂಗೆ, ಮೂರ್‍ನಾಲ್ಕು ಭಾಷೆ ಬರೋಲ್ಲ. ನನ್ನ ಕೈಯಲ್ಲಾಗೋಲ್ಲ' ಈ ವಿಚಾರದಲ್ಲಿ ಬಲವಂತ ಮಾಡುವುದು ಸಾಧ್ಯವಾಗಿರಲಿಲ್ಲ.

ಆಮೇಲೆ ಸೇತುರಾಮ್ ಭುಜದ ಮೇಲೆ ಕೈ ಹಾಕಿ "ಏನು ತಿಳ್ಕೋಬೇಡಿ. ನೀವು ನಮ್ಮ ಹಿತೈಷಿಗಳೆ. ಆದರೆ ಪರಿಸ್ಥಿತಿಯ ಬಗ್ಗೆ ಯೋಚ್ಸಿ. ನಂಗೆ ಶರತ್ ಮಗನೆಂಬ ಮಮತೆಯ ಜೊತೆ, ಅಭಿಮಾನ ಗೌರವ ಕೂಡ ಇದೆ. ಅವನ ಶ್ರಮ ನಮಗಾಗಿ ಅನ್ನೋ ರೀತಿ ನಡೆದುಕೊಳ್ಳುವಂಥ ಅಪರೂಪದ ಮಗ. ವರ್ಣ ತೋರಿಸಿದ ಕೂಡಲೇ, ಇನ್ನೊಂದ್ಮಾತಾಡದೆ ಒಪ್ಕೊಂಡ. ಈಗ್ಲೂ... ಒಪ್ಕೋ ಬಹ್ದು. ಆದರೆ ನಾವು ಅವ್ನ ಪಾಲಿಗೆ ಶತ್ರುಗಳು ಆಗ಼್ಾರ್ದು. ಒಂದಷ್ಟು ದಿನ ಕಾಯೋಣ. ವಿಷ್ಯ ಪೂರ್ತಿಯಾಗಿ ಇತ್ಯರ್ಥವಾಗ್ಲಿ. ಆಮೇಲೆ ಮುಂದುವರಿಯೋಣ. ಅಲ್ಲಿವರ್ಗೂ ಕಾಯೋ ಮನಸ್ಸು ಇಲ್ಲದಿದ್ದರೇ, ಬೇರೆ ಸಂಬಂಧ ನೋಡ್ಕೊಳ್ಳಿ. ಕರುಣೆಯಿಂದ ನಮ್ಮ ಮನೆಗೆ ಅವರು ಹೆಣ್ಣು ಕೊಡೋದ್ಬೇಡ. ದಯವಿಟ್ಟು ತಿಳ್ಸಿ ಹೇಳಿ" ವಿಷಯಕ್ಕೆ ಪೂರ್ಣವಿರಾಮ ಹಾಕಿ ಕಳುಹಿಸಿ ಕೊಟ್ಟರು.

ಸಂಜೆ ವೇಳೆಗೆ ರೆವರೆಂಡ್ ಸುದ್ದಿ ಮುಟ್ಟಿತು. ಮೂರನೆ ಮಗಳು ವಿದೇಶಕ್ಕೆ ಹೋಗಬಾರದು. ಇಲ್ಲೇ ಕಟ್ಟಿ ಹಾಕೋ ಬಯಕೆಯಿಂದ ಇಂಥ ಪ್ರಯತ್ನ ಎಲ್ಲಕ್ಕೂ ಮಿಗಿಲಾಗಿ

ಶರತ್ ಅವರಿಗೆ ಮೆಚ್ಚುಗೆಯಾಗಿದ್ದ. ಹೇಗೆ? ಎಂದು ಕೈ ಕೈ ಹಿಸುಕಿಕೊಂಡರು. ಮಗಳಿಗೂ ಇಷ್ಟವಾಗಿದ್ದ! ಎಲ್ಲಕ್ಕಿಂತ ಅವನ ಅದ್ಭುತ ಹ್ಯಾಂಡ್‌ಸಮ್ ಪರ್ಸನಾಲಿಟಿ ಮೇಲೆ ಅವಳ ಕಣ್ಣು.

* * *

ವರ್ಣ ಇಷ್ಟು ಬೇಗ ತಾಯ್ತನದ ಕನಸು ಕಂಡಿರಲಿಲ್ಲ. ಇವಳು ಡಾಕ್ಟರ್ ಬಳಿ ಚೆಕ್‌ಅಪ್‌ಗೆ, ಸ್ಕ್ಯಾನಿಂಗ್‌ಗೆ ಹೋದಾಗಲೆಲ್ಲ ಬಂದು ಜೊತೆಗೂಡುತ್ತಿದ್ದ. ಕೆಲವೊಮ್ಮೆ ಅರುಣ ಕರೆದೊಯ್ಯುತ್ತಿದ್ದ. ನೇರವಾಗಿ ನರ್ಸಿಂಗ್ ಹೋಂ ಬಳಿಗೆ ಬರುತ್ತಿದ್ದ ಶರತ್ ಅವಳ ಜೊತೆ ಡಾಕ್ಟರ್ ಬಳಿಗೆ ಅವನೇ ಹೋಗುತ್ತಿದ್ದ. ವಿಚಾರಿಸುತ್ತಿದ್ದ. ಅಂಥ ಸಮಯದಲ್ಲಿ ಅವನೇನು ಪೆಚ್ಚಾಗುತ್ತಿರಲಿಲ್ಲ. ನಾರ್ಮಲ್ಲಾಗಿ ವರ್ತಿಸುತ್ತಿದ್ದ. ಆಗ ಅರುಣ ಬಂದು ಕಾರಿನ ಬಳಿ ಬಂದು ನಿಲ್ಲುತ್ತಿದ್ದ.

ಫೈಲ್ ಹಿಡಿದು ವರ್ಣಳೊಂದಿಗೆ ಬರುತ್ತಿದ್ದವ ಕಾರಿಗೆ ಹತ್ತಿಸಿ, ತನ್ನ ಪಾಡಿಗೆ ತಾನು ಹೋಗುತ್ತಿದ್ದ. ಮಾತು, ನಡತೆ ಪ್ರತಿಯೊಂದರಲ್ಲು ಸಾಮ್ಯತೆ ಇತ್ತು. ಕೆಲವೊಮ್ಮೆ ಆಗಿಹೋಗಿದ್ದಕ್ಕೆ ಅರುಣ ಪಶ್ಚಾತ್ತಾಪಪಡುತ್ತಿದ್ದ. ಆದರೆ ರಾಜಿಯಾಗಲಾರ! ಇದು ಮುಗಿದು ಹೋಗಬೇಕಿತ್ತು ಅನ್ನಿಸುತ್ತಿತ್ತೇನು ಸುಳ್ಳಲ್ಲ. ಆದರೆ ತಂಗಿಯನ್ನ ಪ್ರೀತಿಸುವ ಅಣ್ಣ! ಸ್ಯಾಡಿಸ್ಟಾಗಿ ಯೋಚಿಸಲಾರ.

ಆಮೇಲೆ ತಾನು ಕರೆದೊಯ್ಯುವುದರಿಂದ ತಪ್ಪಿಸಿಕೊಳ್ಳುತ್ತಿದ್ದ. ಕಾರಣ ಸ್ಪಷ್ಟವಾಗಿತ್ತು. ಶರತ್‌ನ ನೋಡುವುದೆಂದರೆ ಹಿಂಸೆ, ನೋವು, ಮುಜುಗರ. ಆದರೆ ಪ್ರಸ್ತುತ ತಂಗಿಯ ಗಂಡ. ಬಾಂಧವ್ಯದಲ್ಲಿ ಭಾವಮೈದುನ.

ಇಂಜಕ್ಷನ್ ಕೊಡಿಸಲು ಹೋಗಿದ್ದ ಶಾಂಭವಿಯ ಮೊಬೈಲ್‌ಗೆ ಫೋನ್ ಮಾಡಿದ ಶರತ್ "ಫ್ಲೈಟ್, ಒಂದೂವರೆ ಗಂಟೆ ಲೇಟು. ವರ್ಣಗೂ ಮೆಸೇಜ್ ಕಳಿಸಿದ್ದೀನಿ" ಹೇಳಿ ಕಟ್ ಮಾಡಿದ. ಆ ವೇಳೆಗೆ ವರ್ಣಗೆ ಮೆಸೇಜ್ ಬಂದಿತ್ತು. ತಕ್ಷಣ ಅವಳ ಮುಖ ಮಂಕಾಯಿತು. ಗಂಡನನ್ನು ನೋಡುವ ಹಾತೊರಿಕೆ.

"ಆಗ್ಲೇ, ಮುಖ ಬಾಡಿ ಹೋಯಿತ್ತಲ್ಲ.... ನಮ್ಮ ವನ ಕುಸುಮಗೆ" ಹಾಸ್ಯ ಮಾಡಿದರು. ಇಷ್ಟೊಂದು ಗಂಡನನ್ನು ಪ್ರೀತಿಸುವ ಹೆಣ್ಣು ಡಿವೋರ್ಸ್‌ನ ನಂತರ ಸುಖವಾಗಿದ್ದಾಳ? ಇಂಥ ಪ್ರಶ್ನೆ ಪದೇ ಪದೇ ಅವರಲ್ಲಿ ಮೂಡುತ್ತ ಇತ್ತು.

ತಕ್ಷಣ ಏನೋ ನೆನಪಿಸಿಕೊಂಡಂಗೆ "ಅತ್ತೆ, ಗೋಪಾಲಸ್ವಾಮಿ ಅವ್ರ ಮಗಳನ್ನು ಕರ್ಕಂಡ್ ಬಂದು ನಮ್ಮ ಮನೆಯಲ್ಲಿ ಕೆಲವು ದಿನ ಬಿಡ್ತಾರಂತೆ. ಅದ್ಕೇ ಅಪ್ಪನ ಒಪ್ಗೇ.... ಇದೆ. ಅಂತೂ ಇನ್ನೊಬ್ಬ ಸೊಸೆಯ ಗೃಹ ಪ್ರವೇಶ" ಎಂದು ನಗೆ ಬೀರಿದಳು. ಮಾತು ಮರೆಸುವುದು ಬೇಕಿತ್ತು.

"ಹೌದು, ಅಣ್ಣ ನನ್ಹತ್ರನು ಪ್ರಸ್ತಾಪಿಸಿದ್ರು. ಹಳ್ಳಿಯಿಂದ ಪಟ್ಟಣಕ್ಕೆ ಬಂದ ಜನ. ಇಲ್ಲಿಗೆ ಹೊಂದಿಕೊಳ್ಳೋ ಪ್ರಯತ್ನ, ಜಮೀನು ಮಾರ್‍ಕೊಂಡ ಹಣ ಇದೆ. ಸಮಾಜದಲ್ಲಿ ಸ್ಟೇಟಸ್

ಗಳಿಸಿಕೊಳ್ಳೋ ಪ್ರಯತ್ನ. ಅದ್ಕೇ, ಅಣ್ಣ ಜೊತೆಯಾಗಿದ್ದಾನೆ. ನಾನು ಸರಿ.... ಅಂದೇ" ಎನ್ನುತ್ತ ಶಾಂಭವಿ ಹೆಜ್ಜೆ ಹಾಕಿದರು.

ಇಂದು ಕಿರಣನ ಕಾರಿನಲ್ಲಿ ಬಂದಿದ್ದರು. ಕೆಲಸಕ್ಕೆ ಇಂತಿಷ್ಟೆ ಸಮಯ ಅಂತೇನು ಇರಲಿಲ್ಲ. ಅದರಿಂದ ಮನೆಯವರ ಸಮಯಕ್ಕೆ ಒದಗುತ್ತಿದ್ದ. ಅದರಿಂದ, ಮನೆಯವರು ಹೆಚ್ಚಿನ ಕೆಲಸ ಅವನಿಗೆ ವಹಿಸುತ್ತಿದ್ದರು.

"ಅತ್ತೆ, ಡಾಕ್ಟ್ರು.... ಏನ್ಹೇಳಿದ್ರು?" ವಿಚಾರಿಸಿದ.

"ಏನಿಲ್ಲ, ಎಲ್ಲಾ.... ನಾರ್ಮಲ್. ನಿಂಗೇನಾದ್ರೂ ಕೆಲ್ಸವಿದ್ದರೇ ಹೋಗ್. ನಾವು ಟ್ಯಾಕ್ಸಿ ಮಾಡ್ಕೊಂಡ್ ಹೋಗ್ತೀವಿ. ಶರತ್ ಪುಣೆಯಲ್ಲಿದ್ದ, ಒಂದೂವರೆ ಗಂಟೆ ಫ್ಲೈಟ್ ಲೇಟಂತೆ" ಅಂದರು.

"ನಮ್ಮ ವರ್ಣಗೆ ಸಾರಥಿಯಾಗೋಕ್ಕಿಂತ ಹೆಚ್ಚಿನ ಕೆಲ್ಸವೇನು ಇಲ್ಲ. ಹತ್ತು.... ಹತ್ತು" ಡೋರ್ ತೆಗೆದ. ಈಗ ತಂದೆಯು ಮಾತಿಗೆ 'ಹ್ಞೂ' ಅಂದಿದ್ದರಿಂದ ಇನ್ನಷ್ಟು ಜವಾಬ್ದಾರಿಯುತವಾಗಿ ನಡೆದುಕೊಳ್ಳುತ್ತಿದ್ದ.

ಇವರುಗಳು ಅರುಣಗೆ ಬಂದಾಗ ಗೋಪಾಲಸ್ವಾಮಿಯ ಇಡೀ ಫ್ಯಾಮಿಲಿ ಇತ್ತು. ಸಾಲಾಗಿ ನಾಲ್ಕು ಕಾರುಗಳು. ರೈತರಾಗಿ ಭೂಮಿ ಹವೆ ಮಾಡಿಕೊಂಡು ಬದುಕಿದ್ದ ಜನ, ಹಣ ಕೈಗೆ ಸಿಕ್ಕ ಕೂಡಲೇ ಆಕಾಶಕ್ಕೆ ಹಾರಿದ್ದು ವಿಪರ್ಯಾಸವಲ್ಲ, ಸಹಜವೇ.

"ಬಾ, ತಾಯಿ.... ಅರಸಿನ ಕುಂಕುಮ ಕೊಟ್ಟು ಮಡಿಲು ತುಂಬಿ ಹೋಗೋಣಾಂತ ಬಂದ್ವಿ" ಗೋಪಾಲಸ್ವಾಮಿ ಹೆಂಡತಿ ಮುಖ ನೋಡಿದ ಕೂಡಲೇ ಎದ್ದರು. ಕೂಡಿಸಿದರು, ಐದು ತಟ್ಟೆ ತುಂಬ ತಂದ ಹಣ್ಣು, ಕರಿದ ಸಿಹಿ, ಕಾರ ತಿಂಡಿಗಳನ್ನು ಇವಳ ಕೈಯಲ್ಲಿ ಮುಟ್ಟಿಸಿದರು. ದೊಡ್ಡ ಜರಿ ರೇಶಿಮೆ ಸೀರೆ, ಮಡಿಲು ತುಂಬುವ ಸಾಮಾನು. ತಮ್ಮ ಸಂಪ್ರದಾಯದಂತೆ ಮಡಿಲು ತುಂಬಿ ಆರತಿ ಮಾಡಿದರು.

"ಅಳಿಯಂದಿರನ್ನು.... ನೋಡ್ಲೇ ಇಲ್ಲ" ಆಕೆ ಕೇಳಿಯೇಬಿಟ್ಟರು.

ಯಾರಿಗೆ ಏನು ಹೇಳಬೇಕೋ ಗೊತ್ತಾಗಲಿಲ್ಲ. ಸಕ್ಕೂಬಾಯಿ ಮುಖವಂತು ಬಿಳುಚಿಕೊಂಡಿತು. ಸ್ವಲ್ಪ ಶಾಂಭವಿಯೆ ಧೈರ್ಯದಿಂದ ಫೇಸ್ ಮಾಡಿದ್ದು "ಪುಣೆಗೆ ಹೋಗಿದ್ದಾರೆ. ಫ್ಲೈಟ್ ಲೇಟ್ ಅಂತ ಫೋನ್ ಮಾಡಿದ್ರು" ಉತ್ತರಿಸಿ ಸುಮ್ಮನಾದರು.

ಅವರುಗಳೆಲ್ಲ ಹೋದರು ಅನುಷಾ ಉಳಿದುಕೊಂಡಳು. ಸದ್ಯಕ್ಕೆ ಕೆಲವು ದಿನ ಇಲ್ಲೇ ಉಳಿದುಕೊಳ್ಳುವುದು. ಇಲ್ಲಿನ ರೀತಿ, ರಿವಾಜುಗಳನ್ನು ಕಲಿಯುವುದರ ಜೊತೆಗೆ ಕಿರಣ ಮತ್ತು ಅವಳು ಒಬ್ಬರಿಗೊಬ್ಬರು ಅರ್ಥವಾಗಬೇಕೆಂಬುದು ಎಲ್ಲರ ಆಕಾಂಕ್ಷೆ. ಆದರೆ ಕಿರಣ ಚಟಾಕಿ ಹಾರಿಸಿದ. ಅವನಿಗೆ ಹಾಸ್ಯ.

"ಒಂದು ಲವ್ ಮ್ಯಾರೇಜ್, ಇನ್ನೊಂದು ಆರೇಂಜ್ಡ್ ಮ್ಯಾರೇಜ್. ಈಗ ಲವ್-ಕಂ-ಆರೇಂಜ್ಡ್ - ಇದು ಎಷ್ಟು ಪರ್ಸೆಂಟ್ ಸಕ್ಸಸ್ ಅಂತ ಗೊತ್ತಾಗೋಲ್ಲ"

ಸಕ್ಕೂಬಾಯಿ ಕಣ್ಣಲ್ಲಿಯೆ ಮಗನನ್ನು ಗದರಿದರು. ಇಂದಿಗೂ ಅನನ್ಯ ಅವರೊಂದಿಗೆ

ಹತ್ತು ನಿಮಿಷ ಮಾತಾಡಿರಲಿಲ್ಲ. ದಿನಗಳು ಕಳೆದಂತೆ ಬದಲಾಗಬಹುದೆಂದು ನಿರೀಕ್ಷಿಸಿದ್ದು ತಪ್ಪಾಗಿತ್ತು. ಅವಳ ರೂಮು ಬಿಟ್ಟು ಹೊರಗೆ ಹೋಗುವುದೆಂದರೆ ಆಫೀಸ್ ಅಥವಾ ಹೊರಗೆ ಹೋಗುವ ಸಂದರ್ಭದಲ್ಲಿ ಮಾತ್ರ ಮನೆಯವರಿಗೆ ದರ್ಶನ. ಡೈನಿಂಗ್ ಟೇಬಲ್‌ಗೂ ಬರುತ್ತಿರಲಿಲ್ಲ. ಇನ್ನ ಬಾಂಧವ್ಯ ಬೆಸೆಯುವುದೆಂತು? ಇವರುಗಳು ಕೂಡ ತಟಸ್ಥರಾಗಿದ್ದರು. ಆದರೆ ತಂಟೆ ತಕರಾರು ಅಂಥದೇನಿಲ್ಲ.

ರಾಜೇಶ್ ರಾತ್ರಿ ಮನೆಯವರನ್ನೆಲ್ಲ ರೂಮಿಗೆ ಕರೆಸಿದರು. ಅದರಲ್ಲಿ ವರ್ಣ ಕೂಡ ಇದ್ದಳು. ಅನನ್ಯ ಮಾತ್ರ ಇರಲಿಲ್ಲ. ಬಹುಶಃ ಅವಳ ಪ್ರಜೆನ್ಸ್ ಇಲ್ಲಿ ಅಗತ್ಯವಾಗಿರಲಿಲ್ಲ.

"ಸದ್ಯಕ್ಕೆ ಅದೇ ಗೋಪಾಲಸ್ವಾಮಿ ಮಗಳು ಅನುಷಾ ಇಲ್ಲೇ ಇರ್ತಾಳೆ. ಕೆಲವು ದಿನ. ಹಳ್ಳಿಯಲ್ಲಿ ಹುಟ್ಟಿ ಬೆಳೆದ ಹುಡ್ಗೀ. ಒಂದಿಷ್ಟು ಸಿಟಿಯ ನಾಗರಿಕತೆ ಬೇಕು. ತುಂಬ ಸರಳವಾದ ಜನ. ಇದ್ದಿದ್ದನ್ನ ಆ ಮನುಷ್ಯ ಇದ್ದಂಗೆ ಹೇಳ್ಕೊಂಡ. ಅವ್ರ ಗಂಡು ಮಕ್ಕಳ ಹೆಸರು ಪಕ್ಕ ಯಾವ್ದೇ ಡಿಗ್ರಿಗಳು ಇಲ್ಲ. ಆದರೆ ವ್ಯವಹಾರದಲ್ಲಿ ಬುದ್ಧಿವಂತ್ರು. ನಮ್ಮ ಕಿರಣನಿಗೆ ನೆರವಾಗ್ತಾರೆ" ಅಂದ ಕೂಡಲೇ ಅವನು ಮೇಲೆದ್ದ. ಅವನು ತೋಳಿಡಿದು ಎಳೆದು ಕೂಡಿಸಿದ. "ಎಸ್ಕೇಪ್ ಬೇಡ, ಬೋನು ರೆಡಿಯಾಗಿದೆ." ಕಣ್ಣೊಡೆದು "ಅವರು ಹೇಳೋದೆಲ್ಲ.... ಹೇಳ್ಲಿ" ಅಂದ ಅರುಣ.

ಕಿರಣ ಸುಮ್ಮನೆ ಕೂತ. ಈಗಾಗಲೆ ತಿಳಿದ ವಿಷಯವನ್ನೆ ಮತ್ತೆ ಮತ್ತೆ.... ಮನದಟ್ಟಾಗುವಂತೆ ಹೇಳಿದರು. ಅದು ಹಿರಿಯತನದ ಜವಾಬ್ದಾರಿಯೇನೋ?

"ಆ ಹುಡ್ಗೀ, ಇಲ್ಲಿ.... ಇರೋದರ ಬಗ್ಗೆ ಯಾರದಾದ್ರೂ ವಿರೋಧ ಇದ್ಯಾ? ಈಗಿನಿಂದ್ಲೇ, ನಿಮ್ಗೇ ಬೇಕಾದಂಗೆ.... ತಿದ್ಕೋಬಹುದು" ಎಂದು ಎಲ್ಲರ ಮುಖ ನೋಡಿದರು. ಯಾರಿಗೇನು ತೋಚಲಿಲ್ಲ "ಇರ್ಲಿ, ಬಿಡು ಜಾಸ್ತಿ ಮಾತಾಡೋದರಿಂದ ಹೊತ್ತು ಹೋಗುತ್ತೆ." ಅಂದರು ಶಾಂಭವಿ.

"ಮುಂದೇನು? ಅಂದು ವರ್ಣ ಸ್ವಲ್ಪ ಸಹಕರಿಸಿದ್ದರೆ ಒಂದು ದೊಡ್ಡ ಗಂಡಾಂತರದಿಂದ ಮುಕ್ತರಾಗಿ ಬಿಡಬಹುದಿತ್ತು. ಈಗ ಆಗಾಗ ಶರತ್.... ಹೆಂಡ್ತಿನ ನೋಡೋ ನೆವದಲ್ಲಿ ಬಂದು ಹೋಗ್ತಾ ಇದ್ದಾನೆ. ಆಮೇಲೆ ನಾಲ್ಕು ದಿನ ಇಲ್ಲಿ ನಿಲ್ಲಬಹುದು. ಆ ಮೇಲೆ ಸೇಡು ತೀರ್ಸಿ ಕೊಳ್ಳೋ ಮಸಲತ್ತು ಮಾಡ್ತಾನೆ" ಎಂದು ರಾಜೇಶ್ ಶುರು ಮಾಡಿದ ಕೂಡಲೇ ವರ್ಣ ಎದ್ದು ಹೋದಳು. ಶರತ್ ವಿಷಯವಾಗಿ ನೆಗೆಟಿವ್ ಆಗಿ ಮಾತಾಡುವುದು ಅವಳಿಗೆ ಇಷ್ಟವಿಲ್ಲ.

ಎಲ್ಲರಿಗೂ ಇದು ಬೇಸರ ತರಿಸಿತು.

"ಪ್ಲೀಸ್, ಈ ಸಮಯದಲ್ಲಿ ಶರತ್ ಬಗ್ಗೆ ಮಾತಾಡ್ಬಾರ್ದು. ಅವ್ನು ತುಂಬ ಸ್ವಾಭಿಮಾನಿ. ನಾವೇ ಎಡವಿದ್ವಿ. ಅವ್ನ ಕ್ಯಾರೆಕ್ಟರ್ ಗೌರವ ತರಿಸೋ ಅಂಥದ್ದು "ಫ್ಲವರ್ ಕನ್‌ಸ್ಟ್ರಕ್ಷನ್, ಫ್ಲವರ್ ಬಿಲ್ಡರ್ಸ್‌ನ ಒಬ್ಬ ಸೂಪರ್‌ವೈಸರ್ ಇರ್ಬಹ್ದು ದೊಡ್ಡ.... ದೊಡ್ಡ.... ಇಂಜಿನಿಯರ್ಸ್ಗೆ ಏನು.... ಛೇರ್ಮನ್ ಕೂಡ ಮುಖ್ಯವಾದ ಪ್ರಾಜೆಕ್ಟ್ ಮೀಟಿಂಗ್‌ಗಳಿಗೆ ಅವನನ್ನ ಆಹ್ವಾನಿಸ್ತಾರಂತೆ. ವೆರೀ.... ಬ್ರಿಲಿಯಂಟ್. ಕೆಲಸಗಾರರಿಗೆ ಮೆಚ್ಚುಗೆಯ ಸೂಪರ್‌ವೈಸರ್. ಅವ್ನ ಬಗ್ಗೆ ವಿಚಾರ್ಸಿಕೊಂಡೇ ಶರತ್ ಬಗ್ಗೆ ನೆಗೆಟಿವ್ ಆಗಿ ಯೋಚ್ಸೋದು.... ಬೇಡ.

ಅವನೇನು ಅಂದಿನ ಲಕ್ಷ್ಮಣರೇಖೆಯನ್ನು ದಾಟಿ ಈ ಕಡೆ ಬರೋಲ್ಲ. ಜೊತೆಗೆ ಈಗಾಗಲೇ ಪ್ರಾಜೆಕ್ಟ್ ಎಂಜಿನಿಯರ್ ರೆವರೆಂಡ್ ಅವನನ್ನ ಅಳಿಯನನ್ನಾಗಿ ಮಾಡ್ಕೊಂಡ್ ತಾವು ಕನಸು ಕಂಡ ಸಾಮ್ರಾಜ್ಯಕ್ಕೆ ಅವನನ್ನು ಅಧಿಪತಿಯನ್ನಾಗಿ ಮಾಡೋಕೆ ಸಿದ್ಧವಾಗಿದ್ದಾರೆ. ಇಂಥ ಅಪರೂಪವಾದ ಅಪಾರ್ಚುನಿಟಿ ಅವನಿಗೆ ಇದೆ. ನಾನೆಲ್ಲ ವಿಚಾರ್ಸಿಕೊಂಡಿದ್ದೀನಿ" ಎಂದ. ಆದರೆ ಕೊನೆಯದಾಗಿ ನಾಲಿಗೆ ತುದಿಗೆ ಬಂದ ಮಾತನ್ನು ಮಾತ್ರ ಆಡಲಿಲ್ಲ ಅರುಣ.

ರೂಮಿಗೆ ಬಂದ ವರ್ಣ ಸುಸ್ತಾದವಳಂತೆ ಮಲಗಿದಳು. ಬಿಬಿಎಂ ಮುಗಿದ ಮೇಲೆ ಸದ್ಯಕ್ಕೆ ಕೆಲಸ, ನಂತರ ಎಂಬಿಎ ಕನಸ್ಸಿನಲ್ಲಿದ್ದವಳ ಕೊರಳಿಗೆ ಹೆಚ್ಚು ಕಡಿಮೆ ದಿಢೀರನೆ ಹಾರ ಬಿದ್ದಿದ್ದು. ದಾಂಪತ್ಯದ ಸವಿಯಲ್ಲು ಇಂಟರ್‌ವ್ಯೂಗೆ ಹೋಗಿ ಬರುತ್ತಿದ್ದವಳ ಜೀವನದಲ್ಲಿ ನಡೆದದ್ದೇ ಬೇರೆ. ಒಂದು ರೀತಿಯ ಆಘಾತ. ತರ್ಕಿಸಿ, ವಿಮರ್ಶಿಸಿಯೇ ಎಲ್ಲರ ಮನಸ್ಸಿನ ನೆಮ್ಮದಿಗಾಗಿ ಡಿವೋರ್ಸ್‌ಗೆ ಒಪ್ಪಿಗೆ ನೀಡಿದ್ದು, ಆದರೆ ದೈವ ನಿರ್ಣಯ ಬೇರೆಯದಿತ್ತು. ಆದರೆ ಡಿವೋರ್ಸ್ ಎನ್ನುವ ಕತ್ತಿ ತಲೆಯ ಮೇಲೆ ತೂಗುತ್ತಲೇ ಇತ್ತು. ನೋಡೋಣ.... ಎನ್ನುವ ಆಶಾವಾದ.

ವಿವಾಹದ ನಂತರ ಮಗು, ತಾಯಿತನದ ಕನಸು ಕಂಡಿರಲಿಲ್ಲ. ಮಕ್ಕಳನ್ನು ಹೊಂದುವ ಮಾನಸಿಕ ಸಿದ್ಧತೆಯಲ್ಲಿ ಇಲ್ಲದವಳಿಗೆ ಡಾಕ್ಟರ್ 'ನೀನು ಅಮ್ಮನಾಗುತ್ತಿದ್ದಿ' ಎಂದಾಗ ಅವಳಿಗೆ ಅನಿರೀಕ್ಷಿತ, ಜೊತೆಗೆ ಗಾಬರಿ ಕೂಡ. ಜೊತೆಗೆ ಅರಿವಾಗದಂತೆ ರೋಮಾಂಚನವೆನಿಸಿತು. ಹೌದು, ತನ್ನ ಒಡಲಲ್ಲಿ ಒಂದು ಜೀವ ಅರಳುತ್ತಿದೆ. ಅರ್ಥವಾಗದ ಭಾವದಿಂದ ಪುಳಕಿತಳಾಗಿದ್ದುಂಟು. ಪರಿಸ್ಥಿತಿ ಸೂಕ್ಷ್ಮವೆನಿಸಿದರೂ ಈ ತಾಯ್ತನದ ಪ್ರಾಕೃತಿಕ ಸುಖದಿಂದ ವಂಚಿತಳಾಗುವುದು ಬೇಡವೆನಿಸಿತ್ತು. ಮೊದ ಮೊದಲು ಎಲ್ಲರೂ ಒಂದು ಕಡೆ ನಿಂತು, ಅವಳನ್ನು ಒಂಟಿಯಾಗಿಸಿದಾಗ ಶರತ್‌ನ ನೆನಪು ಕಚಗುಳಿ ಇಟ್ಟಿತು. ಜೊತೆಗೊಂದು ಭಯ ಕಾಡಿತು ಕೂಡ. ಅವನು ದೂರ ನಿಂತರೇ, ಆ ಭಾವವನ್ನು ಹೊಡೆದೋಡಿಸುವ ವೇಳೆಗೆ ಶಾಂಭವಿ ಅತ್ತೆ, ತಾಯ್ತನದ ಸುಖ ಕಂಡಿದ್ದ ಸಕ್ಕೂಬಾಯಿ ಅವಳ ಪರ ನಿಂತರು. 'ಐಯಾಮ್ ವೆರಿ ಹ್ಯಾಪಿ' ಎಂದು ಶರತ್ ಮೆಸೇಜ್ ಬಂದನಂತರ ಕತ್ತಲೆಯಿಂದ ಬೆಳಕಿಗೆ ಬಂದಂತಾಗಿತ್ತು. ಈಗ.... ಸುಖಿ!

ಹೊಟ್ಟೆಯೊಳಗಿನ ಕೂಸು ಬೆಳೆದಂತೆ ಮೈಯೊಳಗೆ ಬದಲಾವಣೆ ಕಾಣಿಸಿಕೊಂಡಿತು. ಮನಸ್ಸು ಸೂಕ್ಷ್ಮವಾಯಿತು. ಸಕ್ಕೂಬಾಯಿ ಇವಳ ಪಕ್ಕ ಕೂತು ತಲೆ ನೇವರಿಸುತ್ತ "ಹುಳಿ.... ಹುಳಿಯಾಗಿ ಏನಾದ್ರೂ ತಿನ್ನಬೇಕೂಂತ ಅನ್ನಿಸುತ್ತ. ಅರುಣ ಹೊಟ್ಟೆಗೆ ಬಿದ್ದಾಗ ಮಾವಿನ ಕಾಯಿ ಕಾಲ. ನಿನ್ನ ಅಜ್ಜಿ ಅದರಲ್ಲಿಯೇ ಬಗೆ ಬಗೆಯಾಗಿ ಮಾಡಿಕೊಡೋರು. ಆದರೆ ಒಗರಿನ ಹುಳಿಕಾಯಿ ಕಚ್ಚಿ ತಿಂದರೇನೇ ನಂಗೆ ಸಮಾಧಾನ. ಬರೀ ಮಾವಿನಕಾಯಿ ಶೇಖರಿಸಿ ಇಟ್ಕೋತಿದ್ದೆ. ಜಗತ್ತಿನಲ್ಲಿ ಹುಳಿಗಿಂತ ಇನ್ನೊಂದು ಪದಾರ್ಥ ಇಲ್ವೆನೋ ರೀತಿಯಲ್ಲಿ ಹುಳಿಯನ್ನು ತಿಂತಾ ಇದ್ದೆ" ಅಂದವರೇ ಅಂದಿನಿಂದ ಹುಳಿಯನ್ನ, ಗೊಜ್ಜು ಅಂತದ್ದು ಮಾಡಿಕೊಡೋರು. ಶಾಂಭವಿ ಕೂಡ ಹಿಂದೆ ಬೀಳಲಿಲ್ಲ. ಅದೂ ಇದೂ ಅವಳಿಗಾಗಿ ಮಾಡೋರು. ಅರುಣ, ಕಿರಣ ಹಣ್ಣುಗಳ ದುಕಾನ್ ಮನೆಯಲ್ಲಿ ತೆರೆದಿದ್ದರು. ಅಂತು ಪ್ರೀತಿಯ ಮಹಾಪೂರದಲ್ಲಿ ಮೀಯುತ್ತಿದ್ದುದ್ದು ನಿಜ.

ಹೌದು, ಬೇಡದ ಗರ್ಭ ಅನಿಸುವಂತೆ ಯಾರೂ ನೋಡಿಕೊಳ್ಳಲಿಲ್ಲ. ಲೀಲಾವತಿ ಮಗನ ಜೊತೆ ಬರುವಾಗಿ ಸೊಸೆಗೆ ಏನೇನು ಇಷ್ಟವೆಂದು ಫೋನ್‌ನಲ್ಲಿ ತಿಳಿದು ಮಾಡಿಕೊಂಡು ಬರುತ್ತಿದ್ದರು. ಎಷ್ಟೋ ವಿಷಯಗಳು ಹೇಳುತ್ತಿದ್ದರು. ಬಸುರಿಗೆ ಸಂಬಂಧಪಟ್ಟ ಪ್ರಸ್ತುತ, ಸಿಡಿಗಳನ್ನ ಶರತ್ ತಂದುಕೊಟ್ಟಾಗ ಅನುಭವಿಸಿದ ಸಂತಸಕ್ಕೆ ಎಲ್ಲೆ ಇರಲಿಲ್ಲ ತಾಯ್ತನ ಅದ್ಭುತವೆನಿಸಿತು. ಆ ಅನುಭವ ಹೆಣ್ಣೊಬ್ಬಳಿಗೆ ಮಾತ್ರ. ಗಂಡಿಗೆ ಅಂಥ ಭಾಗ್ಯವಿಲ್ಲ.

ಈಗ ವರ್ಣಗೆ ಐದು ತಿಂಗಳು. ಕೂಸಿನ ಚಲನೆ ಅನುಭವಕ್ಕೆ ಬರುತಿತ್ತು. ಗ್ರೇಟ್ ಫೀಲಿಂಗ್ ಅನಿಸುತ್ತಿತ್ತು. ಹೊಟ್ಟೆಯ ಮೇಲೆ ಕೈ ಇಟ್ಟುಕೊಂಡಾಗ ಮಮತೆ ಉಕ್ಕಿ ಉಕ್ಕಿ ಹರಿಯುತ್ತಿತ್ತು. ಅವಚಿ ಕೂತ ಕಂದನ ರೂಪುರೇಷೆಗಳ ಬಗ್ಗೆ ಅವಳಲ್ಲಿ ಒಂದು ಚಿತ್ರ ಮೂಡುತ್ತಿತ್ತು. ಅಂಥ ತನ್ಮಯತೆಯಲ್ಲಿ ಮಿಂದು ಪುನೀತಳಾಗುತ್ತಿದ್ದಳು. ಹಾಲಿಡಿದು ಬಂದ ಶಾಂಭವಿ ಅವಳ ಪಕ್ಕ ಕೂತು "ಈಗಾಗಲೇ ಕಾಡೋಕೆ ಶುರು ಮಾಡಿರೋ ಮಗುನ ಕನಸ್ಸಾ?" ಎಂದರು. ಅದರಿಂದ ವಂಚಿತರಾದ ಶಾಂಭವಿಗೆ ಮಕ್ಕಳೆಂದರೆ ವಿಪರೀತ ಮಮತೆ. ಹತ್ತಿರದ ದೇವಸ್ಥಾನದಲ್ಲಿ ಹೋಗಿ ಕೂಡುತ್ತಿದ್ದರು. ಅಲ್ಲಿಗೆ ಬರುವ ಮಕ್ಕಳನ್ನು ಎತ್ತಿ ಮುದ್ದಾಡುತ್ತಿದ್ದರು. ಅವಕ್ಕಾಗಿ ಚಾಕಲೇಟುಗಳನ್ನು ಖರೀದಿಸಿಕೊಂಡು ಹೋದಾಗಲೆಲ್ಲ ಮನೆಯವರಿಗೆಲ್ಲ ಅಪರಾಧ ಭಾವ.

ನಿಧಾನವಾಗಿ ಎದ್ದು ಕೂತ ವರ್ಣ "ಅತ್ತೆ, ಎಲ್ಲಾ ಮಕ್ಳು ಹೊಟ್ಟೆಯಲ್ಲಿ ಓಡಾಡ್ತಾರೆ, ಅಲ್ವಾ? ಈಗ ಶುರು ಮಾಡಿದೆ. ನಂಗೆ ಹೆಣ್ಣು ಮಗುವಾಗಬಹುದಾ, ಗಂಡು ಮಗು ಆಗಬಹುದಾ?" ಕೇಳಿದಳು. ತಾಯ್ತನ ಹೊತ್ತ ಅವಳ ಮುಖದಲ್ಲಿ ಅಪೂರ್ವವಾದ ಕಳೆ ಇತ್ತು.

"ಹೌದು, ಮೊನ್ನೆ ಸಿಡಿ ಹಾಕಿ ನೋಡಿದೆವಲ್ಲ. ಹಿಂದೆ ಇಂಥ ಅನ್ಕೂಲವಿರ್ಲಿಲ್ಲ. ಈಗ ಎಲ್ಲಾ.... ಮುಕ್ತ! ಡಿಲಿವರಿಯನ್ನ ಕೂಡ ನೋಡಬಹುದು ಹಿಂದಿನ ಬಸುರು, ಬಾಣಂತನಕ್ಕೂ ಈಗಿನದಕ್ಕೂ.... ವ್ಯತ್ಯಾಸವಿದೆ. ಈಗ ಎಲ್ಲಾ.... ಸುಲಭ.... ಸುಲಭವೇ. ನೋವಿಲ್ಲದೆ ಸುಲಭವಾಗಿ ಮಗುವಿಗೆ ಜನ್ಮ ನೀಡಬಹುದು" ಎಂದರು ಹಾಲಿನ ಲೋಟ ಅವಳಿಗೆ ಕೊಡುತ್ತ.

ಹಾಲಿನ ಲೋಟ ಪಕ್ಕಕ್ಕಿಟ್ಟು ಉತ್ಸಾಹದಿಂದ "ಅತ್ತೆ, ನಾನು ಮಗುವಿನ ಉಸಿರಾಟದ ಸದ್ದು ಕೇಳ್ದೆ. ಡಾಕ್ಟರ್ ಹೊಟ್ಟೆಯ ಮೇಲೆ ಜೆಲ್ ಸವರಿ ಯಾವುದೋ ಯಂತ್ರ ಇಟ್ಟರು. ಅದನ್ನು ಆಡಿಸಿದಾಗ ಕೂಸಿನ 'ಲಬ್ಡಬ್, ಲಬ್ಡಬ್' ಅಂತ ಎದೆಬಡಿತ ಕೇಳ್ತಾ ಇತ್ತು. ಗರ್ಭ ಚೀಲದ ನೀರೊಳಗೆ ಮಗು ಚಲಿಸುವ ದನಿ ಕೇಳಿಸಿದ್ದರು ಡಾಕ್ಟ್ರು. ನಂಗೆ ಆ ಸಮಯದಲ್ಲಿ ಇನ್ನಷ್ಟು ಕೇಳ್ಬೇಕೂಂತ ಅನ್ನಿಸ್ತು. ಅತ್ತೆ" ತುಂಬ ಮುಕ್ತವಾಗಿ, ಮುಗ್ಧವಾಗಿ ಉತ್ಸಾಹದಿಂದ ಮಾತನಾಡುತ್ತಿದ್ದ ಅವಳನ್ನೇ ದಿಟ್ಟಿಸಿದರು ಶಾಂಭವಿ.

"ಮೊದ್ಲು ಹಾಲು ಕುಡೀ" ಎಂದರು ಮಮತೆಯಿಂಗ.

ಎಷ್ಟೋ ಸಲ 'ಮುಂದೇನು?' ಎಂದು ಪ್ರಶ್ನಿಸಬೇಕೆನಿಸಿತ್ತು. ಅದಕ್ಕೆ ಕಾರಣ, ಆ ಕೂಸು ತನ್ನ ಮಡಿಲು ಸೇರಲಿಯೆನ್ನುವ ಸ್ವಾರ್ಥ. ನಿರ್ಲಿಪ್ತವಾಗಿ ಸಾಗುತ್ತಿದ್ದ ಶಾಂಭವಿಯ ಮನದಲ್ಲಿ

ಹೊಸದೊಂದು ಆಸೆ ಮೂಡಿದ್ದು ಇತ್ತೀಚೆಗಷ್ಟೆ.

"ಎಂದಾದ್ರೂ, ಶರತ್ ಮಗು ಬಗ್ಗೆ ಮಾತಾಡಿದ್ರಾ?" ಕೇಳಿಯೇ ಬಿಟ್ಟರು ಅದ್ಭುತವಾದ ಲೋಕದಲ್ಲಿ ಇದ್ದವಳನ್ನು ಎಳೆತಂದಂತಾಯಿತು. ಸ್ವಲ್ಪ ಷಾಕಾಗಿ "ಅತ್ತೆ, ನೀವೇನು.... ಕೇಳಿದ್ದು?" ಪ್ರಶ್ನಿಸಿದಳು.

"ಏನಿಲ್ಲ, ನಿನ್ನ ಅಜ್ಜಿ ಅಂದರೆ.... ನಮ್ಮಮ್ಮ ಅಲ್ಲ, ನಿನ್ನಮ್ಮನ ದೊಡ್ಡಮ್ಮ. ನಿನ್ನಮ್ಮನ ಎಲ್ಲಾ ಮಕ್ಕಳ ಬಾಣಂತನ, ಆರೈಕೆ ಮಾಡಿದವರು ಅವರೇ. ನನಗೆ ಚೆನ್ನಾಗಿ ನೆನಪಿದೆ. ತುಂಬ ಗಟ್ಟಿಮುಟ್ಟಾದ ಹೆಂಗ್ಸು. ಒಂದಿಷ್ಟು ಬೇಜಾರು, ಸಿಡುಕು ಅನ್ನೋಂಥದೇನು ಇರಲಿಲ್ಲ. ಆಕೆ ಮಗುಗೆ ನೀರು ಹಾಕುವಾಗ, ಸಾಂಬ್ರಾಣಿ ಹಾಕಿ ತಲೆ ಕಾಯಿಸುವಾಗ ನೋಡುತ್ತ ನಿಲ್ಲುತ್ತಿದ್ದೆ. ಪುಟ್ಟ ವಯಸ್ಸು, ಪಿಳಿ ಪಿಳಿಯೆಂದು ಕಣ್ಣು ಬಿಟ್ಟುಕೊಂಡು ಕೆಂಪಗೆ ಮುದ್ದು ಮುದ್ದಾಗಿರೋ ಕೂಸು ಅಂದರೇ ಅದ್ಭುತ, ಅದೆಲ್ಲ ನೆನಪಾಯ್ತು. ನಿನ್ನ ಬಾಣಂತನ ಮಾಡೋಕು ಅವರಿರ ಬೇಕಿತ್ತು. ಸದಾ ಎಂಥದಾದ್ರೂ ಒಂದು ಹಾಡು ಹೇಳಿಕೊಳ್ಳುತ್ತ ಕೆಲಸ ಮಾಡೋದು ಅವರ ಅಭ್ಯಾಸ. ಹೆಚ್ಚು ಹೇಳುತ್ತಿದ್ದುದ್ದು ಗೋವಿನ ಹಾಡು. ಅದೇ ಪುಣ್ಯಕೋಟಿಯ ಹಾಡು" ನೆನಪಿಸಿಕೊಂಡರು. ಆ ಹಾಡಿನ ಬಗ್ಗೆ ಯೋಚಿಸಿದಾಗಲೆಲ್ಲ ಅವರಿಗೆ ಅದು ಅದ್ಭುತ ಪಾಠವೆನಿಸುತ್ತಿತ್ತು.

'ಎಂದಾದ್ರೂ ಶರತ್ ಮಗುವಿನ ಬಗ್ಗೆ ಮಾತಾಡಿದ್ರಾ?' ಪ್ರಶ್ನೆ ಅವಳಿಗೆ ಸ್ಪಷ್ಟವಾಗಿಯೆ ಕೇಳಿಸಿತ್ತು. 'ಹೌದು ಅಥವಾ ಇಲ್ಲ' ಎನ್ನುವುದು ಅವಳಿಂದ ಸಾಧ್ಯವಾಗುತ್ತಿರಲಿಲ್ಲ. ಅವಳ ಬಸುರಿನಲ್ಲಿದ್ದ ಕಂದನ ಬಗ್ಗೆ ಆಮೂಲಾಗ್ರವಾಗಿ ಡಾಕ್ಟರೊಂದಿಗೆ ತಿಳಿಯುತ್ತಿದ್ದ. ಕೆಲವು ಸಜೆಷನ್‌ಗಳನ್ನು ಅವಳಿಗೂ ಕೊಟ್ಟಿದ್ದ. ಅದರಲ್ಲಿ ಭಾವನೆಗಳ ತಾಕಲಾಟವಿರಲಿಲ್ಲ. ಅದ್ದರಿಂದ ಕೇಳಿಸದಂತೆ ಸುಮ್ಮನಿದ್ದದ್ದು.

"ಅಮ್ಮ, ಕೂಡ ಆಗಾಗ ಗೋವಿನ ಹಾಡನ್ನ.... ಹಾಡುತ್ತಿದ್ದದ್ದು ನೆನಪಿದೆ. ದೊಡ್ಡ ಅಜ್ಜಿಯ ಹಾಡು ಕೂಡ ಕೇಳಿದ್ದಿದೆ. ಆಕೆ ತೀರಿಕೊಂಡಾಗ ನಂದು ಬುದ್ಧಿ ತಿಳಿದ ವಯಸ್ಸೇ" ಎಂದಳು ನೆನಪಿನ ಬುತ್ತಿ ಬಿಚ್ಚುತ್ತ. ಆ ವೇಳೆಗೆ ಸಕ್ಕೂಬಾಯಿ ಕೂಡ ಬಂದು ಕೂತರು "ಶಾಂಭವಿ ನಿಂಗೆ ಇದು ಸರಿಯೆನಿಸುತ್ತಾ?" ಕೇಳಿದರು. ಅದು ಅನೂಷಾ ವಿಚಾರವೆಂದು ಆಕೆಗೆ ಗೊತ್ತಾಯಿತು.

"ಈಗ ಯಾವ್ದೂ ತಪ್ಪಿಲ್ಲ ಬಿಡು. ಕಿರಣನ ಮದ್ವೆ ವಿಚಾರದಲ್ಲಿ ಅವ್ರ ಧೋರಣೆ ಸರಿಯೆನಿಸುತ್ತೆ. ಸರಳವಾದ ಜನ. ತುಂಬು ಕುಟುಂಬದ ಹುಡ್ಗೀ ಎಲ್ಲರಿಗೂ ಹೊಂದ್ಕೊಬಹುದು" ಎಂದರು ಶಾಂಭವಿ. ಅಂಥದೊಂದು ಆಸೆ.

ಖಾಲಿ ಇದ್ದ ರೂಮಿಗೆ ತನ್ನ ಲಗೇಜ್‌ನ ಸಾಗಿಸಿಕೊಂಡ ಅನೂಷಾ ಡ್ರೆಸ್ಸಿಂಗ್ ಟೇಬಲ್ ಮುಂದೆ ಹರಡಿದ್ದ ಮೇಕಪ್ ಸಾಮಾನುಗಳನ್ನ ನೋಡಿ ಆಕೆ ದಿಗ್ಭ್ರಮೆಗೊಂಡಿದ್ದನ್ನು ವರ್ಣಿಸಿ ನಕ್ಕರು ಸಕ್ಕೂಬಾಯಿ.

"ಭಾವಿ, ಗಂಡನ್ನ..... ಅತ್ತೆ ಮನೆಯವರನ್ನು ಮೆಚ್ಚಿಸಬೇಕಲ್ಲ. ಹಿರಿ ಸೊಸೆ ಕಾರ್ಪೊರೇಟ್ ಆಫೀಸ್‌ನಲ್ಲಿ ಸೆಕ್ರೆಟರಿ. ಇವ್ಳಿಗೆ ಸ್ವಲ್ಪ ಇನ್‌ಫಿಯಾರಿಟಿ ಕಾಡಿರುತ್ತೆ. ಅದಕ್ಕೆ

ಇಂಥ ಏರ್ಪಾಟೂಂತ ಕಾಣುತ್ತೆ. ಅವೆಲ್ಲ ಬಿಡಿ, ಎಷ್ಟು ಮಾತಾಡಿದರು ಇಷ್ಟೇನೇ. ಅದೇ ನಿಮ್ಮ ದೊಡ್ಡಮ್ಮ ಹೇಳ್ತಾ ಇದ್ದ ಗೋವಿನ ಹಾಡನ್ನ ಹಾಡಿ. ನಾನು, ನೀವು ಸೇರಿಯೇ ಗುನುಗುತ್ತಿದ್ವಿ. ಅಯ್ಯೋ, ವರ್ಣನೂ ಪ್ರೈಮರಿ ಶಾಲೆಯಲ್ಲಿದ್ದಾಗ ಹೇಳಿಕೊಟ್ಟಿದ್ವಿ. ಒಂದು ಪ್ರೈಜ್ ಕೂಡ ತಂದಿದ್ಲು." ಇನ್ನಷ್ಟು ನೆನಪು ಹರಡಿಕೊಂಡಿತು.

ಅಂತು, ಇಂತು ಸಕ್ಕೂಬಾಯಿ ಗೋವಿನ ಹಾಡನ್ನ ಹಾಡಲು ಶುರು ಮಾಡಿದರು. ಕಂಠ ಚೆನ್ನಾಗಿತ್ತು. ಕೂತು ಹಾಡದಿದ್ದರು ಕೆಲಸ ಮಾಡುವಾಗ ಯಾವುದಾದರೊಂದು ದಾಸರ ಪದನೋ, ಗೋವಿನ ಹಾಡನ್ನೋ ಗುನುಗುವ ಅಭ್ಯಾಸ. ಇಂದು ಹಾಡಲು ಉತ್ಸಾಹ ತೋರಿದರು.

ಪದ್ಯದ ಶುರು ಆಪ್ಯಾಯಮಾನವೆನಿಸಿತು. ಕಾಡಿನ ಅಂಗಳ ಮರ, ಗಿಡ, ಸಾಧು ಪ್ರಾಣಿಗಳ ನಡುವೆ ಕ್ರೂರ ಮೃಗಗಳ ಕಾನನದಲ್ಲಿನ ಹಸುಗಳನ್ನು ಕಾಯುವ ಗೊಲ್ಲನ ದಿನಚರಿ ಅದ್ಭುತ. ಉದಯ ಕಾಲದಲ್ಲಿ ಏಳುವ ಕಾಳಿಂಗ ಉಡುಗೆ, ತೊಡುಗೆ ಅಲಂಕಾರದ ವರ್ಣನೆಯ ಜೊತೆ ಅತಿ ಮುದ್ದಿನಿಂದ ಕರೆಯುವ ಗೋವುಗಳಿಗೆ ಒಂದೊಂದು ಹೆಸರು ಗಂಗೆ, ಗೌರಿ, ಪುಣ್ಯಕೋಟಿ ಮುಂತಾದ ಗೋವುಗಳು ಅವನ ಕರೆಗೆ ಮನ್ನಿಸಿ ಬಂದು ಹಾಲನ್ನು ಕರೆಯುತ್ತದೆ. ಎಷ್ಟೊಂದು ಅದ್ಭುತವಾದ ವಿವರಣೆ.

ಮೇಯಲು ಹೋಗಿದ್ದ ಪುಣ್ಯಕೋಟಿಯೆನ್ನುವ ಹಸು ಹಿಂದಿರುಗುವಾಗ ಅರ್ಬುದ ಎನ್ನುವ ಹಸಿದ ಹುಲಿಯ ಕೈಗೆ ಸಿಕ್ಕಿ ಬೀಳುತ್ತೆ. ಆಗ ಪುಣ್ಯಕೋಟಿ ಹಸಿದ ತನ್ನ ಕರುವಿಗೆ ಹಾಲು ಕೊಟ್ಟು ಬರುವೆನೆಂದು ಮಾತು ಕೊಟ್ಟು ಬರುತ್ತೆ. ಎಂಥ ಪದಗಳ ಅದ್ಭುತ ಜೋಡಣೆಯ ಕವನದ ಪಂಕ್ತಿಗಳು. ಅದು ಹಾಲು ಕೊಟ್ಟು ಹಿಂದಿರುಗುವಾಗ ಮಿಕ್ಕ ಹಸುಗಳು, ಕರು ಹೋಗಬೇಡವೆಂದು ಹೇಳುತ್ತೆ. ಆದರೆ ಪುಣ್ಯಕೋಟಿ 'ಕೊಟ್ಟ ಮಾತಿಗೆ ತಪ್ಪಲಾರೆನು, ಕೆಟ್ಟ ಯೋಚನೆ ಮಾಡಲಾರೆ' ಎನ್ನುವ ಸಂದೇಶ ಹೊತ್ತ ಆ ಹಸು ಹುಲಿ ಇರುವ ಗುಹೆಯ ಬಳಿ ಹೋಗಿ 'ಖಂಡವಿದೆಕೋ ಮಾಂಸವಿದೆಕೋ, ಗುಂಡಿಗೆಯ ಬಿಸಿರಕ್ತವಿದೆಕೋ ಉಂಡು ಸಂತಸಗೊಂಡು ನೀ ಭೂಮಂಡಲದೊಳು ಬಾಳಯ್ಯನೆ' ಎನ್ನುತ್ತದೆ. ಅದರ ಸತ್ಯಪರತೆ ಮೆಚ್ಚಿಕೊಂಡ ಹುಲಿ.

ಎನ್ನ ಒಡಹುಟ್ಟಕ್ಕ ನೀನು
ನಿನ್ನ ತಿಂದು ನಾನೇನು ಪಡೆವೆನು
ನಿನ್ನ ಪಾದದ ಮೇಲೆ ಬಿದ್ದು
ಎನ್ನ ಪ್ರಾಣವ ಬಿಡುವೆನು

ಎಂದು ಹೇಳಿ ದೇವರನ್ನು ಧ್ಯಾನಿಸಿ ತನ್ನ ಪ್ರಾಣವನ್ನು ಬಿಡುತ್ತದೆ.

ಸಕ್ಕೂಬಾಯಿ ಹಾಡುವುದನ್ನು ನಿಲ್ಲಿಸಿದಾಗ ನಿಧಾನವಾಗಿ ಉಸಿರೆಳೆದು ದಬ್ಬಿದ ವರ್ಣ "ನೀನು ಆಗಾಗ ಹಾಡ್ತಾ ಇದ್ದೆ. ನಾನು ಕೇಳ್ತಾ ಇದ್ದೆ ಎಂದೂ ತರ್ಕಿಸಿ ವಿಮರ್ಶಾತ್ಮಕವಾಗಿ ನೋಡಿರಲಿಲ್ಲ . ಕವಿ ಎಂಥಾ ಅದ್ಭುತವಾದ ಸಂದೇಶವನ್ನು ಮನು ಕುಲಕ್ಕೆ ಕೊಟ್ಟಿದ್ದಾನೆ. ಗೋವು ಸಾಧು ಪ್ರಾಣಿ. ಕಡೆಣಿಸುವ ಸ್ವಭಾವ ಅವರದಲ್ಲ. ಆದರೆ ಈ ಕವನದ ಮೂಲಕ

ನೈತಿಕ ಜಗತ್ತಿಗೆ ಮಾರ್ಗದರ್ಶಿ" ಎಂದಳು ತಾದಾತ್ಮ್ಯ ಭಾವದಿಂದ.

"ನನ್ನ ದೊಡ್ಡಮ್ಮನಿಗೆ ಇದ್ದ ಹಾಡೋ ಉತ್ಸಾಹ. ಆಕೆಯ ಬದ್ಕು ಕೂಡ ಅಷ್ಟೆ. ಅಲ್ಲಿ ತಾಯಿ ಪ್ರೇಮ ಅದೆಷ್ಟು ಸ್ಪಷ್ಟ. ತನ್ನ ಕರುಗೆ ಹಾಲು ಕುಡಿಸೋ ಸಲುವಾಗಿ ಪ್ರಾಣ ಭಿಕ್ಷೆ ಬೇಡಿ ಬರುತ್ತೆ. ಆಮೇಲಿನ ಅದರ ತಹತಹ, ತನ್ನ ಸಾವಿನ ಬಗ್ಗೆಯಲ್ಲ, ಕರುವಿನ ಬಗ್ಗೆ. ಆ ವ್ಯಾಘ್ರನ ಬಳಿಯಲ್ಲು ಕೂಡ 'ನನ್ನ ಕರುಗೆ ಹಾಲುಣ್ಣಿಸಿ, ಹಿತವಚನ ಹೇಳಿ ಬರುವುದಾಗಿ ಬೇಡೋದು. ತಾಯಿ ಮಗುವಿನ ಮಧ್ಯದ ಮಮತೆಯ ಬಂಧನಕ್ಕೆ ಅದೊಂದು ನಿದರ್ಶನ ಎಷ್ಟೋ ಸಲ ಯೋಚಿಸಿದ್ದಿದೆ' ಎಂದು ಮೇಲಕ್ಕೆದ್ದರು.

ಅನೂಷಾ ಹಾಲ್‌ನಲ್ಲಿ ಟಿ.ವಿ. ನೋಡುತ್ತಿದ್ದವಳು ಆಗಲೇ ಡ್ರೆಸ್ ಬದಲಾಯಿಸಿ ಬಂದಿದ್ದು ಅರಿವಾಯಿತು. ಚೆಂದದ ರೇಶಿಮೆ ಸೀರೆಯುಟ್ಟು ಬಂದಿದ್ದವಳು ತೊಟ್ಟಿದ್ದು ಸಲ್ವಾರ್ ಕಮೀಜ್.

"ಅಂಟೀ, ಇಲ್ಲಿ ಕುಕ್ ಇಲ್ವಾ?" ಅವಳ ಮೊದಲ ಪ್ರಶ್ನೆಗೆ ಸಕ್ಕೂಬಾಯಿ ಅವಾಕ್ಕಾದರು ಚೇತರಿಸಿಕೊಂಡು "ಕುಕ್ ಯಾಕೆ ಬೇಕು? ನಾವುಗಳೆಲ್ಲ ಬೆಳಗ್ಗಿಂದ ಸಂಜೆಯವರ್ಗೂ ಏನ್ಮಾಡಬೇಕು? ನಮ್ಮ ಅನನ್ಯ ಒಬ್ಬೇ ಅಡ್ಗೇ ಮನೆಗೆ ಬರೋಲ್ಲ, ಅಷ್ಟೆ. ಅವಳು ಜಾಬ್‌ನಲ್ಲಿ ಬಿಜಿ. ಅದೂ ಅಲ್ಲದೇ, ಕಾರ್ಪೊರೇಟ್ ಆಫೀಸ್‌ನಲ್ಲಿ ಸೆಕ್ರೆಟರಿ. ಸ್ವಂತದ್ದು ಎರಡು ಕಾರು ಇದ್ದರೂ, ಆಫೀಸ್ ಕಾರು ಬರುತ್ತೆ." ಸೊಸೆಯ ಬಗ್ಗೆ ಹೆಚ್ಚುಗಾರಿಕೆಯಿಂದ ಹೇಳಿಕೊಂಡರು. ಅವಳು ಟಿ.ವಿ. ನೋಡುವುದರಲ್ಲಿ ಮಗ್ನಳಾದಳು.

ಅನೂಷಾ ಬಂದು ಮೂರು ದಿನವಾಯಿತು. ಡ್ರೆಸ್ ಬದಲಾಯಿಸುತ್ತಿದ್ದಳು, ಟಿ.ವಿ. ನೋಡಿದ್ದು.... ನೋಡಿದ್ದೇ. ಶಾಂಭವಿಗೆ ಸಾಕಾಯಿತು.

"ಮೂರ್‍ಹೊತ್ತು ಟಿ.ವಿ. ನೋಡೋ ಹುಚ್ಚು ಒಳ್ಳೇದಲ್ಲ ನಿಮ್ಮಪ್ಪ, ಅಮ್ಮ.... ಏನು ಹೇಳಿ ಕಳಿಸಿಲ್ವಾ?" ಕೇಳಿದರು ನೇರವಾಗಿಯೇ.

ಟಿ.ವಿ. ಸ್ವಿಚ್ ಆಫ್ ಮಾಡಿದವಳೇ ಅವರ ಮುಂದೆ ಬಂದು ನಿಂತು "ಸಾರಿ, ಆಂಟೀ.... ನಂಗೇನು ತೋಚಲಿಲ್ಲ. ಇನ್ಮೇಲೆ ಹೆಚ್ಚು ಟಿ.ವಿ. ನೋಡೋಲ್ಲ" ಇಂಥ ಒಂದು ಭರವಸೆಯನ್ನು ಕೊಟ್ಟಳಷ್ಟೆ. ಅದನ್ನು ಪಾಲಿಸಬೇಕಲ್ಲ. ಖಂಡಿತ ಸಾಧ್ಯವಿಲ್ಲ.

ಅಲ್ಲಿ, ಇಲ್ಲಿ.... ಸುತ್ತಾಡಿ ಕಿರಣನ ಹಿಂದೆ ಮುಂದೆ ಇಣಕಿ ಬಂದು ನಿಲ್ಲುತ್ತಿದ್ದಳು. ಹೆಣ್ಣು ಚೆಂದವೇ! ಅದ್ಭುತವಾಗಿ ಡ್ರೆಸ್, ಮೇಕಪ್ ಮಾಡುತ್ತಿದ್ದಳು. ಬೆಳಗಿನಿಂದ ಸಂಜೆಯ ವೇಳೆಗೆ ಮೂರು ಸಲ ಡ್ರೆಸ್ ಬದಲಾಯಿಸುವುದು, ಮೇಕಪ್ ಮಾಡಿಕೊಳ್ಳುವುದಕ್ಕೆ ಹೆಚ್ಚು ಕಡಿಮೆ ದಿನದ ಸಮಯ ಸಾಕಾಗುತ್ತಿತ್ತು.

ಗೋಪಾಲಸ್ವಾಮಿ ದಿನಕೊಮ್ಮೆಯಾದರೂ ಬಂದು ಮಗಳ ಪ್ರೋಗ್ರೆಸ್ ಬಗ್ಗೆ ವಿಚಾರಿಸಿಕೊಂಡು ಹೋಗುತ್ತಿದ್ದರು. ಅಂತು ಮನೆ ತುಂಬ ಓಡಾಡಿಕೊಂಡಿದ್ದೆ ಆಶಾದಾಯ ಕವೆನಿಸಿತ್ತು. ಯಾರು ಏನು ಹೇಳಿಯಾರು? ಕೇಳಿದಾಗ ಮೌನ ವಹಿಸುತ್ತಿದ್ದರು. ಅದನ್ನೆ 'ಸಮ್ಮತಿ' ಎಂದು ತಿಳಿದ ಭೂಪ. ಇನ್ನ ಕಿರಣ ತನ್ನ ಅಳಿಯ ಆದಂಗೆ ಬೀಗಿದ.

"ಯಾವಾಗ ಇಟ್ಟುಕೊಳ್ಳೋಣ?" ಅಂದು ಕ್ಲಬ್‌ನಲ್ಲಿ ಕೇಳಿಯೇಬಿಟ್ಟರು "ಇಷ್ಟೊಂದು ಆತುರ ಬೇಡ. ಆಮೇಲೆ ಪಶ್ಚಾತ್ತಾಪ ಪಡೋದು ಬೇಡ" ಎಂದಿದ್ದರು ರಾಜೇಶ್. ಇಲ್ಲದಿದ್ದರೇ ಲಗ್ನಪತ್ರಿಕೆ ಪ್ರಿಂಟ್ ಮಾಡಿಸಿ ಬಿಡುತ್ತಿದ್ದರು.

ಆಗ ತಾನೇ ಕುಕ್ಕರ್ ಏರಿಸುತ್ತಿದ್ದ ಸಕ್ಕೂಬಾಯಿ ಬಳಿ ಬಂದ ಅನೂಷಾ "ಅತ್ತೆ, ನಾನು ಸ್ವಲ್ಪ ಷಾಪಿಂಗ್ ಮಾಡ್ಬೇಕು" ಅಂದಳು ಆಕೆಗೆ ಅರ್ಥವಾಯಿತು. ಬದಲಾವಣೆಗೆ ಹೊಂದಿಕೊಳ್ಳಬೇಕಿತ್ತು. "ನಂಗೆ ಅದೆಲ್ಲ ಆಗೋಲ್ಲ. ಮಾಲ್‌ಗಳಲ್ಲಿ ಸಿಗೋದೆಲ್ಲ.... ಅಂಗ್ಡಿಗಳಲ್ಲಿ ಸಿಗುತ್ತೆ. ಇನ್ನ ವರ್ಣ ಈ ಸ್ಥಿತಿಯಲ್ಲಿ ಬರೋಲ್ಲ. ಅರುಣನಿಗೋ, ಕಿರಣನಿಗೋ ಪುರುಸೊತ್ತಾದಾಗ ಕರ್ಕೊಂಡ್ ಹೋಗೋಕೆ ಹೇಳ್ತೀನಿ" ಅಂದರು. ಅವಳಿಗೆ ಏನು ಅರ್ಥವಾಗೋದೆ ಇಲ್ಲವೇನೋ, ಅನ್ನಿಸಿಬಿಟ್ಟಿತ್ತು. ಒಂದು ರೀತಿಯಲ್ಲಿ ನುಂಗಲಾರದ ತುತ್ತಾಗಿದ್ದಳು ಅನುಷಾ.

ಅಷ್ಟು ಅವಳಿಗೂ ಸಾಕಾಗಿತ್ತು. ಮಧ್ಯಾಹ್ನ ಕಿರಣ ಬಂದಾಗ ಅವನ ಮುಂದೆ ಹೋಗಿ ಕೂತು "ಷಾಪಿಂಗ್ ಹೋಗ್ಬೇಕು. ಅತ್ತೆ ನಿಮ್ಜೊತೆ ಹೋಗೋಕೆ.... ಹೇಳಿದ್ದಾರೆ" ಅವನು ಕಣ್ಣಲ್ಲಿ ನಕ್ಕ. ಅವಳ ಆಸೆ ಅರ್ಥವಾಯಿತು ಕೂಡ "ಸಂಜೆ.... ಹೋಗೋಣ" ಅಂದ ಕ್ರಾಪ್ ಹಾರಿಸುತ್ತ. ಅರುಣನಿಗಿಂತ ಒಂದಿಂಚು ಕಡಿಮೆ ಉದ್ದ ಅನ್ನೋದು ಬಿಟ್ಟರೇ, ಅಣ್ಣನ ತದ್ರೂಪು. ಆದರೆ ಶರತ್‌ನಷ್ಟು ಯಾರು ಹ್ಯಾಂಡ್‌ಸಂ ಅಲ್ಲ. ಅದನ್ನ ಎಲ್ಲರು ಒಪ್ಪಲೇ ಬೇಕು.

ಅನೂಷಾಗೆ ಕುಣಿದಾಡುವಷ್ಟು ಸಂತೋಷ.

ನಾಲ್ಕು ಹೆಜ್ಜೆ ಮುಂದಕ್ಕೆ ಹೋದ ಕಿರಣ ಹಿಂದಕ್ಕೆ ಬಂದು "ನಿನ್ನ ಜಾತ್ಕದ ಒಂದು ಫೈಲ್ ತಂದುಕೊಟ್ಟಿದ್ದಾನೆ, ನಿನ್ನಪ್ಪ. ಅಂಥ ಬ್ರಿಲಿಯಂಟ್ ಸ್ಟೂಡೆಂಟ್ ಏನಲ್ಲ. ಅಟೆಂಡೆನ್ಸ್ ಕೂಡ ಕಮ್ಮಿ. ಎಷ್ಟು ಸಬ್‌ಜೆಕ್ಟ್‌ಗೆ ಟ್ಯೂಷನ್ ಹೋಗ್ತಾ ಇದ್ದೆ" ಹಾಸ್ಯ ಮಾಡಿದ. ಅವಳ ಕಣ್ಣಲ್ಲಿ ಕಂಬನಿ ಮೂಡಬಹುದೆಂಬ ಭಯ ಸುಳ್ಳಾಯ್ತು. ಕೆನ್ನೆಯ ಮೇಲೆ ಅರಳಿದ್ದು ಲಜ್ಜೆಯ ಗುಲಾಬಿಗಳು" ಹೌದು, ನಂಗೆ ಸ್ಕೂಲ್ ಅಂದರೇ, ಬೋರಿಂಗ್, ಎಸ್‌ಎಲ್‌ಎಲ್‌ಸಿ ಎರಡನೆ ಅಟೆಮ್ಟ್ ಅಲ್ಲಿ ಪಾಸು ಆಗಿದ್ದು. ಅದೂ....." ಅವಳು ಪೂರ್ತಿ ಮಾಡೋಕೆ ಮುನ್ನವೇ ನಕ್ಕುಬಿಟ್ಟ "ಜಸ್ಟ್ ಪಾಸ್, ಡೋಂಟ್..... ವರೀ. ಓದಿನಲ್ಲಿ ಹಿಂದಿದ್ದ ಮಾತ್ರಕ್ಕೆ ಯಾವ ಜಗತ್ತು ಮುಳುಗಿ ಹೋಗೋಲ್ಲ" ಧೈರ್ಯ ನೀಡಿದ. ಅಷ್ಟು ಅವಳಿಗೆ ಸಾಕಿತ್ತು.

ಹಿಂದೆಯೆ ಅನನ್ಯ ಕಾರಿನಿಂದ ಇಳಿದು ಫೋನ್ ಕಿವಿಗಿಟ್ಟುಕೊಂಡೇ ಬಂದಿದ್ದು. ಇವನೇ 'ಹಾಯ್.... ಅತ್ತಿಗೆ' ಎಂದ. ನಗಲಾರದ ನಗುವೊಂದು ತುಟಿಯಂಚಿನಲ್ಲಿ ತೇಲಿತು. ಅವಳಿಗೆ ನಗಬಾರದು, ಮಾತಾಡಿಸಬಾರದೆಂದೇನು ಇರಲಿಲ್ಲ. ಆದರೆ ಅಂಥ ಅಭ್ಯಾಸಗಳೇ ಇರಲಿಲ್ಲ.

"ಅವರ್ಹತ್ರ ತುಂಬ ಒಳ್ಳೆ ಡ್ರೆಸ್‌ಗಳು ಇದೆ" ಅಂದಳು. ಕಿರಣ ಕೇಳಿಸಿಕೊಳ್ಳಲಿಲ್ಲವೆನ್ನುವಂತೆ ಹೊರಗೆ ಹಾರಿದ. ಕೆಲಸ ಕೊಟ್ಟಿದ್ದ ಫ್ರೆಂಡ್ ಎಲ್ಲಾ ಜವಾಬ್ದಾರಿಯನ್ನ ಇವನ ಮೇಲೇರಿದ್ದ. ಏನೋ ಅಲ್ಲಿಗೆ ಅಂಟಿಕೊಂಡಿದ್ದ. ಮನದಲ್ಲಿ ಬೇರೇನೋ ಪ್ಲಾನ್ ಇತ್ತು.

ಆಮೇಲೆ ರೂಮಿಗೆ ಹೋದ ಅನುಷಾ ಕನ್ನಡಿಯ ಮುಂದೆ ನಿಂತು ಮುಖದ ಮೇಕಪ್ ಸರಿ ಮಾಡಿಕೊಂಡವಳು ಮಂಚದ ಮೇಲೆ ಉರುಳಿಕೊಂಡಳು. ಹಾಯಾಗಿ ಬಂತು ನಿದ್ದೆ. ನಿದ್ದೆ ಮತ್ತು ಅವಳ ನಡುವೆ ಒಳ್ಳೆ ತಾಳ ಮೇಳವಿತ್ತು. ಕರೆದಾಗ ಬಂದು ಆವರಿಸುತಿತ್ತು. ಅದಕ್ಕೆ ಸಮಯದ ಪರಿವೇ ಇರಲಿಲ್ಲ. ಹೆಚ್ಚು ಸಮಯ ನಿದ್ದೆಗಾಗಿ ಮೀಸಲು.

ಶಾಂಭವಿ ಕಾಣದಿದ್ದಾಗ ಹುಡುಕಿಕೊಂಡು ಬಂದವರು ಸುಮ್ಮನೆ ನಿಂತರು. ಬಹುಶಃ ಅವಳು ನಿದ್ರಿಸಿ ಗಂಟೆಗಳೆ ಕಳೆದಿರಬಹುದು. ಊಟಕ್ಕೆ ಕರೆಯಲು ಹೋದ ಮೋನಿ 'ಮಲಗಿದ್ದಾರೆ' ಎಂದಿದ್ದಳು. ಆಗ ಹನ್ನೆರಡರ ಸುಮಾರು. ಈಗ ನಾಲ್ಕಕ್ಕೆ ಹತ್ತು ನಿಮಿಷ ಇತ್ತು. ಮನೆಯವರಿಗೆಲ್ಲ ಗಾಬರಿ.

"ಅನೂಷಾ.... ಏಳಮ್ಮ" ಹತ್ತು ಸಲ ಕೂಗಿದ ಮೇಲೆಯೇ ಎದ್ದಿದ್ದು. ಆಕೆಯ ಮುಖ ಕೋಪದಿಂದ ಕೆಂಪಾಯಿತು "ಇದೇನಿದು, ಈ ಪಾಟಿ ನಿದ್ದೆ ಮಾಡ್ತೀಯ. ಬರೀ ನಿದ್ದೆ ಮಾಡೋ ಸಲುವಾಗಿ ಇಲ್ಲಿಗೆ ಬಂದ್ಯಾ? ಬದ್ಲು ಅಲ್ಲೇ.... ಇರಬಹುದಿತ್ತು" ರೇಗಿದರು. ಅವಳು ಕಣ್ಣೀರು ಸುರಿಸಿದಳು.

ಹತ್ತೇ ನಿಮಿಷಕ್ಕೆ ಕಿರಣ ಬಂದ, ಅವಳನ್ನ ಷಾಪಿಂಗ್‌ಗೆ ಒಯ್ಯಲು "ಮಧ್ಯಾಹ್ನ ಊಟ ಮಾಡಿಲ್ಲ, ಬೇಗ.... ಬಡ್ಸೀ" ಎಂದು ಡೈನಿಂಗ್ ಹಾಲ್‌ಗೆ ಬಂದ. "ಅನೂಷಾದು ಊಟ ಆಗಿಲ್ಲ. ಅವಳನ್ನ.... ಕರೀತೀನಿ" ಎಂದು ಮೋನಿನ ಕಳಿಸಿದರು. ಅವಳು ಬಂದು "ಹೊರ್ಗಡೆ.... ಏನಾದ್ರೂ ತಿಂತಾರಂತೆ" ಅಷ್ಟು ತಿಳಿಸಿ ತನ್ನ ಕೆಲಸ ಮುಗಿಯಿತೆನ್ನುವಂತೆ ಹೋದಳು.

ತಟ್ಟೆಯ ಮುಂದೆ ಕೂತವನು ಅತ್ತೆ ಮತ್ತು ಅಮ್ಮನನ್ನು ಬದಲಿಸಿ.... ಬದಲಿಸಿ ನೋಡಿದ "ನೀನು ಹೊರ್ಗಡೆ ಕರ್ಕಂಡ್ ಹೋಗ್ತೀನೀಂತ ಅಂದೆಯಲ್ಲ, ಅದಕ್ಕಾಗಿ.... ಲಂಚ್ ಪ್ರೋಗ್ರಾಂ ಹೊರ್ಗೇ ಫಿಕ್ಸ್ ಮಾಡಿಕೊಂಡಿದ್ದಾಳೆ" ನೇರವಾಗಿಯೆ ಹೇಳಿದರು ಶಾಂಭವಿ.

ಅವಳ ಸ್ವಭಾವ ಬೇಸರ ತರಿಸಿತ್ತು. ತಿನ್ನೋ ಪ್ರೋಗ್ರಾಂ, ಟಿ.ವಿ., ಮೇಕಪ್, ಡ್ರೆಸ್ ಬದಲಿಸುವುದಷ್ಟೆ ಕೆಲಸ. ಫುಡ್‌ನಲ್ಲಿ ವೆರೈಟಿ ಬೇಕು. ಇದೆಲ್ಲ ಹೇಳಿಕೊಳ್ಳಲಾಗದ ಸಂಕಟ ಅತ್ತಿಗೆ, ನಾದಿನಿಯರಿಗೆ.

"ನೀನು.... ಊಟ ಮಾಡು" ಎಂದು ಬಡಿಸಿದರು. ಅರೆಬರೆ ತಿಂದು ಎದ್ದವ "ಮದ್ವೆಯಾದ್ಮೇಲೆ ಇಂಥ ಕಾಟಗಳಿಂದ ತಪ್ಪಿಸಿ ಕೊಳ್ಳೋಕಾಗೋಲ್ಲ ಈಗ್ಯಾಕೆ ಬೇಕು, ಈ ತಲೆ ನೋವು?" ಬೇಸರದಿಂದಲೇ ನುಡಿದ.

ಅಪ್ಸರೆಯಂತೆ ಅಲಂಕರಿಸಿಕೊಂಡು ಬಂದಾಗ ಸಕ್ಕೂಬಾಯಿ, ಶಾಂಭವಿ ದಂಗಾದರು 'ಹಳ್ಳಿ ವಾತಾವರಣದಲ್ಲಿ ಬೆಳೆದ ಅವಳಿಗೆ ಇದರ ತರಬೇತಿ ಯಾರು ನೀಡಿದರು?' ಆ ಪ್ರಶ್ನೆ ಸಂಜೆ ಫೋನ್ ಮಾಡಿದ ಗೋಪಾಲಸ್ವಾಮಿ ಹೆಂಡತಿ ಉತ್ತರಿಸಿದ್ದು "ಇಲ್ಲಿಗೆ ಬಂದ್ಮೇಲೆ, ನನ್ನ ಹಿರಿ ಸೊಸೆ ಬ್ಯೂಟಿ ಪಾರ್ಲರ್‌ಗೆ ಕರ್ದುಕೊಂಡು ಹೋಗೋಕೆ ಶುರು ಮಾಡಿದ್ಲು. ಎಲ್ಲಾ ಬದಲಾಯಿಸಿದ್ದು ಅವಳೇ, ಅನೂಷಾ ಸಿಟಿ ಬದುಕೆಂದರೇ ಇದೂಂತ ಜೋತು ಬಿದ್ಲು. ಇವಳ ಹೆಸರು ಅನ್ನಪೂರ್ಣ. ಅವಳೇ ಹೆಸರನ್ನ ಕೂಡ ಬದಲಾಯಿಸಿದ್ದು. ಅವಳಪ್ಪ

ಕೂಡ ಶ್ರೀಮಂತ. ಹೇಗೇಗೋ, ಸಂಪಾದ್ನೆ ಮಾಡ್ಕೊಂಡ್ ಶ್ರೀಮಂತರಾಗಿದ್ದಾರೆ. ನಮ್ಮ ಯಜಮಾನ್ರಿಗೂ ತಿಳಿವಳಿಕೆ ಕಡ್ಮೇ. ಆದ್ರೂ ಮೆರೆಯೋ ಆಸೆ. ದೊಡ್ಡವಳದು..... ಅದೇ! ಏನೋ ಸ್ವಲ್ಪ ತಿದ್ದಿ."

ಸಕ್ಕೂಬಾಯಿ ಸುಸ್ತಾದರು. ಅವಳನ್ನ ತಿದ್ದುವುದು ಸುಲಭವಲ್ಲವೆನಿಸಿತು ಅವಳದು ಶ್ರೀಮಂತಿಕೆ, ಮೋಜು ಜೀವನದ ಕಲ್ಪನೆ ಜೊತೆಗೆ ಪೂರ್ತಿ ಸೋಮಾರಿ! ಅವಳಿಗೆ ಕೆಲಸವೇ ಬೇಡ. ಮೋನಿನ ಕರೆದು 'ನನ್ನ ರೂಮಿನ ಕೆಲ್ಸ ಕೂಡ ಮಾಡ್ಕೊಡು' ಅಂದಾಗ ಮುಖ ತಿರುಗಿಸಿಕೊಂಡು ಹೋದರು ಎಲ್ಲರೊಂದಿಗೂ ಹೇಳಿಕೊಂಡು ನಕ್ಕಿದ್ದಳು.

ಅಂತು ಕಾರಿನಲ್ಲಿ ಅವಳನ್ನು ಕರೆದೊಯ್ದು ಶ್ರೀ ಮಾಲ್ ಮುಂದೆ ನಿಲ್ಲಿಸಿ "ಇಲ್ಲಿ ನೀನು ಷಾಪಿಂಗ್ ಮಾಡ್ಬಹ್ದು. ಏನು ಬೇಕೂಂತ ಪಟ್ಟಿ ಮಾಡ್ಕೊಂಡ್.... ಬಂದಿದ್ದೀಯ?" ಪ್ರಶ್ನಿಸಿದ.

ಅವಳಿಗೇನು ತೋಚದಿದ್ದರೂ ತಟ್ಟನೆ "ಕರ್ಕೊಂಡ್ಹೋಗಿ.... ತಗೋತೀನಿ" ಅಂದಳು ಮೋಹಕವಾಗಿ. ಅವಳಿಗೆ ಅರ್ಥವಾಗಿತ್ತು. ಇಡೀ ಮಾಲ್ ಸುತ್ತಾಡಿಸಿಬಿಟ್ಟಳು. ಅವಳು ಖರೀದಿಸಿದ್ದು ಬರೀ ಡ್ರೆಸ್‌ಗಳು, ಕಾಸ್ಮೆಟಿಕ್ಸ್ ಇದು ಅವನಿಗೆ ಮೊದಲ ಅನುಭವ. ಈಗ ಹಣದ ವ್ಯಾಲ್ಯೂ ಅರ್ಥವಾಗಿದ್ದರಿಂದ ಅನವಶ್ಯಕವಾಗಿ ಖರ್ಚನ ವಿರೋಧಿಸುವಷ್ಟು ಪ್ರಬುದ್ಧನಾಗಿದ್ದ. 'ಪಾಕೆಟ್ ತುಂಬ ಹಣವಿದ್ದಾಗ ಮಾತ್ರ ಹುಡ್ಗೀಯರನ್ನು ಕರ್ಕೊಂಡ್ ಹೋಗ್ಬೇಕ್.... ಖಾಲಿಯಾಗೋವರ್ಗೂ.... ಬಿಡೋಲ್ಲ' ಅವನ ಫ್ರೆಂಡ್ಸ್ ಹೇಳಿದ್ದನ್ನು ಕೇಳಿದ್ದ. ಅಂಥ ಅನುಭವಕ್ಕೆ ಅವಕಾಶ ಕೂಡಿ ಬಂದಿತ್ತು.

ಕಾರ್ಡ್ ಉಜ್ಜಿ ಸಾಕಾಗಿದ್ದ. ಕಾಫೀ ಕುಡಿದು ಹೊರಟಾಗ "ಫಿಲಂ...." ಎಂದಳು. ಅವನಿಗೆ ಈಗಾಗಲೇ ತಲೆ ನೋವು ಶುರುವಾಗಿತ್ತು "ಇನ್ನೊಂದು.... ದಿನ" ಅಂದು ಮುಂದಕ್ಕೆ ನಡೆದ. ತನಗೆ ಬೇಕಿದ್ದನ್ನ ಮಾತ್ರ ಕೊಂಡಿದ್ದ ಅವಳೂ ತೀರಾ ಸ್ವಾರ್ಥಿಯಾಗಿ ಕಂಡಿದ್ದು ಅಚ್ಚರಿಯಲ್ಲ.

"ಮುಗೀತಾ...." ಕೇಳಿದ ಕಾರು ತೆಗೆಯುತ್ತ "ಪಿಜಾ ಹಟ್‌ಗೆ" ಎಂದ ಕೂಡಲೇ ಸುಸ್ತಾದ. ಫ್ರೆಂಡ್‌ಗಳ ಜೊತೆ ಕೆಲವೊಮ್ಮೆ ಹೋಗಿರಬಹುದು, ರುಚಿ ನೋಡಿರಬಹುದು. ಆದರೆ ಅವನಿಗೆ ಇಷ್ಟವಾದ ತಿಂಡಿ ಅಲ್ಲ. ಆ ವೇಳೆಗೆ ಫೋನ್ ಬಂದಿದ್ದರಿಂದ ಸುಮ್ಮನೆ ಹತ್ತಿ ಕೂತ. ದಾರಿಯುದ್ದಕ್ಕೂ ಒಂದಲ್ಲ.... ನಾಲ್ಕು.... ಸಲ ನೆನಪಿಸಿದರು ಕಾರು ಹೋಗಿ ನಿಂತಿದ್ದು 'ಅರುಣ' ಬಾಲ್ಕನಿಯಲ್ಲಿ.

ಮುಖ ದಪ್ಪಗೆ ಮಾಡಿಕೊಂಡೇ ಇಳಿದಿದ್ದು. ಷಾಪಿಂಗ್ ಮಾಡಿ ತಂದಿದ್ದೆಲ್ಲ ಹಿಂದಿನ ಸೀಟಿನಲ್ಲಿಯೆ ಇತ್ತು. ನಾಲ್ಕು ಹೆಜ್ಜೆ ಮುಂದೆ ಹೋದವಳು ತಿರುಗಿ "ನಂಗೆ ಷಾಪಿಂಗ್ ತುಂಬ ಇಷ್ಟ. ನಾಳೆನು ಕರ್ಕಂಡ್ ಹೋಗ್ತೀರಾ?" ಕೇಳಿದಳು ಮೋಹಕ ನಗೆ ಬೀರುತ್ತ "ಪಿಜ್ಜಾ ಹಟ್.... ಪ್ರೋಗ್ರಾಂ...." ಎಂದ ನಗೆ ಬೀರುತ್ತ.

"ಓಕೇ.... ಓಕೇ...." ಗಾಳಿಯಲ್ಲಿ ತೇಲಿದಂತೆ ಕಂಡಳು.

ಎಲ್ಲಾವನ್ನು ಕಾರಿನಲ್ಲೆ ಬಿಟ್ಟು "ಸರ್ವೆಂಟ್‌ನ.... ಕಳುಸ್ತೀನಿ" ಅಂದಾಗ ಷಾಕ್ ತಿಂದು

"ಏಯ್, ಅನುಷಾ.... ನೀನೇ ತಗೊಂಡ್ ಹೋಗು. ಇಲ್ಲಿ ಯಾರು ನಮ್ಮನೆಯಲ್ಲಿ ಸರ್ವೆಂಟ್ಸ್ ಇಲ್ಲ. ಅವರವರಿಗೆ.... ಅವರೇ ಸರ್ವೆಂಟ್ಸ್ ಸ್ವಲ್ಪ ಕಠಿಣವಾಗಿತ್ತು ಅವನ ದನಿ. ಆದರೆ ಅವಳು ಹಿಂದಕ್ಕೆ ಬರಲಿಲ್ಲ. ಮೋನಿಯನ್ನ ಕರೆತಂದು ಕೊಂಡು ಹೋದಳು. ಶ್ರೀಮಂತಿಕೆಯ ಭ್ರಮೆ ಅವಳದು.

'ಅಯ್ಯೋ, ಗೋಪಾಲಸ್ವಾಮಿ ಮನೆಯಲ್ಲಿ ಹಸು, ಕರುಗಳು ಜಾಸ್ತಿಯಂತೆ. ಆಳು ಮಕ್ಕಳು ಬರದಿದ್ದಾಗ ಅಮ್ಮ, ಮಗಳು ಹಟ್ಟಿ ಗುಡಿಸಿ ಸಗಣಿ ಎತ್ತುತ್ತಿದ್ದರಂತೆ. ಆ ಮನುಷ್ಯನೇ.... ಹೇಳಿಕೊಂಡ' ಶಾಂಭವಿ ಹೇಳಿದ್ದರು. ಜಮೀನು ಮಾರಿದ ಹಣ ಬಂದು ದಿಢೀರ್ ಶ್ರೀಮಂತಿಕೆ ಲಭ್ಯವಾಗಿದ್ದರಿಂದ ಮನೆಯಲ್ಲಿ ಸರ್ವೆಂಟ್‌ಗಳ ಏರ್ಪಾಡು ಆಗಿತ್ತು. ಇಲ್ಲು ಕೂಡ ಅದೇ ನಿರೀಕ್ಷೆ ಅವಳದು.

ಬಂದ ಅವನ ಮುಖದ ಮೇಲೆ ಉಲ್ಲಾಸವಿರಲಿಲ್ಲ. ಅವನಲ್ಲಿ ಸಾಮಾಜಿಕ ಕಳಕಳಿ ಹೆಚ್ಚು. ಆ ಬಗ್ಗೆ ಇರುವವರೇ ಅವನ ಫ್ರೆಂಡ್ಸ್ ಆಗಿದ್ದರು. ಅಂಥದೊಂದು ಗುಂಪಿಗೆ ಅವನು ಲೀಡರ್. ಎಲ್ಲಾದರೂ ಆಘಾತ, ಕಷ್ಟ.... ಅಂಥದ್ದು ಇದ್ದಾಗ ಅವನ ಗುಂಪು ಹೋಗಿ ಅಲ್ಲಿ ಸಹಾಯಕ್ಕೆ ನಿಲ್ಲುತ್ತಿತ್ತು.

"ಯಾಕೋ, ಒಂದು ತರಹ ಇದ್ದೀ?" ಕೇಳಿದರು ಶಾಂಭವಿ.

"ಷಾಪಿಂಗ್, ನಂಗೆ ಇದು ಮೊದಲ ಅನುಭವ. ನನ್ನ ಸ್ನೇಹಿತೆಯರು, ಕಾಫೀ, ಇಲ್ಲ.... ಐಸ್‌ಕ್ರೀಮ್‌ನಲ್ಲಿ ತೃಪ್ತಿ ಪಟ್ಟುಕೊಳ್ಳೋರು. ಈ ಗೋಪಾಲಸ್ವಾಮಿ ಮಗಳಿಗೆ ಕಂಡಿದ್ದೆಲ್ಲ ಬೇಕು. ಎಷ್ಟು ತರಹ ಕ್ರೀಮ್ ಕೊಂಡಿದ್ದಾಳೆ ಗೊತ್ತಾ? ಟಿ.ವಿ. ಮುಂದೆ ಕೂಡೋದು.... ಹೊಸ ಹೊಸ ಕಾಸ್ಮೆಟಿಕ್ ಗುರುತು ಹಾಕಿಕೊಳ್ಳೋದಿಕಷ್ಟೆ. ಅಕಸ್ಮಾತ್ ನಾನು ಮದ್ವೆಯಾದ್ರೂ.... ಎಂದೂ ಅವಳ ಜೊತೆ ಷಾಪಿಂಗ್‌ಗೆ ಹೋಗೋಲ್ಲ"

ಅವನು ಹೇಳಿದ ರೀತಿಗೆ ಶಾಂಭವಿ ಜೋರಾಗಿ ನಕ್ಕರು.

"ನಮ್ಮಲ್ಲಿ ಯಾರ್ಗೂ, ಷಾಪಿಂಗ್ ಮೇನಿಯಾ ಇಲ್ಲ. ಇನ್ನ ಅನನ್ಯ ಷಾಪಿಂಗ್ ಬಗ್ಗೆ ಗೊತ್ತಿಲ್ಲ. ವರ್ಣ ಷಾಪಿಂಗ್ ಮಾಡಿದ್ದು, ತನ್ನ ದುಡಿಮೆಯ ಕೈಗಿಟ್ಟುಕೊಂಡು. ತನಗೆ ಬಿಟ್ಟು ಮನೆಯ ದೇವರಿಗೂ ಒಂದು ನೀಲಾಂಜನದಿಂದ ಹಿಡಿದು ಎಲ್ಲರಿಗೂ, ಮೋನಿಗೆ ಕೂಡ ತಂದಿದ್ದಷ್ಟೆ. ಹಿಮವಂತ ಕೂಡ ಖುಷಿ ಪಟ್ಟ. ಈಗ ಅದೇ ಜಾಗಿಂಗ್ ಡ್ರೆಸ್ ನಾನು ಉಪಯೋಗಿಸೋದು ಅಂದ ಐ ಲೈಕ್ ಹರ್, ಅಣ್ಣನ ಮಗಳಾಗಿ ಅಲ್ಲ. ಎಲ್ಲಾ ರೀತಿಯಿಂದಲೂ ನನಗೆ ಇಷ್ಟ" ಎಂದರು ಆಪ್ಯಾಯಮಾನದಿಂದ.

ರಾತ್ರಿ ಬಂದ ಗೋಪಾಲಸ್ವಾಮಿ ರೂಮಿಗೆ ಹೋದವರು ಪ್ರಾಡಕ್ಟ್‌ಗಳನ್ನು ನೋಡಿ, ಜೊತೆಗೆ ಅವುಗಳ ಜೊತೆ ಇದ್ದ ಬಿಲ್‌ಗಳನ್ನು ನೋಡಿ ದಂಗಾದರು. ಹಣೆ ಗಟ್ಟಿಸಿಕೊಂಡರು.

"ಇದೆಲ್ಲ, ಬೇಕಿತ್ತಾ? ಮೊದ್ಲೇ ಎಲ್ಲಾ ತಂದು ಗುಡ್ಡೆ ಹಾಕಿಕೊಂಡಿದ್ದಿ. ಅಕ್ಕಿ, ಬೇಳೆ, ಎಣ್ಣೆನಾ ತರಿಸ್ಕೊಂಡ್ ಕೂಡಿಟ್ಟುಕೊಳ್ಳೋಕೆ? ನಾಚ್ಕೇ, ಆಗೋಲ್ಲ! ಏನಂದ್ಕೋಬೇಕು, ಆ ಹುಡ್ಗ? ನಿಂಗೆ ಹಣದ ವ್ಯಾಲ್ಯೂ ಗೊತ್ತಿಲ್ವಾ? ಒಂದು ಪಾಂಡ್ಸ್ ಪೌಡರ್ ಡಬ್ಬ ತಂದರೇ, ಮನೆಯವರೆಲ್ಲ ವರ್ಷ ಬಳಸ್ತಾ ಇದ್ವಿ" ಯದ್ವಾತದ್ವಾ ತರಾಟೆಗೆ ತಗೊಂಡರು.

ದಿನಕ್ಕೊಮ್ಮೆ ಬರೋ ಅವರು ಬಹಳ ಸೂಕ್ಷ್ಮವಾಗಿ ಮಗಳ ಆಕ್ಟೀವಿಟಿಸ್ ಗಮನಿಸಿದ್ದರು. ನಿದ್ದೆ, ಮೇಕಪ್, ಅದ್ನ ಬಿಟ್ಟರೇ ಟಿ.ವಿ. ಈ ರೂಮಿಗೊಂದು ಟಿ.ವಿ. ಬೇಕೆಂದು ಸ್ವತಃ ಅರುಣನಿಗೆ ಹೇಳಿ ತರಿಸಿಕೊಳ್ಳುವಷ್ಟು ಧಾರ್ಷ್ಟಿಕತೆ.

"ಈಗ್ಲೂ, ಹಂಗೆ.... ಬದ್ಕಬೇಕಾ? ಏನು ಕಮ್ಮಿ ಆಗಿದೆ. ಸಾಕಷ್ಟು ಸಂಬಳ ಬರುತ್ತಂತಲ್ಲ, ಕೊಡ್ಲಿಸಿ ಬಿಡಿ ಅದ್ಕಿಂತ ಬೇರೇನು.... ಖರ್ಚಿದೆ" ಎಂದು ತಂದೆಗೆ ಎದರು ಬಿದ್ದಾಗ ಅವರು ಸುಸ್ತಾದರು "ಅಂದರೇ, ಅವ್ನ ದುಡಿಮೆ.... ನಿನ್ನೊಬ್ಬಳ ಸಲುವಾಗಿ? ಥೂ, ನಾಚ್ಕೇ.... ಆಗ್ಬೇಕು" ಎಂದು ಬೈದು ಬಿಲ್‌ಗಳನ್ನ ಹಿಡಿದು ಹೊರಬಂದರು.

ಶಾಂಭವಿ ಅವರ ಹತ್ರ ಮಾತಾಡುತ್ತ ನಿಂತ ಕಿರಣನ ಬಳಿಗೆ ಹೋಗಿ "ಏನು ತಿಳ್ಕೋಬೇಡಿ ಮೂಲತಃ ನಾವು ಕೃಷಿಕರು, ಖರ್ಚು ವೆಚ್ಚ ತೂಗಿಸಿಕೊಂಡು ಬದ್ಕಿದವರು. ಹಿರಿಯರು ಗಳಿಸಿಟ್ಟ ಜಮೀನು ಕೋಟ್ಯಾಂತರ ತಂದುಕೊಡ್ತು. ಮನಸ್ಸಿನ ನೆಮ್ದಿಗೋಸ್ಕರ ಗಂಡು ಹುಡುಗರಿಗೆ ಮನೆ ಮಾಡಿಕೊಟ್ಟು, ಅವರವರ ವ್ಯವಹಾರಗಳಿಗೆ ಹಣ ಕೊಟ್ಟು ಕೈ ತೊಳೆದುಕೊಂಡೇ, ಆಸರೆಗೆ ಇರಲೀಂತ ಅಳಿಯನ್ನ ಮನೆಯಲ್ಲಿ ಇಟ್ಕೊಂಡೇ. ಈ ಹುಡ್ಗೀ ಬದ್ಕೀಗೆ ಒಂದು ಒಳ್ಳೆ ದಾರಿ ಬೇಕು. ನಿಮ್ಮಗಳ ನಡ್ವೇ ತಂದು ಹಾಕಿದರೇ ಬದಲಾಗ್ತಾಳೆ ಅನ್ನೋದು ನನ್ನ ಇರಾದೆ. ದಯವಿಟ್ಟು.... ಕ್ಷಮ್ಸಿ" ಎರಡು ಕೈಗಳನ್ನ ಜೋಡಿಸಿದಾಗ ಇಬ್ಬರಿಗೂ 'ಅಯ್ಯೋ' ಅನಿಸಿತು. "ಬಿಡಿ... ಬಿಡಿ ಇನ್ನ ಚಿಕ್ಕವಳು! ಅರ್ಥ ಮಾಡ್ಕೋತಾಳೆ" ಸಮಾಧಾನಿಸಿದರು.

ಮಾಲ್‌ನಲ್ಲಿ ಕೊಂಡು ತಂದ ಪ್ರಾಡೆಕ್ಟ್‌ಗಳಿಗೆ ಬೇಡವೆಂದರೂ ಕೇಳದೇ ತಾವೇ ಗರಿ ಗರಿ ನೋಟುಗಳನ್ನ ಎಣಿಸಿ ಹೋದಾಗ ಕಿರಣಗೆ ನಗು.

"ಎಲ್ಲೋ ಸರಳವಾಗಿ, ಆರಾಮಾಗಿ ಬದ್ಕಿಕೊಂಡಿದ್ರು. ಸಿಟಿಗೆ ಬಂದು ಸೆಟಲ್ ಆಗೋದರ ಜೊತೆಗೆ ಕೈಯಲ್ಲಿ ಹಣ, ಮಕ್ಳು ಕೋತಿಗಳಾಗಿ ಕುಣಿಸ್ತಾ ಇದ್ದಾರೆ" ಎಂದು ನೋಟುಗಳನ್ನು ಎಣಿಸಿ ಕಣ್ಣಿಗೊತ್ತಿಕೊಂಡು "ಅತ್ತೆ, ನಿಮ್ಹತ್ರ ಇರ್ಲಿ. ಲೀಜ್‌ಗೆ ಇರೋ ಬಂಗ್ಲೆನ ಕೊಂಡುಕೊಳ್ಳೋ ಇರಾದೆ ಅರುಣನದು. ಅದ್ಕೇ ನಮ್ದು ಅಳಿಲು ಸೇವೆ. ನಂಗೆ ಹೊಟ್ಟೆ ಉರಿದು ಹೋಗಿತ್ತು. ಹಣ ಕೊಟ್ಟ ಗೋಪಾಲಸ್ವಾಮಿಗೆ ಧನ್ಯವಾದಗಳು."

"ಅವ್ಳು ತೀರಾ ಇನ್ನೋಸೆಂಟ್, ಸ್ವಲ್ಪ ತಿಳ್ಸಿ ಹೇಳೋರು ಬೇಕು" ಶಾಂಭವಿ ಕನಿಕರದಿಂದ ಹೇಳಿದಾಗ "ದಯವಿಟ್ಟು ಆ ಕೆಲ್ಸ ನೀವು ಮಾಡಿ" ಸೆಲ್ಯೂಟ್ ಹೊಡೆದು ಹೊರಟು ಬಿಟ್ಟ.

ಆ ಕೆಲಸ ಮಾಡುತ್ತಲೇ ಬಂದಿದ್ದರು. ಮರುದಿನ ಮೋನಿ ಅವಳ ಎಲ್ಲಾ ಬಟ್ಟೆಗಳನ್ನು ಡ್ರೈಕ್ಲೀನ್‌ಗೆ ಒಯ್ದಾಗ ಸಕ್ಕೂಬಾಯಿ, ಶಾಂಭವಿಗೆ ಕೂಡಿಯೇ ಆಶ್ಚರ್ಯ.

"ಅತ್ತಿಗೆ ಪರ್ವಾಗಿಲ್ಲ, ಮೋನಿ ಅನನ್ಯ ಕೆಲ್ಸ ಬಿಟ್ಟು ಇನ್ನೊಬ್ಬರ ತಟ್ಟೆ ಕೂಡ ಮುಟ್ತಾ ಇರ್ಲಿಲ್ಲ. ಈಗ್ನೋಡಿ, ಅನೂಷ ಸಣ್ಣ ಪುಟ್ಟ ಕೆಲ್ಸಗಳನ್ನು ಮಾಡೋದಲ್ಲದೇ, ಅವಳೆಲ್ಲ ಡ್ರೆಸ್‌ಗಳನ್ನ ಕೂಡ್ಸಿ ಡ್ರೈಕ್ಲೀನ್‌ಗೆ ತಗೊಂಡ್ಹೋಗಿ ಕೊಟ್ಟು ಬಂದಿದ್ದಾಳೆ." ನಗುತ್ತ ಹೇಳಿದರು ಶಾಂಭವಿ.

ಸಕ್ಕೂಬಾಯಿ ಗಿಡಗಳಿಗೆ ನೀರು ಹಾಕುತ್ತಿದ್ದವರು ನಿಂತು "ಅದೆಲ್ಲ ಅಲ್ಲ ಬಿಡಿ, ಅದು ಸಾಮಾನ್ಯದಲ್ಲ, ಅನೂಷಾ ಬೇರೆ ದುಡ್ಡು ಕೊಡ್ತಾಳೆ. ತುಂಬ ಧಾರಾಳ. ಕರ್ಚಿಫ್ ಕೂಡ ಐರನ್ ಮಾಡಿಸ್ತಾಳೆ. ಅವಳು ಕೊಡೋ ಬೆಲೆಗೆ ಇನ್ನೊಂದು ಹೊಸ ಕರ್ಚಿಫ್ ಬರುತ್ತೆ. ಮೋನಿ ಸಾಧಾರಣದವಳಲ್ಲ." ಎನ್ನುತ್ತ ಬಕೆಟ್ ಹಿಡಿದು ಮುಂದಕ್ಕೆ ಹೋದರು. ಎಲ್ಲಕ್ಕಿಂತ ಹೆಚ್ಚಾಗಿ ಈ ಬಂಗ್ಲೆ ಇಷ್ಟವಾಗಿದ್ದು, ವಿಶಾಲವಾದ ಕಾಂಪೌಂಡ್, ಅದರಲ್ಲಿ ತುಂಬಿಕೊಂಡ ವಿವಿಧ ಮಾದರಿಯ ಗಿಡಗಳ ಪಾಟುಗಳು. ಅದರಿಂದ ಅದರ ಕೆಲಸಕ್ಕಾಗಿಯೇ ದಿನ ಒಂದು ಗಂಟೆ ಮೀಸಲಿಟ್ಟಿದ್ದರು. ನಾಲ್ಕು ಗಿಡ ಅಂದುಕೊಂಡವರಿಗೆ ಕಾಂಪೌಂಡ್ ತುಂಬ ಗಿಡಗಳೆ.

"ನೋಡ್ಕೊಂಡ್ ಸುಮ್ನೇ ಇದ್ರಾ, ಬಂಗ್ಲೆ, ಶ್ರೀಮಂತ ಜೀವನ ಅರುಣ, ಅನನ್ಯಯಿಂದ. ಅಕಸ್ಮಾತ್ ಅವರುಗಳ ಮನ ಬದಲಾದರೇ ಮೊದಲಿನ ಸ್ಥಿತಿಯೆ. ಕನಿಷ್ಟ ಅವಳ ಕೆಲ್ಸ ಅವ್ಳು ಮಾಡಿಕೊಳ್ಳಲಾರದಷ್ಟು ಮೈ ಭಾರವೆಂದರೆ ಹೇಗೆ? ಇದು ತೀರಾ ಒಳ್ಳೆಯದಲ್ಲ. ವರ್ಣ, ಅರುಣನ ವಿವಾಹದ ಪ್ರಸಕ್ತಿಯಲ್ಲಿ ನಮ್ಮ ಎಂಟ್ರಿ ಇಲ್ಲ. ಆದರೆ ಮುಂದೆ ಹೆಚ್ಚು ಕಮ್ಮೀಯಾದರೇ ಮನೆಯವರುಗಳೇ ಕಾರಣರಾಗ್ತಾರೆ."ಬೇಸರಿಸಿದರು. ಅದು ಸಕ್ಕೂಬಾಯಿಗೆ ಗೊತ್ತಿತ್ತು. ಆದರೆ ಗಂಡನ ಮುಂದೆ ಮನಸ್ಸು ಬಿಚ್ಚಿ ಮಾತಾಡುವುದಕ್ಕಾಗಲೀ, ಇಲ್ಲ ತನ್ನ ವಿರೋಧ ವ್ಯಕ್ತಪಡಿಸಲು ಸಾಧ್ಯವೇ? ಬಾಯಿ ತೆರೆದರೆ ವ್ಯಾಘ್ರನಾಗಿ ಬಿಡುತ್ತಿದ್ದರು ರಾಜೇಶ್.

ಬಕೆಟ್ ನೀರು ಖಾಲಿ ಮಾಡಿಕೊಂಡು ಬಂದು ನಿಂತರು.

"ಅತ್ಗೇ, ಪೈಪ್ ಇದೆ. ಬಕೆಟ್ ಎತ್ಕೊಂಡ್ ಯಾಕೆ ಓಡಾಡ್ತೀರಿ? ಅರುಣ ಒಬ್ಬ ಮಾಲೀನೇ ಅಪಾಯಿಂಟ್ ಮಾಡಿಕೊಳ್ಳೋಣಾಂತಾನೆ. ನಿಮ್ಗೇ ಇಷ್ಟವಿಲ್ಲ. ಯಾರ್‍ಗೂ ಮಾಡೋಕು.... ಬಿಡೋಲ್ಲ. ನೀವು ಈ ಮನೆಯ ಯಜಮಾನಿ. ಅನೂಷಾಗಿ ಸ್ಪಷ್ಟವಾಗಿಯೇ ಹೇಳಿ "ಅಂದ ಶಾಂಭವಿ ಆಕೆಯ ಕೈ ಹಿಡಿದು ಪಕ್ಕಕ್ಕೆ ಕರೆದೊಯ್ದು" ವರ್ಣ ನಿಮ್ಗೂ ಮಗ್ಳು. ಮೊದಲ ಬಸಿರು. ಸೀಮಂತ ಮಾಡೋದು ಬೇಡ್ವಾ? ಮೊಗ್ಗು ಮುಡಿಸಬೇಕು. ಬಳೇ ತೊಡಿಸಬೇಕು. ಇಷ್ಟೆಲ್ಲ ಮಾಡೋದು ಬೇಡ್ವಾ? ಅವತ್ತು ಲಾಯರ್ ಶಂಭುಲಿಂಗಂ 'ಎರಡು ಮನೆಯವರು ಕೂಡಿಯೆ ಮಾಡಿ' ಅನ್ನೋದರ ಜೊತೆಗೆ ಅಗ್ರಿಮೆಂಟ್‌ನಲ್ಲು ಸೇರಿಸಿದ್ದಾರೆ. ಸ್ವಲ್ಪ ಧೈರ್ಯ ಮಾಡಿ ಕೇಳಿ. ಬೇಡಾಂದರೆ ಅಣ್ಣ ದೂರನೆ ಉಳಿಯಲಿ! ಅವ್ರ ಮಕ್ಕನ ಜೊತೆಯಲ್ಲಿ ಇಟ್ಕೊಳ್ಳಿ. ನಾನು ನಿಮ್ಜೊತೆ ಇರ್ತೀನಿ ಈಗ ನಾವು ಅವಕಾಶ ವಂಚಿತಳಾದಿರೇ, ಮುಂದೆ ಇಂಥ ಅವಕಾಶ ಸಿಕ್ಕುತ್ತೋ, ಇಲ್ವೋ..." ಎಂದರು. ಆಕೆ ಅತ್ತೆ ಬಿಟ್ಟರು.

"ನಂಗೂ ಆಸೆ ಇಲ್ವಾ? ಯಾವ ತಪ್ಪಿಗೆ ವರ್ಣಗೆ ಶಿಕ್ಷೆ? ಅವಳೇನು ಹೇಳ್ದೇ.... ಕೇಳ್ದೇ.... ಮನೆ ಬಿಟ್ಹೋಗಿ ಮದ್ವೆ ಆದಳಾ? ಒಂದು ತರಹ ವಿಚಿತ್ರ ಸಂಕಟ" ಕಣ್ಣು. ಕೆನ್ನೆ ಕೆಂಪಗೆ ಮಾಡಿಕೊಂಡರು.

"ಇನ್ನ, ಈ ವಿಚಾರ ನಂಗೆ ಬಿಡೀ. ಈಗ ಅಣ್ಣನ ಬಗ್ಗೆ ಅಂಥ ಭಯವನ್ನೇನು ಇಟ್ಕೊಂಡಿಲ್ಲ. ಸುಮ್ನೇ ನನ್ಜೊತೆ ನೀವಿರಿ. ದೂರದ ಗೋಪಾಲಸ್ವಾಮಿ ಹೆಂಡ್ತಿ ಬಂದು ನಮ್ಮ ವರ್ಣಗೆ ಮಡಿಲು ತುಂಬಬೇಕಾ? ನಾಚ್ಕೇ.... ಆಗುತ್ತೆ" ಭರವಸೆಯನ್ನ ಕೊಟ್ಟು ಒಳಗೆ

ಹೋದವರು ಶರತ್‌ನ ಅಮ್ಮನಿಗೆ ಫೋನ್ ಮಾಡಿ "ಒಂದಿಷ್ಟು ಮಾತಾಡೋದಿದೆ, ನೀವು ಬಂದರೂ ಸಮ್ಮತವೇ ಇಲ್ಲ ನಾನೇ.... ಬರ್ತೀನಿ" ಇಂಥದೊಂದು ಆಫರ್ ಕೊಟ್ಟರು. ಆಕೆಯದು ಇದೇ ಮನಸ್ಥಿತಿ ಆಗಿತ್ತು "ನಾನೇ.... ಬರ್ತೀನಿ" ಇಂಥದೊಂದು ಭರವಸೆ ಕೊಟ್ಟರು. ಅಷ್ಟು ಸಾಕಿತ್ತು.

ಆದರೆ ಅವರು ಬಂದಿದ್ದು ಮರು ದಿನ ಮಧ್ಯಾಹ್ನದ ಸುಮಾರಿಗೆ. ಸೊಸೆಗೆ ಕುರುಕಲು ತಿಂಡಿಯ ಜೊತೆಗೆ ಮಲ್ಲಿಗೆ ಹೂ ದಿಂಡುಗಳನ್ನು ಹಿಡಿದು ಬಂದರು. ಆಕೆಗೆ ಸಿಂಗರಿಸುವುದಕ್ಕೆ ಹೆಣ್ಣು ಮಕ್ಕಳು ಇರಲಿಲ್ಲ. ಹಿರಿ ಸೊಸೆ ಬಿಚ್ಚುಗೂದಲಿನ ಗೌರಮ್ಮ. ಅದಕ್ಕೆ ಹೂ ಮುಡಿಸುವುದು ಈಕೆಗೆ ಗೊತ್ತಿಲ್ಲ. ಸಹಜವಾದ ಆಸೆ ಅಕ್ಕರಾಸ್ತೆ ಬಸುರಿ ಸೊಸೆಯ ಮೇಲೆ.

"ಹೇಗಿದ್ದಾಳೆ, ವರ್ಣ?" ವಿಚಾರಿಸುತ್ತಲೇ ಬೆವರು ತೊಡೆದುಕೊಂಡಿದ್ದು ಲೀಲಾವತಿ "ಯಾವ್ದೋ, ಫಂಕ್ಷನ್‌ಗೆ ಹೋಗಿದ್ವಿ. ನೆನ್ನೆ ಬಹುಶಃ ಶರತ್‌ಗೆ ಹೇಳಿದ್ದರೇ, ಕರ್ಕಂಡ್ ಬರ್‍ತಾ ಇದ್ದ. ಅವ್ನಿಗೆ ಕೆಲ್ಸದ ಟೆನ್‌ಷನ್. ಮನೆಗ್ಬಂದ್ರು ಲ್ಯಾಪ್‌ಟಾಪ್ ಹಿಡ್ದು ಕೂತ್ಕೋತಾನೆ, ಕೆಲಸಕ್ಕಷ್ಟೆ ಇಂಟರ್‌ನೆಟ್ ಆದರೂ ಕಂಪ್ಯೂಟರ್ ಮುಂದೆ ಕೂಡೋದು ತಪ್ಪಲ್ಲ" ಮಗನ ಬಗ್ಗೆ ಈಚೆಗಂತು ವಿಪರೀತ ಅಭಿಮಾನ. ಜೊತೆಗೆ ಸಹಾನುಭೂತಿ.

ಆಕೆ ಏನು ಹೇಳಲು ಹೋಗಲಿಲ್ಲ. ಪಿಯುಸಿಯೆಂದು ಜರಿದದ್ದು ಈ ಕುಟುಂಬವೇ. ಆದ್ದರಿಂದ ಶಾಂಭವಿ ಬಾಯಿಗೆ ಬೀಗ ಬಿದ್ದಿತ್ತು. ತಮ್ಮ ರೂಮಿಗೆ ಕರೆದೊಯ್ದರು.

"ನೀವು ಬರೋದು ವರ್ಣಗೆ ಕೂಡ ಹೇಳಿರಲಿಲ್ಲ. ಒಂದಿಷ್ಟು ಪರ್ಸನಲ್ಲಾಗಿ ಮಾತಾಡೋದಿತ್ತು" ಎಂದು ಆತ್ಮೀಯವಾಗಿ ಕೂಡಿಸಿಕೊಂಡು ಕುಶಲೋಪರಿ ವಿಚಾರಿಸಿಕೊಂಡು ತಮ್ಮ ಇರಾದೆಯನ್ನು ವ್ಯಕ್ತಪಡಿಸಿದರು "ವರ್ಣಗೆ ಐದು ತುಂಬಿ ಹೋಗುತ್ತೆ. ತವರು ಮನೆಯವರು ಬಸುರಿಗೆ ಮಾಡಬೇಕಾದ ಸೀಮಂತದ ಶಾಸ್ತ್ರ ಇದೆ. ಏಳು.... ಒಂಭತ್ತುಗೆ.... ಕಾಯೋದೇನು ಬೇಡ. ನಿಮ್ಮನ್ನ ಒಂದ್ಮಾತು ಕೇಳೋಣಾಂತ ಕರೆಸಿಕೊಂಡಿದ್ದೆ.

ಆಕೆ ಐದು ನಿಮಿಷದಷ್ಟು ದೀರ್ಘ ಕಾಲ ಸುಮ್ಮನೆ ಕೂತರು.

"ಯಾವತ್ತು ಇಟ್ಕೋಬೇಕೂಂತ ಇದ್ದೀರಾ? ಒಂದು ನಾಲ್ಕು ದಿನ ಶರತ್ ಚೆನ್ನೈನಲ್ಲಿ ಉಳಿಯ ಬೇಕಾಗುತ್ತೆ ಅಂದ.... ಮೊದ್ಲೇ ತಿಳಿಸಿದ್ದರೇ, ಆ ಪ್ರೋಗ್ರಾಮ್‌ನ ಮುಂದಕ್ಕೆ ಹಾಕ್ಕೋತಾನೆ, ಇಲ್ಲಿ ಇನ್ನೊಂದು ಪ್ರಶಸ್ತ ದಿನ ಹುಡ್ಕಿಕೊಳ್ಳೋಕೆ ಅನ್ಕೂಲವಾಗುತ್ತೆ."

"ಭಾನುವಾರ ದಿನ ಚೆನ್ನಾಗಿದೇಂತ ಅಂದಿದ್ದಾರೆ. ನಾಲ್ಕು ದಿನವಿದೆ. ನೀವು ಹೇಗೆ.... ಹೇಳಿದರೇ.... ಹಾಗೇ" ಎಂದರು ಶಾಂಭವಿ. ತಾನು ವಂಚಿತಳಾದಂತೆ ವರ್ಣ ಯಾವುದರಿಂದಲೂ ವಂಚಿತಳಾಗುವುದು ಬೇಕಿರಲಿಲ್ಲ "ಒಂದಿಷ್ಟು ವೀಕ್ ಅಂದರು ಡಾಕ್ಟ್ರು. ಇನ್ನ ಎಲ್ಲಾ ನಾರ್ಮಲ್."

"ಗಂಡಸರನ್ನು ವಿಚಾರಿಸಿದ್ರಾ?" ಮೆಲ್ಲಗೆ ಕೇಳಿದರು ಲೀಲಾವತಿ. ಆ ಕುಟುಂಬದ ಮೇಲೆ ಇವರು, ಈ ಕುಟುಂಬದ ಮೇಲೆ ಅವರು ಒಂದೊಂದು ಕಣ್ಣು ಇಟ್ಟಿದ್ದರು. ಪರಸ್ಪರ ಬೇಹುಗಾರಿಕೆ ಅಲ್ಲಿನ ವಿಷಯ ಇವರಿಗೆ, ಇಲ್ಲಿನ ವಿಚಾರ ಅವರಿಗೆ ಗೊತ್ತಿತ್ತು. ಅಂತು ಬೀಗರು

ತಮ್ಮ ತಮ್ಮ ಮಕ್ಕಳಿಗೆ ಈಗಾಗಲೇ ಸಂಬಂಧಗಳನ್ನ ನಿಶ್ಚಯಿಸಿದ್ದರು!

"ಇನ್ನ ನಮ್ಮಣ್ಣನವರ್ಗೂ ವಿಷ್ಯ ಹೋಗಿಲ್ಲ. ಇನ್ನ ಹುಡುಗರು ವಿರೋಧಿಸುವಷ್ಟು ದೊಡ್ಡವರಲ್ಲ. ಇರೋದೊಂದು.... ಹೆಣ್ಣು! ನಮ್ಗೂ ಎಷ್ಟೋ ಆಸೆಗಳು ಇರುತ್ತೆ. ಅದು ನಮ್ಗೇ ಇರಲೀ. ಬಂದು ಆಹ್ವಾನಿಸ್ತೀವಿ ಸಂಪ್ರದಾಯದಂತೆ. ಇನ್ನು ನಾವು, ನೀವು ಇಂದಿಗೂ ಬೀಗರು. ನಮ್ಮ.... ನಮ್ಮಲ್ಲಿ. ಅನ್ಯೋನ್ಯತೆ ಇದ್ದರೇ ಸಾಕು.... ಏನೋ ನಡೆದು ಹೋಗಿದೆ ಮುಂದಿನದೇನಾದ್ರೂ.... ಆಗ್ಲೀ.... ಈಗ ದಯವಿಟ್ಟು ಸಹಕರಿಸಿ. ತಪ್ಪು ಮಾಡದ ಹುಡ್ಗೀಗೇ... ಶಿಕ್ಷೆ ಬೇಡ" ಶಾಂಭವಿ ಕೈಗಳನ್ನು ಜೋಡಿಸಿದಾಗ ಆಕೆಗೆ ಗಾಬರಿ "ಅಯ್ಯೋ, ಇದೇನು ಮಾಡ್ತಾ ಇದ್ದೀರಿ ನಿಮ್ಮ ಧೈರ್ಯಕ್ಕೆ ಸಂತೋಷ. ಖಂಡಿತ ಮಾಡೀ, ವರ್ಣನ ಮಾತಾಡ್ಸಿಕೊಂಡು.... ಹೋಗ್ತೀನಿ" ಮೇಲೆದ್ದರು ಆಕೆ ಲಗುಬಗೆಯಿಂದ.

ಇಬ್ಬರೂ ವರ್ಣ ರೂಮಿಗೆ ಬಂದರು, ಲೀಲಾವತಿಯವರನ್ನು ನೋಡಿ ಅವಳಿಗೆ ಸಂಭ್ರಮಾಶ್ಚರ್ಯ.

"ಬನ್ನಿ..... ಅತ್ತೆ" ಎಂದು ಮೇಲೆದ್ದವಳನ್ನು ಕಣ್ಣು ತುಂಬಿಕೊಂಡವಳಂತೆ ನೋಡಿ "ಬಸಿರು ಅನ್ನೋದೇ ಒಂದು ಚೆಲುವು. ಮೈ ಕೈ ತುಂಬಿಕೊಂಡು ದೃಷ್ಟಿ ಆಗೋಂಗೆ ಕಾಣ್ತಾಳೆ. ಶಾಂಭವಿ ಅವ್ರೆ ದಿನ ಸಂಜೆ ಕಡ್ಡಿ ನಿವಾಳಿಸಿ ಹಾಕಿ" ಎನ್ನುತ್ತ ಅವಳ ಕೆನ್ನೆಗಳನ್ನು ಸವರಿ ನೆಟಿಕೆ ತೆಗೆದು ಹಣೆಗೆ ಮುತ್ತಿಟ್ಟರು. ತಮ್ಮ ವಂಶದ ಕುಡಿಯನ್ನು ಹೊತ್ತವಳ ಬಗ್ಗೆ ಸಹಜವಾದ ಪ್ರೀತಿ ಪ್ರೇಮ.

"ಅತ್ತೆ, ಮಾವ..... ಹೇಗಿದ್ದಾರೆ?" ಕೇಳಿದಳು.

'ಪಾಪದ ಹುಡ್ಗೀ' ಅದೇ ಅಕ್ಕರೆಯ ದನಿಯೆಂದುಕೊಂಡರು ಲೀಲಾವತಿ. ಮೊದಲೇ ಚೆಲುವೆ ವರ್ಣ ಮತ್ತಷ್ಟು ಚೆಲುವಾಗಿ ಕಂಡಳು. ಮುದ್ದು ಮುದ್ದಾಗಿ ಇವಳಿಗೆ ಇನ್ನಷ್ಟು ಮುದ್ದಾಗಿರೋ ಕೂಸು ಹುಟ್ಟಬಹುದು ಎನ್ನುವ ಕಲ್ಪನೆಯೇ ಸಂಭ್ರಮಿಸುವಂತೆ ಮಾಡಿತು. ಅದು ಶರತ್ ಮಗು, ತಮ್ಮ ಮೊಮ್ಮಗು ಆ ಭಾವವೆ ಖುಷಿ ಕೊಡ್ತು.

"ಚೆನ್ನಾಗಿದ್ದಾರೆ. ಶರತ್ ಫೋನ್ ಮಾಡಿದ್ನಾ?" ಕೇಳಿದರು. ಅವಳ ಚೆಲುವಾದ ಕೆನ್ನೆಗಳಲ್ಲಿ ಶುಭ್ರವಾದ ಗುಲಾಬಿ ಬಣ್ಣದ ಕೆಂಗುಲಾಬಿಗಳು ಅರಳಿತು. "ಮೊನ್ನೆ ಮಾಡಿದ್ರು" ಎಂದಳು. ಈಗಲೂ ಅವನ ಲಿಮಿಟ್ ಮೀರಿ ಅವನ ವರ್ತನೆ ಇಲ್ಲ. ಇದು ಎಲ್ಲರಿಗೂ ಗೊತ್ತು. ಒಳ್ಳೆಯತನ, ಪ್ರೀತಿ ದೌರ್ಬಲ್ಯವಾಗಿ ಇತರರ ಕಣ್ಣಿಗೆ ಕಾಣಲು ಅವನಿಗಿಷ್ಟವಿಲ್ಲ.

ತಂದಿದ್ದನ್ನ ಲೀಲಾವತಿ ಕೊಟ್ಟರು. ತಾವೇ ತಲೆ ಬಾಚಿ ಜಡೆ ಹೆಣೆದು ತಂದಿದ್ದ ಮಲ್ಲಿಗೆ ದಂಡೇ ಮುಡಿಸಿ "ನನ್ನ ಕಣ್ ದೃಷ್ಟಿನೆ ತಾಗುತ್ತೇನೋ, ಈಗ್ಲೂ ಆಫೀಸಿಗೆ ಹೋಗ್ತಾ ಇದ್ದೀಯಾ?" ಕೇಳಿದರು. ಅದೊಂದು ಅವರಿಗೆ ಸೇರದ ವಿಚಾರ.

"ರೆಗ್ಯುಲರಾಗಿ ಹೋಗ್ತಾ ಇಲ್ಲ. ಸ್ವಲ್ಪ ಲವಲವಿಕೆ ಇರಲೀಂತ ನಾನೇ, ಒಂದೊಂದು ದಿನ ಹೋಗಿ ಬರ್ತೀನಿ. ಅದಕ್ಕೆ ನಂಗೆ ಪರ್ಮಿಷನ್ ಇದೆ" ಎಂದಳು ಮುಕ್ತವಾಗಿ.

ಏನೋ ನೆನಪಿಸಿಕೊಂಡಂಗೆ "ಈಗ ಡೆಲಿವರಿ ಪ್ಯಾಕೇಜ್ ಸಿಸ್ಟಮ್ ಅಂತೇ ಅದು

ವಿದೇಶದಲ್ಲಿ ಇತ್ತು. ಈಗ ಇಲ್ಲಿಗೂ ಬಂದಿದೆಯಂತಲ್ಲ" ಅಂದು ನಿಲ್ಲಿಸಿದರು. ರೆವರೆಂಡ್ ಹಿರಿಯ ಮಗಳು ಪ್ರೆಗ್ನೆಂಟ್. ಅವರೇ ಈ ವಿಷಯ ತಿಳಿಸಿದ್ದು ಕೂಡ. "ಹೌದಂತೆ, ನಮ್ಮ ವರ್ಣನ ಚೆಕ್‌ಅಪ್ ಮಾಡ್ಗೋ ಡಾಕ್ಟ್ರು ವಿಚಾರಿಸಿದ್ರು. ನಾನೇನು ಹೇಳ್ಲಿಲ್ಲ. ಅದು ಕೆಲವೇ ನರ್ಸಿಂಗ್ ಹೋಂಗಳಲ್ಲಂತೆ. ಪೂರ್ತಿ ಡಿಟೈಲ್ಸ್ ತಿಳ್ಕೊಂಡ್ಮೇಲೆ, ಏರ್ಪಾಟು.... ಮಾಡ್ಕೋಬೇಕು" ಎಂದರು ಶಾಂಭವಿ. ಅವರ ಸೇವಿಂಗ್ಸ್‌ನಲ್ಲಿ ಹಣವಿತ್ತು. ಆಕೆ ಕಂಜೂಸ್ ಅಲ್ಲ. ಧಾರಾಳವಾಗಿ ಖರ್ಚು ಮಾಡಬಲ್ಲರು ವರ್ಣಗಾಗಿ.

ಅಂತೂ, ಇಂತೂ.... ವರ್ಣಗೆ ಸೀಮಂತ ಮಾಡಲೇಬೇಕೂಂತ ಮೂವರು ಹೆಂಗಸರು ತೀರ್ಮಾನ ಮಾಡಿದರು. ವಿರೋಧ ಬಂದರೆ ಗಂಡಸರಿಂದ ಅದನ್ನು ಸಮರ್ಥವಾಗಿ ನಿರ್ವಹಿಸಬೇಕಿತ್ತು.

ಇವರುಗಳ ಮಾತಿನ ಮಧ್ಯೆ ನುಗ್ಗಿದ ಕಿರಣ ಬಾಗಿಲಲ್ಲೇ ನಿಂತ. ಕಂಡರೂ ಸರಿದು ಹೋಗುತ್ತಿದ್ದವನು ಇಂದು ಸಿಕ್ಕಿ ಬಿದ್ದಂತಾಗಿತ್ತು. ಈ ಮುಜುಗರ ತಪ್ಪಿಸಲೆಂದೇ ಶಾಂಭವಿ ತುಟಿ ತೆರೆದರು.

"ಬಾ.... ಬಾ.... ಕಿರಣ ಲೀಲಾವತಿಯವರು ಸೊಸೇಗೇಂತ ಏನೇನೋ ಮಾಡ್ಕೊಂಡ್.... ಬಂದಿದ್ದಾರೆ. ಎಲ್ಲಾ ನೀನು ಇಷ್ಟಪಡೋಂಥದ್ದೇ." ಬಿಗುಮಾನ ಸಡಿಲಿಸುವ ಪ್ರಯತ್ನ. ಲೀಲಾವತಿ ಬಲವಂತದಿಂದ ನಗುವನ್ನ ಮುಖದ ಮೇಲೆ ತಂದುಕೊಂಡು "ಹೇಗಿದ್ದೀರಾ?" ಎಂದರು ಉಗುಳು ನುಂಗುತ್ತ.

"ಹ್ಹಾ.... ಹ್ಹೂ... ಚೆನ್ನಾಗಿದ್ದೀನಿ" ಅಂದವನೇ ನಿಲ್ಲಲಾರದೆ ಹೊರ ನಡೆದವನು ತಂದಿದ್ದ ಪ್ಯಾಕೆಟ್ ಅಲ್ಲೇ ಇಟ್ಟು ಹೋದ. ಒಳ್ಳೆ ರಸಪುರಿ ಮಾವಿನಹಣ್ಣನ್ನು ಕಂಡ ಕೂಡಲೆ ಕೊಂಡು ಮನೆಯ ಹಾದಿ ಹಿಡಿದಿದ್ದ. ವರ್ಣ ಮತ್ತು ಅವನ ವಯಸ್ಸಿನ ಮಧ್ಯೆ ಅಂಥ ದೊಡ್ಡ ಡಿಫರೆನ್ಸ್ ಏನಿಲ್ಲ. ಬರೀ ಮೂರುವರೆ ವರ್ಷ. ಫ್ರೆಂಡ್ಸ್ ತರಹ ಹೆಚ್ಚು ಮಾತೆಲ್ಲ ಅವಳೊಟ್ಟಿಗೇನೇ" ಈಗ ಒಳ್ಳೆ ಜಾಬ್ ಹಿಡೀದಿದ್ದಾನೆ. ಈ ವರ್ಷ ಮದ್ವೆ ಮಾಡೋ ಪ್ರಯತ್ನ" ಶಾಂಭವಿ ಅನ್ನುವ ವೇಳೆಗೆ ಆಕೆ ಎದ್ದರು.

ಸಕ್ಕೂಬಾಯಿ ಕೂಡ ಬಂದು ಉಪಚರಿಸಿದರು. ಇಷ್ಟು ಸಲ ಬಂದರೂ ಆಕೆಯೇನು ತಿನ್ನುತ್ತಿರಲಿಲ್ಲ. ತೀರಾ ಬಲವಂತಕ್ಕೆ ಏನಾದರೂ ಕುಡಿದು ಹೋಗುತ್ತಿದ್ದುದ್ದು. ಎಷ್ಟೇ ರಾಜೀ ಮಾಡಿಕೊಂಡರು ಆಕಸ್ಮಿ ಕವಾಗಿ ಬಂದು ಗಂಡನನ್ನ ಹೊಡೆದವರು ಶತ್ರುಗಳೇ! ಆ ನೆನಪು ಘಾಸಿಗೊಳಿಸುತ್ತಿದ್ದರಿಂದ ವಿಚಲಿತರಾಗಿಬಿಡುತ್ತಿದ್ದರು.

"ಬರ್ತೀನಿ...." ಎಂದರು.

"ಒಂದಿಷ್ಟು ಏನಾದರೂ ತಿಂದರೇ, ನಮ್ಗೇ ಸಮಾಧಾನ" ಸಕ್ಕೂಬಾಯಿ ತಡೆಯದೇ ಅಂದ ಕೂಡಲೆ ಆಕೆಯ ಕಣ್ಣಲ್ಲಿ ಕಂಬನಿ ಫಳಕ್ ಎಂದಿತು "ಹೇಗೆ ಸಾಧ್ಯ, ಹೇಳಿ? ಬಹುಶಃ ಬುದ್ಧಿ ಬಂದ್ಮೇಲೆ ಯಾರ ಕೈಯಲ್ಲು ಏಟು ತಿಂದವರಲ್ಲ, ನಮ್ಮ ಯಜಮಾನ್ರು. ಏಕಾಏಕಿ ಬಂದು ಬಡಿದವರ ಮನೆಗೆ ಬರ್ತಾ ಇರೋದು, ನನ್ನ ಮಗನ ಸಲುವಾಗಿ. ನಮ್ಮ ವಂಶದ ಕೂಸು.... ನಿಮ್ಮ ಮಗಳ ಒಡಲಿನಲ್ಲಿದೆ. ಅದಕ್ಕಾಗಿ ಎಲ್ಲಾ ಸೈರಿಸಬೇಕಿದೆ. ಇಂದಿಗೂ

ನಮ್ಮವರು ಕಣ್ಣೀರು ಹಾಕ್ತಾರೆ" ಎಂದವರು ಹೊರಟೇಬಿಟ್ಟರು. ಯಾರೆಷ್ಟು ತಡೆದರು ಕೇಳಲಿಲ್ಲ. ಅವರ ನೋವು ಗೊತ್ತಿತ್ತು.

"ಅವ್ರ ಒಡಲಿನಲ್ಲಿ ಬೆಂಕಿ ಇದೆ. ಕ್ಷಣ.... ಕ್ಷಣಕ್ಕೂ.... ಘಟಾ ಸ್ಫೋಟವೇ! ಅಲ್ಲಿ ಕಳಿಸಿದರೇ, ವರ್ಣ ಬೆಂದು ಹೋಗ್ತಾಳೆ ಅಂಥದೊಂದು ಆಸೆ ನಾವಿಟ್ಕೋಬಾರ್ದು. ಆಗ ನಾವು ಅಣ್ಣನ ಮಾತು ಕೇಳ್ಬೇಕಿತ್ತು" ಎಂದರು ಶಾಂಭವಿ. ಆಕೆಯನ್ನ ಕೆಟ್ಟವರು ಎನ್ನಲಾರರು. ಬಹುಶಃ ಅವರ ಜಾಗದಲ್ಲಿ ಆಕೆ ಇದ್ದರು ಇದೇ ರೀತಿ ವರ್ತಿಸುತ್ತಿದ್ದರೇನೋ?

ಸಂದರ್ಭ ಯಥಾ ಸ್ಥಿತಿಗೆ ಬರಲು ಗಂಟೆಗಳೇ ಹಿಡಿಸಿತು ಒಂದು ಕಿರಣ ಆಕೆಯ ಪಕ್ಕ ಕೂತು "ನೀವಾಕ್ಯೆ ತಲೆ ಕೆಡಿಸ್ಕೋತೀರಾ? ಶ್ರೀಮಂತ ಮಾಡಿ. ಅವ್ರನೇನು ಕರೆಯೋದ್ಬೇಡ" ಇಂಥ ವಿಚಾರವನ್ನ ಆಕೆಯ ಮುಂದಿಟ್ಟ "ಹೇಗೆ, ಸಾಧ್ಯ.... ಕಿರಣ? ಈಗ್ಲೂ ವರ್ಣ ಅವ್ರ ಮನೆಯ ಸೊಸೆನೇ. ಮಗು ಕೂಡ ಅವ್ರದ್ದೆ. ಅಂದು ವಿಷ್ಯನ ಮುಚ್ಚಿಟ್ಟಿದ್ದರೇ...." ಇಂಥದೊಂದು ಮಾತು ಆಕೆಯ ಬಾಯಿಂದ ಬಂತು.

ಹಾಗೇ ಮಾಡಬಹುದಿತ್ತು!" ತಕ್ಷಣ ಕಿರಣ ಅಂದ.

"ತಪ್ಪಾಗ್ತಾ ಇತ್ತು. ಸಮಾಜ ಇರಲೀ, ಮುಂದೆ ಆ ಮಗುವಿನ ಎದುರಿನಲ್ಲಿ ನಾವು ಅಪರಾಧಿಗಳಾಗಿ ಬಿಡ್ತಾ ಇದ್ವಿ, ಮೈಗಾಡ್, ಆ ರೀತಿ ಯೋಚಿಸೋದೇ ತಪ್ಪು. ಮಗುವಿನ ಅಸ್ತಿತ್ವ, ವ್ಯಕ್ತಿತ್ವದ ಪಾತ್ರದಲ್ಲಿ ತಂದೆಯ ಪಾತ್ರ ಅತ್ಯಂತ ಮುಖ್ಯ. ಉತ್ತಮ ಬಾಲ್ಯವಿದ್ದಾಗಲೇ ವ್ಯಕ್ತಿ ಆರೋಗ್ಯಕರವಾಗಿ ರೂಪುಗೊಳ್ಳೋದು. ಬಿಡು, ಆ ವಿಚಾರ" ಇದೆಲ್ಲ ವರ್ಣಾಳ ಮುಂದೆ ನಡೆಯಲಿಲ್ಲವೆನ್ನುವ ಸಮಾಧಾನ.

"ಮುಂದೇನು ಅತ್ತೆ?" ಕೇಳಿದ.

"ಇದೇನು ನಡೆಯಲೇ ಇಲ್ಲಾಂತ ಅಂದುಕೊಳ್ಳೋಣ. ಹೇಗೂ, ಭಾನುವಾರಂತ ನಿರ್ಧರಿಸಿಯಾಗಿದೆ. ಶರತ್‌ನ ವಿಚಾರಿಸ್ತೀನಿ ಅಂದರು ಲೀಲಾವತಿ. ಮನಸ್ಸಿನಲ್ಲಿ ನೋವಿದ್ದರೂ ಮಗುವಿನ ಸಲುವಾಗಿ ಹೊರ ಚೆಲ್ಲೋಲ್ಲ. ಅವರು ಕೆಟ್ಟ ಜನವಲ್ಲ. ಮರ್ಯಾದೆಗೆ ಅಂಜುವಂಥ ಮಾನವಂತರು. ತಪ್ಪು ಮಾಡಿದ್ದು ನಾವೇ. ಕೂತು ಮಾತಾಡೋಂಥ ವಿಚಾರಕ್ಕೆ ನಿಮ್ಮಪ್ಪ ಆತುರಪಟ್ಟು ಹೊಡೆದಾಟಕ್ಕೆ ನಿಂತು, ಇಷ್ಟೊಂದು ಅನಾಹುತಕ್ಕೆ ಕಾರಣವಾಯ್ತು. ನಿಂಗೊಂದು ಸಣ್ಣ ರಿಕ್ವೆಸ್ಟ್. ಆಕೆನ ಫೋನ್‌ನಲ್ಲಿ ಕ್ಷಮೆ ಕೇಳು" ಎಂದರು. ಆಕೆಯ ಮಾತಿಗೆ ಅವನು ಬೆಚ್ಚಿ ಬಿದ್ದ. "ಇದೇನಿದು, ಯಾವುದರಲ್ಲು ನನ್ನ ಪಾತ್ರ ಕಮ್ಮಿಯೆ. ಅಪ್ಪ, ಅರುಣನ ಜೊತೆ ಹೋಗಿದ್ದುಂಟು ನಡೆದಿದ್ದು ಬೇರೆ. ಅವ್ರನ್ನ ಹಿಂದಕ್ಕೆ ಕರೆ ತಂದಿದ್ದೊಂದು ಸಾಹಸ. ಈಗ ತಾನೇ, ನಾನು ಮಾಡಿದ್ದೇನು?" ಇಂಥದೊಂದು ಪ್ರಶ್ನೆ ಇಟ್ಟ ಆಕೆಯ ಮುಂದೆ.

"ಇಲ್ಲ ಕಣೋ, ಆ ಸಮಾರಂಭದಲ್ಲಿ ಎಲ್ಲರೂ ಇರಬೇಕಾಗುತ್ತೆ. ಒಬ್ಬೊಬ್ಬರ ಮುಖಗಳು ಬಿಗಿದುಕೊಂಡಿದ್ದರೇ, ಏನು ಚೆನ್ನ? ನಾವು ವರ್ಣ ಇರೋ ಸ್ಥಿತಿನು ಗಮನಿಸಬೇಕು. ಭವಿಷ್ಯದ ಬಗ್ಗೆ ತಲೆ ಕೆಡ್ಸಿಕೊಳ್ಳೋದು ಬೇಡ. ಸದ್ಯಕ್ಕೆ ವರ್ತಮಾನದ ಯೋಚ್ನೆ ಮಾತ್ರ. ಸುಮ್ನೇ ಒಂದು ಫೋನ್ ಮಾಡಿ. 'ನನ್ನಿಂದ ನಿಮ್ಮ ಮನಸ್ಸಿಗೆ ನೋವಾಗಿದ್ದರೇ

ಕ್ಷಮ್ಸಿ' ಅನ್ನು. ನಿನ್ನ ಬಗ್ಗೆ ಆಕೆಗೂ ಗೊತ್ತಿದೆ. ಏನು, ಎತ್ತ.... ಅನ್ನೋಲ್ಲ. ಅಷ್ಟಕ್ಕೆ ಮುಗಿಯುತ್ತೆ. ಆಮೇಲೆ ಒಂದಿಷ್ಟು ತಿಳಿಯಾಗುತ್ತೆ. ನೀನು ಅವರು ಬಂದಾಗ ಮುಖ ಮರೆಸಿಕೊಳ್ಳಬೇಕಿಲ್ಲ, ಆಕೆನು ಮುಖ ಬಿಗಿದುಕೊಂಡು ಕೂಡ್ಕೋಕೆ ಆಗೋಲ್ಲ" ಎಂದು ಸಮಾಜಾಯಿಷಿ ನೀಡಿದರು.

ಅಂತೂ ಅವನು ಫೋನ್ ಮಾಡಿದಾಗ ಶರತ್ ಮನೆಯಲ್ಲೆ ಇದ್ದ. "ನಾನೇ ಆ ರೀತಿ ವರ್ತಿಸಬಾರ್ದಿತ್ತು. ನಿಮ್ಮದೇನು ತಪ್ಪಿದೆ?" ಫೋನ್ ಕಟ್ ಮಾಡಿದರು. ಶರತ್ ಅನಗತ್ಯವಾಗಿ ಪ್ರಶ್ನಿಸೋಲ್ಲ. ಆಕೆಯೆ ಎಲ್ಲಾ ತಿಳಿಸಿ. "ಮನಸ್ಸು ತಡೀಲಿಲ್ಲ. ಒಬ್ಬರ ತಪ್ಪಿಗೆ ಮಿಕ್ಕ ನಿರಪರಾಧಿಗಳಿಗೆ ಶಿಕ್ಷೆ ಅನ್ನೋ ಹಂಗೆ ಆಗಿದೆ. ಆ ಸೇತುರಾಮ್ ಬಂದು ನಿಮ್ಮಪ್ಪನ್ನ ಆ ರೆವರೆಂಡ್ ಮನೆಗೆ ಕರ್ಕೊಂಡ್ಹೋದ. ನಂಗೂ ಆಹ್ವಾನ ಇತ್ತು. ಯಾಕೋ ಇಷ್ಟವಾಗ್ಲಿಲ್ಲ. ಹೊಂದಿಕೊಳ್ಳೋಕೆ ಆಗೋದೇ ಇಲ್ಲಾಂತ ಅನ್ನಿಸುತ್ತೆ" ಬಹಳ ಕಷ್ಟದಿಂದ ಹೇಳಿದರು. ಒಮ್ಮೆ ಹೋಗಿದ್ದುಂಟು ಉಸಿರು ಕಟ್ಟಿದ ವಾತಾವರಣ ಹೆಚ್ಚು ಕಡಿಮೆ ಇಂಗ್ಲಿಷ್, ತಮಿಳಿನಲ್ಲೇ ಸಂಭಾಷಣೆ. ಆಗಾಗ ಕನ್ನಡದ ಪದಗಳು ಬಂದರೂ, ಅದು ಕನ್ನಡ ಭಾಷೆಯ ಸೊಗಸನ್ನು ಕೆಡಿಸಿ, ವಿಕಾರವೆನಿಸುತಿತ್ತು. ಹಾಗೆಂತು ವಿಪರೀತ ಮುಜುಗರ.

"ಬೇಡ, ಇಷ್ಟವಿಲ್ಲಾಂದ್ಮೇಲೆ ಹೋಗೋದೇನು ಬೇಡ. ಸೇತುರಾಮ್ ಅಳಿಯನಿಗಾಗಿ ಅವ್ರಿಗೆ ಫೇವರ್ ಆಗೋ ಪ್ರಯತ್ನ ಮಾಡ್ತಾ ಇದ್ದಾರೆ. ನಿನ್ನ ಮಗ ಸ್ವಾಭಿಮಾನಿ, ಆತ್ಮಗೌರವವೇ ಅವ್ನಿಗೆ ಮುಖ್ಯ. ನಿಂಗೆ ಕಷ್ಟವಾದವರೊಂದಿಗೆ ಹೊಂದಿಕೊಳ್ಳುವುದು ಬೇಡ" ಬಹಳ ಸ್ಪಷ್ಟವಾಗಿಯೆ ಹೇಳಿದ.

ಇನ್ ಡೈರೆಕ್ಟಾಗಿ ವಿಷಯ ಪ್ರಸ್ತಾಪಿಸಿದರು ರೆವರೆಂಡ್ ಅವನನ್ನು ಡೈರೆಕ್ಟಾಗಿ ಕೇಳಿರಲಿಲ್ಲ. ಉತ್ತರ ಹೇಗಿರುತ್ತಿತ್ತು, ಗೊತ್ತಿರಲಿಲ್ಲ.

"ಇನ್ನ ಒಂದ್ಮಾತು ಕೇಳ್ಲಾ?" ಎಂದರು. ಇಂದು ಕೇಳಿ ಅವನ ಸ್ಪಷ್ಟ ಅಭಿಪ್ರಾಯ ತಿಳಿಯುವ ಕುತೂಹಲ" ಸದ್ಯಕ್ಕೆ ಬೇಡ. ಕಾಲ ಎಲ್ಲಕ್ಕೂ ಉತ್ತರ ಹೇಳುತ್ತೆ. ಕೆಲವೊಮ್ಮೆ ಸಮಯ, ಸನ್ನಿವೇಶ ನೋಡಿಕೊಂಡೇ ತೀರ್ಮಾನಗಳನ್ನ ಕೈಗೊಳ್ಳಬೇಕಾಗುತ್ತೆ. ಹೇಗಿದ್ದಾಳೆ, ವರ್ಣ?" ವಿಷಯನ ಬೇರೆಡೆ ಹೊರಳಿಸಿದ.

ಆಕೆ ಕೂಡ ಜಾಣೆ. ಶ್ರೀಮಂತದ ದಿನದ ಬಗ್ಗೆ ಹೇಳಿದರು.

ನಿನ್ನ ಅಭಿಪ್ರಾಯ ತಿಳ್ಕೊಂಡ್ ಫೋನ್ ಮಾಡ್ತೀನಿ ಅಂದೆ. ಇನ್ನ ನಿಮ್ಮಪ್ಪನ ಹತ್ರ ಮಾತಾಡಿಲ್ಲ. ಅವರು ವಿರೋಧ ಸೂಚಿಸಬಹುದು. ಇಲ್ಲಿ 'ಅಹಂ'ಗಿಂತ ವರ್ಣಳ ಹೊಟ್ಟೆಯಲ್ಲಿನ ನಮ್ಮ ಮಗುವಿನ ಬಗ್ಗೆ ಯೋಚ್ಸಬೇಕು. ನಾನಂತು.... ಹ್ಲೂ.... ಅಂದು ಬಂದಿದ್ದೀನಿ. ಶರತ್ ನಮ್ಗೇ ನೀನು ಮಗ. ಹಾಗೇ ವರ್ಣಗೆ ತಾಳಿ ಕಟ್ಟಿದ ಗಂಡ, ಅವಳ ಹೊಟ್ಟೆಯಲ್ಲಿನ ಮಗುವಿಗೆ ತಂದೆ. ನಿನ್ನ ಸ್ಥಾನದಲ್ಲಿ ನಿಂತು ಕೆಲವು ಕರ್ತವ್ಯಗಳಿಗೆ ಬದ್ಧನಾಗಬೇಕಾಗುತ್ತೆ. ಹಿಂದಕ್ಕೆ ಸರಿದರೇ ಕರ್ತವ್ಯಲೋಪವಾಗುತ್ತೆ" ಒಂದು ರೀತಿಯಲ್ಲಿ ಬುದ್ಧಿವಾದ.

ಶರತ್ ನಗು ಬೀರಿದ. ಈ ವಿಚಾರದಲ್ಲಿ ಅಪ್ಪನಿಗೆ ಅಮ್ಮ ಎದರು ನಿಂತಿದ್ದಾಳೇ! ಮಕ್ಕಳ ವಿಷಯ ಬಂದಾಗ ಬಹು ಎಚ್ಚರದಿಂದ ಹೆಣ್ಣು ಅಡಿಯಿಡುತ್ತಾಳೆಂದುಕೊಂಡ.

"ಆಯ್ತು...." ಎಂದ ಚುಟುಕಾಗಿ.

"ಒಂದಿಷ್ಟು ಖರೀದಿಸೋದು ಇದೆ. ವರ್ಣ ನೀನು ತೆಗ್ಸೀ ಕೊಟ್ಟ ಸೀರೆ, ಬಳೆ ತೋರಿಸಿದಳು. ನಿಜ್ವಾಗ್ಲೂ ಕಲ್ಮಶವಿಲ್ದ ಹುಡ್ಗೀ. ಹಾಗಂತ ಮಾನಸಿಕ ದುರ್ಬಲಳಲ್ಲ. ಪಚ್ಚೆ ಬಳೆಗಳು ಚೆನ್ನಾಗಿತ್ತು. ನಾನೇ ಬಾಕ್ಸ್‌ನಿಂದ ತೆಗೆದು ಅವಳ ಕೈಗಳಲ್ಲಿ ಹಾಕ್ದೇ. ಈ ಸಮಯದಲ್ಲಿ ನೀನು ಅವಳು ಜೊತೆಯಾಗಿದ್ದು ಈ ಸಂತೋಷವನ್ನ ಹಂಚಿಕೊಳ್ಳಬೇಕಿತ್ತು" ಆಕೆಯ ಕಣ್ಣಂಚಿನಲ್ಲಿ ಕಂಬನಿ ಜಿನುಗಿತು "ಅಮ್ಮ, ಅಷ್ಟೇನು ತಲೆಗೆ ಹಚ್ಕೋಬೇಕಿಲ್ಲ" ನಡೆದ.

ರಾತ್ರಿ ಗಂಡನ ಮುಂದೆ ಪ್ರಸ್ತಾಪಿಸಿದರು.

"ಭಾನುವಾರ, ವರ್ಣಗೆ ಶ್ರೀಮಂತ"

"ಮಾಡ್ಕೊಳ್ಳಿ, ನಮ್ಗೇನು? ಹೇಗೋ, ಎಂದೋ ಕಡಿದು ಹೋದ ಸಂಬಂಧ. ಅಂದು ನಾವು ಒಪ್ಗೇ ಸೂಚಿಸಬಾರ್ದಿತ್ತು. ಬೇಕಾದರೇ, ಉಳ್ಸಿಕೊಳ್ಳೋರು, ಇಲ್ಲ ತೆಗ್ಸಿ ಹಾಕೋರು. ಅದು ನಮ್ಗೇ ಬೇಕಿರಲಿಲ್ಲ. ತಾಯಿ, ಮಗ ಆ ಕಡೆ ಹೋಗೋದ್ನ.... ನಿಲ್ಸಿ ಬಿಡಿ."

ಇದು ಲೀಲಾವತಿಯ ನಿರೀಕ್ಷೆಯು ಆಗಿತ್ತು.

"ಹಾಗೆಂದುಕೊಳ್ಳೋಕಾ.... ಸಾಧ್ಯನಾ? ಅವ್ಳು ಶರತ್ ಹೆಂಡ್ತಿ. ಈ ಮನೆ ಸೊಸೆ. ಹೇಗೆ ಸಂಬಂಧವಿಲ್ಲಾಂತ ಅಂದುಕೊಳ್ಳೋದು? ನಮ್ಮ ವಂಶದ ಕುಡಿ ಅವಳ ಹೊಟ್ಟೆಯಲ್ಲಿದೆ. ಕಾನೂನು ಪ್ರಕಾರ ಇಂದಿಗೂ ಅವಳು ಶರತ್ ಹೆಂಡ್ತಿನೇ" ಆಕೆ ಹೇಳಿದ್ದು ಸತ್ಯವೇ. ಆದರೆ ಭರಿಸಿಕೊಳ್ಳುವುದು ಕಷ್ಟವೇ.

"ಈಗೇನು ಮಾಡ್ಬೇಕೂಂತೀಯಾ?" ಉದ್ವೇಗದಿಂದ ಕೇಳಿದರು.

"ಅವ್ರು ಸೀಮಂತ ಮಾಡ್ತಾ ಇದ್ದಾರೆ. ಕರೆಯೋಕೆ ಬರ್ತಾ ಇದ್ದಾರೆ. ನಾವು ಹೋಗಿ ಭಾಗವಹಿಸಬೇಕು. ನಾವು ಕೂಡ ಮಾಡಬೇಕಾದ್ದು ಇದೆ."

ಹೆಂಡತಿಯ ಮಾತು ಕೇಳಿ ತಿಮ್ಮಪ್ಪಯ್ಯನ ಮೈ ಉರಿಯಿತು. "ಬೇಡ, ಈಗಾಗ್ಲೇ.... ಎರಡು ತಪ್ಪು ಮಾಡಿ ಅವ್ನ ಜೀವನನ ನಾಶ ಮಾಡಿದ್ದೀವಿ. ಮತ್ತೆ ಅದೇ ದಾರಿ ಹಿಡಿಯೋದು ಬೇಡ. ಬರೀ ಪಿಯುಸಿ ಅಂತ ಹಂಗಿಸೋ, ಆ ಜನ ಮಗಳ್ನ ನಮ್ಮಲ್ಲಿಗೆ ಕಳಿಸೋಲ್ಲ. ಕಳಿಸಿದ್ರೂ.... ಸುಖವಿಲ್ಲ. ಇಬ್ಬರ ನಡ್ವೇ ಒಂದು ಕಂದಕ ನಿರ್ಮಾಣವಾಗಿದೆ" ಎಂದವರು ಏನೇನೋ ಬಡಬಡಿಸಿದರು.

ಆಮೇಲೆ ಶರತ್ ಬಂದು "ಯಾಕೆ ಸುಮ್ನೇ ಟೆನ್‌ಷನ್ ತಗೋತೀರಾ? ನಾನು ಮಾನಸಿಕವಾಗಿ ವೀಕ್ ಅಲ್ಲ, ನಿರ್ಣಯಕ್ಕೆ ಅದರದೇ ಆದ ಮೌಲ್ಯಗಳು ಇರುತ್ತೆ" ಹೇಳಿದ. ಏನೇನು ಅರ್ಥವಾಗದಿದ್ದರೂ ಏನೋ ಇದೆಯೆನಿಸಿತು.

ತಿಮ್ಮಪ್ಪಯ್ಯ ತಟಸ್ಥರಾದರು. ಮಗನ ಬಗ್ಗೆ ಗೌರವದ ಜೊತೆ ಸ್ವಲ್ಪ ಹೆದರಿಕೆ ಕೂಡ. ಅದಕ್ಕೆ ಹಲವಾರು ಕಾರಣಗಳು ಅಂದು.... ಆ ದಿನ.... ಸಂತೈಸಿದ್ದ.... ಕಣ್ಣೀರು ಸುರಿಸುತ್ತ 'ಸಾರಿ....' ಕೇಳಿದ್ದ. ಆದರೆ ಯಾವುದೋ ಅಚಾತುರ್ಯವಾಗದಂತೆ ನಡೆದುಕೊಂಡಿದ್ದ. ಅಂದು ಕೋಪ ಬಂದಿತ್ತು. ಆಮೇಲೆ ಅನಾಹುತ ತಪ್ಪಿತೆಂದು ಉಸಿರು ಬಿಟ್ಟಿದ್ದರು.

ಅಂತು ಲೀಲಾವತಿ ಕೂಡ ಮಗನನ್ನು ಕರೆದೊಯ್ದು ಹಸಿರು ಸೀರೆ ಜೊತೆ, ಒಂದು ಜೊತೆ ಬಂಗಾರದ ಬಳೆ ಮತ್ತು ಒಂದು ಬಂಗಾರದ ಮೊಗ್ಗನ್ನು ಮಾಡಿಸಿ ತಂದರು, ಸೊಸೆಯ ಸೀಮಂತದ ಸಲುವಾಗಿ. ಕೆಲವೊಮ್ಮೆ ಆಕೆಯ ಮನ ತರ್ಕಿಸುತಿತ್ತು 'ಇಷ್ಟು ಚೆನ್ನ ಹಾಕ್ತ ಇದ್ದೀವಿ. ಡಿವೋರ್ಸ್ ಆಗೋವಾಗ ಹಿಂದಿರುಗಿಸ್ತಾರ?' ಇಂಥದೊಂದು ಪ್ರಶ್ನೆ ಏಳುತ್ತಿತ್ತು ಅವರಲ್ಲಿ. ಆ ಬಗ್ಗೆ ಅನುಮಾನ ಬೇಡವೆನಿಸಿತು. ಗಲಾಟೆಯಾದ ಮರುದಿನವೇ, ಕುತ್ತಿಗೆಯಲ್ಲಿದ್ದ ಮಾಂಗಲ್ಯದ ಸರ ಬಿಟ್ಟು ಬೇರೆಲ್ಲವನ್ನು ಪ್ಯಾಕ್ ಮಾಡಿ ಕಳುಹಿಸಿಕೊಟ್ಟಿದ್ದರು.

ಆ ಬಗ್ಗೆ ಅನುಮಾನಪಡಬೇಕಿಲ್ಲ. ಆದರೆ.... ಮಗು.... ಆಕೆಯ ತಲೆ ಬಿಸಿಯಾಗುತ್ತಿತ್ತು.

* * *

ಸೀಮಂತದ ಏರ್ಪಾಟು ಭರ್ಜರಿಯಾಗಿಯೇ ನಡೆಯಿತು. ಜೋಯಿಸರು ಪತ್ನಿಯ ಸಮೇತ ಬಂದು ಇಲ್ಲಿ ಉಳಿದವರು ಶಾಸ್ತ್ರೋಕ್ತವಾಗಿ, ಸಾಂಪ್ರದಾಯಿಕವಾಗಿ ನಡೆಯಬೇಕೆನ್ನುವುದು ಶಾಂಭವಿಯ ಇಚ್ಛೆ.

"ಅಣ್ಣ, ನಿಂಗೆ ಇಷ್ಟವಿಲ್ಲದಿದ್ದರೇ, ಆ ದಿನ ಪೂರ್ತಿ ಕ್ಲಬ್‌ನಲ್ಲಿಯೇ ಉಳಿದುಬಿಡು. ನಿನ್ನ ಹೊಸ ಸ್ನೇಹಿತರಿಗೆ ಹೇಳಲೇಬೇಡ. ಮುಂದೇನಾದ್ರೂ ಆಗ್ಲೀ, ಈಗಿನ ನಮ್ಮ ಸಂತೋಷಕ್ಕೆ ಅಡ್ಡಿ ಬರ್ಬೇಡ" ರಾಜೇಶ್‌ಗೆ ಜಬರ್‌ದಸ್ತಾಗಿ ಹೇಳಿಬಿಟ್ಟಿದ್ದರು ಶಾಂಭವಿ. ಮೊದ ಮೊದಲು ಒಂದಿಷ್ಟು ವಿರೋಧ ತೋರಿದರೂ ಇವರ ಪರವೆ ನಿಂತಿದ್ದರಿಂದ ಅವರು ಬಾಯಿ ಬಿಚ್ಚಲು ಅವಕಾಶ ಇಲ್ಲವಾಯಿತು. "ನಿಮ್ಮಿಷ್ಟ ಅತ್ತೆ, ನಮ್ಗೇ ವರ್ಣ ಸಂತೋಷ ಮುಖ್ಯ" ಎಂದ ಅರುಣ ಒಬ್ಬ ಪ್ರಾಮಾಣಿಕ ಅಣ್ಣನಾಗಿದ್ದ. "ತಾನು ಈ ಎಲ್ಲಾ ಚಟುವಟಿಕೆಗೆ ಭಾಗಿ" ಕಿರಣ ಘೋಷಿಸಿದ್ದ.

"ಅತ್ತಿಗೆ, ನೀನೂ ಅಣ್ಣ ಹೋಗಿ ಬೀಗರನ್ನ ಆಹ್ವಾನಿಸಿ ಬರಬೇಕಿತ್ತು. ಆದರೆ, ಈಗ ನಿಮ್ಮ ಜೊತೆ ಅರುಣ ಬಂದರೆ ಕೂಗಿಸಬಹುದು.... ಆದರೆ ಎಲ್ಲರ್ಗಿಂತ ಹೆಚ್ಚಿಗೆ ಹಾರಾಡಿದವನು ಅವನೇ. ಈಗೇನ್ಮಾಡೋದು" ಎಂದರು ಶಾಂಭವಿ.

"ನಾನೇನು, ಮಾಡ್ಲಿ. ನಾನು ಅವ್ರ ಮುಖ ತಪ್ಪಿಸ್ಕೊಂಡ್ ಓಡಾಡ್ತಾ ಇದ್ದೀನಿ. ಒಬ್ಬೇ ಸಿಕ್ಕರೇ, ಗುಡುಗು ಸಿಡಿಲಿನ ಆರ್ಭಟ, ಬೇಕಾದರೆ ಅರುಣನಿಗೆ ಒಂದ್ಮಾತು.... ಹೇಳೋಣ, ವರ್ಣ ಅಂದರೇ, ಅವನಿಗೆ ಪ್ರಾಣ ಅವಳ ಕೈಯಿಂದಲೇ.... ಹೇಳಿಸಿದರೇ" ಎಂದರು ಸಕ್ಕೂಬಾಯಿ. ಇಂದು ಸೂಕ್ತವೇ "ನೋಡೋಣ, ವರ್ಣಗೆ ಹೇಳಿ ನೋಡ್ತೀನಿ" ಒಪ್ಪಿಗೆ ಸೂಚಿಸಿದರು.

ಅಂದಿನ ಸಂಜೆ ಬೇಗನೆ ಮನೆಗೆ ಬಂದ ಅರುಣ "ಅತ್ತೆ, ಹಾಗೇ ಷಾಪಿಂಗ್ ಮುಗ್ಸಿಕೊಂಡು.... ಬೀಗರ ಮನೆಗೆ ಹೋಗಿ ಆಹ್ವಾನ ಕೊಟ್ಟು ಬರೋಣ" ಅವನೇ ಹೇಳಿದಾಗ ಆಕೆಗೆ ಅಚ್ಚರಿ.

"ನೀನು ಬರ್ತಿಯೇನೋ?" ಕೇಳಿದರು.

"ಹೌದು, ತಪ್ಪು ಆಗಿದ್ದು ನನ್ನಿಂದಲೇ. ಸರಿಪಡಿಸಬೇಕಾದ ಕರ್ತವ್ಯ ನಮ್ಗೂ ಇದೆ.

ಯಾವ್ದೇ ಅವಕಾಶ ತಾನಾಗಿ ಅವನ ಕಾಲಿಗೆ ತೊಡರಿದರೂ ಉಪಯೋಗಿಸಿಕೊಳ್ಳಲಾರ ಶರತ್. ಮಾತಿಗೆ ಬದ್ಧನಾಗಿರುತ್ತಾನೆ. ಹೆದರೋದು ಬೇಡ" ಎಂದ ಮುಕ್ತವಾಗಿ. ಆಕೆ ಕಣ್ಣರಳಿಸಿದರು "ಥ್ಯಾಂಕ್ಯೂ, ಥ್ಯಾಂಕ್ಯೂ ವೆರಿ ಮಚ್, ನಿಮ್ಮ ಅತ್ತೆನ ಈ ಸಂದರ್ಭದಲ್ಲಿ ಒಂಟಿ ಮಾಡ್ಲಿಲ್ಲ" ಮೆಚ್ಚುಗೆಯಾಡಿದರು.

"ಮದ್ವೆ ಸಮಯದಲ್ಲು, ಹೆಚ್ಚು ಚಿನ್ನವನೇನು ಕೊಡಲಿಲ್ಲ. ವರ್ಣಗೆ. ಈಗ ಏನಾದ್ರೂ.... ಕೊಡ್ಬೇಕು" ಅಂದ ಅರುಣ. ವಿವಾಹವಾದರೂ ಅವನ ಕುಟುಂಬದ ಒಳಿತು, ನೆಮ್ಮದಿಗೆ ಅವನ ಪ್ರಯಾರಿಟಿ. ವರ್ಣ ಅವನ ಪ್ರೀತಿಯ ತಂಗಿಯೆ - ನಡೆದು ಹೋಗಿದಕ್ಕೆ ಪಶ್ಚಾತ್ತಾಪವಿದೆ.

ಅನನ್ಯನ ಬಿಟ್ಟು ಇಡೀ ಕುಟುಂಬ ಷಾಪಿಂಗ್‌ಗೆ ಹೊರಟಿತು. ಅಲ್ಲಿ ರಾಜೇಶ್ ಇರಲಿಲ್ಲ. ಗೋಪಾಲಸ್ವಾಮಿ ಬಂದು ಬೆಳಿಗ್ಗೆನೇ ಕರೆದೊಯ್ದಿದ್ದರು. ಎಲ್ಲರಿಗಿಂತ ಹೆಚ್ಚು ಖುಷಿಯಾಗಿ ಇದ್ದಿದ್ದು ಅನೂಷ.

"ಸೀಮಂತ ಅಂದರೆ ತುಂಬ ಚೆನ್ನಾಗಿರುತ್ತಲ್ಲ. ನಮ್ಮಕ್ಕನ ಸೀಮಂತವಾದಾಗ ತುಂಬ ಗಿಫ್ಟ್‌ಗಳು ಬಂದಿತ್ತು. ತುಂಬಾ ಸೀರೆಗಳು ಇತ್ತು. ನಂಗೂ ಒಂದೆರಡು ಕೊಟ್ಟಳು" ಅನೂಷ ಹೇಳತೊಡಗಿದಾಗ ಕಸಿವಿಸಿಗೊಂಡ ಕಿರಣ "ಅಣ್ಣ, ಒಂದ್ಕಡೇ ನಿಲ್ಸು. ಒಂದಿಷ್ಟು ಕೆಲ್ಸ ಮುಗ್ಸಿಕೊಂಡ್ ಜ್ಯೂಯಲರ್ಸ್ ಬಳಿಗೆ ಬಂದ್‌ಬಿಡ್ತೀನಿ" ಅಂದಾಗ ಕಿರು ನಗೆ ಬೀರಿದ ಅರುಣ "ಇದು ಬರೀ ಪ್ರಾರಂಭ. ಸದ್ಯಕ್ಕೆ ಮಾತು ಬೇಡ. ಅನನ್ಯ ವಿವಾಹವಾದ್ಮೇಲೆ ಮಾತೇ ಮರ್ತು ಹೋಗಿದೆ. ಚಾಟಿಂಗ್, ಎಸ್‌ಎಂಎಸ್, ಇ-ಮೇಲ್‌ನಲ್ಲಿ ಎಲ್ಲಾ ಮುಗ್ದು ಹೋಗುತ್ತೆ" ಎಂದ. ಆ ಮಾತುಗಳಲ್ಲಿ ಹಾಸ್ಯವಿತ್ತು, ದುಃಖವಿತ್ತು, ಪಶ್ಚಾತ್ತಾಪವಿತ್ತು.... ಇಲ್ಲ ಅದೆಲ್ಲವನ್ನು ಮೀರಿದ ಭಾವವೊಂದಿತ್ತಾ? ಯಾರಿಗೂ ಅರ್ಥವಾಗಲಿಲ್ಲ.

ಅಣ್ಣನ ಕಿವಿಯ ಬಳಿ ಬಗ್ಗಿ ಕಿರಣ ಏನೋ ಹೇಳಿದ "ನನ್ನ ಸೇವಿಂಗ್ಸ್‌ನಲ್ಲಿ...." ಮುಂದೆ ಆಡಿದ್ದು ಯಾರಿಗೂ ಕೇಳಿಸಲಿಲ್ಲ. ಆಮೇಲೆ ಬರೀ ಅವರಿಗೆ ಅರ್ಥವಾಗುವಂಥ ಭಾಷೆಯಲ್ಲಿ ಮಾತಾಡಿಕೊಂಡರು.

ಕಾರು ಪಾರ್ಕ್ ಮಾಡುವಾಗ "ಪ್ಲೀಸ್, ಅತ್ತೆ.... ಈಗ ನಂಗೇನು ಬೇಡ. ಅವ್ರು ಪಚ್ಚೆ ಬಳೆ ಕೊಡ್ಸಿದ್ದಾರೆ. ವಿವಾಹದ ಸಂದರ್ಭದಲ್ಲಿ ಕೊಟ್ಟ ಚಿನ್ನವಿದೆ, ಮತ್ತೇನು.... ಬೇಡ" ಗೋಗರೆತ. ಅರುಣ ಅವಳ ತೋಳನ್ನು ಬಳಸಿ "ನಿನ್ನ ಸಲುವಾಗಿ ಅಲ್ಲ. ಬರೋ ಗೆಸ್ಟ್‌ನ ಫೇವರ್ ಮಾಡ್ಕೋಬೇಕಲ್ಲ. ಪದೇ ಪದೇ ಬರೋಂಥ ಸಂದರ್ಭವಲ್ಲ ಇದು. ಇದೆಲ್ಲ ನಮ್ಮ ಸಲುವಾಗಿ ತಡ್ಕೋಬೇಕು ಕೆನ್ನೆ ಸವರಿದ. ಅವನ ಕೈ ಹಿಡಿದು ತುಟಿ ಕಚ್ಚಿ ಸಂತೋಷ, ದುಃಖವನ್ನ ನುಂಗಿದಳು.

ಶಾಂಭವಿ ತಾನೇ ಆಯ್ಕೆ ಮಾಡಿದರು ನಾಲ್ಕು ಬಳೆಗಳನ್ನ. ಅರುಣ ನೆಕ್ಲೆಸ್ ಖರೀದಿಸಿದರೇ, ಕಿರಣ ಉಂಗುರ ಕೊಂಡ. ಆಮೇಲೆ ಪ್ರತ್ಯೇಕವಾಗಿ ಶಾಂಭವಿ, ಸಕ್ಕೂಬಾಯಿಯ ಸಲಹೆ ಮೇರೆಗೆ ಒಂದು ಉಂಗುರ ಕೊಂಡರು. ಮದುವೆಯಲ್ಲು ಕೂಡ ಇಷ್ಟೊಂದು ಚಿನ್ನ ಪರ್ಚೇಸ್ ಮಾಡಿರಲಿಲ್ಲ. ಅಂತು ಎಲ್ಲರು ಸಂಭ್ರಮದಲ್ಲಿಯೇ ಇದ್ದರು.

ಮಧ್ಯೆ.... ಮಧ್ಯೆ ಬಾಯಿ ಹಾಕುತ್ತಿದ್ದಳು ಅನೂಷಾ. ಅವಳ ವಿಪರೀತ ಚಿನ್ನದ ಮೋಹ ನೋಡಿ ದಂಗಾಗಿದ್ದರು. ಒಂದು ಸಂದರ್ಭದಲ್ಲಿಯಂತು ಹತ್ತು ಲಕ್ಷದ ವಜ್ರದ ಸೆಟ್ ಬೇಕೆಂದು ತಹತಹಿಸಿದಾಗ ಎಲ್ಲಾ ಮುಖ ನೋಡಿಕೊಂಡರು.

"ಈಗ ವರ್ಣನ ಸಲುವಾಗಿ ಬಂದಿದ್ದು." ಕಿರಣ ಪಿಸು ದನಿಯಲ್ಲಿ ಎಚ್ಚರಿಸಿದ "ಪ್ಲೀಸ್, ಗಿಫ್ಟಾಗಿ ಕೊಡ್ಸಿ ಬಿಡಿ" ಸುಸ್ತಾದ "ಅಷ್ಟೆಲ್ಲ, ದೊಡ್ಡ ಗಿಫ್ಟ್‌ಗಳು ಸಿಗೋಲ್ಲ. ಗರ್ಲ್ ಫ್ರೆಂಡ್ ಅಂತ. ಒಂದು ಗುಲಾಬಿ ಕೊಟ್ಟವನಲ್ಲ. ಸಾರಿ...." ಆ ಕಡೆಗೆ ನಡೆದ ಅವಳಿಗೆ ತೀರಾ ನಿರಾಸೆಯಾಯಿತು. ಅವಳ ಭಾವ ವಿದ್ಯೆ ಇಲ್ಲದಿದ್ದರೂ ದೊಡ್ಡ ಕುಳ ಹಣದಲ್ಲಿ. ಚಿನ್ನಕ್ಕೆ ಹಾಕಿದಷ್ಟು ಹಣವನ್ನು ಅವರು ಬೇರೆ ಯಾವುದಕ್ಕೂ ಹಾಕುತ್ತಿರಲಿಲ್ಲ. ಅದೊಂದು ವಿಚಾರ ಅವಳ ಮಿದುಳಿನಲ್ಲಿ ಚಿತ್ರವನ್ನ ಬಿಡಿಸಿತ್ತು.

ಜ್ಯೂಯಲರ್ಸ್‌ನಿಂದ ಹೊರಗೆ ಬಂದ ಶಾಂಭವಿ "ಇಲ್ಲಿಗೆ ನಿಯರ್ ಅನುಷಾ ಅಕ್ಕನ ಮನೆ ಸದ್ಯಕ್ಕೆ ಅಲ್ಲಿಗೆ ಬಿಡು" ಅಂದರು. ಜ್ಯೂಯಲ್‌ನಲ್ಲಿನ ಅವಳ ವರ್ತನೆ ಇಷ್ಟವಾಗಿರಲಿಲ್ಲ. ಹೊರಗೆ ದುಡಿದರೂ ಆಕೆಯಲ್ಲಿನ ಗಾಂಭೀರ್ಯ ಕಡಿಮೆಯಾಗಿರಲಿಲ್ಲ ಎಂತಹ ಪರಿಸ್ಥಿತಿಯಲ್ಲು. ತನ್ನ ಹದ್ದು ಮೀರಿದ ವರ್ತನೆ ಎಂದಿಗೂ ಸುಖ ಕೊಡಲಾರದೆನ್ನುವ ಭರವಸೆ.

ಕಿರಣನಿಗೂ ಅದೇ ಬೇಕಿತ್ತು. ಆಟೋನ ಕರೆದೇ ಬಿಟ್ಟ "ನಾನು ಆಟೋ ಹತ್ತೋಲ್ಲ. ನಮ್ಮ ಭಾವನ ಹತ್ರ ಮೂರು ಕಾರು ಇದೆ" ತಗಾದೆಗೆ ಮಣಿದ ಅರುಣ "ಹತ್ತು, ಅನುಷಾ...." ಎಂದವ, ನೇರವಾಗಿ ಅವಳಕ್ಕನ ಮನೆಯ ಮುಂದೆ ಡ್ರಾಪ್ ಮಾಡಿಯೇ ಸ್ಯಾರಿ ಸೆಂಟರ್‌ಗೆ ಹೋಗಿದ್ದು. ಆರು ಒಂದಿಷ್ಟು ಕಡಿಮೆ ಬೆಲೆಯ ಸೀರೆ, ವರ್ಣಗೆ ಮಾತ್ರ ಗ್ರಾಂಡಾದ ಹಸಿರು ರೇಶಿಮೆ ಸೀರೆ. ಇದರಿಂದ ಅವಳಿಗೇನು ಸಂತೋಷವಾಗಲಿಲ್ಲ.

"ಅತ್ತೆ, ಮನೆಗೆ ಹೋಗಿ.... ಒಂದ್ಮಾತು ಅಪ್ಪನಿಗೆ ತಿಳ್ಸಿ ಆಮೇಲೆ ಬೀಗರ ಮನೆಗೆ ಹೋಗೋಣ" ಎಂದ. ಅವನ ಮನಸ್ಸಿನಲ್ಲಿ ಒಂದು ರೀತಿಯ ಅಳುಕು. ಸ್ಟೇರಿಂಗ್ ವೀಲ್ ಹಿಡಿದು" ಅಂದು ತಪ್ಪು ನಡೆದಿದೆ, ಇಂದು ಅವರುಗಳು ಪ್ರತೀಕಾರ ತೀರಿಸಿಕೊಂಡರೇ?" ಆ ಮಾತುಗೆ ವರ್ಣ ಬೆವತಳು. "ಅಣ್ಣಾ, ಬೇಡವೇ.... ಬೇಡ! ನೀನು ಅವಮಾನಿತ ನಾಗೋದು ನಂಗೆ ಇಷ್ಟವಿಲ್ಲ" ಎಂದಳು ಆವೇಗದಿಂದ. "ಛೆ, ಹಾಗೇನಾಗೋಲ್ಲ. ಅಕಸ್ಮಾತ್ ಏನಾದ್ರೂ ನಡೆದಿದ್ದರೇ, ಅಂದೇ.... ನಡೆಯಬೇಕಿತ್ತು. ಇಲ್ಲಿವರ್ಗೂ, ಎಲ್ಲರೂ.... ಸಮಾಧಾನವಾಗಿಯೇ ನಡೆದುಕೊಂಡಿದ್ದಾರೆ. ವಿಷಯ ತೀರ್ಮಾನವಾಗಿರೋದರಿಂದ ಆವೇಶ, ಪ್ರತೀಕಾರ.... ಅಂಥದ್ದೇನಿದೇ? ಇಲ್ಲ, ನಾನು ಅತ್ತೆ.... ಹೋಗ್ಬರ್ತೀವಿ ಬಿಡಿ. ಎರಡು ಕುಟುಂಬಗಳು ಹೆಚ್ಚು ಸಹಕಾರದಿಂದ ನಡೆದುಕೊಳ್ಳಬೇಕೂಂತಲೇ, ಅಂದು ಲಾಯರ್ ಶಂಭುಲಿಂಗಂನವರು ಹೇಳಿರೋದು. ವರ್ಣಳ ಡೆಲಿವರಿ ಆಗೋವರ್ಗೂ.... ಏನು ನಡೆಯೋಲ್ಲ. ಆಮೇಲೆ ಮುಂದಿನ ಚಾಪ್ಟರ್..." ಎಂದರು. ಮಗು ಯಾರಿಗೂ ಸಮಸ್ಯೆಯಾಗಬಾರದು.

'ಅರುಣ'ಗೆ ಕಾರು ಬಂದಾಗ ಜೋಯಿಸರು ಪತ್ನಿ ಸಮೇತರಾಗಿ ಬಂದು ಕೂತಿದ್ದವರು ದೇಶಾವರಿ ನಗೆ ಬೀರಿ "ಈ ಕಡೆ ಬಂದಿದ್ದೆ. ಒಮ್ಮೆ ನೋಡಿ ಹೋಗೋಣಾಂತ.... ಬಂದ್ವಿ" ಎಂದರು.

ಅಂತು ಅವರು ಪತ್ನಿ ಸಮೇತ ಬಂದಿದ್ದು ಸಮಾಧಾನವೆನಿಸಿತು. ಇದಕ್ಕೆ ಕಾರಣ ಶಾಂಭವಿಯೆಂದು ಯಾರಿಗೂ ಗೊತ್ತಿಲ್ಲ.

"ತುಂಬ ಒಳ್ಳೆಯದಾಯ್ತು" ಎಂದರು ಸಕ್ಕೂಬಾಯಿ ಗೆಲುವಿನಿಂದ. ರಾಜೇಶ್ ಮನೆಯಲ್ಲಿದ್ದರು ರೂಮಿನಿಂದ ಹೊರಗೆ ಬಂದಿರಲಿಲ್ಲ. ಸ್ವಲ್ಪವೇನು ಪೂರ್ತಿ ಅಸಮಾಧಾನವೇ. ಆದರೆ ಒಂಟಿಯಾಗಿ ಹೋರಾಟ ಸಲ್ಲದು ಎನ್ನುವಷ್ಟರಮಟ್ಟಿಗಿನ ವಿವೇಕ ಅವರಲ್ಲಿ ಇತ್ತು.

"ಬಂದೇ...." ಮೆಟ್ಟಿಲೇರಿದ ಮೇಲೆ ಹೋದ.

ರಾಜೇಶ್ ಮುಖದ ಮುಂದೆ ಪೇಪರ್ ಹಿಡಿದು ಕೂತಿದ್ದರು ಅವರೇನು ಓದುತ್ತಿರಲಿಲ್ಲ. ಈಚೆಗೆ ಮನೆಯವರೆಲ್ಲ ಅವರಿಗೆ ವ್ಯತಿರಿಕ್ತವಾಗಿ ವರ್ತಿಸುತ್ತಿದ್ದಾರೆನ್ನುವ ದಟ್ಟವಾದ ಅನುಮಾನ.

"ಅಪ್ಪ, ವರ್ಣಗೆ ಸೀಮಂತ ಮಾಡೋ ವಿಷ್ಯ ನಿಮ್ಗೇ ಗೊತ್ತಿದೆ. ಮನೆಯಲ್ಲಿ ಏರ್ಪಾಟು ನಡೀತಾ ಇದೆ. ಇವತ್ತು ಷಾಪಿಂಗ್ ಕೂಡ ಆಯ್ತು" ಕೂಡುತ್ತ ಹೇಳಿದ. ರಾಜೇಶ್ ಮುಖ ಇನ್ನಷ್ಟು ಬಿಗಿಯಾಯಿತು. ಒಮ್ಮೆ ಅರುಣ ಕೂಡ ಬಂದು ಹೇಳಿದ್ದ. ಅವನೂಂದರೆ ಸ್ವಲ್ಪ ಮೆತ್ತಗಾಗುವುದಕ್ಕೆ ಹಲವಾರು ಕಾರಣಗಳು ಇತ್ತು.

"ನಂಗೆ ಇದೆಲ್ಲ ಇಷ್ಟವಿಲ್ಲಾಂತ ಎಲ್ಲರಿಗೂ ಗೊತ್ತಿದೆ. ಆದ್ರೂ, ಕೆಲ್ಸ ಮುಂದುವರೀತಾ ಇದೆ. ನಾನಾ ಸಮಸ್ಯೆಗಳು ತಾನಾಗಿ ತೆರೆದುಕೊಳ್ಳುತ್ತೆ. ಹಿಮವಂತ್ ಕೂಡ ಏನು ತಿಳಿಯಬಹುದು? ನಾಳೆ ಅವಳ ಮದ್ವೆಗೆ ಕಷ್ಟವಾಗುತ್ತೆ. ಯಾರ್ಗೂ ಆ ಯೋಚ್ನೇ.... ಇಲ್ಲ!" ಎಂದರು ಕನಲಿ.

"ಅವಳೇನು ಕದ್ದು ಬಸಿರಾಗಿಲ್ಲ. ಬೇರೆ ವಿಷ್ಯ ಬಿಡೀ. ಹಿಮವಂತ್‌ಗೂ ಗೊತ್ತಿದೆ. ವಿರೋಧ ಸೂಚಿಸೋ ಅಧಿಕಾರ ಅವನಿಗೂ ಕೂಡ ಇಲ್ಲ. ಈಗ್ಲೂ ವರ್ಣ ಗಂಡ ಶರತ್, ಆ ದಿನ ಎಲ್ಲಾ ಒಪ್ಗೇ ಸೂಚಿಸಿದ್ದೀರಿ. ನಮ್ಮ ಮನೆಗೆ ಅವಳೊಬ್ಬೇ ಹೆಣ್ಣು ಮಗು. ವಿವಾಹ ಕೂಡ ನಾವು ನಿಂತು ಮಾಡಿದ್ದೆ. ಇದಕ್ಕೆ ಸಮಾಜ, ಕಾನೂನಿನ ಅಭಯ ಇದೆ. ಈ ಸಮಯದಲ್ಲಿ ತವರಿನವರಾಗಿ ಮಾಡಬೇಕಾದ್ದನ್ನೆಲ್ಲ, ಮಾಡ್ಬೇಕು. ಇವತ್ತು ಶರತ್ ಮನೆಗೆ ಹೊರಟಿದ್ದೀವಿ" ತಿಳಿಸಿದ. ಅವರು ಅವಾಕ್ಕಾದರು. ಅವನು ತಿಳಿಸಿ ಹೋಗಲು ಬಂದಿದ್ದನೇ ವಿನಃ ಇವರ ಒಪ್ಪಿಗೆ ಕೇಳೋಕೆ ಬಂದಿರಲಿಲ್ಲ. ಅದು ಅರ್ಥವಾಗಿತ್ತು.

"ನಿಮ್ಮ ಅತ್ತೆ ಆ ಕುಟುಂಬದ ಪರ ನಿಂತ್ ನಿಮ್ಗೆಲ್ಲ ತಯಾರಿ ಕೊಟ್ಟಿದ್ದಾಳೆ. ಒಂದು ರೀತಿಯಲ್ಲಿ ಸೇಡು ತೀರಿಸ್ಕೋತಾ ಇದ್ದಾಳೆ" ಅನ್ನುವ ವೇಳೆಗೆ ಬಂದ ಕಿರಣ "ಅದು ನಿಮ್ಮ ಭಾವನೆ ಅಷ್ಟೆ. ಯಾವಾಗ್ಲೂ ನಿಮ್ಮ ಮೂಗಿನ ನೇರಕ್ಕೆ ಯೋಚಿಸ್ತೀರಿ. ಅನಾಹುತ ಸಂಭವಿಸಿದರೇ, ಬೇರೆಯವರತ್ತ ಬೆಟ್ಟು ತೋರಿಸ್ತೀರಿ. ಹಾಗೆಲ್ಲ ಯೋಚ್ಸಬೇಡಿ. ಅತ್ತೆ ನಿಂತಿದ್ದು ನಿಸ್ಸಹಾಯಕ ಬಸುರಿ ಹೆಣ್ಣು ಮಗಳ ಹಿಂದೆ. ಇಲ್ಲದಿದ್ದರೇ ಅನ್ಯಾಯವಾಗ್ತ ಇದ್ದಿದ್ದು ಅವಳಿಗೆ. ದಯವಿಟ್ಟು ಯೋಚ್ಸೋದು ಬಿಡಿ. ಜೋಯಿಸರು ಬಂದಿದ್ದಾರೆ. ನಿಮ್ಹತ್ರ ಮಾತಾಡ್ಬೇಕೂಂತ. ಯಾರ್ಗೇ ಇಷ್ಟವಿರಲೀ, ಬಿಡಲೀ.... ನಿಮ್ಗೇ ಪಾಪ ತಟ್ಟದೇ ಇರಲೀಂತ ಸೀಮಂತ ಮಾಡ್ತಾ

ಇದ್ದೀವಿ, ನೀವು.... ಬನ್ನಿ.... ಬಿಡೀ... ನಾನು ಅವ್ರ ಮನೆಯವರ ಆಹ್ವಾನಿಸಿ ಬರೋಕೆ ಹೋಗ್ತಾ.... ಇದ್ದೀನಿ... ನಡಿಯೋ ಅಣ್ಣ, ಹೊತ್ತು ಆಯ್ತು" ಎಬ್ಬಿಸಿಕೊಂಡು ಹೊರಟೇ ಬಿಟ್ಟ.

ಸಾದಾ ಬೈಗಳನ್ನು ತಿಂಗುಕೊಂಡು ಇರುತ್ತ ಇದ್ದ ಕಿರಣ ಇಷ್ಟು ಮಾತಾಡೋಕೆ ಅವನ ಸಂಪಾದನೇನೇ ಕಾರಣವೆಂದುಕೊಂಡರು.

ತಾವಾಗಿ ರಾಜೇಶ್ ಕೆಳಗಿಳಿದು ಬರಲಿಲ್ಲ. ಜೋಯಿಸರ ಸಮೇತ ತಿಮ್ಮಪ್ಪಯ್ಯನವರ ಮನೆಗೆ ಹೋದರು ಅರುಣ, ಕಿರಣ ಜೊತೆಗೆ ಅಕ್ಷತೆ ಹಿಡಿದು ಸಕ್ಕೂಬಾಯಿ, ಶಾಂಭವಿ. ಅಷ್ಟು ಸಂಭ್ರಮ ಇರಲಿಲ್ಲ, ಎಲ್ಲರಿಗೂ ಒಂದು ರೀತಿಯಲ್ಲಿ ಅಳುಕು.

ಸ್ವಾಗತಿಸಿದ್ದು ಲೀಲಾವತಿ ನಾಟಕೀಯ ಸಂಭ್ರಮದಿಂದಲೇ ಆಕೆ ಈ ವಿಚಾರದಲ್ಲಿ ಗಂಡನ ಜೊತೆ ವಾದಿಸಿ ಸುಸ್ತಾಗಿದ್ದರು. 'ಆ ರಾಜೇಶ್ ಮಗಳು ನನ್ನ ಸೊಸೆ ಅಲ್ಲ, ಅವಳು ಹಡಿಯೋ ಮಗು ನನ್ನ ಮೊಮ್ಮಗು ಅಲ್ಲ' ಎಂದು ರೇಗಾಡಿದ್ದಕ್ಕೆ ಒಂದು ಜಗಳ ಅಷ್ಟೆ. ಆದರೆ ತಿಮ್ಮಪ್ಪಯ್ಯ ಅಂಥ ಕಟುಕ ಅಲ್ಲ. ವರ್ಣ ಸೊಸೆಯಾಗಿ ಆ ಮನೆಗೆ ಕಾಲಿಟ್ಟಾಗ ಹೆಚ್ಚು ಹರ್ಷಿಸಿದ್ದು ಆತನೇ 'ಒಂದೇ.... ಒಂದು ಕೊರಗು ಇತ್ತು. ಈ ಮನೆಯಲ್ಲಿ ಒಂದು ಹೆಣ್ಣು ಮಗು ಓಡಾಡಲ್ಲಿಲ್ಲದಲ್ಲಾಂತ. ಈಗ ಸೊಸೆಯಾಗಿ ಬರೋ ವರ್ಣ ನಮ್ಗೇ.... ಮಗಳು ಕೂಡ' ಎಂದು ಆನಂದ ಭಾಷ್ಪ ಸುರಿಸಿದ್ದರು. ಆದರೆ.... ಈಗ....! 'ನಿನ್ನಿಷ್ಟ.... ಮುಂದೆ ಅವನ ಭವಿಷ್ಯಕ್ಕೆ ತೊಡಕಾಗ್ಬಾರ್ದು. ಈಗಾಗಲೇ ಮಗಳಿಗೆ ಗಂಡನ್ನ ಹುಡ್ಕಿ ಇಟ್ಕೊಂಡಿದ್ದಾರೆ, ದೊಡ್ಡ ಓದು ಓದಿದವನನ್ನ. ನನ್ನ ಪಿಯುಸಿ ಮಗ ಯಾಕೆ ಬೇಕು? ನನ್ಮಗ ಒಂದು ಸಾಮ್ರಾಜ್ಯವನ್ನೆ ಕಟ್ತಾನೆ' ಎಂದು ಎದೆಯುಬ್ಬಿಸಿ ಹೇಳಿ ಹೋಗಿದ್ದರು.

ಗಲಾಟೆ ಮಾಡಿಕೊಂಡು ಹೋದ ಮೇಲೆ ಅರುಣ, ಕಿರಣ ಇಂದೇ ಇಲ್ಲಿಗೆ ಬಂದಿದ್ದು! ಅವರು ಮುಜುಗರ ಅನುಭವಿಸುತ್ತಲೇ ಒಳಗಡಿ ಇಟ್ಟರು.

"ಎಲ್ಲಾ, ಬಂದಿದ್ದು ತುಂಬಾ ಸಂತೋಷವಾಯಿತು" ಅಂದರು ಲೀಲಾವತಿ. ಹಿಂದೆಯೇ "ಹೇಗಿದ್ದಾಳೆ ವರ್ಣ?" ವಿಚಾರಿಸಿದರು.

"ಚೆನ್ನಾಗಿದ್ದಾಳೆ" ಅಂದಿದ್ದು ಸಕ್ಕೂಬಾಯಿ.

ಎಲ್ಲಾ ಕೂತು ಎಲ್ಲೆಡೆ ನೋಟ ಹರಿಸಿದರು. ಇಡೀ ಸನ್ನಿವೇಶವೇ ಬದಲಾದಂತಿತ್ತು. ಮನೆಯ ಒಳ ಆವರಣ ರಿಚ್ ಆಗಿ ಕಂಡಿತು. ಇಡೀ ಇನ್‌ಡೋರ್ ಡೆಕೊರೇಷನ್‌ನಿಂದ ಇಡೀ ಪರಿಸರಕ್ಕೆ ಶೋಭೆ ತಂದಂತಿತ್ತು. ಲೀಲಾವತಿನ ಸ್ವಲ್ಪ ಚೆನ್ನಾಗಿ ಗಮನಿಸಿದರು. ಎರಡೆರಡು ಇದ್ದ ಬಂಗಾರದ ಬಳೆಗಳು ಎಂಟಕ್ಕೆ ಏರಿತ್ತು. ಹೊಸ ಮಾದರಿಯ ದಪ್ಪನೆಯ ಸರಕ್ಕೆ ಮಾಂಗಲ್ಯವನ್ನು ಪೋಣಿಸಿಕೊಂಡಿದ್ದರು. ಅಂತು ಅಲ್ಲಿ ಶ್ರೀಮಂತಿಕೆ ಎದ್ದು ಕಾಣುತಿತ್ತು. ಇದೆಲ್ಲ ಶರತ್‌ನ ಸಂಪಾದನೆ!

"ಗುಡ್, ಇನ್‌ಡೋರ್.... ಡೆಕೋರೇಷನ್ ಬ್ಯೂಟಿಫುಲ್. ಎಂಥ ಕಲಾತ್ಮಕ ಪೈಂಟಿಂಗ್ಸ್. ವಾಲ್ ಪೈಂಟಿಂಗ್ ಕಲರ್ಸ್‌ಗೆ ಮ್ಯಾಚಾಗುವಂಥ ಕಾರ್ಪೆಟ್ ಎವ್ವೆರಿಥಿಂಗ್ ಈಜ್ ಬ್ಯೂಟಿಫುಲ್" ಉದ್ಧರಿಸಿಬಿಟ್ಟ ಅರುಣ. ಸತ್ಯವನ್ನೆ ಆಡಿದ್ದ. ಅದ್ಭುತವಾದ

ಬದುಕೇಂದರೆ ಅವನಿಗೆ ಊಟ, ತಿಂಡಿ, ಶ್ರೀಮಂತಿಕೆ ಮಾತ್ರವಲ್ಲ, ಸುತ್ತಲ ವಾತವರಣವನ್ನ ಕಲರ್ ಫುಲ್ ಆಗಿರಿಸುವ ಇಚ್ಛೆ.

ಆಕೆಯ ಮುಖ ಅಗಲವಾಯಿತು.

"ಇದೆಲ್ಲ ನಮ್ಮ ಶರತ್‌ದೇ. ಅವನು ಬೇರೆ.... ಬೇರೆ ಏನೋ ಮಾಡೋ ಯೋಜನೆ ಹಾಕ್ಕೊಂಡಿದ್ದಾನೆ" ಅಂದ ಲೀಲಾವತಿ ನಾಲಿಗೆ ಕಚ್ಚಿಕೊಂಡರು. "ಒಂದು ನಿಮಿಷ.... ಬಂದೇ" ಒಳಗೆ ಹೋದರು. ಪಿಯುಸಿಯೆಂದು ಹಂಗಿಸಿದರ ಮುಂದೆ ಮಗನ ವಿಷಯ ಮಾತಾಡಿದ್ದು ತಪ್ಪೆನಿಸಿತು.

ಇದ್ದಿದ್ದರಲ್ಲಿ ಜೋರಾಗಿಯೇ ಸತ್ಕರಿಸಿದರು, ಕಡೆಗೆ ಶಾಂಭವಿ "ಭಾನುವಾರ ವರ್ಣಗೆ ಸೀಮಂತ. ನೀವುಗಳು ಹಿಂದಿನ ದಿನವೇ ಬರ್ಬೇಕು. ಯಜಮಾನ್ರು....?" ಕೇಳಿದರು. ಅವರಿಗೂ ತಿಮ್ಮಪ್ಪಯ್ಯನವರನ್ನು ಮಾತಾಡಿಸುವ ಇಚ್ಛೆ ಇರಲಿಲ್ಲ. "ಹೊರ್ಗಡೆ.... ಹೋಗಿದ್ದಾರೆ. ನೀವ್‌ಗಳು ಬರೋ ವಿಚಾರ ಗೊತ್ತಿರಲಿಲ್ಲ. ನಾನು ತಿಳಿಸ್ತೀನಿ "ಆ ಜವಾಬ್ದಾರಿಯನ್ನು ಅವರ ಮೇಲೆ ಹಾಕಿಕೊಂಡರು. ಗಲಾಟೆ ಇಲ್ಲದೆ ಬಂದ ಕೆಲಸ ಮುಗಿಯುತ್ತೆ ಎನ್ನಿಸಿದಾಗ ನೆಮ್ಮದಿಯೆನಿಸಿತು.

ಎಲ್ಲ ಮುಗಿಸಿ ಕಾರು ಹತ್ತಿದಾಗ ಉಸಿರು ಕಟ್ಟಿದ ವಾತಾವರಣದಿಂದ ಬಿಡುಗಡೆಯಾದಂತೆ ನಿಟ್ಟುಸಿರುಬಿಟ್ಟರು.

"ಆ ಮನುಷ್ಯ ಮನೆಯಲ್ಲಿ ಇಲ್ಲದ್ದೇ ಒಳ್ಳೆಯದಾಯಿತು ಮೋಸ್ಟ್..... ತಿಮ್ಮಪ್ಪಯ್ಯ ಬರೋಲ್ಲ. ಬಡಿದವರು, ಬಡಿಸಿಕೊಂಡವರು ಇಬ್ಬರು ಬೇಡ. ಶರತ್.... ಬರ್ತಾನೆ. ಬಂದರೂ ಅಂಥ ಗಲಾಟೆಯೇನು ಆಗೋಲ್ಲ. ತೀರಾ....ಡೀಸೆಂಟ್." ಎಂದು ಕಿರಣ ಬಾಯನ್ನು ಹರಿಯ ಬಿಟ್ಟ. ಇದು ಎಲ್ಲರ ಮನದ ಮಾತು ಕೂಡ.

ಇವರುಗಳು ಅರುಣ ತಲುಪುವ ವೇಳೆಗೆ ಅನೂಷಾ ಬಂದಿದ್ದಳು. ಕಿರಣ ಮುಖ ತಿರುಗಿಸಿಕೊಂಡು ಹಣೆ ಗಟ್ಟಿಸಿಕೊಂಡ. ಈಗಾಗಲೇ ಅವನದು ಬೇರೆ ಲೆಕ್ಕಾಚಾರವಾಗಿತ್ತು.

"ತೀರಾ ಇನ್ನೋಸೆಂಟ್ ಎನಿಸುತ್ತೆ. ಇವ್ಳು ಪಿಯುಸಿನು ಡೌಟ್. ಹಣ ಕೈಗೆ ಸಿಕ್ಕಿದ್ದರಿಂದ.... ಇವರುಗಳು ಬೇರೆ.... ಬೇರೆ.... ತರಹ ಹರಿದಾಡ್ತ ಇದ್ದಾರೆ. ಅಂತು ಬಿಗಿಯಾಗಿ ಅಪ್ಪನನ್ನೇ ಹಿಡಿದಿದ್ದಾರೆ ಇಬ್ಬರಿಗೂ ಸ್ಟೇಟಸ್ ಮೇನಿಯಾ. ಬಿ ಕೇರ್ ಫುಲ್.... ಜೀವ್ನ ಪೂರ್ತಿ ಜೊತೆಯಾಗಿ ಇರಬೇಕಾಗುತ್ತೆ" ಎಂದು ತಮ್ಮನ ಭುಜದ ಮೇಲೆ ಕೈ ಹಾಕಿದ. ಅನನ್ಯ, ಅರುಣನದು ಡಿವೋರ್ಸ್ ಕೇಸ್ ಅಲ್ಲ. ಅಂಥ ಅವಕಾಶವನ್ನ ಕಲ್ಪಿಸಿಕೊಳ್ಳಲಾರ ಕೂಡ.

ಈಗಾಗಲೇ ಕಿರಣ ಒಂದು ತೀರ್ಮಾನಕ್ಕೆ ಬಂದಿದ್ದ.

ಭಾನುವಾರ ತುಸು ಅಳುಕಿನಿಂದಲೇ ಶುರುವಾಯಿತು. ಸಕ್ಕೂಬಾಯಿ ಹರಳೆಣ್ಣೆಗೆ ಚಿಟಿಕೆ ಅರಿಶಿನ ಹಾಕಿ ಬಿಸಿ ಮಾಡುತ್ತ "ಶರತ್ ಇರಬೇಕಿತ್ತು ವರ್ಣ ಬಾಯಿಬಿಟ್.... ಏನು ಹೇಳಿಕೊಳ್ಳದಿದ್ದರೂ ಗಂಡನ ಬಯಕೆ ತಪ್ಪು ಅನ್ನೋದಿಕ್ಕಾಗುತ್ತ? ಅವ್ರು ಬರ್ತಾರೋ, ಇಲ್ವೋ.... ಅನ್ನೋ ಆತಂಕ ಶುರುವಾಗಿದೆ. ನೆಂಟರಿಷ್ಟರಿಗೆ ಹೇಳೋದು ಬೇಡಾಂದ್ರು....

ನಿಮ್ಮಣ್ಣ. ಮನೆ ಭಣ ಭಣ ಅಂತಾ ಇದೆ. ಇಂಥ ಸಮಾರಂಭಗಳಿಗೆ ಮನೆ ತುಂಬ ಜನ ಇದ್ದರೇನೇ ಚಂದ." ಆಕೆ ಬಡಬಡಿಸಿದರು.

ಆದರೆ ಗೋಪಾಲಸ್ವಾಮಿಯ ಇಡೀ ಕುಟುಂಬ ಬಂದು ಮನೆ ತುಂಬಿಕೊಂಡಾಗ ಕಳೆ ಕಟ್ಟಿದಂತಾಯಿತು. ಶಾಂಭವಿ ತಮ್ಮ ಮೊಬೈಲ್‌ನಿಂದ ಒಂದು ನಾಲ್ಕು ಸಲವಾದರೂ ಲೀಲಾವತಿಗೆ ಫೋನ್ ಮಾಡಿದ್ದರು. ಆಕೆ ಫೋನ್ ತೆಗೆಯದಿದ್ದಾಗ ನಿಜವಾಗಿಯೂ ಆತಂಕಗೊಂಡರು.

ವರ್ಣ ಅಂತು ತೀರಾ ಸಪ್ಪಗಿದ್ದಳು. ಪದೇ ಪದೇ ಅವಳ ಕಣ್ಣುಗಳು ಹುಡುಕಾಡುತ್ತಿದ್ದುದ್ದು ಶರತ್‌ನೆಂದು ಎಲ್ಲರಿಗೂ ಗೊತ್ತು. ಹೆಚ್ಚು ಕಡಿಮೆ ನಿಸ್ಸಹಾಯಕರೇ ಎಲ್ಲರೂ.

"ಅತ್ತೆ, ನಂಗ್ಯಾಕೋ.... ತಲೆನೋವು" ಎಂದಳು.

"ಯಾಕೋ, ಈಚೀಚೆಗೆ ಲವಲವಿಕೆ ಕಾಣಿಸ್ತಾ ಇಲ್ಲ. ಹೊಟ್ಟೆಯಲ್ಲಿರುವ ಮಗುವಿನ ಮೇಲೆ ಹೆಚ್ಚು ಪರಿಣಾಮ ಬೀರುತ್ತೆ "ಡಾಕ್ಟರ್ ಎಚ್ಚರಿಸಿದ್ದರು. ಅಂದಿಗೆ ಐದು ತುಂಬಿ ಆರಕ್ಕೆ ಬೀಳುತಿತ್ತು.

"ಸ್ವಲ್ಪ ಮಲಗ್ತೀನಿ" ಎದ್ದಳು.

ರೂಮಿಗೆ ಕರೆದೊಯ್ದು ಮಲಗಲು ಬಿಟ್ಟು "ಶರತ್‌ಗೆ ಫೋನ್ ಮಾಡು. ನಾವು ಹೋಗಿ ಆಹ್ವಾನ ಕೊಟ್ಟು ಬಂದಿದ್ದೀವಿ. 'ಅಹಂ' ತೊರೆದು ಅರುಣ ಕೂಡ ಫೋನ್‌ನಲ್ಲಿ ಆಹ್ವಾನಿಸಿದ್ದಾನೆ. ಹೇಗೋ ಎಲ್ಲಾ ನಡೆದು ಹೋಗುತ್ತೆ ಬೇರೆಯವರಿಗೆ ಏನಾದ್ರೂ.... ಸಬೂಬು ಹೇಳ್ಬಹ್ದು. ಆದರೆ ನಿನ್ನ.... ಮತ್ತು ನಿನ್ನ ಮಗುವಿಗೆ...." ಆಕೆಯ ಕಂಠ ಗದ್ಗದವಾಯಿತು.

ವರ್ಣಗೆ ಅಳು ತಡೆಯಲಾಗಲಿಲ್ಲ. ಶಾಂಭವಿ ತಾವೇ ಬಟನ್‌ಗಳನ್ನೊತ್ತಿ, ಶರತ್ ಸಂಪರ್ಕಕ್ಕೆ ಬಂದಾಗ "ವರ್ಣಳೊಂದಿಗೆ ಮಾತಾಡಿ" ಅವಳ ಕೈಗೆ ಸೆಲ್ ಕೊಟ್ಟು ರೂಮಿನಿಂದ ಹೊರಗೆ ನಡೆದರು. ಬಿಕ್ಕಿದ್ದು.... ಬಿಕ್ಕಿದ್ದು.... ಅಳುವನ್ನು ಹತೋಟಿಯಲ್ಲಿಡಲು ಅವಳಿಂದ ಸಾಧ್ಯವಿಲ್ಲದಾಯಿತು "ವರ್ಣ ಹೊರಟಿದ್ದೀವಿ. ಮಧ್ಯೆ ಬ್ಲಾಕ್ ಆಗಿರೋದ್ರಿಂದ.... ಒಂದು ಅರ್ಧ ಗಂಟೆ ಲೇಟಾಗಬಹುದು" ಅಂದು ಫೋನ್ ಕಟ್ ಮಾಡಿದ. ಒಮ್ಮೆಲೆ ಅವಳ ಮುಂದೆ ಹರಡಿಕೊಂಡಿದ್ದ ಮಂಜು ಎಲ್ಲಾ ಸೂರ್ಯನ ತಾಪಕ್ಕೆ ಕರಗಿ ಎಲ್ಲಾ ಸ್ಪಷ್ಟವಾಯಿತು. ಹರ್ಷದಿಂದ ಉದ್ಗರಿಸಿದ್ದು "ಅತ್ತೆ, ಅವರು ಬರ್‍ತಾ ಇದ್ದಾರೆ."

ಬಾಗಿಲ ಬಳಿಯಲ್ಲಿ ನಿಂತಿದ್ದ ಶಾಂಭವಿಗೆ 'ಝುಲ್' ಎನಿಸಿತು. ಗಂಡನಿಗಾಗಿ ಇಷ್ಟೊಂದು ಸಂಭ್ರಮಪಡುವ ವರ್ಣ ಹೇಗೆ ಡಿವೋರ್ಸ್ ಪೇಪರ್‌ಗಳಿಗೆ ಸಹಿ ಹಾಕಿದಳು? ಅವರಿಬ್ಬರ ಮಧ್ಯೆ ವಿರಸವಿದ್ದಿದ್ದರೇ, ಬಿಡುಗಡೆ ಸುಲಭವಾಗುವುದರ ಜೊತೆಗೆ ಮುಂದಿನ ಬದುಕು ಹಸನಾಗುತ್ತಿತ್ತು. ಇಲ್ಲಿ ವಿಷಯವೇ ಬೇರೆಯದಾಗಿತ್ತು.

ಮೈ ಭಾರವೆನಿಸಿದ್ದರಿಂದ ನಿಧಾನವಾಗಿ ಬಾಗಿಲ ಬಳಿಗೆ ಬರುವ ವೇಳೆಗೆ ಬಂದ ಸಕ್ಕೂಬಾಯಿ "ಬೀಗರ ಮನೆಯಿಂದ ಯಾರೂ ಬರ್ಲಿಲ್ಲ. ನಿಮ್ಮಪ್ಪ ಒಂದೇ ವರಾತ

ಹಚ್ಚಿದ್ದಾರೆ, ನಾವ್ಹೋಗಿ ಕರ್ದು ಅವಮಾನ ಮಾಡ್ಸಿಕೊಂಡಿದ್ದೀವೀಂತ ನಮ್ಮ.... ನಮ್ಮ.... ಸಂಕಟ ಅವ್ರಿಗೆ ಹೇಗೆ ಅರ್ಥವಾದೀತು? ಈ ಮನುಷ್ಯನಿಗೆ ಹೃದಯ, ಮನಸ್ಸು ಅನ್ನೋದೇನಾದ್ರೂ.... ಇದ್ಯಾ? ಹೇಗೆ.... ಸಂಸಾರ ಮಾಡ್ದೆ, ಇಷ್ಟು ವರ್ಷ?" ತಾಳ್ಮೆ ಕಳೆದುಕೊಂಡು ತುಸು ಜೋರಾಗಿಯೆ ಗೊಣಗಿದ್ದು ಕೇಳಿಸಿಕೊಂಡ ಶಾಂಭವಿ ಜೋರಾಗಿ ನಕ್ಕರು. "ಅತ್ಗೇ, ಈಗ್ಲೂ.... ನೀವು ಅಣ್ಣನ ವಿರುದ್ಧ ನಿಂತರೇ, ಟೋಟಲೀ ಎಲ್ಲಾ ನಿಮ್ಮ ಸಪೋರ್ಟ್‌ಗೆ ನಿಲ್ತಾರೆ. ಒಮ್ಮೆ ಅದು ಪರೀಕ್ಷೆಯಾಗಿ ಬಿಡ್ಲೀ. ಆಗ್ಲಾದ್ರೂ ಅಣ್ಣನಿಗೆ ಸ್ವಲ್ಪ ಬುದ್ಧಿ ಬರುತ್ತೇನೋ?" ಸಕ್ಕೂಬಾಯಿ ತೀರಾ ಗಾಬರಿಯಾಗಿ ಅತ್ತಿತ್ತ ನೋಡಿದರು.

"ಅಯ್ಯೋ, ನನ್ನ ಗೊಣಗಾಟ ಅಲ್ಲಿವರ್ಗ್ಗೂ.... ಕೇಳಿಸ್ತಾ? ಸದ್ಯ ಸುಮ್ನೇ ಇರೀ. ಹೇಗೋ, ಇದ್ಕೊಳ್ಳಿ, ನಾನು ಈಗೀಗ ಸ್ವಲ್ಪ ಬುದ್ಧಿವಂತೆ ಆಗಿದ್ದೀನಿ ಕೇಳೋಷ್ಟು ಮಾತ್ರ.... ಕೇಳೋದು" ಎಂದು ಮುಸಿ ಮುಸಿ ನಕ್ಕರು.

ಭುಜದಿಂದ ಇಳಿ ಬಿದ್ದ ಕೂದಲನ್ನು ಹಿಂದಕ್ಕೆ ತಳ್ಳಿಕೊಂಡ ವರ್ಣ ಆಯಾಸದಲ್ಲು ನಕ್ಕಳು. ತಂದೆ ಸ್ವಲ್ಪ ಮುಂಗೋಪಿ. ಹಟಮಾರಿಯಾದರೂ ಹೆಂಡತಿ, ಮಕ್ಕಳು, ಸಂಸಾರವೆಂದರೆ ಅಪಾರವಾದ ಕಾಳಜಿಯುಳ್ಳ ಮನುಷ್ಯನೆನ್ನುವ ಗೌರವವಿತ್ತು. ಎಲ್ಲಕ್ಕಿಂತ ಹೆಚ್ಚಾಗಿ ಸಮಾಜದಲ್ಲಿ ತಮ್ಮ ಸ್ಟೇಟಸ್ ಬೆಳೆಯಬೇಕೆನ್ನುವ ಪರದಾಟವುಳ್ಳ ವ್ಯಕ್ತಿ. ಮಗಳೆಂದರೆ ತುಂಬ ಮಮತೆ, ಅಲ್ಲಿ ತನ್ನ ಅಭಿಪ್ರಾಯವೇ ಸರಿಯೆನ್ನುವ ಮೂರ್ಖತನ ಎಲ್ಲಾ ಗುಣಗಳನ್ನು ನುಂಗಿ ಹಾಕುತ್ತಿತ್ತು.

ಶಾಂಭವಿ ಅತ್ತಿಗೆಯ ಮುಂದೆ ಬಂದು ನಿಂತು "ಸುಮ್ನೇ ಟೆನ್‌ಷನ್ ಮಾಡ್ಕೋಬೇಡಿ. ಈಗ ವರ್ಣ ಫೋನ್ ಮಾಡಿದ್ಲು ಶರತ್‌ಗೆ. ಮನೆಯಿಂದ ಹೊರಟು ಟ್ರಾಫಿಕ್‌ನಲ್ಲಿ ಸಿಕ್ಕಿ ಹಾಕ್ಕೊಂಡಿದ್ದಾರಂತೆ ಇನ್ನೇನು ಯೋಚ್ನೆ ಇಲ್ಲ. ಸ್ವಲ್ಪ ತಡವಾಗಬಹುದಷ್ಟೆ. ಇವತ್ತು ಅನನ್ಯ ಕೂಡ ಮನೆಯಲ್ಲೆ ಉಳ್ದುಕೊಂಡಿದ್ದಾಳೆ. ರೂಮಿನಲ್ಲಿರೋದರಿಂದ, ಬಾಗಿಲು ತೆಗ್ಗೀ ಹೊರ್ಗೆ ಕರ್ಕಂಡ್ ಬರಬಹುದು." ಎಂದ ಮೇಲೆ ಸಕ್ಕೂಬಾಯಿಯ ಉದ್ವೇಗ ಕಡಿಮೆ ಆಯಿತು.

ಸ್ವಲ್ಪ ತಡವಾಯಿತೆಂದುಕೊಂಡರು ಶರತ್ ಜೊತೆ ಅಮ್ಮ ಹೇಮಂತ್ ಮತ್ತು ಅವನ ಮಡದಿ ಬಂದಿದ್ದು ಹೆಚ್ಚು ಸಂತೋಷ ತಂದಿತು. ಶರತ್ ತಿಳಿಸಿದ ಒಂದು ಕರೆಗೆ ಮನ್ನಣೆ ಕೊಟ್ಟು ಬಂದಿದ್ದು ಅಚ್ಚರಿಯೇ. ಆದರೆ ಅದರ ಹಿಂದೆ ಒಂದು ಆಸೆ ಇತ್ತು. 'ವರ್ಣ ಹೆರುವ ಮಗು ತಮ್ಮದಾಗಲಿ' ಎನ್ನುವ ಹೆಬ್ಬಯಕೆ ಇಲ್ಲಿ ಕೆಲಸ ಮಾಡಿತ್ತು.

"ನಿಮ್ಮ ಸೊಸೇನ ಹೇಗೆ ಬೇಕಾದರೂ ಸಿಂಗರಿಸಿಕೊಳ್ಳಿ" ಲೀಲಾವತಿಯನ್ನ ಕರೆದು ತಮ್ಮ ರೂಮಿನಲ್ಲಿದ್ದ ವರ್ಣಾಳ ಮುಂದೆ ಕೂಡಿಸಿದವರು "ಒಂದು ಸಣ್ಣ ರಿಕ್ವೆಸ್ಟ್. ಅವರಿಬ್ಬರದು ಒಲ್ಲದ ದಾಂಪತ್ಯವಾಗಿದ್ದರೇ, ಹಿರಿಯರು ಬುದ್ಧಿ ಹೇಳಿ ಬಾಳ್ವೆ ಸರಿ ಮಾಡಬಹುದಿತ್ತು. ಇಲ್ಲಿ ಬೇರೆಯ ರೀತಿ! ಪೋಷಕರೇ ಜೋಡಿಯನ್ನ ಬೇರ್ಪಡಿಸಲು ಸಿದ್ಧವಾಗಿರೋದು.... ವಿಪರ್ಯಾಸ. ಆದರೆ ಈಗ್ಲೂ ಅವರಿಬ್ಬರು ದಂಪತಿಗಳೇ. ಬಸುರಿ ಹುಡ್ಗೀ.... ಒಂದ್ಗಂಟೆ ಏಕಾಂತ ಒದಗಿಸೋಣ ನಿಮ್ಮ ಆಕ್ಷೇಪಣೆ ಇಲ್ಲದಿದ್ದರೇ...." ಅನುಮಾನಿಸುತಲೇ ಅಂದರು. ಲೀಲಾವತಿಗೆ ಅಳುವೇ ಬಂದು ಬಿಟ್ಟಿತು. ಶಾಂಭವಿಯ

ಎರಡು ಕೈಗಳನ್ನು ಹಿಡಿದು ಕಣ್ಣೀರು ಸುರಿಸಿದರು.

"ಖಂಡಿತ.... ಖಂಡಿತ.... ಶರತ್‌ಗೆ ನಾನು ತಾಯಿ. ಅವನು ಹೇಗೆ ನಮ್ಮ ಬಗ್ಗೆ ಕಾಳಜಿ ವಹಿಸ್ತಾನೋ, ಅದಕ್ಕಿಂತ ಹತ್ತು ಪಟ್ಟು ಅವನ ಸುಖ, ಸಂತೋಷ, ಭವಿಷ್ಯದ ಬಗ್ಗೆ ಹೆತ್ತವರಿಗೂ ಇರುತ್ತೆ. ನಾನು ಶರತ್‌ನ.... ಕರೀತೀನಿ" ಹೊರಗೆ ಹೋದರು.

ವರ್ಣಳ ಹೃದಯ ತುಂಬಿ ಬಂತು ಕೆಟ್ಟವರೆಂದು ಯಾರತ್ತ ಬೆಟ್ಟು ತೋರಿಯಾಳು? ಆ ಸಮಯದಲ್ಲಿ ಶರತ್ ಎದೆಯ ಮೇಲೆ ತಲೆಯಾನಿಸಿ ಕಣ್ಣು ಮುಚ್ಚಬೇಕೆನಿಸಿತು. ಆ ಸಂತೋಷಕ್ಕಿಂತ ಮತ್ತೆ ಯಾವುದು ಬೇಕೆನಿಸಲಿಲ್ಲ.

"ವರ್ಣ...." ಶರತ್ ರೂಮಿನೊಳಕ್ಕೆ ಬಂದವ ನಿಂತ. 'ಬಸಿರು ಅನ್ನೋದೆ ಒಂದು ರೀತಿಯ ಚೆಲುವೆ. ತಾಯ್ತನ ಹೊತ್ತ ಹೆಣ್ಣಿನಲ್ಲಿ ಮಾತೃತ್ವದ ಛಾಯೆ ಆವರಿಸಿ ಸೃಷ್ಟಿಕಾರ್ಯಕ್ಕೆ ಅನುವಾಗುವ ಪವಿತ್ರ ಲಕ್ಷಣಗಳು' - ಮೈ ಮರೆತು ನೋಡಿದ. ತನ್ನ ಮಗುವನ್ನು ಹೊತ್ತವಳ ಬಗೆಗಿನ ಅನುರಾಗ ಉಕ್ಕಿ ಉಕ್ಕಿ. ತೋಳಲ್ಲಿ ತುಂಬಿಕೊಂಡ ಮೈಮರೆತು ಚುಂಬಿಸಿದ. ಆ ಕ್ಷಣಗಳು ಶಾಶ್ವತವಾಗಿ ಬಿಡಲಿಯೆಂದು ದೇವರು ಹರಸಿ ಬಿಡಲೀಯೆನ್ನುವ ಅಪೇಕ್ಷೆ ಮೂಡಿದ್ದು ಸುಳ್ಳಲ್ಲ.

ಹೊರಗಿನ ಗಲಾಟೆಯಿಂದ ವಾಸ್ತವ ಪ್ರಪಂಚಕ್ಕೆ ಮರಳಿದ್ದು.

"ಹಲೋ, ವರ್ಣ.... ಗಂಡ.... ಹೆಣ್ಣಾ?" ಕೇಳಿದ.

ಅವಳೆಷ್ಟು ನಾಚಿದಳೆಂದರೆ ಕೆನ್ನೆಗಳು ಕೆಂಪಾಗಿ ನಂತರ ಗುಲಾಬಿ ವರ್ಣಕ್ಕೆ ತಿರುಗಿತು "ಗಂಡು...." ಸ್ಪಷ್ಟವಾಗಿ ನುಡಿದಳು. ಅವನು ತಲೆ ಅಡ್ಡಡ್ಡ ಆಡಿಸಿದ. "ಇಲ್ಲ, ನಿನ್ನಂಥ ಚೆಲುವು, ಸ್ವಭಾವ ಇರೋ ಹೆಣ್ಣು. ಅಮ್ಮ, ನಾನು ಬೆಟ್ಸ್ ಕಟ್ಟಿದ್ದೀವಿ" ಆರಾಮದ ನಗೆ ಬೀರಿದ. ಕೈಗಳ ತುಂಬ ಬಳೆಗಳನ್ನ ತೊಟ್ಟ ಅವಳು ಸಿರಿದೇವಿಯಂತೆ ಕಂಡಳು. ನೆನಪಿಸಿಕೊಂಡ ಹುಡುಗಿಯರೆಲ್ಲ ತೇಲಿ ಹೋದರು. ಅಲ್ಲಿ ಸ್ವಾತಿಯ ಮುತ್ತಿನಂತೆ ಹೊಳೆದಳು ವರ್ಣ.

ಸನಿಹಕ್ಕೆ ಬಂದು ಚುಂಬಿಸಿ "ಹೊರ್ಗೇ.... ಹೋಗೋಣ. ಯು ಲುಕ್ ವೆರಿ ಬ್ಯೂಟಿಫುಲ್" ಈ ಒಂದು ಕಾಂಪ್ಲಿಮೆಟ್ಸ್‌ಗೆ ಪುಳಕಿತಳಾದಳು. ಬಹುಶಃ ವಿಶ್ವಸುಂದರಿ ಪಟ್ಟ ದೊರೆತಿದ್ದರು ಇಷ್ಟೊಂದು ಬೀಗುತ್ತಿರಲಿಲ್ಲ. ಇವಳು ಆ ಮಂಪರಿನಿಂದ ಎಚ್ಚೆತ್ತುಕೊಳ್ಳುವ ವೇಳೆಗೆ ಶರತ್ ಜಾಗ ಖಾಲಿ ಮಾಡಿದ್ದ.

ದಂಪತಿಗಳನ್ನ ಕೂಡಿಸಿ ಆರತಿ ಮಾಡಿದರು. ಜೋಯಿಸರ ಹೆಂಡತಿ ನಿಂತು ಸಂಪ್ರದಾಯದಂತೆ ಶ್ರೀಮಂತ ಶಾಸ್ತ್ರ ನಡೆಸಲು ಮುಂದಾದರು. ಲೀಲಾವತಿ ತಾವೇ ಮೊಗ್ಗಿನ ಜಡೆಯನ್ನು ಹೊಲಿದಿದ್ದರು. ಮುದ್ದು.... ಮುದ್ದಾದ ಸೊಸೆಯನ್ನು ಎಷ್ಟು ನೋಡಿದರೂ ತೃಪ್ತಿ ಇಲ್ಲ. ಮಧ್ಯೆ ಫೋನ್ ಬಂತು, ವಿಷಯವೇನೋ, ಯಾರಿಗೂ ಗೊತ್ತಾಗಲಿಲ್ಲ.

"ಶರತ್, ಒಂದಷ್ಟು.... ಫೋಟೋಗಳ್ನ ತೆಗೀ. ಒಂದಿಷ್ಟು ಮೊಬೈಲ್‌ನಲ್ಲೇ ರಿಕಾರ್ಡ್ ಮಾಡ್ಕೋ" ಹೇಳಿ ಬಳಿಯಲ್ಲೇ ನಿಂತರು. "ಅಮ್ಮ.... ಆಗೋಲ್ಲ" ಹೊರ ನಡೆದವನ ಕೈಯಿಂದ ಮೊಬೈಲ್ ಇಸುಕೊಂಡು ಕಿರಣನಿಗೆ ಕೊಟ್ಟು ರಿಕಾರ್ಡ್ ಮಾಡಲು ಹೇಳಿದರು.

ಆ ವೇಳೆಗೆ ಹಿಮವಂತ್ ಬಂದ. ಬಂದವನೆ ನೇರವಾಗಿ ಕೂಡಿಸಿದ್ದ ವರ್ಣಾಳ ಬಳಿಗೆ ಹೋದ. ಹೆಣ್ಣಿನ ಚೆಲುವು ಎಷ್ಟೊಂದು ಅದ್ಭುತವೆನಿಸಿತು.

"ಯು ಲುಕ್ ಏಂಜಲ್!" ಎಂದವ ತಾನು ತಂದ ಗಿಫ್ಟ್‌ನ ಅವಳಿಗೆ ಕೊಟ್ಟು "ಕಂಗ್ರಾಟ್ಸ್, ನಂಗಂತೂ ನಿನ್ನಂಥ ಹೆಣ್ಣೇ ಇಷ್ಟ. ಪುಟ್ಟ ವರ್ಣ ಮದರ್‌ಗೆ ನನ್ನ ಕಂಗ್ರಾಟ್ಸ್" ಎಂದ ಮೋಹಕವಾಗಿ. ಲೀಲಾವತಿ ಅಲ್ಲಿಯೇ ಇದ್ದರು. ಹಿಮವಂತ್‌ಗೆ ಸಿಕ್ಕ ವಿಪರೀತ ಮರ್ಯಾದೆ ಅವನನ್ನು ಗುರುತಿಸುವಂತಾಯಿತು. ತಾವು ಬಂದಿದ್ದೆ ತಪ್ಪಾಯಿತೆನಿಸಿತು ಆ ಕ್ಷಣ. ಗಂಡ ಬರದಿದ್ದದ್ದು ಒಳ್ಳೆಯದಾಯಿತೆಂದುಕೊಂಡರು ಕೂಡ.

ಆಮೇಲೆ ಎಲ್ಲಾ ಚಟುವಟಿಕೆಗಳನ್ನು ನಿಲ್ಲಿಸಿ ಒಂದು ಕಡೆ ಕೂತು ಬಿಟ್ಟರು. ಇದನ್ನು ಶಾಂಭವಿ, ಸಕ್ಕೂಬಾಯಿ ಗುರುತಿಸಿದರು ನಿಸ್ಸಹಾಯಕರು.

ಕಿರಣ ಹಿಮವಂತನನ್ನು ಕರದೊಯ್ದು ಶರತ್‌ಗೆ ಪರಿಚಯಿಸಿದ. ಅವನ ಎತ್ತರಕ್ಕೆ ಅರ್ಧ ಇಂಚು ಕಡಿಮೆಯೆ ಹಿಮವಂತ. "ಹ್ಯಾಂಡ್‌ಸಮ್ ಪರ್ಸನಾಲಿಟಿ' ಮಾಡಲಿಂಗ್ ಕ್ಷೇತ್ರಕ್ಕೆ ಹೋಗಿದ್ದರೆ ತನ್ನದೇ ಆದ ಛಾಪು ಮೂಡಿಸಿಬಿಡುತ್ತಿದ್ದ ಎಂದುಕೊಂಡ.

ಇಬ್ಬರು ಅರ್ಧಗಂಟೆ ಸಂಭಾಷಿಸಿದರು. ವಿಷಯ ತಿಳಿದಿದ್ದರೂ ಕೋಪ, ಅಸೂಯೆ ಅಂಥ ಭಾವಗಳೇನು ಶರತ್‌ನಲ್ಲಿ ಮೂಡಿದಂತೆ ಕಾಣಲಿಲ್ಲ. ಸಮಾರಂಭ ಸರಳವಾಗಿ ಕಂಡರೂ ಸಂಭ್ರಮದಿಂದ ಕೂಡಿತ್ತು.

ಲೀಲಾವತಿ ಎದ್ದು ಮಗನ ಬಳಿ ಬಂದವರು "ಇನ್ನ ಹೋಗೋಣ" ಎಂದರು. ಆಕೆಯ ಮುಖ ಕಳಾಹೀನವಾಗಿತ್ತು. ಅಮ್ಮನನ್ನು ಹಿಮವಂತ್‌ಗೆ ಪರಿಚಯಿಸಿ "ನಿಮ್ಮ ಪರಿಚಯವಾಗಿದ್ದು ಒಳ್ಳೇದು. ಮತ್ತೆ ಸಿಗೋಣ" ಹೊರಟವರು ಶಾಂಭವಿಯತ್ತ ನೋಡಿದರು. ಆಕೆ ಅರ್ಥ ಮಾಡಿಕೊಂಡವರಂತೆ ಈ ಕಡೆ ಬಂದು "ದಯವಿಟ್ಟು ಊಟ ಮುಗ್ಸೀ ಕೊಂಡ್ಹೋಗಿ. ಇಲ್ಲದಿದ್ದರೇ ಎಲ್ಲರಿಗೂ ನೋವಾಗುತ್ತೆ" ಬಲವಂತವಾಗಿ ನಿಲ್ಲಿಸಿಕೊಂಡರು.

ಎದ್ದು ಅವರತ್ತ ಬಂದ ವರ್ಣ "ಬನ್ನಿ.... ಅತ್ತೆ" ಅವರ ಕೈ ಹಿಡಿದು "ಬನ್ನಿ...." ಎಂದು ಅವರಿಬ್ಬರನ್ನ ರೂಮಿಗೆ ಕರೆದೊಯ್ದಳು. ಯಾರ ಬಾಯಿಂದಲು ಮಾತಿಲ್ಲ "ನೀನು ರೆಸ್ಟ್ ತಗೋ, ನಾವ್ ಊಟ ಮುಗ್ಸಿಕೊಂಡು ಹೋಗೋಣ" ಶರತ್ ಹೇಳಿದ. ಅವನು ಒಂದಿಷ್ಟು ವಿಚಲಿತನಾಗಿರಲಿಲ್ಲ.

"ಮಾವನವರ ಆಶೀರ್ವಾದ ಬೇಕಿತ್ತು" ಎಂದ ವರ್ಣಾಳ ಕಣ್ಣಂಚಿನಲ್ಲಿ ಬಚ್ಚಿಟ್ಟುಕೊಂಡ ಕಂಬನಿ ಕೆನ್ನೆಯ ಮೇಲೆ ಜಾರಿತು. ಆಕೆ ಎದೆಯುಬ್ಬಿತು "ಖಂಡಿತ ಇರುತ್ತೆ, ಮಗಳೇ. ಅವ್ರಿಗೆ ಅವಮಾನವಾಗಿದೆ. ನಿರಪರಾಧಿಯಾದ ಅವ್ರನ್ನ ನಿಮ್ಮಂದೆ ಹೊಡೆದಿದ್ದಾರೆ. ನನ್ಮಗ್ನ ಹಂಗಿಸಿದ್ದಾರೆ, ಹೇಗೆ ಮರೆಯಲೀ? ನಾವು ಸಾವರಿಸಿಕೊಂಡರು.... ಅವರು.... "ಆಕೆ ಅತ್ತೆ ಬಿಟ್ಟರು. ತಕ್ಷಣ ಶರತ್ ತಾಯಿಯನ್ನು ಕರೆದುಕೊಂಡು ಹೊರಗೆ ಹೋದ.

"ಅಮ್ಮ, ಹೋಗೋಣ್ವಾ?" ಕೇಳಿದ ಬಾಲ್ಯನಿಗೆ ಕರೆ ತಂದು ಅವನೆದೆಯಲ್ಲಿ ಭರ್ಜಿ ಹಾಕಿ ತಿವಿದಂತಾಯಿತು "ಬೇಡ, ಬಂದಿದ್ದಾಯ್ತು. ವಿಷ್ಯ ಹಳೆಯದೇ, ಅಲ್ವಾ? ವರ್ಣ ಈಗಿನ ಸ್ಥಿತಿಯಲ್ಲಿ ನೊಂದುಕೊಳ್ಳೋದು ಬೇಡ ಊಟ ಮುಗ್ಸಿಕೊಂಡೇ.... ಹೋಗೋಣ"

ಎಂದರು ಕಣ್ಣೊರೆಸಿಕೊಳ್ಳುತ್ತ.

ಆ ವೇಳೆಗೆ ಗೋಪಾಲಸ್ವಾಮಿ ಪರಿಚಯ ಮಾಡಿಕೊಳ್ಳುವುದರ ಜೊತೆಗೆ ತಮ್ಮ ಬೆಟಾಲಿಯಂನ ಕರೆತಂದು ಪರಿಚಯ ಮಾಡಿಸಿದರು. ಸಂಖ್ಯೆಯಲ್ಲಿ ಅವರದೇ ಹೆಚ್ಚಿತ್ತು.

"ಈ ಮನೆಗೆ ನನ್ಮಗ್ಳು ಸೊಸೆ ಆಗ್ತಾ ಇದ್ದಾಳೆ" ಎಂದು ಮಗಳನ್ನು ಕರೆಸಿ ಪರಿಚಯಿಸಿದರು. ಈ ವಿಚಾರ ಅವರಿಗೆ ಹೊಸತು. "ತುಂಬಾ ಸಂತೋಷ" ಅಂದರು ಲೀಲಾವತಿ.

ಅನನ್ಯ ಕೂಡ ಆಗೀಗ ಇಣಕಿದರು ಮುಖ ಕಾಣದ್ದು ರಾಜೇಶ್‌ದು. ಇವರುಗಳು ಹೊರಟಾಗ ಅರಿಶಿನ, ಕುಂಕುಮದ ಜೊತೆ ಒಂದು ರೇಶಿಮೆ ಸೀರೆ ಇಟ್ಟು ಕೊಟ್ಟಾಗ ಸ್ವಲ್ಪ ಬೇಸರವೇ.

"ಅಯ್ಯೋ, ಇದೆಲ್ಲ.... ಯಾಕೆ?"

ಬಲವಂತದಿಂದ ತೆಗೆದುಕೊಂಡರು. ಅದನ್ನ ಶಾಂಭವಿಯ ರೂಮಿನಲ್ಲಿಟ್ಟು "ಏನು.... ತಿಳ್ಕೋಬೇಡಿ. ನಡೆದದ್ದು ನಡ್ದು ಹೋಗಿದೆ. ತಪ್ಪು.... ಒಪ್ಪುಗಳನ್ನು ಲೆಕ್ಕ ಹಾಕೋದ್ಬೇಡ. ಎಲ್ಲಾ ಚೆನ್ನಾಗಿ ಮಾಡಿದ್ದೀರಿ. ಅಷ್ಟು ಸಾಕು.... ಇದೆಲ್ಲ.... ಬೇಡ" ಸ್ಪಷ್ಟವಾಗಿಯೇ ಹೇಳಿದರು.

ಆರತಿಯ ಸಂದರ್ಭದಲ್ಲಿ ಜೋಯಿಸರ ಆಣತಿಯಂತೆ ಅರುಣ ಬೆರಳಿಗಿಟ್ಟ ಉಂಗುರ ತೆಗೆದು ಕೊಟ್ಟು "ಸಾರಿ..." ಅಂದ. ಅವರುಗಳು ಹೊರಟ ಎಷ್ಟೋ ಹೊತ್ತಿನವರೆಗೂ ಶಾಂಭವಿ ರೂಮಿನಿಂದ ಹೊರಬರಲಿಲ್ಲ. 'ಕರ್ತವ್ಯವೆಂದು ಬಂದ ಸಾತ್ವಿಕ ಜನ' ಅಂದುಕೊಂಡಾಗ ಆಕೆಯ ಕಣ್ಣು ತುಂಬಿತು.

ಹೊರಗೆ ಬಂದಾಗ ದುಂಡು ಮೇಜಿನ ಕಾನ್ಫರೆನ್ಸ್‌ನಂತೆ ಅರುಣ, ಅನನ್ಯ, ಹಿಮವಂತನ ಜೊತೆ ಗೋಪಾಲಸ್ವಾಮಿ ಹಿರಿಯ ಮಕ್ಕಳು ಇದ್ದರು. ಅಲ್ಲಿ ತಾನು ಒಂದು ಸೀಟ್ ಹಿಡಿದಿದ್ದಳು ಅನುಷಾ. ವಿದ್ಯಾವಂತರ ನಡುವೆ ಮಿಂಗಲ್ ಆಗುವುದೇ ಸ್ಟೇಟಸ್ ಹೆಚ್ಚುವಿಕೆ ಎಂದು ತಿಳಿದ ಜನ.

"ಅರುಣ...." ಎಂದು ಕೂಗಿದವರು ಹತ್ತಿರ ಹತ್ತಿರಕ್ಕೆ ಕರೆದು "ಶರತ್‌ನ ತಾಯಿ ಅಂದು ಆದ ಅವಮಾನಕ್ಕೆ ಕಣ್ಣೀರು ಹಾಕಿಕೊಂಡು ಹೊರಟರು ಏನು ಪ್ರಯೋಜನವಿಲ್ಲ. ಡಿವೋರ್ಸ್‌ನಲ್ಲಿ ಮುಕ್ತಾಯವಾಗುವುದೇ ಸರಿಯೆನಿಸುತ್ತೆ. ಅನುಭವಿಸಿದ ಅವಮಾನ ಮರ್ರು ಹೋಗೋಲ್ಲ. ಹಿಮವಂತ ಬಂದ್ಮೇಲಂತು ಲೀಲಾವತಿ ಅಪ್‌ಸೆಟ್ ಆಗ್ಬಿಟ್ರು. ಅದು ಸ್ವಾಭಾವಿಕ ತಾನೇ?" ಹೇಳಿದರು. ಇದಕ್ಕೆ ತಕ್ಷಣ ಪ್ರತಿಕ್ರಿಯಿಸಲು ಅವನಿಂದ ಸಾಧ್ಯವಾಗಲಿಲ್ಲ. "ಹೋಗ್ಲಿ ಬಿಡು ಅತ್ತೆ, ಎಂದೋ ಮುಗಿಯಬೇಕಿತ್ತು. ಇಲ್ಲಿವರ್ಗೂ ಎಳೆದುಕೊಂಡು ಬಂದಿದ್ದು, ವರ್ಣ ಕನ್ಸೀವ್ ಆದ ಕಾರಣ ಮಾತ್ರ. ಸುಮ್ನೇ ತಲೆ ಕೆಡಿಸ್ಕೋಬೇಡಿ. ಹಿಮವಂತ್ ಹೊರಟು ನಿಂತಿದ್ದಾರೆ" ಮತ್ತೆ ಹೋಗಿ ಅಲ್ಲಿಗೆ ಸೇರ್ಪಡೆಯಾದ. ಶರತ್‌ನ ಗಾಂಭೀರ್ಯ ವ್ಯಕ್ತಿತ್ವ ಅವನನ್ನು ಆಕರ್ಷಿಸಿತ್ತು.

ರಾತ್ರಿ ಒಂದೇ ರೂಮಿನಲ್ಲಿ ಇದ್ದರೂ ಅನನ್ಯ ಮೊಬೈಲ್‌ನಲ್ಲಿ ಒಂದು ಮೆಸೇಜ್

ಕಳಿಸಿದ್ದಳು. "ಸರೋಗಸಿ ಫೈಂಡರ್ ವೆಬ್‌ಸೈಟ್‌ನಲ್ಲಿ ಸಾಕಷ್ಟು ಜನ ಎಲಿಜಿಬಲಿಟಿ ಇರೋ ಯುವತಿಯರು ಹೆಸರುಗಳನ್ನ ನೊಂದಾಯಿಸಿಕೊಂಡಿದ್ದಾರೆ, ಇಫ್ ಯು ಇಂಟರೆಸ್ಟೆಡ್.... ನಾವು ಟ್ರೈ ಮಾಡ್ಬಹುದು ಮಗುವಿಗಾಗಿ, ತೀರಾ ಸಮಸ್ಯೆ ಇರೋರು ಎರಡು ಲಕ್ಷ, ಮೂರು ಲಕ್ಷಕ್ಕೆಲ್ಲ ಮಗುನ ಹೆತ್ತು ಕೊಡ್ತಾರೇಂತ.... ನನ್ನ ಕೊಲೀಗ್ ಹೇಳಿದ್ರು. ನೀವು ಮಗು ಬೇಕೂಂದೀರಿ, ಟ್ರೈ ಮಾಡೋಣ"

ಓದಿ ಅರುಣ ಸುಸ್ತಾದರು. ಅದನ್ನ ತೋರಿಸಿಕೊಳ್ಳದೇ ಮಡದಿಯ ಮುಂದೆ ಕೂತು ಅವಳ ಕೈಯಲ್ಲಿದ್ದ ಮೊಬೈಲ್‌ನ ತೆಗೆದಿಡುವ ಮುನ್ನ 'ಸಾರಿ' ಕೇಳಿದ್ದ. ಹೊಸ ಜಮಾನ ದಂಪತಿಗಳಲ್ಲಿ ಸ್ವತಂತ್ರ ಕಡಿಮೆ, ಪ್ರತಿಯೊಂದಕ್ಕೂ ಒಪ್ಪಿಗೆ ಬೇಕು! ಬೇಕೆನಿಸಿದಾಗ, ಮನಸ್ಸು ಗರಿಗೆದರಿದಾಗ ಕೂಡ ಅಂಕಿತವಿಲ್ಲದೆ ಒಬ್ಬರನ್ನೊಬ್ಬರು ಮುಟ್ಟಲು ಸಾಧ್ಯವಿಲ್ಲ.

"ಪ್ಲೀಸ್, ಒಂದಿಷ್ಟು ಮಾತಾಡೋಣಾಂತ ಅನಿಸಿದೆ. ಇವೆಲ್ಲದರ ಮಧ್ಯೆ ಮನುಷ್ಯರಿಗೆ ಬಳುವಳಿಯಾಗಿ ಕೊಟ್ಟಿರೋ ಮಾತುಗಳು ಮರ್ತು ಹೋಗ್ಬಾರ್ದಲ್ಲ" ಅಂದು ಚಾಚಿ ಅವಳು ಹಸ್ತವನ್ನ ತನ್ನ ಕೈಯೊಳಗೆ ತಗೊಂಡು "ವರ್ಣ ಹೇಗೆ ಕಾಣ್ತಾ ಇದ್ಲು? ಹೆಣ್ಣಿಗೆ ತಾಯ್ತನ ಒಂದು ಸೌಭಾಗ್ಯ. ನಿನ್ನ ಕೂಡ ನಂಗೆ ಆ ರೀತಿ ಕಾಣಬೇಕೆನಿಸಿದೆ" ಹೇಳಿದ ಕೂಡಲೆ ಹಸ್ತವನ್ನು ಹಿಂದಕ್ಕೆ ಎಳೆದುಕೊಂಡು ಎದೆಯ ಮೇಲೆ ಕೈ ಇಟ್ಟುಕೊಂಡು ಭಾರವಾದ ಉಸಿರು ದಬ್ಬಿದ್ದು. ಅವಳ ಕಣ್ಣುಗಳಲ್ಲಿ ಗಾಬರಿ.

"ಮೈಗಾಡ್, ಆ ಹೊಟ್ಟೆ.... ಮೈ ಭಾರ! ಇಂಪಾಜಿಬಲ್.... ಸ್ಕ್ಯಾನಿಂಗ್.... ಟೆಸ್ಟ್‌ಗಳು.... ನನ್ನ ಕೈಯಲ್ಲಾಗೋಲ್ಲ. 'ಸರೋಗಸಿ' ಬಾಡಿಗೆ ತಾಯ್ತನದಿಂದ ಮಗುನ ಬೇಕಾದರೆ ಪಡೆದುಕೊಳ್ಳೋಣ. ಅದಕ್ಕಾಗಿ ಇಷ್ಟೊಂದು.... ರಿಸ್ಕ್! ಬೇಡವೇ.... ಬೇಡ. ಬೆಂಗಳೂರಿನಲ್ಲಿ 'ಬಾಡಿಗೆ ತಾಯ್ತನ' ಅನ್ನೋ ಉದ್ಯೋಗವೆ ಸೃಷ್ಟಿಯಾಗಿದೆ. ವಿದೇಶಿ ದಂಪತಿಗಳು ಕೂಡ ಮಗುವಿನ ಸಲುವಾಗಿ ಇಲ್ಲಿಗೆ ಬರ್ತಾ ಇದ್ದಾರೆ. ಕೆಲವರು ಹಣಕ್ಕಾಗಿ ಬಾಡಿಗೆ ತಾಯಂದಿರಾಗೋಕೆ ರೆಡಿಯಾದರೇ, ಕೆಲವರು ಅನುಭವದ ಸಲುವಾಗಿ ಬೇಕೂಂದರೇ, ಆ ರೀತಿ ಮಗುವನ್ನ ಪಡೆದುಕೊಳ್ಳೋಣ" ಅತ್ಯಂತ ಸ್ಪಷ್ಟವಾಗಿ ಹೇಳಿದಳು. ತಾಯ್ತನ ಅವಳಿಂದಾಗದು. ಒಂಬತ್ತು ತಿಂಗಳು ಹೆತ್ತು ಹೊರೋ ಕಷ್ಟಕ್ಕೆ ರೆಡಿ ಇಲ್ಲ.

ಅರುಣನಿಗೆ ಇದೆಲ್ಲ ಹೊಸ ವಿಷಯಗಳಲ್ಲ. ಅವನ ಕೊಲೀಗ್ 'ಸರೋಗಸಿ'ಯಿಂದ ಮಗುವನ್ನು ಪಡೆದುಕೊಂಡಿದ್ದು ಕೂಡ ದೊಡ್ಡ ವಿಚಾರವಾಗಿರಲಿಲ್ಲ.

"ಇನ್ನೊಂದು ಸಲ ಯೋಚ್ಸು. ನಂಗೆ ಬೇರೆ ಹೆಣ್ಣು ಹೆತ್ತು ಕೊಡೋ ಮಗು ಬೇಡ" ಎಂದ ನಿಧಾನವಾಗಿ. ತಕ್ಷಣ ಅನನ್ಯಳಿಗೆ ಫ್ಲಾಶ್ ಆಯಿತು "ಹೇಗೂ, ವರ್ಣ ಹೆರೋ ಮಗು ಸಮಸ್ಯೆನೇ ಅವರುಗಳಿಗೆ. ಆ ಮಗುನ ನಮ್ಗೇ ಕೊಡ್ಲಿ. ನಿನ್ನ ತಂಗಿ ಹಡೆದ ಮಗು ನಿಂಗೆ ಬೇರೆ ಅನ್ನಿಸೋಲ್ಲ. ನಾವು ಅಡಾಪ್ಟ್ ಮಾಡಿಕೊಳ್ಳೋಣ" ಅದ್ಭುತವಾದ ವಿಚಾರ ಅವಳ ಬಾಯಿಂದ ಬಂತು. ಇದು ಅರುಣನಿಗೂ ಸರಿಯೆನಿಸಿತು. ಹಿಂದೆಯೇ ಅನುಮಾನದ ಅಪಸ್ವರದ ದಟ್ಟಛಾಯೆ ಬಂದು ಆವರಿಸಿದಂತಾಯಿ. 'ಇದು ಸಾಧ್ಯವೇ?' ಎನ್ನುವ ಪ್ರಶ್ನೆ.

ಆಗಲೇ ಎದ್ದು ಲ್ಯಾಪ್‌ಟಾಪ್ ಓಪನ್ ಮಾಡುತ್ತಿದ್ದವಳು "ಇಟ್ ಈಸ್

ಪಾಸಿಬಲ್?" ಅಂದ. "ವೈ ನಾಟ್, ಈಗಾಗಲೇ ಡಿವೋರ್ಸ್, ಆಮೇಲೆ ಮ್ಯಾರೇಜ್ ಎಲ್ಲಾ ಸೆಟ್ಲ್ ಆಗಿದೆ. ಈಗಾಗಲೇ ಇಬ್ಬರು ಬೇರೆ.... ಬೇರೆ.... ಹಾದಿ ಹಾಯ್ದುಕೊಂಡಿದ್ದಾರೆ. ಮಗು ಇಬ್ರಿಗೂ.... ಸಮಸ್ಯೆಯೆ! ಅವರವ್ರ ಸಂಗಾತಿಗಳು ಮಗುನ ಆಕ್ಸೆಪ್ಟ್ ಮಾಡಿಕೊಳ್ಳೋ ರಿಸ್ಕ್ ಯಾಕೆ ತಗೋತಾರೆ? ಮಗು ಇದೇ ಮನೆಯಲ್ಲಿ ಇದ್ದಂಗಾಗುತ್ತೆ. ನಮ್ಗೂ ತೊಂದರೆ ಇರೋಲ್ಲ. ಶಾಂಭವಿ ಅತ್ತೆ, ಅಮ್ಮ ನೋಡ್ಕೋತಾರೆ. ನೀನೂ, ನಾನು ಮಾತ್ರ.... ಮಮ್ಮಿ, ಡ್ಯಾಡಿ" ಇಡೀ ವಿಷಯನ ಸರಳೀಕರಿಸಿದ್ದು ನೋಡಿ ಗಾಬರಿಯಾದ.

ಮೊದಲು ಅವನ ಕಣ್ಮುಂದೆ ಬಂದು ನಿಂತಿದ್ದು ಶರತ್. ತೀಕ್ಷ್ಣವಾದ ಕಣ್ಣುಗಳಲ್ಲಿ ಇದ್ದಿದ್ದು ಆತ್ಮವಿಶ್ವಾಸದ ದೃಢಭಾವ. ಒಂದು ಸಂದರ್ಭದಲ್ಲಿ ಅಂದಿದ್ದ. 'ಆ ದಿನಗಳಲ್ಲಿ ನನಗೆ ಆಸರೆಯಾದದ್ದು ಸ್ವಾಮಿ ವಿವೇಕಾನಂದರ ಬದುಕು, ಸಂದೇಶ. ಇಂದು ನನ್ನ ಎಲ್ಲಾ ಸ್ವಭಾವ, ನಡವಳಿಕೆ, ಪ್ರತಿಯೊಂದಕ್ಕೂ ಆಸರೆಯಾದವರು ಅವರೇ' ತೀರಾ ಮಿತವಾಗಿ ಮಾತಾಡುವ ಅವನು ಆಡಿದ ಅಪರೂಪದ ಮಾತುಗಳು ಇವು.

ಎದ್ದು ಬಂದು ಬಾಲ್ಕನಿಯಲ್ಲಿ ನಿಂತ, ಇದು ಸಾಧ್ಯವೇ ಕೆಳಗಿಳಿದು ಬಂದವ ಇಡೀ ಬಂಗ್ಲೆಯ ತುಂಬ ನೋಟ ಹರಿಸಿದ್ದ. ಬಂಗ್ಲೆ, ಕಾರಿನ ಕನಸು ನನಸಾಗಿತ್ತು. ಪತಿ-ಪತ್ನಿ ಮಧ್ಯೆ ಇರಬೇಕಾದ ದಾಂಪತ್ಯದ ಸೊಗಸು ತನ್ನ ಮತ್ತು ಅನನ್ಯ ನಡುವೆ ಇದೆಯೆ? ಬದಲಾವಣೆ ಬಂದಿದೆ. ಈ ವಿಪರೀತದ ಬದಲಾವಣೆಯಿಂದ ಕೌಟುಂಬಿಕ ಸಂಬಂಧಗಳು ಸಾಯುತ್ತಿವೆ. ಯಾವುದರಲ್ಲು ಸೊಗಸಿಲ್ಲ, ರುಚಿ ಇಲ್ಲ. ಕಾತುರ, ಆತುರ, ತಲ್ಲಣ, ಹಂಚಿಕೊಂಡ ಪ್ರೀತಿಯ ಭಾವನೆಗಳು ಇಲ್ಲಿ ಉಕ್ಕಿ ಹರಿಯುವುದಿಲ್ಲ. ಲೆಕ್ಕಾಚಾರದಲ್ಲಿ ಸಾಗುವ ದಾಂಪತ್ಯದ ರಥ ಬೀದಿ ನಿರ್ಜನವೆ ಎಲ್ಲಾವನ್ನು ಕಳೆದುಕೊಂಡು. ನಿರ್ಜನದ ಮಧ್ಯೆ ಉಸಿರಾಡುವುದು ಹೇಗೆ?

"ಅರುಣ...." ಶಾಂಭವಿಯ ದನಿ ಕೇಳಿ ತಲೆ ಮೇಲಕ್ಕೆತ್ತಿದ. "ಯಾಕೆ, ನಿದ್ದೆ.... ಬರಲಿಲ್ವಾ? ಅನನ್ಯನು ಎಬ್ಬಿ ಕೂಡ್ಸಿಕೊಳ್ಳಬೇಕಿತ್ತು. ಆಗ, ಆರಾಮಾಗಿ ಮೊಬೈಲ್‌ನಲ್ಲಿ ಮೇಸೆಜ್‌ಗಳ್ನ ವಿನಿಮಯ ಮಾಡ್ಕೋಬಹುದಿತ್ತು" ಹಾಸ್ಯ ಮಾಡಿದರು. "ಹೆಂಗಸರು ವಾಚಾಳಿಗಳು. ಹೆಚ್ಚು ಮಾತು ಆಡೋರು ಅವರೇ, ಅಂತೆಲ್ಲ ಇದೆಯಲ್ಲ. ನೋ, ಅನನ್ಯಗೆ.... ಮಾತೇ ಅಗತ್ಯವಿಲ್ಲ. ಜಗಳ ಆಡೋದು ಅಷ್ಟು ಸುಲಭವಲ್ಲ. ನನ್ನ ನಿದ್ದೆ ವಿಚಾರವಿರಲೀ, ನೀವ್ಯಾಕೆ ನಿದ್ದೆ ಇಲ್ದೇ ಎದ್ದು.... ಬಂದ್ರಿ? ಹೋಗ್ಲಿ, ಕೂತ್ಕೊಳ್ಳಿ. ನಿದ್ದೆ ಬರೋವರೆಗೂ ಹರಟೋಣ" ಅಂದ. ಆಕೆ ಅವನ ಎದುರಿನಲ್ಲಿ ಕೂತರು.

"ಅನನ್ಯ 'ಸರೋಗಸಿ' ಮೂಲಕ ಬೇಕಾದರೆ ಒಂದ್ಮಗುನ ಪಡೆದುಕೊಳ್ಳೋಣ. ತಮ್ಮ ಒಡಲನ್ನ ಬಾಡಿಗೆಗೆ ಕೊಡೋಕೆ ಸಾಲು ಸಾಲಾಗಿ ನಿಂತಿದ್ದಾರೆ ಹೆಣ್ಣುಗಳು ಅನ್ನೋ ಭಾವದಲ್ಲಿ ಮಾತಾಡಿದಳು. ಅವಳ್ಗಿಂತ ನಂಗೆ ಒಂದ್ಮಗುನ ಪಡೆದುಕೊಳ್ಳೋ ಆಸೆ. ಈ ದಾರಿ ಮೂಲಕ ಮಗುವನ್ನ ಪಡೆದುಕೊಳ್ಳೋಕೆ, ಅವಳ ಒಪ್ಗೇ ಇದೆ. ಅಮ್ಮ ಅನ್ನಿಸಿಕೊಳ್ಳೋಕೆ, ತಯಾರು" ಎಂದ ನಿಧಾನವಾಗಿ.

ಈ ಬಗ್ಗೆ ಓದಿದ್ದರು. ನಿಶ್ಚಿಂತೆಯಿಂದ ಹಣ ಪಡೆದು ವಿದೇಶಿಯರಿಗೆ ಮಗುವನ್ನ ಹೆತ್ತು ಕೊಟ್ಟ ತಾಯನ್ನ ಟಿ.ವಿ. ಸಂದರ್ಶನದಲ್ಲಿ ನೋಡಿದ್ದರು. ಗಂಡ ಮಾಡಿದ ಸಾಲ ತೀರಿಸಲು

ತನ್ನ ಒಡಲನ್ನು ಬಾಡಿಗೆಗೆ ಕೊಟ್ಟ ಆ ಹೆಣ್ಣು ಮಗಳು ಸೆಂಟಿಮೆಂಟ್‌ಗೆ ಒಳಗಾಗದೆ 'ಇದೊಂದು ಕೊಟ್ಟು ತೆಗೆದುಕೊಳ್ಳುವ ವ್ಯವಹಾರವಷ್ಟೆ ನನ್ನ ಅಗತ್ಯಕ್ಕೆ ಹಣ ಕೊಟ್ಟರು. ಅವರಿಗೆ ಮಗುನ ಹೆತ್ತು ಕೊಟ್ಟೆ' ಸಂಕೋಚವಿಲ್ಲದೆ ನುಡಿದಿದ್ದಳು.

"ಈಗ ಅದು ಸಾಧ್ಯ! ಗೊಂದಲ ಯಾಕೆ? ನಿಮ್ಹತ್ರ ಹಣವಿದೆ. ಅವರ ಒಡಲಿಗೆ ಸಾಮರ್ಥ್ಯವಿದೆ. ಆದರೆ ಸೃಷ್ಟಿ ನೀಡಿದ ಅಮ್ಮನಾಗುವ ಅನುಭವ ಕಳೆದುಕೊಳ್ಳಬಾರದು. ಇನ್ನ ಒಂದೆರಡು ವರ್ಷಗಳ ನಂತರವೆ ಅನನ್ಯ ತಾಯಿಯಾಗಲೀ. ನೀನೆಲ್ಲೋ.... ಒತ್ತಡವೇರಿರೋಕೆ, ಹಾಗೆ ಅಂದಿರಬೇಕು" ಎಂದರು ಶಾಂಭವಿ. ಈ ವಿಷಯಕ್ಕೆ ದಾಂಪತ್ಯ ಕಗ್ಗಂಟಾಗಬಾರದೆಂಬ ಭಾವ.

ಅವನ ತುಟಿಯಂಚಿನಲ್ಲಿ ಉದಾಸವಾದ ನಗೆಯೊಂದು ಹಾದು ಹೋಯಿತು "ಇಲ್ಲ, ಅವಳಿಗೆ ತಾಯಿಯಾಗೋ ಅಪೇಕ್ಷೆ ಇಲ್ಲ, ಅಮ್ಮ ಎಂದು ಕರೆಸಿಕೊಳ್ಳಲು ಸಿದ್ಧ. ಇನ್ನೊಂದು.... ವಿಚಾರ" ಅಂದವ ಸುಮ್ಮನಾದ.

ಆಕೆಗೆ ಸುಲಭವಾಗಿ ಅರ್ಥವಾಯಿತು. ವರ್ಣಾಳ ಮಗುವನ್ನ ದತ್ತಕ ಪಡೆದು ಸಾಕು ತಾಯಿಯಾಗಲು ಸಿದ್ಧ. ಅಂಥದ್ದೇ ಒಂದು ಭಾವ ಅರುಣ, ಅನನ್ಯರಲ್ಲಿ ಮೂಡಿರಬಹುದೇ? ಅದು ಬರೀ ಪ್ರಶ್ನೆಯಾಗಿ ಉಳಿಯಲಿಲ್ಲ.

"ವರ್ಣಾಳ ಮಗುನ ದತ್ತಕ ಪಡೆದುಕೊಳ್ಳೋಣ. ಆ ಮಗುವಿಗೆ ನಾನು, ನೀನೂ ತಾಯಿ ತಂದೆಯರಾಗೋಣ ಎಂದಳು. ರಿಸ್ಕ್ ಇಲ್ದೇ ಅಮ್ಮನಾಗೋ ಕನಸು" ತಿಳಿಸಿದ ತುಸು ಸಂಕೋಚದಿಂದಲೇ.

ಶಾಂಭವಿ ತಟಸ್ಥರಾದರು. ಅದು ಸಾಧ್ಯವೇ? ವರ್ಣಾಳ ಮುಂದೆ ಆ ಪ್ರಸ್ತಾಪ ಮಾಡಿದರೂ, ಶರತ್ ಎದರೂ, ಆಕೆಯ ನಾಲಿಗೆಯಲ್ಲಿನ ಪಸೆಯಾರಿತು.

"ಇದು ಸಾಧ್ಯನಾ, ಅತ್ತೆ? ಮಗು ನಮ್ಮಲ್ಲೇ ಇರುತ್ತೆ. ಪ್ರತ್ಯೇಕವಾಗಿ ಬದುಕನ್ನು ರೂಪಿಸಿಕೊಳ್ಳಲು ಹೊರಟವರಿಗೆ ಮಗುವೇಕೆ?" ನೇರವಾಗಿಯೇ ಕೇಳಿದ "ಸಾರಿ, ಆ ಬಗ್ಗೆ ನಾನೇನು ಹೇಳ್ಲಾರೆ. ಅದ್ನ ಕಾಲ ತೀರ್ಮಾನ ಮಾಡುತ್ತೆ. ಹೋಗಿ.... ಮಲ್ಗು. ಶರತ್ ತನ್ನದೇ ರಕ್ತದ ಮಗುವನ್ನ ನಿಂಗೆ ಕೊಡ್ತಾನಾ? ಬರೀ.... ಆಸೆ.... ಆಸೆಯಾಗಿಯೆ ಉಳಿಯುತ್ತೆ" ಎಂದು ಮೇಲೆದ್ದರು.

ಈತ್ತೀಚೆಗೆ ವರ್ಣಾಳನ್ನು ತಮ್ಮ ರೂಮಿನಲ್ಲಿಯೆ ಮಲಗಿಸಿಕೊಳ್ಳುತ್ತಿದ್ದರು ಶಾಂಭವಿ. ರೂಮಿಗೆ ಬಂದವರು ಮಬ್ಬು ಬೆಳಕಿನಲ್ಲಿ ತಾಯ್ತನ ಹೊತ್ತ ಅರಳಿದ ಅವಳ ಇಡೀ ಶರೀರದ ಮೇಲೆ ಕಣ್ಣಾಡಿಸಿದರು. ಅದೆಂಥ.... ಸೊಬಗು! ಇದು ಹೆಣ್ಣಿಗೆ ದೇವರು ವರವಾಗಿ ನೀಡಿದ್ದಾನೆ. ಅದನ್ನು ಬೇಡ ಎನ್ನುವ ಅನನ್ಯ ಬಗ್ಗೆ ಬೇಸರಿಸಿಕೊಂಡರು.

'ಅಮ್ಮ....' ಎನ್ನುವ ನರಳಿಕೆಯಲ್ಲಿ ಎದ್ದು ಕೂತವಳ ಬಳಿ ಧಾವಿಸಿ "ವರ್ಣಾ...." ಎಂದು ಅವಳ ಮುಂದಲೆ ಸವರಿದರು. ಎಂಥದೋ ಭಯ ಅವಳ ಮುಖದ ಮೇಲೆ "ನಂಗ್ಯಾಕೋ, ಭಯವಾಗುತ್ತೆ ಅತ್ತೆ ಹೆರಿಗೆಯಲ್ಲಿ ಎಷ್ಟೋ ಜನ ಸತ್ತು ಹೋಗ್ತಾರಂತಲ್ಲ" ಅಂದವಳ ಬಾಯಿ ಮುಚ್ಚಿ ಗದರಿದರು "ಏನೇನೋ, ಮಾತಾಡ್ಬೇಡ. ಅದೆಲ್ಲ ಹಿಂದಿನ

ಕತೆ. ಈಗ ನೋವೇ ಇಲ್ದಂತೆ.... ಕೂಸನ್ನ ಹೊರ ತೆಗೀತಾರೆ. ಏನೇನೋ.... ಯೋಚ್ನೆ.... ಮಾಡ್ಬೇಡ, ಮಲ್ಲು" ಮಲಗಿಸಿ ಪಕ್ಕದಲ್ಲಿ ಕೂತು ತಟ್ಟ ತೊಡಗಿದರು. ಜಗತ್ತಿನಲ್ಲಿ ಇದೇ ದೊಡ್ಡ ವಿಸ್ಮಯ. ಒಂದು ದೇಹದೊಳಗೆ ಇನ್ನೊಂದು ದೇಹ. ಅದರೊಳಗೆ ಪುಟ್ಟ ಪುಟಾಣಿ ಕಣ್ಣು ಮೂಗು ಬಾಯಿ ಮಾತ್ರವಲ್ಲ ಜಠರ, ಕಿಡ್ನಿ ಅದ್ಭುತವೆನಿಸುವ ಮಿದುಳು - ಎಷ್ಟು ಕರಾರುವಕ್ಕಾದ ಜೋಡಣೆ ಸ್ವಲ್ಪ ಹದ ತಪ್ಪಿದರೂ.... ಹೊಟ್ಟೆಯ ಮೇಲೆ ಕೈಯಿಟ್ಟುಕೊಂಡು. 'ದೇವರೇ, ಪ್ಲೀಸ್.... ತುಂಬು ಎಚ್ಚರದಿಂದ ನನ್ನ ಮಗುವನ್ನು ಸೃಷ್ಟಿಸು' ನೆನಪಾದ ಎಲ್ಲಾ ದೇವರುಗಳಲ್ಲು ಮೊರೆಯಿಟ್ಟಳು. ಇದು ಪ್ರತಿಯೊಂದು ತಾಯಿಯ ಬಯಕೆ ಕೂಡ.

ಬಹಳ ಹೊತ್ತಿನ ನಂತರ ಅವಳಿಗೆ ನಿದ್ದೆ ಬಂತು.

* * *

ಒಂದು ದಿನ ಜೋಯಿಸರು ಶರತ್ ಜಾಗಿಂಗ್‌ಗೆ ಬರೋ ಜಾಗಕ್ಕೆ ಬಂದು ಕಾದು ನಿಂತಿದ್ದರು. ಈಗಾಗಲೇ ಅವನು ರೆವರೆಂಡ್ ಮಗಳನ್ನು ಗುಪ್ತವಾಗಿ ವಿವಾಹವಾಗಿರುವ ವಿಷಯ ಹರಡಿತ್ತು. ಅದು ಹೇಗೋ, ಎಂತೋ.... ಡಿವೋರ್ಸ್ ಆಗದೆ ವಿವಾಹವಾಗುವುದು ಹಿಂದೂ ಕಾಯಿದೆಯಲ್ಲಿ ಅಪರಾಧ.

"ನಮಸ್ಕಾರ ಜೋಯಿಸರೇ...." ಓಟ ನಿಲ್ಲಿಸಿ ನಿಂತ.

"ಸುಮ್ನೇ ಈ ಕಡೆ ಬಂದೇ. ಆಕಸ್ಮಿಕ ಭೇಟಿ ಅನ್ನೊದೆಲ್ಲ ಸುಳ್ಳು. ನಾನೇ ನೋಡ್ಬೇಕೂಂತ ಬಂದೇ. ಇಷ್ಟೊಂದು ಕಾಳಜಿ ಯಾಕಪ್ಪ ಅಂದ್ಕೊಂಡ್ರು, ಪರ್ವಾಗಿಲ್ಲ. ನನ್ನ ಈ ಸ್ವಭಾವ ನನ್ನ ಕೈಗೆ ಇಷ್ಟವಾಗೋಲ್ಲ." ಪೀಠಿಕೆಗೆ ನಸು ನಗು ಬೀರಿದ "ಹೇಳಿ, ಏನು.... ವಿಷ್ಯ?" ಕೇಳಿದ ವಿಚಲಿತನಾಗದೆ. ಕೆಲವು ಜನ ಪ್ರತಿಯೊಂದಕ್ಕೂ ಅದೇ ಅನ್ನೋ ತರಹ ಯೋಚಿಸಿ ಬೆಚ್ಚಿ ಬೀಳುವುದನ್ನ ಹಿಮ್ಮೆಟ್ಟಿಸಿ ಎದ್ದು ನಿಂತವ.

"ನಂಗೆ.... ನಂಬ್ಕೇ ಇಲ್ಲ. ಫ್ಲವರ್ ಕನ್‌ಸ್ಟ್ರಕ್ಷನ್‌ನ ಚೀಫ್ ಇಂಜಿನಿಯರ್ ರೆವರೆಂಡ್ ಮಗಳು ಜೊತೆ.... ನಿನ್ನ ಮ್ದೈ ಆಯ್ತು ಅನ್ನೋ.... ಮಾತು...." ನಿಲ್ಲಿಸಿದರು. ಕೆಳ ತುಟಿಯನ್ನು ಕಚ್ಚಿಡಿದ "ಬರೀ.... ಮಾತು ತಾನೇ? ಮಾತು ಮದ್ವೆ ಆಗುತ್ತಾ?" ಹಗುರವಾಗಿ ತೇಲಿಸಿದ 'ಫ್ಲವರ್ ಕನ್‌ಸ್ಟ್ರಕ್ಷನ್' ನಲ್ಲಿ ರೆವರೆಂಡ್ ಪ್ರಬಲ ವ್ಯಕ್ತಿಯೆಂದು ಅವರವರೆಗೂ ವಿಷಯ ಬಂದಿತ್ತು. ಇದು ಶರತ್‌ನ ಬೆಳವಣಿಗೆಗೆ ಸಹಾಯಕವೆ. ಅಂಥದ್ದರಲ್ಲಿ ಯಾಕೆ ನಿರಾಕರಿಸಿಯಾನು? ಅವಮಾನಿಸಿದವರ ಮುಂದೆ ಎದ್ದು ನಿಲ್ಲುವ ಅವಕಾಶ ಮೂರ್ಖ ಕೂಡ ಕಳೆದುಕೊಳ್ಳನು? ವಿಷಯ ತಿಳಿಸಿದವರೇ, ಇಷ್ಟೆಲ್ಲ ಹೇಳಿದ್ದರು ಕೂಡ.

"ಏನು ತಿಳ್ಕೋಬೇಡ. ನೀನು ವಿವಾಹವಾಗುವುದರಲ್ಲಿ ತಪ್ಪಿಲ್ಲ. ಈಗಿನ ಕಾಲಕ್ಕೆ ಎಲ್ಲಾನು ಸರಿನೇ! ಹಿಂದೆ ಒಮ್ಮೆ ವಿವಾಹವಾದರೇ ಜನ್ಮಜನ್ಮಾಂತರ ಸಂಬಂಧ ಅಂದುಕೊಳ್ಳೋರು. ಗಂಡ ಬಿಟ್ಟ ಹೆಣ್ಣು ಎಂದರೆ ಅಪಮಾನಾಂತ ಭಾವಿಸೋ ಹಿರಿಯರು ಇದ್ದರು. ಈಗ ಹಿರಿಯರು ಅನಿಸ್ಕೊಂಡ ಜನ ಯಾವುದೋ ಒಂದು ಕಾರಣ ಮುಂದಿಟ್ಕೊಂಡು ಅವರಿಬ್ಬರನ್ನ ಬೇರೆ ಮಾಡೋಕೆ ರೆಡಿ ಆಗ್ತಾರೆ" ಎಂದರು. ಶರತ್ ಯೋಚಿಸಿದ.

"ಕೆಲವೊಮ್ಮೆ ಎರಡರಲ್ಲು ತಪ್ಪಾಗೋ ಸಂಭವವಿರುತ್ತೆ. ಹೇಗಿದ್ದಾರೆ, ಅಮ್ಮ?"

ವಿಷಯಾಂತರಿಸಿದ. "ನೀನ್ಮಾತು ನಿಜ. ನಿನ್ನ, ವರ್ಣನ ಒಪ್ಪತ್ತು ಊಟಕ್ಕೆ ಕರೀಬೇಕೂಂತ ದುಂಬಾಲು ಬಿದ್ದಿದ್ದಾಳೆ. ಮೊದ್ಲು ನಿನ್ನ ಸಮಯ ನೋಡ್ಕೊಂಡ್, ಕರೆಯೋಣಾಂತ, ಮನೆಗ್ಬಂದು ಹೇಳೋಣಾಂದರೆ ನಿಮ್ಮಪ್ಪ ಗುರ್ ಅಂತಾರೆ. ಪ್ರತ್ಯೇಕ.... ಪ್ರತ್ಯೇಕವಾಗಿ.... ಆಹ್ವಾನ ಕೊಡ್ಬೇಕಾಗುತ್ತೆ" ಸಂಕೋಚಿಸುತ್ತಲೇ ಹೇಳಿದರು.

ಎರಡು ನಿಮಿಷ ಸುಮ್ಮನಿದ್ದವನು ಒಂದೆರಡು ಫೋನ್ ಕಾಲ್‌ಗಳ ನಂತರ "ಸಂಜೆ.... ಬಂದರಾಗುತ್ತ? ಹೆಚ್ಚು ತೊಂದರೆ ತಗೋಳೋದು ಬೇಡ. ನೀವು ಆಶೀರ್ವದಿಸಿದರೇ, ಸಾಕು" ಅಂದ ಮುಕ್ತವಾಗಿ. ಅದು ಅವರಿಗೂ ಇಷ್ಟವಾಯಿತು "ಖಂಡಿತ ಬನ್ನಿ. ನಾನು.... ಅವಳು ಕಾಯ್ತ ಇರ್ತೀವಿ. ರಾಜೇಶ್ ಮನೆಗೆ ಹೋಗಿ ಹೇಳಿ ಬರ್ಬೇಕಾ?" ಕೇಳಿದರು.

"ಬೇಡ, ನಾನು ಕರ್ಕೊಂಡ್ ಬರ್ತೀನಿ" ಎಂದ ಕರಾರುವಾಕ್ಕಾಗಿ. ವರ್ಣ ತನ್ನ ಜೊತೆ ಬರುತ್ತಾಳೆನ್ನುವ ನಂಬಿಕೆಯೋ, ಇಲ್ಲ ತನಗೆ ಆ ಅಧಿಕಾರ ಇದೆಯೆನ್ನುವ ಆತ್ಮ ವಿಶ್ವಾಸವೋ" ಬೈಕ್ ತಂದಿದ್ದೀನಿ. ನಿಮ್ಮನ್ನ ಮನೆಗೆ ಬಿಡ್ತೀನಿ" ಎಂದು ಅವರನ್ನು ಮನೆ ತಲುಪಿಸಿ ವರ್ಣ ಮೊಬೈಲ್‌ಗೆ ಫೋನ್ ಮಾಡಿದ "ವರ್ಣ ಜೋಯಿಸರು ನಿನ್ನ ಜೊತೆಯಲ್ಲಿ ಕರ್ಕಂಡ್ ಬಾ ಅಂತ ಆಹ್ವಾನ ಕೊಟ್ಟಿದ್ದಾರೆ. ಹೇಗೆ?" ವಿಚಾರಿಸಿದ.

"ಬರ್ತೀನಿ" ಎಂದಳು.

"ಸಂಜೆ ಆರಕ್ಕೆ.... ಬರ್ತೀನಿ" ಫೋನ್ ಕಟ್ ಮಾಡಿದ.

ರೂಮಿನಿಂದ ಡೈನಿಂಗ್ ಹಾಲ್‌ಗೆ ಬಂದಾಗ ಕಿರಣ ಅಮ್ಮ, ಶಾಂಭವಿಯನ್ನು ಕೂಡಿಸಿಕೊಂಡು ಚರ್ಚಿಸುತ್ತಿದ್ದ "ಸುಮ್ನೇ, ಅನೂಷಾನ ಅಪ್ರ ಮನೆಗೆ ಕಳ್ಸಿ ಬಿಡಿ. ನಿಮ್ಗೇ ಒಂದು ಜವಾಬ್ದಾರಿ ಕಡ್ಮೇ ಆಗುತ್ತೆ, ನಾನು ಅವಳ್ನ ವಿವಾಹವಾಗೋಕೆ ಸಾಧ್ಯವಿಲ್ಲಾಂತ ನಮ್ಮಪ್ಪನಿಗೆ ಮಾತ್ರವಲ್ಲ, ಅವರಪ್ಪನಿಗೂ ತಿಳಿಸ್ತೀನಿ. ಅನಗತ್ಯವಾಗಿ ನಾವುಗಳು ವರ್ಣ, ಶರತ್‌ನ ಡಿವೋರ್ಸ್‌ವರ್ಗೂ ತಳ್ಳಿದ್ವಿ. ಅದಕ್ಕೆ ತಿಂಗಳುಗಳು ಬೇಕಾಯ್ತು. ಇದಕ್ಕೆ ದಿನಗಳು ಸಾಕಾಗುತ್ತೆ. ನಾನು, ಅನೂಷ ವಿವಾಹದಿಂದ ಯಾರ್ಗೂ ನೆಮ್ದೀ ಸಿಗೋಲ್ಲ. ಬರೀ ನಮ್ಗೇ ಮಾತ್ರವಲ್ಲ, ಗೋಪಾಲಸ್ವಾಮಿ ಮನೆಯವರು ಕೂಡ ನೋಯ ಬೇಕಾಗುತ್ತೆ. ಅದಕ್ಕಾಗಿ ಅವಕಾಶ ಕೊಡೋದು ಬೇಡ. ದಯವಿಟ್ಟು ಸ್ಪಷ್ಟವಾಗಿಯೇ ಹೇಳಿ ಕಳ್ಸಿ ಕೊಡಿ" ಜೋರು ದನಿಯಲ್ಲಿಯೇ ಹೇಳಿದ.

ತಿಂಗಳು ಉರುಳಿದರು ಅವಳು ಯಾರೊಂದಿಗೂ ಸ್ನೇಹ ಬೆಳೆಸಿಕೊಂಡಿರಲಿಲ್ಲ. ಡ್ರೆಸ್, ನಿದ್ದೆ, ಟಿವಿ, ವೆರೈಟಿಯಾಗಿ ತಿನ್ನುವುದಷ್ಟನ್ನೇ ಕೆಲಸ ಮಾಡಿಕೊಂಡಿದ್ದಳು.

'ಗೋಪಾಲಸ್ವಾಮಿ ತುಂಬಾ ಆಸೆ ಇಟ್ಕೊಂಡಿದ್ದಾರೆ. ಒಳ್ಳೆಯ ಕುಟುಂಬ. ಹಳ್ಳಿಯಲ್ಲಿ ಸರಳವಾಗಿ ಬದ್ಕೀದವರು. ಸ್ವಲ್ಪ ಅನೂಷಾಗೆ ಹೊಂದಿಕೊಳ್ಳಲು ಕಾಲಾವಕಾಶ ಬೇಕು" ಶಾಂಭವಿ ಅಂದರು. ಆ ಹುಡುಗಿಯ ಮೇಲೆ ಅವರಿಗೆ ಕರುಣೆ "ಸಾರಿ ಅತ್ತೆ, ನಿಮ್ಗೆಲ್ಲ ಆಕೆ ಇಷ್ಟವಾದರೇ ಮನೆಯಲ್ಲಿ ಇಟ್ಕೊಂಡ್.... ತಿದ್ದೀ. ನನ್ನ ಅಭ್ಯಂತರವಿಲ್ಲ ಇಲ್ಲಿ ನನ್ನ ಹೆಸರಿನ ಸೇರ್ಪಡೆ ಬೇಡ. ನಂಗೂ, ಅವ್ಳಿಗೂ ಹೊಂದಿಕೆ ಆಗೋಲ್ಲ" ಅಂದು ಹೊರಟವನು ವರ್ಣನ ನೋಡಿ ಅತ್ತ ಬಂದವ "ದಿನಗಳು ಕಳೆದಂಗೆ ತುಂಬಾ ಚೆಂದ ಕಾಣಿಸ್ತಿ, ಕಣೇ. ಉಬ್ಬಿದ

ಹೊಟ್ಟೆ, ಮುಖದಲ್ಲಿ ಆಯಾಸ.... ಅಂತೆಲ್ಲ ವರ್ಣಸೋರಿಗೆ ಬುದ್ಧಿ ಇಲ್ಲ. ಹೇಗಿದ್ದೀ, ಗೊತ್ತಾ?" ಎಂದು ಹಣೆಯ ಮೇಲಿನ ಮುಂಗುರುಳುಗಳನ್ನು ಸರಿಸಿ ಹಣೆಗೆ ಹೂ ಮುತ್ತು ಇಟ್ಟ.

ಕಿರಣ ತುಂಬಾ ಬದಲಾದಂತೆ ಕಂಡ ಮೂವರಿಗೂ.

"ನೀನು ಪೂರ್ತಿ ಬದಲಾಗಿದ್ದೀ. ಎಷ್ಟೊಂದು ಜವಾಬ್ದಾರಿ ಬಂದಿದೆ. ಈಗ ಅಪ್ಪ ನಿನ್ಮಾತುಗೂ ಬೆಲೆ ಕೊಡ್ತಾರೆ. ನಿನ್ನ, ಅನೂಷಾ ವಿವಾಹ ಆಗಿಯೇ ಬಿಡುತ್ತೆಂತ ಅಂದ್ಕೊಂಡೇ" ಎಂದಳು ವರ್ಣ ಮೇಲುಸಿರು ದಬ್ಬುತ್ತಾ.

"ಇಲ್ಲ ಬಿಡು, ಈ ಮನೆಗೆ, ಮನಸ್ಸಿಗೆ ನೆಮ್ದೀ ಕೊಡೋಂಥ ಹುಡ್ಗೀ ಬೇಕು. ಅನೂಷಾ ಬಯಸೋದು ಅವಳ ಸಂತೋಷ, ನೆಮ್ಮದಿಗಾಗಿ ಮನೆಯವರು ಅಂದುಕೊಳ್ಳೋಷ್ಟು ಸ್ವಾರ್ಥಿ. ಅದು ನಂಗೆ ಬೇಡ. ನಾನು ನೇರವಾಗಿ ತಡಮಾಡದೆ ಗೋಪಾಲಸ್ವಾಮಿಗೆ ಹೇಳ್ತೀನಿ. ಅದಕ್ಕೆ ಮೊದ್ಲು ಅಪ್ಪನ ಹತ್ರ ಮಾತಾಡ್ತೀನಿ. ಓ..... ಲೇಟಾಯ್ತು" ತಂಗಿಯ ಕೆನ್ನೆ ಸವರಿ ಹೊರಟ. ಶಾಂಭವಿ, ಸಕ್ಕೂಬಾಯಿ ಬಂದು ಅವಳ ಅಕ್ಕಪಕ್ಕ ನಿಂತರು.

"ಅವ್ನ ನಿರ್ಣಯ ಸರಿಯೇ! ಮೊದ್ಲು ಅವಳು ಅನ್ನಪೂರ್ಣ ಆಗಿದ್ದಾಗ, ತುಂಬ ಚೂಟಿಯಾಗಿದ್ಲೂಂತ ಹೇಳಿದ್ಲು ಅವಳಮ್ಮ. ಅದು ನಿಜವಿರಬಹುದು! ಈಗ ಪೂರ್ತಿ ಸೋಮಾರಿತನ ಬೆಳ್ಸಿಕೊಂಡಿದ್ದಾಳೆ. ಹೊತ್ತು ಗೊತ್ತಿಲ್ಲದೆ ನಿದ್ದೆ ಮಾಡ್ತಾಳೆ. ಇನ್ನು ಉಳಿದ ಸಮಯದಲ್ಲಿ ಮೇಕಪ್, ಡ್ರೆಸ್ ಬದಲಾಯಿಸೋದು. ಅನನ್ಯ ಅಸಿಸ್ಟೆಂಟ್ ನಾವೇನಾದ್ರೂ.... ಹೇಳಿದರೇ.... ಒಂದ್ಕೆಲ್ಸ ಮಾಡೋಲ್ಲ ಅನುಷಾ ಕಣ್‌ಸನ್ನೆ ಮಾಡಿದ ಕೂಡ್ಲೇ.... ಓಡೋಕೆ ಕಾರಣ ಗೊತ್ತಾ? ಗೋಬಿ ಮಂಚೂರಿ, ಬೆಲ್ ಪೂರಿ, ಖಾರ ಪೂರಿ, ಪಿಜ್ಜಾ, ಬರ್ಗರ್ ಅಂತದೆಲ್ಲ ರೂಮಿಗೆ ತರ್ಸಿಕೊಂಡು ತಿಂತಾಳೆ. ಈ ಪೆದ್ದುಗೆ ಅದರ ಬೆಲೆ ಗೊತ್ತಿಲ್ಲ. ಕೇಳಿದಷ್ಟು.... ಕೊಡ್ತಾಳೆ. ಅವಳಿಗೆ ಅದೇ ಲಾಭ. ಹಳತೂಂತ ಎಸೆಯೋ ಕಾಸ್ಮೆಟಿಕ್ ಎಲ್ಲಾ ಇವಳ ಪಾಲು. ನಂಗೂ ಹೇಳಿ.... ಹೇಳಿ.... ಸಾಕಾಯ್ತು. ಇಲ್ಲೇ, ಇದ್ದರೇ ಪೂರ್ತಿ ಕೆಡ್ತಾಳೆ." ಶಾಂಭವಿ ಹೇಳಿದರು. ಅವರಿಗೆ ಆಗಲೇ ಸಾಕಾಗಿತ್ತು. ಅಣ್ಣನಿಗೆ ಈ ವಿಷಯದಲ್ಲಿ ಬೇಸರವಾಗಬಾರದೆಂದು ಆಕೆಯ ಅಭಿಪ್ರಾಯವಾಗಿತ್ತು. ಇನ್ನ ತಡ ಮಾಡುವುದು ಬೇಡವೆನಿಸಿತು.

ಸಕ್ಕೂಬಾಯಿ, ಶಾಂಭವಿ ಅನೂಷಾ ಬಗ್ಗೆ ಮಾತಾಡಿ ಅಭಿಪ್ರಾಯ ಹಂಚಿಕೊಂಡರೂ, ವರ್ಣ ಏನು ಮಾತಾಡಲಿಲ್ಲ. ಅನೂಷಾ ತಾನಾಗಿ ಅವಳ ರೂಮಿಗೆ ಬಂದರೂ ಐದು ನಿಮಿಷದಲ್ಲಿ ಹಿಂದಿರುಗಿ ಬಿಡುತ್ತಿದ್ದಳು. ಇಬ್ಬರ ಮಧ್ಯೆ ಮಾತು ಇರಲಿಲ್ಲ. ಆದ್ದರಿಂದ ಅನೂಷಾಳ ಬಗ್ಗೆ ಯಾವುದೇ ಅಭಿಪ್ರಾಯ ವ್ಯಕ್ತಪಡಿಸಲು ಸಾಧ್ಯವಿಲ್ಲ.

"ಅಮ್ಮ, ಅತ್ತೆ.... ಶರತ್ ಬಂದು ಸಂಜೆ ಜೋಯಿಸರ ಮನೆಗೆ ಕರ್ಕಂಡ್ ಹೋಗ್ತಾರಂತೆ" ಎಂದಳು ಅವರುಗಳ ಮಾತುಗಳ ಮಧ್ಯೆ. ಇಬ್ಬರು ಇತ್ತ ತಿರುಗಿದರು. ಕಣ್ಣಲ್ಲಿನ ಹೊಳಪು, ಕೆನ್ನೆಯ ಕೆಂಪುನ ಜೊತೆ ಮುಖದ ತುಂಬೆಲ್ಲ ಹರಡಿಕೊಂಡ ಸಂತೋಷ, ಸಂಭ್ರಮಗಳು. "ಏನು ಹೇಳೋಕೆ ಹೋಗ್ಬೇಡಿ, ಅತ್ತಿಗೆ." ಪಿಸುಮಾತಲ್ಲಿ ಸನ್ನೆ ಮಾಡಿ

"ತುಂಬಾನೆ ಸಂತೋಷ... ಎಷ್ಟೊತ್ತಿಗೆ ಬರ್ತಾರಂತೆ? ವರ್ಣ ಈ ಏರಿಯಾದಲ್ಲಿ 'ಪೇರೆಂಟ್ಸ್ ಹುಡ್ ಪ್ರಿಪೇರ್' ಸೆಂಟರ್ ಓಪನ್ ಮಾಡ್ತಾ ಇದ್ದಾರೆ ಬೆಳಿಗ್ಗೆ ಬಂದ್.... ಇನ್ವಿಟೇಷನ್ ಕೊಟ್ಟು ಹೋಗಿದ್ದಾರೆ. ಅದರಲ್ಲಿ ಡೀಟೈಲ್ಸ್ ಕೂಡ ಇದೆ" ಎಂದು ಟಿ.ವಿ. ಪಕ್ಕದಲ್ಲಿಟ್ಟ ಕವರ್‌ನ ತಂದು ಅವಳ ಕೈಗೆ ಕೊಟ್ಟರು.

ಸಕ್ಕೂಬಾಯಿ ಅದೂ ಇದೂ ಕೇಳಿ, ಹೇಳಿದ ನಂತರ ಕಿರಣನ ವಿಚಾರ ಪ್ರಸ್ತಾಪಿಸುತ್ತ "ನಿನ್ನ ಹೆರಿಗೆ ಆದ ಕೂಡಲೇ ಅವನ ಮದ್ವೆ ಮಾಡಿ ಬಿಡಬೇಕೂಂತ ಇದ್ದರು. ಗೊತ್ತಲ್ಲ, ಈಗಾಗಲೇ ಬಂದು ಭಾವಿ ಸೊಸೆ ಮನೆಯಲ್ಲಿ ಠಿಕಾಣಿಯೂಡಿದ್ದಾಳೆ. ಇವಳಾದ್ರೂ ಸೊಸೆ ತರಹ ಇರಲೀ ಅನ್ನೋ ಆಸೆ, ಅವಳೇ ಒಂದು ಜಗತ್ತು ಸೃಷ್ಟಿಸಿಕೊಂಡಿದ್ದಾಳೆ. ಅಲ್ಲಿ ಕಿರಣನೊಬ್ಬನಿಗೆ ಪ್ರವೇಶ. ಅಷ್ಟೆ, ರೂಮು ಅವಳು ಉಪಯೋಗಿಸುವ ಬಟ್ಟೆ, ಬರೆಗಳ ಬಗ್ಗೆ ಅವಳ ಕಾಳಜಿ. ಮಿಕ್ಕಿದ್ದರ ಕಡೆ ಗಮನವಿಲ್ಲ. ಇಷ್ಟೊಂದು ಸ್ವಾರ್ಥ ಇರೋ ಹುಡ್ಗೀ ಹೇಗೆ ಮನೆಗೆ ಸೊಸೆ ಆಗ್ತಾಳೆ? ಒಂದ್ಮನೆ ಗೃಹಿಣಿಯೆಂದರೆ, ಅಲ್ಲಿರುವ ವ್ಯಕ್ತಿಗಳು ಮಾತ್ರವಲ್ಲ ಪ್ರತಿಯೊಂದು ಸಾಮಾನನ್ನ ತನ್ನದೆಂದುಕೊಳ್ಳಬೇಕು. ಇರೋ, ಬರೋ.... ಜನರು ತನ್ನವರೆಂದುಕೊಂಡಾಗ ಮಾತ್ರ ಆ ಮನೆಯಲ್ಲಿ ನೆಮ್ದೀ ನೆಲೆಸಿದ್ದೀತು. ಅನನ್ಯಳಿಂದ ಅಪಾಯವಿಲ್ಲ. ಕೆರಿಯರ್ ಮಾತ್ರ ಮುಖ್ಯವೆಂದು ಭಾವಿಸುವ ಹುಡ್ಗೀ. ಅರುಣನಿಗೂ ಅವಳಿಂದ ತೊಂದರೆ ಇಲ್ಲ. ಕಿರಣ ವಿವಾಹವಾದರೇ ಕಾಡಿ ಬಿಡ್ತಾಳೆ" ಮನದಲ್ಲಿದ್ದ ಮಾತುಗಳನ್ನ ಸ್ಪಷ್ಟವಾಗಿ ಹೇಳಿ "ಕಿರಣನಿಗೆ ಈ ಸಂಬಂಧ ಬೇಡ. ಅದೇನೋ ಒಂದು ಅರ್ಥವಾಗೋಲ್ಲ ವರ್ಣ" ಎಂದರು ಕಸಿವಿಸಿಯಿಂದ.

ಆಕೆ ತೀರಾ ಗೊಂದಲದಲ್ಲಿ ಇದ್ದಂತೆ ಕಂಡರು. ಅವಳ ಮುಂದೆ ಹೇಳಿಕೊಳ್ಳಬೇಕೆನಿಸಿತು ಆ ಕ್ಷಣ. ಶಾಂಭವಿ ಫೋನ್ ಬಂದಿದ್ದರಿಂದ ಎದ್ದು ಹೋದರು.

"ನಂಗೆ ಅರುಣ, ಅನನ್ಯ ಗಂಡ ಹೆಂಡ್ತೀಂತ ಅನ್ನಿಸೋಲ್ಲ. ಮೊದ.... ಮೊದಲು.... ಕೂಡಿ ಹೋಗೋರು. ಈಗ ಅವರವ್ರ ಪಾಡಿಗೆ ಅವರವ್ರು ಹೋಗ್ತಾರೆ. ವೀಕ್ ಎಂಡ್ಸ್‌ನಲ್ಲಿ ಜೊತೆಯಲ್ಲಿ ಹೋಗೋರು. ಈಗ ಅದೂ ಅಪರೂಪವಾಗಿದೆ. ನಂಗಂತು ಆಶ್ಚರ್ಯ ಅನಿಸುತ್ತೆ. ಈಗ್ಲೂ ನಾನು ಎಲ್ಲಾದ್ರೂ.... ಹೋಗ್ಬೇಕಾದರೆ.... ನಿಮ್ಮಪ್ಪನ ಪರ್ಮೀಷನ್ ಬೇಕು. ಮುಂಗೋಪಿ, ಹಠವಾದಿಯಾದರೂ ಇಂದಿಗೂ ನಂಗೆ ಹೇಳೇ.... ಹೋಗ್ತಾರೆ" ನಾಚಿದಂತೆ ಕಡೆಯ ವಾಕ್ಯ ಹೇಳಿದಾಗ ವರ್ಣ ನಕ್ಕೇ ಬಿಟ್ಟಳು. ಇಂದಿಗೂ ಅವರಿಬ್ಬರ ಮಧ್ಯೆ ಪ್ರೀತಿ, ಪ್ರೇಮ ಉಳಿದಿರುವುದು ಅಚ್ಚರಿಯಲ್ಲ. ಆ ಬದ್ಧತೆ.... ಈಗಿಲ್ಲ!

"ಇದು ಬದಲಾವಣೆಯ ಕಾಲ. ಅತ್ತಿಗೆ ಕೆಲ್ಸಕ್ಕೆ ಹೋಗ್ತಾಳೆ. ಒಂದು ಲೆಕ್ಕದಲ್ಲಿ ಅಣ್ಣನ್ಗಿಂತ ಜಾಸ್ತಿ ಸಂಬಳ. ಸಣ್ಣ, ಪುಟ್ಟ ಖರ್ಚುಗಳಿಗೆ ಹೊಡೆದಾಟವಿಲ್ಲ. ಅನ್ಯೋನ್ಯತೆ, ಸಾಮರಸ್ಯ ಇಲ್ಲಿ ಬೇರೆ ರೂಪ ಪಡೆದುಕೊಂಡಿದೆ. ಸಂಜೆ.... ಶರತ್.... ಬರ್ತಾರೆ" ಶಾಂಭವಿ ಕೊಟ್ಟ ಕವರನ್ನು ಹಿಡಿದು ರೂಮಿಗೆ ಹೋದಳು.

ಕವರ್‌ನ ಬಿಡಿಸಿದಳು. ಆಕರ್ಷಕ ಆಹ್ವಾನ ಪತ್ರಿಕೆಯ ಜೊತೆ 'ಪೇರೆಂಟ್ ಹುಡ್'ಗೆ ಪಿಪೇರ್ ಮಾಡುತ್ತೇವೆ. ಶೀರ್ಷಿಕೆಯನ್ನುತ್ತ ಡಿಟೈಲ್ಸ್‌ವುಳ್ಳ ಪತ್ರಿಕೆ ಇತ್ತು. ಪ್ರೆಗ್ನೆನ್ಸಿ ಕೌನ್ಸೆಲಿಂಗ್

ಸೆಂಟರ್‌ನ ಭಾವಿ ಅಪ್ಪ ಅಮ್ಮಂದಿರನ್ನ ಸಿದ್ಧಗೊಳಿಸುವ ಸಲುವಾಗಿ ಗರ್ಭ ಧರಿಸಿದ ಮಹಿಳೆಗೆ ಯೋಗಾಸನ, ಮ್ಯೂಸಿಕ್ ಥೆರಪಿಗಳ ಮೂಲಕ ಡೆಲಿವರಿ ಸಮಯಕ್ಕೆ ಸಿದ್ಧಗೊಳಿಸುವುದು. ಡಯಟ್, ಫಿಟ್‌ನೆಸ್ ಬಗ್ಗೆ ಪಾಠ. ಭಾವಿ ಅಮ್ಮನ ಜೊತೆ, ಭಾವಿ ಅಪ್ಪನಿಗೂ ಮಗುವಿನ ಲಾಲನೆ, ಪಾಲನೆಯ ಮುಖ್ಯ ಅಂಶಗಳಾದ ಮಗುವನ್ನ ಮಲಗಿಸುವುದು, ಸ್ನಾನ ಮಾಡಿಸುವುದು, ಡಯಪರ್ ಚೇಂಜ್ ಮಾಡಿಸುವ ತರಬೇತಿ ಕೂಡ ಕೊಡಲಾಗುತ್ತಿತ್ತು. ಅದರ ಸಲುವಾಗಿ ಯೋಗ, ಚೈಲ್ಡ್ ಎಜುಕೇಟರ್‌ನಂಥ ಎಕ್ಸ್‌ಪರ್ಟ್‌ಗಳನ್ನು ಕರೆಸಲಾಗುತ್ತಿತ್ತು. ಕೋರ್ಸಿಗೆ ಅನುಗುಣವಾಗಿ ಶುಲ್ಕ.

ವರ್ಣಾಳ ತುಟಿಯಂಚಿನಲ್ಲಿ ತೆಳುವಾದ ನಗು ತೇಲಿತು. ಕೋರ್ಸಿಗೆ ಅನುಗುಣವಾಗಿ ಶುಲ್ಕ. ಅಮ್ಮ, ಅತ್ತೆ, ಮಿಕ್ಕವರು ತೋರುವ ಕಾಳಜಿ, ನೀಡುವ ಎಚ್ಚರಿಕೆ, ಕೆಲವೊಮ್ಮೆ ಪಾಠ - ಇದಕ್ಕೆಲ್ಲ ಏನು ನೀಡುವುದು? ಮುದ್ದಾದ ಮಗು - ಅದರ ನಗು ತೇಲಿ ಬಂದಂತಾಯಿತು. ಅಬ್ಬಾ.... ಅದೆಂಥ ಸುಖ ಅಂದುಕೊಂಡಳು.

ಹೆಚ್ಚು ಕಡಿಮೆ ಅವಳು ಕೆಲಸಕ್ಕೆ ಹೋಗೋದು ನಿಲ್ಲಿಸಿದ ಮೇಲಂತು ಮೇಲಿನ ರೂಮಿಗೆ ವರ್ಣ ಹೋಗದಂತೆ ತನ್ನ ರೂಮಿನಲ್ಲೇ ಇರಿಸಿಕೊಂಡಿದ್ದ ಶಾಂಭವಿ ಅವಳ ಪೂರ್ತಿ ಯೋಗ ಕ್ಷೇಮ ವಹಿಸಿಕೊಂಡು ತೀರಾ ಅಕ್ಕರೆಯಿಂದ, ಸಂತೋಷದಿಂದ ಮಾಡುತ್ತಿದ್ದರು.

"ನಾನು ಮಗುನ ಹಡೆಯದಿದ್ದರೂ, ನಿನ್ನ ಆರೈಕೆ ಮಾಡೋ ಭಾಗ್ಯ ನಂಗೆ ಲಭಿಸಿದೆ. ತುಂಬಾ ಸಂತೋಷ ಕಣೇ, ವರ್ಣ" ಎಂದು ಮಮತೆಯಿಂದ ಅವಳ ಮುಂದಲೆ ಸವರುತ್ತಿದ್ದರು. ಹೆತ್ತಮ್ಮನ ಆರೈಕೆ ಅಷ್ಟೇ ಸವಿ.

ಹಾಗೆಯೆ ಕಣ್ಮುಚ್ಚಿ ಮಲಗಿದಳು. ಸುಂದರ ಕನಸುಗಳ ನಡುವೆ ಕೆಟ್ಟ ಸ್ವಪ್ನಗಳು. ರಾತ್ರಿ ಒಂದೆರಡು ಸಲ ಬೆಚ್ಚಿ ಎದ್ದು ಕೂಡುತ್ತಿದ್ದಳು. ಆಗ ಶಾಂಭವಿ ಅವಳ ಮುಖದ ಬೆವರನ್ನೊತ್ತಿ ನೀರು ಕುಡಿಸಿ ಧೈರ್ಯ ಹೇಳಿ ಮಡಿಲಲ್ಲಿ ಮಲಗಿಸಿಕೊಂಡು ತಟ್ಟುತ್ತಿದ್ದರು. ರಾತ್ರಿ ಒಬ್ಬರಲ್ಲ ಒಬ್ಬರು ಬಂದು ನೋಡಿಕೊಂಡು ಹೋಗುತ್ತಿದ್ದರು. ಕೆಲವೊಮ್ಮೆ ಕಿರಣ ಹರಟೆಯೊಡೆಯುತ್ತ ಅಲ್ಲೇ ಸೋಫಾ ಮೇಲೆ ಮಲಗಿ ನಿದ್ರಿಸುತ್ತಿದ್ದ. ಒಮ್ಮೊಮ್ಮೆ ರಾಜೇಶ್ ಕೂಡ ಬಂದು ಐದತ್ತು ನಿಮಿಷ ಕೂತು ಮಾತಾಡಿಸಿ ಹೋಗುತ್ತಿದ್ದರು.

"ಹೆರಿಗೆ ಆಗೋವರ್ಗೂ.... ಇನ್ನೊಂದ್ಮಾತು ಬೇಡ. ಈಗಾಗಲೇ ಮಾನಸಿಕವಾಗಿ ನಲುಗಿ ಹೋಗಿದ್ದಾಳೆ. ನಾಳೆ ಹೆಚ್ಚು ಕಡ್ಮೆಯಾದರೇ ಆ ಹೊಣೆ ನೀವು ಹೊತ್ಕೋಬೇಕಾಗುತ್ತೆ. ಎರಡು ಗಂಡು ಮಕ್ಳು, ಇನ್ನೊಂದು ಹೆಣ್ಣಾಗಲೀಂತ ಸಾವಿರ ದೇವರಿಗೆ ಹರಕೆಯೊತ್ತು ವರ್ಣನ ಪಡೆದಿದ್ದು. ಕಿರಣ ಹುಟ್ಟಿದಾಗಲೇ, ಇನ್ನ ಮಕ್ಕಳಾದರೇ.... ಅಪಾಯಾಂತ ಡಾಕ್ಟರ್ ಹೇಳಿದರೂ, ನಾನು ಕೇಳ್ದೇ, ಜೀವ ಪಣಕ್ಕಿಟ್ಟು ಅವಳನ್ನು ಪಡೆದಿದ್ದು. ಈಗಾಗಲೇ ಅವಳ ಜೀವನ ಹೀಗಾಯಿತಲ್ಲಾಂತ ಹಗ್ಲು.... ರಾತ್ರಿ ಕೊರಗ್ತಾ ಇದ್ದೀನಿ. ಈಗ ಅವ್ಳ ಸಂತೋಷನೆ ನಂಗೆ ಮುಖ್ಯ. ಏನಾದ್ರೂ.... ಹೆಚ್ಚು ಕಡ್ಮೆಯಾದರೇ, ನಾನು ನಿಮ್ಮನ್ನ ಕ್ಷಮಿಸೋಲ್ಲ" ಎಂದಿದ್ದರು ಸಕ್ಕೂಬಾಯಿ. ಮೊದಲ ಸಲ ಗಂಡನಿಗೆ ಧಮಕೀ ಹಾಕಿದ್ದರು. ಆ ಕ್ಷಣ ರಾಜೇಶ್ ಕಂಪಿಸಿದ್ದು ನಿಜ. ಇಷ್ಟು ಧೈರ್ಯ ಬಂದಿದ್ದು ಹೇಗೆ? ಅದರಿಂದ ಮಗಳ ವಿಷಯದಲ್ಲಿ

ಮೃದುವಾಗಿದ್ದರು. ತೋರಿಕೆಯ ನಿರ್ಲಿಪ್ತತೆ ಕೂಡ ಇತ್ತು.

ಐದರ ಸುಮಾರಿಗೆ ಶರತ್ ಬಂದ. ಆಗ ಶಾಂಭವಿ ಸ್ವೆಟರ್ ಹೆಣೆಯುತ್ತಿದ್ದವರು ನಗುವರಳಿಸಿ ಮೇಲೆದ್ದರು. ಮಾತಿಗೆ ಕೂತಿದ್ದ ಸಕ್ಕೂಬಾಯಿ ಎದ್ದಿದ್ದು ಲಗುಬಗೆಯಿಂದ.

"ಬನ್ನಿ.... ಬನ್ನಿ.... ವರ್ಣ ಬೆಳಗ್ಗೆನೇ ಹೇಳಿದ್ಲು"

"ಅಮ್ಮ ಕೊಟ್ಟು ಕಳ್ಸಿದ್ರು" ತಂದಿದ್ದ ಪಾರ್ಸಲ್ ಬ್ಯಾಗನ್ನು ಟೀಪಾಯಿ ಮೇಲಿಟ್ಟ "ರೂಮಿನಲ್ಲಿ ಮಲ್ಗಿದ್ದಾಳೆ. ಮಗು ಹೊಟ್ಟೆಯಲ್ಲಿ ಸ್ವಲ್ಪ ದೊಡ್ಡದಾಗಿಯೇ ಬೆಳೆದಿರೋದರಿಂದ..... ಆಯಾಸ ಜಾಸ್ತಿ. ಹೆರಿಗೆ ದಿನಗಳು ಹತ್ತಿರವಾದಂತೆ ತಲ್ಲಣ ಇರುತ್ತೆ. ರಾತ್ರಿಯೆಲ್ಲ ಕನವರಿಸಿಕೊಂಡ್.... ಎದ್ದು ಕೂಡ್ತಾಳೆ. ಒಂದಿಷ್ಟು ಸಮಾಧಾನ ಹೇಳಿ" ಶಾಂಭವಿ ಮುಕ್ತವಾಗಿಯೆ ಹೇಳಿದರು.

ಶರತ್ ರೂಮಿಗೆ ಹೋದ. ಆರಾಮಾಗಿ ಮಲಗಿದ್ದವಳ ತಾಯ್ತನದ ಆಯಾಸ. ಅದರಲ್ಲೂ ಅದ್ಭುತ ಸೌಂದರ್ಯ. ಮಾತೃತ್ವಕ್ಕೆ ಅದರದೇ ಆದ ಸೊಬಗಿದೆ, ಸೊಗಸಿದೆ. ದೈವಿಕವಾದ ಒಂದು ಪ್ರಭೆ ಆವರಿಸಿರುತ್ತೆ. ಕೇಳಿದ್ದು, ಓದಿದ್ದನ್ನು ಪ್ರತ್ಯಕ್ಷವಾಗಿ ಅನುಭವಿಸುತ್ತಿದ್ದ. ಆಸ್ವಾದನೆಯ ಕ್ಷಣಗಳು ಅಪರೂಪವೆ. ಮೃದುವಾಗಿ ಅವಳ ಪಕ್ಕದಲ್ಲಿ ಕೂತ. ಕ್ಷಣ ಕಾಲ ಮೈಮರೆತು ಅವಳ ಹಣೆಯ ಮೇಲಿನ ಮುಂಗುರುಳನ್ನು ಪಕ್ಕಕ್ಕೆ ಸರಿಸಿದ. ದಾಂಪತ್ಯ ಜೀವನದಲ್ಲಿ ಈ ಕ್ಷಣಗಳು ತೀರಾ ಅಮೂಲ್ಯ. ಕೆಲವರಿಗೆ ಲಭ್ಯ. ಕೆಲವರಿಗೆ ಅಲಭ್ಯ. ಕೆಲವರಿಗೆ ಲಭ್ಯವಿದ್ದರೂ ಅನುಭವಿಸಲಾರರು! ಅದು ಅವರ ಕರ್ಮ.

"ವರ್ಣ...." ಎಂದ ಮೃದುವಾಗಿ ಜೇನಿನ ದನಿ ತಟ್ಟಿ ಎಬ್ಬಿಸಿತು. ಕಣ್ಣು ತೆರೆದವಳ ಮುಖದಲ್ಲಿ ಸಂಕೋಚ, ಲಜ್ಜೆ, ಗಾಬರಿಮಿಶ್ರಿತ ಭಾವ "ಹಾ.... ಯಾವಾಗ್ಬಂದ್ರಿ?" ಅದಕ್ಕೆ ಅವನ ಮುಗುಳ್ನಗುವೆ ಉತ್ತರ.

ತಾನಾಗಿ ಬಳಸಿ ಎಬ್ಬಿಸಿದವನ ಎದೆಯ ಬಿಸಿ ಹಿತವಾಗಿತ್ತು, ಹಾಗೆಯೇ ಒರಗಿದಳು. ಬಳಸಿದ ಕೈ ಪ್ರೀತಿಯಿಂದ ತಡವಿತು "ನಂಗೆ.... ಭಯ!" ಅಂದವಳ ದನಿಯಲ್ಲಿ ಕಂಪನವಿತ್ತು. ತುಂಬು ಮುಖವನ್ನು ಬೊಗಸೆಯಲ್ಲಿಡಿದು "ಯಾಕೆ, ಭಯ? ತಾಯ್ತನ ಪ್ರಕೃತಿ ಸಹಜವಾದದ್ದು ಅಂತಾರೆ. ನನ್ನಮ್ಮ .... ನಿನ್ನಮ್ಮ .... ಹಾಗೇ ಯೋಚಿಸಿದ್ದರೇ...." ಅವನ ದನಿ, ಕಣ್ಣುಗಳು ನೂರು ಭರವಸೆಗಳನ್ನು ತುಂಬಿತು.

"ಜೋಯಿಸರು ಮನೆಯಲ್ಲಿ ಕಾಯ್ತಾ ಇರ್ತಾರೆ" ಎಂದ. ಸ್ವಲ್ಪ ನಿಧಾನವಾಗಿ ಎದ್ದು "ಸಾರಿ, ಬೇಗ.... ರೆಡಿಯಾಗಿ ಬಿಡ್ತೀನಿ" ಮಂಚದಿಂದ ಇಳಿದಾಗ ಕೆನ್ನೆ ತಟ್ಟಿ "ನೋ ಅರ್ಜನ್ಸೀ.... ಸಾವಕಾಶವಾಗಿ ಬಾ" ಹೊರ ನಡೆದ. ಅವನ ಉಪಚಾರಕ್ಕೆ ಶಾಂಭವಿ, ಸಕ್ಕೂಬಾಯಿ ಸಿದ್ಧವಾಗಿದ್ದರು. ನಡುವೆ ಬಂದ ಅನೂಷ "ನಾನು...." ಅನ್ನೋಕೆ ಮೊದಲೇ "ಸೀಮಂತದಲ್ಲಿ ಎಲ್ಲಾ ಇಲ್ಲೇ ಇದ್ದೀರಲ್ಲ. ಎಲ್ಲರ ಪರಿಚಯವು ಇದೆ. ಗೋಪಾಲಸ್ವಾಮಿಯವರ ಕಿರಿಯ ಮಗಳು" ಅಷ್ಟನ್ನು ಹೇಳಿದ್ದು ಶಾಂಭವಿ. ಇವಳ ತಲೆಹರಟೆ ಅವನಿಗೆ ಇಷ್ಟವಾಗದೆಂದು ಆಕೆಗೆ ಗೊತ್ತು. ಅವಳು ಪೆಚ್ಚು ಪೆಚ್ಚಾದಳು. ಯಾವ ಉದ್ದೇಶವು ಇಲ್ಲದಿದ್ದರೂ ತನ್ನ ರೆಕಗ್ನೇಜೇಷನ್ ಸಲುವಾಗಿ ಎಲ್ಲರೊಂದಿಗೂ ಮಾತಾಡುವ ಇಚ್ಛೆ.

ಬರೀ ಟೀ ಕುಡಿದವನನ್ನ ಶಾಂಭವಿ ಬಾಲ್ಕನಿಗೆ ಕರೆದೊಯ್ದು "ಈಗ ಭವಿಷತ್‌ನ ಬಗ್ಗೆ ಯೋಚ್ನೋದು ಬೇಡ. ಈ ಸ್ಥಿತಿಯಲ್ಲಿ ನಿನ್ನ ಸಾಂತ್ವನ, ಪ್ರೀತಿ ವರ್ಣಗೆ ಬೇಕು. ದಿನಕೊಮ್ಮೆಯಾದ್ರೂ.... ಬಂದು.... ಅವಳ ಜೊತೆ ಕಳೀಬೇಕು. ಇದು ಮಗು ಮತ್ತು ಅವಳ ದೃಷ್ಟಿಯಿಂದ ಒಳ್ಳೆಯದು. ನನ್ನ ಮಾತಿನಲ್ಲಿ ತಪ್ಪಿಲ್ಲ.... ಶರತ್" ಹೇಳಿದರು. 'ಹ್ಞೂ' ಗುಟ್ಟಿದವ "ಖಂಡಿತ.... ಬರ್ತೀನಿ" ಆಶ್ವಾಸನೆ. ಬರೀ ಅದು ಕರ್ತವ್ಯ ಅನ್ನಿಸಲಿಲ್ಲ. ಪ್ರೀತಿಯ ಕ್ಷಣಗಳು.... ಮುಂದಕ್ಕೆ ಮಧುರ ನೆನಪುಗಳು.

ಗಂಡ ಕೊಡಿಸಿದ ಸೀರೆಯುಟ್ಟು ಪಚ್ಚೆಯ ಬಳೆಗಳನ್ನು ತೊಟ್ಟು ಬಂದ ವರ್ಣ ಅಚ್ಚ ಹಸುರಿನ ಪ್ರಕೃತಿಯ ವನರಾಶಿಯಂತೆ ಕಂಡಳು. ತುಂಬು ಹೆಣ್ತನದ ಮೇಳೈಸುವಿಕೆ, ಶಿಶುವನ್ನ ಗರ್ಭದಲ್ಲಿ ಹೆಣ್ಣು ಹೊತ್ತಾಗಲೇ ಅನಿಸಿತು.

"ಹೋಗೋಣ...." ಎಂದ.

ಅವಳ ಸೀಮಂತಕ್ಕೆಂತಲೇ ಶಾಂಭವಿ ಮಾಡಿಸಿಕೊಟ್ಟ ಮುತ್ತಿನ ಗೊಂಚಲು ಅವಳ ಕಿವಿಯಲ್ಲಿ ತೂಗುವ ತುಂಬು ಕೆನ್ನೆಗಳಿಗೆ ಮುತ್ತಿಕ್ಕುತ್ತಿತ್ತು. ತುಂಬು ಗರ್ಭಿಣಿಯ ರೂಪ ಕಣ್ಣು ಕುಕ್ಕುವಂತಿತ್ತು.

ಬಾಲ್ಕನಿಯಲ್ಲಿ ಕಾರು ನಿಂತಿತ್ತು. ಸಕ್ಕೂಬಾಯಿ, ಶಾಂಭವಿ ಇಬ್ಬರು ಹೊರಗೆ ಬಂದರು. ಅತ್ಯಂತ ನಿಧಾನವಾಗಿ ಮಡದಿಯನ್ನು ಜೋಪಾನವಾಗಿ ಹತ್ತಿಸಿ ನಂತರ ಹತ್ತಿ ಕೂತ ಇವರೆಡೆಗೆ ಮುಗಳ್ನಗೆ ಬೀರಿದ. ಅದರಲ್ಲಿ ಗಾಂಭೀರ್ಯವಿತ್ತೆ ವಿನಹ ಗೆದ್ದ ಭಾವವಾಗಲೀ, ಬೇರೆ ಅನ್ಯ ಭಾವಗಳೇನು ಇರಲಿಲ್ಲ. ಒಂದು ರೀತಿಯ ನಿಶ್ಚಲ ಸ್ಥಿತಿ.

ಕಾರು ಮುಂದಕ್ಕೆ ಹೋಯಿತು. ಅದೊಂದು ಘಟನೆ ನಡೆಯದೇ ಹೋಗಿದ್ದರೇ ಚೆನ್ನಾಗಿತ್ತು ಎನಿಸಿತು ಇಬ್ಬರಿಗೂ. ಭಾರವಾದ ಮನದಲ್ಲಿ ಒಳಗೆ ಬಂದರು.

ವಿಷಯ ತಿಳಿದ ರಾಜೇಶ್ ಗುಟುರು ಹಾಕಿದರು.

"ಇಂಥ ಬೆಳವಣಿಗೆ ನಂಗಿಷ್ಟವಿಲ್ಲ. ಅವನು ಪದೇ.... ಪದೇ.... ಬರೋದೇನು? ಇವಳ್ನ ಕರ್ಕೊಂಡ್ ಹೋಗೋದೇನು?"

ಈಗಾಗಲೇ ಆಕೆ ಹೇಳಿಯಾಗಿತ್ತು. ಮುಖ ತಿರುಗಿಸಿಕೊಂಡು ಎದ್ದು ಹೋದರು. ವೀಕ್ಲಿ ತಿರುವುತ್ತಿದ್ದ ಅರುಣನಿಗೆ ಏನು ಹೇಳಬೇಕೋ ಗೊತ್ತಾಗಲಿಲ್ಲ. ಆ ವೇಳೆಗೆ ಕಾರಿನ ಕೀ ತಿರುಗಿಸುತ್ತ ಒಳಗೆ ಬಂದ ಕಿರಣ ಉತ್ತರ ಹೇಳಿದ್ದು.

"ಯಾವ.... ಬೆಳವಣಿಗೆ? ವರ್ಣ ಅವ್ನ ಹೆಂಡ್ತಿ? ಅವಳ ಸಲುವಾಗಿ ಬರೋದು, ಹೋಗೋದು ಹಕ್ಕು ಇರೋದರಿಂದ ಕರ್ಕಂಡ್ ಹೋಗಿದ್ದಾನೆ. ಈಗ ತುಟಿ ತೆರೆದರೆ ಅವನು ಸಾಲಾಗಿ ನಮ್ಮನ್ನ ಬಡಿದು ಸೇಡು ತಿರಿಸ್ಕೋತಾನೆ. ಅದೂ ಬೇಡಾಂದರೇ ತೆಪ್ಪಗಿರಬೇಕು. ಎಲ್ಲಾ ವಿಚಾರದಲ್ಲು ನಿಮ್ಮ ಇಂಟರ್‌ಫಿಯರೆನ್ಸ್ ಯಾಕೆ ಬೇಕು? ಹೇಗೂ ಸ್ವಂತ ಸ್ಟೇಟಸ್ ಬೆಳಸ್ಕೋತಾ ಇದ್ದೀರಿ. ಅಷ್ಟು ಸಾಲ್ದಾ?" ಏಕಾಏಕಿ ಎದುರು ಬಿದ್ದ.

ಅರುಣ ಅವನ ತೋಳಿಡಿದು ಕೂಡಿಸಿ "ಏಯ್ ಸಾಕು ಬಿಡೋ.... ಏನೇನೋ....

ಮಾತಾಡ್ಬೇಡ" ಅಂದ. ಕಿರಣ ದಾರಿಯಲ್ಲಿ ಗಲಾಟೆ ಮಾಡಿಕೊಂಡು ಮೂಡ್ ಕೆಡಿಸಿಕೊಂಡು ಬಂದಿದ್ದರಿಂದ ಅವನೇನು ಸುಮ್ಮನಾಗಲಿಲ್ಲ "ಸುಮ್ನೇ.... ಇರಣ್ಣ. ಇವ್ರೇನು ಕಡ್ಮೇ ಅನಾಹುತಗಳ್ನ ಮಾಡಿದ್ದಾರ?" ಅಂದೇಬಿಟ್ಟ. ಬೇರೆ ಸಮಯದಲ್ಲಾಗಿದ್ದರೇ ಖಂಡಿತ ಮಗನಿಗೆ ನಾಲ್ಕು ಬಡೀತಾ ಇದ್ದರು. ಇಂದು ಗೋಪಾಲಸ್ವಾಮಿ ಮಾತುಕತೆಗೆ ಬರುವುದಾಗಿ ತಿಳಿಸಿದ್ದರಿಂದ, ಒಮ್ಮೆ ಕೋಪದ ನೋಟ ಬೀರಿ ರೂಮಿಗೆ ಹೋಗಿ ಬಿಟ್ಟರು. ಅಧಿಕಾರ ಕಳೆದುಕೊಂಡ ತಪನೆ.

"ಏನಾಗಿದ್ಯೋ, ನಿಂಗಿವೊತ್ತು?" ಅರುಣ ಕೇಳಿದ.

"ಪರ್ಸ್‌ನಲ್ಲಿ ಹಣ ಇರ್ಲಿಲ್ಲ. ಪೆಟ್ರೋಲ್ ಹಾಕಿಸಿದ ನಂತರ ಪರ್ಸ್‌ಗಾಗಿ ತಡಕಾಡಿದರೇ.... ನಾಪತ್ತೆ. ತಲೆ ಕೆಟ್ಟಂತಾಗಿತ್ತು. ಅಪ್ಪನ ಬದಲಾಟ ಕೇಳಿ ಮೈ ಬೆಂಕಿ ಆಯ್ತು. ಅಪ್ಪನಿಗೆ ಸ್ವಲ್ಪನಾದ್ರೂ ಕಾಮನ್‌ಸೆನ್ಸ್ ಬೇಡ್ವಾ? ತೀರ್ಮಾನವಾಗಿರೋ ವಿಚಾರ. ಈಗ್ಲೂ ವರ್ಣ ಶರತ್‌ನ ಮಡದಿನೇ. ಅಂಥದ್ದರಲ್ಲಿ ಅಬ್‌ಜಕ್ಷನ್ ಮಾಡೋಕೆ ಇವರ್‍ಯಾರು?" ಮತ್ತೆ ಅಲ್ಲಿಗೆ ಬಂದು ನಿಂತ.

ಕಿರಣನ ರೇಗಾಟಕ್ಕೆ ಅರ್ಥವಿತ್ತು.

ಯಾರು ಮಾತಾಡಲಿಲ್ಲ. ಮೇಲೆದ್ದ ಕಿರಣ "ನಂಗೆ ಗೋಪಾಲಸ್ವಾಮಿ ಮಗಳ್ನ ವಿವಾಹವಾಗೋಕೆ ಇಷ್ಟವಿಲ್ಲ. ಅದ್ನ ಅಪ್ಪನಿಗೆ ಹೇಳಿ ಅನೂಷಾನ ಮರ್ಯಾದೆಯಿಂದ ಕಳ್ಸಿಕೊಡೋಕೆ ಹೇಳಿ. ನಾನು ಅವ್ಳಿಗೆ ಲವರ್‌ಬಾಯ್ ಆಗಿ ಕೆಲ್ಸ ಮಾಡೋಕೆ ಸಾಧ್ಯವಿಲ್ಲ" ಕೈ ಜೋಡಿಸಿ ಎಲ್ಲರೆಡೆ ನೋಟ ಹರಿಸಿ ಎದ್ದು ಹೋದ.

ಎಲ್ಲರು ನಕ್ಕುಬಿಟ್ಟರಷ್ಟೆ. ಅವನ ಮಾತಿಗೆ ಯಾರ ವಿರೋಧವೂ ಇಲ್ಲ. ಆ ಸೋಮಾರಿ ಹೆಣ್ಣನ್ನು ಸಹಿಸಿಕೊಳ್ಳುವುದು ಸಾಧ್ಯವಿರಲಿಲ್ಲ. ಅಂತು ಅವಳನ್ನು ಕಳಿಸಲು ತುದಿಗಾಲಿನಲ್ಲಿ ನಿಂತಿದ್ದರು.

* * *

ಜೋಯಿಸರ ಹೆಂಡತಿ ಹೊರಗೆ ಬಂದು ನಗುಮುಖದಲ್ಲಿ ಆಹ್ವಾನಿಸಿ ಒಳಗೆ ಕರೆದೊಯ್ದರು. ಆಕೆಗೆ ಸಂಭ್ರಮ. ಸುಮಾರು ಸೀಮಂತ ಬಾಣಂತನಗಳನ್ನ ಮಾಡಿದರೂ ಆಕೆಗೆ ತೃಪ್ತಿ ಇಲ್ಲ.

"ಬಾಮ್ಮ.... ವರ್ಣ ಬಾ, ಮಗ ಹೊಟ್ಟೆಯಲ್ಲಿ ತುಂಬಾ ತೊಂದರೆ ಕೊಡ್ತಾನಾ? ನಮ್ಮ ಶರತ್ ತರಹ ತುಂಬ ಗಂಭೀರ." ಶರತ್ ಅತ್ತ ಮೆಚ್ಚುಗೆಯ ನೋಟ ಹರಿಸಿದರು. ಬಾಯಿ ತುಂಬ ಉಪಚರಿಸಿದರು.

"ನಾನು ಇವರು ಮಾಡಿಸೋ ಮದ್ವೆಗಳಿಗೆಲ್ಲ ಹೋಗ್ತಾ ಇದ್ದೆ. ಕೆಲವರು ಕರೀತಾ.... ಇದ್ರು. ಇನ್ನ ಕೆಲವರು ನಿಶ್ಚಯವಾದ್ಮೇಲೆ.... ಹೇಳ್ತಾನೆ ಇರ್ಲಿಲ್ಲ. ಕೆಲವೊಮ್ಮೆ ಹುಡ್ಕಿಕೊಂಡು.... ಹೋಗಿದ್ದಿದೆ. ನನ್ನ ಮಕ್ಳು ಆಕ್ಷೇಪಿಸೋರು. ಆದರೂ... ನಂಗೆ ಸಡಗರ!" ಅವರ ಬಗ್ಗೆ ಹೇಳಿಕೊಂಡರು.

ಬಹುಶಃ ದಂಪತಿಗಳು ಇನ್ನ ಏನು ಹೇಳುತ್ತಿದ್ದರೋ, ಆ ವೇಳೆಗೆ ಶರತ್ ಮೊಬೈಲ್ ರಿಂಗ್ ಆಯಿತು. ರೆವರೆಂಡ್ ಇದ್ದರು ಆ ತುದಿಯಲ್ಲಿ. ಅದೇನು ಹೇಳಿದರೋ, ಏನೋ.... ಅವಸರಿಸಿ ಎದ್ದೇಬಿಟ್ಟ.

"ತುಂಬ ಅರ್ಜೆಂಟ್. ವರ್ಣನ ಮನೆ ತಲುಪಿಸಿ ನಾನು ಹೋಗ್ತೀನಿ" ಆಮೇಲೆ ಹತ್ತು ನಿಮಿಷದಲ್ಲಿ ಕಾರಿನಲ್ಲಿ ಇದ್ದರು "ನನ್ನ ಸೀನಿಯರ್ ಆಫೀಸರ್.... ಮಗ್ಳುಗೇನೋ ಆಕ್ಸಿಡೆಂಟಂತೆ. ಅಲ್ಲಿ ನನ್ನ ಅಗತ್ಯವೇನಿಲ್ಲ. ಯಾಕೆ ಕರೆದರೋ ಗೊತ್ತಾಗ್ತ ಇಲ್ಲ" ಅಷ್ಟು ಮಾತ್ರ ಹೇಳಿದ.

ಇವಳನ್ನು ಅರುಣ ಮುಂದೆ ಇಳಿಸಿದವನು ಜೊತೆಯಲ್ಲಿಯೇ ಬಂದವನಿಗೆ ಎದುರಾದವನು ಅರುಣ ಹಿಂದೆ ಮುಖ ತಿರುಗಿಸುತ್ತಿದ್ದುದುಂಟು, ಈಗ 'ಹಲೋ....' ಅನ್ನುವಷ್ಟು ಸುಧಾರಿಸಿತ್ತು ಎನ್ನು ಸಮಾಧಾನ.

"ಬರ್ತೀನಿ...." ಹೊರಟೇ ಬಿಟ್ಟ.

"ಅದೇನು ಅಷ್ಟೊಂದು.... ಅರ್ಜೆಂಟೆ? ರೆವರೆಂಡ್ ಮಗಳ ಫೋನ್ ಇರ್ಬೇಕು" ಇಂದು ಅಂದೇ ಬಿಟ್ಟ. ನಾಲ್ಕು ಹೆಜ್ಜೆ ಮುಂದಕ್ಕೆ ಹೋದವಳು ನಿಂತು ಹಿಂದಕ್ಕೆ ತಿರುಗಿ "ಅದು ನಿನಗೇಗೆ... ಗೊತ್ತು?" ಕೇಳಿದ್ದಕ್ಕೆ "ಗೊತ್ತು, ಇನ್ನ ದೊಡ್ಡ ಕನ್‌ಸ್ಟ್ರಕ್ಷನ್ ಕಂಪನಿ ಸಿಇಓ. ಮುಂದೆ ಅವನದೇ ದೊಡ್ಡ ಸಾಮ್ರಾಜ್ಯ ವಿಸ್ತರಿಸಬಹುದು. ನಾನೇನು ಸುಮ್ನೇ ಇಲ್ಲ. ಎಲ್ಲಾ ಡೀಟೈಲ್ಸ್ ಕಲೆಕ್ಟ್ ಮಾಡಿದ್ದೀನಿ" ಇದು ಇಷ್ಟು ನಾಲಿಗೆ ಜಾರಿ ಬಂದಿತ್ತು. ಇದು ಸುಳ್ಳಲ್ಲ. ರೂಮರ್ ಆಗಿ ಉಳಿದಿರಲಿಲ್ಲ. ಎಲ್ಲಾ ಹಂತಕ್ಕೆ ಬಂದು ನಿಂತಿತ್ತು. ಕೆಲವರ ಪ್ರಕಾರ ರೆವರೆಂಡ್ ಮಗಳ ಜೊತೆ ವಿವಾಹವಾಗಿ ಹೋಗಿದೆ. ಆದರೆ ಅಧಿಕೃತವಾಗಿ ಘೋಷಣೆಯಾಗಿಲ್ಲ. ಇಷ್ಟು ಅರುಣನಿಗೆ ಗೊತ್ತಿತ್ತು. ನೋವು, ರೋಷದಿಂದ ನಾಲಿಗೆ ದಾಟಿ ಬಂದ ಮಾತುಗಳು.

ಪೂರ್ತಿ ನಂಬಲಾರದ ಪರಿಸ್ಥಿತಿ. ರೆವರೆಂಡ್, ಅವರ ಮಗಳ ವಿಚಾರ ವರ್ಣಳಿಗೆ ಅಲ್ಪಸ್ವಲ್ಪ ಕಿವಿಗೆ ಬಿದ್ದಿತ್ತು. ಆ ಕ್ಷಣ ಕಾಲ ಕೆಳಗಿನ ಭೂಮಿ ಕುಸಿದಂತೆ ಕಂಡದ್ದು ನಿಜ. ಸ್ವಲ್ಪ ತರ್ಕಿಸಿದಾಗ ಯಾಕೆ ಆಗಿರಬಾರದೆನಿಸಿದ್ದು ಉಂಟು. ಭವಿಷ್ಯದ ಬಗ್ಗೆ ಚಿಂತೆ ಬೇಡ. ವಾಸ್ತವದಲ್ಲಿ ಬದುಕಬೇಕು. ಈಗ ಶರತ್ ನನ್ನ ಗಂಡ. ಹೊಟ್ಟೆಯಲ್ಲಿರುವ ಮಗು ಅವನದು. ಅಷ್ಟನ್ನ ಬಿಟ್ಟು ಯೋಚಿಸಬಾರದೆಂದು ತೀರ್ಮಾನಿಸಿ ಮನಸ್ಸನ್ನು ಗಟ್ಟಿ ಮಾಡಿಕೊಂಡಿದ್ದಳು.

ಆದರೆ ಶರತ್ ಈಗಲೇ ವಿವಾಹವಾಗಿರಬಹುದಾ? ಅದನ್ನ ಮಾತ್ರ ನಂಬಲಾಗಲಿಲ್ಲ. ಅವನ ವ್ಯಕ್ತಿತ್ವದ ಬಗ್ಗೆ ಅಪರಿಮಿತವಾದ ಗೌರವ ಭೇಟಿಯಾದಾಗ ಎಂದೂ ಅಂದಿನ ಘಟನೆಯನ್ನೆತ್ತಿಕೊಂಡು ಕೋಪ ಪ್ರದರ್ಶಿಸಿರಲಿಲ್ಲ. ಬಹಳ ಸಂಯಮಿಯಾಗಿ ಹಸನ್ಮುಖಿಯಾಗಿ, ವರ್ತಿಸುತ್ತಿದ್ದ. 'ಹೀರೊ' ಎಂದರೆ ಹೀಗಿರಬೇಕು ಎಂದುಕೊಂಡಿದ್ದುಂಟು.

ತನ್ನ ತಪ್ಪನ್ನರಿತು ಹಿಂದಕ್ಕೆ ಬಂದು ಅವಳ ಕೈ ಹಿಡಿದು "ಸಾರಿ, ನಾನು ಈ ತರಹ ಮಾತಾಡಬಾರ್ದಿತ್ತು. ಪದೇ ಪದೇ ನನ್ನಿಂದಲೇ ತಪ್ಪಾಗ್ತಾ ಇದೆ. ನಿನ್ನ ಈಗಿನ ಸ್ಥಿತಿಗೆ, ನೋವಿಗೆ ನಾನೇ ಕಾರಣ" ಅವನ ಕಣ್ಣಲ್ಲಿ ನೀರು ಬರುವುದೊಂದು ಬಾಕಿ ಇತ್ತು.

"ನಿನ್ನ ಅರಿವಿಗೆ ಬಾರದಂತೆ ಆದ ತಪ್ಪು. ಆಮೇಲಿನದು ಮೂರ್ಖತನ. ನೀವು ಹೇಳಿದ್ದು ನಂಗೆ ಅಲ್ಪ ಸ್ವಲ್ಪ ಗೊತ್ತಿತ್ತು. ವಿಷಯ ನಿಂಗೆ ಗೊತ್ತಿರೋದರಿಂದ, ಒಂದೊಂದು ಮಾತು ನನ್ನ ಕಿವಿಗೂ ಬಿತ್ತು. ಹೇಗೂ ತೀರ್ಮಾನವಾದ ವಿಚಾರ, ಅವಕಾಶ ಸಿಕ್ಕಾಗ ಯಾಕೆ ಹಿಂದಕ್ಕೆ ಹೋಗ್ಬೇಕೂಂತ ಹಿರಿಯರು ಅನ್ನಿಸ್ಕೊಂಡೋರು ಬುದ್ಧಿ ಹೇಳಿರಬಹುದ್ದು. ಆದರೆ ಅವರು ವಿವಾಹವಾಗಿದ್ದಾರೇ ಅನ್ನೋ ವಿಷಯದಲ್ಲಿ ನಂಬ್ಕೇ.... ಇಲ್ಲ. ನೀನೇನು ತಲೆ ಕೆಡಿಸ್ಕೋಬೇಡ. ನೀನು ನನ್ನ ಪ್ರೀತಿಯ ಅಣ್ಣನೇ. ಸ್ವಾರ್ಥಿಯಲ್ಲ. ಇಡೀ ಕುಟುಂಬದ ಬಗ್ಗೆ ಯೋಚಿಸ್ದೇ. ನಿನ್ನ ಬಗ್ಗೆ ನಂಗೆ ತಪ್ಪು ಅಭಿಪ್ರಾಯವಿಲ್ಲ. ಗ್ಲಿಷ್ಟಾಗಿ ಫೀಲ್ ಆಗೋದ್ಬೇಡ" ಅಂದವಳು ರೂಮಿಗೆ ಹೋಗಿ ಕೂತಳು. ಶರತ್ ವಿವಾಹವಾಗುವುದು.... ಎದೆಯಲ್ಲಿ ಹಿಂಡಿದಂತಾಯಿತು. ಅವನ ಪ್ರೀತಿ.... ಬೇರೆಯ ಹೆಣ್ಣಿಗೆ - ಸಹಿಸಲಸಾಧ್ಯವಾಗಿ ತೊಳಲಾಡಿದಳು.

ಅಷ್ಟರಲ್ಲಿ ದಢಬಢ ಬಂದ ಕಿರಣ "ವರ್ಣ ಈಗ ನಿನ್ನ ಹೆಲ್ಪ್ ಕಂ-ಸಪೋರ್ಟ್ ನಂಗೆ ಬೇಕು. ಅನೂಷಾ ವಿಷ್ಯ ತೀರ್ಮಾನವಾಗ್ಬೇಕು. ಮುಂದೆ ಸಮಸ್ಯೆಯಾಗುತ್ತೆ. ಗೋಪಾಲಸ್ವಾಮಿ ನನ್ನ ಸಲುವಾಗಿ ಮನೆ ಕಟ್ಟಿಸ್ತಾ ಇದ್ದಾರಂತೆ. ನಾಳೆ ಗುದ್ದಲಿ ಪೂಜೇಂತ ಇನ್‌ಫಾರ್ಮೇಷನ್ ಬಂತು. ಈ ಅನಾಹುತದಿಂದ ತಪ್ಪಿಸಿಕೊಳ್ಳಲು ಎಲ್ಲರ ಸಪೋರ್ಟ್ ಬೇಕು. ಒಂದು ವೋಟು ಅಪ್ಪನ ಕಡೆ ಬಿದ್ದರೇ ನಂದೇ ಮೆಜಾರಿಟೀಂತ ಬಿಲ್ ಪಾಸ್ ಮಾಡಿಬಿಡ್ತಾರೆ. ಹಾಗೆ.... ಆಗ್ಬಾರ್ದು. ಪ್ಲೀಸ್.... ಗೆಟ್‌ಅಪ್.... ನಾನಂತು ಆ ಮಹಾತಾಯಿನ ವಿವಾಹವಾಗೋಕೆ ಸಿದ್ಧವಿಲ್ಲ" ಬಡಬಡಿಸಿ ಎಬ್ಬಿಸಿ ಅವಳನ್ನು ಕರೆದೊಯ್ದ.

ಗೋಪಾಲಸ್ವಾಮಿ, ರಾಜೇಶ್ ಅಕ್ಕಪಕ್ಕ ಕೂತಿದ್ದರು. ಆ ಮನುಷ್ಯ ಒಂದು ಸ್ಮೈಲ್ ಕೊಟ್ಟ ಅಳಿಯನಿಗೆ. ಅದು ಅವನಿಗೆ ಬೇಕಿರಲಿಲ್ಲ. ಪೆದ್ದು ನಗೆ ಬೀರಿದ.

"ನಾಳೆ ಸೈಟು ಗುದ್ದಲಿ ಪೂಜೆನಂತೆ. ಅದಕ್ಕೆ ನಮ್ಮನ್ನ ಆಹ್ವಾನಿಸೋಕೆ.... ಬಂದಿದ್ದಾರೆ" ರಾಜೇಶ್ ಹೇಳಿದರು. ಅವರಿಗೂ ಕೂಡ ಅನೂಷಾ ಅರೆ ಸಮ್ಮತಿಯೇ. ಆದರೆ ದುಡ್ಡಿರೋ ಗೋಪಾಲಸ್ವಾಮಿಯಂಥ ಕುಳ ಬೀಗನಾಗಿ ದೊರಕಬಹುದೇ ಎನ್ನುವ ಅನುಮಾನ.

"ಕೂತ್ಕೋ, ವರ್ಣ...." ಎಂದು ಕೂಡಿಸಿ "ನಾಳೆ, ನಂಗಂತು ಎಲ್ಲು ಬರೋಕ್ಕಾಗೋಲ್ಲ ಇನ್ನಷ್ಟು ಗೋಪಾಲಸ್ವಾಮಿಯವರತ್ರ.... ಮಾತಾಡೋದಿದೆ ಹೇಳಿದವನು ಹೋಗಿ ಕಿಚನ್‌ನಲ್ಲಿದ್ದ ಶಾಂಭವಿ, ಸಕ್ಕೂಬಾಯಿಯನ್ನು ಕರೆತಂದು "ಕೂತ್ಕೊಳ್ಳಿ, ಒಂದ್ವಿಷ್ಯ ತೀರ್ಮಾನವಾಗಿ ಬಿಡ್ಬೇಕು. ಗೋಪಾಲಸ್ವಾಮಿ ಮನದ ಆಸೆನ ಅಪ್ಪನಿಗೆ ಹೇಳಿದ್ದಾರೆ. ಅವರ ಮಗಳು ಇಲ್ಲಿ ಬಂದಿದ್ದಾಳೆ. ಆ ಬಗ್ಗೆ ನನ್ನ ತಕರಾರು ಏನಿಲ್ಲ. ಆದರೆ ಯಾವುದೇ ಒಂದು ಪರ್ಟಿಕ್ಯುಲರ್ ಉದ್ದೇಶ ಇರಬಾರ್ದು ಅಷ್ಟೆ. ನನ್ನ ಬದ್ಕುಗೆ ಅನೂಷಾ ಸರಿ ಹೋಗೋಲ್ಲ. ಅವಳ ಸ್ವಭಾವದಿಂದ ಮನೆಯವರೆಲ್ಲ ನೋಯಬೇಕು. ಅವಳು.... ಅಂದರೆ.... ಅವಳಷ್ಟೆ. ಮಿಕ್ಕವರೆಲ್ಲ ಉಪಯೋಗ ಅವಳಿಗೆ. ಅವಳು ಮಾತ್ರ ಯಾರ್ಗೂ ಉಪಯೋಗವಾಗಲಾರಳು. ವೆರೈಟಿ ಫುಡ್, ಹೊಸ ಹೊಸ ವಿನ್ಯಾಸ ಡ್ರೆಸ್‌ಗಳು, ಮುಖ್ಯವಾಗಿ ನಿದ್ದೆ, ಇದೆಲ್ಲವನ್ನ ಮೀರಿದ ಸೋಮಾರಿತನ. ಇದನ್ನ ನಾನು ಗುರುತಿಸಿದ್ದು. ಇದು ಎಲ್ಲರ ಅನುಭವಕ್ಕೆ ಬಂದಿದೆ ಕೂಡ. ಆದ್ದರಿಂದ ನಮ್ಮ ಮದ್ವೆ ಸಾಧ್ಯವಿಲ್ಲ. ಪ್ರೀತಿ, ವಿಶ್ವಾಸ, ನೆಮ್ಮದಿಯಿಂದ ಇರಬೇಕೂಂತ

ಇರೋ ಜನ. ನನ್ನ ದ್ವೇಯಿಂದ ನಾನು ಹಣ, ಮನೆ ಅಂಥದನ್ನೇನು ನಿರೀಕ್ಷಿಸೋಲ್ಲ. ಇದು ನನ್ನ ಅಭಿಪ್ರಾಯ. ಇದರಲ್ಲಿ ಯಾವ್ದೇ ಬದಲಾವಣೆ ಇಲ್ಲ" ದೃಢವಾಗಿ, ಅಷ್ಟೇ ಸ್ಪಷ್ಟವಾಗಿ ಹೇಳಿದ ಮೇಲೆ ಎಲ್ಲರತ್ತ ನೋಟ ಹರಿಸಿದ.

ಗೋಪಾಲಸ್ವಾಮಿ ಅವರ ಮನೆಯವರು ಆತ್ಮೀಯ ಬಂಧುಗಳಂತೆ ಹೊಂದಿಕೊಂಡಿದ್ದರು ಸಕ್ಕೂಬಾಯಿಗೆ ಸಂಕೋಚವೆನಿಸಿತು. ಸ್ವಲ್ಪ ತಿದ್ದಿ ತೀಡಿದರೇ, ಸರಿ ಹೋಗಬಹುದೆನ್ನುವ ಆಶಾಭಾವನೆ.

"ಮದ್ವೆ ಆದ್ಮೇಲೆ ಸರಿಹೋಗ್ತಾಳೇನೋ?" ಎಂದರು ಆಕೆ.

"ಬೇಡ, ನಂಗೆ ನನ್ನ ಮನೆಯವರನ್ನ ರಿಸ್ಕ್‌ಗೆ ಒಡ್ಡಲು ಇಷ್ಟವಿಲ್ಲ. ಅದ್ರಿಂದ.... ಅವರಿಗೂ ತೊಂದರೆ. ಮತ್ತೆ.... ಲಾಯರ್.... ಡಿವೋರ್ಸ್.... ಅದೆಲ್ಲ ಬೇಡ. ನಾನಂತು ರೆಡಿ ಇಲ್ಲ. ಬಹಳ ಸ್ಪಷ್ಟವಾಗಿ ಹೇಳಿದ್ದೀನಿ" ಎಂದು ಹೊರಟೇಬಿಟ್ಟ. ಅವರುಗಳೆಲ್ಲ ಮುಖ ಮುಖ ನೋಡಿಕೊಂಡರು. ಅನುಷಾ ಬಗ್ಗೆ ಹೇಳಿದ್ದರಲ್ಲಿ ಯಾವುದು ಸುಳ್ಳಿರಲಿಲ್ಲ, ತಿಂಗಳುಗಳಿಂದ ಗಮನಿಸಿದ್ದರು.

"ಮದ್ವೆಯಾಗೋನು ನೇರವಾಗಿ ಹೇಳಿರೋದರಿಂದ ನಮ್ಮ ಪ್ರತಿಕ್ರಿಯೆನೇ ಇಲ್ಲ. ಗೋಪಾಲ ಸ್ವಾಮಿಯವರೇ ಸಂಬಂಧವಿಲ್ಲದಿದ್ದರೂ ಸ್ನೇಹವನ್ನಾದ್ರೂ ಉಳಿಸಿಕೊಳ್ಳೋಣ" ಶಾಂಭವಿ ಅಷ್ಟು ಹೇಳಿ ತನ್ನ ಅಗತ್ಯ ಅಲ್ಲಿಲ್ಲವೆಂದು ಹೊರಟೇಬಿಟ್ಟರು.

"ಅತ್ತೆ ಹೇಳಿದ್ದು ಸರ್‍ಯಾಗಿದೆ. ಸಂಬಂಧ ಬೆಳ್ಸೀ ನಾಳೆ ಸಮಸ್ಯೆಯಾಗಿ ಶತ್ರುಗಳಾಗೋದು ಬೇಡ. ಈಗಿರೋ ಸ್ನೇಹ ಮುಂದುವರಿಯಲೀ. ಒಂದು ತಪ್ಪು ತೀರ್ಮಾನದಿಂದ ಮನೆಯವರೆಲ್ಲ ಸಫರ್ ಆಗೋದು ಬೇಡ. ಅನನ್ಯ ಸೊಸೆಯಾದರೇ, ಆ ರೂಪದಲ್ಲಿ ಸ್ವೀಕರಿಸಿ ಅನುಭವಕ್ಕೆ ತಂದು ಕೊಳ್ಳೋಕ್ಕಾಗೋಲ್ಲ. ಆದರೂ ಅಪಾಯಕಾರಿಯಲ್ಲ. ಆದರೆ ಅನೂಷಾ ಈ ಮನೆಗೆ ಸೊಸೆಯಾಗಿ ಬಂದರೆ ಮಾತ್ರ ಅಪಾಯವೇ. ಗೋಪಾಲಸ್ವಾಮಿಯವರೇ ದಯವಿಟ್ಟು ಕ್ಷಮ್ಸಿ" ಎಂದ ಅರುಣ. ಈಚೀಚೆಗೆ ತಂದೆ ಹೇಳಿದಕ್ಕೆಲ್ಲ ತಲೆಯಾಡಿಸುವುದನ್ನು ನಿಲ್ಲಿಸಿದ್ದ. ವರ್ಣಾಳ ವಿವಾಹ ಮತ್ತು ನಂತರದ ಘಟನೆಯಲ್ಲಿ ತನ್ನದೆಷ್ಟು ಹೊಣೆಗಾರಿಕೆಯೆಂದು ಲೆಕ್ಕ ಹಾಕುತ್ತಿದ್ದವನ ಎದೆಯಾಳದಲ್ಲಿ ಒಂದು ಪಶ್ಚಾತ್ತಾಪದ ಕಿಡಿ ಕೂಡ.

ವರ್ಣಾಗೆ ಹೇಳೋಕೇನು ಇರಲಿಲ್ಲ.

ಗೋಪಾಲಸ್ವಾಮಿ ಮನಸ್ಸಿಗೆ ನೋವಾಯಿತು. ಇಂಥ ಒಳ್ಳೆಯ ಸಂಬಂಧ ಬೇಕೆಂದೇ.... ನೂರು ಆಸೆಗಳನ್ನು ಗೆಯ್ದಿದ್ದರು. ಆದರೆ ಅವರುಗಳು ಹೇಳಿದ್ದು ಆರೋಪಗಳೆಂದೇನು ತಿಳಿಯಲಿಲ್ಲ. ಅನ್ನಪೂರ್ಣ ಅನೂಷಾ ಆದ ಮೇಲಿನ ಅವಳಲ್ಲಿನ ಬದಲಾವಣೆಗಳನ್ನ ತಾವು ಹೆಗ್ಗಳಿಕೆಯಾಗಿ ಸ್ವೀಕರಿಸಿದ್ದು ತಪ್ಪೆನಿಸಿತು. ಸ್ವಲ್ಪ ನೊಂದರು ಕೂಡ.

"ನೀವೇ ಕೇಳಿದಿರಲ್ಲ. ಸದ್ಯಕ್ಕೆ ಎರಡು ಮನೆಗಳ ನಡುವಿನ ಸ್ನೇಹವನ್ನಾದ್ರೂ.... ಉಳ್ಸಿಕೊಳ್ಳೋಣ." ಎಂದರು ನಿಸ್ಸಾಯಕತೆಯಿಂದ ರಾಜೇಶ್. ಸಕ್ಕೂಬಾಯಿ ಸುಮ್ಮನೆ ಎದ್ದು ಹೋಗೋಕೆ ಮೊದಲು "ಅನೂಷಾನ ಕರ್ಕಂಡ್ ಹೋಗಿ ಅದೇ ಮೋನಿಯಾ ಕೈಯಲ್ಲಿ ಅದೂ ಇದೂ ತರ್ಸಿಕೊಂಡು.... ಕೇಳಿದಷ್ಟು ದುಡ್ಡು ಕೊಡ್ತಾಳೆ. ಆ ಹುಡ್ಗೀಗೆ ಹಣದ ಬೆಲೆ

ಗೊತ್ತಿಲ್ಲ. ಅವಳು ಅನನ್ಯಗಿಂತ ಇವಳ ರೂಮಿನಲ್ಲಿರೋದೇ ಜಾಸ್ತಿಯಾಗಿದೆ." ಹೇಳಿಯೇ ಹೋದರು. ಇವೆಲ್ಲ ನೂರಕ್ಕೆ ನೂರರಷ್ಟು ನಿಜ. ಇದು ಗೋಪಾಲಸ್ವಾಮಿ ಗಮನಕ್ಕೂ ಬಂದು ಗದರಿಸಿದ್ದುಂಟು. ಬಹುಶಃ ಪ್ರಯೋಜನಕ್ಕೆ ಬಂದಿಲ್ಲವೆಂದುಕೊಂಡರು.

ಹತ್ತು ನಿಮಿಷಕ್ಕೆ ಶರತ್ ಫೋನ್ ಮಾಡಿ ಮೊದಲ ಸಲ "ಸಾರಿ.... ವರ್ಣ.... ನಾಳೆ ಬರ್ತೀನಿ" ಎಂದು ಫೋನ್ ಕಟ್ ಮಾಡಿದ. ಅವನು ಬಂದಿದ್ದು ಸೈಟು ಬಳಿಯೇ. ಇಂಜಿನಿಯರ್ ವಿಂಗ್‌ನ ತಮಿಳುನಾಡಿನ ಸೆಲ್ವಂನ ವಿಚಾರಿಸಿದ "ನೋ ಸೀರಿಯಸ್, ಸರ್. ಸ್ಪೀಡಾಗಿ ಕಾರು ಓಡಿಸುತ್ತಿದ್ದವರು ತೀರಾ ಎದುರಾದ ವಾಹನ ನೋಡಿ ಷಾಕಾಗಿ ತಟ್ಟನೇ ಬ್ರೇಕ್ ಒತ್ತಿದ್ದರಿಂದ.... ಪ್ರಜ್ಞೆತಪ್ಪೋ ತರಹ ಆಗಿದ್ದಾರೆ. ಈಗ ಎಲ್ಲಾ ನಾರ್ಮಲ್" ಅಂದು ಕೆಲಸದತ್ತ ಗಮನ ಕೊಟ್ಟರು.

ಮೊಬೈಲ್‌ನ ಆಫ್ ಮಾಡಿ ನೇರವಾಗಿ ಹೆಡ್ ಆಫೀಸ್‌ಗೆ ಬಂದ. ಈಗ ಅವನಿಗೆ ಒಂದು ಛೇಂಬರ್, ಪ್ರತ್ಯೇಕ ಆಫೀಸ್ ಸ್ಟಾಫ್ ಇತ್ತು. ಡಿಗ್ರಿಗೆ ಸಿಕ್ಕ ಮರ್ಯಾದೆಯಲ್ಲ. ಬುದ್ಧಿಮತ್ತೆ, ಪ್ರಾಮಾಣಿಕತೆ, ಕಠಿಣ ಪರಿಶ್ರಮಕ್ಕೆ ಸಿಕ್ಕ ಪ್ರಾಮಾಣಿಕ ಬೆಲೆ.

"ರೆವರೆಂಡ್ ಸಾಹೇಬರ ಮಗಳಿಗೆ ಆಕ್ಸಿಡೆಂಟಾಗಿದೆ" ಆಫೀಸ್ ಬಾಯ್ ಹೇಳಿದ. "ಸೀರಿಯಸ್ಸಾ...." ಕೇಳಿದ. "ಏನಿಲ್ಲ...." ಎಂದುಕೊಂಡು ಹೋದ. ಹೊಸದಾಗಿ ತನಗೇ ಕೊಟ್ಟ ಪ್ರಾಜೆಕ್ಟ್ ಲೋಪದೋಷಗಳನ್ನು ತಿದ್ದಲು ಲ್ಯಾಪ್‌ಟಾಪ್ ಓಪನ್ ಮಾಡಿ ಕೂತ ಸಮಯ ಹೋಗಿದ್ದೇ ಗೊತ್ತಾಗಲಿಲ್ಲ.

ಅಷ್ಟರಲ್ಲಿ ಪಾಂಡೆಯವರು ಇಂಟರ್‌ನೆಟ್ ಮೂಲಕ ಸಂಪರ್ಕಿಸಿ ಚಾಟ್ ಮಾಡಿದರು. ಅವನ ಅಭಿಮಾನಕ್ಕೆ ಪಾತ್ರನಾಗಿದ್ದರಿಂದ ಹೆಚ್ಚು.... ಹೆಚ್ಚು.... ಹೊಣೆಗಾರಿಕೆ ವಹಿಸುತ್ತಿದ್ದರು.

ಇವನು ಛೇಂಬರ್‌ನಿಂದ ಹೊರಗೆ ಬರುವ ವೇಳೆಗೆ ಬಂದ ರೆವರೆಂಡ್ ಮುಖ ಗಂಟಿಕ್ಕಿದರು. ಬೇಸರದ ಜೊತೆ ಮೇಲೆ ಕೋಪ. ಒಂದು ರೀತಿಯ ಅವಮಾನಪಟ್ಟವರಂತೆ ಭುಸುಗುಟ್ಟುತ್ತಿದ್ದರು.

"ನಾನು ಫೋನ್ ಮಾಡಿದ್ದೇ. ಮೆಸೇಜ್ ಕೂಡ ಕಳಿಸಿದ್ದೆ" ಗುಡುಗಿದರು. "ಪಾಂಡೆಯವರ ಜೊತೆ ಚಾಟಿಂಗ್ ಮಾಡ್ತಾ ಇದ್ದೆ. ಅವ್ರಿಗೆ ಒಂದಿಷ್ಟು ಇಂಪಾರ್ಟೆಂಟ್ ವಿಚಾರಗಳ್ನ ಮೇಲ್ ಮಾಡಬೇಕಿತ್ತು. ಅದು ತೀರಾ ಕಾನ್ಫಿಡೆನ್‌ಷಿಯಲ್" ಸ್ಪಷ್ಟವಾಗಿ ಉಸುರಿದ. ದುರು ದುರು ನೋಡಿದವರು "ಛೇಂಬರ್‌ಗೆ.... ಬಾ" ಹೊರಟರು ಅವರು ನೇರವಾಗಿ ನರ್ಸಿಂಗ್ ಹೋಂನಿಂದ ಇಲ್ಲಿಗೆ ಬಂದಿದ್ದರು. ಮಗಳಿಗೆ ಆಕ್ಸಿಡೆಂಟಾಗಿತ್ತು. ಸಣ್ಣದ್ದೋ, ದೊಡ್ಡದ್ದೋ, ಫೋನ್ ಮಾಡಿದ ಕೂಡಲೇ ಇವನು ಧಾವಿಸಿ ಬರಬೇಕಿತ್ತು ಎನ್ನುವುದು ಅವರ ಲೆಕ್ಕಾಚಾರ.

ಐದು ನಿಮಿಷದ ನಂತರ ಅವರ ಛೇಂಬರ್‌ಗೆ ಹೋದ. ನಿಧಾನವಾಗಿ ಜ್ಯೂಸ್ ಹೀರುತ್ತಿದ್ದವರು ಒಂದು ತರಹ ನೋಟ ಬೀರಿದರು 'ಇಂಥದನ್ನ ಸಹಿಸಕ್ಕಾಗೋಲ್ಲ' ಎಂದು ಎಚ್ಚರಿಸುವಂತಿತ್ತು.

"ನಿಂಗೆ ಆಫೀಸ್‌ನ ವಿದ್ಯಮಾನಗಳು ಅರ್ಥವಾಗಿರಬೇಕು. ನನ್ನ ಕೆಲವು ಕೆಲ್ಸಗಳ್ನ ಪಾಂಡೇ, ಬೇರೆಯವರಿಗೆ ವರ್ಗಾಯಿಸ್ತ ಇದ್ದಾರೆ ನನ್ನ, ನಿನ್ನ ಮೇಲೆ.... ಇಂಥ ಮಸಲತ್ತು ನಡೀತಾ ಇದೆ" ಎಂದರು.

"ಅದು ಅವರ ತಲೆನೋವು. ಜೊತೆಗೆ ಕಾರಣಗಳು ಇರುತ್ತೆ ನಾನೇನು ಆ ಬಗ್ಗೆ ತಲೆ ಕೆಡ್ಸಿಕೊಳ್ಳೋಲ್ಲ" ಚುರುಕಾಗಿ ನುಡಿದ. ರೆವರೆಂಡ್ ವಿಚಲಿತರಾದರು. "ಮೊದ್ಲು ಕೂತ್ಕೋ. ನಿನ್ನ ಸಂಬಳ ಒಂದೇ ಸಮ ಏರಿಸಿದ್ದಕ್ಕೆ ಅವರದೇ ಆದ ಕಾರಣವಿದೆ. ನಿನ್ನ ಪ್ರತಿಭೆನ ಸಾಕಷ್ಟು ಉಪಯೋಗ್ಸಿಕೊಂಡಿದ್ದಾರೆ. ನಿಂಗೆ ಕೊಡೋ ಸಂಬಳದಲ್ಲಿ ಅರ್ಧಡಜನ್ ಸೂಪರ್‌ವೈಸರ್ ಸಿಕ್ತಾರೆ. ಅದು ಬಿ.ಇ. ಮಾಡಿದ ಸಿವಿಲ್ ಇಂಜಿನಿಯರ್ಸ್. ಅದರಿಂದ ನಿನ್ನ ಯಾವ ಕ್ಷಣವಾದ್ರೂ.... ಹೊರ್ಗೇ.... ಹಾಕ್ತಾರೆ. ಬಿ ಕೇರ್ ಫುಲ್ ಎಚ್ಚರಿಸುವಂತೆ ಕಂಡರು. ಒಂದಿಷ್ಟು ಹೆದರಿಸಿ ತಾವು ಹೇಳಿದಂತೆ ಕೇಳುವಂತೆ ಮಾಡಿಕೊಳ್ಳುವ ಒಂದು ಹೊಸ ಪ್ಲಾನ್ ಹೇಗೋ ಅವರ ಮೈಂಡ್‌ಗೆ ಬಂದಿದ್ದರಿಂದ ಕಾರ್ಯರೂಪಕ್ಕೆ ತರುವ ಪ್ರಯತ್ನದಲ್ಲಿ ಮೊದಲ ಹೆಜ್ಜೆ "ನಿನ್ನ ಆದಷ್ಟು ಬೇಗ ಕೆಲ್ಸದಿಂದ ತೆಗೆಯಬಹುದು" ಎಂದರು ಮೆಲ್ಲಗೆ, ಪುಟ್ಟ ಮಗುವನ್ನು ಹೆದರಿಸುವಂತೆ.

"ಅದು ಅವರ ಲೆಕ್ಕಾಚಾರ. ಅದಕ್ಕೆ ನಾನು ಹೆದರೋ ಕಾರಣವಿಲ್ಲ. ನಾನು ಸ್ವಾಮಿ ವಿವೇಕಾನಂದರನ್ನ ಓದುತ್ತ ಬೆಳೆದವನು. 'ನಿನ್ನ.... ನೀನು.... ನಂಬು' ಅಂದರು. ಅದೇ ಪಾಲಿಸಿ ನಂದು. ಎಲ್ಲ ಶಕ್ತಿ ನಿನ್ನಲ್ಲಿ ಅಂತರ್ಗತವಾಗಿದೆ. ಇದನ್ನು ನಂಬಿ, ಯಾರ ಆಸರೆಯು ಇಲ್ಲದೆ ಏನನ್ನು ಬೇಕಾದರೆ ಸಾಧಿಸಬಲ್ಲೆ. ಅನಂತ ಶಕ್ತಿ ನಿಮ್ಮಲ್ಲಿದೆ' ಎಂದಿದ್ದಾರೆ. ಆ ಮಾತು, ಆದರ್ಶಗಳೇ ನನ್ನ ಧಮನಿಯಲ್ಲಿ ತುಂಬಿಕೊಂಡಿರೋದು. ನಾನು ಚೇರ್ಮನ್ ಪಾಂಡೆಯವರನ್ನು ಮಾತ್ರವಲ್ಲ, ನನ್ನನ್ನು ನಾನು ನಂಬಿಕೊಂಡಿದ್ದೇನೆ. ನಿಮ್ಮ ಮಗಳಿಗೆ ಸಣ್ಣ ಆಕ್ಸಿಡೆಂಟಾದಾಗ ಅಲ್ಲಿ ಡಾಕ್ಟ್ರು ಅಗತ್ಯವಿರುತ್ತೆ ವಿನಃ ನಾನಲ್ಲ. ಇವೆಲ್ಲ ಸರಳವಾದ ವಿಚಾರಗಳು. ನೀವು ಅರ್ಥಮಾಡ್ಕೋಬೇಕು. ನೀವು ಮತ್ತು ವಿಶ್ವಾಸದಿಂದ ನಮ್ಮ ಮನೆಗೆ ಬರಬಹ್ದು. ನನ್ನ ತಂದೆ, ತಾಯಿ ಮಧ್ಯಮ ದರ್ಜೆಯ ಸರಳವಾದ ಬದ್ಕನ್ನು ಅಪ್ಪಿಕೊಂಡೋರು. ನಿಮ್ಮ ಒಡನಾಟ ಅವ್ರಿಗೆ ಮುಜುಗರ ತರುತ್ತೆ. ಇದನ್ನು ಕೂಡ ನಾನು ಸಹಿಸೋಲ್ಲ. ತಾವು ಹಿರಿಯರು, ಅನುಭವಿಗಳು ಎನ್ನುವ ಗೌರವ ದುರ್ಬಳಕೆ ಆಗೋದು ಬೇಡ. ನನ್ನ ಕೆಲ್ಸದಿಂದ ತೆಗೆಯೋಕೆ, ನೀವು ರೆಕಮಂಡ್ ಮಾಡಬಹುದು, ನನ್ನದೇನು ಅಭ್ಯಂತರವಿಲ್ಲ" ಎಂದವ ಹೊರಬಂದ.

ಇತ್ತೀಚೆಗಿನ ಎಲ್ಲಾ ಮುಜುಗರವನ್ನು ಕೊಡವಿಕೊಂಡಂತೆ ಹಗುರದಿಂದ ನಡೆದ. ಇತ್ತೀಚೆಗಿನ ವಿದ್ಯಮಾನಗಳು ಅವನಿಗೂ ಗೊತ್ತು. ರೆವರೆಂಡ್ ಹೊಸ ಕಂಪನಿ ಹುಟ್ಟು ಹಾಕುತ್ತಿದ್ದರೆಂದು ತಿಳಿದಾಗಲೇ ಪಾಂಡೆಯವರು ಬಂದೋಬಸ್ತು ಮಾಡಿದ್ದರು.

* * *

ಅಂದೇ ಗೋಪಾಲಸ್ವಾಮಿ ಮಗಳನ್ನು ಕರದೊಯ್ಯಲು ತೀರ್ಮಾನಿಸಿದ್ದರು. ಆದರೆ ಶಾಂಭವಿ "ಬೇಡ, ಇನ್ನೆರಡು ದಿನ ಇರಲೀ ಭಾನುವಾರ ಬಂದು ಕರ್ಕಂಡ್ ಹೋಗಿ"

ಅಂದದ್ದೇ ತಪ್ಪಾಗಿತ್ತು. ಅನೂಷ, ಅರುಣನ ಮಡದಿಯಿಂದ ಹಿಡಿದು ಎಲ್ಲರ ಬಳಿ ಅಳುತ್ತ "ದಯವಿಟ್ಟು ಕಿರಣನನ್ನ ಒಪ್ಸಿ. ನನ್ನ ನಾನು ಬದಲಾಯಿಸ್ಕೋತೀನಿ" ಎಂದು ಹಲಬೋಕೆ ಶುರು ಮಾಡಿದಾಗ ಎಲ್ಲರಿಗೂ ಇರಸು ಮುರಸು. ಫ್ರಾಂಕಾಗಿ ಹೇಳೋಕೆ ತಡಬಡಾಯಿಸಿದರು.

"ಅತ್ತೆ, ನೀವು ಹೇಗೆ ಕಳುಸ್ತೀರೋ ನೋಡಿ. ಐ ಡೋಂಟ್ ಫೀಲ್ ಲೈಕ್. ನಂಗೆ ಅವಳು ಇಷ್ಟವಾಗೋಲ್ಲ. ಸೋಮಾರಿಗಳಿಂದ ಏನನ್ನು ನಿರೀಕ್ಷಿಸೋಕ್ಕಾಗೋಲ್ಲ" ಎಂದು ರೇಗಿಕೊಂಡೇ ಕಿರಣ ಮನೆ ಬಿಟ್ಟಿದ್ದ.

ಸುಂದರವಾಗಿದ್ದಳು. ಕೆಟ್ಟವಳಲ್ಲ. ಅವಳಪ್ಪನ ಹತ್ತಿರ ಭೂಮಿ ಮಾರಿಕೊಂಡ ಸಾಕಷ್ಟು ಹಣವಿತ್ತು. ಎಲ್ಲಾ ಸರಿ! ಅವಳ ಯಾವ ಸ್ವಭಾವವು ಮೆಚ್ಚುಗೆಯಾಗಿರಲಿಲ್ಲ. ಬರ್ಗರ್, ಪಿಜ್ಜಾ ಕೊಡಿಸಿಕೊಂಡು ಸುತ್ತಾಡೋದು ಅವನಿಗೆ ಬೇಕಿಲ್ಲ. ಈಗ ಅವನ ಗುರಿ ಸಾಧನೆ. ಅದಕ್ಕೆ ಉತ್ಸಾಹ ತುಂಬುವಂಥ ಹೆಣ್ಣು ಮಾತ್ರ ಅವನಿಗೆ ಬೇಕಾಗಿದ್ದಳು. ಅದು ಇವಳಿಂದ ಸಾಧ್ಯವಿಲ್ಲ. ಅದನ್ನು ಹೇಳಿ.... ಹೇಳಿ.... ಮನೆಯವರೆಲ್ಲ ಸಾಕಾದರು.

ಅಂದು ಅವನು ಮನೆಗೆ ಬಂದಾಗ ರಾತ್ರಿ ಹನ್ನೊಂದು. ಆಗಾಗ ತಡವಾಗಿ ಬರುವುದುಂಟು. ಅಂಥ ಸಂದರ್ಭಗಳಲ್ಲಿ ಕಿರಣ ಫೋನ್ ಮಾಡುತ್ತಿದ್ದ. ಆದರೆ ಇಂದು ಮನೆಯವರಿಂದ ಬಂದ ಯಾವ ಫೋನನ್ನು ರಿಸೀವ್ ಮಾಡಿರಲಿಲ್ಲ. ತೀರಾ ತಲೆ ಕೆಡಿಸಿಕೊಂಡಿದ್ದ.

ಇಂದು ಗೋಪಾಲಸ್ವಾಮಿ ಮನೆಯವರೆಲ್ಲ ಬಂದು ರಿಕ್ವೆಸ್ಟ್ ಮಾಡಿಕೊಂಡಿದ್ದರು. ರಾಜೇಶ್ ಪ್ರತಿಯೊಬ್ಬರಿಗೂ ಪ್ರತ್ಯೇಕವಾಗಿ ಹೇಳಿದ್ದರು.

"ಅನ್ನಪೂರ್ಣ, ಅನೂಷ.... ಆದ್ಮೇಲೆ ಸ್ವಲ್ಪ ತಲೆ ತಿರುಗಿರಬೇಕು. ಇಷ್ಟು ದಿನ ಗೆಸ್ಟ್ ತರಹ ನೋಡಿದ್ವಿ. ಮದ್ವೆಯಾದ್ಮೇಲೆ ಬುದ್ಧಿ ಹೇಳಿ ಸರಿ ಮಾಡ್ಕೋಬಹುದ್ದು ತವರಿನ ಸಪೋರ್ಟ್ ಸಿಗದಿದ್ದರೇ ಹೊಂದ್ಕೋತಾಳೆ. ಸ್ವಲ್ಪ ಕಿರಣನಿಗೆ ಹೇಳಿ. ನಾವು ಹೇಳ್ದಂತೆ ಕೇಳೋ ಬೀಗರು ಸಿಗೋದು ಕಷ್ಟ."

ಎಲ್ಲಾ ಕೇಳಿಸಿಕೊಂಡು ಮೌನದಿಂದ ಹೊರ ಬಂದಿದ್ದರು. ಅರುಣ ಮಾತ್ರ "ಸಾರಿ... ಅಪ್ಪ! ನನ್ನ ಮಾತ್ರ ಇದ್ರಲ್ಲಿ ಎಳೀಬೇಡಿ. ಈಗ ಕಿರಣ ಮೊದಲಿನ ಕಿರಣನಲ್ಲ. ಅವ್ನಿಗೂ ಜವಾಬ್ದಾರಿ ಬಂದಿದೆ. ಅದರಲ್ಲು ಒಂದಿಷ್ಟು ಆದರ್ಶ ಮೈಗೂಡಿಸಿಕೊಂಡಿದ್ದಾನೆ. ಈ ವಿಚಾರದಲ್ಲಿ ನಿರ್ಧಾರ ಅವನದೇ. ನಾನಂತು ಏನು ಹೇಳೋಲ್ಲ" ಹೇಳಿಯೇ ಹೋಗಿದ್ದ. ಅವನಿಗೆ ದಾಂಪತ್ಯದ ಬದುಕು ನೀರಸ ಅನ್ನಿಸೋಕೆ ಶುರುವಾಗಿತ್ತು. ಅನನ್ಯ ತೀರಾ ಕಾಡುವ ಸಂಗಾತಿಯಲ್ಲ. ಇಬ್ಬರದು ಪ್ರತ್ಯೇಕ ಲೋಕಗಳು. ಅದು ಒಂದಾಗಬೇಕೆನ್ನುವ ಪ್ರಜ್ಞೆ ಈಚೆಗೆ ಇವನಿಗೆ ಶುರುವಾಗಿತ್ತು. ಆದರೆ ಅನನ್ಯ ಅವಳ ಲೋಕದಲ್ಲಿ ಮಗ್ನೆ. ಆಫೀಸ್‌ನ ಕೆಲಸ ಮನೆಗೂ ಹೊತ್ತು ತರುತ್ತಿದ್ದಳು.

ಇದು ಯಾರೊಂದಿಗೂ ಹೇಳಿಕೊಳ್ಳಲಾರದ ಸಮಸ್ಯೆ. ಎಷ್ಟೋ ಸಲ ನುರಿತವರಿಂದ ಕೌನ್ಸಲಿಂಗ್ ಬೇಕೆನಿಸುತ್ತಿತ್ತು. ಅವನಿಗೆ. ಅದನ್ನ ಅನನ್ಯಳೊಂದಿಗೆ ಹೇಳಬೇಕಿತ್ತು. ಅದಕ್ಕೆ

ಅವಳಿಗೆ ಪುರುಸೊತ್ತು ಇಲ್ಲ. ಅಂಥದ್ದರಿಂದ ಕಿರಣನಿಗೆ ಅಡ್ವೈಸ್ ಮಾಡಲಾರ.

ಸಕ್ಕೂಬಾಯಿ, ಶಾಂಭವಿ ಗುಸಗುಸ ಅನ್ನುತ್ತಿದ್ದರ ಬಳಿಗೆ ಬಂದವ. "ಅಪ್ಪ, ಏನಾದ್ರೂ.... ಹೇಳಿದ್ರಾ?" ಕೇಳಿದ. ಅವರಿಗೂ ಅರ್ಥವಾಯಿತು "ಅವ್ನೇ ನೇರವಾಗಿ ಮುಖದ ಮುಂದೆ ಹೇಳಿ ಹೋಗಿದ್ದಾನೆ. ಬಲವಂತ ಮಾಡೋಕ್ಕಾಗುತ್ತ? ಅಕಸ್ಮಾತ್ ಮಾಡಿದರೂ.... ಕೇಳ್ತಾನೇ ಅನ್ನೋ.... ನಂಬ್ಕೇ ಇಲ್ಲ. ಅವರವ್ರು ಏನಾದ್ರೂ.... ಮಾಡ್ಕೊಳ್ಳಿ" ಎಂದರು ತಟಸ್ಥ ಧೋರಣೆಯಿಂದ.

"ನಾನು ಅದನ್ನೇ ಹೇಳಿ... ಬಂದಿದ್ದೀನಿ. ಅಪ್ಪನಿಗೆ ಯಾಕೆ ಬುದ್ಧಿ ಇಲ್ಲ. ಸುಮ್ನೇ ಕ್ಲಬ್‌ಗೆ ಹೋಗಿ ಗೋಪಾಲಸ್ವಾಮಿ ಜೊತೆ ಕಾರ್ಡ್ಸು ಆಡ್ಕೊಂಡ್.... ಕೂತ್ಕೋತಾರಂತೆ. ಸಮಯ ಸರಿಯಲೀ. ಕೆಲವರ ಪರಿಚಯವಾಗುತ್ತೇಂತ ಕ್ಲಬ್‌ಗೆ ಮೆಂಬರ್‌ನ ಮಾಡ್ದೇ. ಈಗ ಅದೇ ತಲೆ ನೋವಾಗಿದೆ. ನಿಮ್ಗೇ ಕಿರಿಕಿರಿ ತಪ್ಪಿದೇ ಅನ್ನೋದೊಂದು ಸಮಾಧಾನ. ಈ ವಿಚಾರದಲ್ಲಿ ನಾನು ತಲೆ ಬಿಸಿ ಮಾಡ್ಕೊಳ್ಳಾರೆ. ಅತ್ತೆ, ಇನ್ನೊಂದು ವಿಚಾರ. ನನ್ನ ವೈಫ್ ಡೆಲಿವರಿಯಾಗಿದೆ. ಹೆಲ್ತ್ ಕೇರ್ ಇನ್ಸೂರೆನ್ಸ್ ಇಂತಂತೆ. ಕಂಫರ್ಟ್ ಡೆಲಿವರಿ. ಅವಳು ಕಾರ್ಪೊರೇಟ್ ಕಂಪನಿಯಲ್ಲಿ ಕೆಲ್ಸ ಮಾಡ್ತಾ ಇದ್ಲು. ಮಗುನ ನೋಡೋ ಸಲುವಾಗಿ ಹೋಗಿದ್ದೆ. ಬರ್ತ್ ಸೂಟು ಫೈವ್‌ಸ್ಟಾರ್ ಹೋಟಲ್‌ನ ನೆನಪಿಗೆ ತರ್ತಾ ಇತ್ತು. ಅದು ಬಾಣಂತಿ ಕೊಠಡಿಯಂತೆ ಕಾಣಲಿಲ್ಲ. ನಮ್ಮ ವರ್ಣ ಡೆಲಿವರಿಗೂ ಅಂಥದೊಂದು ಸೂಟು ಬುಕ್ ಮಾಡಿ ಬಿಡೋಣ ಅಲ್ಲಿ ಎಲ್ಲಾ ಕಂಫರ್ಟ್.... ರಿಸ್ಕ್ ಇಲ್ಲ." ಎಂದ ಮಾತು ಬದಲಾಯಿಸುತ್ತ.

"ಹೌದೌದು, ನಂಗೂ ಅಂಥದೊಂದು ಯೋಚ್ನೆ ಇದೆ. ಹೆರಿಗೆ ಆಸ್ಪತ್ರೆಗೆ ದಾಖಲಾತಿ ಅಂದರೆ ಸಾಕು, ಮನೆಯ ಮುಂದೆ ಕಾರು ಬಂದು ನಿಲ್ಲುತ್ತೆ. ಹೆರಿಗೆ ಆಸ್ಪತ್ರೆಯಲ್ಲು ಮನೆಯ ವಾತಾವರಣ. ಅದ್ದೂರಿ ಸ್ವಾಗತ ಸಿಗುತ್ತೆ. ಪೇಷಂಟ್‌ಗಳನ್ನು ಗೆಸ್ಟ್‌ಗಳ ತರಹ ಟ್ರೀಟ್ ಮಾಡ್ತಾರೆ. ಹುಟ್ಟಿದ ಮಗುನ ಲಿಂಗವನ್ನ ಆಧರಿಸಿ ಮಗುವಿನ ತೊಟ್ಟಿಲುಗಳನ್ನು ಬೆಲೂನ್‌ಗಳಿಂದ ಅಲಂಕಾರ ಮಾಡಿರುತ್ತಾರಂತೆ. ಆಸ್ಪತ್ರೆಗಳು ಕಾರ್ಪೊರೇಟ್ ಕಂಪನಿಗಳು ಹೆಲ್ತ್ ಇನ್ಸೂರೆನ್ಸ್ ಕಂಪೆನಿಗಳ ಜತೆ ಒಪ್ಪಂದ ಮಾಡಿಕೊಂಡಿರುವುದರಿಂದ ಒಂದು ರೀತಿಯ ರಿಲ್ಯಾಕ್ಸ್" ಶಾಂಭವಿ ತಮ್ಮ ಯೋಚನೆಯನ್ನು ಅವನ ಮುಂದಿಟ್ಟಳು.

"ಅನನ್ಯ ಪ್ರೆಗ್ನೆಂಟಾದರೆ.... ಖುಷಿ..." ಅಂದ ಅರುಣ "ಅಂಥ ಛಾನ್ಸ್ ಇಲ್ಲ ಬಿಡಿ. ನಮ್ಮ ಮಗುವನ್ನು ಹೆತ್ತು ಕೊಡುವ ಬಾಡಿಗೆ ತಾಯಿ.... ಕೂಡ ಇಂಥದೊಂದು ಕರಾರು ಹಾಕಿದರೇ, ಆ ಬಗ್ಗೆ ಯೋಚ್ಸೆ ನಿರ್ಣಯ ಕೈಗೊಳ್ಳಬೇಕಾಗುತ್ತೆ" ಅಂದ ಅರುಣ ನಗುತ್ತ. ಆ ನಗುವಿನಲ್ಲಿ ಇದ್ದಿದ್ದು ವಿಷಾದ.

ಆ ವೇಳೆಗೆ ಅನೂಷ ಪ್ರವೇಶಿಸದಿದ್ದರೇ ಬಹುಶಃ ವಿಷಯ ತೀರ್ಮಾನವಾಗಿ ಬಿಡುತ್ತಿತ್ತು. ಅದಕ್ಕೆ ಮುನ್ನ ಇನ್ನೊಂದು ವಿಷಯನು ತೀರ್ಮಾನವಾಗಬೇಕಿತ್ತು. ಡಿವೋರ್ಸ್‌ಗೆ ಸಹಿ ಹಾಕಿದ್ದ ಇಬ್ಬರಲ್ಲಿ ಮಗು ಯಾರಲ್ಲಿ ಉಳಿಯಬೇಕು? ಆ ನಿರ್ಣಯವನ್ನ ಆಸ್ಪತ್ರೆಯಲ್ಲಿ ಮಾಡಬೇಕಾ? ಶಾಂಭವಿ ಲಾಯರ್ ಶಂಭುಲಿಂಗಯ್ಯನವರ ಬಳಿ ಹೋಗಿ ಮಾತಾಡಿ ಬರಲು ನಿರ್ಧರಿಸಿದರು.

ಕಾನೂನು ಏನು ಏಳುತ್ತೆ?

"ಶಾಂಭವಿ ಅತ್ತೆ, ನೀವಾದ್ರೂ.... ನನ್ನ ಪರ ರೆಕಮಂಡ್ ಮಾಡಿ ನಂಗೆ ಈ ಮನೆ ಇಷ್ಟವಾಗಿದೆ. ನಾನು ಎಲ್ಲು.... ಹೋಗೋಲ್ಲ" ಅವರ ಬಳಿ ಬಂದು ನಿಂತಾಗ ಅರುಣ ಜಾಗ ಖಾಲಿ ಮಾಡಿದ್ದ. ಅವನು ಹೇಳಿ ಆಗಿತ್ತು. ಮತ್ತೇನು ಹೇಳುವುದು ಇರಲಿಲ್ಲ. ಅದಕ್ಕಾಗಿಯೇ ಮತ್ತೆ ಹೇಳಿ ಹೋದ "ಈ ವಿಷಯ ನನ್ನವರ್ಗೂ.... ತರ್ಬೇಡಿ."

ಆಕೆಗೆ 'ಅಯ್ಯೋ' ಅನ್ನಿಸಿತು. ಮುಗ್ಧೆಯೋ, ಅವಿವೇಕಿಯೋ? ಅಥವಾ ಹೊಸ ಕನಸುಗಳ ಹುಡುಗಿಯೋ? ಆಕೆಗೇನು ಅರ್ಥವಾಗಲಿಲ್ಲ. ಅದು ಅತಿ ಜಯ ಎನ್ನುವ ಕ್ಯಾರೆಕ್ಟರ್ ಕೂಡ ಅಲ್ಲವೆನಿಸಿತ್ತು ಕೆಲವು ಸಲ.

"ಬಾ.... ಇಲ್ಲಿ" ಎಂದು ಅವಳ ರೂಮಿಗೆ ಕರೆದೊಯ್ದರು. ಸದ್ಯಕ್ಕೆ ಈ ರೂಮು ಅವಳ ಉಪಯೋಗಕ್ಕೆ. ತಾವು ಸೋಫಾ ಮೇಲೆ ಕೂತು ಅವಳನ್ನು ಕೂಡುವಂತೆ ಸನ್ನೆ ಮಾಡಿ "ನಿಂಗೆ ಬೇಕಾದಂಗೆ ಸಿಂಗರಿಸಿಕೊಂಡಿದ್ದಿ. ಗೆಸ್ಟ್ ಅಂತ ಬಂದವಳು ನಾನು ಸೊಸೆ ಎನ್ನುವಷ್ಟರಮಟ್ಟಿಗೆ ಬದಲಾಯ್ಸಿ ಕೊಂಡಿದ್ದಿ. ದಟ್ಸ್, ಓಕೇ.... ಕಿರಣನನ್ನ ವಿವಾಹವಾದರೇ, ನೀನು ಕನಸ್ಸು ಕಂಡಿರೋ ಬದ್ಕು ಸಿಗೋಲ್ಲ." ಎಂದು ಅವನ ಸ್ವಭಾವವನ್ನ ವಿವರಿಸತೊಡಗಿ ಕಡೆಗೊಂದು ಮಾತು ಹೇಳಿದರು "ಅವನು ಸಮಾಜಮುಖಿ, ಬೇರೆಯವರ ಕಷ್ಟಕ್ಕೆ ಸ್ಪಂದಿಸ್ತಾನೆ. ಬೇಗ, ಎಲ್ಲರು ತನ್ನವರೆನ್ನುವ ಧಾರಾಳತನ ಅವನದು. ನೀನು ಕನಿಷ್ಟ ಮನೆಯವರನ್ನು ಕೂಡ ಪ್ರೀತಿಸ್ಲಾರೆ. ಒಂದೊಂದು ಕೊರತೆ ನಿನ್ನ, ಅವನ ಮಧ್ಯೆ ಕಂದಕ ತೊಡುತ್ತೆ. ಬೇಡ, ಇದರಿಂದ ನಿಂಗೆ ಸುಖವಿರೋಲ್ಲ, ಬಂಧುತ್ವ ಬೇಡ. ಪರಿಚಯ, ಸ್ನೇಹ ನೇರವಾಗಿ ಹೋಗು ಅನ್ನೋಕೆ ಮೊದ್ಲು ಹೊರಟು ಬಿಡು" ಅಷ್ಟು ಅಂದ ಕೂಡಲೆ ತಿರುಗಿ ಬಿದ್ದು ಬಾಯಿಗೆ ಬಂದಂಗೆ ಬೈಯೋಕೆ ಶುರು ಮಾಡಿದಾಗ ಮೋನಿಯಿಂದ ವಿಷಯ ತಿಳಿದ ಎಲ್ಲರು ಓಡಿ ಬಂದರು.

ಎಲ್ಲರೂ ನಿಬ್ಬೆರಗಾದರು. ಕೂದಲನ್ನು ಕತ್ತರಿಸಿಕೊಂಡು ಬೆಳ್ಳಗೆ ತೆಳ್ಳಗೆ ಮೇಕಪ್ ಮಾಡಿಕೊಂಡಿದ್ದ ಅವಳ ಬಾಯಲ್ಲಿ ಬರುತ್ತಿದ್ದದ್ದು ಅವಾಚ್ಯ ಬೈಗುಳ. ರಾಕ್ಷಸಿಯ ಅವತಾರ ತಾಳಿದ್ದ ಅನೂಷ ಸೇಡು ತೀರಿಸಕೊಳ್ಳುವಂತೆ ಕಂಡಳು.

ಸುಮ್ಮನೆ ನಿಂತರು ಸಕ್ಕೂಬಾಯಿ. ಈ ಗಲಾಟೆ ಕೇಳಿ ಬಂದ ರಾಜೇಶ್ ಗಾಬರಿಯಾಗಿ ಬಿಟ್ಟರು. ರೂಮಿನಲ್ಲಿದ್ದ ಎಲ್ಲವನ್ನು ಎಸೆದಾಡಲು ಶುರು ಮಾಡಿದಾಗ ಯಾರಿಂದಲೂ ತಡೆಯಲಾಗಲಿಲ್ಲ.

"ಈಗೇನು ಮಾಡೋದು?" ಅವರ ದನಿ ಕಂಪಿಸಿತು.

ಶಾಂಭವಿ ರೂಮಿನಿಂದ ಹೊರಬಂದರೂ ಎದೆ ಬಡಿತ ತಗ್ಗಲಿಲ್ಲ. ಅವಳ ಪಾಡಿಗೆ ಅವಳಿದ್ದರು ಅನನ್ಯ ಒಮ್ಮೆ ಕೂಡ ದನಿಯೇರಿಸಿದವಳಲ್ಲ. ಇವಳು....

ಗೋಪಾಲಯ್ಯನಿಗೆ ಫೋನ್ ಹೋಯಿತು.

"ಆಸೆಪಡ್ತಾಳೆ. ಒಪ್ಕೊಂಡ್.... ಬಿಡಿ. ಅವಳಲ್ಲಿ ಹಟಮಾರಿತನ ಜಾಸ್ತಿ" ಇಂಥದೊಂದು

ಮಾತನ್ನು ಹೇಳಿ, ಆ ಮನುಷ್ಯ ಫೋನ್ ಕಟ್ ಮಾಡಿದ. "ಈಗೇನು.... ಮಾಡೋದು?" ಮೇಲೆ, ಕೆಳಗೆ ನೋಡಿದರು.

"ನೀವುಗಳು ಒಪ್ಪಿಕೊಳ್ಳದಿದ್ದರೇ ಮೇಲಿಂದ ಕೆಳ್ಗೇ ಹಾರಿಬಿಡ್ತೀನಿ. ನಿಮ್ಮನ್ನೆಲ್ಲ ಪೊಲೀಸ್ ಸ್ಟೇಷನ್‌ಗೆ ಹಾಕ್ತಾರೆ. ಪತ್ರ ಬರೆದು ನಮ್ಮಪ್ಪನ ಕೈಗೆ ಕೊಟ್ಟಿದ್ದೀನಿ" ಇಂಥ ಒಂದು ಧಮಕಿ ಹಾಕಿದಾಗ ಮನೆಯವರೆಲ್ಲ ತಣ್ಣಗಾದರು. ಸ್ವಲ್ಪ ಧೈರ್ಯವಹಿಸಿ ಶಾಂಭವಿ "ನಾವು ಒಪ್ಕೊಂಡರೇ, ಸಾಕಾ? ಕಿರಣ್ ಒಪ್ಕೋಬೇಕಲ್ಲ. ಅವನು ಬರೋವರ್ಗೂ ಸುಮ್ನೇ ಇರು" ಸಂತೈಸಿದರು.

ಆಮೇಲೆ ಎಷ್ಟೋ ಹೊತ್ತಿಗೆ ಸಮಾಧಾನಗೊಂಡಳು. ತಂದು ಕೊಟ್ಟ ತಿಂಡಿ ತಿಂದು ನೀರು ಕುಡಿದಳು. ಅವಳನ್ನು ಬಿಟ್ಟು ಮನೆಯವರೆಲ್ಲ ಕೆಳಗಿನ ಸ್ಟೋರ್‌ನಲ್ಲಿ ಸೇರಿಕೊಂಡರು. ಮುಂದೇನು? ರಾಜೇಶ್ ಇದಕ್ಕೆ ಕಾರಣ ಎನ್ನುವುದು ಸತ್ಯ.

"ಶಾಂಭವಿ ಈ ಪ್ರಕರಣ ಇಲ್ಲಿಗೆ ಬಂದ್.... ನಿಲ್ಲುತ್ತೇಂತ ಅಂದುಕೊಂಡಿರಲಿಲ್ಲ. ಎಷ್ಟು ಕೆಟ್ಟು ಹಟ ನೋಡು ಅವಳಿಗೆ. ಬೀದಿಗೆ ಎಳೆಯೋಂಗೆ ಕಾಣುತ್ತೆ" ಮತ್ತೆ ರಾಜೇಶ್‌ದು ಅದೇ ಮಾತು. ಹೇಗೋ ನಡೆದು ಹೋಗಲೀ, ಆಮೇಲೆ ಸಂಭಾಳಿಸಿಕೊಂಡರಾಯಿತೆಂದುಕೊಂಡರು. "ಶಾಂಭವಿ, ಹೀಗೇನು ಮಾಡೋದು. ಕಿರಣನಿಗೆ ಒಂದ್ಮಾತು ಹೇಳಿ ಮದ್ವೆಗೆ.... ಒಪ್ಸಿ ಬಿಡು."

'ಅದ್ನ ನೀವೇ.... ಮಾಡಿ" ಅರುಣ ಹೊರನಡೆದ.

"ಈಚೀಚೆಗೆ ಕೊಬ್ಬಿ ಬಿಟ್ಟಿದ್ದಾನೆ, ಮೊದ್ಲು ಪ್ರತಿಯೊಂದಕ್ಕೂ ತಲೆಯಾಡಿಸುತ್ತಿದ್ದ. ಈಗ ಬಾಯಿ ತೆರೆಯೋಂಗೇ, ಆಗಿದ್ದಾನೆ" ಮಗನ ಬಗ್ಗೆ ಬೇಸರ ವ್ಯಕ್ತಪಡಿಸಿದರು "ಲೇಟಾಯ್ತು.... ಅಣ್ಣ! ಅದ್ನ ಮೊದಲೇ ಮಾಡಿದ್ದರೇ, ಒಂದು ಅನಾಹುತವೆ ತಪ್ಪುತ್ತಿತ್ತು. ಅದೇನಾಗುತ್ತೆ, ಆಗ್ಲೀ.... ನಾನಂತು ಕಿರಣನಿಗೆ ಒತ್ತಾಯ ಮಾಡೋಕೆ ಆಗೋಲ್ಲ" ಶಾಂಭವಿ ಧೈರ್ಯ ತೋರಿದರು.

"ನಿನ್ನ ವಿಷ್ಯ ಬಿಡು! ನಿನ್ಮಗನಿಗೆ ಒಂದಿಷ್ಟು ಬುದ್ಧಿ ಹೇಳು. ಎಲ್ಲಾದ್ರೂ ಬಿದ್ದು ಸತ್ತಾಳು. ಮದ್ವೆಯಾಗ್ಲೀ, ಆಮೇಲೆ ಸರಿ ಹೋಗ್ತಾಳೆ" ಹೆಂಡತಿಗೆ ಅಜ್ಞಾಪಿಸಿದರು. ಆಕೆ 'ಹರ, ಶಿವ' ಎನ್ನದೆ ಎದ್ದು ಹೋದರು. "ನಡೀ.... ವರ್ಣ" ಅವಳನ್ನ ಎಬ್ಬಿಸಿಕೊಂಡು ಶಾಂಭವಿ ಹೊರ ನಡೆದಾಗ ಉಳಿದಿದ್ದು ರಾಜೇಶ್ ಒಂಟಿಯಾಗಿ.

ತನ್ನ ಬಲ ಕಡಿಮೆಯಾಗಿದೆ. ಟಿಸಿಲೊಡೆದ ಕೊಂಬೆಗಳು ತಮ್ಮ ತಮ್ಮ ಆಹಾರ ತಾವೇ ಸಂಗ್ರಹಿಸಿಕೊಂಡು ಸ್ವತಂತ್ರವಾಗಿ ನಿಲ್ಲುವಂಥ ಸಾಮರ್ಥ್ಯ ಬೆಳೆಸಿಕೊಂಡಂತೆ. ಇದು ಪ್ರಕೃತಿಯದು ಮಾತ್ರವಲ್ಲ, ಮಾನವನಿಗೂ ಅನ್ವಯ.

ಆಮೇಲೆ ರೂಮಿಗೆ ಹೋಗಿ ಬಾಗಿಲು ಹಾಕಿಕೊಂಡ ರಾಜೇಶ್ ಹೊರಬರಲಿಲ್ಲ. ಅನೂಷಾ ಇಲ್ಲಿ ಬಂದು ಕುಳಿತಿದ್ದರಲ್ಲಿ ಕಿರಣನ ಪಾಲೆಷ್ಟು? ಒಬ್ಬರ ತಿಳಿಗೇಡಿತನಕ್ಕೆ ಎಷ್ಟು ಜನಕ್ಕೆ ಶಿಕ್ಷೆ? ಇದೊಂದು ಸಹಜ ಕ್ರಿಯೆ. ಡ್ರೈವರ್ ಎಚ್ಚರ ತಪ್ಪಿದರೇ.... ಶಿಕ್ಷೆ ವಾಹನದಲ್ಲಿ

ಕುಳಿತ ಎಲ್ಲರಿಗೂ. ಇದು ನಿರಂತರ ಪಾಠ. ಲರ್ನಿಂಗ್ ನೆವರ್ ಎಂಡ್. ಆದರೆ ಕಲಿಯುವವರು ಎಷ್ಟು ಮಂದಿ?

* * *

ಶಾಂಭವಿ ಬೆಳಿಗ್ಗೆಯೇ ಶಂಭುಲಿಂಗಯ್ಯನವರ ಆಫೀಸ್‌ಗೆ ಹೊರಟರು. ಹಿಂದಿನ ದಿನವೇ ಅಪಾಯಿಂಟ್‌ಮೆಂಟ್ ಪಡೆದು ಕೊಂಡಿದ್ದರಿಂದ ಕಾಯಬೇಕಾದ ಅಗತ್ಯವೇನು ಇರಲಿಲ್ಲ.

ಆಫೀಸ್‌ನೊಳಕ್ಕೆ ಹೋದ ಕೂಡಲೇ "ಕರೀತಾರೆ...." ಅವರ ಜೂನಿಯರ್ ಹೇಳಿ ಹೋದ "ಬನ್ನಿ.... ಬನ್ನಿ .... ಡಿವೋರ್ಸ್ ಕೇಸ್‌ನ ಬಗ್ಗೆ ಅಲ್ವಾ?" ಬರಮಾಡಿಕೊಂಡರು. ಮಧ್ಯಮ ವಯಸ್ಸು ದಾಟಿ ಪಕ್ವವಾದ ಮನುಷ್ಯ. ಸ್ವಲ್ಪ ಜೋರು ದನಿ. ಮುಖ ಬಿಗಿದೇ ಇರುತಿತ್ತು. ಪ್ರತ್ಯೇಕವಾಗಿ ಕೋಪ ಬರುವ ಅಗತ್ಯವಿರಲಿಲ್ಲ.

"ಹೇಗಿದ್ದಾಳೆ, ವರ್ಣ? ಆ ಹುಡ್ಗೀ.... ನೆನಪು ಚೆನ್ನಾಗಿದೆ ಸಂಸ್ಕಾರವಂತ ಹೆಣ್ಣು ಮಗ್ಳು. ಇಂಥ ಹೆಣ್ಣು ಮಕ್ಕಳೇ ಎರಡು ಮನೆಯವರಿಗೆ ಕೀರ್ತಿ ತರೋದು" ಇಂಥದೊಂದು ಕಾಂಪ್ಲಿಮೆಂಟ್ ವರ್ಣಗೆ ಸಿಕ್ಕಿತು. ಶಾಂಭವಿ ಉಗುಳು ನುಂಗಿದರು. ಅಂದು ಮುಂದೇನು? ಮಗುವಿನ ಭವಿಷ್ಯ ಯಾರ ಕೈಯಲ್ಲಿ ಅನ್ನುವವರೆಗೆ ಯೋಚಿಸಿರಲಿಲ್ಲ "ಅಂದೇನೋ ಡಿವೋರ್ಸ್ ಅನ್ನೋ ಪ್ರಕೀಯೆ ಮುಂದಕ್ಕೆ ಹೋಯ್ತು ಒಂದ್ವಿಷ್ಯ ಎಲ್ಲಾ ಮರ್ತು ಬಿಟ್ವಿ. ವರ್ಣ ಡೆಲಿವರಿಗೆ ಡೇಟ್ ಕೊಟ್ಟಿದ್ದಾರೆ. ಇನ್ನ ಇಪ್ಪತ್ತೇ ದಿನ. ನಂತರದ್ದು ಮೊದಲೇ ತೀರ್ಮಾನವಾದರೇ ಚೆಂದ" ಬಂದ ಕಾರಣ ತಿಳಿಯಿತು.

"ಅಂದರೇ, ನಿಮ್ಮ .... ಪ್ರಕಾರ...." ಶಂಭುಲಿಂಗಯ್ಯ ದೀರ್ಘ ತೆಗೆದರು. "ಅದೇ, ಮಗು ವಿಚಾರ. ಆಗ ಸಣ್ಣ ಪುಟ್ಟ ಗಲಾಟೆಗಳಾಗೋದು ಬೇಡ." ಅದನ್ನು ಶಾಂಭವಿ ಪೂರ್ತಿ ಮಾಡಿದರು.

ಒಂದೆರಡು ನಿಮಿಷ ಕಣ್ಮುಚ್ಚಿ ತೆಗೆದು "ಗಲಾಟೆ ಯಾಕೆ ಆಗುತ್ತೆ? ಈಗಾಗಲೇ ಮ್ಯಾಟರ್ ಕೋರ್ಟುವರ್ಗೂ ಬಂದಿದೆ. ಸರಳವಾಗಿ ಡಿವೋರ್ಸ್ ಸಿಗೋಲ್ಲ. ಮ್ಯಾಟರ್ ಕೋರ್ಟುನಲ್ಲಿ ತೀರ್ಮಾನವಾಗುತ್ತೆ. ತುಸು ಹಗ್ಗ ಜಗ್ಗಾಟ. ಡೋಂಟ್.... ವರೀ.... ನಡೆಸೋಣ. ಕೆಲವು ಕೇಸ್ ವಿಪರೀತ ಕಗ್ಗಂಟು ಎದರು ಬದರಾದರೇ, ಅಲ್ಲೇ.... ದೂಷಣೆ.... ಆರೋಪ.... ಜಗಳ ಶುರುವಾಗಿ ಬಿಡುತ್ತೆ. ಇಲ್ಲಿನದು.... ಹಾಗಲ್ಲ! ದಂಪತಿಗಳು ಸಮಾಧಾನವಾಗೇ ಇದ್ದರು ಹಿರಿಯರದೇ.... ಹಾರಾಟ. ಇಂಥವು ತೀರಾ ಅಪರೂಪ" ಎಂದರು. ಶರತ್, ವರ್ಣ ಜೋಡಿ ಕಣ್ಮುಂದೆ ಬಂದು ನಿಂತಿತು ಒಬ್ಬರ ಮೇಲೊಬ್ಬರು ಸಣ್ಣ ಆರೋಪ ಕೂಡ ಮಾಡಲಿಲ್ಲ. 'ಗ್ರೇಟ್'.... ಎನಿಸಿತು.

ಮತ್ತೆ ಕಣ್ಮುಚ್ಚಿ ಕೂತ ಶಂಭುಲಿಂಗಂ ಐದು ನಿಮಿಷದ ನಂತರ ಕಣ್ಣು ತೆರೆದಿದ್ದು. ಬಂದಿದ್ದಕ್ಕೆ ಏನೋ ಕಾರಣವಿದೆಯೆಂದು ಊಹಿಸಿದರು.

"ಈಗ ನೀವೇನು ಬಂದಿದ್ದು?" ಕೇಳಿದರು.

"ಮಗು ಸಮಸ್ಯೆಯಾಗ್ಬಾರ್ದು. ಅದನ್ನ ನಾನು ದತ್ತು ತಗೊಂಡ್ ಅವರುಗಳ ದಾರಿ ಸುಗಮ ಮಾಡ್ತೀನಿ. ಹೇಗೂ, ನಾನು ಅಣ್ಣನ ಮನೆಯಲ್ಲೆ ಇರೋದು. ಮಗು ಎಲ್ಲರದಾಗಿ ಬೆಳೆಯುತ್ತೆ" ಕಾರಣ ಹೇಳಿದರು.

ಮತ್ತೆ ಕಣ್ಮುಚ್ಚಿ ಕೂತರು. ಈಗಾಗಲೇ ಅರುಣ, ಅವನ ಹೆಂಡತಿ ಬಂದಿದ್ದು ಇದೇ ವಿಷಯವಾಗಿ. 'ಮಗು ನಮ್ಗೇ ಇರಲೀ. ಕಾನೂನುಬದ್ಧವಾಗಿ ದತ್ತು ತಗೋತೀವಿ. ಅದರಿಂದ ನಮ್ಮ ಎಲ್ಲಕ್ಕೂ ಆ ಮಗು ವಾರಸುದಾರನಾಗ್ತಾನೆ. ಮಗು ಕೂಡ ಮನೆಯಲ್ಲೇ ಬೆಳೆಯುತ್ತೆ. ಮನೆಯದಾಗೆ ಇರುತ್ತೆ. ಅದಕ್ಕೂ ಎಲ್ಲರ ಪ್ರೀತಿ ಸಿಕ್ಕಂತಾಗುತ್ತೆ. ನಮ್ಮ ಪರ ನೀವು ವಕಾಲತ್ತು ವಹಿಸಬೇಕು' ಎಂದು ಅರುಣ ಮಾತಾಡಿದಾಗ ಫೀಜಿನ ರೂಪದಲ್ಲಿ ಒಂದು ಲಕ್ಷದ ನೋಟಿನ ಕಟ್ಟನ್ನು ಅವರ ಮುಂದಿಟ್ಟಳು.

ನೋಟು ಮತ್ತು ಅನನ್ಯನ ಬದಲಿಸಿ ಬದಲಿಸಿ ನೋಡಿ "ನಿಮ್ಮಗಳಿಗೆ ಮಕ್ಕಳಾಗೋ ವಯಸ್ಸು ದಾಟಿಲ್ಲ. ಮಗು ಆಗದ ಸಮಸ್ಯೆಯೇನಾದ್ರೂ.... ನಿಮ್ಮಲ್ಲಿದೆಯ?" ಕೇಳಿದರು. ಅರುಣನಿಗೆ ಒಂದು ತರಹ ಅನಿಸಿತು. ದಾಂಪತ್ಯದ ಮುಖ್ಯ ಕುರುಹು ಮಗು ಎನ್ನುವ ನಂಬಿಕೆ ಅವನದು. ಸಂಕೋಚಿಸಿದ.

"ಐ ಟೆಲ್ ಯು, ನಮ್ಮಲ್ಲಿ ಯಾವ್ದೇ ಸಮಸ್ಯೆ ಇಲ್ಲ. ಆದರೆ ಮಗುನ ಹೊತ್ತು ಹೆತ್ತು ಲಾಲನೆ ಮಾಡೋಷ್ಟು ಪುರುಸೊತ್ತಿಲ್ಲ. ಅದಕ್ಕೆ ನಾನು ಸಿದ್ಧವಿಲ್ಲ. 'ಸರೋಗಸಿ' ಬಾಡಿಗೆ ತಾಯಿಯಿಂದ ಮಗುನ ಪಡ್ಕೋಬಹ್ದುಂತ ಅಂದ್ಕೊಂಡಿದ್ವಿ. ಈಗ ಅವ್ರ ರೇಟು ಕೂಡ ಜಾಸ್ತಿಯಾಗಿದೆ. ತುಂಬಾ ಆರೋಗ್ಯವಂತೆ ಯುವತಿಯರು ಬಾಡ್ಗೇ ತಾಯ್ತನಕ್ಕೆ ಐದು ಲಕ್ಷದಿಂದ ಹತ್ತು ಕೇಳೋಕೆ ಶುರು ಮಾಡಿದ್ದಾರೆ. ತುಂಬಾ.... ಕಾಸ್ಟ್ಲಿ, ವರ್ಣನ ಮಗು ಸೂಟಬಲ್. ಆರಾಮಾಗಿ ದತ್ತು ಪಡೆದುಕೊಂಡರೇ, ಅವ್ರ ಸಮಸ್ಯೆ ನಮ್ಮ ಸಮಸ್ಯೆ ಒಂದೇ ಸಲ ಸಾಲ್ವ್.... ಆಗುತ್ತೆ. ಮಗು ಮನೆಯಲ್ಲೆ ಇರೋದರಿಂದ ಆಗಾಗ್ಬಂದ್ ನೋಡೋ.... ಅವಕಾಶನು ಇದೆ" ಸ್ವಲ್ಪ ದೀರ್ಘವಾಗಿ ಮಾತಾಡಿದ್ದು ಇಂದೇ.... ಎನಿಸಿತು ಅರುಣನಿಗೆ. 'ಗುಡ್....' ಎಂದುಕೊಂಡರು ಶಂಭುಲಿಂಗಂ.

"ವರ್ಣ ಆಗಾಗ ಬರ್ತಾರೇಂತ.... ಅಂದ್ರಿ! ಅವರೆಲ್ಲಿ ಹೋಗ್ತಾರೆ?" ಪ್ರಶ್ನಿಸಿದರು. "ನನ್ನ ಕಸಿನ್ ಜೊತೆ ಅವರ ವಿವಾಹ ಫಿಕ್ಸ್ ಆಗಿದೆ. ಹಿಮವಂತ ನಾಳೆ ಈ ಮಗುನ ಒಪ್ದೇ.... ಇರಬಹುದು. ಅದಕ್ಕೆ ಈ ಏರ್ಪಾಟು" ಅದನ್ನ ಹೇಳಿದ್ದು ಕೂಡ ಅನನ್ಯನೇ.

ಅರುಣ ಅಚ್ಚರಿಗೊಂಡ. ಬರೀ ಮೆಸೇಜ್.... ಇ-ಮೇಲ್‌ನಲ್ಲಿ ಮುಳುಗಿರುವ ಅನನ್ಯ ಇಷ್ಟು ಹೇಗೆ ಮಾತಾಡಿದಳು? ಮೊದಲ ಸಲ ತಾನು ಅವಳನ್ನ ಸರಿಯಾಗಿ ತಿಳಿದಿಲ್ಲವೆಂದುಕೊಂಡ.

ಅದನ್ನೆಲ್ಲ ನೆನಪಿಸಿಕೊಂಡು ಶಂಭುಲಿಂಗಂ ಸ್ವಲ್ಪ ಜೋರಾಗಿಯೆ ನಕ್ಕರು. "ಅಂತೂ, ನೀವೆಲ್ಲ.... ಆ ಮಗುವಿನ ಭವಿಷ್ಯದ ಕನಸುಗಳನ್ನ ಕಟ್ಟಿಕೊಂಡಿದ್ದೀರಿ. ಅದರಲ್ಲಿ ವರ್ಣ ಸುಂದರ ನಿರಾತಂಕ ಭವಿಷ್ಯ ಅಡಗಿದೆಯೆಂದು ತಿಳಿದಿದ್ದೀರಿ, ಅಂತೂ ವರ್ಣನ ಹುಟ್ಟಬಹುದಾದ ಮಗು ನಿಮ್ಮಲ್ಲಿ ಕನಸ್ಸುಗಳನ್ನ ಅರಳಿಸಿದೆ. ವೆರಿಗುಡ್ ಇನ್ನೊಂದು ಯೋಚ್ನೆ

ಯಾಕೆ ಮಾಡ್ಬಾರ್ದು? ಸಮಸ್ಯೆ ಮನೆಯಲ್ಲೇ ಬಗೆಹರಿಯುತ್ತೆ" ಇಂಥದೊಂದು ಸಣ್ಣ ಆಫರ್ ಕೊಟ್ಟರು. ಅದನ್ನ ಅರುಣ, ಅನನ್ಯ ಮುಂದು ಹೇಳಿದ್ದರು. ಅವರ ಅಭಿಪ್ರಾಯಕ್ಕೂ, ಇವರ ಅಭಿಪ್ರಾಯಕ್ಕೂ ವ್ಯತ್ಯಾಸವಿದೆಯೆ ಎಂದು ಪರೀಕ್ಷಿಸುವ ಮನಸ್ಸು. 'ಒಂದಾಗಲೀ' ಎನ್ನುವ ಹಾರೈಕೆ ಕೂಡ.

"ಹೇಗೂ, ಬಸಿರು.... ಡಿವೋರ್ಸ್‌ಗೆ ತಡೆಯಾಜ್ಞೆ ತಂದಿತು. ನೀವುಗಳೆಲ್ಲ ಸೇರಿ ಮನಸ್ಸು ಮಾಡಿದರೇ, ಆ ಅಫಿಕೇಷನ್ ವಜಾ ಮಾಡ್ಬಹುದ್ದು. ನೀವುಗಳು ಆ ಪ್ರಯತ್ನ ಯಾಕೆ ಮಾಡ್ಬಾರ್ದು?" ಕೇಳಿದರು ತಮ್ಮದೇ ಭಾಷೆಯಲ್ಲಿ.

ಶಾಂಭವಿ ಕಣ್ಮುಂದೆ ಬಂದು ನಿಂತಿತು ವರ್ಣ, ಶರತ್ ಜೋಡಿ. ಮುದ್ದಾದ ಜೋಡಿ, ಹಸನಾದ ದಾಂಪತ್ಯ. ಒಮ್ಮೆ ಕೂಡ ವರ್ಣ ಗಂಡನನ್ನ ದೂರಿರಲಿಲ್ಲ. ಶರತ್ ಗಾಂಭೀರ್ಯದಲ್ಲು ಪ್ರೀತಿಯ ಒರತೆ ಇತ್ತು. ಒಂದುಗೂಡಿಸಲು ಸಾಧ್ಯವೇ? ನಂತರ ಸುಖವಾಗಿ ಬಾಳ್ವೆ ಮಾಡಬಹುದಾ? ಆ ಬಗ್ಗೆ ಮಾತ್ರ ಅನುಮಾನ. ತಿಮ್ಮಪ್ಪಯ್ಯ ಕ್ಷಮಿಸಿಯಾರಾ?

"ಅಂಥ ಒಂದು ಪ್ರಯತ್ನಕ್ಕೆ ನಮ್ಮಣ್ಣ ಒಪ್ಪೋಲ್ಲ. ಮಕ್ಕಳು ಅಪ್ಪನ ಪರ ವಕಾಲತ್ತು ವಹಿಸಬಹುದು. ಜೊತೆಗೆ ಶರತ್ ತಂದೆಯ ವಿರೋಧ ಇರುತ್ತೆ. ಶರತ್ ಈ ಸಂದರ್ಭದಲ್ಲಿ ನಯವಾಗಿ ವರ್ತಿಸಿದರು, ತನ್ನ ತಂದೆಯವರನ್ನು ಹೊಡೆದವನನ್ನು ಕ್ಷಮಿಸಲಾರ, ಈ ಕಹಿ ಅವನ ಮನಸ್ಸಿನಲ್ಲಿ ಇರೋವರ್ಗೂ.... ವರ್ಣಳೊಂದಿಗಿನ ದಾಂಪತ್ಯ ಸುಖವೆನಿಸೋಲ್ಲ. ಆದ್ದರಿಂದ ಅದು.... ಬೇಡವೆಂದೆ.... ಎರಡು ಕುಟುಂಬಗಳ ನಿರ್ಧಾರ. ಅಂಥದ್ದರಲ್ಲಿ ಆ ಬಗ್ಗೆ ಪ್ರಯತ್ನ ಮಾಡೋದು ಬೇಡ" ಎಂದರು ಆಕೆ ಸ್ವಲ್ಪ ಮುಜುಗರ ಬೆರೆತ ನೋವಿನಿಂದ. ಭವಿಷ್ಯದ ಭಯದಿಂದ ಮುಕ್ತರಾಗಿರಲಿಲ್ಲ.

ಇದನ್ನೆ ಅರುಣ ಕೂಡ ವ್ಯಕ್ತಪಡಿಸಿದ್ದ. ಅಂದರೆ ಅವರಿಬ್ಬರನ್ನು ಒಂದು ಮಾಡುವ ಆಸಕ್ತಿ ಇಲ್ಲ! ಇಲ್ಲಿ ಮುಖ್ಯವಾದವರ ಅಭಿಪ್ರಾಯಕ್ಕೆ ಬೆಲೆ ಇಲ್ಲ.

"ಅದಕ್ಕು ನನ್ನ ಅಗತ್ಯವಿದ್ಯಾ? ನೀವೇ ವರ್ಣನ ಕೇಳಿ ಬಹುಶಃ ಅವಳೊಬ್ಬಳು, ಒಪ್ಪಿದರೇ ಸಾಲ್ದು. ಆ ಮಗುವಿನ ತಂದೆಯ ಅಭಿಪ್ರಾಯ ಮುಖ್ಯ. ಎಚ್ಚರಿಕೆ ನೀಡುವಂತೆ ಹೇಳಿದಾಗ ತೀಕ್ಷ್ಣವಾದ ಆ ಮನುಷ್ಯನ ಕಣ್ಣುಗಳು ಮಿನುಗುತ್ತಿದ್ದವು "ಹೌದು, ಈಗಾಗಲೇ ವಿವಾಹವಾಗಿದ್ದಾನೆ ಅನ್ನೋ ರೂಮರ್ ಇದೆ. ಅಕಸ್ಮಾತ್ ಆಗದಿದ್ದರೇ ವಿವಾಹದ ತಯಾರಿ ನಡೆದಿದೆ. ಕಂಪನಿಯ ಮುಖ್ಯ ಹಿರಿಯ ಎಂಜಿನಿಯರ್ ಆದ ರೆವರೆಂಡ್ ಅದೃಷ್ಟದ ರೂಪದಲ್ಲಿ ಬೆಂಗಾವಲಾಗಿ ಅವನ ಹಿಂದೆ ಇದ್ದಾರೆ. ಆ ಹುಡ್ಗೀಯ ಜೊತೆ ಓಡಾಟವಿದೆ ಈಗಾಗಲೇ, ಸ್ವಂತ ಸಾಕಷ್ಟು ಜಮೀನು ಖರೀದಿಸಿದ್ದಾರಂತೆ. ಅದಕ್ಕೆ ಮುಖ್ಯಸ್ಥ ಶರತ್...." ಹೇಳುತ್ತ ಹೋದಾಗ ಹ್ಲೂಗುಟ್ಟಿದವರು ಚಪ್ಪಾಳೆ ತಟ್ಟಿದ್ದರು. "ಗುಡ್, ಯಾವುದಾದ್ರೂ ಖಾಸಗಿ ಬೇಹುಗಾರಿಕೆ ಸಂಸ್ಥೆಯ ಮೂಲಕ ಇಷ್ಟೆಲ್ಲ ವಿಷಯಗಳನ್ನು ಕಲೆಕ್ಟ್ ಮಾಡಿದ್ದೀರಲ್ಲ. ಬಹುಶಃ ದಾಖಲೆಗಳು ಕೂಡ ಇರ್ಬೇಕು. ಇಷ್ಟೆಲ್ಲ ನೀವೇ ಸಂಗ್ರಹಿಸಿ ಇಟ್ಟುಕೊಂಡಿರೋದರಿಂದ ಎವಿಡೆನ್ಸ್ ಸಮಯದಲ್ಲಿ ಅನ್ಕೂಲವಾಗುತ್ತೆ" ಎಂದರು ತೀಕ್ಷ್ಣವಾಗಿ.

ಶಾಂಭವಿ ಹೊರಡುವ ಮುನ್ನ ಬ್ಯಾಗ್‌ನಿಂದ ಇಪ್ಪತ್ತೈದು ಸಾವಿರ ರೂಪಾಯಿ ತೆಗೆದು ಇಟ್ಟು "ವಿಷ್ಯ ಗುಟ್ಟಾಗಿರಲೀ, ನಿಮ್ಮ ಮೂಲಕ ಸೂಚನೆ ಬಂದರೇ, ಎಲ್ಲಾ.... ಒಪ್ಗೇ ಸೂಚಿಸ್ತಾರೆ" ಎಂದಳು.

ಲಾಯರ್ ಶಂಭುಲಿಂಗಂ ನಗೆ ಬೀರಿ ಹಣದ ಕಟ್ಟನ್ನು ಡ್ರಾಯರ್‌ನೊಳಕ್ಕೆ ಹಾಕಿಕೊಂಡರು. ಅವರ ಮೂಲಕ ಸಾಕಷ್ಟು ದಂಪತಿಗಳಿಗೆ ಡಿವೋರ್ಸ್ ಸಿಕ್ಕಿತ್ತು. ಆಗ ಮಿದುಳು ಮಾತ್ರ ಖರ್ಚಾಗುತ್ತಿತ್ತು. ಮನಸ್ಸಿನೊಳಕ್ಕೆ ವಿಷಯ ತಂದುಕೊಳ್ಳುತ್ತಿರಲಿಲ್ಲ. ಆದರೆ ಜೋಯಿಸರು ಅದನ್ನು ಮನಸ್ಸಿನೊಳಕ್ಕೆ ತುರುಕಿ ಹೋಗಿದ್ದು ಸಮಸ್ಯೆಯಾಗಿತ್ತು. ಆಳಕ್ಕೆ ಇಳಿದಷ್ಟು ತಾಕಲಾಟ.

ಮತ್ತಷ್ಟು ವಿಚಿತ್ರವೆನಿಸುವಂತೆ ಮರುದಿನ ಸಂಜೆ ತಿಮ್ಮಪ್ಪಯ್ಯನವರ ಹಿರಿಯ ಪುತ್ರ ಮತ್ತು ಸೊಸೆ ಜೊತೆಯಾಗಿ ಬಂದರು ಭೇಟಿಗಾಗಿ. ಯಾಕೆ ಬಂದಿರಬಹುದು? ವಿಷಯ ಅದೇ ಆಗಿರಬಹುದು. ಅವರ ಫ್ಯಾಮಿಲಿಯ ಪೂರ್ಣ ಚಿತ್ರ ಪಡೆದುಕೊಂಡಿದ್ದರು. ಆ ದಂಪತಿಗಳ ಮನ ಮತ್ತು ಮನೆಯಿಂದ ದೂರವಿದ್ದವರು.

ರೂಮಿನೊಳಕ್ಕೆ ಕರೆಸಿಕೊಂಡ ಮೇಲೆ ಏನು ಎನ್ನುವಂತೆ ನೋಡಿದರು. ಶಾರ್ಟ್ ಸ್ಟೋರಿ ತರಹ ಚಿಕ್ಕದಾಗಿ ತಮ್ಮ ಕತೆಯನ್ನು ಬಿಡಿಸಿಟ್ಟರು.

"ನಮ್ಗೇ ಮಕ್ಕಳು ಆಗೋ ಸಾಧ್ಯತೆ ಇಲ್ಲ. ಪ್ರಾಬ್ಲಂ ನನ್ನಲ್ಲೇ ಇದೆ. ಹೇಮಂತ್‌ಗೆ ಮತ್ತೆ ವಿವಾಹವಾಗೂಂತ ಹೇಳೋದು ಹಳೆಯ ರೀತಿ. ಬೇರೆ.... ಬೇರೆ.... ರೀತಿಯಲ್ಲಿ ಮಗುನ ಪಡ್ಕೋಬಹುದು. ಆದರೆ.... ಶರತ್ ಮಗು ನಮ್ಮದಾದರೇ ಚೆನ್ನ. ಈಗಾಗಲೇ, ಇವನ ಪೇರೆಂಟ್ಸ್ ನಮ್ಮನ್ನ ದೂರ ಮಾಡ್ಕೊಂಡಿದ್ದಾರೆ. ಮಗುವಿನ ಸಲುವಾಗಿಯಾದ್ರೂ.... ನಮ್ಮನ್ನ ಬಯಸ್ಬಹ್ದು. ಇದು ನಮ್ಗೇ ಇರೋ ಪ್ರಾಪರ್ಟಿ ಪೇಪರ್ಸ್" ಒಂದು ಫೈಲನ್ನು ಲಾಯರ್ ಮುಂದೆ ಇಡೋ ಮೊದಲು ಹತ್ತು ಸಾವಿರದ ಒಂದು ಚೆಕ್ ಕೂಡ ಇಟ್ಟು. "ಇದು ಭೇಟಿ ಮತ್ತು ಪೇಪರ್ಸ್ ಪೇಪರ್ಸ್ ಪರಿಶೀಲನೆಗಾಗಿ" ಎಂದಳು. ಅಷ್ಟನ್ನು ಮಾತಾಡಿದ್ದು ಹೇಮಂತ್ ಮಡದಿಯೇ. ಅವನು ಪ್ರತಿಯೊಂದಕ್ಕೂ ತಲೆಯಾಡಿಸುತ್ತಿದ್ದ. ಅಂತು ಅಮ್ಮಾವರ ಗಂಡ. ಅಲ್ಲಿ ಬೇರೆಯವರಿಗೆ ಅಪ್ಪಣೆ ಇಲ್ಲ.

ಈಗ ಅವರು ವಾಸ ಮಾಡುವ ಡೂಪ್ಲೆಕ್ಸ್ ಹೌಸ್, ಎರಡು ಫ್ಲಾಟ್‌ಗಳು ಜೊತೆ ಇತ್ತೀಚಿಗೆ 40×60ರ ಒಂದು ಸೈಟನ್ನು ಕೊಂಡಿದ್ದರು. ಅದರ ಬೆಲೆ ಐವತ್ತು ಲಕ್ಷ ಮೀರುತ್ತಿತ್ತು. ಬ್ಯಾಂಕ್ ಡಿಪಾಸಿಟ್, ಷೇರ್‌ಗಳ ಮೇಲೆ ತೊಡಗಿಸಿದ್ದ ಹಣದ ದಾಖಲೆಯ ಸಂಪೂರ್ಣ ಚಿತ್ರವಿತ್ತು. ಅವರಿಬ್ಬರಿಗಿಂತ ಹೆಚ್ಚು ಶ್ರೀಮಂತರು. ವ್ಯಾವಹಾರಿಕವಾಗಿ ಇವರನ್ನ ತಂದೆ, ತಾಯಿಯಾಗಿ ಪಡೆಯುವುದರಲ್ಲಿ ಮಗುವಿಗೆ ಲಾಭವಿತ್ತು. ವರ್ಣಾಳ ಹೊಟ್ಟೆಯಲ್ಲಿದ್ದ ಮಗುವಿಗೆ ಇಷ್ಟೊಂದು ಡಿಮ್ಯಾಂಡ್, ಅವರು ಸಣ್ಣಗೆ ಒಳಗೊಳಗೆ ನಕ್ಕರು.

ಹೇಳೋದೆಲ್ಲ ಹೇಳಿ ಮುಗಿಸಿದ್ದರಿಂದ ಮತ್ತೇನು ಪ್ರಶ್ನಿಸಬೇಕೆನಿಸಲಿಲ್ಲ. ನೇರವಾಗಿ ಅವರುಗಳ ಮುಖವನ್ನು ನೋಡಿ ಫೈಲನ್ನು ಟೇಬಲ್ ಮೇಲಿಟ್ಟರು.

"ಈಗಾಗಲೇ, ಡಿವೋರ್ಸ್ ಪೇಪರ್‌ಗೆ ಸಹಿ ಹಾಕಿದ್ದಾರೆ. ಎರಡು ಮನೆಯವರು

ತಾವೇ ಮುಂದಾಗಿ ವರ-ವಧುವನ್ನು ಹುಡ್ಕೀ ಇಟ್ಟಿದ್ದಾರೆ. ಅಂತು ಲಾಭದಾಯಕ ಸಂಬಂಧಗಳೆ. ಮತ್ತಷ್ಟು ರಿಚ್ ಆಗಿ ಜೀವಿಸ್ತಾರೆ. ನಂಗೂ ಗುಡ್.... ಡಿಸಿಷನ್.... ಅನ್ನಿಸ್ತು. ರೆವರೆಂಡ್ ಹಲವು ಕೋಟಿಗಳಿಗೆ ಒಡೆಯ ಅದೆಲ್ಲ ಈಸೀಯಾಗಿ ಶರತ್‌ಗೆ ಸಿಗುತ್ತೆ." ಇನ್ನಷ್ಟು ಹೇಳಿದಳು ಹೇಮಂತ್‌ನ ಮಡದಿ. ಲೆಕ್ಕಾಚಾರದಲ್ಲಿ ಫರ್‌ಫೆಕ್ಟ್ ಎನಿಸಿತು.

ಒಮ್ಮೆ ಕಣ್ಮುಚ್ಚಿ ತೆಗೆದು ತುಟಿಯ ಮೇಲೆ ನಾಲಿಗೆಯಾಡಿಸಿದ ಶಂಭುಲಿಂಗಂ "ಶರತ್‌ನ.... ಕೇಳಿ, ಇಷ್ಟೆಲ್ಲ ಪ್ರಾಪರ್ಟಿ ಅವನದಾಗೋ ಆಗಿದ್ದರೇ, ಯಾಕೆ ಬಿಡ್ತಾನೆ? ನೀವು ಮಗು ಜವಾಬ್ದಾರಿ ವಹಿಸ್ಕೊಂಡ್ ಅವನನ್ನು ಬಿಡುಗಡೆ ಮಾಡೋಕೆ ರೆಡಿಯಾಗಿದ್ದೀರಿ. ಒಂದು ಪ್ರಯತ್ನ ಅಂಥ ನೇರವಾಗಿ ಮಾಡಿ" ಸಜೆಷನ್ ಕೊಟ್ಟರು. ಲೀನಾ ತಲೆ ಕೊಡವಿದಳು.

"ನೋ, ಅವ್ನು ಇಂಟ್ರವರ್ಟ್. ಅವನ ಮನಸ್ಸಿನಲ್ಲಿ ಏನಿದೇಂತ ತಿಳ್ದುಕೊಳ್ಳೋದು ಕಷ್ಟ. ಬಹುಶಃ ಹೇಳದಿದ್ದರೂ, ಕೋಪವನ್ನು ವ್ಯಕ್ತಪಡಿಸದಿದ್ದರೂ ಅವನ ಓದು ಪಿಯುಸಿಗೆ ನಿಂತದ್ದಕ್ಕೆ ನಾನೇ ಕಾರಣ. ಅದು ಅವನ ಮನಸ್ಸಿನಲ್ಲಿ ಇದ್ದೇ.... ಇರುತ್ತೆ" ಎಂದ ಹೇಮಂತ್. ಪ್ರಾಮಾಣಿಕವಾಗಿ ಸತ್ಯವನ್ನ ಒಪ್ಪಿಕೊಂಡಿದ್ದ.

"ಈಗ್ಲೇ, ಏನು ಹೇಳ್ಲೋಕ್ಕಾಗೋಲ್ಲ ಮಗು ಇಬ್ಬರಿಗೂ ಸೇರಿದ್ದು. ತೀರ್ಮಾನ ಅವರದೇ ಆಗುತ್ತೆ. ಮಗುವಿನ ವಾರಸತ್ವಕ್ಕೆ ಪೈಪೋಟಿ ನಡೆದಾಗ ನನ್ನ ಸಹಾಯ ಬೇಕಾಗುತ್ತೆ. ಅದನ್ನ ಕೋರ್ಟು ತೀರ್ಮಾನ ಮಾಡುತ್ತೆ. ನೀವು.... ಇನ್ನ ಹೋಗ್ಬಹುದ್ದು" ಮೇಲೆದ್ದವರು ಚೆಕ್ ತೆಗೆದು ಡ್ರಾಯರ್‌ಗೆ ಹಾಕಿ "ಈಗಿನದಕ್ಕೆ ನನ್ನ ಫೀಜು ಇದು ಕಡಿಮೆಯೇ" ಎಂದು ಎದ್ದು ತಮ್ಮ ಪಾಡಿಗೆ ಹೋದರು.

ಶಂಭುಲಿಂಗಂ ಮನೆಗೆ ಸೇರಿದಂತೆಯೆ ಆಫೀಸು. ಹೆಂಡತಿ ಮಗನ ಬಳಿಗೆ ಹೋಗಿ ಆರು ತಿಂಗಳಾಗಿತ್ತು. ಅಡಿಗೆಯವ, ಕೆಲಸದವ ಸೇರಿ ಒಟ್ಟು ಮೂರು ಮಂದಿ ಇದ್ದಿದ್ದು. ಅಡಿಗೆ ಏಳು ಮಂದಿಗೆ ಅವರ ಜೂನಿಯರ್ಸ್‌ಗೂ ಕೂಡ ಇವರ ಮನೆಯ ಕವಳವೇ. ವರ್ಷಗಳಿಂದ ನಡೆದು ಕೊಂಡು ಬಂದಿದ್ದು. ಅದು ಶಂಭುಲಿಂಗಂಗೆ ಸಂತೋಷ ಕೂಡ. ಅವರುಗಳನ್ನ ಜೊತೆಯಲ್ಲಿ ಕೂಡಿಸಿಕೊಂಡು ಊಟ ಮಾಡುತ್ತಿದ್ದರು.

ಊಟ ಮುಗಿಸಿಕೊಂಡು ತಮ್ಮ ಆಫೀಸ್ ರೂಮಿನಲ್ಲಿ ಕೂತವರು ಜೋಯಿಸರಿಗೆ ಒಂದು ಫೋನ್ ಹಚ್ಚಿ "ಇವತ್ತು ಕೋರ್ಟಿಗೆ ಹೋಗಿಲ್ಲ. ಇರೋ ಕೇಸ್‌ಗಳನ್ನ ನನ್ನ ಜೂನಿಯರ್ಸ್ ಸಮಾಳಿಸಿ ಕೊಳ್ತಾರೆ. ಮಾತಾಡೋದಿದೆ" ಎಂದು ಫೋನ್ ಕಟ್ ಮಾಡಿದರು. ಆ ಮನುಷ್ಯನನ್ನು ಕಂಡರೇ ಗೌರವವೇ.

ಕೂತಲ್ಲಿಂದಲೇ ಒಂದು ಸಣ್ಣ ನಿದ್ದೆ ತೆಗೆದರು. ಅದು ಅವರ ಅಭ್ಯಾಸ ಕೂಡ. ಜೋಯಿಸರ ಮನೆ ಇಪ್ಪತ್ತು ಕಿಲೋಮೀಟರ್ ಆಸುಪಾಸುನಲ್ಲಿದ್ದರು, ಈ ಏರಿಯಾದಲ್ಲಿಯೇ ಇದ್ದುದ್ದರಿಂದ ಬೇಗ ಬಂದರು.

"ಅಯ್ಯೋ, ನಿದ್ದೆಯಲ್ಲಿ.... ಇದ್ರಿ?" ಎಂದರು ಅವರ ಆಫೀಸ್ ಪ್ರವೇಶಿಸಿ "ನೋ ಪ್ರಾಬ್ಲಮ್, ನಂಗೆ ಇದೆಲ್ಲ.... ಅಭ್ಯಾಸವೆ, ಇದು ಗೊತ್ತಿದ್ದ ನನ್ನ ಹೆಂಡ್ತಿ.... ಪದೇ.... ಪದೇ....

ಎಬ್ಬಿಸೋಳು. ಈಗ.... ನಿಶ್ಚಿಂತೆ. ಆದರೂ ದಿನಕ್ಕೊಮ್ಮೆ ವಿಡಿಯೋ.... ಕಾನ್ಫರೆನ್ಸ್.... ನಡದೇ ನಡೆಯುತ್ತೆ" ನಕ್ಕರು. ಒಂದಿಷ್ಟು ಪಕ್ವವಾದ ಮನಸ್ಸು, ಬುದ್ಧಿ. "ಕೂತ್ಕೊಳ್ಳಿ, ಕಾಫೀ.... ಹಾಲು.... ಅಂಥದನ್ನೇನಾದ್ರೂ ತರಿಸಲಾ? ಹೇಗಿದೆ, ನಿಮ್ಮ ವಹಿವಾಟು? ಇಷ್ಟೆಲ್ಲ ಬದಲಾವಣೆಗಳು ನಡೆದಿದೆ. ಅನ್‌ಲೈನ್‌ನಲ್ಲೇ.... ಮದ್ವೆಗಳು ನಡ್ದು ಹೋಗುತ್ತೆ. ಆದರೂ ಇನ್ನ ನಿಮ್ಮ ವೃತ್ತಿ ಚಾಲ್ತಿಯಲ್ಲಿದೇಯೆಂದರೆ.... ಆಶ್ಚರ್ಯ" ಮಾತಿನ ಶುರು ಇಷ್ಟು ದೀರ್ಘವಾಗಿತ್ತು. ಜೋಯಿಸರು ಕೂತು ದೇಶಾವರಿ ನಗೆ ಬೀರಿದರು.

"ಏನ್ರೀ.... ಜೋಯಿಸರೇ! ಅದೇ... ಆ.... ಡಿವೋರ್ಸ್ ಕೇಸ್ ಮುಚ್ಯುಯಲ್ ಆಗಿ ಮುಗ್ದು ಹೋಗ್ತಾ ಇತ್ತು. ಮಧ್ಯೆ.... ಇಣಕಿದ್ದು ವರ್ಣಾಳ ಬಸಿರು. ಬೇರೆಯ ಜನರಾಗಿದ್ದರೇ ಸದ್ದಿಲ್ಲದೆ ಮುಚ್ಚಿ ಹಾಕೋರು. ಆ ತರಹದ ಹುಡ್ಗೀಯಲ್ಲ. ಈಗ ಮುಂದಿನ ಬಗ್ಗೆ.... ಏನು?"

ಶಂಭುಲಿಂಗಯ್ಯನ ಮಾತಿನ ಧಾಟಿ ಅರ್ಥವಾಗಲಿಲ್ಲ.

"ಅರ್ಥವಾಗ್ಲಿಲ್ಲ...." ಎಂದರು ನಿಧಾನವಾಗಿ.

"ಅರ್ಥವಾಗ್ದೇ, ಇರೋಕೇನಿದೆ? ಈಗಾಗಲೇ ವರ್ಣಾಳ ಡಿಲಿವರಿ ಡೇಟ್ ಫಿಕ್ಸ್ ಆಗಿದೆ. ಈಗಲಾದ್ರೂ ಮಗುವಿನ ಬಗ್ಗೆ ಯೋಚ್ಸಬೇಕಲ್ಲ. ಆಗ ಅವರುಗಳು ಇದ್ದ ವಿಪರೀತ ಸ್ಥಿತಿಯಲ್ಲಿ ತಲೆ ಕೆಡ್ಸಿ ಕೊಳ್ಳಿಲ್ಲ. ಈಗ ಡಿವೋರ್ಸ್ ಪೇಪರ್ ನನ್ಹತ್ರ ಇರೋದರಿಂದ.... ಯೋಚ್ಸಬೇಕಿದೆ. ಮಗು ಯಾರ್ಗೇ ಸೇರಬೇಕಾಗಿದೆ? ಅದ್ನ ಕೋರ್ಟಿಗೆ ಹೋಗಿ ತೀರ್ಮಾನ ಮಾಡ್ಕೋತಾರಾ? ಇಲ್ಲ ಅವರವ್ರೆ.... ತೀರ್ಮಾನ ಮಾಡ್ಕೋತಾರಾ?" ಕೇಳಿದರು. ಸಾಕಷ್ಟು ಗೊಂದಲಗಳನ್ನು ಕಂಡವರು.

"ಗೊತ್ತಾಗ್ತಾ, ಇಲ್ಲ. ಈಗ್ಲೂ ತಿಮ್ಮಪ್ಪಯ್ಯ.... ರಾಜೇಶ್ ಉರಿದು ಬೀಳ್ತಾರೆ. ಈಗಿನ ಮಕ್ಕಳ ತರಹ ಅಲ್ಲ, ವರ್ಣಾ ಮತ್ತು ಶರತ್ ಇಲ್ಲಿ ಅದೇ, ಸಮಸ್ಯೆಯಾಗಿರೋದು." ಜೋಯಿಸರು ತಮ್ಮ ನಿಸ್ಸಯಕತೆಯನ್ನು ತೋಡಿಕೊಂಡರು.

"ಮಗು ಲಕ್ಕೀ, ಕಣ್ರೀ! ಹುಟ್ಟೋಕೆ ಮೊದ್ಲೇ.... ತಾ ಮುಂದು.... ನಾ ಮುಂದು ಅಂತ ಅಡಾಪ್ಟ್ ಮಾಡಿಕೊಳ್ಳೋಕೆ ರೆಡಿಯಾಗಿದ್ದಾರೆ. ಆರಾಮಾಗಿ ಕೊಟ್ಟು ಕೈ ತೊಳೆದುಕೊಂಡು ತಮ್ಮ.... ತಮ್ಮ... ದಾರಿ... ನೋಡ್ಕೊಳ್ಳಿ. ಇಲ್ಲ ವಿಪರೀತ ಅನ್ನಿಸಿದ್ದು, ಹಿರಿಯರು ಜಿದ್ದಿಗೆ ಬಿದ್ದು ದಂಪತಿಗಳನ್ನ ಬೇರ್ಪಡಿಸೋದು." ಅಷ್ಟು ಹೇಳಿ ಮುಗಿಸಲಿಲ್ಲ. ಕಣ್ಮುಚ್ಚಿ ಕೂತರು.

"ನನ್ನ ಕರೆಸಿದ್ದು" ಕೇಳಿದರು ಜೋಯಿಸರು.

"ಇದೇ.... ಇದೇ...." ಎಂದು ಶುರು ಹಚ್ಚಿದವರು ಅರುಣ, ಅನನ್ಯಯಿಂದ ಹಿಡಿದು ಇಂದು ಬಂದ ಹೇಮಂತ್ ದಂಪತಿಗಳವರೆಗೂ ಎಲ್ಲವನ್ನು ವಿವರಿಸಿ "ಮೂರು ಛಾನ್ಸ್. ಅರುಣ ಮತ್ತು ಅನನ್ಯ ಕೂಡ ಬೇರೆಯುವರಲ್ಲ, ಸ್ವಂತ ರಕ್ತ ಸಂಬಂಧವೇ. ಸೋದರಮಾವನಿಗೆ.... ತಂಗಿಯ ಮಗುವಿನ ಮೇಲೆ ಸಹಜವಾದ ಪ್ರೀತಿಯೇ. ಇನ್ನ.... ಶಾಂಭವಿ.... ವಿವಾಹವಿಲ್ಲದ ಹೆಣ್ಣು ಮಗಳು. ವರ್ಣಾ ಬಗ್ಗೆ ಸಾಕಿದ ಮಮತೆ. ಮಗು ಅವರ ಕೈಯಲ್ಲಿ ಸೇಫ್. ಇನ್ನ ವ್ಯಾವಹಾರಿಕವಾಗಿ ಯೋಚಿಸಿದರೇ, ಹೇಮಂತ್ ಮತ್ತು ಅವನ

ಹೆಂಡ್ತಿ ಸಾಕಷ್ಟು ಆಸ್ತಿ ಕೂಡಿ ಹಾಕಿದ್ದಾರೆ. ಹೇಮಂತ್‌ಗೆ ಕೊಟ್ಟರೆ ಮಗು ತಿಮ್ಮಪ್ಪಯ್ಯನ ವಂಶಕ್ಕೆ ಸೇರುತ್ತೆ. ಶರತ್‌ಗೂ ಅನ್ಯಾಯವಾಗದು" ವಿವರಿಸಿದರು. ಜೋಯಿಸರು ಬೆಪ್ಪಾದರು. ಇಷ್ಟೆಲ್ಲ ರಾಜಕೀಯ!

"ಇವರೆಲ್ಲ.... ಯಾರು? ಸ್ವಂತದವರಾದ ಮಾತ್ರಕ್ಕೆ ಇಷ್ಟೆಲ್ಲ ಅಧಿಕಾರ ಕೊಟ್ಟವರು ಯಾರು? ಅಬ್ಬಬ್ಬ.... ಎಷ್ಟೊಂದು ತಿರುವುಗಳು ಪಡೆದುಕೊಂಡಿವೆ. ಅವರಿಬ್ಬರನ್ನು ಒಂದು ಮಾಡೋ ಪ್ರಯತ್ನ ಬಿಟ್ಟು ತಮ್ಮ ಅನ್ಕೂಲಗಳನ್ನು ನೋಡೋಕೆ ಹೊರಟಿದ್ದಾರೆ" ಎಂದರು. ಜೋಯಿಸರ ಮಾತುಗಳಿಗೆ ಶಂಭುಲಿಂಗಂ ನಕ್ಕು ಬಿಟ್ಟರು.

* * *

ಅಂದು ಬಂದಿದ್ದ ಪಾಂಡೆ ಬೆಂಗಳೂರಿನಲ್ಲಿ ತಾವು ಕಟ್ಟಿಸುವ ವೈಭವಯುತ ಕನ್‌ವೆಕ್ಷನ್ ಸೆಂಟರ್ ಬಗ್ಗೆ ನೂರು ಕನಸುಗಳನ್ನು ಹರಡಿಕೊಂಡು ಬಂದಿದ್ದರು. ಫೈವ್ ಸ್ಟಾರ್ ಹೋಟಲ್‌ನಲ್ಲಿ ಮೂರು ಗಂಟೆಗಳ ಮೀಟಿಂಗ್. ಅಂಥ ಮೀಟಿಂಗ್‌ಗಳು 'ಫ್ಲವರ್ ಕನ್‌ಸ್ಟ್ರಕ್ಷನ್', 'ಫ್ಲವರ್ ಬಿಲ್ಡರ್ಸ್'ನಲ್ಲಿ ಅತಿಶಯಯೋಕ್ತಿಯಲ್ಲ. ಆದರೆ ಇಂದಿನ ಮೀಟಿಂಗ್‌ಗೆ ಶರತ್‌ಗೆ ಆಹ್ವಾನವಿತ್ತು. ಇದು ದೊಡ್ಡ ರೀತಿಯದು. ಅವನ ಬುದ್ಧಿವಂತಿಕೆಯ ಸಾಮರ್ಥ್ಯದ ಅರಿವಿದ್ದ ಹಿರಿಯ ಇಂಜಿನಿಯರ್‌ಗಳಿಗೆ ಒಂದಿಷ್ಟು ಮುಜುಗರವೇ. ಇನ್ನು ವಯಸ್ಸಿನಲ್ಲಿ ತಮ್ಮ ಗಳಿಗಿಂತ ಅತ್ಯಂತ ಕಿರಿಯ. ಜೊತೆಗೆ ಅವನ ಎಜುಕೇಷನ್ ಪಿಯುಸಿ. ಅದನ್ನು ದಾಟಿ ಡಿಗ್ರಿಗೂ ಬಂದಿರಲಿಲ್ಲ. ಕೆಲ ಹಂತದ ಕೆಲಸ ಅಂದರೆ ಸಾಮಾನ್ಯ ಆಫೀಸ್ ಬಾಯ್, ಕ್ಲರ್ಕ್, ಕಂಪ್ಯೂಟರ್ ಆಪರೇಟರ್.... ನಂತರ ಡ್ರೈವರ್ ಆಗಿಯು ದುಡಿದು ಸೈಟು ಸೂಪರ್‌ವೈಸರ್ ಆಗಿ ಬಡ್ತಿ ಪಡೆದಿದ್ದ. ಆಗ ಸಹಿಸಿಕೊಂಡ ಪೇಚುಗಳು, ನುಂಗಿಕೊಂಡ ಅವಮಾನದ ಸಂದರ್ಭಗಳೆಷ್ಟೋ. ಆಗ ಅವನ ಕೈಹಿಡಿದು ನಡೆಸಿದ್ದು ಸ್ವಾಮಿ ವಿವೇಕಾನಂದರು.

ಈ ಎತ್ತರಕ್ಕೆ ಅವನ ಆತ್ಮ ವಿಶ್ವಾಸವೇ ಕಾರಣ.

ಅತ್ಯಂತ ಹಿರಿಯ ಪ್ರಭಾವಿ ವ್ಯಕ್ತಿ ರೆವರೆಂಡ್ ಪಕ್ಕದಲ್ಲಿಯೆ ಅವನಿಗೂ ಸೀಟು. ಹತ್ತಾರು ಅನುಭವಿಗಳ ಸಲಹೆ ಪಡೆಯುವುದರ ಜೊತೆಗೆ ಶರತ್‌ನ ಅಭಿಪ್ರಾಯವನ್ನು ಕೇಳುತ್ತ ಅವನ ಹುದ್ದೆಯನ್ನು ಮೇಲಕ್ಕೇರಿಸಿದ್ದರು. ಅದಕ್ಕೆ ಇನ್ನೊಂದು ಕಾರಣವು ಇತ್ತು. ರೆವರೆಂಡ್ ಕಂಪನಿ ಬಿಟ್ಟು ಹೋಗುವುದು ಖಚಿತವಾಗಿತ್ತು. ಆ ಮನುಷ್ಯ ಶರತ್‌ನ ಕರೆದೊಯ್ಯುವ ಸಿದ್ಧತೆಯಲ್ಲಿದ್ದಾನೇಂತ ತಿಳಿದ ಕೂಡಲೆ ಹುಷಾರಾಗಿದ್ದರು. ಒಂದು ರೀತಿಯಲ್ಲಿ ಮೂರು ಬಡ್ತಿಗಳು ಏಕ ಕಾಲಕ್ಕೆ. ಪಾಂಡೆ ತುಂಬ ಬುದ್ಧಿವಂತ. ಡೈರೆಕ್ಟರ್ಸ್ ಅವನ ಮಾತಿಗೆ ಇನ್ನೊಂದು ಮಾತಾಡರು.

"ಹಲೋ.... ಯಂಗ್ ಬಾಯ್, ಮತ್ತೆ ನಿನ್ನ ಭೇಟಿ ಮಾಡ್ತೀನಿ" ಬೆನ್ನ ತಟ್ಟಿದ್ದು ರೆವರೆಂಡ್‌ನ ಬೆನ್ನಹುರಿಯಲ್ಲಿ ನಡುಕ ಹುಟ್ಟಿಸಿತು. ಶರತ್ ಬುದ್ಧಿ, ಪ್ರಾಮಾಣಿಕತೆ, ಶ್ರದ್ಧೆಯನ್ನು ಲೆಕ್ಕ ಹಾಕಿದವರಲ್ಲಿ ಇವರೇ ಮೊದಲನೆಯವರು. "ಶರತ್‌ನ.... ಒಳ್ಗೇ ಎಳಕೋಬೇಕು. ನನ್ನ ಪ್ಲಾನ್ ಸಕ್ಸಸ್.... ಆದರೆ.... ಮಗ್ಳು ಇಲ್ಲೇ ಇರ್ತಾಳೆ" ಎಂದು ಹೆಂಡತಿಯ ಬಳಿ ಹೇಳಿಕೊಂಡಿದ್ದರು ಮಾತ್ರವಲ್ಲ, ಅದಕ್ಕೆ ಬೇಕಾದ ತಯಾರಿಯನ್ನು ಮಾಡಿದ್ದರು. ಸೇತುರಾಮ್

ಮೂಲಕ ತಿಮ್ಮಪ್ಪಯ್ಯನ ಮನೆಯಲ್ಲಿ ಪ್ರವೇಶ ಪಡೆದು ಸಂಬಂಧ ಗಟ್ಟಿ ಮಾಡಿಕೊಂಡಿದ್ದರು. ಕುಸಿಯುವ ಲಕ್ಷಣಕ್ಕೆ ಹೆದರಿದರು.

ಹೊರಗೆ ಬಂದ ಕೂಡಲೇ ರೆವರೆಂಡ್ ಕೈ ಕುಲುಗಿ "ಕಂಗ್ರಾಟ್ಸ್.... ನಿಂಗೆ ಇವತ್ತು ನಮ್ಮ ಮನೆಯಲ್ಲಿ ಟ್ರೀಟ್...." ಎಂದರು. "ಥ್ಯಾಂಕ್ಯೂ ಸರ್, ಒಂದಿಷ್ಟು ಪರ್ಸನಲ್ ವರ್ಕ್" ಎಂದು ಸ್ಪಷ್ಟವಾಗಿ ಅಂದು ದಢ ದಢ ಹೋಟಲ್‌ನಿಂದ ಹೊರ ಬಂದ. ನೇರವಾಗಿ ಪ್ರಸ್ತಾಪವಾಗದಿದ್ದರೂ ವಿಷಯ ಅವನಿಗೆ ಗೊತ್ತಿತ್ತು.

ದಿನಕೊಮ್ಮೆ ಯಾದರೂ ಹೋಗಿ ವರ್ಣನ ಭೇಟಿಯಾಗುತ್ತಿದ್ದ. ಹೊರಗೆ ಅಷ್ಟು ದೂರ ಕರೆದೊಯ್ಯುತ್ತಿದ್ದ. ಇಂದು ಬಂದಿದ್ದು ಲೇಟಾಗಿಯೆ. ಅವನಾಗಿ ತನ್ನ ಬಗ್ಗೆ ಬಣ್ಣನೆ ಮಾಡಿಕೊಳ್ಳುತ್ತಿರಲಿಲ್ಲ. ಸ್ವಪ್ರಶಂಸೆ ಅವನಿಗೆ ಇಷ್ಟವಾಗದು.

ಹೊರಗಡೆ ಬಾಲ್ಕನಿಯಲ್ಲಿ ಕೂತಿದ್ದವಳು ಶರತ್‌ನ ನೋಡಿ ಮೇಲೆದ್ದಳು. ಈಗಲೂ ಶರತ್ ಬಗ್ಗೆ ಅವಳು ತೋರುತ್ತಿದ್ದ ಪ್ರೀತಿ, ಗೌರವದ ಲಜ್ಜೆಯಿಂದ ಕೆಂಪಗಾಗುತ್ತಿದ್ದ ಕೆನ್ನೆಗಳು ಅವಳ ಮನದ ಕತೆ ಹೇಳುತಿತ್ತು. ದ್ವೇಷಿಸಲು ಅಂಥ ಕಾರಣಗಳು ಇರಲಿಲ್ಲ. ಪಿಯುಸಿ ಎಂದೋ ಕರಗಿ ಹೋಗಿತ್ತು.

ಮುಗಳ್ನಗು ಬೀರುತ್ತ ಬಂದ ಶರತ್ ದೊಡ್ಡ ಹೂವಿನ ಪೊಟ್ಟಣ ಕೊಟ್ಟ. ಅದರಲ್ಲಿನ ಮಲ್ಲಿಗೆಯ ಘಮಲು ಎಲ್ಲೆಡೆ ಹರಡಿತ್ತು. ಒಂದಲ್ಲ ಒಂದು ಹೂ ಹಿಡಿದು ಬರುತ್ತಿದ್ದ ಹೂವಿನಂಥ ಮನದನ್ನಗೆ.

"ಹೇಗಿದ್ದಿ?" ಕೇಳಿದ.

"ಪರ್ವಾಗಿಲ್ಲ, ನೀವು ಬರಬಹ್ದೂಂತ ಇಲ್ಲೇ ಕಾದಿದ್ದೆ" ಅವಳ ದನಿ ಕಂಪಿಸಿ, ಕಣ್ಣಂಚು ಒದ್ದೆಯಾದಾಗ ಗಾಬರಿಯಾದ. "ವರ್ಣ...." ಕೈಹಿಡಿದುಕೊಂಡ. ಬಿಕ್ಕುವ ವೇಳೆಗೆ ಬಂದ ಶಾಂಭವಿ "ಗಾರ್ಡನ್‌ನಲ್ಲಿ ಒಂದಿಷ್ಟು ವಾಕ್ ಮಾಡ್ಸಿ, ಕಾದು ಕೂತು ಸೋತಿದ್ದಾಳೆ. ಏನು.... ತಗೋತೀರಾ?"

"ಸದ್ಯಕ್ಕೇನು ಬೇಡ" ಅಂದ.

ಶಾಂಭವಿ ಪೊಟ್ಟಣ ಬಿಚ್ಚಿ ಘಮಘಮಿಸುವ ಮಲ್ಲಿಗೆ ದಂಡೆಯನ್ನು ವರ್ಣಗೆ ಮುಡಿಸಿ "ನಾನು, ಈಗ ನಿಮ್ಗೇ ಫೋನ್ ಮಾಡೋಣಾಂತ ಇದ್ದೆ. ಅವಳಿಗೆ ನಿಮ್ಮಲ್ಲಿ ಏನೋ.... ಹೇಳಿಕೊಳ್ಳೋದು ಇದೆ. ಸ್ವಲ್ಪ ವಿಚಾರ್ಸಿ. ಈಗ ಈ ಸ್ಥಿತಿ ಒಳ್ಳೆಯದಲ್ಲ" ಎಂದು ಹೇಳಿ ಹೋದರು. ಆಕೆಯದು ಪ್ರಾಮಾಣಿಕತೆಯ ಕಕ್ಕುಲತೆ.

ಬಳಸಿ ಆರು ಮೆಟ್ಟಿಲನ್ನು ಇಳಿಸಿಕೊಂಡು ಗಾರ್ಡನ್‌ನಲ್ಲಿ ಹಾಕಿದ್ದ ಬೆಂಚ್‌ನ ಬಳಿಗೆ ಕರೆದೊಯ್ದ. ತಣ್ಣನೆಯ ಗಾಳಿ. ಸುತ್ತಲೂ ಹಸುರಿನ ವನಸಿರಿ. ಅರುಣನ ಅದ್ಭುತವಾದ ಕನಸೊಂದು ಇಲ್ಲಿ ಹರಡಿಕೊಂಡಿತ್ತು.

ಇಬ್ಬರು ಕೂತರು. ಶರತ್ ಸುತ್ತಲೂ ನೋಟ ಹರಿಸಿದ. ಅದ್ಭುತ ಹೂಗಿಡಗಳನ್ನು ಕಲೆ ಹಾಕಿ ಸುಂದರವಾಗಿಸಿದ್ದರು. "ವಂಡರ್ ಫುಲ್.... ಫೆಂಟಾಸ್ಟಿಕ್.... ಕೊಂಡಾಗಲೇ

ಇಷ್ಟೊಂದು ಹೂಗಿಡಗಳು ಇತ್ತಾ?" ಕೇಳಿದ. ಕೆಲವೊಮ್ಮೆ ಆಡಲು ಮಾತುಗಳು ಇದ್ದರೂ ಆಡುತ್ತಿರಲಿಲ್ಲ. ಇದು ಮನದ ಮಾತಲ್ಲ. ಮಾತಿನ ಅನಿವಾರ್ಯತೆ ಇತ್ತು.

"ಇಲ್ಲ.... ಇಲ್ಲ.... ಕೆಲವು ಸಾಂಪ್ರದಾಯಿಕ ಗಿಡಗಳು ಇತ್ತಷ್ಟೆ. ಅದಕ್ಕೆ ಮಹತ್ವ ಕೊಟ್ಟು ಬೆಳೆಸಿರಲಿಲ್ಲ. ನಮ್ಮ ಅರುಣನಿಗೆ ಗಿಡಗಳು ಅಂದರೆ ಪ್ರಾಣ. ನಾವು ಸುಮಾರಾದ ಮನೆಗಳಲ್ಲಿ ಇದ್ದಾಗಲೆಲ್ಲ.... ಬಂಗ್ಲೆಯಂಥ ಮನೆ.... ಅದರ ಮುಂದೆ ದೊಡ್ಡ ಗಾರ್ಡನ್. ಅಲ್ಲಿ ನಾನಾ ಜಾತಿಯ ಹೂಗಿಡಗಳು ಕಂಗೊಳಿಸಬೇಕೂಂತ ಅಂದ್ಕೋತಿದ್ದ. ಇಲ್ಲಿ ಲೀಜ್‌ಗೆ ಹಿಡಿದು ಬಂದ ಕೂಡಲೇ, ಮುಂಭಾಗದ ಗಾರ್ಡನ್ ಅಚ್ಚುಕಟ್ಟು ಮಾಡ್ಸಿ, ಸುಗಂಧ ರಾಜ, ಸೇವಂತಿಕೆ, ಮಲ್ಲಿಗೆ ಜೊತೆಗೆ ಜರ್ಬೆರಾ, ಅಂಥೋನಿಯಂ ಜೊತೆಗೆ ಆಫ್ರಿಕನ್ ವೈಲೆಟ್, ಬರ್ಡ್ ಆಫ್ ಪ್ಯಾರಾಡೈಸ್, ಜಿರೇನಿಯಂ ಅಂಥವನ್ನೆಲ್ಲ ತರಿಸಿ ಹಸಿರು ಮನೆಗಳಲ್ಲಿ ಬೆಳೆಗೆ ಕುಂಡಗಳಿಗೆ ವರ್ಗಾಯಿಸಿದ. ಆ ಸಮಯದಲ್ಲಿ ತುಂಬ ರಿಸ್ಕ್ ತಗೊಂಡ. ನಂಗೂ.... ಅವ್ನಿಗೂ.... ದಿನ ಪೂರ್ತಿ ಕೆಲ್ಸವಾಗ್ತ ಇತ್ತು. ಹನಿಮೂನ್ ರಜವನ್ನ ಆ ಸಮಯದಲ್ಲಿ ಬಳಸ್ಕೊಂಡೇಂತ.... ನಗೋನು" ಮನಸ್ಸು ಬಿಚ್ಚಿ ಮುಕ್ತವಾಗಿ ಹೇಳಿಕೊಂಡಾಗ ಅವಳ ಕಣ್ಣುಗಳಲ್ಲಿ ವಿಪರೀತ ಅಭಿಮಾನವಿತ್ತು. ಅಣ್ಣ ಅಂದರೆ ಅವಳಿಗೆ ವಾತ್ಸಲ್ಯವೇ.

ಶರತ್‌ಗೆ ಅಸೂಯೆಯೆನಿಸಲಿಲ್ಲ. ಕೆಲವನ್ನು ಮೆಟ್ಟಿ ತುಂಬಾ ಡಿಫರೆಂಟಾಗಿ ಯೋಚಿಸುವುದನ್ನು ಬೆಳೆಸಿಕೊಂಡಿದ್ದ.

"ಯಾಕೆ ಡಿಪ್ರೆಸ್ ಆಗ್ತೀಯಾ!" ಕೇಳಿದ ಕೂಡಲೆ ಅವನ ಕೈಯನ್ನು ಭದ್ರವಾಗಿ ಹಿಡಿದುಕೊಂಡಳು. ಆ ಕೈ ಹೇಳಿತು 'ಈ ಕ್ಷಣದವರೆಗೂ ಶರತ್ ನಿನ್ನವನೇ, ಅವನನ್ನು ಯಾವ ಹೆಣ್ಣು ಸ್ಪರ್ಶಿಸಿಲ್ಲ' ಕಣ್ಣೊತ್ತಿಕೊಂಡು ಬಿಕ್ಕಿ ಬಿಕ್ಕಿ ಅತ್ತಾಗ "ವರ್ಣ, ಏನಿದು?" ಬಳಸಿ ಕೇಳಿದ. ಅದೊಂದು ಅನುರಾಗದ ಮಿಡಿತ. ದಾಂಪತ್ಯದ ಅತಿ ಮಧುರ ಝೇಂಕಾರ. ಮೈಸೂರು ಮಲ್ಲಿಗೆಯ ಘಮಲು.

"ನಂಗ್ಯಾಕೋ.... ಭಯ!" ಅಂದು ಅವನೆದೆಗೆ ಒರಗಿದ್ದು ನವಿರಾಗಿ. ಅವನ ಕೈ ಬೆರಳುಗಳು ನವಿರಾಗಿ ಸಾಂತ್ವನಿಸಿದವು "ಭಯ ಪಡೋಂಥದೇನಿಲ್ಲ. ಮೊದ್ಲಿನ ಹಾಗೆ ಕಷ್ಟವಿಲ್ಲ. ನೋವಿಲ್ಲದ.... ಕಷ್ಟವಿಲ್ಲದೆ.... ಮಗುವನ್ನು ಜಗತ್ತಿಗೆ ತರ್ತಾರಂತೆ. ಅದೊಂದು ರೀತಿ ಸೆಲಬ್ರೇಷನ್ ಅನಿಸುತ್ತಂತೆ. ಅಮ್ಮನ ಹತ್ರ ಮಾತಾಡ್ದೇ ನಾಳೇ ಬಂದು.... ಇಲ್ಲಿ ಮಾತಾಡ್ತಾರಂತೆ. ನೋ ವರೀ... ನೋ ಭಯ...." ಹೇಳಿದ. ಅವನ ಮಗುವನ್ನು ಮಡಿಲಲ್ಲಿಟ್ಟುಕೊಂಡಿದ್ದ ಮಡದಿಯ ಬಗ್ಗೆ ಅಪಾರವಾದ ಅಕ್ಕರೆಯೇ. ಆದರೆ ಎದೆಯ ಭಾವನೆಗಳನ್ನ ಹಂಚಲು ಅವನಿಂದ ಸಾಧ್ಯವಿಲ್ಲ. "ನಮ್ಗೇ ಯಾವ ಮಗು ಆಗಬಹುದು?" ನಾಚಿ ಅವನ ಮುಖವನ್ನ ನೋಡದೇ ಪ್ರಶ್ನಿಸಿದಳು. "ಮಗು.... ಮಗುನೇ. ಅದಕ್ಕೆ ಹೆಣ್ಣು, ಗಂಡೆಂಬ ಪ್ರತ್ಯೇಕತೆ.... ಬೇಕಾ?" ಎಂದವನ ಮನ ಪುಟ್ಟ ಕಂದನನ್ನು ಕಲ್ಪಿಸಿಕೊಂಡು ವಿಹರಿಸುತಿತ್ತು.

ಬಂದ ಶಾಂಭವಿ ಹಾಗೆಯೆ ಹಿಂದಿರುಗಿದರು. ವಿವಾಹವಾಗದೇ ಉಳಿದ ತಮಗೇ ದಾಂಪತ್ಯದ ಸವಿಯೇ ಗೊತ್ತಿಲ್ಲ. ಅನುಭವಿಸದಿದ್ದರೂ ಓದಿ ತಿಳಿದಿದ್ದರು. ಕೆ.ಎಸ್. ನರಸಿಂಹಸ್ವಾಮಿಯವರ 'ಮೈಸೂರು ಮಲ್ಲಿಗೆ' ಪ್ರತಿ ಅವರಲ್ಲಿತ್ತು. ಎಷ್ಟೋ ಸಲ ಓದಿದ್ದರು.

ಒಬ್ಬಳೇ ಮಗಳನ್ನ ಗಂಡನ ಮನೆಗೆ ಕಳಿಸುವಾಗ ಕಣ್ಣೀರುಗರೆದ ತಂದೆ, ಬೃಂದಾವನದ ಬಳಿ ಕುಳಿತು ಪತಿಗೆ ಪತ್ರ ಬರೆದ ನಲ್ಲೆ 'ತುಟಿಯಲೇನೋ ಬಂದು, ಕಣ್ಣಲೇನೋ ನಿಂದು ಕೆನ್ನೆ ಕೆಂಪಾದ' ಹೊನ್ನೂರಿನಿಂದ ನವಿಲೂರಿಗೆ ಓಡಿಯಾಡಿದ ಹೆಣ್ಣು 'ಆ ಎಲ್ಲಾ ಪಾತ್ರಗಳು ಭಾವ ಬಂಧುತ್ವದ ಹೊಸ ಲೋಕವನ್ನು ಸೃಷ್ಟಿಸಿತ್ತು. ಒಲವಿನ ನಾದ, ಬಂಗುತ್ವದ ಸೊಬಗು, ದಾಂಪತ್ಯದ ಬಿಸುಪನ್ನು ಆ ಪಾತ್ರಗಳ ಮೂಲಕ ಆಗಾಗ ಅನುಭವಿಸಿದ ಆಕೆಯ ಮನ ಯಾವುದೋ ಲೋಕದಲ್ಲಿ ತೇಲಿತು.

"ಅತ್ತೆ... ಶರತ್ ಬಂದಂಗಿದ್ದಾರೆ" ಕಿರಣ ಉಸುರಿದಾಗ ಭಾವನಾಲೋಕದಿಂದ ಹೊರ ಬಂದರು. "ಹೌದು, ಬಂದಿದ್ದಾರೆ. ಶರತ್ ಒಂದು ದಿನ ಬರಲಿಲ್ಲಾಂದರೇ, ವರ್ಣ ಸಪ್ಪಗಾಗಿ ಬಿಡ್ತಾಳೆ. ಹೆರಿಗೆ ದಿನ ಹತ್ತಿರವಾಗ್ತ ಇದೆ. ಒಂದು ರೀತಿಯ ಟೆನ್ಷನ್. ನಾನೇ ದಿನಕ್ಕೊಮ್ಮೆ ಯಾದ್ರೂ.... ಒಂದು ಹೋಗೋಕೆ ಶರತ್‌ಗೆ ಹೇಳಿದ್ದು" ಅವನ ಬರುವನ್ನ ಸಮರ್ಥಿಸಿಕೊಂಡರು. ಕಿರಣನಿಗೇನು ಅವನ ಬಗ್ಗೆ ದ್ವೇಷ ಅಂಥದೇನು ಇರಲಿಲ್ಲ. ಒಮ್ಮೆ ಮೀಟ್ ಮಾಡಿದಾಗ ಅವನ ದೃಢ ವ್ಯಕ್ತಿತ್ವದ ಅರಿವಾಗಿತ್ತು.

"ಒಳ್ಳೆದಾಯ್ತು ಅತ್ತೆ ನಾನ್ಹೋಗಿ ಮಾತಾಡಿಸ್ಲಾ? ಅಂದು ಅಪ್ಪ ಹೊಡೆದಾಗ ನಾನು ತೆಪ್ಪಗಿದ್ದೆ. ಆಮೇಲೆ ಬಿಡಿಸೋಕೆ ಹೋಗಿದ್ದೀನಿ. ನನ್ಮೇಲೇನು ಕೋಪವಿರಲಾರದಲ್ಲ!" ಎಂದು ಅನುಮಾನಿಸುತ್ತ.

"ಸಾಕಷ್ಟು ನೋಡಿದ್ದೀನಲ್ಲ! ಶರತ್ ರಿಯಲೀ ಜಂಟಲ್‌ಮನ್, ಅವನ ನಡವಳಿಕೆಯಲ್ಲಿ ಚಿಕ್ಕ ತಪ್ಪು ಹುಡುಕೋಕೆ.... ಆಗೋಲ್ಲ. ಅಯ್ಯೋ, ನಿಮ್ಮಪ್ಪ.... ನೋಡಿದರೇ.... ಉರ್ದು ಬೀಳ್ತಾರೆ.... ಅಷ್ಟೆ. ನೀನ್ಹೋಗಿ.... ಮಾತಾಡ್ಸು" ಅಂದ ಕೂಡಲೇ ಕಿರಣ "ಇನ್ನೊಂದು ಮುಖ್ಯ ವಿಷ್ಯ! ನನ್ನ ಹೆಸರಿನ ಪಕ್ಕದಲ್ಲಿ ಕೂಡ ಯಾವ್ದೇ.... ಡಿಗ್ರಿ ಇಲ್ಲ. ಆದ್ದರಿಂದ.... ಇನ್‌ಫಿಯಾರಿಟಿಯಾಗಿ.... ಫೀಲ್ ಆಗೋ ಹಂಗಿಲ್ಲ" ಖುಷಿಯಿಂದ ಹೇಳಿದ್ದ.

ತಲೆಯ ಮೇಲೆ ಮೊಟಕಿ "ಅವ್ಳಿಗೆ, ಇನ್‌ಫಿಯಾರಿಟಿ ಅಂಥದೇನಿಲ್ಲ. ಹೋಗಿ.... ಮಾತಾಡ್ಸು. ಅತ್ತಿಗೆ ಅಳಿಯನಿಗೆ ಏನೋ ತಯಾರು ಮಾಡ್ತಾ ಇದ್ದಾರೆ" ಅಂದು ಒಳಗೆ ಹೋದರು.

ಹಿಂಜರಿಯುತ್ತಲೇ ಬಂದ ಕಿರಣ "ಹಲೋ...." ಅಂದ. ಅವನಿನ್ನು ಹುಡುಗುತನದಿಂದ ಮುಕ್ತನಾಗಿರಲಿಲ್ಲ, "ಹಲೋ.... ಬನ್ನಿ" ಅನ್ನುತ್ತ ಇನ್ನಷ್ಟು ಆ ಕಡೆ ಸರಿದಾಗ "ಬೇಡ.... ಡಿಸ್ಟರ್ಬ್ ಮಾಡ್ದೇಂತ ಕಾಣಿಸುತ್ತೆ" ಎಂದು ಒಂದು ಕೇನ್ ಛೇರ್ ತಂದು ಅವರ ಮುಂದೆ ಹಾಕಿಕೊಂಡು ಕೂತ. ಅದು ಗಾಳಿ ಸೇವಿಸಲು ರಾಜೇಶ್ ಹಾಕಿಕೊಂಡಿದ್ದ ಕೇನ್ ಛೇರ್.

ತಕ್ಷಣ ಮಾತನ್ನು ಹೇಗೆ ಶುರು ಮಾಡಬೇಕೆಂದು ಅರಿಯದೆ "ನಿಮ್ಮ ಟೀ ಶರ್ಟ್ ತುಂಬ ಚೆನ್ನಾಗಿದೆ. ಇದರಲ್ಲಿ ತುಂಬ ಹ್ಯಾಂಡ್‌ಸಂ ಆಗಿ ಕಾಣ್ತೀರಿ. ವೀಕೆಂಡ್ ವೇರ್ ಎಂದೇ ಕರೆಸಿಕೊಳ್ಳುತ್ತಿದ್ದ ಟಿ ಶರ್ಟ್‌ಗಳು ಈಗ ಆಲ್‌ಟೈಮ್ ಫೇವರಿಟ್ ಶರ್ಟ್ ಎನಿಸಿಕೊಂಡಿದೆ. ನನ್ನ ಫ್ರೆಂಡ್ ವಾರ್ಡ್‌ರೋಬ್ ತುಂಬ ಡಿಸೈನರ್ ಟಿ ಶರ್ಟ್‌ಗಳನ್ನೇ ತುಂಬಿಕೊಂಡಿದ್ದಾನೆ.

ನಾನು ಕೂಡ ಜೀನ್ಸ್ ಒಂದು ಫಿಟ್ ಆಗುವ ಟಿ ಶರ್ಟ್.... ವೆರಿ ಕಂಫರ್ಟ್ ಅನಿಸುತ್ತೆ" ಅಂತು ಟಿ ಶರ್ಟು ಪುರಾಣ ಶುರು ಮಾಡಿದ. ಶರತ್ ಮಾತಾಡಿದ್ದು ಕಡಿಮೆಯೆ.

ಅತ್ಯಂತ ಬಲವಂತದ ಉಪಚಾರದಿಂದ ಒಂದು ಜಾಮೂನ್ ಜೊತೆ ವೆಜಿಟೆಬಲ್ ಬೋಂಡ ತಿಂದ. ಆಗಾಗ ಇದು ಅನಿವಾರ್ಯವಾಗಿತ್ತು. ಆಮೇಲೆ ಹರಟಿದ್ದು ರಾಜಕೀಯದ ಜೊತೆ ಸಮಾಜದ ಕೆಟ್ಟ ವ್ಯವಸ್ಥೆಯ ಬಗ್ಗೆ ಮಾತಾಡುತ್ತಿದ್ದವ ಮಧ್ಯದಲ್ಲಿಯೆ ಮೇಲೆದ್ದ ಶರತ್ ಮಡದಿಯ ಕಡೆ ನೋಟ ಹರಿಸಿದ ಅಲ್ಲಿ ಬೀಳ್ಕೊಡುವ ಭಾವವಿತ್ತು.

"ಬರ್ತೀನಿ, ವರ್ಣ...." ಕಣ್ಣಲ್ಲಿ ಕಣ್ಣಿಟ್ಟು ನೋಡಿದ. ಅಲ್ಲಿ ತುಂತುರು ಇತ್ತು. ಹೇಳಿಕೊಳ್ಳಲಾಗದ ವಿರಹದ ತಾಪ. ಅಂದು ಅತ್ಯಂತ ಸೈಲೆಂಟಾಗಿ ಡಿವೋರ್ಸ್ ಪೇಪರ್‌ಗೆ ಸಹಿ ಹಾಕಿದ್ದಳು. ಅತ್ಯಂತ ಮೌನವಾಗಿ ನಡೆದುಬಿಟ್ಟ. ಕಿರಣ ಕಣ್ ಕಣ್ ಬಿಟ್ಟು "ಮಾತೇ ಆಡೋಲ್ಲ. ಬಹುಶಃ ಅನೂಷಾನ ಸರಿ ಮಾಡಲು ಇಂಥ ಪಾರ್ಟಿನೆ ಬೇಕು" ಅಂದಿನ ಘಟನೆಯನ್ನು ನೆನಪಿಸಿಕೊಂಡ. ಅಂದು ಏನಾದರೂ ಆಗಲೀಯೆಂದೇ ಒಂದು ನಿಶ್ಚಯಕ್ಕೆ ಬಂದು ಮುಂದುವರಿದಿದ್ದು. "ನಾ ಮರ್ತೆ, ಅನೂಷ ಫೋನ್ ಮಾಡಿದ್ಲು" ಜ್ಞಾಪಿಸಿದಳು.

ಅಷ್ಟರಲ್ಲಿ ಬಂದ ಶಾಂಭವಿ "ಸಾಕಷ್ಟು ಕೂತಿದ್ದೀ. ಎದ್ದು ಒಳ್ಗೇ ನಡೀ" ಕರೆದೊಯ್ದರು. ಹೊಟ್ಟೆಯಲ್ಲಿನ ಮಗುವಿನ ಚಲನೆ ಅವಳ ಅರಿವಿಗೆ ಬರುತ್ತಿತ್ತು. ಆಗ ಅವಳ ಮನಸ್ಸು ಸೂಕ್ಷ್ಮವಾಗುತ್ತಿತ್ತು "ಅತ್ತೆ, ಕಿರಣ ಟಿ ಶರ್ಟುಗಳ ಭಾಷಣ ಮಾಡ್ತಾ ಇದ್ದ. ಅದರಲ್ಲಿ ಕೆಲವನಾದ್ರೂ.... ಅನೂಷಾಗೆ ಪ್ರಜೆಂಟ್ ಮಾಡಿದ್ದಾನೆ" ಆಯಾಸದಿಂದಲೆ ರೇಗಿಸಿದಳು.

"ಸದ್ಯ.... ಜ್ಞಾಪಿಸಬೇಡ" ಕಿರಣ ಬೆಚ್ಚಿಬಿದ್ದ.

ಬಾಲ್ಕನಿಗೆ ಹೋಗಿ ಕೂತರು. ಈಚೆಗೆ ರಾಜೇಶ್ ಕ್ಲಬ್‌ಗೆ ಹೋಗೋದನ್ನು ಕಡಿಮೆ ಮಾಡಿದ್ದರು. 'ನಾನು ಆ ಮನುಷ್ಯನಿಗೆ ಮಾತು ಕೊಟ್ಟಿದ್ದೆ. ಎಲ್ಲಾ ಸೇರಿ ಮಾತು ಮುರ್ದು ನನ್ನ ಮಾನ ಕಳಿದ್ರಿ" ಎಂದು ಹೆಂಡತಿಯ ಮುಂದೆ ಹಾರಾಡಿದ್ದಷ್ಟೆ. ಮಿಕ್ಕವರ ಮುಂದೆ ಆ ಪ್ರಸ್ತಾಪವೇ ಮಾಡಲಿಲ್ಲ. ಆದರೂ ಆ ವಿಷಯದ ಬಗ್ಗೆ ಕೋಪವಿದೆಯೆಂದು ಎಲ್ಲರಿಗೂ ಗೊತ್ತಿತ್ತು.

"ಇವತ್ತು ಶರತ್ ಟಿ ಶರ್ಟು, ಜೀನ್ಸ್‌ನಲ್ಲಿ ಗುಡ್ ಲುಕ್, ಗುಡ್ ಪರ್ಸನಾಲಿಟಿಗೆ.... ಈಗಿನ ಕಾಲದ ಹುಡ್ಗೀರು ದಪದಪ ಬಿದ್ದು ಬಿಡ್ತಾರೆ. ಆದರೆ ಶರತ್ ಹುಷಾರಿದ್ದಾನೆ, ಬಿಡು" ಮೆಚ್ಚುಗೆಯಿಂದ ನುಡಿದು. "ಅದೇನು, ಅನುಷಾ.... ಫೋನ್ ಮಾಡಿದ್ದು?" ವಿಚಾರಿಸಿದ.

"ಅಂತು ನಿಂಗೆ ಇಂಟರೆಸ್ಟ್ ಇದೇಂತಾಯ್ತು" ಶಾಂಭವಿ ಛೇಡಿಸಿದರು. "ನನ್ನ ಜೀವನದಲ್ಲಿ ಅವಳನ್ನ ಎಂದಾದ್ರೂ ಮರೆಯಲಿಕ್ಕೆ ಸಾಧ್ಯವೇ? ಅಂದು ಸ್ವಲ್ಪ ಧೈರ್ಯವಹಿಸಿ ಅವಳಿಗೆ ನೇಣು ಹಾಕೋ ಪಯತ್ನ ಮಾಡಲಿಲ್ಲಾಂದರೇ, ಹೆದರಿಸಿ.... ಬೆದರಿಸಿ.... ಈ ಮನೆಗೆ ಸೊಸೆಯಾಗಿ ಗೋಳಾಡಿಸಿ ಬಿಡೋಳು ವೆರಿ ಬ್ಯಾಡ್.... ತುಂಬಾ ಕೆಟ್ಟ ಹುಡ್ಗೀ. ಅತಿಯಾದ ಆಸೆ, ಸ್ವಾರ್ಥ ಅವಳನ್ನ ಆವರಿಸಿದೆ. ಆ ನೆರಳಲ್ಲಿ ಸುಖ ಅನ್ನೋದು ಇರೋಲ್ಲ. ಅವಳ ಫೋನ್ ಕೂಡ ರಿಸೀವ್ ಮಾಡ್ಕೋ.... ಬೇಡ" ಎಂದ ಜಿಗುಪ್ಸೆಯಿಂದ.

ಅಂದು ನಡೆದ ರಾದ್ಧಾಂತವನ್ನ ಎಲ್ಲರೂ ನೆನಪಿಸಿಕೊಂಡರು.

"ಅಷ್ಟು ರಂಪ, ರಾಮಾಯಣ ಮಾಡಿದ ಅವಳ್ನ ಹೇಗೆ ಒಪ್ಪಿಸ್ದೆ?" ಕೇಳಿದರು ಸಕ್ಕೂಬಾಯಿ ಮಗನ ಪಕ್ಕ ಬಂದು ಕೂಡುತ್ತ. ಅವನು ದೀರ್ಘವಾಗಿ ಉಸಿರೆಳೆದು ದಬ್ಬಿ "ಅವಳು ಒಪ್ಪಲಿಲ್ಲಾಂದರೇ, ನಾನು ಅವಳಿಗೆ ನೇಣು ಹಾಕಿ ಬಿಡ್ತಾ ಇದ್ದೆ. ಇಲ್ಲ, ಮಹಡಿಯಿಂದ ಎತ್ತಿ ಕೆಳ್ಗೇ ಎಸೆದು ಬಿಡ್ತಾ ಇದ್ದೆ. ಅವಳ ಮುಂದೆ ಮೂರು ಆಪ್‌ಶನ್ ಇಟ್ಟೆ. ಅದು ಸಾಯೋ ಪೈಕಿಯಲ್ಲ. ನಾನು ಹೇಳ್ದಂಗೆ ಮಾಡ್ತೀನೀಂತ ಮನದಟ್ಟು ಆದ ಕೂಡಲೇ.... ಜಾಗ ಖಾಲಿ ಮಾಡಿ ಹೊರಡೋಕೆ ಒಪ್ಪಿಕೊಂಡ್ಳು." ಎಂದು ತನ್ನ ಸಾಹಸ ವರ್ಣಿಸಿದಾಗ ಎಲ್ಲರು ಪಕ್ಕನೇ ನಕ್ಕರು. ಆದರೆ ಅವನು ನಗಲಿಲ್ಲ.

ಆದರೆ ಅಂದಿನ ಘಟನೆ ಮರೆಯುವಂಥದಲ್ಲ.

ಅಂದು ರೆವರೆಂಡ್ ಬಂದು ಡಿನ್ನರ್‌ಗೆ ಆಹ್ವಾನಿಸಿದರು. ಸ್ವತಃ ಮನೆಗೆ ಬಂದು. ಎಲ್ಲರು ಇಲ್ಲವೆನ್ನಲಾರದೆ ಹ್ಞೂಗುಟ್ಟಿದರು. ಆಮೇಲೆ ತಿಮ್ಮಪ್ಪಯನವರನ್ನು ರೂಮಿಗೆ ಕರೆದೊಯ್ದು ಏನೋ ಹೇಳಿ ಹೊರಗೆ ಕರೆ ತಂದವರು ವಿಜಯದ ನಗೆ ಬೀರುತ್ತ ಹೇಳಿದರು.

"ನಾನು ಕಾರು ಕಳಿಸ್ತೀನಿ, ಎಲ್ಲಾ ಬನ್ನಿ. ಹೇಮಂತ್ ಮತ್ತು ಲೀನಾಗೂ ಆಹ್ವಾನವಿದೆ. ಅವರುಗಳು ಕೂಡ ಬರ್ತಾರೆ."

ಶರತ್ ಏನು ಮಾತಾಡಲಿಲ್ಲ. ಅವರುಗಳು ಬರುವುದಕ್ಕೆ ವಿಶೇಷ ಕಾರಣವಿರಬೇಕೆಂದು ಕೊಂಡ. ಆ ವೇಳೆಗೆ ಬಂದ ಲೀಲಾವತಿ ದೈನ್ಯದ ನೋಟ ಬೀರಿದರು.

"ಶರತ್ ನಾನಂತು ಬರೋಲ್ಲ. ನಿಮ್ಮಪ್ಪ ಕಣ್ಣುಗಳ್ನ ಕೆಂಪಗೆ ಮಾಡ್ತಾರೆ ತುಂಬಾ ಕಲೀತ ಜನ. ವಿದ್ಯಾವಂತರು. ಅವ್ರ ಮಟ್ಟಕ್ಕೆ ನಂಗೆ ಮಾತಾಡೋಕ್ಕಾಗೋಲ್ಲ. ನಾವೆಲ್ಲ ಸರಳವಾದ ಜನ. ಹೋಗದೆ ಇರೋಕೆ ಏನಾದ್ರೂ ಉಪಾಯ ಹುಡ್ಕಿಕೊಡು."

ಆಕೆ ಪೇಚಿನಲ್ಲಿ ಸಿಕ್ಕಿ ಹಾಕಿಕೊಂಡಂತೆ ಕಂಗೆಟ್ಟಿದ್ದರು. ತಿಮ್ಮಪ್ಪಯ್ಯನವರಿಗೂ ಅವರೊಂದಿಗೆ ಹೊಂದಿಕೊಳ್ಳೋದು ಕಷ್ಟ. ಹಂಗಿಸಿದ ರಾಜೇಶ್ ಕುಟುಂಬದವರ ಎದರು ಎತ್ತರಕ್ಕೆ ಬೆಳೆಯಬೇಕು. ಎಂದಾದರೂ ಅವಕಾಶ ಸಿಕ್ಕರೇ, ರಾಜೇಶ್‌ಗೂ ಬಡಿಬೇಕು. ಅದಕ್ಕೆ ಹೆಚ್ಚು ಬಲವಾನರ ಸಂಬಂಧ ಬೇಕು. ಅದಕ್ಕೆ ಕೆಲವು ಕಾಂಪ್ರಮೈಸ್‌ಗಳಿಗೆ ರೆಡಿಯಾಗಿದ್ದರು. ಎದೆಯಾಳದಲ್ಲಿ ನೋವಿತ್ತು. ಹಿರಿಯನ ವಿವಾಹ ಸರಿ ಹೋಗಿರಲಿಲ್ಲ. ಶರತ್‌ದು, ಅದೇ.... ದಾರಿ.... ಇದನ್ನೆಲ್ಲ ನೆನಸಿಕೊಂಡು ಜಿಗುಪ್ಸೆಪಡುತ್ತಿದ್ದರು.

"ಉಪಾಯ ಅಂಥದೇನು, ಬೇಕಿಲ್ಲ. ಏನಾದ್ರೂ ಒಂದು ಕಾರಣ ಕೊಟ್ಟರಾಯ್ತು. ಅದಕ್ಕೆ ಅಪ್ಪ ತಾನೇ ಯಾಕೆ ಕಣ್ಣು ಕೆಂಪಗೆ ಮಾಡ್ತಾರೆ?" ಎಂದ. ಆಕೆ ಹಣೆ ಚಚ್ಚಿಕೊಂಡರು. ಇವನಿಗೆ ಗೊತ್ತಿದೆಯ ಅಥವಾ ಗೊತ್ತಿದ್ದು ನಾಟಕವಾಡುತ್ತಿದ್ದಾನಾ? ನೇರವಾದ ಪ್ರಸ್ತಾಪ ಇಲ್ಲದಿರಬಹುದು. ಅವರ ಕುಟುಂಬ, ಶ್ರೀಮಂತಿಕೆ, ಮಕ್ಕಳ ಬಗ್ಗೆ ಆಗಾಗ ಮನೆಯಲ್ಲಿ ಮಾತುಕತೆ ನಡೆಯುತ್ತಿತ್ತು.

"ನಂಗೆ ಏನೇನು ಅರ್ಥವಾಗೋಲ್ಲ. ನಿನ್ನ ಅಳಿಯನನ್ನಾಗಿ ಮಾಡಿಕೊಳ್ಳೋಕೆ ನಿಶ್ಚಯಿಸಿದ್ದಾರೆ. ಮಗಳನ್ನ ತಮ್ಮ ಬಳಿಯಲ್ಲಿ ಇರ್‍ಸೀಕೊಳ್ಳೋಕೆ, ಅವರ ಕಂಪನಿ.... ಅದೇ ಫ್ಲವರ್ ಕನ್‌ಸ್ಟ್ರಕ್ಷನ್‌ನಿಂದ ಹೊರಬಂದು.... ಮಗಳ ಹೆಸರಲ್ಲಿ ಒಂದು ಕಂಪನಿ ತೆಗೀತಾ

ಇದ್ದಾರಂತೆ ಅದಕ್ಕೆ ನೀನು.... ಸಿಇಓ" ಎಂದರು ಇಂದೇ ಈ ಬಗ್ಗೆ ನೇರವಾದ ಮಾತುಕತೆ.

"ನಾನು ಈಗಾಗ್ಲೇ ಬೇರೊಬ್ಬರ ಅಳಿಯ. ಅಂಥದ್ದರಲ್ಲಿ ಈ ಪ್ರಸ್ತಾಪ.... ಇದೆಲ್ಲ ಅರ್ಥವಿಲ್ಲದ್ದು ಬಿಡು" ಎನ್ನುವ ವೇಳೆಗೆ ಬಂದ ತಿಮ್ಮಪ್ಪಯ್ಯ ಅಚ್ಚರಿಯ ನೋಟ ಬೀರಿ "ಅದೇನು ಹೊಸ್ದಾಗಿ ಕೇಳ್ತೀಯ? ಅವ್ರು ಈಗಾಗ್ಲೇ ನಿನ್ನ ಅಳಿಯನ ತರಹ ಟ್ರೀಟ್ ಮಾಡೋಕೆ ಶುರು ಮಾಡಿದ್ದಾರೆ. ಇದೊಂದು ಒಳ್ಳೆಯ ಅವಕಾಶ. ನಿನ್ನ ಹಂಗಿಸಿದವರ ಮೆಟ್ಟಿ ಎದ್ದು ನಿಲ್ಲಬೇಕು" ಎಂದರು.

ತಂದೆಯ ಮುಖವನ್ನು ನೇರವಾಗಿ ನೋಡಿದ.

"ನಾನು 'ಫ್ಲವರ್ ಕನ್‌ಸ್ಟ್ರಕ್ಷನ್ ಎಂಪ್ಲಾಯ್'. ಅಲ್ಲಿ ಅವರೊಂದಿಗೆ ಹಿರಿಯ ಹುದ್ದೆಯಲ್ಲಿ ಇರಬಹುದು. ಆ ಕಂಪನಿಯಿಂದ್ಲೇ.... ಸಂಬಳ ಪಡೆದುಕೊಳ್ಳುತ್ತಿರೋದು. ಅಲ್ಲಿ ಮಾತುಕತೆ, ವಿಶ್ವಾಸಕ್ಕೆ ಒಂದು ಮಾನವೀಯ ಚೌಕಟ್ಟು ಇದೆ. ಅಷ್ಟನ್ನು ಬಿಟ್ಟು ಮತ್ತೇನಿಲ್ಲ. ವಿದೇಶದಲ್ಲಿಯೇ ಮಗಳು, ಅಳಿಯ ಬಂದಿರೋದರಿಂದ ನಮ್ಗೂ.... ಒಂದು ಆಹ್ವಾನವಿರಬೇಕಷ್ಟೆ. ಅಷ್ಟನ್ನು ಬಿಟ್ಟು ಬೇರೆ.... ಊಹೆಗಳು, ಕಲ್ಪನೆಗಳು ಬೇಡ" ಎಂದ. ಯಾರು ಯಾರ.... ಊಹೆಗಳಿಗೂ.... ಕಲ್ಪನೆಗಳು.... ಆಕಾಂಕ್ಷೆಗಳಿಗೂ ಅವನು ತಲೆ ದಂಡವಾಗಲಾರ.

ಆತನ ನಾಲಿಗೆಯಲ್ಲಿ ಪಸೆಯಾರಿತು. ಅವರ ಊಹೆ ಬೇರೆ ಇತ್ತು. ಸೇತುರಾಮ್ ಬಂದಾಗಲೆಲ್ಲ ಅಪ್ಪಟ ಸುಳ್ಳುಗಳನ್ನು ಹೇಳಿ ಈಗಾಗಲೆ ರೆವರೆಂಡ್ ಅಳಿಯನಾಗಿಬಿಟ್ಟಿದ್ದಾನೆ ಎನ್ನುವುದನ್ನು ನಂಬಿಸಿ ಬಿಟ್ಟಿದ್ದರು. 'ಈಗಾಗ್ಲೆ ಹಸೆಮಣೆ ರೆಡಿಯಾಗಿದೆ. ಕರೆದಾಗ ಹೋಗಿ ಅಕ್ಷತೆ ಹಾಕಿ ವಧೂವರನನ್ನ ಹರಸಿ' ಅನ್ನುವುದನ್ನು ಮನದಟ್ಟು ಮಾಡಿಸಿದ್ದರು. ಆದರೆ.... ಇಂದು.... ಶರತ್ ಆಡಿದ ಮಾತುಗಳು! ಅಂಥದೇನಿಲ್ಲ.... ಎನ್ನುವುದನ್ನು ಒತ್ತಿ ಹೇಳಿದ್ದ.

ತಿಮ್ಮಪ್ಪಯ್ಯ ಸುಸ್ತಾಗಿ ಕೂತು ಬಿಟ್ಟರು. ಹೊರಗೆ ಕೋಪದಿಂದ ಹರಿದಾಡಿದರು ಒಳಗೊಳಗೆ ಮೆತ್ತಗಾಗಿದ್ದರು. ಯಾವುದು ಬೇಕಿಲ್ಲವೆನ್ನುವ ವೈರಾಗ್ಯ ಆಗಾಗ ಇಣಕುತಿತ್ತು. ಅದು ತಾತ್ಕಾಲಿಕವೆ.

ಹೊರಗೆ ಹೋಗಿದ್ದ ಶರತ್ ಒಳಗೆ ಬಂದು "ಬರೋ, ಮನಸ್ಸಿದ್ದರೇ ರೆಡಿಯಾಗಿರಿ. ಎಲ್ಲಾ ಜೊತೆಯಲ್ಲಿ ಹೋಗೋಣ. ನನ್ನ ಸಲುವಾಗಿ ನೀವೇನು ಕಾಂಪ್ರಮೈಸ್ ಆಗೋ ಅಗತ್ಯವಿಲ್ಲ. ನಾನು ಈಗ್ಲೂ ವರ್ಣ ಗಂಡ. ಕನಿಷ್ಟ ಕಾನೂನು ಮೂಲಕ ಕೂಡ ಇನ್ನ ಡಿವೋರ್ಸ್ ಪಡೆದುಕೊಂಡಿಲ್ಲ. ಅದು ರೆವರೆಂಡ್ ಸರ್‌ಗೆ ಗೊತ್ತಿರೋ.... ವಿಚಾರ" ಹೇಳಿದ. ಇಂದು ಹಿಂಜರಿಯದೆ ಮಾತಾಡಿದ್ದ.

ಮಗ ರೂಮಿಗೆ ಹೋದನಂತರ ಬಂದ ಲೀಲಾವತಿ "ಸ್ವಲ್ಪ ಅರ್ಥಮಾಡ್ಕೊಳ್ಳಿ. ನಂಗೆ ಆ ಜನರ ಜೊತೆ ಅಡ್ಜಸ್ಟ್ ಆಗೋಕ್ಕಾಗೋಲ್ಲ. ನೀವುಗಳು.... ಹೋಗ್ ಬನ್ನಿ. ನಾನಂತು.... ಬರೋಲ್ಲ" ಅಂದ ಹೆಂಡತಿಯ ಕಡೆ ನೋಡಿದರು "ನಿನ್ನ ಮಗನ ಸಲುವಾಗಿ, ಅವರಿಬ್ರು ವಿವಾಹವಾದ ಕೂಡಲೇ, ದೂರ ಉಳಿದು ಬಿಡೋಣ. ಮೊದಲು ಕಷ್ಟವಾದರೂ. ಅವರಲ್ಲಿ ಒಂದಾಗಿ ಹೋಗ್ತಾನೆ. ಆಗ.... ನಿಮ್ಮಗ..." ಅವರ ಗಂಟಲು ಗದ್ಗದವಾಯಿತು.

"ತುಂಬಾ ದೂರವಾಗ್ತಾನೆ. ಈಗಾಗಲೇ ಒಬ್ಬನ ಮುಖ ದರ್ಶನ ವರ್ಷಕ್ಕೆ ನಾಲ್ಕು ಬಾರಿ. ಆಮೇಲೆ ಇವ್ನ ಪೂರ್ತಿಯಾಗಿ ನಮ್ಗೇ ಇಲ್ಲದಂಗೆ ಆಗ್ತಾನೆ. ಆಮೇಲೆ ಬದುಕಿದ್ದು.... ಮಾಡೋದೇನಿದೆ?" ಅಳೋಕೆ ಶುರು ಮಾಡಿದರು.

ತಿಮ್ಮಪ್ಪಯ್ಯ ಮೌನವಾಗಿ ಕೂತರು. ಈಗೇನು ಮಾಡೋದು? ಮಗನ ಒಪ್ಪಿಗೆ ಅವರಿಗೆ ಸಿಕ್ಕಿದೆಯೆಂದು ತಾವು ಒಪ್ಪಿಗೆ ಸೂಚಿಸಿದ್ದರು. ಆಹ್ವಾನದ ಜೊತೆ ರೂಮಿಗೆ ಬಂದವರು "ನನ್ನ ಮಗ್ಳು, ಅಳಿಯ ಬಂದಿದ್ದಾರೆ. ಎಂಗೇಜ್‌ಮೆಂಟ್ ಮುಗ್ಸಿ ಬಿಡೋಣ. ಇವಳು ಎಲ್ಲಿ ವಿದೇಶಕ್ಕೆ ಹಾರುತ್ತಾಳೋ ಎನ್ನುವ ಭಯ" ಎಂದಿದ್ದರು. ನಿಜವಾಗಲೂ ಆಗಲೇ ಗೊತ್ತಾಗಿದ್ದು ಎಂಗೇಜ್‌ಮೆಂಟ್ ಕಾರ್ಯಕ್ರಮ ಎಂದು. ಆ ಕ್ಷಣ ಕೂಡ ಇಬ್ಬದಿಯಲ್ಲಿ ತೊಳಲಾಡಿತ್ತು ಮನ. ಒಂದು ರೀತಿಯ ಭಾವೋದ್ವೇಗ, ಸಂತೋಷವೋ, ದುಃಖವೋ, ಅರಿಯದ ಸ್ಥಿತಿ. ಮೌನವಾಗಿ ಉಗುಳು ನುಂಗಿದ್ದರು.

"ಸ್ವಲ್ಪ ಶರತ್‌ನ.... ಕರೀ" ಅಂದರು. ಅವರ ದನಿಯಲ್ಲಿ ಜೀವ ಇರಲಿಲ್ಲ. "ನಂಗ್ಯಾಕೋ ಭಯ ಆಗುತ್ತೆ. ಅಂಥ ಹಿನ್ನೆಲೆ ಇಲ್ದ ವರ್ಣ ತಂದೆ ಬಂದು ನಿಮ್ಮನ್ನ ಹೊಡೆದು ಹೋದರು. ವಿನಾ ಕಾರಣ ಅಷ್ಟೆ. ನಿಮ್ಮದೇನಾದ್ರೂ... ತಪ್ಪು ಇತ್ತಾ? ಈಗ.... ರೆವರೆಂಡ್ ದೊಡ್ಡ ಕುಳ ಅಂತೀರಾ. ನಮ್ಮ ಶರತ್‌ನ ಏನಾದ್ರೂ ಮಾಡಿದರೇ, ಅಯ್ಯೋ.... ಮದ್ವೆ ಮಾಡ್ಕೊಂಡ್.... ಅವನ ಪಾಲಿಗೆ ಅವನಾದ್ರೂ ಇದ್ಕೊಳ್ಳಿ. ಅದಕ್ಕಾಗಿ ಎಷ್ಟು ಅವಮಾನವಾದ್ರೂ ಸಹಿಸ್ತೀನಿ" ಆಕೆ ಇನ್ನಷ್ಟು ಕಣ್ಣೀರು ಸುರಿಸಿದರು.

ಬಂದ ಶರತ್ "ನಾನೆಲ್ಲ ಮ್ಯಾನೇಜ್ ಮಾಡ್ಕೋತೀನಿ. ಅವರೇನೋ ಊಹಿಸಿಕೊಂಡ್ರು.... ಕಲ್ಪಿಸಿಕೊಂಡರೂಂದರೇ ನಾವ್‌ಗಳು ಹೊಣೆಯಲ್ಲ. ಇದು ಕಾನೂನು ಪ್ರಕಾರ ಅಪರಾಧ" ಅಮ್ಮನ ಕೈ ಹಿಡಿದು ಧೈರ್ಯ ಹೇಳಿದ.

"ಅವರು ಬಂದು ಆಹ್ವಾನ ಕೊಟ್ಟು ವಿಷಯ ತಿಳ್ಸಿದಾಗ ನಿಮ್ಮಪ್ಪ ಒಪ್ಕೊಂಡಿದ್ದಾರೆ. ಈಗ ಹಿಂದೆ ಸರಿದರೇ, ಅವರಿಗೆ ಅವಮಾನವಾಗುತ್ತೆ. ಮೊದ್ಲೇ ದೊಡ್ಡ ಜನ. ಸಪೋರ್ಟ್ ಮಾಡೋ ಮಂದಿ ಸಾಕಷ್ಟು ಇರ್ತಾರೆ. ಅವರುಗಳು ಸುಮ್ನೇ ಕೂಡೋಲ್ಲ. ಅಪ್ಪ, ಮಗನ್ನ ಸೇರ್ಸಿಕೊಂಡು ಬಡಿದರೇ ನಾನೇನು ಮಾಡ್ಲಿ?" ಆಕೆ ಇನ್ನಷ್ಟು ಅಳೋಕೆ ಶುರು ಮಾಡಿದರು.

ತಿಮ್ಮಪ್ಪಯ್ಯನ ರೂಮಿಗೆ ಬಂದ. ಅವರು ಪೂರ್ತಿ ಕಂಗೆಟ್ಟು ಕೂತಿದ್ದರು. ಅಂದು ತಿಂದ ಬಡಿತಗಳು ಮತ್ತೆ ಮರುಕಳಿಸಬಾರದು. ಅದು ಚಿಕ್ಕ ಪ್ರಕರಣ. ರೆವರೆಂಡ್ ಎಲ್ಲಾ ವಿಧದಲ್ಲು ಪ್ರಬಲ ವ್ಯಕ್ತಿ. ಸುಮ್ಮನೆ ಬಿಟ್ಟಾರ? ತಪ್ಪು ಪೂರ್ತಿ ತಮ್ಮ ಮೇಲೊರೆಸಿದರೇ?

ಸೇತುರಾಮ್ ಒಂದು ಜಾಲವನ್ನೇ ಹೆಣೆದಿದ್ದರು. ಅವರ ವರ್ಣನೆ ವಿಪರೀತವಾಗಿತ್ತು. ಅದನ್ನು ಬಾಯಿ ಬಿಟ್ಟರು.

"ನಿನ್ನ, ರೆವರೆಂಡ್ ಮಗಳ ಮಧ್ಯೆ ಪ್ರೀತಿ, ಸ್ನೇಹ ಇದೇ ಅಂದ ನಿಮ್ಮಗಳ ಓಡಾಟವನ್ನ ಬಣ್ಣಿಸಿದ. ನನ್ನ ಒಳಗಿನ ಕುದಿತಕ್ಕೆ ಇಂಥದ್ದು ಬೇಕಿತ್ತು, ಶರತ್. ಹಂಗಿಸಿದ ಜನರ ಮುಂದೆ ಎದ್ದು ನಿಲ್ಲಿಸೋ ಒಂದು ಅವಕಾಶಂತ ತಿಳ್ದು ಒಪ್ಪಿಗೆ ಕೊಟ್ಟೆ. ಈಗ ಬರೀ ನಮ್ಮ, ನಮ್ಮಲ್ಲೆ ಎಂಗೇಜ್‌ಮೆಂಟ್. ಡಿವೋರ್ಸ್ ನಂತರ ವಿವಾಹ. ಇದೊಂದು ಅವಕಾಶ ಕಣೋ. ನಮ್ಮ

ಅವರ ಮಧ್ಯದ ಸಾಮರಸ್ಯವನ್ನ ಲೆಕ್ಕ ಹಾಕೋದ್ಬೇಡ. ನಿನ್ನ ಒಳಿತಿಗೇಇದ್ನ ಒಪ್ಪಿಕೊಂಡರೇ ಒಳ್ಳೆಯದು" ಮಗನನ್ನು ಕನ್ವೀನಿಯನ್ಸ್ ಮಾಡೋ ಪ್ರಯತ್ನ.

ಶರತ್ ನಿಲುವು ದೃಢವಾಗಿತ್ತು.

"ಅಪ್ಪ, ದಯವಿಟ್ಟು ಕ್ಷಮ್ಸಿ. ಜೀವನ ಸಿನಿಮಾ - ನಾಟಕದಂತೆ ಅಲ್ಲ. ಅಲ್ಲಿ ರಿಹರ್ಸಲ್, ರಿಟೇಕ್ ಇರೋಲ್ಲ. ನಾವು ನಿರ್ವಹಿಸಿದ ಪಾತ್ರವೆ ಅಂತಿಮ. ಆಯ್ದ ಪಾತ್ರಕ್ಕೆ ನ್ಯಾಯ ಸಲ್ಲಿಸ ಬೇಕಾಗಿರೋದರಿಂದ ಜವಾಬ್ದಾರಿಯಿಂದ ವರ್ತಿಸಬೇಕು. ನೀವೇನು ತಲೆ ಕೆಡಿಸ್ಕೋಬೇಡಿ" ಅಷ್ಟು ನುಡಿದು ಹೊರಬಂದ.

ಕಾದು ಕೂತಿದ್ದ ಆಕೆ ಮೇಲೆದ್ದರು.

"ಭಯ ಆಗುತ್ತೆ ಕಣೋ...." ಮತ್ತೆ ಕಣ್ಣಂಚಿನಲ್ಲಿ ನೀರು ಜಿನುಗಿತು.

"ಯಾಕೆ.... ಭಯ? ಯಾರೋ ಮಾಡಿದ ತಪ್ಪುಗೆ ಅದರ ಹೊಣೆಯನ್ನು ಬೇರೆ ಯಾರೋ ಹೊತ್ಕೋಬೇಕಾಗುತ್ತೆ. ಅಂಥದೇನು ಆಗೋಲ್ಲ. ಎಲ್ಲೂ ಹೋಗೋದು ಬೇಡ. ಅಂದು ಮೊಬೈಲ್ ಬಟನ್‌ಗಳನ್ನೊತ್ತುತ್ತ ಹೊರಗೆ ಹೋದ. ಇಲ್ಲಿ ಇನ್ನೊಂದು ಕ್ಲೈಮ್ಯಾಕ್ಸ್ ಬೇಕಿರಲಿಲ್ಲ. ಪಾಂಡೆಯವರನ್ನ ಸಂಪರ್ಕಿಸಲು ವಿಷಯ ಇತ್ತು. ಮೆಸೇಜ್ ಕಳಿಸಿದ. ಹಿಂದೆಯೇ ಅವರಿಂದ ಮೆಸೆಜ್ ಅಲ್ಲಿ ನ ಪ್ರೋಗ್ರಾಂ ಕ್ಯಾನ್ಸಲ್ ಮಾಡಿಕೊಂಡು ಇನ್ನ ಒಂದೂವರೆ ಗಂಟೆಯಲ್ಲಿ ಬೆಂಗಳೂರು ಏರ್‌ಪೋರ್ಟ್‌ನಲ್ಲಿ ಬಂದು ಇಳಿಯುವವರಿದ್ದರು. ಎಲ್ಲರಿಗೂ ಮೆಸೇಜ್ ಹೋಗಿತ್ತು.

ತಕ್ಷಣ ರೆವರೆಂಡ್‌ನ ಫೋನ್‌ನಲ್ಲಿ ಕಾಂಟ್ಯಾಕ್ಟ್ ಮಾಡಿ "ಸಾರಿ ಸರ್, ಡಿನ್ನರ್‌ಗೆ ಬರೋಕೆ ಸಾಧ್ಯವಿಲ್ಲ. ಛೇರ್‌ಮನ್.... ಸರ್.... ಈಗಾಗಲೇ ಹೊರಟಿದ್ದಾರೆ. ಇಡೀ ದಿನ ಅವರ ಜೊತೆಯಲ್ಲೇ...." ಫೋನ್ ಕಟ್ ಮಾಡಿದ. ಒಳ್ಳೆಯ ಮೂಡ್‌ನಲ್ಲಿದ್ದ ರೆವರೆಂಡ್ ಉರಿದು ಬಿದ್ದರು. "ಈಡಿಯಟ್.... ನನ್ನ ಎಲ್ಲಾ ಕೆಲ್ಸಗಳಿಗೂ ಕಲ್ಲು ಹಾಕ್ತಾರೆ" ಬೈಯ್ದುಕೊಂಡಿದ್ದ ಪಾಂಡೆಯವರನ್ನ. ಈಗಾಗಲೇ ಬರೀ ಸೂಪರ್‌ವೈಸರ್ ಆಗಿದ್ದ ಶರತ್ ಮೇಲೇರಿಸಿದ್ದು ಕಂಪನಿಯಲ್ಲಿ ಉಳಿಸಿಕೊಳ್ಳಲು. ಅದ್ದರಿಂದ ಇಂದು ಅವನು ಬರಲಾರ! ಯಾವ ಒತ್ತಡಗಳು ಅವನಲ್ಲಿ ಕೆಲಸ ಮಾಡವು. ಶರತ್‌ನ ವ್ಯಕ್ತಿತ್ವ ಅವರ ಅರಿವಿಗೆ ಬಂದಿತ್ತು. ಹಣ, ಹೆಣ್ಣುಗೆ ಜೋತು ಬೀಳಲಾರ. ಇನ್‌ಡೈರೆಕ್ಟಾಗಿ ತಾನು ವಿಸ್ತರಿಸುವ ಕಂಪನಿಯ ಬಗ್ಗೆ ಹೇಳಿಕೊಂಡಿದ್ದರು. ಆದರೆ ಅವನ ಉತ್ತರ ಸೊನ್ನೆ. ಕನಿಷ್ಟ ಉತ್ಸಾಹ ಕೂಡ ತೋರಿಸೋಲ್ಲ.

ತನ್ನ ಕಂಪನಿ ಪೂರ್ತಿ ಲಾಂಚ್ ಆಗೋವರೆಗೂ ಪಾಂಡೆಯವರನ್ನ ನೆಗ್ಲೇಟ್ ಮಾಡುವಂತಿರಲಿಲ್ಲ. ಆತ ಸರ್ಕಾರದಲ್ಲು ಕೂಡ ಅಷ್ಟೊಂದು ಪ್ರಭಾವಿ ವ್ಯಕ್ತಿಯಾಗಿರೋದರಿಂದ ವಿರೋಧ ಸಾಧ್ಯವಿರಲಿಲ್ಲ.

"ಪೋಸ್ಟ್ ಫೋನ್.... ಒಂದಿಷ್ಟು ಅರ್ಜೆಂಟ್ ಇದೆ ಕಾರು ತೆಗೆಯೋಕೆ.... ಹೇಳು" ಎಂದು ಹೆಂಡತಿಗೆ ಹೇಳಿ ಹೊರಟೇಬಿಟ್ಟರು. 'ಓಕೇ...." ಅಂದರಷ್ಟೆ. ಅವರಿಗೂ ಕೂಡ ಡಿವೋರ್ಸ್ ಆಗದೇ ಎಂಗೇಜ್‌ಮೆಂಟ್ ಬೇಡವೆನಿಸಿತ್ತು.

ಪಾಂಡೆಯವರು ಶರತ್‌ನ ನೇರವಾಗಿ ಏರ್‌ಪೋರ್ಟ್‌ಗೆ ಕರೆಸಿಕೊಂಡವರು, ಅವನ ಸಮೇತ ಗೃಹ ಮಂತ್ರಿಗಳನ್ನು ನೋಡಲು ಹೋದರು.

ಬಹುಶಃ ತಿಮ್ಮಪ್ಪಯ್ಯ, ಲೀಲಾವತಿ ದೊಡ್ಡ ಗಂಡಾಂತರದಿಂದ ಪಾರಾದಂತೆ ಉಸಿರು ದಬ್ಬಿರಬಹುದು.

ಆದರೆ ವಿಷಯ ತಿಳಿದು ಬಂದ ಹೇಮಂತ್ ಮತ್ತು ಲೀನಾ ಪ್ರತಿಕ್ರಿಯೆ ಬೇರೆಯಾಗಿತ್ತು.

"ಮನೆ ಬಾಗಿಲಿಗೆ ಬಂದಿದ್ದ ಅಪಾರ್ಚುನಿಟಿ ಹಾಳಾಯ್ತು ಅಷ್ಟೆ. ಒಂದು ಎಂಗೇಜ್‌ಮೆಂಟ್ ಅಂತ ಆಗಿದ್ದರೇ, ಅದಕ್ಕೆ ರೆವರೆಂಡ್ ಫ್ಯಾಮಿಲಿ ಬದ್ಧವಾಗಿರುತಿತ್ತು."

ತಿಮ್ಮಪ್ಪಯ್ಯ, ಲೀಲಾವತಿ ಮಾತೇ ಆಡಲಿಲ್ಲ. ಮರುದಿನ ಶರತ್ ಭೇಟಿಗೆ ಸಮಯ ಕಾದಿರಿಸಿ ರೆವರೆಂಡ್ ಛೇಂಬರ್‌ಗೆ ಹೋದ. ಆತ್ಮೀಯತೆಯಿಂದ ಸ್ವಾಗತಿಸಿದರು. ಒಂದು ರೀತಿಯ ಕಸಿವಿಸಿಯಲ್ಲಿದ್ದರು. ಇಂದು ಬೆಳಗಿನ ಫ್ಲೈಟ್‌ಗೆ ಮಗಳು, ಅಳಿಯ ವಿದೇಶಕ್ಕೆ ಹಾರಿದ್ದು ತುಸು ಬೇಸರ. ಈ ಎಂಗೇಜ್‌ಮೆಂಟ್‌ನಲ್ಲಿ ಅವರು ಭಾಗವಹಿಸಬೇಕೆನ್ನುವ ಆಸೆ ಈ ವ್ಯಕ್ತಿಗೆ ಇತ್ತು. 'ನನ್ನ ಮೂರು ಜನ ಅಳಿಯಂದಿರಲ್ಲಿ ತುಂಬಾ ಹ್ಯಾಂಡ್‌ಸಮ್ ಶರತ್' ಎನ್ನುವ ಅಭಿಮಾನ ಅವರಲ್ಲಿ ಇತ್ತು.

"ಸಾರಿ, ಸರ್.... ಒಂದಿಷ್ಟು ಪರ್ಸನಲ್ ಮಾತುಕತೆ. ಹೆಚ್ಚು ಸಮಯ ತಗೋಳ್ಳೋಲ್ಲ. ಸ್ವಲ್ಪ ನೆಗ್ಲೆಕ್ಟ್ ಮಾಡಿದ್ದರಿಂದ, ಎದರು ಬದರು ಕೂತು ವಿಚಾರ ವಿನಿಮಯ ಮಾಡಿಕೊಳ್ಳದ್ದರಿಂದ ನನ್ನ, ವರ್ಣ ದಾಂಪತ್ಯ ಡಿವೋರ್ಸ್‌ವರ್ಗೂ ಹೋಯ್ತು. ಮತ್ತೆ ಅಂಥ ತಪ್ಪು ಆಗ್ಬಾರ್ದು. ಟೋಟಲಿ ನೀವು ವಿಷ್ಯನ ಸಂಗ್ರಹಿಸಿದ್ದೀರಿ. ನಾವಿನ್ನು ಡಿವೋರ್ಸ್ ತಗೊಂಡಿಲ್ಲ. ಈ ಕ್ಷಣಕ್ಕೂ ಕಾನೂನಿನಲ್ಲಿ ಕೂಡ ನಾವು ದಂಪತಿಗಳೇ" ಅಂದ ಎಚ್ಚರದಿಂದ.

"ಐ ನೋ... ಐ ನೋ.... ಈಗಾಗ್ಲೇ ಡಿವೋರ್ಸ್ ಪೇಪರ್‌ಗೆ ನೀವಿಬ್ರೂ ಸಹಿ ಹಾಕಿದ್ದೀರಿ. ಮಗುವಾಗೋವರ್ಗೂ, ಅದಕ್ಕೊಂದು ಸ್ಟೇ. ಆಮೇಲಾದ್ರೂ ಸಪರೇಟ್ ಆಗೋರೇ... ತಾನೇ? ಅಂಥದ್ದರಲ್ಲಿ ತಪ್ಪೇನಿದೇ? ಒಂದು ಸಣ್ಣ ಎಂಗೇಜ್‌ಮೆಂಟ್" ಸಮರ್ಥಿಸಿಕೊಂಡರು.

"ಪ್ಲೀಸ್, ನಿಮ್ಮ ಸಮರ್ಥನೆ ನಿಮ್ಮ ಮಟ್ಟಿಗೆ ಸರಿ ಇರಬಹುದು. ನಿಮ್ಗೇ ಗೊತ್ತಿರೋದೆಲ್ಲ ಸರಿನೇ! ಆದರೆ ನಾನು ಮತ್ತೆ ವಿವಾಹವಾಗೋದು ನಿಮ್ಮ ಕಲ್ಪನೆ ಇರಬಹುದು, ಊಹೆ ಇರಬಹುದಷ್ಟೆ. ಇಂಥ ಒಂದು ಯೋಚನೆ ನನ್ನಲ್ಲಿ ಇಲ್ಲದ ಕಾರಣ...." ಮಾತು ಪೂರ್ತಿ ಮಾಡುವ ಮುನ್ನ ಎದ್ದು ನಿಂತರು ರೆವರೆಂಡ್. ಅವರ ಮೂಗಿನ ಹೊಳ್ಳೆಗಳು ಕಂಪಿಸುತ್ತಿತ್ತು.

"ವಾಟ್ ಈಸ್ ದಿಸ್, ನಾನ್ಸೆನ್ಸ್.... ಅವ್ನ ಮಾವ ಸೇತುರಾಮ್ ಇದೊಂದು ಅಪಾರ್ಚ್ಯುನಿಟಿ ಅಂದ. ನನ್ನ ಮಗಳು.... " ರೆವರೆಂಡ್ ಮಾತು ಪೂರ್ತಿ ಮಾಡುವ ಮುನ್ನ ಶರತ್ ಎದ್ದು ನಿಂತ. ಅವನಲ್ಲಿ ಯಾವುದೇ ಉದ್ವೇಗವಿರಲಿಲ್ಲ "ನಂಗೆ ಗೊತ್ತಿಲ್ಲ. ನನ್ನ ಅಂದಿನ ಪರಿಸ್ಥಿತಿಯಲ್ಲಿ ನನಗೆ ನೆರವಾದವರು ಸ್ವಾಮಿ ವಿವೇಕಾನಂದರು. ಅವರ ಜೀವನ, ಸಾಧನೆಯನ್ನು ಓದುತ್ತ ಗಟ್ಟಿಯಾದವನು ನಾನು. 'ನಿನ್ನನ್ನ ನೀನು ನಂಬು', 'ನಿನಗೆ ನೀನೇ

ಶಿಲ್ಪಿ', ಇದು ಸ್ವಾಮಿ ವಿವೇಕಾನಂದರ ಸಂದೇಶ ಯುವ ಜನತೆಗೆ. ಹಾಗೇ ನನ್ನನ್ನು ನಾನು ನಂಬಿಕೊಂಡೆ. 'ನಿನಗೆ ನೀನೇ ಶಿಲ್ಪಿ. ನೀನೇ ಶಕ್ತಿಯಾಗಿದ್ದಿ ಹೊರಗಿನಿಂದ ನಿನಗೆ ಯಾರೂ ಸಹಾಯ ಮಾಡುವುದಿಲ್ಲ. ಅದೇನಿದ್ದರೂ ನಿನಗೇ.... ನೀನೇ....ಮಾಡಿಕೋಬೇಕು' ಎನ್ನುವ ಸೂತ್ರವನ್ನು ಮುಂದಿಟ್ಟುಕೊಂಡು ನಡೆಯುತ್ತಿರುವವನು ನಾನು. ಯಾರದೋ ಸಹಾಯ ಸಿಗುತ್ತೇಂತ ತಪ್ಪು ಹೆಜ್ಜೆ ಇಡೋಲ್ಲ. ನಿಮ್ಮ ಕಲ್ಪನೆಗೂ.... ಊಹೆಗಳಿಗೂ ನಾನು ಕಾರಣನಲ್ಲ. ನನಗೇ.... ನಾನೇ... ನೀವಲ್ಲ" ಹಾಗೆಂದು ಹೇಳಿ ಮುಗಿಸುವಾಗ ಅವನಲ್ಲಿ ಯಾವುದೇ ಹಿಂಜರಿಕೆ ಇರಲಿಲ್ಲ.

"ನೀನು ಮಿಸ್ ಮಾಡ್ಕೋತಾ ಇದ್ದೀಯ. ಈಗಾಗಲೇ ಡಿವೋರ್ಸ್ ಪೇಪರ್‌ಗೆ ಸಹಿ ಹಾಕಿರುವ ವರ್ಣ ದೂರ ನಿಲ್ಲಬಹುದು. ಆಗ ಹಿಂದಿರುಗಿದರೂ ಈ ಅವಕಾಶ ಸಿಗದು."

ರೆವರೆಂಡ್ ಮಾತುಗಳಿಗೆ ಅವನು ಒಂದಿನಿತೂ ಚಲಿಸಲಿಲ್ಲ.

"ನೋ, ಓಕೇ.... ನನ್ನ ನಿಲುವು ಯಾವಾಗ್ಲೂ ಸ್ಪಷ್ಟ. ನಂಗಾಗಿ ಈ ಅವಕಾಶನ ಕಾದಿರಿಸಬೇಡಿ. ನನ್ನಲ್ಲಿ ಒಂದಿಷ್ಟು ಆದರ್ಶ ಕೂಡ ಇದೆ. ವರ್ಣನ ಬಿಟ್ಟು ಇನ್ನೊಂದು ಹೆಣ್ಣನ್ನು.... ಹೆಣ್ಣೂಂತ ಸ್ವೀಕರಿಸಲಾರೆ. ಆಯ್ಕೆ.... ಮದುವೆ.... ಎಲ್ಲಾ ಒಂದೇ ಸಲ. ಪದೇ ಪದೇ ನನ್ನ ಜೀವನದಲ್ಲಿ ಅಂಥ ಅವಕಾಶಗಳು ಇಲ್ಲ" ದೃಢವಾಗಿತ್ತು ಅವನ ದನಿ.

ಅವನ ಮಾತುಗಳಿಗೆ ಬೆಚ್ಚಿಬಿದ್ದರು. ಬೋಗಸ್ ಎನ್ನಿಸಲಿಲ್ಲ ರೆವರೆಂಡ್‌ಗೆ. ಕ್ಷಣ 'ಬೆವಕೂಫ್, ಬದುಕಲು ಗೊತ್ತಿಲ್ಲದವನು ಅಂದುಕೊಂಡರು ಮನಸ್ಸು ಮುಕ್ತವಾಗಿ 'ಶಭಾಷ್' ಅಂದದ್ದುಂಟು.

* * *

ಸಂಜೆ ವರ್ಣನ ಸುತ್ತಾಡಿಸಿಕೊಂಡು ಬರಲು ಕರೆದುಕೊಂಡು ಹೋಗಿದ್ದ ಶಾಂಭವಿ ಮನೆಗೆ ಬಂದಾಗ, ಸಕ್ಕೂಬಾಯಿ ಒಂದು ವಿಷಯನ ಅವರ ಮುಂದಿಟ್ಟರು.

"ಬಾಣಂತನಕ್ಕೂ ಪ್ಯಾಕೇಜ್ ಅಂತೆ. ಇಲ್ಲೇ ಹತ್ತಿರದಲ್ಲಿ ಒಂದು ಆಫೀಸ್ ಮಾಡಿಕೊಂಡಿದ್ದಾರಂತೆ. ಬಾಣಂತನ ಮಾಡೋದೂಂದರೆ ಮಗುವಿಗೆ ಸ್ನಾನ ಮಾಡಿಸುವುದು, ಬಾಣಂತಿಗೆ ಮಸಾಜ್ ಮಾಡಿ ನೀರು ಹಾಕುವುದು. ಸೊಂಟಕ್ಕೆ ಬಟ್ಟೆ ಸುತ್ತೋದರ ಜೊತೆಗೆ ಬಾಣಂತಿಗೆ ಬೇಕಾದ ಅಡ್ಗೇ ಕೂಡ ಸೇರುತ್ತಂತೆ. ಬಂದು ವಿಚಾರಿಸ್ಕೊಂಡು ಹೋದರು. ಅವರ ರಿಜಿಸ್ಟರ್‌ನಲ್ಲಿ ನಮೂದಿಸಿಕೊಂಡು ಹೋಗಿದ್ದಾರೆ. ಆಯಾ, ನರ್ಸುಗಳ ಜೊತೆಗೆ ಬಾಣಂತನದಲ್ಲಿ ನುರಿತ ಹೆಂಗಸರು ಕೂಡ ಇದ್ದಾರಂತೆ. ಬಾಣಂತಿಗೆ ಊಟದ ಮೆನು ಕೂಡ ಸಿದ್ಧಪಡಿಸ್ತಾರಂತೆ."

ಜೊತೆಗೆ ದೊಡ್ಡ ಸೈಜ್‌ನ ಪಾಪ್ಲೆಟ್ ತೆಗೆದು ಅವರ ಮುಂದೆ ಹಾಕಿದರು. ಶಾಂಭವಿ ಮುಗುಳ್ನಕ್ಕರು.

"ಆಗ್ಲೇ, ನನ್ನ ಅಪಾಯಿಂಟ್ ಮಾಡ್ಕೊಂಡಿದ್ದಾರೆ. ವರ್ಣ ಬಾಣಂತನ ನಂದು. ಸಾಕಷ್ಟು ಕೇಳಿ, ತಿಳಿದು.... ಪುಸ್ತಕಗಳನ್ನು ತರ್ಸಿಕೊಂಡು ಓದಿದ್ದೀನಿ. ಲೀಲಾವತಿಯವರು

ಸಾಕಷ್ಟು ಟಿಪ್ಸ್ ಕೊಟ್ಟಿದ್ದಾರೆ. ಎಲ್ಲಾ ಸರ್ರ್ಯಾಗಿದ್ದರೇ, ಸೊಸೆ ಬಾಣಂತನ ಅವರೇ ಮಾಡೋರು. ಹೆಣ್ಣು ಮಕ್ಕು ಇಲ್ಲ. ಸಹಜವಾದ ಆಸೆ, ಅಕ್ಕರಾಸ್ತೆಗಳು ಇದ್ದೆ... ಇರುತ್ತೆ. ಆಗ ಬಾಣಂತನಕ್ಕಾಗಿ ಜಗಳ ಕಾಯ ಬೇಕಿತ್ತು. ಮುಂದಿನ ವಾರದ ಹೊತ್ಗೇ ನಮ್ಮ ವರ್ಣ ತೊಡೆಯ ಮೇಲೆ ಪುಟ್ಟ ಪಾಪ ಇರುತ್ತೆ" ಹಾಸ್ಯ ಮಾಡಿದರು. ಈಗ ಪೂರ್ತಿ ಅವಳ ಎಲ್ಲಾ ಕೆಲಸಗಳನ್ನ ವಹಿಸಿಕೊಂಡುಬಿಟ್ಟಿದ್ದರು.

"ನಿನ್ನ ನೋಡಿದ್ರೆ.... ಒಂದು ತರಹ ಅಸೂಯೆ. ವರ್ಣ ಬೇಗ ಬಸುರಿಯಾದ್ಲು. ನಮ್ಮ ಅನನ್ಯಗೂ ಬೇಗ ಒಂದ್ಮಗು ಆಗ್ಲೀ. ಹೇಗೂ, ಅವಳು ಮನೆಯಲ್ಲಿ ಇರೋಲ್ಲ. ಮಗು ನಮ್ಮ ಮಡಿಲಲ್ಲೆ ಬೆಳೆಯುತ್ತೆ." ಆಸೆ ಇತ್ತು ಅವರ ದನಿಯಲ್ಲಿ. 'ಇಲ್ಲ ಅತ್ಗೆ, ಅನನ್ಯ ಮಗುನ ಹೊತ್ತು ಹೆತ್ತು ಹಡೆಯೋಕೆ ಸಿದ್ಧವಿಲ್ಲ. ಬೇರೇನೋ.... ಪ್ಲಾನ್.... ಇದೆ. ನೋಡೋಣ' ಅಂದಿದ್ದ ಅರುಣ.

ಅದಕ್ಕೆ ಪ್ರತಿಕ್ರಿಯೆ ಇಲ್ಲ, ಇಬ್ಬರಿಂದಲು. ಕೂತಿದ್ದ ವರ್ಣ ಸ್ವಲ್ಪ ಪ್ರಯಾಸದಿಂದಲೇ ಮೇಲೆದಿದ್ದು "ಅಮ್ಮ, ಯಾಕೋ ಮಲ್ಗಬೇಕೂಂತ ಅನ್ನಿಸ್ತಾ ಇದೆ." ರೂಮಿಗೆ ಹೋದಳು "ಶಾಂಭವಿ, ಇಂದೇಕೋ ವರ್ಣ ಸಪ್ಪಗಿಲ್ವಾ?" ಕೇಳಿದರು ಸಕ್ಕೂಬಾಯಿ. ಮೂರು ಮಕ್ಕಳನ್ನ ಹೆತ್ತು ಅಮ್ಮ, ಅತ್ತೆಯಿಂದ ಬಾಣಂತನ ಮಾಡಿಸಿಕೊಂಡಾಕೆ. 'ಅಬ್ಬಾ.... ಹೆರಿಗೆ.... ನೋವು' ನೆನಪಾದರೆ ಮೈ ಕೈ ಬೆವರು ಅರುಣನ ಹೆರಿಗೆಗೆ ಮೂರು ದಿನ ನೋವು ತಿಂದಿದ್ದು. ಆಸ್ಪತ್ರೆಗೆ ಕಳಿಸದೆಯೆ ಮನೆಯಲ್ಲಿಯೇ ಹೆರಿಗೆ, ಬಾಣಂತನ ಮಾಡಿದ್ದರು ಅವರಮ್ಮ ದೊಡ್ಡಮ್ಮ. ಆಗ ಎಂಥಾ ಮುತುವರ್ಜಿ. ಈಚೆಗೆ ಅದೆಲ್ಲ ಕಡಿಮೆಯಾಗಿದೆಯೆನಿಸಿತು.

"ಹೌದು, ಅತ್ಗೇ.... ನಂಗೂ ಹಾಗೇ ಅನ್ನಿಸ್ತು. ಅಯ್ಯಂಗಾರರ ಅಜ್ಜಿ ಇಂದೋ, ನಾಳೆಯೋ.... ಹೆರಿಗೆ ಆಗುತ್ತೇಂತ ಹೇಳಿದ್ದರು. ಡಾಕ್ಟರ್ ಕೊಟ್ಟ ಡೇಟು ಪ್ರಕಾರ ಇನ್ನು ಆರು ದಿನ ಕಾಯಬೇಕು. ಈಗಾಗಲೇ ಹಣ ಕೊಟ್ಟು ಅರುಣ ವಾರ್ಡು ರಿಸರ್ವೇಷನ್ ಮಾಡಿಸಿರೋದರಿಂದ.... ಎರಡು ದಿನ ಮೊದಲೇ ತಂದು ಸೇರಿಸಬಹುದು ಅಂದಿದ್ದಾರೆ. ನಂಗೇನೋ ನೋವು ಶುರುವಾದ್ಮೇಲೆ ಸೇರಿಸೋದು ಒಳ್ಳೇದು ಅನ್ನಿಸುತ್ತೆ. ಸದ್ಯ ಆರಾಮಾಗಿ ಹೆರಿಗೆಯಾದರೇ, ಸಾಕು" ಎಂದರು ಶಾಂಭವಿ. ಮನೆಯವರಿಗೆಲ್ಲ ಇಂಥದ್ದೇ ಆತಂಕ. ರಾಜೇಶ್‌ಗೆ ಕೂಡ ಇದೆ ಟೆನ್ಷನ್. ಕಿರಣನ ನಂತರ ಪುಟ್ಟ ಮಗುವಿನ ಸ್ಪರ್ಶವಿರಲಿಲ್ಲ. ದ್ವೇಷ, ಬೇಸರದ ಮನದಲ್ಲಿ ಕಿಲಕಿಲ ಕಚಗುಳಿ ಇಡುವಂಥ ಸಣ್ಣನೆಯ ಇಂಚರ. ಹೊಸ ಕನಸನ್ನು ಅರಳಿಸುತ್ತಿತ್ತು.

ಮೊದ ಮೊದಲು ಮಾತು ಪೂರ್ತಿಯಾಗಿ ಮಗಳಲ್ಲಿ ನಿಲ್ಲಿಸಿದ್ದವರು ಆಡಲು ಮಾತಿಲ್ಲದಿದ್ದರೂ, ಆಗಾಗ ಅವಳ ಆರೋಗ್ಯ ವಿಚಾರಿಸುವಷ್ಟು ಒಂದೆರಡು ಮಾತುಗಳನ್ನಾಡುತ್ತಿದ್ದರು.

ರೂಮಿಗೆ ಬಂದವಳು ಶರತ್‌ಗೆ 'ನೀವು ಎಲ್ಲಿ ಹೊರ್ಗ್ಗೇ.... ಹೋಗಬೇಡಿ ನಂಗ್ಯಾಕೊ ಭಯ' ಎನ್ನುವ ಮೆಸೇಜ್ ಕಳಿಸಿದವಳು. ಮಂಚದ ಮೇಲೆ ಮಲಗಿದಾಗ ಸೊಂಟದಲ್ಲಿ ಫಳಕ್ ಎಂದಿತು. ಅದು ಸುತ್ತಲೂ ಆವರಿಸತೊಡಗಿದಾಗ 'ಅಮ್ಮ....' ನರಳಿದ ಕೂಡಲೆ

ಶಾಂಭವಿ ಓಡಿ ಬಂದಳು "ಅತ್ತೆ.... ನೋವು...." ಆಕೆಗಂತೂ ಕೈಕಾಲಾಡಲಿಲ್ಲ "ಅತ್ತಿಗೆ..." ಕೂಗಿಕೊಂಡು ಹೊರಗೆ ಹೋದವರು ಸಕ್ಕೂಬಾಯಿಗೆ ವಿಷಯ ಮುಟ್ಟಿಸಿ ಈಗಾಗಲೇ ಕಾಯ್ದಿರಿಸಿದ್ದ ಹತ್ತಿರ ಆಸ್ಪತ್ರೆಗೆ ಫೋನ್ ಮಾಡಿ ಅರುಣ, ಕಿರಣ, ಶರತ್‌ಗೆ ಮೆಸೇಜ್ ಕಳಿಸಿ, ಜೊತೆಗೆ ರಾಜೇಶ್‌ಗೆ ಫೋನ್ ಮಾಡಿದರು.

"ವರ್ಣಗೆ, ಹೆರಿಗೆ ನೋವು ಶುರುವಾಗಿದೆ. ಸ್ವಲ್ಪ.... ಬೇಗ್ಬಾ" ಕ್ಲಬ್ ಇದ್ದಿದ್ದು ನಡೆದೆ ಓಡಾಡುವಷ್ಟು ದೂರದಲ್ಲಿ ಕಾಲು ಗಂಟೆಯಲ್ಲಿ 'ಅರುಣ' ತಲುಪುವ ವೇಳೆಗೆ ಆಸ್ಪತ್ರೆಯ ಕಾರು ಬಂದು ಮನೆಯ ಮುಂದೆ ನಿಂತಿತ್ತು. ಅವರ ಜಂಘಾಬಲವೆ ಕುಸಿದಂತಾಯಿತು. ಕೈಕಾಲು ಆಡಲಿಲ್ಲ. ನಿಂತಲ್ಲೆ ನಿಂತುಬಿಟ್ಟರು "ಅಪ್ಪ.... " ಕೈ ನೀಡಿದ ಮಗಳ ಕೈ ಹಿಡಿದು ಕಾರು ಹತ್ತಿಸಿದವರೆಗೆ ಬಂದರು. ನರ್ಸ್‌ಗಳು ಅವಳ ಜೊತೆ ಹೊರಟ ಶಾಂಭವಿ, ಸಕ್ಕೂಬಾಯಿಯನ್ನು ಕರೆದೊಯ್ದರು.

ರಾಜೇಶ್ ರೂಮಿಗೆ ಹೋದವರೆ ಗಳಗಳ ಅತ್ತರು. 'ಅಂತಹ ವಿಧೇಯ ಮಗಳಿಗೆ ನಾನು ಕೊಟ್ಟಿದ್ದು ನೋವೇ' ಎಂದು ಮರುಗಿದರು.

ಶರತ್, ಲೀಲಾವತಿ ಬರುವ ವೇಳೆಗೆ ಹೆರಿಗೆ ಆಗಿತ್ತು. ನಾರ್ಮಲ್ ಹೆರಿಗೆಯೇ. ಮುದ್ದಾದ ಹೆಣ್ಣು ಮಗು. ತೀರಾ ಸುಸ್ತಾದ ಬಾಣಂತಿಯ ಆರೈಕೆ ನಡೆದಿತ್ತು. ಬರ್ತ್ ಸೂಟ್‌ನಲ್ಲಿ. ಕಾಯ್ದಿರಿಸಿದ್ದ ರಾಯಲ್ ಸೂಟ್. ಡೆಲಿವರಿ, ರಿಕವರಿ (ಎಲ್‌ಡಿಆರ್) ಎಲ್ಲವೂ ಅಲ್ಲಿಯೆ. ಆರಾಮದಾಯಕ ವಿಶಾಲ ಕೋಣೆ ಫೈವ್‌ಸ್ಟಾರ್ ಹೋಟಲ್‌ನ ರೂಮಿನ ತರಹ ಇತ್ತು. ಈ ಎಲ್‌ಡಿಆರ್ ರೂಮಿನಲ್ಲಿ ರಿಮೋಟ್ ಕಂಟ್ರೋಲ್ ಇರುವ ಬೆಡ್. ಗರ್ಭಿಣಿಗೆ ಹೆರಿಗೆ ನೋವು ಹೆಚ್ಚಾದಾಗ ಆಸ್ಪತ್ರೆಯ ಸಿಬ್ಬಂದಿ ದೂರದಿಂದಲೇ ಬಟನ್ ಒತ್ತುತ್ತಲೇ ಅದು ಹೆರಿಗೆ ಟೇಬಲ್ ಆಗಿ ಬದಲಾಗಿತ್ತು. ಇದನ್ನೆಲ್ಲ ನೋಡಿದ ಶಾಂಭವಿ, ಸಕ್ಕೂಬಾಯಿ ಮೂಗಿನ ಮೇಲೆ ಬೆರಳಿಟ್ಟರು. ಹಿಂದಿನಿಂದ ಸುಗಂಧ ತೇಲಿ ಬಂದು ಅಲ್ಲಿದ್ದ ಆತಂಕದ ಕ್ಷಣಗಳನ್ನು ಮಧುರವಾಗಿಸಿತ್ತು.

"ಪೆಟ್ಟಿ ಬೇಬಿ ಮಗು ತುಂಬಾ ಮುದ್ದಾಗಿದೆ ಹೆಣ್ಣೂಂತ ನಿಮ್ಗೇನು ಬೇಸರವಿಲ್ಲಾ, ತಾನೇ?" ಡಾ॥ ಸುಮತಿ ಭೇಡಿಸಿ ಹೋದರು. ಗ್ಲಾಮರಸ್ ವಾತಾವರಣ "ನಂಗಂತೂ.... ಹೆಣ್ಣು ಮಗು ಆಗ್ಲೀ ಅಂತಾನೆ, ಇಷ್ಟವಿತ್ತು" ಎಂದ ಸಕ್ಕೂಬಾಯಿ ಸಡಗರಗೊಂಡರು. ಆ ವೇಳೆಗೆ ಲೀಲಾವತಿ, ಶರತ್ ಇಬ್ಬರು ಬಂದರು. ಅವರ ಮುಖಗಳಲ್ಲಿ ಸಂಭ್ರಮ.

ಮೊದಲು ಬಂದ ಕಿರಣ ಅತ್ಯಂತ ಉದ್ವಿಗ್ನನಾಗಿಯೇ ಶರತ್ ಕೈ ಕುಲುಕಿ "ನಿಮ್ಗೇ ಪ್ರಮೋಷನ್ ಸಿಕ್ತು. ನಂಗೂ ಮಾವ ಅನ್ನೋ ಬಡ್ತಿ.... ಐಯಾಮ್ ವೆರಿ ಹ್ಯಾಪಿ. ಬೇಬಿಗೆ ಹೆಸರಿಡೋ ಛಾನ್ಸ್ ಸೋದರ ಮಾವನದಂತೆ ನಿಮ್ಮದೇನು ತಕರಾರು ಇಲ್ವಾ?" ಬಡಬಡ ಮಾತಾಡಿದ. ಅವನದು ಬರೀ ಮುಗುಳ್ನಗೆ ಅಷ್ಟೆ. ಆಮೇಲೆ ಸ್ವಲ್ಪ ತಡವಾಗಿ ಬಂದ ಅರುಣ ಮಗುವನ್ನು ನೋಡಿ ತಂಗಿಯ ಕೆನ್ನೆ ಸವರಿ ಅಮ್ಮನ ಬಳಿ ನಿಂತ ಶರತ್‌ನ ಕೈ ಕುಲುಕಿ "ಕಂಗ್ರಾಜುಲೇಷನ್, ಯು ಆರ್ ಲಕ್ಕಿ... ಮಗು ತೀರಾ ಮುದ್ದಾಗಿದೆ" ಒಂದು ಮಾತು ಸೇರಿಸಿ ಹೇಳಿಯೇ ಹೊರ ನಡೆದಿದ್ದು.

ಅಲ್ಲಿಯ ಮನೆಯ ವಾತಾವರಣ ಕಲ್ಪಿಸಿದ್ದರಿಂದ ಡಾಕ್ಟರ್, ನರ್ಸ್‌ಗಳು ಮಾತ್ರ ಅಲ್ಲಿ ಮನೆಯವರು ಕೂಡ ಇದ್ದರು ಎಲ್ಲರಿಗೂ ಅತ್ಯಂತ ಕಂಫರ್ಟ್ ಅನಿಸಿತು. ಮನೆಯ ವಾತಾವರಣ ಸೃಷ್ಟಿಯಾದಂತಿತ್ತು. ಎಷ್ಟು ನೋಡಿದರು ಲೀಲಾವತಿಗೆ ತೃಪ್ತಿ ಇಲ್ಲ.

"ತುಂಬಾ ಮುದ್ದಾಗಿದೆ ಕಣೋ ಮಗು" ಅಂದರು ಉದ್ವಿಗ್ನತೆಯಿಂದ "ನಿಮ್ಮಪ್ಪನಿಗೆ ಅದೃಷ್ಟ ಇಲ್ಲ ಬಿಡು" ಇಲ್ಲೊಂದು ರಾಗ. ಶರತ್ ಏನು ಹೇಳಲಿಲ್ಲ. "ವರ್ಣ ಅದೃಷ್ಟವಂತೆ ಕಣೋ. ಕಣ್ಣಿನ ರೆಪ್ಪೆ ತರಹ ನೋಡ್ಕೋಂಡಿದ್ದಾರೆ. ಅರುಣನ ಕಣ್ಣಲ್ಲಿ ಆನಂದಭಾಷ್ಪ. ಅವರು ಒಳ್ಳೆ ಹುಡುಗರೇ, ಕಣೋ ಏನೋ ಕೆಟ್ಟಗಳಿಗೆ" ಅದಕ್ಕೂ ಅವನೇನು ಪ್ರತಿಕ್ರಿಯಿಸಲಿಲ್ಲ.

ಕಣ್ಣು ತೆಗೆದವಳ ಮುಂದಿಡಿದರು ಮಗುವನ್ನು.

"ಮಗು.... ತುಂಬಾ.... ಮುದ್ದಾಗಿದ್ದಾಳೆ. ಮುದ್ದಾದ ಹೆಂಡ್ತಿ, ಮುದ್ದಾದ ಮಗು" ಶರತ್ ಕಡೆ ನೋಡಿದರು ಡಾ। ಜ್ಯೋತಿ "ಯು ಆರ್ ಲಕ್ಕಿ...." ಎಂದರು. ಹಾಗೇ ಯಾಕೆ ಅಂದರೂಂತ ಯಾರಿಗೂ ಸ್ಪಷ್ಟವಾಗಲಿಲ್ಲ. ಒಬ್ಬೊಬ್ಬರು ಒಂದೊಂದು ವಿಧವಾಗಿ ಯೋಚಿಸಿದರಷ್ಟೆ.

ಅರುಣ ಹೊರಗೆ ಹೋದ. ಅವನನ್ನು ಕಿರಣ ಹಿಂಬಾಲಿಸಿದ. ಮೂರು ಜನ ಹೆಂಗಸರು ಶರತ್‌ನ ಉಳಿದು ಹೊರಗೆ ಹೋದರು. ಅರ್ಥ ಮಾಡಿಕೊಂಡವ ಬಂದು ಅವಳ ಪಕ್ಕ ಕೂತ. ವರ್ಣ ಕೈಯನ್ನು ತನ್ನ ಕೈಯೊಳಗೆ ತಗೊಂಡ. ಪ್ರೀತಿಯ ನೋಟ ಅವಳನ್ನ ಇಡೀಯಾಗಿ ಸವರಿತು. ಲಕ್ಷ ಮಾತುಗಳು ಹೇಳಲಾಗದ ಭಾವ ಸ್ಪರ್ಶ ಅವನಲ್ಲಿ ಇತ್ತು "ವರ್ಣ...." ಅವನ ಇನಿದನಿ ಕೇಳುತ್ತಲೇ ಕಣ್ಮುಚ್ಚಿತು. ತೊಟ್ಟಿಲಿಗೆ ಹಾಕಿದ್ದ ಮಗು ಜೋಗುಳವಾಡುವಂತೆ ದನಿಯೆತ್ತಿತ್ತು. ತಲೆ ಸವರಿ ಅವಳ ಹಣೆಗೆ ಹೂ ಮುತ್ತನ್ನು ಒತ್ತಿ ಮತ್ತೆ ಕೈ ಹಿಡಿದ. ಅದರಲ್ಲಿ ತುಂಬು ಭರವಸೆ ಇತ್ತು.

ಅಮ್ಮ, ಮಗ ಮನೆಗೆ ಹೋದ ಕೂಡಲೆ ಕಾದು ಕೂತಿದ್ದ ತಿಮ್ಮಪ್ಪಯ್ಯ "ಹೇಗಿದ್ದಾಳೆ ವರ್ಣ?" ಕೇಳಿದರು. ಆತುರ, ಕಾತುರ ದುಗುಡ ಎಲ್ಲಾ ಇತ್ತು ಅವರ ದನಿಯಲ್ಲಿ "ಚೆನ್ನಾಗಿದ್ದಾಳೆ. ಹೆಣ್ಣು ಮಗು ಎಲ್ಲಾ ಅವಳ ತದ್ರೂಪು" ಅಷ್ಟು ಹೇಳಿ. ಆಕೆ ತಮ್ಮ ಪಾಡಿಗೆ ತಾವು ಹೋದರು. ಮುಂದೇನು? ಒಂದೆರಡು ದಿನಗಳಿಂದ ಸೇತುರಾಮ್ ಬಂದಿರಲಿಲ್ಲ. ರೆವರೆಂಡ್ ಸಂಬಂಧ ಆಕೆಗೆ ಸುತರಾಂ ಒಪ್ಪಿಗೆ ಇಲ್ಲ. "ಸಂತೋಷ! ಶರತ್ ಮದ್ವೆಯಾಗ್ಲೀ, ದೊಡ್ಡ ಮನುಷ್ಯನಾಗ್ಲೀ ಆದರೆ ಅವರೊಂದಿಗೆ ನನ್ನ ಸಂಬಂಧ ಬೆಸೆಯೋ ಪ್ರಯತ್ನ ಮಾಡಿದರೇ ನಾನು ತವರಿಗೆ ಹೋಗೋಳೇ. ಅಲ್ಲಿ ನಂದು ಒಂದು ಪಾಲು ಇದೆ. ಅಲ್ಲೇ ಇದ್ಕೋತೀನಿ" ಇಂಥದೊಂದು ಪ್ರತಿಜ್ಞೆ ಮಾಡಿದ್ದಳು ಗಂಡನ ಮುಂದೆ. ಆಮೇಲೆ ಜೊತೆಗೊಂದು ಧಮಕಿ "ಹೇಗೂ, ನಿಮ್ಮ ಮಗ ಸೊಸೆ ಡಿವೋರ್ಸ್ ತಗೋತಾ ಇದ್ದಾರೆ. ನಮ್ದು.... ಆಗಿಹೋಗ್ಲೀ.... ಬಿಡಿ"

ತಿಮ್ಮಪ್ಪಯ್ಯ ಸುಸ್ತಾದರು. ಅವರು ಸರಳವಾಗಿ ಮಧ್ಯಮವರ್ಗದ ಬದುಕನ್ನು ಅಪ್ಪಿಕೊಂಡವರು, ಈಗ.... ಅದು ಈ ವಯಸ್ಸಿನಲ್ಲಿ ಐಷಾರಾಮಿ ಬದುಕು ಬೇಕಿಲ್ಲ. ಅವರೇನು ಬರೋ ಸೊಸೆಯೊಂದಿಗೆ ಸಾಮರಸ್ಯ ಸಾಧಿಸುವುದು ಕಷ್ಟವೆಂದು ಗೊತ್ತಿತ್ತು.

ಆದರೆ.... ತನ್ನನ್ನು, ತನ್ನ ಮಗನನ್ನು ಅವಮಾನಿಸಿದವರೊಂದಿಗೆ ಸಂಬಂಧ ಬೇಡವೆನ್ನುವ ಹಟವಷ್ಟೆ. ಜೊತೆಗೆ ಕ್ಷಮೆ ಕೇಳಿ ಬಂದಿದ್ದರೇ, ರಾಜೇಶ್ 'ಮಗಳನ್ನು ಒಪ್ಪಿಕೊಳ್ಳುತ್ತಿದ್ದರೇನೋ, ಆದರೆ ಇಂದಿಗೂ ಅಟ್ಟದ ಮೇಲೆ ಕೂತು ಹಿಮವಂತನನ್ನು ತೋರಿಸಿ' ಮೀಸೆ ತಿರುವುತಿದ್ದುದ್ದು ಸಹಿಸಲಾರದ್ದು.

ಎರಡು ದಿನದಲ್ಲಿ ನಾಲ್ಕು ಸಲ ಶರತ್ ಬಂದು ಹೋಗಿದ್ದ. ಹೆರಿಗೆಯಾಗುವವರೆಗೆ ಸಹಜವಾದ, ಸಾಮಾಜಿಕವಾದ ಮನಸ್ಥಿತಿಯನ್ನು ಎಲ್ಲರೂ ಕಾಯ್ದುಕೊಳ್ಳಬೇಕೆಂಬ ತೀರ್ಮಾನವಿದ್ದಿದ್ದು. ಈಗ.... ಡಿವೋರ್ಸ್‌ಗೆ ಸಿದ್ಧವಾದ ದಂಪತಿಗಳು! ಈಗ ಗರ್ಭದಲ್ಲಿದ್ದ ಶಿಶು ಹೊರಗೆ ಬಂದು ಎಲ್ಲರನ್ನು ಅಣಕಿಸಿ ನಗುತಿತ್ತು. ಈಗ ಅದರ ಮರ್ಜಿನು ಅಗತ್ಯ ಮಾತ್ರವಲ್ಲ ಪ್ರಧಾನ ಪಾತ್ರ ಅದರದೆ. ನಿರ್ವಹಣೆ ಭಗವಂತನದ್ದು ಇರಬಹುದು.

ಗಾಯತ್ರಿ ಮಂತ್ರದ ಸುನಾದ ಅಲಿಸುತ್ತಲೇ ಹುಟ್ಟಿದ ಲಝುರಿ ಮಗು ಈಗ ಎರಡು ಕುಟುಂಬಗಳ ನಡುವೆ ಮುಖ್ಯವೆನಿಸಿತ್ತು. ಈಗಾಗಲೇ ಹೇಮಂತ್ ಮಡದಿಯೊಡಗೂಡಿ ಬಂದು ಲಾಯರ್ ಶಂಭುಲಿಂಗಂನ ಕಂಡಿದ್ದ.

"ನ್ಯಾಯವಾಗಿ ಶರತ್ ಮಗು ನಮ್ಮ ವಂಶಕ್ಕೆ ಸೇರ್ಬೇಕು. ನಮ್ಮ ಪ್ರಾಪರ್ಟಿ ಜೆರಾಕ್ಸ್ ಪೇಪರ್ ಕೊಟ್ಟಿದ್ದೀವಿ. ಇಬ್ಬರ ಇನ್‌ಕಮ್ ಚೆನ್ನಾಗಿರೋದರಿಂದ ನೀವು ನಮ್ಮ ಪರ ವಕಾಲತ್ತು ವಹಿಸಬೇಕು" ಇಂಥದೊಂದು ಬೇಡಿಕೆ ಮುಂದಿಡುವುದರ ಜೊತೆಗೆ ಇಪ್ಪತ್ತೈದು ಸಾವಿರದ ಒಂದು ಚೆಕ್ ಟೇಬಲ್ ಮೇಲಿಟ್ಟು ಹೋಗಿದ್ದರು. ಶಾಂಭವಿ ಫೋನ್ ಮಾಡಿ ಪ್ರಶ್ನಿಸಿದ್ದರು. "ಈಗ ಯಾರ ಮುಖಗಳ ಮೇಲೂ ಕಳೆ ಇಲ್ಲ. ಆಸ್ಪತ್ರೆಯಲ್ಲಿ ಹಿಮವಂತನನ್ನು ಕಂಡ ಮೇಲೆ ಲೀಲಾವತಿ ಆಸ್ಪತ್ರೆಗೆ ಬಂದಿಲ್ಲ. ವಿಷ್ಯ ಬೇಗ ತೀರ್ಮಾನವಾಗೋದು ಒಳ್ಳೆಯದು" ಒಂದು ರಿಕ್ವೆಸ್ಟ್ ಕೂಡ ಇತ್ತು.

"ಹೌದೌದು, ಎಲ್ಲರನ್ನು ಕರೆಸಿ ಮಾತಾಡಿಬಿಡ್ತೀನಿ" ಇಂಥದೊಂದು ಭರವಸೆ ಸಿಕ್ಕ ಮೇಲೆ ಶಾಂಭವಿ ಮನೆಗೆ ಬಂದವರೆ "ಅತ್ತಿಗೆ, ನಾಳೆ ದಿನ ನಾನು ಚೆನ್ನಾಗಿದೆ. ಹೆರಿಗೆಯಾಗಿ ಐದು ದಿನವಾಯ್ತು ಕರ್ಕೊಂಡ್ ಬಂದ್ಬಿಡೋಣ. ಇಲ್ಲ ಅವರೇ ತಂದು ಬಿಟ್ಟು ಬಾಣಂತಿ ಕೋಣೆಯನ್ನು ಸಿದ್ಧ ಮಾಡಿ ಹೋಗ್ತಾರೆ. ಅಂತೂ ದುಡ್ಡು ಎಣಿಸಿದರೂ ಪೇಷಂಟ್‌ಗಳನ್ನು ವಿಐಪಿ ಗೆಸ್ಟ್‌ಗಳ ತರಹ ನೋಡ್ಕೊಂಡ್ರು. ಒಂದ್ಚೂರು ತೊಂದರೆ ಅನ್ನೋದಿಲ್ಲ ಟಿ.ವಿ. ಜೊತೆ ವಿಸಿಡಿ ಅನ್ಕೂಲ.... ಒಂದೆರಡು ಫಿಲಂಗಳು ಕೂಡ ನೋಡ್ದೇ. 'ಸ್ಟುವರ್ಟ್ ಲಿಟ್' ಚಲನ ಚಿತ್ರದಲ್ಲಿ ಒಂದು ಇಲಿಮರಿಯನ್ನು ಕುಟುಂಬ ದತ್ತು ತೆಗೆದುಕೊಂಡು ಸಾಕುವ ಕತೆ. ಪುಟ್ಟ ಇಲಿ ಮರಿ ಮನುಷ್ಯರ ಜೊತೆ ಮಾತಾಡಿಕೊಂಡು ಕಾರು ಚಲಾಯಿಸುವ ದೃಶ್ಯ ಫೆಂಟಾಸ್ಟಿಕ್" ಎಂದರು. ದತ್ತು ತೆಗೆದುಕೊಂಡ ಇಲಿಯ ಚಿತ್ರಣ ಆಕೆಯ ಮೈಂಡ್‌ನಲ್ಲಿ ಉಳಿದುಹೋಗಿತ್ತು.

ವಿಷಯ ಫೈನಲ್ ಆದ ಮೇಲೆ ಅರುಣ ಹೋಗಿ ತಂದೆಯ ಮುಂದೆ ನಿಂತವ "ನಾಳೆ ವರ್ಣ, ಮಗುನ ಕರ್ಕಂಡ್ ಬರ್ತಾ ಇದ್ದೀವಿ" ಎಂದ. ರಾಜೇಶ್ ಮಗುವನ್ನು ನೋಡುವ ಆಸೆಯನ್ನು ಅದುಮಿಟ್ಟಿದ್ದರು "ಬಾಣಂತನದ ತವರಿನ ಕರ್ತವ್ಯ. ಅದನ್ನು ಮಾಡಿ ಆಯಿತಲ್ಲ.

ಈಗ್ಲೇ ಎಲ್ಲಾ ತೀರ್ಮಾನವಾಗಿ ಬಿಡೋದು ಒಳ್ಳೇದು. ಆ ಮನೆಯವರು ಏನು ಹೇಳಿದರು ?" ಕೇಳಿದರು ಸ್ವಲ್ಪ ಧಿಮಾಕನ್ನು ತಗ್ಗಿಸಿ.

"ಅವರೇನು ಹೇಳಿಲ್ಲ! ಬಾಣಂತಿ, ಎಳೆ ಮಗು.... ಸದ್ಯಕ್ಕೆ ಯಥಾಸ್ಥಿತಿ ಮುಂದುವರಿಗ್ಗುಲೀ. ಈ ಸಮಯದಲ್ಲಿ ಯಾವುದೇ ಪ್ರಸ್ತಾಪ ಬೇಡಾಂತ" ವಿವೇಕದಿಂದ. ಆದರೆ ರಾಜೇಶ್‌ಗೆ ಈ ಎಳೆತ ಬೇಕಿಲ್ಲ. ಆದಷ್ಟು ಬೇಗ ಮುಗಿಯಬೇಕು. ಒಂದು ರೀತಿಯಲ್ಲಿ ಆತುರದ ಸ್ವಭಾವ "ಬೇಡ, ಅರುಣ.... ಅಂದೇ ಎಲ್ಲಾ ಮುಗ್ದು ಹೋಗ್ತಾ ಇತ್ತು. ವರ್ಣಾಳ ಹಟದಿಂದ ಹಾಳಾಯ್ತು. ಇಲ್ಲ ಒಂದು ಹೆಜ್ಜೆ ಮುಂದಕ್ಕೆ ಹೋಗಿ ತೀರ್ಮಾನ ಮಾಡಿಬಿಡಬೇಕಿತ್ತು" ಅಂದ ತಂದೆಯ ಮಾತುಗಳಿಗೆ ಬೆಚ್ಚಿಬಿದ್ದ.

"ಏನು ತೀರ್ಮಾನವಾಗ್ತ ಇತ್ತು? ಪ್ಲೀಸ್, ಅಪ್ಪ.... ನೀವ್ಯಾಕೆ ಈ ತರಹ ಯೋಚಿಸ್ತೀರಿ ? ಹೆಣ್ಣಿಗೆ ತಾಯ್ತನ ದೈವದ ಕೊಡುಗೆ. ನ್ಯಾಯಯುತವಾದದನ್ನ ಅವಳು ಹಟ ಮಾಡಿ ಪಡೆಯಬೇಕಾ? ಈಗ ತೀರ್ಮಾನಿಸೋದು ನಾವಲ್ಲ. ಈಗ ಶರತ್, ವರ್ಣಾದೇ ತೀರ್ಮಾನ" ಎಂದು ಹೊರಗೆ ಹೋದ.

ರಾಜೇಶ್ ದಿಗ್ಭ್ರಮೆಗೊಂಡರು. ಮಗನಲ್ಲಿ ಅಲ್ಪಸ್ವಲ್ಪ ಬದಲಾವಣೆ ಬಂದಿದ್ದು ಅವರ ಅರಿವಿಗೆ ಬಂದಿತ್ತು. ಆದರೆ ಇಂದು ಸ್ಪಷ್ಟವಾಗಿ ನುಡಿದಿದ್ದ. ಮುಂದೇನು ? ಅಕಸ್ಮಾತ್.... ಶರತ್ ಬಂದಾಗ ಸಂಧಿಸಿದರೂ ಮುಖ ತಿರುಗಿಸುತ್ತಿದ್ದರು. ಇಂದಿಗೂ ಅವನನ್ನು ಅಳಿಯನೆಂದು ಒಪ್ಪಿಕೊಳ್ಳಲು ಕಸಿವಿಸಿಯೆ.

ವರ್ಣಾಳ ಮಗುವನ್ನೇನು ಮಾಡುವುದು? ತನ್ನದಲ್ಲದ ಮಗುವಿಗೆ ಹಿಮವಂತ ತಂದೆಯಾಗಲು ಒಪ್ಪಬಹುದೇ? ಶರತ್ ತನ್ನ ಸ್ಥಾನವನ್ನು ಬೇರೊಬ್ಬರಿಗೆ ಒಪ್ಪಿಸಲು ನಿರಾಕರಿಸಬಹುದು. ಎಲ್ಲಾ ಬರೀ ಗೊಂದಲವೆನಿಸಿತು. ಸುಲಭವಾಗಿ ಬಗೆಹರಿಯಬಹುದಾದನ್ನು ಕೋರ್ಟಿಗೆ ಒಯ್ಯಬೇಕು!

ಬಹಳವಾಗಿ ತಲೆ ಕೆಡಿಸಿಕೊಂಡರು.

* * *

ಅಂದು ಜೋಯಿಸರ ಜೊತೆಯಲ್ಲಿ ಮಗುವನ್ನು ನೋಡಲು 'ಅರುಣ'ಗೆ ಬಂದರು ಶಂಭುಲಿಂಗಂ. ಸ್ವಯಂ ಮಗುವನ್ನು ಎತ್ತಿಕೊಂಡು ಆಶೀರ್ವದಿಸಿದರು.

"ಹೇಗಿದ್ದೀ.... ಮಗು?" ವರ್ಣಾನ ವಿಚಾರಿಸಿದರು.

"ಚೆನ್ನಾಗಿದ್ದೀನಿ" ಬಾಯಿ ಬಿಟ್ಟಳು.

ಅವಳ ಕಣ್ಣುಗಳಲ್ಲಿ ಹೇಳಿಕೊಳ್ಳಲಾರದ ವ್ಯಥೆ, ಲೀಲಾವತಿ ಇಲ್ಲಿಗೆ ಬಂದಿರಲಿಲ್ಲ. ಮುಂದೇನು ? ಪ್ರಶ್ನೆ ಅವಳನ್ನು ಕಾಡಿತು. ಹಟಗಳಿಂದ ಮುಕ್ತರಾಗಬಲ್ಲರಾ ? ಮೇಲ್ಪದರದಲ್ಲಿ ಮರೆಯಾದಂತೆ ಕಂಡರೂ ಒಳಗೊಳಗೆ ಹೊಗೆಯಾಡಿ ಒಮ್ಮೆ ಹತ್ತಿಕೊಂಡು ಉರಿದುಬಿಟ್ಟರೇ ? ಅವಳಿಗೆ ತಲೆ ಕೆಟ್ಟಂತಾಯಿತು.

"ತಲೆ ನೋವು" ಎರಡು ಕೈಯಲ್ಲು ತಲೆ ಹಿಡಿದುಕೊಂಡಳು. "ಸ್ವಲ್ಪ.... ನೋಡಿ" ಎಂದು ಶಾಂಭವಿಗೆ ಹೇಳಿ ಹೊರಬಂದ ಶಂಭುಲಿಂಗಂ "ತುಂಬಾ.... ಸೆನ್ಸಿಟೀವ್ ಹುಡ್ಗೀ, ಬಗೆ ಹರಿಯದಿದ್ದರೇ, ಅವಳ ಮೈಂಡ್ ಮೇಲೆ ದುಷ್ಪರಿಣಾಮ ಬೀರುತ್ತೆ. ನಾಳೆ ಸೈಕ್ರಿಯಾಟಿಸ್‌ನ ಹುಡ್ಕಿಕೊಂಡು ಹೋಗ್ ಬೇಕಾಗುತ್ತೆ" ಹೇಳಿದರು ಜೋಯಿಸರಿಗೆ.

ಅದೂ ಅವರಿಗೂ ಸರಿಯೆನಿಸಿತು. ಆದರೇನು.... ಮಾಡೋದು? ಎರಡು ಕಡೆಯವರು ಬಿಗಿದುಕೊಂಡೇ ಇದ್ದರು. ಇವರಿಬ್ಬರ ಸಂಭಾಷಣೆಯ ಮಧ್ಯೆ ಸಕ್ಕೂಬಾಯಿ ಬಂದರು.

"ಮಗೂಗೆ ತೊಟ್ಟಿಲಿಡಬೇಕು ನಾಮಕರಣ ಮಾಡಬೇಕು. ಇವೆಲ್ಲ ಶಾಸ್ತ್ರಗಳು ಮುಗಿದನಂತರ ಡಿವೋರ್ಸ್ ವಿಚಾರ ಕೈಗೆತ್ತಿಕೊಳ್ಳೋಣವಾ?" ನೇರವಾಗಿ ವಿಚಾರಕ್ಕೆ ಬಂದು ಪ್ರಶ್ನಿಸಿದರು "ಹೌದು, ಇವೆಲ್ಲ.... ಮಾಡ್ಬೇಕು ಆಸ್ಪತ್ರೆ ಬರ್‍ತಾ ಇದ್ದ ಬೀಗಿತ್ತಿ ಈ ಕಡೆ ಬಂದಿಲ್ಲ. ಶರತ್ ಒಂದ್ಸಲ ಬಂದು ಹೋದ. ನಮ್ಗೂ ಏನು ಮಾಡ್ಬೇಕೋ ತೋಚೋಲ್ಲ." ಅಂದರು ಸಂಕೋಚದಿಂದ.

"ಕರೀರೀ, ಯಜಮಾನರನ್ನು. ಬಾಣಂತಿ ತಲೆ ಕೆಡೋದ್ಬೇಡ" ಎಂದರು ಗಟ್ಟಿಯಾಗಿ. ಜೋಯಿಸರು ಬಗ್ಗಿ ಪಿಸು ದನಿಯಲ್ಲಿ ಏನೋ ಹೇಳಿದರು "ಈಗ ಮಗುನೇ ಸಮಸ್ಯೆಯೆಂದು ಕೊಂಡರೇ, ನಮ್ಗೇ ಕೊಡ್ಬಿ ಬಿಡಿ. ಮಕ್ಕಳೆಲ್ಲ ದೊಡ್ಡವರಾಗಿ ಅವರವರ ಪಾಡಿಗೆ ಇದ್ದಾರೆ. ನಮ್ಗೂ ಸಮಯ ಹೋಗಬೇಕು. ಒಂದ್ಮ ಗುನ ಸಾಕೋ ಚೈತನ್ಯ ಇದೆ. ಬೇಕಾದಾಗ ಎರಡು ಮನೆಯವರು ಬಂದು ನೋಡ್ಕೊಂಡ್.... ಹೋಗ್ಲಿ" ಪೂರ್ತಿ ಮಾಡಿದ ಕೂಡಲೇ. ಲಾಯರ್ ಶಂಭುಲಿಂಗಂ ಜೋರಾಗಿ ನಕ್ಕವರು ಜೋಯಿಸರ ಭುಜ ತಟ್ಟಿ "ಈ ರೇಸ್‌ನಲ್ಲಿ ಮೂವರು ಇದ್ದಾರೆ. ನಿಮ್ದು ನಾಲ್ಕನೇ.... ಅಪ್ಲಿಕೇಷನ್. ನಾನು ಈ ಸಾಲಿನಲ್ಲಿ ನಿಲ್ಲಲ್ಲು ಸಿದ್ಧ" ಹೇಳಿದರು. ಜೋಯಿಸರಿಗೆ ಏನೇನು ಅರ್ಥವಾಗಲಿಲ್ಲ. ಅಂಥ ಒಂದು ಪ್ರಶ್ನೆ ಶಂಭುಲಿಂಗಂ ಮೈಂಡ್‌ನಲ್ಲಿ ಸೇರಿತು.

ಆ ವೇಳೆಗೆ ರಾಜೇಶ್ ಬಂದರು ಮುಖ ಬಿಗಿದೇ ಇತ್ತು.

"ಬನ್ನಿ.... ಬನ್ನಿ.... ನೀವು ನನ್ನ ಆಫೀಸ್‌ಗೆ ಬರಬೇಕಿತ್ತು. ನಾನೇ ಬಂದಿದ್ದೀನಿ. ವಿಷ್ಯ ಇತ್ಯರ್ಥವಾಗಿ ಬಿಡ್ಲೀ. ಡಿವೋರ್ಸ್‌ಗೆ ಇಬ್ಬರು ಒಪ್ಪಿ ಸಹಿ ಹಾಕಿದ್ದಾರೆ. ಆಗ ಸುಲಭವಾಗಿತ್ತು. ಈಗ್ಲೂ ಮಗುನ ಬಿಟ್ಟು ಯೋಚಿಸಿದ್ದೆ ಸುಲಭವೇ.... " ಎಂದರು. ರಾಜೇಶ್ ಕೂತರು. ಮನೆಯವರೆಲ್ಲ ತನ್ನ ಮಾತು ಕೇಳಬಹುದೆನ್ನುವ ನಂಬಿಕೆ ಇರಲಿಲ್ಲ.

"ಏನು ತೋಚ್ತಾ ಇಲ್ಲ" ಎಂದರು ಸಣ್ಣಗೆ.

"ತೋಚೋಲ್ಲ ಬಿಡಿ. ಅವರಿಬ್ಬರು ಮಾತಾಡಿ ಬಗೆಹರಿಸ್ಕೋಬೇಕು. ಶರತ್ ಮಗುನ ನಂಗೆ ಬೇಕೂಂದರೇ?" ಕೇಳಿದರು ಶಂಭುಲಿಂಗಂ. "ತಗೊಂಡ್ಹೋಗ್ಲಿ ಬಿಡಿ" ಸ್ಪಷ್ಟವಾಗಿತ್ತು ಅವರ ನುಡಿಗಳು.

"ನಿಮ್ಮ ಮಾತು ಅಷ್ಟು ಮುಖ್ಯವಾಗೋಲ್ಲ, ಮಿಸ್ಟರ್ ರಾಜೇಶ್... ಹೆತ್ತ ಮಗು ಬಗ್ಗೆ ಮಾತೃ ವಾತ್ಸಲ್ಯ ಸಹಜ. ಹಾಲು ಕುಡ್ಸೋ ಹಸುಳೆನ ಕೊಡ್ತಾಳೇಂತ ನೀವ್ಯಾಕೆ

ಅಂದ್ಕೋತೀರಾ? ಅದು ವರ್ಣ ಅಂಥ ಹುಡ್ಗೀನ ಮಗುನಾ ಕೊಟ್ಟಾಳಾ? ನೋ.... ಇಂಪಾಜಿಬಲ್.... ಬೇಕಾದರೇ ಕೇಳಿ ಗಟ್ಟಿ ಮಡ್ಕೊಳ್ಳಿ ಛಾಲೆಂಜ್ ಎಸೆದಂತೆ ಹೇಳಿದರು ಲಾಯರ್ ಶಂಭುಲಿಂಗಂ ಗತ್ತುನಲ್ಲಿ. "ಅವಳಿಷ್ಟ...." ಎದ್ದು ಹೋದರು.

ಶಾಂಭವಿ, ಸಕ್ಕೂಬಾಯಿ ಮುಖ ಮುಖ ನೋಡಿಕೊಂಡರು.

"ಆಯ್ತು ಬಿಡಿ, ಹೌದು.... ಇಲ್ಲಿ ವರ್ಣಳ ಇಷ್ಟವೇ ಮುಖ್ಯ. ಹೇಳಿದ್ದು ಕರೆಕ್ಟ್. ಎದ್ದು ಹೋಗಿದ್ದು ಮಾತ್ರ ಸರಿಯಲ್ಲ. ನೀವುಗಳು ರಾಮಾಯಣನ ಸಾಕಷ್ಟು ಸಲ ಓದಿದ್ದೀರಿ, ಕೇಳಿದ್ದೀರಿ. ಒಂದ್ಮಾತು, ಬಹುಶಃ ಜನಕ ಮಹಾರಾಜ ಬಂದು ತನ್ನ ಮಗಳು ಸೀತೆಯನ್ನು ರಾಮನ ಜೊತೆಯಲ್ಲಿ ಕಾಡಿಗೆ ಹೋಗ್ಬಾರ್ದೂಂತ ಹೇಳಿದ್ದರೇ, ಆಕೆಯ ನಿರ್ಣಯ ಏನಾಗಿರುತ್ತಿತ್ತು? ಇದು ರಾಮಾಯಣದಲ್ಲಿ ಇಲ್ದೇ ಇರಬಹುದು. ಅಂಥ ಸಂದರ್ಭ ಒದಗಿ ಬಂದಿದ್ದರೇ, ಸೀತೆಯ ತೀರ್ಮಾನ ಏನಾಗಿರುತ್ತಿತ್ತು" ಕೇಳಿದರು.

"ಸಾಧ್ಯವೇ.... ಇಲ್ಲ. ತವರಿನ ಕೊಂಡಿ ಕಳಚಿಕೊಂಡು ಗಂಡನನ್ನ ಸೇರಿದ ಹೆಣ್ಣಿಗೆ ಗಂಡನೆ ಮುಖ್ಯ. ಆದ್ದರಿಂದ ಎಲ್ಲ ಬಲ್ಲ ಜನಕ ಮಹಾರಾಜ ಮಗಳಿಗೆ ಈ ರೀತಿ ಹೇಳಲು ಸಾಧ್ಯವಿರಲಿಲ್ಲ. ಆಕೆ ಅದನ್ನು ಒಪ್ಪುತ್ತಲು ಇರಲಿಲ್ಲ" ಇಬ್ಬರದು ಈ ವಿಚಾರದಲ್ಲಿ ಒಮ್ಮತ ಇತ್ತು.

"ಅರ್ಥವಾಯಿತಲ್ಲ! ಬರ್ತೀನಿ...." ಹೊರಟರು.

ಕಾರು ಹತ್ತಿದನಂತರ ಜೋಯಿಸರು "ಯಾವ್ದೇ ಕಾರಣಕ್ಕೂ ಅವರುಗಳು ಸಪರೇಟ್ ಆಗೋದು ಬೇಡ. ನಾನು ನಿಂತು ಮಾಡಿದ ವಿವಾಹಗಳಲ್ಲಿ ಸಣ್ಣಸಣ್ಣ.... ಜಗಳ ಅಂಥದೆಲ್ಲ ನಡೆದಿರಬಹುದು. ನನ್ನ ನೋಟಿಸ್‌ಗೆ ಬಂದಂಗೆ ಯಾವ್ದೇ ಡಿವೋರ್ಸ್‌ಗಳಾಗಿಲ್ಲ" ಎಂದ ಕೂಡಲೆ ನಕ್ಕರು. ಅಲ್ಲೊಂದು ವಿಷಾದದ ಮಿಂಚು ಇಣಕಿ ಮರೆಯಾಯಿತು "ನನ್ಮಗ ವಿವಾಹಕ್ಕೆ ಕನ್ಯೆ ನೋಡಿದ್ದು ನೀವೇ. ಓಡಾಟ ನಿಮ್ದೇ. ಮದ್ವೆ ಕೂಡ ಅಚ್ಚುಕಟ್ಟು. ಅವರ ಡಿವೋರ್ಸ್ ಆಗಿ ಐದಾರು ವರ್ಷಗಳೆ ಆಯ್ತು. ಆ ಹುಡ್ಗೀ ಬಂದು ಅಪ್ಪನ ಜೊತೆ ಮೈಸೂರಿನಲ್ಲಿ ಇದ್ದಾಳೆ. ಮಗನ ಇನ್ನೊಂದು ಮದ್ವೆ ಆಯ್ತು. ಅದು ಕೂಡ ವಿರಸದ ಕಡೆ ತಿರುಗಿದೆ. 'ವಿವಾಹಗಳು ಸ್ವರ್ಗದಲ್ಲಿ ನಡೆಯುತ್ತೆ' ಅಂತಾರೆ ಒಂದು ಹುಟ್ಟು. ಒಂದು ವಿವಾಹ ಅಂತಾದರೇ ದೇವರಿಗೆ ಸುಲಭವಿತ್ತೇನೋ. ಬಹುಶಃ ಈಗೀಗ ಸ್ವರ್ಗದಲ್ಲಿ ಮೂರು, ನಾಲ್ಕು ವಿವಾಹಗಳು ನಡೆಯಬಹುದೂಂತ ಕಾಣುತ್ತೆ. ಡಿವೋರ್ಸ್ ಕೂಡ ಅದಕ್ಕೆ ಅನುಸಾರವಾಗಿ" ಲೀಲಾಜಾಲವಾಗಿ ನಕ್ಕರು.

ಜೋಯಿಸರ ಬಾಯಿಂದ ಮಾತು ಹೊರಡಲಿಲ್ಲ. ಈಗ ವಿದೇಶದಲ್ಲಿರುವ ಮಗನಿಗೆ ಹೆಣ್ಣು ನೋಡಿ ಓಡಿಯಾಡಿ ವಿವಾಹ ಮಾಡಿದವರು ಇವರೇ. ಅಂದರೆ.... ಈಗ ಒಟ್ಟಿಗಿಲ್ಲ! ಇದು ನೋವನ್ನು ತಂದಿತು. ಆಮೇಲೆ ತುಟಿ ಬಿಚ್ಚಲಿಲ್ಲ.

ಆ ವೇಳೆಗೆ ತಿಮ್ಮಪ್ಪಯ್ಯನವರಿಂದ ಫೋನ್ ಬಂತು "ನಿಮ್ಮ ಅಪಾಯಿಂಟ್‌ಮೆಂಟ್ ಬೇಕು. ಅರ್ಜೆಂಟಾಗಿ ಮತಾಡೋದಿದೆ" ಎಂದರು "ಅಂತು ಅಂಗಳಕ್ಕೆ ಚೆಂಡು ನುಗ್ಗಿ ಬಂದಿದೆ. ಬ್ಯಾಟ್ ಬೀಸೋದು ಸುಲಭ" ಎಂದರು ಫೋನ್ ಹಿಡಿದೇ "ಅರ್ಥವಾಗಲಿಲ್ಲ"

ಅಂದರು ತಿಮ್ಮಪ್ಪಯ್ಯ.

"ಸಂಜೆ.... ಬನ್ನಿ" ಫೋನ್ ಕಟ್ ಮಾಡಿದರು.

ಸ್ವಲ್ಪ ಉದ್ವಿಗ್ನರಾಗಿದ್ದರು ತಿಮ್ಮಪ್ಪಯ್ಯ "ಏನಂದ್ರೂ.... ಲಾಯರ್? ನಿಮ್ಮ ಮಗನಿಗೆ ಡಿವೋರ್ಸ್ ಕೊಡ್ಸಿ ಯಾರ ಜೊತೆನಾದರೂ ವಿವಾಹ ಮಾಡಿ ನಂದೂ ಖಂಡಿತ ಅಭ್ಯಂತರವಿಲ್ಲ. ನಂಗೆ ನನ್ನ ಮೊಮ್ಮಗ್ಳು ಬೇಕು" ಇಂಥದೊಂದು ಹಠ ಶುರುವಿಟ್ಟು ಅವರ ತಲೆ ಬಿಸಿ ಮಾಡಿದ್ದರು ಲೀಲಾವತಿ.

"ಬನ್ನೀಂತ.... ಹೇಳಿದ್ದಾರೆ. ನಿಂಗೆ ಮತ್ತೊಮ್ಮೆ ಹೇಳ್ತಾ ಇದ್ದೀನಿ. ಈ ಮಗುನ ರೆವರೆಂಡ್ ಮನೆಯವರು ಒಪ್ಪಿಕೊಳ್ಳೋಲ್ಲ. ಆಗ ಜೀವನ ಪೂರ್ತಿ ಆ ಮಗುನ ನೀನೇ ಅಪ್ಪಿಕೋಬೇಕು" ಹೆದರಿಸಿದರು. ಇದನ್ನು ಸಾಕಷ್ಟು ಸಲ ಹೇಳಿದ್ದರಿಂದ, ಈಗಲೂ ಲೀಲಾವತಿ ಪಟ್ಟು ಸಡಿಲಿಸಲು ಸಿದ್ಧವಿಲ್ಲ. ಮನೆಯಲ್ಲಿ ಇಂಥ ವಾತಾವರಣ ಮೂಡಿದ್ದು ಶರತ್‌ನ ಗಮನಕ್ಕೆ ಬಂದಿದ್ದರೂ ಅವನು ತಾನಾಗಿ ಏನು ಹೇಳಲು ಹೋಗಿರಲಿಲ್ಲ.

ಲೀಲಾವತಿ ಸುಮ್ಮನೆ ಕೂಡಲಿಲ್ಲ. ತಕ್ಷಣ ಮೊಬೈಲ್‌ಗೆ ಬಟನ್‌ಗಳನ್ನೊತ್ತಿ "ಶರತ್ ಲಾಯರ್ ಅಪಾಯಿಂಟ್‌ಮೆಂಟ್ ಕೊಟ್ಟಿದ್ದಾರೆ ಹೋಗಿ ಮಾತಾಡೋದಿದೆ. ಸ್ವಲ್ಪ... ಬೇಗ್ಬಾ" ಅಳುತ್ತಲೆ ರಿಕ್ವೆಸ್ಟ್ ಮಾಡಿಕೊಂಡಿದ್ದ "ಪ್ರಯತ್ನ ಪಡ್ತೀನಿ ಅಪ್ಪ, ನೀನೂ.... ಹೋಗಿ ಮಾತಾಡಿ ಬರಬಹುದು. ಅನವಶ್ಯಕವಾಗಿ ಟೆನ್‌ಷನ್ ಬೇಡ." ಎಂದ ಮಾಮೂಲಿ ಗಾಂಭೀರ್ಯದಿಂದ. ಆಕೆಯ ಕೈಯಿಂದ ಮೊಬೈಲ್ ಸಣ್ಣಗೆ ಜಾರಿ ನೆಲವನ್ನು ಮುಟ್ಟಿತು.

ಸುಮ್ಮನೆ ಒಂದು ಕಡೆ ಕೂತರು. ಪಿಯುಸಿಗೆ ವಿದ್ಯಾಭ್ಯಾಸ ನಿಲ್ಲಿಸಿ ಕೆಲಸಕ್ಕಾಗಿ ಹೊರಟಾಗಲೇ ಅವನ ಸ್ವಭಾವ ಗಾಂಭೀರ್ಯ ಪಡೆದುಕೊಂಡಿತ್ತು. ಸಂಪೂರ್ಣವಾಗಿ ಹಾರಾಟ ಕೂಗಾಟ ನಿಲ್ಲಿಸಿದ್ದ. ಯಾವುದೇ ಸಮಯದಲ್ಲು ಕೂಡ ತಾಳ್ಮೆ ಕಳೆದುಕೊಳ್ಳುತ್ತಿರಲಿಲ್ಲ.

ರೂಮಿನಿಂದ ಬಂದ ತಿಮ್ಮಪ್ಪಯ್ಯ ಹೆಂಡತಿಯ ಎದರು ಕೂತರು "ನಂಗೆ ಅವಮಾನ ಮಾಡಿದ್ದಾರೆ, ಹೊಡೆದಿದ್ದಾರೆ. ನಿಂಗೇನು ಅನ್ನಿಸೋಲ್ವಾ?" ಕೇಳಿದರು. "ಖಂಡಿತ ಅನ್ನಿಸುತ್ತೆ. ಹಾಗಂತ ನಮ್ಮದನ್ನು ಕಳೆದುಕೊಂಡು ಅವರು ಮಾಡಿದ ಅವಾಂತರಕ್ಕೆ ನಮ್ಮ ವಂಶದ ಕುಡಿಯನ್ನು ಗಿಫ್ಟ್ ಆಗಿ ಕೊಡಲೇ? ಖಂಡಿತ ಮಗುನ ಬಿಡೋಲ್ಲ" ಅದೇ ಹಟ. ತಿಮ್ಮಪ್ಪಯ್ಯನಿಗೂ ಅನಿಸಿತು. ಮಗು ಮಾಡಿದ ತಪ್ಪೇನು? ಮಗು ತಮ್ಮ ಮನೆಗೆ ಸೇರಿದ್ದು ಎನ್ನುವ ನಿರ್ಧಾರಕ್ಕೆ ಬಂದರು ತಡವಾಗಿಯಾದರು. ಆ ತಕ್ಷಣ ಸನ್ನದ್ಧರಾದರು "ಹೌದು, ಯಾವ್ದೇ ಕಾರಣಕ್ಕೂ ಮಗುನ ಬಿಡೋಕೆ ನಾವು ರೆಡಿಯಾಗಿಲ್ಲ. ಇದ್ನ ಶರತ್‌ಗೂ ಹೇಳು. ಸುಪ್ರೀಮ್ ಕೋರ್ಟ್‌ವರ್ಗೂ ಹೋದರು ಸರಿಯೇ?" ಗುಡುಗಿದರು.

ಅಂತೂ ತಿಮ್ಮಪ್ಪಯ್ಯ ದಂಪತಿಗಳು ಒಂದು ಗಟ್ಟಿ ನಿರ್ಧಾರಕ್ಕೆ ಬಂದರು. ಸ್ವಲ್ಪ ಆತುರದಿಂದಲೇ ಇದ್ದಿದ್ದರಿಂದ ಮಗನಿಗೆ ಕಾಯದೆ ಗಂಡ ಹೆಂಡತಿ ಟ್ಯಾಕ್ಸಿ ಮಾಡಿಕೊಂಡು ಶಂಭುಲಿಂಗಂ ಆಫೀಸ್‌ಗೆ ಹೋಗಿ ಕೂತರು.

"ಇವರು, ಅವರು ಗೊತ್ತು ಮಾಡ್ಕೊಂಡ ಲಾಯರ್. ಆ ಜನಕ್ಕೆ ಫೇವರ್ ಆಗಿ ನಡ್ಕೋತಾರೇಂತ ಕಾಣಿಸುತ್ತೆ. ಅದಕ್ಕೆ ನಾವು ಬೇರೆ ಲಾಯರ್‌ನ ಇಟ್ಕೋಬೇಕು. ಯಾವುದಕ್ಕೂ ಇವ್ರನ್ನ ಒಂದ್ಮಾತು ಕೇಳಿ ಬಿಡೋಣ. ನಮ್ಗೇನು ಮಗುನ ಕೊಡಿಸಿದರೇ.... ಸಾಕು" ಎಂದು ಪಿಸುಗುಟ್ಟಿದರು ಹೆಂಡತಿಯ ಬಳಿ. ಓಡಾಡುತ್ತಿದ್ದ ಜೂನಿಯರ್ಸ್ ಇವರತ್ತ ಒಮ್ಮೆ ನೋಟ ಬೀರಿದರು. ಅವರ ನೋಟದಲ್ಲಿ ಏನಿತ್ತು? ಇವರಿಗಂತು ಅರ್ಥವಾಗಲಿಲ್ಲ.

ಅಂತೂ ಶಂಭುಲಿಂಗಂ ಬಂದೇ ಬಂದರು. ಅವರ ಮನದಲ್ಲಿ ಒಂದು ಆಸೆ. ನಾಲ್ಕು ಹೆಜ್ಜೆ ಮುಂದಕ್ಕೆ ಹೋಗಿ ಡಿವೋರ್ಸ್ ಬೇಡ ಅನ್ನಬಹುದೇ? ಅವರುಗಳ ಮುಖದ ಭಾವನೆಗಳನ್ನು ಗುರ್ತಿಸಿ 'ಇಲ್ಲ' ಎಂದುಕೊಂಡರು.

"ಏನು ವಿಷ್ಯ?" ಕೇಳಿದರು ತಮ್ಮ ಸೀಟಿನಲ್ಲಿ ಕೂಡುತ್ತ. ಕ್ಲೇಂಟ್ಸ್ ಸಾಲುಗಟ್ಟಿ ಕೂತಿದ್ದರು. ಮೊದಲ ಅವಕಾಶ ಇವರಿಗೆ ಕೊಟ್ಟಿದ್ದಕ್ಕೆ ಅವರದೇ ಕಾರಣವಿತ್ತು. ಮತ್ತೆ "ನಾನು ಕರ್ಸ್ಕೊಂಡ್ಮೇಲೆ ಬಂದವರು. ಈಗ ನೀವಾಗಿ ಬಂದಿದ್ದಕ್ಕೆ ಮುಖ್ಯವಾದ ಕಾರಣವಿರ್ಬೇಕು" ಸ್ವಲ್ಪ ಕ್ಷೀಣವಾಗಿಯೆ ಅಂದದ್ದು.

"ಮಗು ನಮ್ದು, ನಮ್ಗೇ ಕೊಡ್ಸಬೇಕು. ಅದು ನಮ್ಮ ವಂಶಕ್ಕೆ ಸೇರಿದೆ. ಕೋರ್ಟುಗೆ ಹೋಗ್ದೇ ಇಲ್ಲೇ ಸೆಟಲ್ ಮಾಡಿಕೊಡಿ ಡಿವೋರ್ಸ್‌ಗೆ ನಮ್ಮ ತಕರಾರಿಲ್ಲ. ಯಾರನ್ನಾದ್ರೂ ವರ್ಣ ಮದ್ವೆಯಾಗ್ಲೀ" ಲೀಲಾವತಿ ಕಣ್ಣಲ್ಲಿ ನೀರು ತುಂಬಿಕೊಂಡು ಹೇಳಿದರು.

"ಅಂತೂ ನಿಮ್ಮ ಮೊಮ್ಮಗು ಲಕ್ಕೀ. ಹುಟ್ಟಕ್ಕೆ ಮುನ್ನವೇ ಡಿಮ್ಯಾಂಡ್ ತಂದುಕೊಂಡಿತ್ತು. ಈಗ ನಿಮ್ಗೇ ಮಗು ಬೇಕು. ಮಡಿಲಲ್ಲಿರೋ ಹಸುಗೂಸನ್ನು ಹೇಗೆ ಕೊಡೋಕೆ ವರ್ಣ ಒಪ್ಕೋತಾಳೆ? ಕೋರ್ಟಿಗೆ ಹೋದರೂ ಸದ್ಯಕ್ಕೆ ನಿಮ್ಗೇ ಮಗು ಸಿಗೋಲ್ಲ" ಎಂದರು ಕಡ್ಡಿ ಎರಡು ತುಂಡಾದಂತೆ.

ತಿಮ್ಮಪ್ಪಯ್ಯ ಹೆಂಡತಿ ಕಡೆ ನೋಡಿ "ಫೀಜು ಎಷ್ಟಾದ್ರೂ ತಗೊಳ್ಳಿ. ನಾವೆಂದು ಕೋರ್ಟು ಮೆಟ್ಟಿಲು ಹತ್ತಿದ ಜನವಲ್ಲ. ಇವಳು ಪಟ್ಟು ಹಿಡಿದು ಕೂತಿದ್ದಾಳೆ. ಶರತ್‌ಗೆ ಈಗ ಒಳ್ಳೆ ಸಂಬಳವಿದೆ. ಹಣ ಕೂಡ ಸೇರಿಸಿದ್ದಾನೆ. ಅದ್ನ ಬೇಕಾದರೇ, ವರ್ಣಗೆ ಕೊಟ್ಟು ಬಿಡ್ತೀವಿ. ಹೇಗೂ ಮದ್ವೆ ಮಾಡೋರಿದ್ದಾರೆ. ಮುಂದೊಂದು ಮಗು ಆಗುತ್ತೆ. ಜೀವನ ಸರಾಗವಾಗಿ ಸಾಗಿ ಹೋಗುತ್ತೆ. ನಮ್ದು.... ಹಾಗಲ್ಲ. ಹಿರಿಯವನಿಗೆ ಮಕ್ಳು ಇಲ್ಲ. ಬೇರೆ ರೀತಿಯಲ್ಲಿ ಮಗುನ ಮಾಡ್ಕೋಬೇಕೂಂದ. ಅದೆಲ್ಲ ನಮ್ಗೇ ಅರ್ಥವಾಗೋಲ್ಲ" ಎಂದರು. ಒಂದು ರೀತಿಯ ನಿವೇದನೆಯಾಗಿ ಕಂಡಿತು. ಆ ಕ್ಷಣ ಮೂರ್ಖರಾಗಿ 'ಡಿವೋರ್ಸ್' ಬೇಡ ಅಂದಿದ್ದರೇ ಸುಲಭವಾಗಿ ಮಗು ಇವರಿಗೆ ಉಳಿಯುತ್ತಿತ್ತು. ಎಲ್ಲೋ ಒಂದು ಕಡೆ 'ಅಹಂ' ಜೊತೆ ಅನುಮಾನ ಕೂಡ.

"ಅಯ್ಯೋ, ಬಿಡಿ! ನೀವು ಡಿವೋರ್ಸ್‌ಗೆ ಮೊದಲೇ ಮಗನ ವಿವಾಹ ಮಾಡೋಕೆ ತುದಿಗಾಲಿನಲ್ಲಿ ನಿಂತಿದ್ದೀರಿ. ಆಮೇಲೆ ನಿಮ್ಗೇ ಮತ್ತೊಂದು ಮೊಮ್ಮಗುವಾಗುತ್ತೆ. ಅಟೋಮ್ಯಾಟಿಕ್ಕಾಗಿ ಎಲ್ಲಾ ಸರ್ಯೋಗುತ್ತೆ" ಎಂದರು ಸ್ವಲ್ಪ ಕಟುವಾಗಿ.

ಲೀಲಾವತಿ ತಲೆ ಅಡ್ಡಡ್ಡ ಆಡಿಸಿ "ಇಲ್ಲ, ನನ್ನ ಪಾಲಿಗೆ ವರ್ಣ ಒಬ್ಬಳೇ ಹೆಣ್ಣು ವಿವಾಹ ಅಂಥ ಯೋಚ್ನೇ ಇಲ್ಲಾಂತ ರೆವರೆಂಡ್‌ಗೆ ಹೇಳದ್ನಂತೆ ಅವನು ಬೇರೆಯವರ ತರಹ ಅಲ್ಲ. ಡಿವೋರ್ಸ್ ತಗೊಂಡರು ವಿವಾಹವಾಗ್ತಾನೆ ಅನ್ನೋ ಭರವಸೆ ನಮ್ಗಿಲ್ಲ. ಕೆಲವು ವಿಚಾರದಲ್ಲಿ ತನ್ನ ನಿಲುವನ್ನು ಅವನು ಬದಲಾಯಿಸೋಲ್ಲ" ಎಂದ ಆಕೆ ದನಿಯಲ್ಲಿ ನಿರಾಸೆ, ನೋವು ತುಂಬಿ ಕೊಂಡಿತ್ತು.

"ರಾಮಾಯಣದ ಪಿತೃ ವಾಕ್ಯ ಪರಿಪಾಲಕ ಎಂದು ಹೊಗಳಿಸಿ ಕೊಳ್ಳುವ ಶ್ರೀರಾಮಚಂದ್ರ ಕೂಡ 'ನಾನು ಸೀತೆಯನ್ನ ಜೊತೆಯಲ್ಲಿ ಕಾಡಿಗೆ ಕರೆದೊಯ್ಯ ಬೇಡಾಂತ ನಿರ್ಬಂಧಿಸಿದ್ದರೇ, ಖಂಡಿತ ನನ್ನ ಪ್ರಕಾರ ಒಪ್ಕೋತಾ ಇರ್ಲಿಲ್ಲ. ಮಗ ಅನ್ನೋದೊಂದು ಪಾತ್ರವಾದರೇ, ಗಂಡ ಅನ್ನಿಸಿಕೋಳ್ಳುದು ಕೂಡ ಒಂದು ಪಾತ್ರ ಈಗ ತಂದೆಯಾಗಿ ಶರತ್ ಒಂದು ಪಾತ್ರ ನಿರ್ವಹಿಸ ಬೇಕಾಗುತ್ತೆ. ಪ್ರತಿಯೊಂದು ಪಾತ್ರಕ್ಕೂ ಅದರದೇ ಆದ ನ್ಯಾಯ ಇರುತ್ತೆ. ಇದೇ ಬದುಕಿನ ಸತ್ಯ. ವಿವೇಕಿಗಳಾದರೂ ಅರಿತು ನಡೆದು ಜೀವನದ ಸಾಮರಸ್ಯ ಕಾಪಾಡಿಕೋತಾರೆ" ಎಂದರು ಅರ್ಥಪೂರ್ಣವಾಗಿ.

ಇಬ್ಬರ ಬಾಯಿಂದ ಮಾತುಗಳೆ ಹೊರಡಲಿಲ್ಲ 'ಹೌದು ಈಗ ಶರತ್ ಡಿವೋರ್ಸ್‌ಗೆ ಒಪ್ಪದಿರಬಹುದು. ತಂದೆಯಾಗಿ ಆ ಮಗುವಿನ ಲಾಲನೆ ಪಾಲನೆ ಅವನ ಕರ್ತವ್ಯ. ಜೊತೆಗೆ ಹಸುಗೂಸಿನ ಎಲ್ಲಾ ಹಂತಗಳನ್ನು ಸವಿಯುವ ಹಕ್ಕು ಅವನಿಗಿದೆ. ಅದನ್ನ ಅವನೇಕೆ ಕಳೆದುಕೊಳ್ಳಲು ಇಚ್ಛಿಸುತ್ತಾನೆ? ಇಂಥ ಒಂದು ಸತ್ಯ ಹೊಳೆದ ಕೂಡಲೆ ಅವರಲ್ಲಿನ ಸತ್ವವೇ ಅಡಗಿತು.

ಅವರನ್ನು ನೋಡಿ ಶಂಭುಲಿಂಗಂ ಸ್ವಲ್ಪ ಜೋರಾಗಿಯೆ ನಕ್ಕರು. ಆ ನಗುವಿನಲ್ಲಿ ವಿಶಾಲಾರ್ಥವಿತ್ತು. ಇನ್ನಷ್ಟು ಮಂಕಾದರು ತಿಮ್ಮಪ್ಪಯ್ಯ ಮತ್ತು ಲೀಲಾವತಿ. ಮುಂದೇನು? ಇದು ಕೂಡ ಲೀಲಾವತಿಗೆ ಹರ್ಷದ ಸಂಗತಿಯೆ.

"ಅರ್ಥವಾಗಿರಬೇಕಲ್ಲ! ನಿಮ್ಮಗಳಿಗೆ ಬೇಕು ಡಿವೋರ್ಸ್. ಆ ಜೋಡಿಗೆ ಬೇಡ ಡಿವೋರ್ಸ್ 'ವಿವಾಹಗಳು ಸ್ವರ್ಗದಲ್ಲಿ ನಿಶ್ಚಯವಾಗಿರುತ್ತೆ. ವಾಡಿಕೆಯ ಮಾತು ಆಗಿರಬೇಕು. ಹಿರಿಯರ ವಾಣಿ ಆಗಿರಬಹುದು. ಒಂದು ನಾಣ್ನುಡಿ ಅಂದುಕೊಂಡರೂ, ವಿವಾಹ ನಿಶ್ಚಯಿಸಿದವನಿಗೆ ಮಾತ್ರ ಡಿವೋರ್ಸ್ ಮಾಡೋ ಅಧಿಕಾರನು ಇರುತ್ತೆ. ಆರಾಮಾಗಿ ಹೋಗಿ, ವಿಶಾಲವಾದ ಮನಸ್ಸಿನಿಂದ ಯೋಚ್ಸಿ. ನಿಮ್ಮ ಅನಿಸಿಕೆ ನನ್ನುಂದೆ ಇದೆ. ಕೋರ್ಟು ಕಟಕಟೆಗೆ ಹೋಗದೇ ತೀರ್ಮಾನ ಮಾಡೋ ಪ್ರಯತ್ನ.... ನಂದು!" ಎಂದು ಕಳಿಸಿದರು. ಅವರ ಲೆಕ್ಕಾಚಾರ ಬೇರೆಯೇ ಇತ್ತು. ಮೊಮ್ಮಗುವಿಗಾಗಿ ಸೊಸೆಯನ್ನು ಒಪ್ಪಿಕೊಳ್ಳುತ್ತಾರೆ ಎನ್ನುವ ಲೆಕ್ಕಾಚಾರ.

ಮನೆ ತಲುಪೋವರೆಗೂ ಇಬ್ಬರು ತುಟಿ ಬಿಚ್ಚಲಿಲ್ಲ. ಲೀಲಾವತಿ ಒಂದು ಕಡೆ ಕೂತು "ಈ ವಿಷ್ಯನ ಶರತ್‌ಗೆ ಬಿಡೋಣ. ಮಗುವಿಗೆ ತಾಯಿ ತಂದೆ ಇಬ್ಬರ ಅಗತ್ಯನು ಇರುತ್ತೆ. ಅನಗತ್ಯವಾಗಿ ಪ್ರತಿಷ್ಟೆಗಳನ್ನ ಪಣಕ್ಕೆ ಇಡೋದು ಬೇಡ" ಎಂದ ನಿಶ್ಚಿಂತೆಯಿಂದ ನುಡಿದು ಕೈ ತೊಳೆದುಕೊಂಡರು. ಅದನ್ನ ಫೋನ್‌ನಲ್ಲಿ ಮಗನಿಗೆ ತಿಳಿಸಿದರು ಕೂಡ.

ಶರತ್ ಆರರ ಸುಮಾರಿಗೆ ಅರುಣಗೆ ಬಂದ ಮಾಮೂಲಿನಂತೆ ಇದ್ದ. ಎದುರಾದವರತ್ತ ಮುಗುಳ್ನಗು ಬೀರಿದ. ನೇರವಾಗಿ ವರ್ಣಳ ರೂಮಿಗೆ ಹೋದ. ಇಲ್ಲು ಕೂಡ ಲಝುರಿಯಸ್. ಅಂಥದ್ದು ಅವನ ಕಣ್ಣು ಕೋರೈಸದು. ಕಣ್ಮುಚ್ಚಿ ನಿದ್ದೆ ಮಾಡುತ್ತಿದ್ದ ಕಂದಮ್ಮ ವರ್ಣಳ ಮಡಿಲಿನಲ್ಲಿತ್ತು.

"ಹಾಯ್.... ವರ್ಣಳ ರಾಜಕುಮಾರಿ ಹೇಗಿದ್ದಾಳೆ?" ಕೇಳಿದ ಅವಳ ಕಣ್ಣಲ್ಲಿ ನೀರು ಫಳಕ್ಕೆಂದಿತು. 'ಯಾಕೆ ಬರಲಿಲ್ಲ?' ಎಂದು ಪ್ರಶ್ನಿಸುವಂತಿತ್ತು ಅವಳ ಮುಖದ ಭಾವ. ಆದರೆ ಅವನ ಮುಖದಲ್ಲಿದ್ದ ನಿರ್ಧಾರ ಏನು ವ್ಯಕ್ತಪಡಿಸಲಿಲ್ಲ. ಅವನದು ಗಟ್ಟಿ ನಿರ್ಣಯ.

"ವರ್ಣ, ನಾಳೆ ನಿನ್ನ ಮತ್ತು ಮಗುನ ನಮ್ಮ ಮನೆಗೆ ಕರ್ಕಂಡ್ ಹೋಗೋ ತೀರ್ಮಾನ. ಜೋಯಿಸರು ದಿನ ಚೆನ್ನಾಗಿದೇ ಅಂದಿದ್ದಾರೆ. ನಿಂಗೆ ಯೋಚಿಸೋಕೆ, ಚರ್ಚಿಸೋಕೆ.... ತರ್ಕಿಸೋಕೆ ಸಮಯವಿದೆ. ನಾನು ಹೊರ್ಗಡೆ ಶಾಂಭವಿ ಅತ್ತೆಯೊಂದಿಗೆ, ಇನ್ನ ಪೇರೆಂಟ್ಸ್‌ಗೆ ವಿಷ್ಯ ತಿಳ್ಸಿ.... ಹೋಗ್ತೀನಿ" ಮಗುವಿನ ಕೆನ್ನೆ ಸವರಿ ಬಗ್ಗಿ ಎತ್ತಿಕೊಂಡ ಎದಗೊತ್ತಿಕೊಂಡವ ಅವಳ ಮಡಿಲಲ್ಲಿ ಮಲಗಿಸಿ ಹೊರ ನಡೆದ.

ರಾಜೇಶ್ ಇರಲಿಲ್ಲ. ಸಕ್ಕೂಬಾಯಿ, ಶಾಂಭವಿಯವರಿಗೆ ವಿಷಯ ತಿಳಿಸಿದ "ನಾವು ಕಳಿಸಿದ್ದಲ್ಲ. ನೀವಾಗಿ ವರ್ಣನ ಕರ್ಕೊಂಡ್ಹೋಗಿದ್ದು, ಹೆತ್ತವರು ಅನ್ನೋ ಅಧಿಕಾರದಿಂದ. ಈಗ ಗಂಡ ಮತ್ತು ಅವಳನ್ನು ಮನೆ ತುಂಬಿಸಿಕೊಂಡ ಹಕ್ಕಿನಿಂದ ಬಂದು ಕರ್ಕೊಂಡ್ ಹೋಗ್ತೀವಿ. ಅದು ನಿಮ್ಮಗಳ ಸಮ್ಮತಿಯಿಂದಲೇ ನಡೆಯಬೇಕು. ನಾಳೆ ಬೆಳಿಗ್ಗೆ ಎಂಟರ ಸುಮಾರಿಗೆ ಜೋಯಿಸರು ಪತ್ನಿ ಸಮೇತ ಬರ್ತಾರೆ. ನೀವು ನಿಮ್ಮ ಸಮ್ಮತಿಯನ್ನು ತಿಳಿಸಿದರೇ, ನಾವು ಬಂದು ಕರ್ಕೊಂಡ್ ಹೋಗ್ತೀವಿ. ಜಗಳ, ಹೋರಾಟ ಅಂಥದ್ದೇನಿಲ್ಲ. ಮುಂದಿನದು...." ಎಂದು ಎದ್ದು ಹೋದ.

ಮಗುವಿಗೆ ಇಪ್ಪತ್ತು ದಿನ ಕಳೆದರೂ ಕನಿಷ್ಟ ನಾಮಕರಣದ ಬಗ್ಗೆಯು ಒಮ್ಮತ ಮೂಡಿರಲಿಲ್ಲ. ಎಲ್ಲರಿಗೂ ಮಗುವನ್ನು ಬಿಟ್ಟು ಕೊಡುವುದು ಇಷ್ಟವಿರಲಿಲ್ಲ.

"ಡಿವೋರ್ಸ್ ಪೇಪರ್ ಸಬ್‌ಮಿಟ್ ಮಾಡೋಕೆ. ಹೇಳಿ ಮಗು ತಾಯಿ ಬಳಿಯಲ್ಲೇ ಉಳಿಯುತ್ತೆ. ಸದ್ಯಕ್ಕೆ ಕೋರ್ಟಿಗೆ ಹೋದರೂ ಅಮ್ಮನ ಮಡಿಲಿನಲ್ಲಿ ಬೆಳೆಯಬೇಕಾದ ಮಗುವನೇನು ಕಿತ್ತು ಅವರಿಗೆ ಒಪ್ಪಿಸೋಲ್ಲ, ಕಾನೂನು. ಹಿಮವಂತ ಕೂಡ ಮಗುವಿನ ಬಗ್ಗೆ ತುಂಬಾ ಇಂಟರೆಸ್ಟಾಗಿದ್ದಾರೆ. ತಂದೆಯ ಸ್ಥಾನದಲ್ಲಿರೋಕೆ ಒಪ್ಕೋಬಹ್ದು. ಆಮೇಲೆ ನಾಮಕರಣದ ಶಾಸ್ತ್ರ ಇಟ್ಟುಕೊಳ್ಳೋಣ" ಇಂಥ ಅಭಿಪ್ರಾಯ ರಾಜೇಶ್‌ದು.

ಅರುಣ ತೆಪ್ಪಗಿದ್ದ. ಅನನ್ಯ "ನಿಮ್ಮ ತಂಗಿ ಹತ್ರ ಮಾತಾಡಿ ನಾಮಕರಣ, ದತ್ತು ಸ್ವೀಕಾರ ಒಟ್ಟಿಗಾಗ್ಲೀ, ಹಾಲು ಕುಡಿಯೋ ಮಗುನ ತಾಯಿಯಿಂದ ಬೇರೆ ಮಾಡೋದು ಬೇಡ. ಇದಕ್ಕೆ ಖಂಡಿತ ನಿಮ್ಮ ಮನೆಯವರ ವಿರೋಧ ಇರೋಲ್ಲ" ಅಂಥ ಆಸೆ ಇದ್ದರೂ ಧೈರ್ಯ ವ್ಯಕ್ತಪಡಿಸಲಾರ. ಮನೆಗೆ ಬಂದ ಕೂಡಲೇ ವರ್ಣ ರೂಮಿಗೆ ಹೋಗಿ ಮಗುವನ್ನೆತ್ತಿಕೊಂಡು ಕೂಡುತ್ತಿದ್ದ. ಎದೆಗವಚಿಕೊಂಡು ಪುಟ್ಟ ಕಂದನ ಸ್ಪರ್ಶ ಸುಖ ಅನುಭವಿಸುತ್ತಿದ್ದ. ಆ ಸಮಯದಲ್ಲಿ ಅನನ್ಯ ಮೇಲೆ ಕೋಪ ಉಕ್ಕಿ ಹರಿಯುತಿತ್ತು. ತಮ್ಮ ರಕ್ತ ಮಾಂಸಗಳನ್ನು

ತುಂಬಿಕೊಂಡ ಪುಟ್ಟ ಮಗು ಭೂಮಿಗೆ ಬಂದಿದ್ದರೇ? ಆ ಅವಕಾಶ ಕೊಂದ ಮಡದಿ ರಾಕ್ಷಸಿಯಾಗಿ ಕಂಡಿದ್ದಳು. ಮಾತುಗಳೇ ಇಲ್ಲದ ದಾಂಪತ್ಯದಲ್ಲಿ ಎಸ್‌ಎಂಎಸ್, ಮೊಬೈಲ್, ಇ-ಮೇಲ್‌ಗಳು ಕೂಡ ಆಕರ್ಷಣೆಯನ್ನು ಕಳೆದುಕೊಂಡಿತ್ತು.

ಒಂದೆರಡು ಸಲ ಹೇಮಂತ್ ಕೂಡ ಮಡದಿಯೊಂದಿಗೆ ಬಂದು ಮಗುವನ್ನು ಮುದ್ದಾಡಿ ಹೋಗಿದ್ದ.

ರಾತ್ರಿಯ ವೇಳೆಗೆ ಇಡೀ ಮನೆಯಲ್ಲೆಲ್ಲ ವಿಷಯ ಹಬ್ಬಿ ಆಗಿತ್ತು. ಎಲ್ಲಾ ಅವರವರೇ ಮಾತಾಡಿಕೊಂಡರು. ಮುಂದೇನು? ಕೆಲವು ಗಂಟೆಗಳು ಮಾತ್ರ ಇತ್ತು. ದುಡುಕುವುದು ಬೇಡವೆನ್ನುವ ನಿರ್ಣಯ ಶಾಂಭವಿ, ಸಕ್ಕೂಬಾಯಿಯದು.

"ತಟ್ಟನೇ ಬಂದು ಹೇಳಿ ಹೋದರೇ.... ಹೇಗೆ? ಒಂದ್ವಾರ ಸಮಯ ಕೊಡಲೀ. ಶಂಭುಲಿಂಗಂ ಹತ್ರ ಚರ್ಚಿಸೋಣ. ಇಲ್ಲಿ ಹಿಮವಂತನ ಸಲಹೆ ಕೂಡ ಬೇಕಾಗುತ್ತೆ." ಇದು ಮನೆ ಯಜಮಾನನ ಮಾತು. ಶಾಂಭವಿ ಸ್ವಲ್ಪ ಬಿರುಸುನಿಂದಲೇ "ಅದೆಲ್ಲ ಆಗೋಲ್ಲ. ಶರತ್ ಸ್ವಭಾವ ಅರ್ಥವಾಗಿದೆ. ಒಂದು ಅವಕಾಶ. ಒಳ್ಳೆಯದಾಗೋದಾದರೇ ಈಗಲೇ ಮಾಡು. ನಾಳೆ ನಮ್ಗೇ ಆ ಸಂದರ್ಭ ಒದಗಿ ಬರದಿರಬಹುದು. ರಾಮಾಯಣದಲ್ಲಿ ಒಂದು ಕತೆ ಇದೆ. ನಿಮ್ಗೂ ತಿಳಿದಿರಬಹುದು ಆದರೆ ತಕ್ಷಣ ಅಂಥದೆಲ್ಲ ನೆನಪಾದರೆ, ಎಷ್ಟೋ ತಪ್ಪುಗಳು ಮನುಷ್ಯರಿಂದ ನಡೆಯೋಲ್ಲ, ನಂಗಂತೂ ನೆನಪಿಗೆ ಬರುತ್ತೆ. ರಾವಣನು ಯುದ್ಧದಲ್ಲಿ ಸೋತು ಹೋದ. ಅವನು ಮರಣಾವಸ್ಥೆಯಲ್ಲಿದ್ದಾಗ ದಶರಥ ಪುತ್ರ ಶ್ರೀರಾಮಚಂದ್ರನು ಅವನ ಸನ್ನಿಹಕ್ಕೆ ಹೋಗಿ 'ಎಲೈ ರಾವಣ, ನೀನು ಶಾಸ್ತ್ರಗಳನ್ನು ಬಲ್ಲವ. ಕುಶಾಗ್ರಮತಿ. ಪರಶಿವನ ಪರಮಭಕ್ತ. ಮಾನವ ಜನಾಂಗ ಒಳಿತಾಗುವಂಥ ಹಿತನುಡಿಗಳನ್ನು ಹೇಳು' ಎಂದನು. ರಾವಣನಿಗೆ ತನ್ನ ತಪ್ಪಿನ ಅರಿವಾಗಿತ್ತು. 'ಅಶುಭಸ್ಯ ಕಾಲ ಹರಣಂ' ಮನದಲ್ಲಿ ಕೆಟ್ಟ ಕೆಲಸ ಮಾಡುವ ಅಭಿಲಾಷೆ ಬಂದಾಗ ಈಗ ಬೇಡ, ಇಂದು ಬೇಡ.... ಎಂದು ಮುಂದಕ್ಕೆ ತಳ್ಳಬೇಕು. ಇದನ್ನು 'ದೀರ್ಘನಿದ್ರಾ....' ಎನ್ನುತ್ತಾರೆ. ನನ್ನ ಮನಸ್ಸಿನಲ್ಲಿ ಸೀತೆಯನ್ನು ಅಪಹರಿಸಬೇಕೆಂಬ ಭಾವ ಬಂದಾಗ ಇದನ್ನು ಅನುಸರಿಸಲಿಲ್ಲ. ಕೂಡಲೇ ಸೀತಾಪಹರಣ ಮಾಡಿದೆ. ಒಂದು ವೇಳೆ ಕಿಂಚಿತ್ ಕಾಲಹರಣ ಮಾಡಿದ್ದರೇ, ಮನಸ್ಸಿನಿಂದ ಆ ಭಾವ ಕರಗಿ ಹೋಗುತ್ತಿತ್ತು. ನನಗೆ ಈ ಸ್ಥಿತಿ ಬರುತ್ತಿರಲಿಲ್ಲ. ಇನ್ನು ಎರಡನೆಯದು 'ಶುಭಸ್ಯ ಶೀಘ್ರಂ' ಮನದಲ್ಲಿ ಒಳ್ಳೆಯ ವಿಚಾರ ಬಂದ ಕೂಡಲೇ ಕಾರ್ಯೋನ್ಮುಖನಾಗಿ ಬಿಡಬೇಕು. ಇಂದು, ನಾಳೆ... ಎಂದು ಮುಂದೂಡಬಾರದು. ನಾನು ಈ ಎರಡು ತಪ್ಪುಗಳನ್ನು ಮಾಡಿದೆ. ಇದೇ ನನ್ನ ಉಪದೇಶ ಎಂದ. ಇದು ಸರ್ವೇಸಾಮಾನ್ಯವಾಗಿ ಎಲ್ಲರ ಅನುಭವಕ್ಕೂ ಬಂದಿರುತ್ತೆ. ಆದರೆ ಅರಿವಿರೋಲ್ಲ. ಯೋಚಿಸುತ್ತ ಕೂಡೋದು ಬೇಡ. ನೀನು ಕರೆತಂದ ಕಾಲಗಳಿಗೆ ಒಂದು ಸರಿಯಿಲ್ಲ. ಈ ವರ್ಣಾಳ ಬಾಣಂತನ ಮುಗಿದಿದೇ ಅಂದ್ಕೊಂಡ್ ನಾಳೆ ಕಳ್ಸಿಕೊಡು. ಇದು ಎಲ್ಲರಿಗೂ ಕ್ಷೇಮ, ಲಾಯರ್ ಶಂಭುಲಿಂಗಂ ಕೂಡ ಇದನ್ನೇ ಹೇಳಿದ್ದಾರೆ. ಇನ್ನ ಯಾವ್ದೇ ಮಾತಾಡಿದರೂ..... ನಾವು ಕೇಳೋಕೆ ತಯಾರಿಲ್ಲ" ಅಂತಿಮ ತೀರ್ಮಾನ ಪ್ರಕಟಿಸಿದಾಗ ಅವರು ಮುಖ ಊದಿಸಿಕೊಂಡು ರೂಮಿಗೆ ಹೋದರು.

ಅತ್ತಿಗೆ, ನಾದಿನಿಯರ ತಯಾರಿ ಅರಿಯುವ ಮುನ್ನವೇ ವರ್ಣಳ ನಿರ್ಧಾರ ಅಚಲವಾಗಿತ್ತು. ಎಂಟಕ್ಕೆ ಮುನ್ನವೇ ಜೋಯಿಸರು ಪತ್ನಿಯೊಡಗೂಡಿ ಬಂದರು. ಅವಳಲ್ಲಿ ಕೊಳಲನೂದುವ.... ಚತುರ.... ಶರತ್ ಮಾತ್ರ.

"ಒಂದ್ತಿಂಗ್ಳು ಬಾಣಂತನ ನೀವು ಮಾಡಿದ್ದೀರಿ. ಮಿಕ್ಕಿದ್ದು ಅವರು ಮಾಡಲೀ ಬಿಡಿ" ಒಂದೇ ಮಾತಿನಲ್ಲಿ ಹೇಳಿದರು. ಅದಕ್ಕೆ ಯಾರು ವಿರೋಧ ಹೇಳಲಿಲ್ಲ. ಹನ್ನೊಂದರ ಸುಮಾರಿಗೆ ಲೀಲಾವತಿ, ಶರತ್ ತುಸು ಅನುಮಾನದಿಂದಲೇ ಬಂದರು.

ಔತಣದ ಊಟ, ಶಾಂಭವಿ ಮತ್ತು ಸಕ್ಕೂಬಾಯಿ ಕೂಡಿಯೆ ವರ್ಣನ ಕೂಡಿಸಿ ಮಡಿಲು ತುಂಬಿದ್ದರು. ಇಬ್ಬರ ಕಣ್ಣಂಚಿನಲ್ಲಿ ನೀರಿತ್ತು. ಬಂದ ಶಂಭುಲಿಂಗಂ ಡಿವೋರ್ಸ್ ಪತ್ರಗಳನ್ನು ಹರಿದು ಹಾಕಿ ಹೇಳಿದರು.

"ಅದು ಎರಡು ಮನೆಯ ಮಗುವಾಗಿ ಬೆಳೆಯಲೀ. ಸ್ಟೇ.... ತಂದಿತ್ತು. ನಿಮ್ಮ ಡಿವೋರ್ಸ್ ಪೇಪರ್ ವಜಾ ಆಗಿದೆ. ಲಕ್ಕೀ ಬೇಬಿ" ಎಂದು ಮುದ್ದಿಸಿ ಹೇಮಂತ್‌ನ ಕಡೆಯಿಂದ ಬಂದ ಚೆಕ್, ಶಾಂಭವಿ ಕೊಟ್ಟ ಹಣ, ಅರುಣನ ಚೆಕ್‌ಗಳನ್ನು ಮಗುವಿಗೆ ಉಡುಗೊರೆಯಾಗಿ ನೀಡಿ ಆಶೀರ್ವದಿಸಿದರು.

" 'ಶುಭಸ್ಯ ಶೀಘ್ರಂ ಅಶುಭಸ್ಯ ಕಾಲಹರಣಂ' ಇದನ್ನ ಎಲ್ಲರು ನೆನಪಿನಲ್ಲಿ ಇಟ್ಕೋಬೇಕು" ಇಂಥದೊಂದು ಕಿವಿಮಾತು ಹೇಳುವುದನ್ನು ಮರೆಯಲಿಲ್ಲ.